वेध
अमुच्या इतिहासाचा

ख्यातनाम इतिहाससंशोधक डॉ. जयसिंगराव पवार यांच्या गाजलेल्या निवडक प्रस्तावना लेखांचा संग्रह

संपादक
डॉ. मंजुश्री पवार
डॉ. अवनीश पाटील

मेहता पब्लिशिंग हाऊस

VEDH AMUCHYA ITIHASACHA
Edited by Dr. Manjushree Pawar & Dr. Avnish Patil

वेध अमुच्या इतिहासाचा / संपादित साहित्य

Email : author@mehtapublishinghouse.com

मराठी पुस्तक प्रकाशनाचे हक्क : मेहता पब्लिशिंग हाऊस, पुणे.

प्रकाशक : सुनील अनिल मेहता, मेहता पब्लिशिंग हाऊस,
१९४१, सदाशिव पेठ, माडीवाले कॉलनी, पुणे – ४११०३०.

मुद्रक : ट्रिनिटी ॲकॅडमी फॉर कॉर्पोरेट ट्रेनिंग लिमिटेड, नऱ्हे, पुणे – ४१.

मुखपृष्ठ : चंद्रमोहन कुलकर्णी

प्रकाशनकाल : २८ जानेवारी, २०१७ /
मेहता पब्लिशिंग हाऊस यांची द्वितीय आवृत्ती : जुलै, २०२१

किंमत : ₹ ६९५

P Book ISBN 9789391151140
E Book ISBN 9789391151294
E Books available on : play.google.com/store/books
www.amazon.in
books.apple.com

डॉ. जयसिंगराव पवार यांच्या
गेली ५० वर्षे
अविश्रांत चालू असलेल्या
संशोधनकार्यास...

संपादकांचे मनोगत

इतिहासात घटना घडतात. त्याची नोंद समकालीन साधनांत होते. त्या नोंदींची नंतर चिकित्सा करून त्या घटना, कालखंड वा व्यक्तीचा इतिहास लिहिला जातो. मग त्या इतिहासाचे विश्लेषण करून त्यावर भाष्य केले जाते. त्या भाष्याचाही लेखाजोखा मांडला जातो. भाष्य करणाऱ्याच्या भूमिकेची समीक्षा केली जाते. अशी ही लांबच लांब साखळी म्हणजे, भूतकाळातील घटना घडल्यापासून ते वर्तमानातील समाजाच्या धारणेपर्यंत व आकलनापर्यंत अखंड चाललेली शोधयात्रा असते. अशाच एका शोधयात्रेतील शेवटची कडी म्हणजे डॉ. जयसिंगराव पवारांच्या विविध ग्रंथांच्या प्रस्तावनांची ही प्रस्तावना होय.

डॉ. जयसिंगराव पवारांच्या लेखणीने गेली पाच दशके मराठेशाहीपासून ते आधुनिक महाराष्ट्राच्या कालखंडापर्यंत अनिरुद्ध संचार केला आहे. महाराष्ट्रात इतिहास संशोधकांच्या अनेक पिढ्या निर्माण झाल्या. सत्तरच्या दशकानंतर यांतील काही संशोधकांनी प्रस्थापित इतिहासाचे पुनर्लेखन करण्यावर भर दिला आणि इतिहासलेखनाचे राष्ट्रवादी, वर्णनात्मक व जातीय श्रेष्ठत्वाने ग्रासलेले स्वरूप बदलले.

या संशोधकांमध्ये डॉ. जयसिंगराव पवारांचे नाव अग्रक्रमाने घेता येईल. डॉ. अप्पासाहेब पवार, वा. सी. बेंद्रे, न. र. फाटक, ग. ह. खरे, द. वा. पोतदार यांच्या उतरत्या वयात डॉ. पवारांचा एक सत्यान्वेषी तरुण इतिहास संशोधक म्हणून उदय होत होता. त्या काळात त्यांना पूर्वाश्रमीच्या संशोधकांनी हाताळलेले छत्रपती शिवाजी व छत्रपती संभाजी महाराजांसारखे विषय, तर महाराणी ताराबाई, सेनापती संताजी घोरपडे यांसारखे पूर्णपणे अस्पर्श व दुर्लक्षित विषय खुणावत होते. कधी कधी इतिहासातील काही व्यक्तिरेखा समर्थपणे प्रकटण्यासाठी वस्तुनिष्ठ संशोधनाच्या स्पर्शाची वाट पाहत असतात. चिकित्सक वृत्तीनं आणि शुद्ध भावनेनं त्याला हाताळणाऱ्या संशोधकांचीही ते वाट पाहत असतात. अशा संशोधनाचा

स्पर्श झाला, की ती व्यक्तिरेखा प्रकटते.

तसंच काहीसं डॉ. पवारांच्या महाराणी ताराबाई, छत्रपती राजाराम व सेनापती संताजी घोरपडे या चरित्रांचं झालं आहे. ही त्यांनी लिहिलेली तीनही चरित्रं महाराष्ट्रातील पहिली आणि एकमेव संशोधनात्मक चरित्रं ठरली आहेत. डॉ. पवारांनी आपल्या छत्रपती संभाजी महाराज ग्रंथातून वा. सी. बेंद्रे व कमल गोखलेंपेक्षा वेगळा स्वातंत्र्यप्रिय संभाजी उभा केला. इतिहासकार हा अनेकदा एखाद्या ऐतिहासिक व्यक्तीचा किंवा घटनेचा उद्धारकर्ता असतो. 'मराठेशाहीचा मागोवा' या ग्रंथात डॉ. पवारांनी मराठ्यांच्या इतिहासातील अनेक अनभिज्ञ व्यक्ती व घटनांचा शोध लावून जणू उद्धारच केला.

छत्रपती शिवाजी महाराज, छत्रपती संभाजी, महाराणी ताराबाई, छत्रपती राजाराम, सेनापती संताजी घोरपडे या चरित्रग्रंथांशिवाय डॉ. पवारांनी मराठेशाहीच्या कालखंडावरील अनेक ग्रंथांना आपली विद्वत्तापूर्ण प्रस्तावना लिहिली आहे. या प्रस्तावनांनी इतिहासातील अनेक अंधारे कोनाडे उजळले. त्या घटनेच्या आकलनाच्या वाटा बदलल्या. त्या व्यक्तिरेखांचं चौथं परिमाण मांडलं गेलं. जुन्या गृहितकांना टक्कर देण्यासाठी नव्या अस्मिता निर्माण झाल्या. आणि शेवटी त्यातून त्यांनी प्रबोधन हे अंतिम ध्येय सिद्ध केलं आहे.

मराठेशाहीतील व्यक्तिरेखा व कालखंड साधन चिकित्सा करून मांडत असताना डॉ. पवारांचा आधुनिक महाराष्ट्राच्या जडघडणीत योगदान असणाऱ्या व्यक्तींवर लिहिण्याचा समांतर प्रवास चालू होता. त्यामुळेच त्यांनी गेल्या ५० वर्षांत जवळजवळ स्वतः लिहिलेल्या चरित्रग्रंथांना व अनेक अभ्यासकांच्या ग्रंथांना प्रदीर्घ प्रस्तावना लिहिल्या. यातून शिवचरित्राचा वेध, जेम्स लेनचे प्रकरण, मराठ्यांचा स्वातंत्र्ययुद्धाचा कालखंड, उपेक्षित मराठा सरदार, रोड मराठ्यांचा समाजशास्त्रीय शोध, राजर्षी शाहूंसारख्या महानायकाचे चरित्र, नाना पाटलांच्या प्रतिसरकारचा धगधगता कालखंड, सत्यशोधक कार्यकर्त्यांचे बंडखोर जीवन, डॉ. बाळकृष्णांसारख्या महान इतिहासकाराचे कार्य, अशा अनेक गोष्टींतून ऐतिहासिक सत्य उलगडले. डॉ. जयसिंगराव पवारांच्या संशोधन विषयातील विविधता, त्यातून उलगडत जाणारा प्रदीर्घ पट, त्याचे विश्लेषण करतानाची त्यांची बहुआयामी दृष्टी, तसेच भाषिक शैली व ऐतिहासिक संदर्भ यांचा सुयोग्य मिलाफ याची अनुभूती त्यांच्या

सर्व प्रस्तावना एकत्र केल्यावर आली. म्हणूनच त्यातील निवडक प्रस्तावना एकत्र करून त्या वाचकांसमोर ठेवून ती अनुभूती त्यांनाही देण्यासाठी ही खटपट केली आहे.

शिवचरित्र व जेम्स लेन

इतिहासलेखकाला भूतकाळातील घटनांचा वर्तमानावर झालेल्या भद्र व अभद्र परिणामांची दखल घ्यावी लागते. अशीच एक अभद्र घटना २००३ मध्ये घडली. जेम्स लेन या अमेरिकन अभ्यासकाने 'Shivaji : Hindu King in Islamic India' या ग्रंथातून राजमाता जिजाबाईंच्या चारित्र्यावर शिंतोडे उडवणारी विधाने केली. त्यांचे पर्यवसान भांडारकर इन्स्टिटयूटवरील हल्ल्यात झाले. महाराष्ट्राचे सांस्कृतिक व सामाजिक जीवन ढवळून निघाले. मग जेम्स लेनच्या या अविचाराला विचाराने प्रत्युत्तर द्यावे, असे आवाहन महाराष्ट्रातील विचारवंतांनी केले. ते आवाहन स्वीकारून डॉ. जयसिंगराव पवारांनी, डॉ. वसंतराव मोरे यांच्या 'जेम्स लेन : संशोधक की विध्वंसक' या पुस्तकाच्या प्रस्तावनेतून जेम्स लेनच्या अनैतिहासिक व स्फोटक लिखाणाची ऐतिहासिक पुराव्यानिशी चिरफाड करून सत्य समोर आणले.

या प्रस्तावनेत डॉ. पवारांनी जेम्स लेन हा कोण, त्याचे पुण्याशी असणारे स्नेहाचे बंध आणि त्याच्या इतिहास आकलनावर पडलेला पुणेरी विद्वानांचा प्रभाव स्पष्ट केला आहे. विशेष म्हणजे, लेनच्या तथाकथित विधानांचा समाचार घेण्याआधी त्यांनी लेनने शिवचरित्राच्या केलेल्या साधनांच्या चर्चेची, ग्रँट डफ, रानडे, म. फुले, केळुसकर, वि. का. राजवाडेंसारख्या अभ्यासकांच्या मांडलेल्या दृष्टिकोनांची दखल घेतली आहे.

याबद्दल डॉ. पवार म्हणतात "लेननं म. फुले यांच्या शिवाजी महाराजांवरील पोवाड्याची आणि त्यामधील नव्या सामाजिक दृष्टिकोनाची खास दखल घेतली आहे, याची नोंद घ्यावयाला हवी." इतकेच नव्हे, तर ते पुढे म्हणतात, "गेल्या ३५० वर्षांत शिवाजी महाराजांची कथा कशीकशी विकसित होत गेली, त्यामागे त्या त्या लेखकाचे काय उद्देश होते, हा विषय खरोखरच नवा व चांगला होता. लेन इथंच थांबला असता तर शिवचरित्राचा अलीकडच्या काळातील एक अभ्यासू पाश्चात्त्य भाष्यकार म्हणून मराठी माणसाने त्याचे कौतुकही केले असते. पण लेनला इथंच

थांबायचं नव्हतं.'' इथे हे लक्षात घेतले पाहिजे की, डॉ. पवार लेनशी वैचारिक लढाई करायला उतरले आहेत, तरीही त्याच्या या शिवचरित्राकडे पाहण्याच्या अभ्यासू दृष्टिकोनाला ते बेदखल करत नाहीयेत. तसेच 'त्याला इथंच थांबायचं नव्हतं!' असं म्हणत त्याची बदनियतही स्पष्ट करतात.

लेनने त्याच्या पुस्तकात दिलेल्या पाच अकल्पनीय विचारांमधील 'शिवाजी महाराजांचे कौटुंबिक जीवन दुःखी होते,' या विचाराचे खंडन करताना डॉ. पवारांनी दुय्यम साधनांवर व उत्तरकालीन बखरींवर आधारित लेनचे निष्कर्ष खोडून काढले आहेत आणि त्याची संशोधनपद्धत इतिहासलेखनशास्त्रात बसणारी नाही, असे म्हटले आहे.

लेनच्या जिजाबाईंबद्दलच्या 'त्या' आक्षेपार्ह विधानांचा समाचार घेताना त्यांनी अमेरिकन संस्कृतीत वाढलेल्या लेनला व त्याला ही कुचाळकी पुरवणाऱ्या प्रवृत्तींनाही दोषी ठरवले आहे. डॉ. पवारांच्या मते, लेनच्या उद्‌गारात पाश्चात्त्य संस्कृतीचा दंभ आणि मराठी माणसांच्या बुद्धीची नकळत हेटाळणी आहे. त्याने बखरी, धार्मिक ग्रंथ व पुराणसदृश ग्रंथांतील अतिरंजित कथांचा चिकित्सा न करता आधार घेतलाय, पण वा. सी. बेंद्रेंसारख्या शिवचरित्रकाराच्या संशोधनाची दखलही घेतलेली नाही.

या प्रस्तावनेत डॉ. पवारांनी लेनबद्दलच्या स्वतःच्या मतांना पुष्टी देणाऱ्या इतर विचारवंतांचे विचारही दिले आहेत. भांडारकर इन्स्टिट्यूटवरील हल्ल्याचे त्यांनी समर्थन न करता, याला लोकशाही जमान्याशी सुसंगत नसणारी कृती म्हटले असले तरी, ती कृती म्हणजे, अभिव्यक्ती स्वातंत्र्याच्या बुरख्याखाली वर्णवर्चस्वबाधित इतिहास हेतुपुरस्सर पसरवणाऱ्यांविरुद्धचा तो संताप होता, असेही म्हटले आहे. आणि शेवटी त्यांनी 'अभिव्यक्तिस्वातंत्र्य, की अस्मिता' असा प्रश्न उपस्थित करून करोडो मराठी लोकांच्या हृदयात श्रद्धेचे स्थान असलेल्या एका समाजमातेच्या चारित्र्यावरील हल्ला, हा दगडमातीच्या निर्जीव वस्तूंवरील हल्ल्यापेक्षा अधिक निषेधार्ह मानला आहे.

शेवटी जेम्स लेन प्रकरणाचा बोध मांडताना, या प्रकरणाचा महाराष्ट्राच्या समाजकारणावर झालेला गंभीर परिणाम, यामुळे पुन्हा उफाळून आलेला ब्राह्मण-ब्राह्मणेतर वाद याची चर्चा करून समाजधुरीणांनी ही दरी कशी बुजवली जाईल हे पाहिले पाहिजे, अशी गरजही बोलून दाखवली आहे.

या प्रस्तावनेत डॉ. पवारांनी ऐतिहासिक वास्तव सांगून सत्य उलगडण्याचा

प्रयत्न तर केला आहेच; पण त्याहीपेक्षा लेनने काय लिहिले यापेक्षा का लिहिले, त्यामागील हेतू काय, आणि त्याचा परिणाम काय झाला, हे प्रकाशित केले आहे. हे करत असताना त्यांची दुधातले दूध आणि पाणी वेगळं करून दाखवणारी निरामय व न्यायोत्पन्न नजर दिसून येते.

शिवचरित्रांचे वेध

शिवाजी महाराजांच्या अद्‌भुत जीवनपटावर आणि युगप्रवर्तक दृष्टीवर लिहिण्याचा मोह अनेक इतिहास अभ्यासक व संशोधकांना झाला आहे. यात शिवछत्रपतींचा समकालीन कवी परमानंदापासून ते ग्रँट डफ या पाश्चात्त्य अभ्यासकापर्यंत आणि न्या. रानडेंपासून ते त्र्यं. शं. शेजवलकरांपर्यंत अनेक शिवचरित्रकार आहेत. तसेच शिवछत्रपतींच्या एकेका अद्वितीय पैलूवर प्रकाश टाकण्यासाठी आपल्या संशोधनाचा कस लावणारे अनेक अभ्यासकही आहेत. अशा मोजक्याच पण सिद्धहस्त शिवचरित्रकारांच्या शिवचरित्रांना एका सूत्रात बांधण्याचे अवघड काम डॉ. जयसिंगराव पवारांनी 'शिवचरित्रांचे वेध' या प्रस्तावनेत केले आहे. यात त्यांनी परमानंदाच्या संस्कृतमधील शिवभारताची डॉ. आ. ह. साळुंखेंनी केलेली चर्चा-चिकित्सा दिली आहे. यात त्यांनी 'सनय व सामुद्रिक मत' अशा परमानंदाने लावलेल्या विशेषणांचा लौकिक अर्थ व गुह्यर्थ स्पष्ट केला आहे. केवळ या शब्दांच्या अर्थाने शिवछत्रपतींच्या गुणवैशिष्ट्यात आणि पर्यायाने शिवचरित्रात भर पडली आहे.

मराठ्यांच्या इतिहासलेखनातून शिवाजी महाराजांच्या कार्याला आपल्या पाश्चात्त्य भिंगातून पाहण्याचा प्रयत्न केला तो साताऱ्याचा पोलिटिकल एजंट ग्रँट डफ याने. त्याच्या वसाहतवादी इतिहासलेखनातील गृहितक देऊन डॉ. पवारांनी त्याला छेद देणाऱ्या न्या. रानड्यांच्या Rise of Maratha Power या राष्ट्रवादी इतिहासलेखनाचा परामर्श घेतला आहे. न्या. रानड्यांनंतर रियासतकार सरदेसाईंनी शककर्ता शिवाजी कसा मांडला आहे, हे सांगून डॉ. पवार कृष्णराव अर्जुन केळुसकर या साक्षेपी चरित्रकाराच्या शिवचरित्राच्या चिकित्सापूर्ण मांडणीकडे वळतात. त्यांच्या मते, महात्मा फुल्यांचे सहकारी असणाऱ्या केळुसकरांच्या शिवचरित्राच्या मांडणीतून सत्यशोधक तत्त्वे डोकावतात. शिवचरित्र हे केवळ आपल्या देशाच्या स्वातंत्र्यासाठी प्रेरणादायी आहे असे नव्हे, तर समता, न्याय व बंधुता या

तत्त्वावर आधारित नवसमाजनिर्मितीसही ते मार्गदर्शक ठरणारे आहे, असा केळुसकरांच्या समग्र शिवचरित्राचा मथितार्थ असल्याचा डॉ. पवारांचा दावा आहे.

डॉ. पवारांनी सरकारांचा सर्वश्रेष्ठ विधिलिखित असणारा राष्ट्रनिर्माता, मानवतावादी असामान्य नेता आणि सिंहासनाधिष्ठित वैराग्यशील ऋषी शिवाजी राजा आपल्यापुढे ठेवला आहे. सरकारांप्रमाणे आणखीन एका अमराठी शिवचरित्रकाराने शिवछत्रपतींचे कार्य राष्ट्रीय स्तरावर नेले, त्या डॉ. बाळकृष्णांच्या शिवचरित्राचेही वेगळेपण येथे दिलेले आहे. डॉ. पवारांना बाळकृष्णांच्या पोर्तुगीज, डच व इंग्लिश नोंदी व वृत्तान्तांनी सजलेले शिवचरित्र लाख मोलाचे वाटते.

त्र्यं. शं. शेजवलकर या शिवचरित्रकाराच्या मनश्चक्षूंसमोर असणारा विजिगीषू शिवाजीराजा डॉ. पवारांनी वेधला आहे. यात शेजवलकरांनी मांडलेले शिवछत्रपतींच्या कामगिरीचे रहस्य, त्यांचे जगाच्या इतिहासातील स्थान आणि नवी व्यवस्था उदयास आणणारा महापुरुष, ही प्रतिमा त्यांनी विशेषत्वाने दिली आहे. यातील शेजवलकरांचे 'शिवाजीचे स्वतंत्र मन त्याच्या स्वतंत्र राज्याचे अधिष्ठान होते' हे वाक्य मराठ्यांच्या इतिहासाचा वेगळाच आयाम दर्शवते.

डॉ. पवारांनी या प्रस्तावनेत वा. सी. बेंद्रे यांच्या मांडणीतील शिवाजी महाराजांच्या राजनिष्ठा व देशनिष्ठा यातील अद्वैत मांडले आहे. शिवछत्रपतींची हिंदवी स्वराज्याची निर्मिती म्हणजे महाराष्ट्रीयांच्या आचारधर्मातील क्रांती होती हा बेंद्रेंचा विचार, त्यांनी दिलेली या क्रांतीची गुणवैशिष्ट्ये नोंदवून स्पष्ट केला आहे. तसेच बहुभाषाकोविद पंडित सेतुमाधवराव पगडींचा फारसी साधनांमधून उलगडत जाणारा, स्वातंत्र्याच्या ध्येयाने प्रेरित होऊन त्यासाठी अविश्रांत झगडणारा मानवश्रेष्ठ शिवाजीराजा दिला आहे.

अशा प्रकारे या प्रस्तावनेतून प्रत्येक शिवचरित्रकाराच्या मांडणीतून एक वेगळा शिवाजीराजा साकारलेला टिपला आहे. केवळ हे शिवचरित्रकारच नव्हे, तर आपली सारी हयात मराठ्यांच्या इतिहासाच्या संशोधनात घालवलेल्या निष्ठावान संशोधकांनी शिवछत्रपतींचे जे पैलू प्रकाशात आणले आहेत, तेही येथे नोंदवून डॉ. पवारांनी प्रस्तावनेच्या शेवटी वाचकाला शिवाजी महाराजांच्या कार्यकर्तृत्वाचे मनोहारी दर्शन घडवले आहे. यात डॉ. अप्पासाहेब पवारांचा दिल्ली काबीज करण्याची महत्त्वाकांक्षा बाळगणारा हिंदुस्थानातील

एकमेव राजा शिवाजी आहे, तशी डॉ. अ. रा. कुलकर्णी यांनी मांडलेली शिवरायांची अर्थनीतीही आहे.

येथे शिवचरित्राचे व्यासंगी अभ्यासक नरहर कुरुंदकरांची, 'शिवाजी महाराजांची धर्मनिरपेक्षता व भारतीय राज्यघटनेतील सेक्युलॅरिझमची संकल्पना आणि यातील साधर्म्याची चिकित्सा दिली आहे. तसेच संरक्षणशास्त्र अभ्यासक ले. कर्नल म. ग. अभ्यंकरांच्या मांडणीतील महाराजांचे युद्धशास्त्र व संरक्षण संघटन हा पैलू प्रकाशात आणला आहे. डॉ. पवारांनी डॉ. भा. कृ. आपटे यांच्या मराठ्यांचे आरमार या लेखनातून समुद्रालाही पालाण घालणारा शिवाजीराजा आणि गडकोट अभ्यासक गो. नी. दांडेकर यांच्या लेखणीतून साकारत गेलेला दुर्गपुत्र शिवाजीराजा येथे प्रकर्षाने मांडला आहे.

महाराष्ट्रातील व महाराष्ट्राबाहेरील इतिहासकारांनी व अभ्यासकांनी शिवछत्रपतींच्या प्रत्येक पैलूचे, गुणवैशिष्ट्याचे व कृतीचे सूक्ष्म पातळीवर केलेले विश्लेषण एकाच आकृतिबंधातून या प्रस्तावनेत डॉ. पवारांनी वाचकांसमोर ठेवले आहे.

छत्रपती संभाजी महाराज

डॉ. जयसिंगराव पवारांनी लिहिलेल्या संभाजी स्मारक ग्रंथाची मूळ प्रस्तावना १४० पानांची आहे. एवढी प्रदीर्घ प्रस्तावना येथे देणे शक्य नसल्यामुळे त्यातील निवडक भागच ग्रंथात दिला आहे. त्यातील, शिवछत्रपती आणि युवराज संभाजीराजे हे प्रकरणच इथे देण्याचे कारण म्हणजे, या प्रकरणात डॉ. पवारांनी संभाजी राजांच्या जीवनातील सर्वांत विवादात्मक व संघर्षमय काळाची चर्चा केली आहे. संभाजीराजांवरील दुर्वर्तनाचे आरोप, त्याची शहानिशा रायगडावरील गृहकलह व प्रधानांची कारस्थाने, संभाजीराजांचे दिलेरखानाला मिळणे, पुन्हा स्वराज्यात येणे आणि या सर्वांचा शिवछत्रपती आणि संभाजीराजे यांच्या नात्यावर झालेला परिणाम, या संभाजीराजांच्या जीवनातील सर्व झंझावाती घटना आणि त्याच्या चिकित्सेतून संभाजीराजांचे इतिहासातील खरे चित्र उभारण्यात डॉ. पवारांनी आपली साहित्यिक प्रतिभा आणि संशोधकीय तार्किक मांडणी याचा प्रभावी संयोग घडवला आहे.

डॉ. पवारांनी आपल्या या लेखात संभाजीवर तत्कालीन बखरकार,

मोगल, इंग्रज इतिहासकार, तसेच सरदेसाई सरकार यांच्यासारख्या स्वदेशी इतिहासकारांनी केलेला अन्याय, त्यांनी रंगवलेला स्त्रीलंपट व दुराचारी अशी अनैतिहासिक प्रतिमा ऐतिहासिक साधनांची छाननी करून तपासण्याचा आग्रह धरला आहे. काळाच्या ओघात मूळ घटनेपेक्षा अन्वयार्थाची बाजू वरचढ ठरते आणि ती पुनःपुन्हा ठसवत राहिल्याने, तीच अधिक खरी वाटू लागते. याचे प्रत्यंतर आपल्याला संभाजीराजांवर झालेल्या या पूर्वाश्रमीच्या इतिहासकारांच्या लिखाणातून येते. संभाजीराजांवरच्या व्यक्तिनिष्ठ व पूर्वग्रहदूषित लिखाणाने ऐतिहासिक वास्तवाचा पोतच कसा बदलून टाकला आणि हा जाणीवपूर्वक बदललेला पोत कसा अनैतिक व अक्षम्य आहे, याची मांडणी डॉ. पवारांनी या प्रस्तावनेत केली आहे.

छत्रपती राजाराम महाराज

शिवपुत्र छत्रपती राजाराम महाराजांवरील डॉ. पवारांचा चरित्रग्रंथ हा राजाराम महाराजांवरील आद्य ग्रंथ मानावा लागेल. या ग्रंथाची डॉ. पवारांची प्रस्तावना म्हणजे एखाद्या कालखंडाची चिकित्सा करता करता प्रादेशिक लढ्यांची तुलना जागतिक लढ्यांशी करत स्वतःची गृहितके कशी मांडायची, याचं प्रशिक्षणच आहे.

या लेखाची सुरुवातच डॉ. पवारांनी 'राष्ट्राच्या जीवनातील सर्वांत महत्त्वाचा कालखंड कोणता' हा प्रश्न विचारून केली आहे. त्यांच्या मते, या प्रश्नाचे उत्तर सरळधोपट नसून, 'राष्ट्रावर कोसळलेल्या आत्यंतिक संकटप्रसंगाचा काळ ज्यामध्ये त्या राष्ट्राच्या अस्मितेची, स्वत्वाची खरी कसोटी लागलेली असते, तो सर्वांत महत्त्वाचा कालखंड समजावा,' असे दिले आहे.

अर्थातच हे उत्तर देत असताना स्पॅनिश लोकांनी नेपोलियनशी दिलेला लढा, व्हिएतनामी लोकांनी अमेरिकेशी दिलेला लढा आणि त्यातून लखलखून निघालेली स्पेन आणि व्हिएतनाम या देशांची अस्मिता आणि १७व्या शतकात मराठ्यांनी मोगल बादशहा औरंगजेबाशी दिलेला प्रदीर्घ लढा, त्यातून आविष्कृत झालेले मराठ्यांचे स्वत्व त्यांनी त्यांच्या विचारपटलासमोर ठेवले आहे.

पुढे डॉ. पवारांचा आणखीन एक प्रश्न आपल्याला अंतर्मुख करतो. ते म्हणतात, "जगातील लढे म्हटलं की आम्हाला जशी स्पेन, इटली,

इंग्लंड, रशिया, व्हिएतनाम इत्यादी देशांतील लढ्यांची आठवण होते, तशी त्या देशांतील अभ्यासकांना हिंदुस्थानातील मराठ्यांच्या लढ्याची आठवण होत असेल का? या प्रश्नाचे उत्तर देत असताना ते आणखी एक प्रश्न विचारतात की, इतिहास अभ्यासक सोडल्यास किती मराठी माणसांना या स्वातंत्र्यलढ्याची कल्पना आहे? डॉ. पवारांनी विचारलेल्या या प्रश्नातून आपल्या समाजात शेकडो वर्षे भिनलेली इतिहासाबद्दलची अनास्था स्पष्ट होते. त्यांच्या मते, शिवरायांच्या पराक्रमाची वर्णने खाफीखान, साकी मुस्तैदखानासारख्या मोगल इतिहासकारांनी, कास्मा-द-गार्दासारख्या पोर्तुगिजाने व रॉबर्ट आर्मसारख्या इंग्रजाने लिहिली नसती, तर काय उरले असते?

डॉ. पवारांच्या मते, मराठी इतिहासकारांनी छत्रपती राजाराम व महाराणी ताराबाई यांचे कर्तृत्व नगण्यच ठरवले आहे. या इतिहासकारांनी मराठ्यांच्या स्वातंत्र्ययुद्धाला सामुदायिक नेतृत्व होते, ते लोकांचे युद्ध होते असे सांगत राजाराम महाराजांच्या नेतृत्वाची उपेक्षा केली आहे. यावर डॉ. पवार युक्तिवाद करतात, की व्हिएतनामी लोकांचे युद्ध लोकयुद्धच होते, पण हो चि मिन्ह यांना नेतृत्वाचे श्रेय दिले जातेच. बांगलादेशाच्या स्वातंत्र्यलढ्याचे श्रेय इंदिरा गांधींना दिले जाते. भारताच्या स्वातंत्र्यलढ्यात इंग्रजांविरुद्ध अनेक स्वातंत्र्यसैनिक लढले, पण प्रतिसरकारचे हिरो नाना पाटीलच राहिले. मग १७व्या शतकातील मराठ्यांच्या स्वातंत्र्ययुद्धाचे नेतृत्व छत्रपती राजाराम महाराजांकडे कसे येत नाही? हे सर्व लोकलढे असले, तरी या लढ्यांना प्रेरणा देणारे खंबीर व तत्त्वनिष्ठ नेतृत्व लागते.

या लेखात राजाराम महाराजांचे कर्तृत्व अधोरेखित करताना डॉ. पवारांनी औरंगजेबाचा मनसबदार मिर्झा मुहमद याचे राजाराम महाराजांबद्दलचे उद्‌गार तसेच पं. सेतुमाधवराव पगडींचे राजाराम महाराजांबद्दलचे भाष्य दिले आहे. संभाजी महाराजांप्रमाणे राजाराम महाराज महापराक्रमी सेनानी होते असा दावा न करता, डॉ. पवार राजाराम महाराजांची राजकारण धुरंधरता मांडतात. ते म्हणतात की, राजाराम महाराजांनी आपल्या रणनीती व राजनीतीने शत्रूला जबरदस्त शह दिला. कर्नाटकात दुसरी राजनैतिक आघाडी उभारली. संभाजी महाराज मारले जाऊन रायगड पडल्यावर सर्वत्र निराशेचा अंधकार पसरला होता. अशा बिकट परिस्थितीतून अवघ्या सहा महिन्यांत मराठ्यांनी पुन्हा स्वराज्य मिळवले, याचे श्रेय राजाराम महाराजांच्या राजनीतीस द्यावेच लागेल.

राजाराम महाराजांच्या व्यक्तिमत्त्वातील युयुत्सू वृत्ती दाखवताना डॉ. पवार म्हणतात की, "एके काळी मराठ्यांच्या युवराजाला वश करून मोगल बादशहाने मराठ्यांवर मात केली होती. याची परतफेड राजाराम महाराजांनी बादशहाचा सरसेनापती, वजीर, इतकेच नव्हे तर, खुद्द शहाजाद्यांसही वश करून केली. हा मराठेशाहीच्या राजनैतिक इतिहासातील उच्चांकी कर्तृत्वाचा क्षण समजला पाहिजे."

शेवटी, राजाराम महाराजांची दिल्ली जिंकण्याची मनीषा, त्यांच्याच अस्सल सनदेतून स्पष्ट करत, डॉ. पवार अशी खंत व्यक्त करतात की, छत्रपती संभाजी महाराजांप्रमाणेच मराठी इतिहासकारांनी राजाराम महाराजांनाही न्याय दिला असता तर आज राजाराम महाराजांनाही मराठी जनतेच्या हृदयात स्थान मिळाले असते.

सेनापती संताजी घोरपडे

मराठा इतिहासातील एक महान सेनानी सेनापती संताजी घोरपडे याचे पहिले चरित्र डॉ. जयसिंगराव पवारांनी लिहून या सेनापतीच्या कर्तृत्वाची नोंद इतिहासलेखनात केली. त्यांनी लिहिलेले हे चरित्र ८० ते ९० टक्के फारसी साधनांवर आधारित आहे. या चरित्राच्या प्रस्तावनेतही त्यांनी संताजीच्या चरित्रसाधनांची चर्चा केली आहे. यात ते म्हणतात, "फक्त स्वकीयांच्याच साधनसामग्रीवर आधारित चरित्र लिहायचे झाले, तर ते ४० ते ५० पानांहून अधिक होणार नाही. संताजीच्या पराक्रमाचे वर्णन मोगल इतिहासकार पानेच्या पाने भरून देतात, तर आमच्या शकावलीसारख्या मराठी साधनांत एखाद्या दुसऱ्या ओळीचीच माहिती मिळते आणि त्यामुळेच संताजीच्या पराक्रमाचे वर्णन करताना अभ्यासकांवर मर्यादा पडतात."

डॉ. पवारांनी या प्रस्तावनेत मुस्लीम राज्यकर्त्यांची इतिहासलेखनाची जाण व ऐतिहासिक नोंदीबाबतची सजगता दर्शवली आहे आणि या त्यांच्या ऐतिहासिक नोंदी ठेवण्याच्या रिवाजामुळेच आपल्याला संताजीच्या खानदेशपासून अर्काटपर्यंतच्या शेकडो लढाया, त्याचा गनिमी कावा, त्याची दहशत समजू शकली, असे ते म्हणतात. पण त्या नोंदी मोगल म्हणजेच मराठ्यांच्या शत्रूच्या इतिहासकारांनी केल्यामुळे डॉ. पवारांनी त्यातील सत्य हंसक्षीरन्यायाने शोधून काढण्याची गरज नमूद केली आहे. या लेखात, डॉ. पवारांनी फारसी साधनांबरोबरच मद्रास किनाऱ्यावरील

इंग्रज व फ्रेंच वखारवाल्यांच्या कागदपत्रांचीही दखल घेतली आहे. त्यांच्या मते, पाँडीचेरीचा फ्रेंच गव्हर्नर मार्टिन याच्या रोजनिशीतूनच संताजीच्या कर्नाटकातील हालचाली कळतात. इंग्रज वखारवाल्यांच्या पत्रव्यवहारातून संताजी व राजाराम महाराजांमधील वितुष्टाचे कारण कळते. अशा प्रकारे संताजीचे चरित्र साकारण्याचे बहुतांशी श्रेय ते परकीय इतिहासलेखकांना देतात.

येथे डॉ. पवारांनी संताजीकालीन साधनचिकित्सेवर अधिक भर दिला असला, तरी उत्तरार्धात त्यांनी संताजीची महानता दर्शविली आहे. संताजीची कामगिरी म्हणजे मराठी राज्याच्या रक्षणाचीच कामगिरी होती, असे सांगून ते एका पत्रातील रामचंद्रपंत अमात्यांचा दाखला देतात. "औरंगजेबाचे संकटच असे जबरदस्त, की राज्यात काही अर्थच उरला नव्हता. अशा संकटकाळात संताजीने गनीम नेस्तनाबूत केला आणि देश सोडविला..." पुढे खाफीखानाचे दाखले देत डॉ. पवारांनी संताजीची औरंगजेबाला बसलेली दहशत, त्याने मोगलांचे खच्ची केलेले नीतिधैर्य याचे यथोचित वर्णन केले आहे. आणि शेवटी हे आवर्जून स्पष्ट केले आहे की, त्यांनी आपला चरित्रनायक सर्वगुणसंपन्न समजून त्याचे चरित्र लिहिले नसून, ऐतिहासिक कागदपत्रांच्या चिकित्सेतून जसा संताजी प्रकटला, तसा मांडला आहे. यातून डॉ. पवारांतील एक सत्यान्वेषी व प्रांजळ संशोधक डोकावतो. ही प्रस्तावना म्हणजे त्यांच्यातील इतिहासलेखकाची एक परिपक्व अभिव्यक्तीच आहे.

महाराणी ताराबाई आणि मराठ्यांचे स्वातंत्र्ययुद्ध

महाराणी ताराबाईंचे कर्तृत्व चरित्ररूपाने प्रथम मराठीत जर कुणी आणले असेल तर ते डॉ. जयसिंगराव पवारांनी. त्यांचा 'महाराणी ताराबाई' हा ताराराणीवरचा पहिला चरित्रग्रंथ १९७५ मध्ये प्रकाशित झाला. या ग्रंथास त्यांनी प्रदीर्घ अशी प्रस्तावना लिहिली. यात त्यांनी १६८१ ते १७०७ या सव्वीस वर्षांच्या कालखंडाचा आढावा घेतला आहे. शिवाजी महाराजांच्या मृत्यूनंतर मराठ्यांचा संघर्ष कसा अधिक तीव्र बनला, आणि या संघर्षाला छत्रपती संभाजी, छत्रपती राजाराम व महाराणी ताराबाईंचे प्रभावी नेतृत्व कसे लाभले; सारे स्वराज्य उद्ध्वस्त झाले असतानाही त्यांनी शत्रूशी संघर्ष चालू ठेवून, स्वतंत्र मराठी राज्याची कल्पना मरू

दिली नाही, याची मीमांसा केली आहे.

महाराणी ताराबाईंच्या कर्तृत्वावर भाष्य करताना डॉ. पवार म्हणतात की, काबूलपासून बंगालपर्यंत व काश्मीरपासून कावेरीपर्यंत पसरलेल्या अफाट प्रदेशाच्या सम्राटाशी महाराष्ट्रातील एक पंचवीस वर्षांची तरुण विधवा राणी संघर्षास उभी राहते, हेच स्वातंत्र्ययुद्धाच्या शेवटच्या पर्वाचे वैशिष्ट्य आहे.

या प्रस्तावनेत डॉ. पवार ताराबाईंच्या पराक्रमाचे वर्णन करताना लिहितात, 'महाराणी ताराबाईंनी पतिनिधनानंतर असामान्य धैर्य दाखवले... मराठी राज्याच्या कारभाराची सर्व जबाबदारी उचलली, मोगली फौजांना हटवण्यासाठी आक्रमक पवित्रा घेतला, वऱ्हाड, खानदेश, गुजरात, माळवा इत्यादी मोगली मुलखांत आपले लष्कर घुसवले आणि मोगली अधिकाऱ्यांना 'दे माय धरणी ठाय' म्हणावयास लावले.''

असा ताराराणीचा पराक्रम सांगत असताना डॉ. पवारांनी औरंगजेबाचेही गुण वर्णिले आहेत. त्याच्या अंगी आत्यंतिक साधेपणा, धर्मनिष्ठा, शौर्य, असामान्य धाडस व धीरगंभीर वृत्ती होती. सातारच्या वेढ्यात आपले हजारो सैनिक मरून पडले असतानाही हातात तलवार घेऊन किल्ल्यावर स्वतः हल्ला करणारा ८३ वर्षांचा वृद्ध औरंगजेब आणि मराठ्यांच्या वादळी आक्रमणातही मनःशांती किंचितही ढळू न देणारा औरंगजेब डॉ. पवारांनी सर्वांसमोर मांडला आहे. आणि यातून मराठ्यांचा शत्रूही किती तोडीस तोड होता, हे दाखवून दिले आहे. डॉ. पवारांच्या लेखातून मोगलांचे आर्थिक व लष्करी ताकद आणि संभाजीराजांच्या हत्येनंतर मराठ्यांचे वाढत गेलेले लष्करी सामर्थ्य, त्यांच्या जलद हालचाली याचे वर्णन फ्रेंच गव्हर्नर मार्टिनच्या डायरीचा व औरंगजेबाचा इतिहासकार खाफीखानाचा दाखला देत केलेले आहे.

डॉ. पवारांनी, ताराबाई ही अहमदनगरची चांदबिबी, गोंडवनची राणी दुर्गावती आणि झाशीची राणी लक्ष्मीबाई यांच्यापेक्षा वेगळी होती, असे सांगत तिचे वेगळेपण विशद करताना म्हटले आहे की, दिव्यावर पतंग उडी मारतो त्याप्रमाणे तिने आत्मयज्ञ केला नाही. औरंगजेबाशी एकच एक अशी निर्णायक लढाई न देता त्याच्या मृत्यूपर्यंत त्याच्याशी गनिमीकाव्याने लढून शेवटी तिने त्यास अगतिक करून टाकले.

डॉ. पवारांनी ताराबाईंच्या रणनीतीची चिकित्सा अत्यंत बारकाईने येथे

केली आहे. तिच्या लष्करी धोरणाच्या दोन बाजू ते मांडतात. एक एक किल्ला सहा-सात महिने लढवून औरंगजेबास जेरीस आणायचे आणि पावसाळा तोंडावर आला की तो भरपूर द्रव्य घेऊन त्यालाच विकत द्यायचा. मग किल्ला हस्तगत करून परतीच्या प्रवासाला लागलेल्या व पावसाने हैराण झालेल्या मोगली फौजांची लांडगेतोड करायची आणि इकडे औरंगजेबाला दिलेला किल्ला त्याची पाठ वळताच पुन्हा काबीज करायचा ही एक बाजू आणि औरंगजेब इकडे सह्याद्रीवर धडका मारत असताना त्याच्या लांबलांबच्या सुभ्यात फौजा पाठवून त्याचे नीतिधैर्य खचवण, ही दुसरी बाजू. अशा प्रकारे ताराबाई दोन लष्करी धोरणे राबवत असताना मराठ्यांच्या यादवीने कसा त्यांच्या उत्कर्षावर प्रतिकूल परिणाम घडवला, यावरही डॉ. पवार प्रकाश टाकतात.

शिवाजी महाराजांनी वतनदारी पद्धत बंद केली, ती पुढे राजाराम महाराजांनी सुरू केली. ही गोष्ट वरवर पाहता शिवाजी महाराजांच्या ध्येयधोरणाला विसंगत वाटते; पण पवारांनी येथे त्यामागील कारणमीमांसा दिली आहे. जर राजाराम महाराजांनी वतनदारांना वतने व इनामे दिली नसती, तर औरंगजेबाची वतनांची फर्माने तयारच होती. त्यामुळे आपले वतनदार मोगलांकडे जाऊ नयेत म्हणून औरंगजेबाच्या शहास प्रतिशाह देणे आवश्यक होते. म्हणून राजाराम महाराजांनी वतनदारीचे व सरंजामशाहीचे पुनरुज्जीवन केले.

सर्वांत शेवटी डॉ. पवारांनी मराठी सत्तेच्या नाशाची बीजे याच स्वातंत्र्ययुद्धाच्या काळात कशी रुजली गेली आणि सरंजामशाहीच्या रोगाचे विष मराठी सत्तेच्या नाशास कसे कारणीभूत ठरले, यावर सविस्तर भाष्य केले आहे. तसेच औरंगजेबाला या स्वातंत्र्ययुद्धात अपयश का मिळाले आणि मराठ्यांची सरशी का झाली, याची मीमांसा करताना डॉ. पवारांनी तेरा मुद्दे मांडले आहेत. औरंगजेबाच्या अपयशाचा व मराठ्यांच्या सरशीचा 'मराठ्यांच्या बाजूने हे 'लोकयुद्ध' होते तर मोगली बाजूने हे 'बादशाही युद्ध' होते' या एका वाक्यात मर्मभेद केला आहे.

डॉ. पवारांच्या छत्रपती राजाराम, महाराणी ताराबाई आणि सेनापती संताजी घोरपडे या तीनही ग्रंथांच्या प्रस्तावनेतील समान सूत्र म्हणजे फारसी, इंग्रजी, पोर्तुगीज व मराठी साधनचिकित्सेतून त्यांनी साकारलेल्या स्वातंत्र्ययुद्धाचा प्रदीर्घ कालखंड होय. ही तीनही चरित्रे लिहिताना ते

चरित्रनायकाच्या जीवनाशी समरस झाले आहेत. पण त्या नायकांच्या कृतीचे मूल्यमापन करताना त्यांनी आपली वस्तुनिष्ठता, अलिप्तता सोडलेली नाही. भक्तीने जसा भक्त, तसा चरित्रकारही दुबळा होतो; असे दुबळेपण डॉ. पवारांना यत्किंचितही आलेले नाही. उलट आपले चरित्रनायक सर्वगुणसंपन्न नसून, त्यांना काळाच्या मर्यादा होत्या, हे मान्य करून त्यांच्या शत्रूंचेही मोठेपण नमूद करण्याचे धाडस डॉ. पवार दाखवतात.

सरदार पाटणकर : शिवकालीन ऐतिहासिक घराणे

'श्रीमंत सरदार पाटणकर हुजुरवाडेकर क्षत्रिय कुळाचा इतिहास व ऐतिहासिक कागदपत्रे' या ग्रंथाला लिहिलेली डॉ. जयसिंगराव पवारांची प्रस्तावना म्हणजे छत्रपती राजारामकालीन अस्सल पत्रांचा लेखाजोखा आहे. मराठेशाहीचा इतिहास म्हणजे केवळ छत्रपती घराण्यातील पुरुष व स्त्रियांच्या कर्तबगारीचा इतिहास नाही, तर अनेक झुंजार मराठा सरदारांच्या पराक्रमाचाही इतिहास आहे. सर्वसामान्य अभ्यासकाला यातील संताजी घोरपडे, धनाजी जाधव, रामचंद्रपंत अमात्य, शंकराजी नारायण यांसारख्या सरदारांचे कर्तृत्व माहीत असते. पण अशी अनेक घराणी आहेत, ज्यांनी शिवछत्रपतींची स्वराज्याची भूमिका स्वीकारली आणि त्यांना शेवटपर्यंत साथ दिली.

डॉ. पवारांनी या प्रस्तावनालेखात मराठेशाहीत आपल्या पराक्रमाने नामांकित झालेल्या सरदार पाटणकर या अशाच एका ऐतिहासिक घराण्याचा उपेक्षित इतिहास पुढे आणला आहे. यात त्यांनी पाटणकर घराण्याचा मूळ पुरुष ज्योत्याजीराव याच्यापासून ते यशवंतराव, बाळाजीराव व चांदजीराव पाटणकर या तीन पुरुषांच्या हालचाली व कार्य राजाराम महाराजांच्या पत्रव्यवहारातून प्रथमच उलगडले आहे. यासाठी, राजाराम महाराजांच्या पाटणकरांना लिहिलेल्या १६७८च्या पत्राचा दाखला देत त्यात त्यांनी एखादा एकनिष्ठ वतनदार स्वराज्याच्या सेवेत खर्ची पडला तर महाराज त्यांच्या कुटुंबीयांची कशी काळजी घेत, हे दाखवले आहे. तसेच राजाराम महाराजांच्या १६८९च्या पाटणकरांना शाबासकी देणाऱ्या पत्रातून पाटणकरांचा पराक्रम दर्शवला आहे.

पाटणकर घराण्याचे वैशिष्ट्य सांगताना डॉ. पवार म्हणतात की, स्वराज्यातील बहुतेक वतनदार मोगलांच्या सेवेत रुजू होत असताना

पाटणकर मात्र अभेद्य खडकाप्रमाणे छत्रपतींच्या पाठीशी उभे होते; एवढेच नाही, तर वाई, प्रतापगडपर्यंतच्या प्रदेशातील जे वतनदार बंडखोर बनले, त्यांना त्यांनी वठणीवर आणले. डॉ. पवारांनी प्रथमच उजेडात आणलेल्या राजाराम महाराजांच्या आणखीन एका पत्राचे वैशिष्ट्य म्हणजे, राजाराम महाराज पन्हाळगडाहून गुप्तपणे निसटून कर्नाटकात जात असताना, पाठीवर शत्रू असताना सरदार पाटणकरांना लिहिलेल्या पत्रातून अतिशय संकटमय व धोकादायक प्रवासातही राजाराम महाराजांचे स्वराज्यरक्षणाकडे कसे व किती लक्ष होते, याचे घडणारे दर्शन होय.

तसेच डॉ. पवारांनी चांदजीराव पाटणकरांचे मराठेशाहीतील योगदान स्पष्ट करताना राजाराम महाराजांच्या १६८९ व १६९० मध्ये चांदजीरावांना लिहिलेल्या पत्राची साक्ष दिली आहे. राजाराम महाराज झुल्फिकारखानाच्या वेढ्यात असताना ते चांदजीरावांवर संताजी व धनाजी यांच्या समवेत औरंगजेबावर मोहीम काढून त्याला नेस्तनाबूत करण्याची जबाबदारी टाकतात. तसेच १६८९ मध्ये 'सेनासहस्त्री' असलेल्या चांदजीरावाला अवघ्या सहा महिन्यात 'सेनापंचसहस्त्री' हा सेनेतील अत्युच्च मानाचा हुद्दा बहाल करतात. यावरून चांदजीराव पाटणकरांच्या कार्यकर्तृत्वाची कल्पना येते.

एकूणच या लेखात डॉ. पवारांनी पाटणकर घराण्यातील कागदपत्रांची चिकित्सा करून शिवछत्रपतींपासून ते ताराबाईंपर्यंत पाटणकर घराण्यातील ज्योत्याजीराव, यशवंतराव, बाळाजीराव, रामराव, पदाजीराव, नागोजीराव व चांदजीराव या पराक्रमी सरदारांनी आपले घराणे स्वराज्याकामी कसे खर्ची घातले, यावर प्रकाश टाकला आहे. आणि या सात कर्तबगार पराक्रमी पुरुषांचे दुर्लक्षित राहिलेले योगदान मराठ्यांच्या इतिहासात अधोरेखित केले आहे.

हुकुमतपनाह रामचंद्रपंत अमात्य

डॉ. पवारांचे मराठ्यांच्या इतिहासलेखनातील योगदान हे शिवछत्रपती, छत्रपती संभाजी राजाराम, ताराबाई यांच्या चरित्रग्रंथापुरते सीमित नाही, तर ज्यांनी अढळ स्वराज्य निष्ठेने आणि अंगच्या मुत्सद्देगिरी व पराक्रमाने मराठेशाही तारून नेली, स्वराज्याचं रक्षण केलं त्या व्यक्तींचे कार्यही त्यांनी समाजापुढे ठेवले आहे. मग ते सेनापती संताजी घोरपडे असो, पाटणकर घराणे असो, किंवा हुकुमतपनाह रामचंद्रपंत अमात्य असो.

डॉ. पवारांनी या प्रस्तावनेत सलग पाच राज्यकर्त्यांच्या कारकिर्दीत प्रधानपदावर राहून आपले कर्तव्य बजावणाऱ्या रामचंद्रपंत अमात्यांच्या मराठ्यांच्या स्वातंत्र्ययुद्धातील योगदानावर प्रकाश टाकला आहे. संभाजी महाराजांच्या हत्येनंतर स्वराज्यावर कोसळलेल्या भयावह संकटात मोगली फौजांशी लढून, गेलेला प्रदेश, किल्ले पुन्हा जिंकून घेण्याची कामगिरी राजाराम महाराजांनी रामचंद्रपंतांवर सोपवली. 'हुकुमतपनाह' या त्यांना महाराजांनी दिलेल्या बिरुदावरूनच त्यांचे स्वराज्यातील स्थान लक्षात येते. राजाराम महाराज कर्नाटकात असताना रामचंद्रपंतांनी सलग आठ वर्षे महाराष्ट्रातील स्वराज्याचा कारभार कसा केला, याचे वर्णन डॉ. पवारांनी समकालीन कवी विठ्ठलदासाचे काव्य, केशव पंडिताचे 'राजारामचरितम्' व महाराणी ताराबाईंचे पत्र या साधनांचे दाखले देत केले आहे.

रामचंद्रपंतांच्या आज्ञापत्राचे महत्त्व सांगताना डॉ. पवार म्हणतात, "आज्ञापत्र या ग्रंथाच्या निर्मितीचे महत्त्व पंतांच्या स्वराज्यरक्षणाच्या कार्याइतकेच; किंबहुना त्याहून अधिक मोलाचे आहे. "त्यांनी, आज्ञापत्रात रामचंद्रपंतांनी शिवछत्रपतींच्या स्वराज्य स्थापनेच्या कामगिरीवर जे भाष्य केले आहे, तेही सविस्तर उद्धृत केले आहे. तसेच रामचंद्रपंतांच्या व्यक्तिमत्त्वाचे मूल्यमापन करताना डॉ. पवारांनी म्हटले आहे, "निष्ठावान स्वराज्यप्रेमी, संकटकाळातील स्वराज्याचा संरक्षक, कुशल प्रशासक, लष्करी मोहिमांचा यशस्वी संयोजक, एक लढवय्या मुत्सद्दी, शिवाजी महाराजांच्या राजनीतीचा, युगकार्याचा समर्थ भाष्यकार अशा विविध नात्यांनी रामचंद्रपंत अमात्यांच्या कामगिरीचा विचार केला तर त्यांच्यासारखा अष्टपैलू मुत्सद्दी व राजनीतिज्ञ संपूर्ण मराठेशाहीत झाला नाही, अशी इतिहासाची साक्ष आहे."

शेवटी, डॉ. पवारांनी रामचंद्रपंतांच्या अष्टपैलू व्यक्तिमत्त्वावर विविध अभ्यासकांनी केलेले भाष्य आणि त्यांच्या आज्ञापत्राची केलेली चिकित्सा दिली आहे. यात रामचंद्रपंतांचे पहिले चरित्रकार कै. मु. गो. गुळवणी, 'करवीर रियासत'कार स. मा. गर्गे, मराठ्यांच्या इतिहासाचे भाष्यकार म. म. दत्तो वामन पोतदार, डॉ. अ. रा. कुलकर्णी या इतिहास अभ्यासकांची पंतांवरील मीमांसा आहे. तसेच आज्ञापत्राचा खरा कर्ता कोण? रामचंद्रपंत अमात्यांच्या निधनाची निश्चित तारीख कोणती? अशा प्रश्नांचा परामर्श डॉ. पवारांनी समकालीन कागदपत्रांच्या संदर्भांचा उहापोह करत घेतला आहे.

छत्रपती शिवाजी की साहित्यिक प्रतिमा

डॉ. जयसिंगराव पवार हे स्वतः शिवचरित्राचे अभ्यासक व भाष्यकार आहेत आणि शिवचरित्रातील अनेक घटना व व्यक्तिरेखांबाबत झालेले इतिहासकार व साहित्यिक यांच्यातील द्वंद्व त्यांना परिचित आहे. त्यामुळे या प्रस्तावनेत त्यांनी ऐतिहासिक वास्तव आणि त्यावर आधारित साहित्य यातील तफावत ही समाजाच्या इतिहासाबद्दलच्या धारणा कशा दूषित करतात, हे दाखवून दिले आहे. तसेच साहित्य व इतिहासाच्या मिलाफातून एक विधायक आविष्कार निर्मावा, ही अपेक्षा व्यक्त केली आहे.

त्यांच्या मते, इतिहास आणि ऐतिहासिक साहित्य यांचे नाते सख्ख्या भावांचे आहे. इतिहास मोठा भाऊ तर ऐतिहासिक साहित्य धाकटा भाऊ आहे. कारण इतिहासाचा जन्म आधी आणि ऐतिहासिक साहित्याचा जन्म नंतर होतो, पण इतिहासाच्या हे लक्षात यायला हवे की, त्याची कीर्ती धाकट्या भावामुळेच पसरते.

तसेच, डॉ. पवार येथे इतिहासकार व साहित्यकारांच्या ऐतिहासिक सत्याकडे पाहण्याच्या दृष्टिकोनातील भिन्नता दर्शवितात. याबाबत मांडणी करताना ते म्हणतात की, इतिहासकाराभोवती ऐतिहासिक सत्याचा एक परीघ असतो. त्याने कितीही बौद्धिक उड्या घेतल्या, तरी तो हा परीघ ओलांडू शकत नाही. पण साहित्यकार मात्र ऐतिहासिक सत्याचेच नव्हे, तर कल्पनेचेही अनेक परीघ ओलांडतो. असे कल्पनेचे किती परीघ ओलांडायचे आणि कुठे थांबायचे, हे त्यांच्या सदसद्‌विवेक बुद्धीवर अवलंबून आहे. याला डॉ. पवारांनी शिवचरित्रातील अनेक उदाहरणे दाखला म्हणून दिली आहेत. त्यांच्या मते, इतिहासकार व साहित्यकारातील संघर्षाची सुरुवात जेव्हा साहित्यकार अनैतिहासिक घटना आपल्या कल्पनेप्रमाणे बदल करतो आणि यातून ऐतिहासिक सत्याची हत्या करतो, तेव्हा होते.

कादंबरीकार रणजीत देसाईंच्या ‘श्रीमान योगी’ व डॉ. गो. रा. कुलकर्णींच्या ‘युगद्रष्टा छत्रपती शिवाजी’ या ग्रंथांचे दाखले देत डॉ. पवार साहित्यात इतिहासाची विकृत प्रतिमा निर्माण होण्याची प्रमुख कारणे विशद करतात आणि म्हणतात, ‘‘खरं म्हणजे मूळ शिवचरित्रच इतक्या नाट्यमय घटनांनी समृद्ध आहे की त्याला साहित्यकारांनी काल्पनिक घटनांनी सजवायची गरजच नाही.’’ अनेक साहित्यकरांनी शिवाजी महाराजांची प्रतिमा ‘हिंदूंचा

राजा' अशी करून खुरटी केली आहे. वास्तविक पाहता, त्यांचे राज्य हे हिंदू स्वराज्य नसून हिंदवी म्हणजे हिंदुस्थानातील भूमिपुत्रांचे राज्य होते, अशी शिवाज महाराजांची व्यापक प्रतिमा साहित्यकारांकडून त्यांच्या साहित्यात प्रतिबिंबित झाली पाहिजे, अशी अपेक्षा डॉ. पवार करतात. आणि जी चूक हिंदुत्ववादी साहित्यिकांकडून झाली आहे तशीच शिवाजीची पूर्वग्रहदूषित मांडणी इंग्रज, युरोपीय, मोगल व आदिलशाही नोंदीतही झाली आहे, अशी खंत व्यक्त करतात.

साहित्यकाराच्या जबाबदारीबद्दल साहित्यिक भाषेत उदाहरण देत ते म्हणतात, ''साहित्यकार आपल्या कल्पनेचा पतंग कितीही उंच उडवत असला, तरी त्या पतंगाची दोरी ऐतिहासिक सत्याच्या भूमीशी घट्ट बांधली असली पाहिजे. कारण जर हा कल्पनेचा पतंग आकाशात कापला गेला, तर त्याचा दोष साहित्यकाराच्याच माथ्यावर बसतो.'' सर्वांत शेवटी डॉ. पवारांनी, इतिहासाला सर्वसामान्यांपर्यंत पोहोचणाऱ्या कादंबरीकार, नाटककार व कवींची किती मोठी जबाबदारी आहे, त्यांचं काम सामाजिक व सांस्कृतिक ऐक्यासाठी किती महत्त्वाचे आहे, हे मांडले आहे.

अशा प्रकारे डॉ. पवारांनी 'छत्रपती शिवाजी की साहित्यिक प्रतिमा' या ग्रंथाला लिहिलेली प्रस्तावना म्हणजे इतिहास व साहित्य यातले अभेदत्व (identity in difference) आणि इतिहासकार व साहित्यकार यांच्यातील अंतर्विरोध दर्शविणारी वैचारिक मांडणी आहे.

रोड मराठा - एक समाजशास्त्रीय शोध

डॉ. जयसिंगराव पवारांनी मराठा कालखंडावर लिहिलेल्या सर्व प्रस्तावनांमध्ये या प्रस्तावनेचे स्वरूप भिन्न आहे. या प्रस्तावनेत एखादे व्यक्तिमत्त्व, कालखंड किंवा घराण्यावर प्रकाश टाकला नसून, एका लुप्त झालेल्या समाजाच्या शोधाची समाजशास्त्रीय चिकित्सा केली आहे.

पानिपतच्या रणमैदानातून जिवानिशी वाचलेली मराठ्यांची तुकडी अनेक वर्षे हरियाणातील रोड समाज म्हणून विकसित होत स्थिरावत गेली. हा रोड समाज म्हणजेच आपले अस्तित्वमूळ हरवून बसलेला महाराष्ट्रातील मराठा समाज आहे. जो गेली २५० वर्षे कालपटाच्या अंधकारात स्वतःची ओळख जाणून घेण्यासाठी चाचपडत होता. त्याला याच समाजातील वीरेंद्रसिंहजी वर्मा यांनी कसा चेहरा दिला, एक ओळख

दिली आणि यावर इतिहास अभ्यासक डॉ. वसंतराव मोरे यांनी कसे मूलभूत संशोधन केले, याचा ऊहापोह डॉ. पवारांनी येथे केला आहे.

रोड मराठा समाजाची 'मराठा' ही अस्तित्वखूण सिद्ध करताना डॉ. मोरेंनी दिलेले त्यांच्या मराठेपणाचे अनेक सांस्कृतिक पुरावे डॉ. पवार येथे देतात. त्यांनी सर्वांत जास्त भर दिला आहे तो भाषिक पुराव्यांवर. कारण भाषा ही एखाद्या समाजाच्या जडणघडणीत महत्त्वाची भूमिका बजावत असते. त्या समाजाच्या संस्कृतीची प्रगती ही भाषेवरच अवलंबून असते. ज्याप्रमाणे आर्यांचे मूळ वसतिस्थान शोधताना विद्वानांनी जगातील भाषिक परंपरांचा शोध घेऊन जगात विखुरलेले आर्य हे कोणे एके काळी एकाच स्थानी राहत होते, असा सिद्धान्त मांडलेला आहे, त्याचप्रमाणे येथे डॉ. मोरे यांनी महाराष्ट्रातील मराठे व हरियाणातील रोड मराठ्यांच्या भाषासाधर्म्याचा व दैनंदिन व्यवहारसाधर्म्याचा पुरावा डॉ. पवार उचलून धरतात.

शिवछत्रपतींच्या हिंदवी स्वराज्यस्थापनेस ग्रँट डफने जसे 'ऐतिहासिक चमत्कार' म्हटले आहे, तसे एका समाजाचा मोठा घटक त्यापासून अलग होतो आणि २५० वर्षांनंतर त्याला त्याची मूळ ओळख गवसते, याला डॉ. पवार 'आत्मसाक्षात्कार' असे म्हणतात. आणि शेवटी अशी अपेक्षा व्यक्त करतात की, अजूनही गुजरात, मध्य प्रदेश, आंध्र, कर्नाटक अशा भारताच्या विविध राज्यांत असणाऱ्या मराठा समाजात वैचारिक, सांस्कृतिक देवाणघेवाण सुरू झाली आणि हरियाणातील रोड मराठ्यांच्या 'कोऽहम' पासून 'सोऽहम' पर्यंतच्या प्रवासाची अंतिम परिणती राष्ट्राच्या एकात्मतेत झाली, तर ते या दोन राज्यांतील मराठा समाजाचे महत्त्वाचे पाऊल असेल.

डॉ. जयसिंगराव पवार यांनी मराठा कालखंडावर लिहिलेल्या दहा प्रस्तावनांखेरीज आधुनिक कालखंडातील विषयांवर लिहिलेल्या प्रस्तावनांचे तीन विभाग करता येतील. त्यांनी लिहिलेल्या १३ प्रस्तावनांमधील ७ प्रस्तावना या व्यक्तिरेखा किंवा चरित्रात्मक विषयांवर लिहिल्या आहेत, ५ प्रस्तावना या राजर्षी शाहू महाराज अथवा कोल्हापूरच्या इतिहासाच्या संबंधात आहेत आणि एक प्रस्तावना ही महाराष्ट्राच्या इतिहासाच्या मांडणी आणि पुनर्मांडणीचा वेध घेणारी आहे. व्यक्तिरेखा किंवा चरित्रात्मक विषयावर लिहिलेल्या लेखांमध्ये डॉ. पवारांनी प्रबोधनकार केशव सीताराम ठाकरे, राष्ट्रवीरकार श्यामराव देसाई, सत्यशोधक विठ्ठल बिराजी डोणे,

शिवचरित्रकार डॉ. बाळकृष्ण, शिक्षण प्रसारक दिनकर मास्तर, क्रांतिसिंह नाना पाटील व कॉम्रेड गोविंदराव पानसरे अशा समाजामध्ये प्रबोधन घडवून आणणाऱ्या महान समाजसुधारकांचा परिचय करून दिला आहे. या व्यक्तींनी फुले-शाहू-आंबेडकर यांच्या विचाराच्या प्रसाराला आपल्या कार्य आणि कर्तृत्वाने चालना दिली. अशा थोर व्यक्तींच्या विचारांची व कार्याची ओळख महाराष्ट्रातील नव्या पिढीला व्हावी, हा या लेखांचा प्रमुख उद्देश आहे. मात्र डॉ. पवार आपल्या लेखांमध्ये या विभूतींचे जीवन, कार्य व विचार सांगून थांबले नाहीत, तर त्याची वर्तमानकाळातील परिस्थितीच्या संदर्भात समर्पकतादेखील मांडली आहे. आजच्या परिस्थितीमध्ये या विभूतींच्या जीवन व कार्यापासून काय बोध घ्यायचा, हे व्यक्त करण्याचे कठीण, पण अतिशय महत्त्वाचे कार्य डॉ. पवारांनी या लेखांच्या माध्यमातून केले आहे.

डॉ. पवार यांची भाषाशैली अत्यंत साधी व आकर्षक आहे. काही लेखांमध्ये डॉ. पवार यांनी विशेषणे वापरून व्यक्तीच्या कार्याचे अथवा व्यक्तिमत्त्वाचे अचूक वर्णन केलेले आहे. फक्त या विशेषणांवर नजर टाकली की व्यक्तीचे व्यक्तिमत्त्व आणि ऐतिहासिक कामगिरी डोळ्यांसमोर उभी राहते. डॉ. पवारांनी क्रांतिसिंह नाना पाटलांच्या व्यक्तिमत्त्वाचे विलोभनीय पैलू- देशभक्ती, गरिबांबद्दल कणव, स्वार्थत्यागी वृत्ती, साधेपणा, मनाचा मोठेपणा, नम्रता, श्रद्धाळूपणा असे सांगितले आहेत. कॉ. गोविंदराव पानसरे यांचे वर्णन त्यांनी एक आघाडीचे विचारवंत, एक लढाऊ कामगार नेते, एक निष्णात वकील, पट्टीचे वक्ते, इतिहासाचे अभ्यासक, तळमळीचे कार्यकर्ते, शोषितांचे कैवारी, प्रबोधनकार असे केले आहे. डॉ. बाळकृष्ण यांचे आगळेवेगळे गुण सांगण्यासाठी डॉ. पवारांनी कट्टर राष्ट्रवादी, आर्यधर्म व आर्यसंस्कृतीचे प्रवक्ते, वैदिक तत्त्वज्ञानाचे भाष्यकार, हाडाचे अध्यापक, अनेक भाषांचे पंडित, इतिहास व अर्थशास्त्र या शास्त्रांचे अभ्यासक व लेखक, प्रभावी वक्ते, धर्मसुधारक, समाजप्रबोधक हे शब्द वापरले आहेत. गुरुवर्य राष्ट्रवीरकार श्यामराव देसाई यांचे वर्णन त्यांनी फुले-शाहूंचे कृतिशील अनुयायी, सच्चे सत्यशोधक कार्यकर्ते व विचारवंत, बहुजनवादी ब्राह्मणेतर पत्रपंडित, बहुजनांची मानसिक व भौतिक गुलामगिरीतून तसेच शोषणातून मुक्तता करणारा समाजसेवक असे केले आहे. प्रबोधनकार केशव सीताराम ठाकरे यांच्या व्यक्तिमत्त्वाचा वेगळेपणा व्यक्त करण्यासाठी त्यांनी एक

बहुरंगी, बहुढंगी नि बहुरूपी कर्तृत्ववान पुरुष, छायाचित्रकार, टंकलेखक, चरित्रकार नि इतिहासकार या विशेषणांचा वापर केला आहे.

प्रबोधनकार केशव सीताराम ठाकरे

डॉ. जयसिंगराव पवारांनी प्रबोधनकार केशव सीताराम ठाकरे यांच्यावर एक छोटेखानी प्रस्तावना-लेख लिहिला आहे. या लेखाचा प्रमुख हेतू म्हणजे प्रबोधनकारांचे चरित्र आजच्या पिढीसमोर सारांश स्वरूपात मांडणे हा होता. कर्मवीर भाऊराव पाटील व प्रबोधनकारांचे संबंध अत्यंत जिव्हाळ्याचे होते. कर्मवीरांची मराठी व इंग्रजी भाषेतील अनेक चरित्रे प्रकाशित झाली होती. पण डॉ. पवारांना वाटले की, त्यामानाने प्रबोधनकारांचे चरित्र मात्र उपेक्षित राहिले आहे. आणि म्हणून प्रबोधनकारांसारख्या एका अष्टपैलू व्यक्तिमत्त्वाचे समग्र संशोधनात्मक चरित्र उपलब्ध नसल्याची उणीव थोड्याफार प्रमाणात पूर्ण करण्यासाठी डॉ. पवारांनी प्रबोधनकारांच्या कार्याचा थोडक्यात आढावा घेणारा हा लेख लिहिला. त्यांच्या या लेखावरून केशव सीताराम ठाकरे यांनी आपल्या 'प्रबोधन' मासिकातून आपल्या लेखणीने अज्ञान, अंधश्रद्धा व भिक्षुकशाहीच्या विळख्यात सापडलेल्या सामान्य जनतेला शहाणे करण्याचे किती प्रयत्न केले होते, याची कल्पना येते.

प्रबोधनकारांच्या साहित्याबद्दल एक छोटीशी आठवण डॉ. पवारांनी सांगितली आहे. ते शिवाजी विद्यापीठाच्या मराठा संशोधन विभागात कार्य करत असताना प्रबोधनकारांची 'दगलबाज शिवाजी' शीर्षक असलेली एक छोटीशी पुस्तिका त्यांच्या हाती लागली. पुस्तिकेच्या शीर्षकाने त्यांना आश्चर्यचकित केले व त्यांनी ती पुस्तिका अधाशासारखी वाचून काढली. प्रबोधनकारांच्या भाषाशैलीने आणि प्रतिभेने ते प्रभावित झाले. पुस्तिकेच्या शीर्षकाचे कोडेदेखील त्यांना उलगडले. "सभोवताली पसरलेल्या दगलबाज शत्रूंना सवाई दिढी दगलबाजीने दगा देऊन त्यांना नेस्तनाबूत करणारा शिवाजीराजा हा विजयी दगलबाज होता, म्हणूनच दगलबाज शत्रूंना पुरून उरून त्याने मातृभूमीस स्वतंत्र केले, हे प्रबोधनकारांचे प्रतिपादनाचे सूत्र होते!"

राष्ट्रवीरकार श्यामराव देसाई

'राष्ट्रवीरकार श्यामराव देसाई' या प्रस्तावना लेखातून डॉ. जयसिंगराव पवार यांनी सत्यशोधक कार्यकर्ते व विचारवंत यांच्या चरित्र आणि कार्यावर प्रकाश टाकला आहे. अज्ञान, अंधश्रद्धा, दारिद्र्य व मानसिक गुलामगिरीतून

बहुजन समाजाला बाहेर काढण्यासाठी महात्मा फुले यांच्याकडून प्रेरणा घेऊन 'दीनबंधू', 'दिनमित्र', 'तरुण मराठा', विजयी मराठा, 'जागरूक', 'जागृती', प्रबोधन, 'मूकनायक' इत्यादी वृत्तपत्रे अस्तित्वात आली होती. बेळगाव परिसरातील काही तरुण मंडळी- भुजंगराव दळवी, श्यामराव देसाई, रावसाहेब बिरजे, काकतीकर वकील यांनी पुढाकार घेऊन 'राष्ट्रवीर' नावाचे साप्ताहिक चालू केले. या साप्ताहिकाला कोल्हापूरच्या राजर्षी शाहू छत्रपती यांनी सढळ हाताने आर्थिक मदत केली होती. १९२९ मध्ये राष्ट्रवीरची प्रमुख संपादकाची सूत्रे श्यामराव देसाई यांच्याकडे आली. काही वर्षं आधी श्यामराव देसाई यांनी आपली कुरुंदवाड संस्थानातील शिक्षकाची नोकरी सोडून राष्ट्रवीरच्या सहसंपादकत्वाची जबाबदारी स्वीकारली होती. थोड्याच कालावधीत, 'राष्ट्रवीर म्हणजे श्यामराव देसाई व श्यामराव देसाई म्हणजे राष्ट्रवीर' हे समीकरण सर्वत्र परिचित झाले.

आपल्या लेखात डॉ. पवार यांनी गुरुवर्य श्यामराव देसाई यांच्या मौल्यवान गुण व कार्य यावर प्रकाश टाकला आहे. गुरुवर्य देसाई हे स्वतंत्र बाण्याचे व्यक्तिमत्त्व होते. राष्ट्रवीर सुरू करण्यासाठी राजर्षी शाहू महाराजांनी आर्थिक मदत केली होती. पण त्यामुळे गुरुवर्यांनी त्याचा मिंधेपणा कधीच स्वीकारला नाही. ब्राह्मण पुरोहितांनी लादलेल्या धार्मिक गुलामगिरीविरुद्ध त्यांनी बेळगाव परिसरात कार्य सुरू केले होते. ब्राह्मण पुरोहितांना शह देण्यासाठी ते स्वतःच पुरोहित बनले आणि बहुजन समाजातील लोकांचे सर्व धार्मिक विधी, विशेषतः लग्न स्वतः पार पाडू लागले. त्यासाठी त्यांनी स्वतःच 'मंत्र, मंगलाष्टके, आशीर्वचने' रचली. लग्नाचा विधी आटोपला की गुरुवर्य मंडपातील उपस्थित लोकांना सुखी संसाराचा अर्थ स्पष्ट करून सांगत. याचबरोबर अंधश्रद्धा, लग्नातला वारेमाप खर्च, त्यातून होणारा कर्जबाजारीपणा, सावकारशाही, व्यसने या सर्वांच्या विरोधात एक प्रवचन होत असे. याशिवाय गुरुवर्य गावोगावी समाजप्रबोधनाच्या सभा घेत असत. 'राष्ट्रवीर' या साप्ताहिकातून ते रूढी-परंपरांच्या विरोधात अग्रलेख व स्फुटलेख लिहीत असत. खेडोपाडी देवदेवतांच्या यात्रांवर विशेषतः लक्ष्मीच्या यात्रेवर शेतकरी वर्ग प्रचंड खर्च करत असे आणि परिणामी तो कर्जबाजारी होत असे. राष्ट्रवीरच्या माध्यमातून अशा यात्रांच्या विरोधात गुरुवर्यांनी मोहीम उघडली होती.

गुरुवर्य श्यामराव देसाई यांच्या कार्याचा आढावा घेताना डॉ. पवार

दोन मार्मिक प्रश्न उपस्थित करतात - एक गुरुवर्यांच्या प्रबोधन चळवळीचे फलित कोणते? आणि दुसरा, 'राष्ट्रवीर'कारांच्या चरित्राची प्रस्तुतता काय? या दोन्ही प्रश्नांची डॉ. पवारांनी दिलेली उत्तरे वाचली की आपल्याला गुरुवर्यांच्या कार्याच्या महत्त्वाचे चट्कन आकलन होते. गुरुवर्यांच्या प्रबोधन चळवळीने बेळगाव तालुक्यातील नंदिहळ्ळी या गावाचा कायापालट कसा झाला यांची कथा येथे सांगितली आहे. मारामाऱ्या, खून, खटले, दरोडे, दारूचे व्यसन असलेल्या या गावाचे गुरुवर्य व त्यांच्या साथीदारांच्या प्रयत्नांमुळे पूर्णपणे परिवर्तन झाले. गुरुवर्यांच्या चरित्राची आजची प्रस्तुतता सांगताना डॉ. पवार हे मत मांडतात की, गुरुवर्यांच्या सामाजिक कार्यामुळे बेळगाव परिसरात खूप फरक पडला होता. मात्र गुरुवर्यांनंतरच्या काळात प्रबोधनाची चळवळ मंदावली आणि पुन्हा एकदा वाईट चालीरीती आणि परंपरा आपले डोके वर काढू लागल्या. ज्या लक्ष्मीच्या यात्रांच्या विरुद्ध गुरुवर्यांनी भूमिका घेतली होती, त्या मोठ्या प्रमाणात साजऱ्या होऊ लागल्या. गुरुवर्यांच्या कार्यक्षेत्रातील एका मोठ्या गावी २०१५ मध्ये लक्ष्मीची मोठी यात्रा झाली, ज्यावर कोट्यवधी रुपये खर्च केले गेले!

सत्यशोधक विठ्ठल बिराजी डोणे

डॉ. जयसिंगराव पवार यांचा 'सत्यशोधक विठ्ठल बिराजी डोणे' हा प्रस्तावना लेख कोल्हापूरमधील उपेक्षित राहिलेल्या एका सत्यशोधकाचे कार्य प्रकाशात आणतो. स. १९०२च्या सुमारास डोणे मास्तर कोल्हापूरला आले व शाहू छत्रपतींच्या 'खासगी खात्यात' त्यांनी नोकरी स्वीकारली. १९११ मध्ये कोल्हापूरमध्ये सत्यशोधक समाज स्थापन झाला व त्यात डोणे मास्तर सहभागी झाले. डोणे मास्तरांचा पुराणांचा व इतर धर्मग्रंथांचा गाढा अभ्यास होता. या अभ्यासाचा उपयोग त्यांनी धर्मग्रंथांमधील भिक्षुकशाहीने रचलेल्या भाकडकथांचा भांडाफोड करण्यासाठी केला. त्या काळातील लोकांची पुराणांमधील कथांवर प्रचंड श्रद्धा होती. डोणे मास्तरांनी बुद्धिवादी भूमिकेतून अशी कवने लिहिली ज्यामधून पुराणातील कथांचा खोटेपणा स्पष्ट झाला. डोणे मास्तरांच्या काव्यरचनेवर महात्मा जोतिराव फुले यांचा प्रभाव पडलेला होता. महात्मा फुलेंनी ज्याप्रमाणे धर्मग्रंथांतील भाकडकथांमागील खोटेपणा दाखवला होता, तेच काम डोणे मास्तरांनीदेखील आपल्या लेखणीतून केले. डोणे मास्तरांनी सत्यशोधक समाजाचे कार्य शेवटच्या

श्वासापर्यंत केले व पश्चिम महाराष्ट्रातील सत्यशोधक चळवळीला बळ दिले.

शिवचरित्रकार डॉ. बाळकृष्ण : महाराष्ट्राचा प्रवक्ता

ब्रिटिशकालीन करवीर संस्थानची राजधानी कोल्हापूर शहर हे कलानगरी व शिक्षणनगरी म्हणून प्रसिद्ध होते. असे असल्यामुळे वेगवेगळ्या क्षेत्रांतील नामवंत व गुणवंत लोक कोल्हापूरकडे आकर्षित होत असत. बाहेरगावावरून येऊन कोल्हापूरच्या मातीशी एकरूप झालेले अनेक लोक होते. त्यांतील एक थोर शिक्षणतज्ज्ञ आणि इतिहासकार डॉ. बाळकृष्ण हे होते. डॉ. बाळकृष्ण पंजाबमधून आले आणि कोल्हापूरचे भूषण बनले. लाहोरमध्ये शिकत असताना डॉ. बाळकृष्ण आर्य समाजाच्या प्रभावाखाली आले व ते आर्य समाजाचे कार्य करू लागले. पुढे त्यांनी लंडन विद्यापीठातून इतिहास विषयात पीएच.डी. पदवी मिळवली. कोल्हापूरच्या शाहू महाराजांनी राजाराम कॉलेज व राजाराम हायस्कूल आर्य समाजाकडे सुपूर्त केले होते. डॉ. बाळकृष्ण यांनी लंडनहून आल्यावर १९२२ मध्ये राजाराम कॉलेजच्या प्राचार्यपदाची सूत्रे स्वीकारली.

डॉ. जयसिंगराव पवारांनी आपल्या प्रस्तावना लेखात डॉ. बाळकृष्णांच्या कार्य व कर्तृत्वाचा थोडक्यात आढावा घेतला आहे. डॉ. बाळकृष्ण यांच्या मेहनतीमुळेच कोल्हापूरचे राजाराम कॉलेज खऱ्या अर्थाने नावारूपाला आले. १९२२ ते १९४० या काळात प्राचार्य असलेले डॉ. बाळकृष्ण हेच राजाराम कॉलेजच्या सर्वांगीण प्रगतीचे व वैभवाचे खरे शिल्पकार होते. त्यांना कोल्हापूर येथे एक विद्यापीठ स्थापन करायची इच्छा होती. त्यामुळे तेच आजच्या शिवाजी विद्यापीठाचे आद्य संकल्पक आहेत आणि शिवाजी विद्यापीठ हेच त्यांचे 'खरेखुरे स्मारक' आहे. डॉ. बाळकृष्ण यांनी शिवछत्रपतींचे चार खंडांचे चरित्र लिहिले. ते लिहिण्यासाठी त्यांनी आपल्या आयुष्याचा एक तपाहून अधिक काल खर्च केला. शिवचरित्र लिहिण्यासाठी त्यांनी डच, पोर्तुगीज, इंग्लिश, फ्रेंचसारख्या युरोपियन भाषांमधील साधने वापरली. डच साधनांचा वापर त्यांनी पहिल्यांदा केल्यामुळे शिवचरित्रात ते मोलाची भर घालू शकते. डॉ. पवार यांच्या मते, त्यांनी लिहिलेले शिवचरित्र हे डॉ. बाळकृष्ण यांनी मराठी माणसास दिलेली अमोल अशी देणगी आहे.

शिक्षणप्रसारक दिनकर मास्तर

'शिक्षणप्रसारक दिनकर मास्तर' या लेखामध्ये डॉ. जयसिंगराव पवारांनी एका निरपेक्षपणे समाजसेवा करणाऱ्या व समाजप्रबोधनाचा खडतर मार्ग स्वीकारलेल्या व्यक्तीच्या जीवन व कार्यावर प्रकाश टाकला आहे. दिनकर मास्तरांनी १९१९ मध्ये गडहिंग्लज भागातील नूल येथे बहुजन समाजातील मुलांसाठी शाळा काढली. नूलच्या पंचक्रोशीतील पाच-दहा गावंतील वंचित मुले या शाळेत येऊन शिकत असत. शाळेतून शिक्षण पूर्ण झाले की दिनकर मास्तर आपले वजन खर्ची घालून; त्यांना चांगली नोकरी मिळवून देत असत. यामुळे विद्यार्थ्यांच्या कुटुंबीयांना लगेचच त्यांना शिकवल्याचा फायदा मिळत असे. दिनकर मास्तर यांनी गडहिंग्लज येथे 'शिवाजी वसतिगृह' स्थापन केले होते. त्या काळात वसतिगृह चालवणे ही सोपी गोष्ट नव्हती. त्यांच्या मिशनरी वृत्तीमुळे व जिद्दीमुळेच हे होऊ शकले. या वसतिगृहामुळे अनेक गरीब व सामान्य घरातील मुलांना शिकता आले. डॉ. पवार म्हणतात, "दिनकर मास्तर एक सामाजिक कार्यकर्ते म्हणून मोठे होतेच, पण त्याहून एक 'माणूस' म्हणून त्यांचे मोठेपण विलोभनीय होते. जातापात, धर्मपंथ, उच्चनीच या भिंती त्यांच्या सामान्य माणसावरील प्रेम करण्याच्या मार्गातील अडचणी ठरल्या नाहीत. मराठे, लिंगायत, मुसलमान, दलित हे सर्व आपलेच बांधव आहेत, अशी त्यांची आंतरिक भावना असल्यामुळेच त्यांच्या हातून निरलसपणे समाजसेवा घडू शकली.

क्रांतिसिंह नाना पाटील

डॉ. पवारांनी आपल्या लिखाणातून बहुजन समाजातील अनेक उपेक्षित समाजसुधारकांवर लिहिले आहे. अशाच उपेक्षित समाजसुधारकांच्या मालिकेत क्रांतिसिंह नाना पाटीलही आहेत. डॉ. पवारांनी १९९३ मध्ये क्रांतिसिंह नाना पाटलांवर स्मृतिग्रंथ लिहिला. त्यात त्यांनी प्रदीर्घ प्रस्तावना लिहून त्यांच्या कार्याची सर्वंकष ओळख नवीन पिढीला करून दिली. क्रांतिसिंह नाना पाटलांनी आपल्या सामाजिक कार्याची सुरुवात सत्यशोधक समाजाचा कार्यकर्ता म्हणून केली. पुढे त्यांनी ब्राह्मणेतर चळवळीचे कार्य केले. १९३०च्या सुमारास ते ब्राह्मणेतर चळवळीतून महात्मा गांधींच्या राष्ट्रीय चळवळीकडे वळले. क्रांतिसिंहांनी स्वातंत्र्य चळवळीच्या काळात 'गांधी लग्न' हा प्रकार लोकप्रिय केला होता. अशा प्रकारचे लग्न हे खादीचे

कपडे घालून व गांधीजींच्या प्रतिमेला हार घालून केले जात असे. महात्मा गांधींच्या प्रतिमेला साक्षी धरून 'आमच्या पोटी जन्माला येणो बालक स्वातंत्र्याच्या कामाला येईल,' अशी शपथ वधूवर घेत असत. क्रांतिसिंह आपल्या प्रचंड सभांमधूनदेखील अंधश्रद्धा, भोळसटपणा, भोंदूगिरी अनिष्ट चालीरीतींवर कडाडून टीका करत असत. ८ ऑगस्ट १९४२ रोजी महात्मा गांधींच्या नेतृत्वाखाली 'चले जाव' आंदोलन सुरू झाले. या आंदोलनाच्या काळात सातारा येथे एक व्यापक भूमिगत चळवळ अस्तित्वात आली. पण या चळवळीचा फायदा सातारा जिल्ह्यातील दरोडेखोर व चोरांनी घेतला. त्यांनी महात्मा गांधी व नाना पाटील यांचे नाव घेऊन दरोडे टाकायला सुरुवात केली. या दरोडेखोरांचा बंदोबस्त करून सामान्य लोकांना मदत करण्यासाठी क्रांतिसिंह नाना पाटील यांच्या नावे 'प्रतिसरकार'ची स्थापना झाली. १९४३ मध्ये प्रतिसरकार हळूहळू साकारले. प्रतिसरकारच्या यशाची मीमांसा करताना डॉ. पवारांनी दोन प्रमुख कारणांवर भर दिला आहे. पहिले कारण असे, की ज्या प्रदेशात प्रतिसरकार साकारले, त्या प्रदेशातील सामान्य माणसाला शिवाजी महाराज, महात्मा जोतिराव फुले व राजर्षी शाहू महाराजांच्या कार्याने समाजिक गुलामगिरीविरुद्ध लढण्याचे मनोबल व अस्मिता दिली होती. दुसरे कारण असे होते की, प्रतिसरकारला जनतेचे प्रेम, पाठिंबा व सहकार्य मिळाले होते. प्रतिसरकारच्या कार्यकर्त्यांनी गुंडांना पकडले, सरकारी मालकीचे खजिने लुटले व रेल्वे उलथून टाकल्या; पण त्यांनी सामान्य लोकांचे कधीच नुकसान केले नाही.

डॉ. जयसिंगराव पवारांनी या प्रस्तावना लेखात एक नाजूक प्रश्न हाताळला आहे. जर क्रांतिसिंह नाना पाटील गांधीवादी राष्ट्रभक्त झाले होते, तर मग ते १९४२च्या लढ्यात सशस्त्र भूमिगत क्रांतिकारक कसे बनले? या नाजूक प्रश्नाचे अत्यंत अचूक उत्तर डॉ. पवारांनी दिले आहे. क्रांतिसिंहांचे इंग्रजांविरुद्ध लढण्याचे एक ठरलेले तंत्र नव्हते. इंग्रजांविरुद्ध लढण्यासाठी जेव्हा त्यांना गांधीवादी तत्त्वज्ञान निरुपयोगी वाटू लागले, तेव्हा त्यांनी सशस्त्र क्रांतीचा मार्ग अनुसरला. थोडक्यात सांगायचे झाले तर, इंग्रजी सत्ता मानायची नाही हे सूत्र धरून सत्तेविरोधी स्वतःच्या लढातंत्राने जायचे, हा त्यांचा मार्ग होता. इंग्रजी सत्ता हाच मुळी भारतावर अत्याचार होता, त्या सत्तेला विरोध करण्यासाठी वापरलेले कोणतेही लढातंत्र हे सदाचारातच मोडते, असा विचार त्यांच्या प्रत्येक कृतीतून

व्यक्त होत होता.

भारताला स्वातंत्र्य मिळाल्यानंतर मात्र जी परिस्थिती निर्माण झाली, त्यामुळे क्रांतिसिंहांचा भ्रमनिरास झाला. 'शेतकरी-कामगारांचे राज्य' येणार नाही याची कल्पना आल्यावर त्यांनी साम्यवादी पक्षामध्ये प्रवेश केला. आपल्या मनातील प्रश्नांवर उत्तरे मिळवण्यासाठी त्यांनी मार्क्स-लेनिनच्या तत्त्वज्ञानाचा सखोल अभ्यास केला व त्यावर चिंतन केले. क्रांतिसिंहांनी शेवटी साम्यवादाची दीक्षा का घेतली? या प्रश्नाचे उत्तर देताना डॉ. पवार लिहितात, "गरीब शेतकरी व कष्टकरी यांच्यावरील शतकानुशतकाची राजकीय, सामाजिक, आर्थिक व मानसिक गुलामगिरी नष्ट करण्याकरिता आणि त्यांचे जीवन सुखी करण्याकरता धडपडणे, हे क्रांतिसिंहांच्या सर्व जीवनकार्याचे मूळ सूत्र होते. खुद्द क्रांतिसिंहांनी म्हटले आहे, "मी मार्क्स-लेनिन-स्टॅलिनच्या मार्गाकडे वळलो. पण माझी आंतरिक तळमळ एकच होती, ती म्हणजे, गोरगरिबांना सुखाचे दोन दिवस व घास मिळावेत." क्रांतिसिंहांचे इतिहासातील स्थान ठरवताना डॉ. पवार काही निरीक्षणे नोंदवतात. क्रांतिसिंहांनी जीवनभर एक अमुक तत्त्वप्रणालीशी बांधिलकी स्वीकारली नाही. ते समाजसुधारणेच्या विचाराचे वारसदार होते, त्यांच्यासाठी राजकीय सुधारणांइतक्याच सामाजिक सुधारणा महत्त्वाच्या होत्या. त्यांना जी कीर्ती मिळाली ती त्यांच्या समाजसुधारणेच्या कार्यामुळे नाही, तर प्रतिसरकारचा संस्थापक व साताऱ्याच्या क्रांतिकारकांचा सेनापती म्हणून मिळाली.

कॉम्रेड गोविंदराव पानसरे : साहित्य व विचार

ज्येष्ठ कामगार नेते कॉम्रेड गोविंदराव पानसरे यांच्या साहित्याचा आणि विचारांना आढावा घेणाऱ्या या लेखामध्ये कॉ. पानसरेंच्या कार्यशैली व विचारांबद्दल अनेक निरीक्षणे डॉ. जयसिंगराव पवार यांनी नोंदवली आहेत. उदाहरणार्थ, त्यांनी कॉ. पानसरे यांचे चळवळ पुढे नेण्यासाठी वापरलेले एक साधे, सोपे सूत्र स्पष्ट केले आहे, 'क्रांतीचे आपले ध्येय गाठण्यासाठी ज्यांचे ज्यांचे आपल्याला सहकार्य मिळते, ते स्वीकारले पाहिजे.' कॉ. पानसरे यांनी त्यांच्याबरोबर छोटे-मोठे वैचारिक मतभेद असणाऱ्या व्यक्तींचेदेखील साहाय्य स्वीकारले. सर्वांना बरोबर घेऊन आंदोलन करणे, ही त्यांची सामाजिक रणनीती होती. कॉ. पानसरे यांनी ही रणनीती कोल्हापुरातील पुरोगामी चळवळीत कशा प्रकारे आचरणात

आणली हे सांगण्यासाठी डॉ. पवारांनी कोल्हापुरातील अलीकडील काळातील 'विश्वशांती यज्ञविरोधी आंदोलनाचे उदाहरण दिले आहे.

कॉ. पानसरे यांनी वापरलेली 'ब्राह्मण' ही संकल्पना त्यांच्या विचारविश्वाचा एक महत्त्वाचा भाग होती. महात्मा फुले, राजर्षी शाहू छत्रपती व डॉ. बाबासाहेब आंबेडकर यांनी आपले समाजसुधारणेचे कार्य करत असताना 'ब्राह्मण' हा शत्रू मानला नाही. त्यांनी 'ब्राह्मण्य' या वृत्तीला शत्रू मानले. या सर्व थोर बहुजनांच्या नेत्यांचे अनेक सहकारी हे ब्राह्मण होते. कॉ. पानसरे यांची ही भूमिका होती की, ब्राह्मण जातीतला नव्हे, तर ब्राह्मण्याला विरोध असला पाहिजे. ब्राह्मण्य सोडलेले ब्राह्मण पुरोगामी चळवळीत आपले साथीदार होऊ शकतात, त्यांना साथीदार म्हणून स्वीकारायला हवे, तसे न करण्यात आपण सामाजिक रणनीतीची चूक करीत आहोत.

कॉ. पानसरे यांनी 'शिवाजी कोण होता?' ही महत्त्वाची पुस्तिका लिहिली आहे. ही पुस्तिका इतकी लोकप्रिय झाली की, तिच्या तीन-तीन/चार-चार हजारांच्या पंचवीस आवृत्त्या गेल्या बावीस वर्षांत प्रसिद्ध झाल्या. डॉ. पवारांनी या पुस्तिकेला अफाट लोकप्रियता मिळण्याची चार कारणे सांगितली आहेत. एकतर या पुस्तिकेचा विषय हा महाराष्ट्राचे आराध्यदैवत असणारे शिवछत्रपती हा होता. दुसरे कारण म्हणजे कॉ. पानसरे यांनी पुस्तिकेमध्ये शिवछत्रपतींच्या कामगिरीचे रहस्य उलगडून दाखवले आहे. याशिवाय त्यांनी शिवछत्रपतींच्या कामगिरीचा वर्तमानाशी असणारा अन्वयदेखील दाखवला आहे. आणि शेवटचे कारण म्हणजे कॉ. पानसरे यांनी पुस्तिका लिहिण्यासाठी अत्यंत प्रासादिक भाषाशैली वापरली आहे.

कॉ. पानसरेंच्या अतिशय मूलभूत प्रश्नांचे समालोचन डॉ. पवारांनी येथे दिले आहे. उदाहरणार्थ, पानसरेंनी पुस्तिकेच्या सुरुवातीला प्रश्न विचारला आहे की, आपल्या देशात हजारो राजेरजवाडे होऊन गेले तरी शिवाजीराजांचीच जयंती एवढ्या मोठ्या प्रमाणावर का साजरी होते? यात असे कोणते वेगळेपण आहे? त्यांनी या प्रश्नाचे उत्तर एका वाक्यात दिले आहे. ''शिवाजीचे कार्य व शिवाजीचे राज्य त्या राज्यात राहणाऱ्या सर्वसामान्य माणसाला-रयतेला आपले वाटत होते.'' कॉ. पानसरे यांनी आणखी एक महत्त्वाचा प्रश्न हाताळला आहे. शिवाजीराजा इस्लामच्या विरुद्ध होता काय? तो मुस्लीम धर्माचा द्वेष करीत होता काय? या प्रश्नाला कॉ. पानसरे यांनी दिलेले उत्तर डॉ. पवारांनी अधोरेखित केले आहे. ते असे

''शिवाजाचा काळ लक्षात घेता, शिवाजीचे हे धोरण व त्याचे विचार अनन्यसाधारण असेच आहेत. आपल्या धर्माइतकाच इतरांचा धर्मही श्रेष्ठ व उच्च आहे आणि उपासना पद्धती वेगवेगळ्या असल्या, तरी त्याचा उद्देश एकच आहे, हे महत्त्वाचे तत्त्व शिवाजीराजाने मांडले. शिवाजी हा धार्मिक राजा होता. तो हिंदू धर्माचा अभिमानी होता, पण त्याचा हिंदू धर्माचा अभिमान इतर धर्मांच्या द्वेषावर आधारलेला नव्हता. मुसलमानांचा द्वेष केल्याशिवाय आपणास श्रेष्ठ हिंदू बनता येत नाही, असे त्याला कधीच वाटले नाही.'' कॉ. पानसरेंनी अलीकडच्या काळात समाजातील काही प्रस्थापित 'टग्या' लोकांनी शिवाजी महाराजांच्या प्रतिमेचा आपल्या स्वार्थासाठी केलेल्या गैरवापराची चर्चा केली आहे. डॉ. पवारांनी याची सविस्तर चर्चा आपल्या लेखात केली आहे.

डॉ. पवार आपल्या प्रस्तावना लेखाच्या शेवटी हे नोंदवतात की, कॉ. पानसरे यांच्या लेखनाचा प्रमुख हेतू समाजाचे प्रबोधन करणे हा होता, समाजाला शहाणे करण्याचा होता. मग कॉ. पानसरे यांच्या लेखणीने हा त्यांचा उद्देश पूर्ण केला का? समाज शहाणा झाला का? डॉ. पवारांच्या मते, या सर्व प्रश्नांची उत्तरे नकारार्थी आहेत. खरे तर यामुळेच कॉ. पानसरे यांच्या लेखनाची समर्पकता व उपयुक्तता आजदेखील टिकून आहे. त्यांचे साहित्य कालबाह्य तर झालेलेच नाही, उलट त्याचे पुनःपुन्हा वाचन करून नवीन पिढीने त्यातून बोध घेणे आवश्यक आहे.

राजर्षी शाहू महाराज व कोल्हापूरच्या इतिहासासंबंधित लेख

राजर्षी शाहू महाराज व त्यांच्या काळातील कोल्हापूर हा डॉ. जयसिंगराव पवार यांच्या खास संशोधनाचा विषय राहिला आहे. गेली अनेक वर्षे त्यांनी या विषयावर सातत्याने संशोधन आणि लेखन केले आहे. 'राजर्षी शाहू छत्रपती एक समाजक्रांतिकारी राजा, श्रीशाहूचरितम् : राजर्षींचे संस्कृत चरित्र','विजयी मराठा'तील राजर्षी शाहूदर्शन, क्षात्रजगद्गुरू : विचार व कार्य व प्रिन्स शिवाजी मराठा बोर्डिंग - आमची दुसरी आई' हे पाच लेख या विभागात समाविष्ट केले आहेत.

राजर्षी शाहू छत्रपती - एक समाजक्रांतिकारी राजा

डॉ. जयसिंगराव पवार हे राजर्षी शाहू छत्रपतींचे चरित्रकार आहेत. या लेखामध्ये त्यांनी राजर्षी शाहूंच्या विचारांनी कशा प्रकारे समाजामध्ये क्रांती

घडवली, हे सांगितले आहे. १९०२ मध्ये त्यांनी आपल्या राज्यातील सरकारी नोकऱ्यांमध्ये मागासवर्गीयांसाठी ५०% आरक्षण ठेवण्याचा जाहीरनामा काढला. या क्रांतिकारी निर्णयामागे जी भूमिका होती ती अशी : जोपर्यंत राज्याच्या प्रशासनात मागासवर्गीयांना (Backward Classes) स्थान मिळत नाही, तोपर्यंत त्यांना उच्च शिक्षणाची गोडी लागणार नाही, तसेच त्यांचा सामाजिक स्तर उंचावणार नाही. शाहूंना जातिभेदाचा तीव्र तिरस्कार होता. जातिभेदाविषयी त्यांची भूमिका सांगताना डॉ. पवार लिहितात, "अस्पृश्यता हे जातिभेदाचे किळसवाणे स्वरूप होते. जातिभेद हे हिंदू धर्माचे व समाजाचे व्यवच्छेदक लक्षण मानले जाते. हाडीमासी खिळलेली ही जातिव्यवस्था जोपर्यंत नष्ट होत नाही, तोपर्यंत खरी सामाजिक समता व न्याय प्रस्थापित होऊ शकत नाही, अशी शाहू छत्रपतींची भावना होती." त्यांनी मोफत व सक्तीच्या प्राथमिक शिक्षणाचा पुरस्कार केला. १९१७ मध्ये कोल्हापूर राज्यात मोफत व सक्तीच्या प्राथमिक शिक्षणाचा कायदा अमलात आणला. शाहू छत्रपतींनी हिंदू-मुस्लीम ऐक्य स्थापन करण्यासाठी कार्य केले. राजर्षी शाहू छत्रपतींच्या समाज क्रांतिकारी विचारांचा आढावा घेतल्यावर डॉ. जयसिंगराव पवार एक खंत व्यक्त करतात, "स्वातंत्र्य मिळून ६० वर्षांहून अधिक काळ लोटला, तरी या विचारांची अंमलबजावणी जशी व्हायला हवी, तशी होत नाही, ही खरी शोकांतिका आहे. याचा अर्थ असा होतो की, उपरोक्त विचार जेवढे शे-पाऊणशे वर्षांपूर्वी सत्य आणि निकडीचे होते, तसे ते आजही आहेत. आणि आजच्या ग्रामीण भागातील स्त्रिया, भूमिहीन, शेतकरी, मोलमजुरी करणारे कष्टकरी आणि दलित समाज यांच्या प्रश्नांकडे डोळस नजरेने पाहिल्यास या विचारांची लढाई आणखी बराच काळ करावी लागेल, या वस्तुस्थितीचे दर्शन झाल्याशिवाय राहत नाही. ही लढाई जिंकली जाईपर्यंत शाहू राजांचा विचार सतत आम्हा सर्व भारतवासींना प्रेरणादायी व मार्गदर्शक ठरणार आहे."

श्रीशाहूचरितम् : राजर्षींचे संस्कृत चरित्र

शिवाजी विद्यापीठाच्या शाहू संशोधन केंद्रामार्फत 'श्रीशाहूचरितम्' या छत्रपती शाहू महाराजांच्या संस्कृत चरित्राचा मराठी अनुवाद डॉ. पवारांनी संपादित केला होता, त्यात त्यांनी छत्रपती शाहू महाराजांच्या इतिहासाचे

साधन म्हणून 'श्रीशाहूचरितम्' या ग्रंथाचे परीक्षण केले आहे. हा ग्रंथ शाहू महाराजांचे संस्कृतमधील पहिले व एकमेव चरित्र आहे आणि महाराजांना समकालीन असलेल्या कै. वासुदेव आत्माराम लाटकरशास्त्री यांनी ते लिहिले होते. या दोन्ही गोष्टींमुळे एक ऐतिहासिक साधन म्हणून या ग्रंथाचे महत्त्व अनन्यसाधारण आहे, यात कोणतीही शंका नाही. या ग्रंथाची वैशिष्ट्ये सांगताना डॉ. जयसिंगराव पवार लिहितात. "पहिले म्हणजे शाहू छत्रपतींच्या आद्य चरित्रापैकी हे एक चरित्र आहे. पहिले चरित्र दिवाणबहादूर प्रो. अण्णासाहेब लठ्ठे यांनी प्रथम इंग्रजीत (सन १९२४) व नंतर मराठीत (सन १९२५) लिहिले. त्यानंतर झालेले हे दुसरेच शाहूचरित्र होय. दुसरे वैशिष्ट्य म्हणजे संस्कृत भाषेत लिहिलेले हे पहिले व एकमेव असे शाहूचरित्र आहे. लाटकरशास्त्रीनंतर तसा प्रयत्न कोणी केलेल नाही. तिसरे म्हणजे या चरित्राचा लेखक हा करवीर संस्थानाचा रहिवासी असून, त्याने शाहू छत्रपतींची कारकीर्द पाहिलेली आहे, अनुभवलेली आहे. म्हणजे चरित्र लेखक हा समकालीन आहे. त्या बाजूने पाहत, या चरित्राचे मोल इतिहास अभ्यासकांच्या दृष्टिकोनातून वरच्या दर्जाचे ठरते."

डॉ. पवारांनी आपल्या परीक्षणात लाटकरशास्त्रींचे नुसते कौतुक केले नाही, तर त्यांच्या चुका देखील दाखवून दिलेल्या आहेत. लाटकरशास्त्री हे संस्कृत भाषेचे पंडित होते; ते काही इतिहासकार नव्हते. त्यामुळे अनेक वेळा त्यांनी नोंदींचा जो अचूकपणा आवश्यक असतो तो पाळलेला नाही. त्यांनी केलेली काही चुकीची विधाने डॉ. पवारांनी दाखवून दिली आहेत. उदाहरणार्थ एके ठिकाणी लाटकरशास्त्री यांनी असे लिहिले आहे, "साताराच्या (थोरले) शाहू महाराजांना औरंगजेब बादशाहाने मराठ्यांमध्ये यादवी घडवून आणण्यासाठी आपल्या कैदेतून मुक्त केले." हे विधान चुकीचे आहे. अशा प्रकारच्या इतर काही चुका असल्या, तरी यात कोणतीही शंका नाही की हा ग्रंथ शाहूचरित्र लिहिण्यासाठी एक महत्त्वाचा साधन ग्रंथ आहे.

'विजयी मराठा'तील राजर्षी शाहूदर्शन

डॉ. जयसिंगराव पवारांनी या लेखात श्रीपतराव शिंदे यांच्या 'विजयी मराठा' मधून राजर्षी शाहू छत्रपती यांच्याबाबत मिळणाऱ्या माहितीचा परामर्श घेतला आहे. श्रीपतराव शिंदेंनी विजयी मराठा १९१९ मध्ये सुरू केला होता आणि तो १९३३ सालापर्यंत जोमाने चालला. थोडक्यात,

१९१९ ते १९२२ या वर्षांमध्ये जेव्हा शाहू महाराजांचे कार्य शिगेला पोचले होते, तेव्हा 'विजयी मराठा' सुरू होता. पण दुर्दैव असे की, याच काळातील संचिका गहाळ झालेल्या आहेत. 'विजयी मराठा'चे जे काही अंक उपलब्ध आहेत, त्यांचा अभ्यास करून त्यामधील राजर्षी शाहूंचे दर्शन डॉ. पवारांनी या लेखाद्वारा घडवून आणले आहे. शाहू छत्रपतींच्या निधनानंतर 'विजयी मराठा'मध्ये उमटलेल्या सर्व प्रतिक्रियांचा आढावा डॉ. पवारांनी घेतला आहे. छत्रपती शाहू महाराजांच्या कारकिर्दीच्या इतिहासाची माहिती देणाऱ्या इतर साधनांपेक्षा 'विजयी मराठा'चे स्थान खास होते; कारण श्रीपतराव हे कोल्हापूरचे होते आणि त्यांच्या व्यक्तिमत्त्वाच्या जडणघडणीत खुद्द शाहू छत्रपतींचा मोठा वाटा होता. 'विजयी मराठा' हे सत्यशोधक चळवळ व ब्राह्मणेतर पक्ष यांची बाजू समाजात मांडण्यासाठी अस्तित्वात आलेले पत्र होते. त्यामुळे या पत्रात आपल्याला छत्रपती शाहू महाराजांच्या चरित्रावर नवा प्रकाश टाकणाऱ्या अनेक नोंदी मिळतात.

'विजयी मराठा'च्या योगदानाबद्दल विचार मांडत असताना डॉ. पवार यांनी लिहिले आहे, "१९२० नंतरच्या दशकात महाराष्ट्रातील ब्राह्मणेतर पक्षाचे मुखपत्र म्हणून आणि त्याच्या समाजकारणास व राजकारणास वळण लावणारी एक प्रभावी शक्ती म्हणून 'विजयी मराठा'ने मोठी भूमिका पार पाडली आहे. ब्राह्मणी गोटात जसे विष्णुशास्त्री चिपळूणकर, लो. टिळक, न. चिं. केळकर यांच्यासारखे तत्त्वनिष्ठ पत्रकार होऊन गेले, तसेच मुकुंदराव पाटील, श्रीपतराव शिंदे, डॉ. आंबेडकर यांच्यासारखे तत्त्वनिष्ठ पत्रकार बहुजन समाजाच्या गोटातही उदयास आले."

क्षात्रजगद्गुरू : विचार व कार्य

राजर्षी शाहू छत्रपतींनी ब्राह्मणशाहीबरोबर सामाजिक समतेसाठी संघर्ष करताना एक अतिशय महत्त्वाचा निर्णय घेतला. त्यांनी १२ ऑक्टोबर १९२० रोजी एका जाहीरनाम्याद्वारा क्षात्रजगद्गुरुपद निर्माण केले. डॉ. पवार म्हणतात, "क्षात्रजगद्गुरू म्हणजे क्षत्रियांचा जगद्गुरू, मराठ्यांचा जगद्गुरू. मराठ्यांनी ब्राह्मणी पुरोहितशाहीच्या गुलामगिरीतून मुक्त होऊन स्वतःचा जगद्गुरू स्थापन करावा, ही मूळ कल्पना. शाहू महाराजांना ही कल्पना आकस्मिक सुचलेली नव्हती. वेदोक्त प्रकरण जेव्हा ऐरणीवर आलेले होते, तेव्हा ब्राह्मणी पुरोहितशाहीच्या विळख्यातून आपल्या ज्ञातीस

मुक्त करण्याचे विचार महाराजांच्या मनात उत्पन्न होत होते.'' कोल्हापूर संस्थानातील बेनाडी गावातील सदाशिव पाटील यांना शाहू महाराजांनी पूर्वीच हेरून ठेवले होते. सदाशिव पाटील हे पुण्याच्या फर्ग्युसन कॉलेजमध्ये शिकत होते. ११ नोव्हेंबर १९२० रोजी पाटगावच्या मौनी महाराजांच्या मठात सदाशिव पाटलांची क्षात्रजगद्‌गुरुपदी स्थापना झाली.

डॉ. पवार यांनी शाहू महाराजांनी क्षात्रजगद्‌गुरू का निर्माण केले हे सांगताना स्वतः क्षात्रजगद्‌गुरू यांनी एका भाषणात वापरलेले शब्द उद्‌धृत केले आहेत. क्षात्रजगद्‌गुरू म्हणतात, ''आपल्या समाजाची सुधारणा आपणच केली पाहिजे. ब्राह्मणांच्या हाती धर्मसूत्रे ठेविली, तर ते स्वतः धर्माची सुधारणा करणार नाहीत व दुसऱ्यांनाही करू देणार नाहीत. अर्थात, धर्मसुधारणा करण्याकरिता मोठमोठ्या ज्ञान्यांनी आपली धर्मसूत्रे ब्राह्मण वर्गाच्या हातून काढून घेतली पाहिजेत आणि आपण धर्मसुधारणा केली पाहिजे आणि एवढ्याच उद्देशाने राजर्षी शाहू महाराजांनी हे क्षात्रजगद्‌गुरू पीठ स्थान स्थापन केले आहे.''

या लेखामध्ये डॉ. जयसिंगराव पवारांनी क्षात्रजगद्‌गुरूंनी केलेल्या कार्यावर सविस्तर दृष्टिक्षेप टाकला आहे. शेवटी ते या निष्कर्षापर्यंत पोचतात की : ''क्षात्रजगद्‌गुरूपदाच्या निर्मितीच्या वेळी जो मार्ग शाहू छत्रपतींनी आखून दिला होता, त्याच मार्गावरून क्षात्रजगद्‌गुरूंची वाटचाल सुरू होती. महाराजांच्या अपेक्षेप्रमाणे ईश्वर व मानव यांच्यातील दलाल ते झाले नाहीत आणि इतर कोणास (म्हणजे मराठा पुरोहितास) त्यांनी तसे होऊ दिले नाही. त्यांच्या सर्व भाषणांतून तसेच लेखांतून एक गोष्ट वारंवार प्रत्ययास येते, ती म्हणजे, त्यांनी संपूर्ण हयातभर समाजप्रबोधनाचे व्रत चालविले. एका प्रकारे ही समाज शिक्षकाची भूमिका होती. त्यांच्यासमोर जो बहुजन समाज होता तो अंधश्रद्धा, अज्ञान व दारिद्र्य अशा तिहेरी खोड्यात अडकलेला होता. त्यातून त्याची सुटका करण्याचे काम म. फुले यांच्यापासून सुरू झाले होते. तेच काम पुढे राजर्षी शाहू महाराज, महर्षी विठ्ठल रामजी शिंदे, प्रबोधनकार ठाकरे इत्यादींनी चालू ठेवले. या श्रेयनामावलीत आता क्षात्रजगद्‌गुरूंचेही नाव घ्यायला हवे.''

प्रिन्स शिवाजी मराठा बोर्डिंग - आमची दुसरी आई

कोल्हापूरच्या शाहू छत्रपतींनी आपल्या संस्थानात बहुजनांच्या शिक्षण

प्रसारासाठी अनेक महत्त्वाचे निर्णय घेतले. १९१७ साली त्यांनी मोफत प्राथमिक शिक्षणाचा कायदा केला. बहुजन समाजातील मुलांना कोल्हापुरात शिक्षण घेता यावे म्हणून विविध जाती-धर्माची वसतिगृहे स्थापन केली. १८ एप्रिल १९०१ रोजी 'व्हिक्टोरिया मराठा बोर्डिंग'ची स्थापना केली. नंतरच्या काळात जैन, लिंगायत, मुस्लीम, अस्पृश्य, सोनार, शिंपी, सुतार, नाभिक, कोष्टी अशा समूहांची जवळजवळ २० वसतिगृहे शाहू महाराजांच्या प्रोत्साहनाने सुरू झाली. या वसतिगृहांच्या मालिकेतील 'प्रिन्स शिवाजी मराठा बोर्डिंग' हे एक वैशिष्ट्यपूर्ण असे वसतिगृह होते.

या लेखामध्ये डॉ. जयसिंगराव पवारांनी 'प्रिन्स शिवाजी मराठा बोर्डिंग'चा सविस्तर इतिहास मांडला आहे. बोर्डिंगमध्ये शिक्षण घेऊन अनेक जण वकील, आमदार व पुढे मंत्री झाले, बॅरिस्टर, शास्त्रज्ञ, इंजिनिअर, साहित्यिक, कुलगुरू, स्वातंत्र्यसैनिक झाले. मोठी पदे मिळवलेल्यांची एक लांबलचक यादी तयार होऊ शकेल. बोर्डिंग ही सामान्य विद्यार्थ्यांसाठी 'दुसरी आईच' होती. डॉ. पवारांच्या शब्दांत सांगायचे झाले तर ''आमच्यासारख्या शेकडो सामान्य विद्यार्थ्यांना बोर्डिंगने बऱ्याच गोष्टी दिल्या, शिकवल्या. साधेपणा, स्वावलंबन, काटकसरीपणा, आपल्या परिस्थितीचे भान ठेवण्याची सावधानता, ध्येयसिद्धीसाठी कष्ट घेण्याची मानसिकता अशा कितीतरी गोष्टी बोर्डिंगने आम्हास शिकवल्या. भाजी, भाकरी, भात, आमटी या साध्या पण कसदार अन्नावर आमची शरीरेच नव्हे, तर मनेही पोसली.''

इतिहासलेखनसंबंधातील लेख

डॉ. जयसिंगराव पवार यांनी महाराष्ट्राच्या इतिहासलेखनाला चालना देण्याचे प्रयत्न नेहमीच केले आहेत. १९२२ मध्ये 'महाराष्ट्र इतिहास प्रबोधिनी' नावाची संस्था स्थापन केली. समाजात असलेली महाराष्ट्राच्या इतिहासाबाबतची अनास्था दूर करून महाराष्ट्राच्या सांस्कृतिक व सामाजिक दालनांवर प्रकाश टाकणे, हे या संस्थेचे प्रमुख उद्दिष्ट राहिले आहे. डॉ. पवारांनी महाराष्ट्र राज्याच्या सुवर्ण महोत्सवानिमित्त शिवाजी विद्यापीठाच्या माध्यमातून 'महाराष्ट्राचा इतिहास' या विषयावर गोलमेज परिषद भरवली होती. या गोलमेज परिषदेतील विचारलेखांच्या संग्रहाला त्यांनी 'महाराष्ट्राचा इतिहास : मांडणी व पुनर्मांडणी' ही प्रस्तावना लिहिली होती. या विचारलेखांच्या संग्रहातून 'महाराष्ट्राच्या इतिहासाची मांडणी व पुनर्मांडणी करत असताना

कोणती पथ्ये पाळली पाहिजेत व कोणती सूत्रे अंगीकारली पाहिजेत,' याची चर्चा केली आहे.

महाराष्ट्राचा इतिहास : मांडणी व पुनर्मांडणी

या प्रस्तावना लेखामध्ये डॉ. जयसिंगराव पवारांनी महाराष्ट्राच्या इतिहासाच्या मांडणी आणि पुनर्मांडणीच्या या संदर्भात आपली मते व्यक्त केली आहेत. महाराष्ट्राच्या इतिहासाच्या पुनर्लेखनाची चर्चा करत असताना त्यांनी मराठा इतिहासलेखनाचे एक उदाहरण दिले आहे. मराठ्यांचा आद्य इतिहासकार ग्रँट डफ याने आपल्या इतिहासात हे मत मांडले की, १७व्या शतकात मराठा सत्तेचा जो उदय घडून आला, तो दैवगतीने सह्याद्रीच्या अरण्यात एखादा वणवा पेटावा, त्याप्रमाणे घडून आला. ग्रँट डफच्या या मांडणीला न्या. रानडे यांनी आव्हान दिले. त्यांनी आपल्या 'राइज ऑफ मराठा पॉवर' (मराठी सत्तेचा उदय) या ग्रंथात हे मत मांडले की, १७व्या शतकातील मराठा सत्तेच्या उदयाची तयारी महाराष्ट्रात तत्पूर्वी तीन-चारशे वर्षे मराठी संत व प्रेषित करत होते. युरोपातील प्रोटेस्टंट चळवळीप्रमाणे महाराष्ट्रातील ही 'सुधारणा चळवळ' होती. त्यातून मराठा सत्तेचा उदय महाराष्ट्रात घडून आला. आपले एक वेगळे मत मांडून न्या. रानडे यांनी इतिहासाची पुनर्मांडणी केली होती. डॉ. पवारांनी या लेखामध्ये मराठा इतिहासातील मांडणी व पुनर्मांडणीचे दुसरे उदाहरण छत्रपती शिवाजी महाराज आणि समर्थ रामदास यांचे सांगितले आहे. सुरुवातीला काही इतिहासकारांनी शिवाजी महाराजांनी केलेल्या स्वराज्य स्थापनेचे श्रेय समर्थ रामदासांच्या प्रेरणेला दिले. मात्र जसजशी नवीन कागदपत्रे उपलब्ध झाली तशी ही मांडणी मागे पडली. नवीन संशोधनाने हे दाखवले की, शिवाजी महाराजांना सन १६५८ पर्यंत समर्थांचे नाव-गावही माहीत नव्हते आणि सन १६७२ पर्यंत राजे व समर्थ यांची भेटही झालेली नव्हती. २०व्या शतकात इतिहासविषयक संकल्पना कशा प्रकारे बदलल्या, याचादेखील वेध डॉ. जयसिंगराव पवार यांनी या लेखात घेतला आहे.

डॉ. जयसिंगराव पवार यांचे आधुनिक कालखंडातील विविध विषयांवरील प्रस्तावना लेख वाचल्यावर जाणवते की भूतकाळाचा वेध घेतल्याशिवाय वर्तमानकाळाचा उचित अर्थ व सामाजिक आशय समजणे अवघड आहे. कारण हे सर्व लेख वेगवेगळ्या विषयांवर असले तरी ते भूतकाळ आणि

वर्तमानकाळ यांतील दुवा स्पष्ट करतात. म्हणूनच या लेखांचे वाचन इतिहासप्रेमी लोकांप्रमाणे इतर नागरिकांनीसुद्धा करणे हितकारक ठरेल.

डॉ. जयसिंगराव पवारांच्या मराठेशाहीच्या कालखंडावरील, 'शिवचरित्र व जेम्स लेन', 'छ. राजाराम महाराज', 'छ. संभाजी महाराज', 'महाराणी ताराबाई', 'सेनापती संताजी घोरपडे', 'सरदार पाटणकर' इत्यादी प्रस्तावनांचे मुख्य सूत्र, त्या काळातील दुर्लक्षित व्यक्तिरेखा व त्यांच्या उपेक्षित कार्याला प्रकाशात आणून न्याय देणे, हे आहे. तर त्यांच्या आधुनिक कालखंडातील समाजक्रांतिकारक 'राजा शाहू', 'प्रबोधनकार ठाकरे', 'राष्ट्रवीरकार श्यामराव देसाई', 'क्षात्रजगद्गुरू', 'सत्यशोधक डोणे' या प्रस्तावनांचा 'समाजप्रबोधन' हा गाभा आहे. सलामीच्या प्रस्तावनेपासून ऐतिहासिक व्यक्तिरेखांना न्याय देता देता शेवटच्या प्रस्तावनेपर्यंत ते प्रबोधनाच्या दिशेने गेलेले दिसतात.

मग, त्यांच्या 'शिवचरित्र व जेम्स लेन' या प्रस्तावनेतील ब्राह्मण-ब्राह्मणेतर समाजातील दरी सांधण्याची त्यांची तळमळ असो किंवा शिवचरित्राच्या चिकित्सेतून धर्मनिरपेक्षता अधोरेखित करणं असो, राजर्षी शाहूंवरील सत्यशोधक कार्यकर्त्यांच्या प्रस्तावनेतून सामाजिक न्याय व बंधुभावाची गरज मांडणं असो, डॉ. पवारांचा अंतिम उद्देश समाजप्रबोधन हाच दिसतो. त्यांच्या मराठा काळापासून ते आधुनिक काळापर्यंतच्या प्रस्तावनेतून शेवटी समाजातील वेगवेगळ्या जातींमधील सहकार्य वाढविण्यासाठी आजही विचारांचीच लढाई लढावी लागेल, आज राष्ट्रधर्मच आपण धर्म असला पाहिजे, हे संदेश मिळतात. डॉ. पवारांच्या गेली ५० वर्षे अव्याहतपणे चालू असणाऱ्या संशोधनकार्यामुळे त्यांच्या प्रत्येक संशोधनाला त्यांनी लिहिलेल्या या प्रस्तावनांमध्येही सर्जन साकारत गेलंय. या प्रस्तावना त्यांचा व्यासंग व मेहनत तर दाखवतातच, पण त्यापलीकडे जात एक माणूस म्हणून त्यांची संवेदनशीलता, वृत्तिगांभीर्य व प्रगल्भ समजूतही दाखवतात.

मुळातच इतिहासातील व्यक्तिमत्त्वे व प्रसंग काळाच्या उदरात गडप झालेली असतात. त्यांच्यावरील कागदोपत्री पुराव्यांतून इतिहास उभा करायचा आणि त्यावर त्याची समीक्षा करणारी अर्थपूर्ण प्रस्तावना लिहायची, ही गोष्ट साधी नाही. डॉ. पवारांच्या या सर्व प्रस्तावना नजरेखालून घातल्यास त्यांची संशोधकीय शैली व भाषा याबाबतची लक्षात येण्यासारखी गोष्ट म्हणजे, त्यांचे लेखन क्लिष्ट व बोजड नाही, पण उथळ व जुजबीही

नाही. त्यांच्या संशोधकीय मांडणीत कुठेही तर्ककर्कशता नाही, शिक्केबाजी नाही, की तिरकस भाष्य नाही. पण त्यांच्या प्रत्येक मांडणीला इतिहासाच्या गाढ्या व्यासंगाचे वजन आहे.

तसेच डॉ. पवारांच्या लेखनप्रवासाकडे पाहता असे वाटते की, जसे एखाद्या मुरब्बी चित्रकाराची त्याच्या कलेच्या प्रदीर्घ वाटचालीत त्याची स्वतःची अशी एक अभिव्यक्त शैली निर्माण झालेली असते, ती त्याच्या कारकिर्दीच्या सुरुवातीच्या चित्रांपासून ते त्याच्या प्रगल्भावस्थेपर्यंत साकारत गेलेली, विकसित होत गेलेली दिसते. मग त्याची ही शैलीच त्याच्या चित्रांची ओळख बनते, असेच काहीसे डॉ. पवारांच्या लेखन व संशोधनाच्या शैलीबद्दल म्हणता येईल. त्यांच्या १९७५ मध्ये लिहिलेल्या 'महाराणी ताराबाई' या ग्रंथाच्या प्रस्तावनेपासून ते २०१६मध्ये संपादित केलेल्या 'राष्ट्रवीर'कार श्यामराव देसाई या ग्रंथाच्या प्रस्तावनेपर्यंतच्या वैचारिक प्रवासाकडे पाहिल्यास त्यातील समान सूत्रे समोर येतात. जसे, त्यांच्या इतिहासग्रंथाची आणि पर्यायाने त्या ग्रंथांच्या प्रस्तावनांची इमारत अस्सल ऐतिहासिक साधनांवरच उभारलेली दिसते. ऐतिहासिक सत्य मांडताना अभिनिवेश व सनसनाटी पद्धत न वापरता आपल्या प्रतिभाबळानं व न्यायोत्पन्न दृष्टीनं ऐतिहासिक सत्य मांडणे, ही त्यांची खास वैशिष्ट्ये. या सर्व लेखनप्रक्रियेत त्यांची इतिहासाबद्दलची जाण अधिक व्यापक बनत गेलेली दिसते आणि त्यांच्या प्रत्येक प्रस्तावनेमध्ये त्या त्या ग्रंथांचा मथितार्थ दिसतो. म्हणून एका व्यासंगी संशोधकाच्या निवडक तेवीस ग्रंथांचे वैचारिक तरंग एकत्र करण्याचा हा आमचा प्रयत्न.

याअगोदर इतिहासलेखनाच्या क्षेत्रातील इतिहासाचार्य वि. का. राजवाड्यांच्या विद्वत्तापूर्ण प्रस्तावनांचे संपादन तर्कतीर्थ लक्ष्मणशास्त्री जोशींनी केले आहे. आज डॉ. जयसिंगराव पवारांच्या इतिहासगर्भ प्रस्तावनांचे संपादन करण्याच्या या प्रयत्नाने आम्हाला तर्कतीर्थांच्या वाटेचे दर्शन झाले, हीच आमची कमाई.

– डॉ. मंजुश्री पवार

– डॉ. अवनीश पाटील

अनुक्रमणिका

१

शिवचरित्रांचे वेध

कोणत्याही शिवचरित्र ग्रंथाचे परिशीलन शहाजीराजे व जिजाबाई यांच्या कार्याचा परिचय करून घेतल्याशिवाय पूर्ण होऊ शकत नाही. किंबहुना, शिवाजी महाराजांच्या हातून एवढे अलौकिक कार्य कसे घडले, त्याचे रहस्य जाणून घ्यायचे झाले तर, त्यांच्या पित्याने दक्षिणेच्या तत्कालीन राजकारणात निर्माण केलेले असामन्य स्थान व केलेली कामगिरी आणि त्यांच्या मातेने त्यांच्यावर केलेले स्वातंत्र्याचे संस्कार जाणून घ्यावे लागतील. शहाजीराजे जिथे थांबले तिथून शिवाजी महाराजांचा प्रवास सुरू होतो, हे ऐतिहासिक सत्य समजावून घेतले, तरच शिवरायांच्या कार्याचे यथार्थ आकलन होईल. कारण शिवाजीराजा हा काही सामान्य सरदार-जहागिरदाराचा पुत्र नव्हे; तो दक्षिणेतील एका बलाढ्य सेनानीचा, ज्याने आपल्या लष्करी व राजनैतिक सामर्थ्याने नवी शाहीच निर्माण केली अशा मुत्सद्दी पुरुषाचा पुत्र होता आणि हे सत्य स्वीकारूनच कोणाही शिवचरित्र अभ्यासकास पुढे जावे लागते.

निजामशाहीच्या पुनरुज्जीवनाच्या निमित्ताने महाराष्ट्रात स्वतंत्र राज्य स्थापन करण्याचा प्रयत्न असफल झाल्यावर शहाजीराजे भोसले यांनी आदिलशाहीची सेवा पत्करली आणि पुढे बंगळूर काबीज करून तेथे आपले मुख्य ठाणे केले. तेथे एखाद्या स्वतंत्र राजाप्रमाणे ते राजवैभवाने व थाटाने राहू लागले. स्वतः राजे संस्कृत पंडित असल्याने त्यांची कीर्ती ऐकून सर्व देशांतील विविध ७० पंडित विद्वान त्यांच्या दरबारी आश्रयास आल्याचे त्यांचा चरित्रकार जयराम पिंडे म्हणतो. आपल्या पित्याची ही

डॉ. जयसिंगराव पवार संपादित 'छत्रपती शिवाजी स्मृतिग्रंथा'ची प्रस्तावना

परंपरा पुढे शिवाजी महाराजांनी चालवली. त्यांच्या पदरी कवींद्र परमानंदासारखे अनेक संस्कृत पंडित होते. महाराजांच्या आदेशाने याच परमानंदांनी त्यांचे संस्कृत चरित्र (शिवभारत) लिहिले आहे. खुद्द महाराजांच्या आज्ञेने रचलेला हा ग्रंथ म्हणजे शिवचरित्राचे एक अतिशय विश्वसनीय असे साधन आहे.

शिवरायांवर संस्कार करणारे त्यांचे मातापिताही गुणसंपन्न व सुसंस्कृत व्यक्तिमत्त्वाचे होते. बंगळूर मुक्कामी वयाच्या सातव्या वर्षीच शिवरायांचे शिक्षण सुरू झाले. १२व्या वर्षापर्यंत त्यांना अनेक विद्या व शास्त्रांचे शिक्षण दिले गेले आणि पुढे त्यांची आणि जिजाबाईंची पाठवणी शहाजी राजांनी पुणे प्रांताकडे केली. त्या वेळी त्यांच्यासोबत हत्ती, घोडे, पायदळ, विश्वासू सेवक, खजिना, ध्वज या गोष्टींबरोबरच विख्यात अध्यापक वर्गही दिल्याचे परमानंद सांगतो. या अध्यापक वर्गाने पुणे प्रांतात आल्यावर शिवरायांना कोणकोणते विषय शिकविले, याची यादीही त्याने दिली आहे.

शहाजीराजांनी शिवरायांना पुणे प्रांताकडे पाठविले तेव्हाचे वर्णन करताना परमानंदाने त्यांना (शिवरायांना) 'सनय' हे विशेषण लावले आहे. आता या 'सनय' विशेषणावरून वयाच्या १२व्या वर्षी शिवरायांच्या ठिकाणी कोणकोणते गुण बाणवले गेले होते, याचे विश्लेषण करताना संस्कृत पंडित डॉ. आ. ह. साळुंखे यांनी म्हटले आहे, "सनय हे विशेषण वरवर पाहता साधे वाटत असले तरी, प्रत्यक्षात ते अतिशय अर्थपूर्ण असून, शहाजीराजांनी शिवाजींची कोणती तयारी करून घेतली होती, त्यांनी त्यांच्यावर लहानपणातच कोणते संस्कार केले होते, ते निःसंदिग्धपणे स्पष्ट करणारे आहे. त्यासाठी 'सनय' या शब्दाचे मराठीमध्ये होणारे अर्थ सामान्यतः पुढीलप्रमाणे आहेत - मार्गदर्शन, नेतृत्व, व्यवस्थापन वागणे, वर्तनशैली, दूरदर्शिता (सुजाणपणा), द्रष्टेपणा, राजकीय शहाणपण, राजनीतिज्ञता, मुलकी प्रशासन, राज्यधोरण, नैतिकता, सत्य आणि न्याय यांवरील निष्ठा, सर्वांना न्यायपूर्वक वागणूक, योजना, भावी गोष्टींचा आराखडा, नियोजित प्रकल्प, अनुभवातून प्राप्त करून निश्चित केलेला नियम, तत्त्व, कामकाजाची पद्धत, व्यवस्था, सिद्धान्त आणि मत. एखादा मनुष्य 'सनय' आहे याचा अर्थ त्याच्या व्यक्तिमत्त्वात या प्रकारची गुणसंपदा आहे, असा होतो."

'सनय'सारखे एखादे विशेषण एखाद्या व्यक्तिमत्त्वावरील अनेक गुणवैशिष्ट्यांचे दर्शन कसे घडवते, याचे हे उत्तम उदाहरण आहे. पुणे प्रांती आल्यावर त्या विख्यात अध्यापकांनी जे विषय शिकवले , ते पाहिल्यावरही

आपणास शिवरायांची जडणघडण कशी झाली होती, याची कल्पना येते. ते विषय असे - श्रुती, स्मृती, पुराणे, महाभारत, दंडनीती, समस्त शास्त्रे, काव्य व्यायामशास्त्र, वास्तुविद्या, खगोलशास्त्र, गणितशास्त्र, धनुर्वेदचिकित्सा, सामुद्रिक मत, विविध भाषा, सुभाषिते, अश्वपरीक्षा, गजपरीक्षा, विविध शस्त्रविद्या, द्वंद्वयुद्ध तंत्र, दुर्गरचनाशास्त्र, इंगितशास्त्र, रत्नपरीक्षा, विषपरीक्षा इत्यादी.

यामध्येही 'सामुद्रिक मत' या विषयाचा दुसरा गुह्यार्थ डॉ. साळुंखे सांगतात. त्यांच्या मतानुसार, सामुद्रिक मत म्हणजे केवळ हस्तरेषापरीक्षा करून भविष्य सांगणारी विद्या नसून, ती समुद्राशी निगडित असणारी विद्या आहे! पुढे शिवाजी महाराजांनी आरमार निर्माण केले, त्याचा आरंभबिंदू या 'सामुद्रिक मत' शिक्षणात होता. 'सामुद्रिक' म्हणजे सागरविषयक असा दुसरा अर्थ शब्दकोशात आहे आणि तोच या ठिकाणी अधिक योग्य असल्याचे ते म्हणतात. ते कोणाही विचारी मनुष्यास पटण्यास हरकत नाही.

डॉ. साळुंखे यांनी 'शिवरायांचे गुरू' या विषयावरही चर्चा केली आहे. उपरोक्त विद्या अथवा शास्त्रे शिकवणारे अध्यापक हे 'वेतन घेऊन शिकवणारे शिक्षक' होते. अशा अर्थाने ते 'गुरू' होते, पण गुरूचा दुसरा अर्थ 'संपूर्ण व्यक्तिमत्त्वाची जडणघडण करून शिष्याला अलौकिक उंचीवर जाण्याचे जीवनदर्शन देणारा' असा जो आहे, त्या अर्थाने गुरू कोणी नव्हता. हे सर्व गुरू शिवरायांच्या आश्रयाला असलेले वेतनधारी शिक्षक होते.

राजमाता जिजाऊंची शिवरायांच्या जडणघडणीत किती प्रभावी भूमिका होती, याविषयी डॉ. साळुंखे म्हणतात, "जिजाऊ किती सावधपणे शहाजीराजे आणि शिवराय यांना प्रेरणा देत राहिल्या, ते परमानंदाने देवीच्या तोंडचे उद्गार नोंदवण्याचे निमित्त करून शब्दबद्ध केले आहे. 'शहाजीराजांची पत्नी जिजू पृथ्वीतलावर जागृत आहे,' हेच ते उद्गार. त्यांच्याविषयीचे हे उद्गार ऐकल्याबरोबर आपले अवघे अस्तित्व जागृतीच्या आवाहनस्पर्शाने रोमांचित आणि प्रफुल्लित होते! जागृती, जागृती आणि जागृती ही स्वराज्यस्थापनेच्या ध्यासामुळे डोळसपणे स्वतःहून स्वीकारलेली कर्तव्यदक्ष आणि विजयोन्मुख जागृती होती. या जागृतीमुळे एका गौरवशाली इतिहासाचा पाया घातला गेला. स्वाभिमानी शिवरायांना कर्तृत्वाचा बहर दाखवून स्वराज्याची निर्मिती करता आली. जिजाऊंच्या या विविध गुणांची जोड शहाजीराजांच्या

गुणांना मिळाली आणि या समन्वयातून एका नव्या समाजरचनेची पायाभरणी झाली.''

***

परमानंदासारख्या समकालीन चरित्र लेखकाप्रमाणे आधुनिक काळातील भारतीय विद्वानांनीही शिवरायांच्या कार्याचे महत्त्व विशद केले आहे.

१८१८ मध्ये पेशव्यांच्या अधिसत्तेखालची मराठ्यांची सत्ता बरखास्त केल्यावर इंग्रजांनी सातारच्या छत्रपतींचे छोटेसे राज्य निर्माण करून त्यावर जेम्स ग्रँट डफ या आपल्या अधिकाऱ्याची पोलिटिकल एजंट म्हणून नेमणूक केली. हा मोठा इतिहासप्रेमी माणूस होता. त्याने मोठे परिश्रम घेऊन मराठ्यांचा इतिहास तीन खंडांत १८२६ मध्ये प्रसिद्ध केला. ग्रँट डफ हा अशा प्रकारे आधुनिक काळातील मराठ्यांचा आद्य इतिहासकार होय. मराठा सत्ता अस्तास गेल्यानंतर अवघ्या दशकभरात एका इंग्रज अधिकाऱ्याने मराठ्यांचा समग्र इतिहास कागदपत्रांचे संशोधन करून प्रसिद्ध करावा, ही गोष्टच मुळी कौतुकाची म्हटली पाहिजे.

१७व्या शतकाच्या मध्यावर शिवाजी महाराजांच्या हिंदवी स्वराज्याच्या रूपाने मराठी सत्ता उदयास आली खरे; पण त्याचे खरे रहस्य ग्रँट डफला समजले नव्हते. सह्याद्रीच्या रानात वाळलेले गवत पेटून जसा वणवा पेटतो, त्याप्रमाणे महाराष्ट्रातील या मूळच्याच उच्छृंखल व लुटारू वृत्तीच्या हिंदूंनी (मराठ्यांनी) मुसलमान राज्यकर्त्यांविरुद्ध उठाव केला आणि मग या उठावाच्या वणव्याचे दूरदूरचे लोकही आश्चर्य करू लागले, असे गृहीतक त्याने आपल्या ग्रंथाच्या सुरुवातीस प्रतिपादन केले.

ग्रँट डफच्या या सह्याद्रीतील वणव्याच्या गृहितकास प्रथम विरोध करून आपल्या 'Rise of the Maratha Power' या ग्रंथात न्या. रानडे यांनी मराठी सत्तेच्या उदयाची पार्श्वभूमी विस्ताराने मांडली आणि हा उदय म्हणजे अचानक पेटलेला वणवा नसून, त्याची सामाजिक, सांस्कृतिक व धार्मिक क्षेत्रांतील तयारी बराच काळ महाराष्ट्रात चालू होती, हे त्यांनी प्रतिपादले. ही गोष्ट सन १९०० सालातील आहे. आज त्या घटनेस १०० वर्षांहून अधिक काळ झाला असला तरी, न्या. रानडे यांचा हा ग्रंथ आजही महाराष्ट्राच्याच नव्हे, तर भारताच्या इतिहास साहित्यात एक 'उत्कृष्ट ग्रंथ' समजला जातो. न्या. रानडे हे महाराष्ट्राचे आद्य शिवचरित्रकार होत.

आपल्या या ग्रंथात रानडे म्हणतात, ‘‘शिवाजी महाराजांचे पराक्रमच इतके अद्‌भुत वाटतात, की त्यामुळे त्यांच्या ठिकाणी राज्यकर्ता म्हणून असणाऱ्या असामान्य गुणांचा विसर पडतो. वस्तुतः आपले चित्त वेधून घेण्याचा अधिक बळकट मान त्याच्या राज्यकर्तृत्वाच्या गुणांचा आहे. पहिल्या नेपोलियनप्रमाणे आपल्या काळात शिवाजी हा महान संघटनाकार आणि प्रजेच्या जीवनाला उपयोगी पडणाऱ्या संस्थांचा विधाता होता. त्यामुळेच त्याने आरंभलेली चळवळ बहुतांशी यशस्वी झाली. त्याच्यामागून थोड्याच वर्षांनी देशावर जी संकटे कोसळली, तिच्यातून देश सुरक्षित पार पडला, हा त्याच्या पूर्वोक्त कर्तृत्वाचा परिणाम होता. देश सुरक्षित राहिला एवढेच नव्हे, तर मोगल साम्राज्याच्या सर्व सामर्थ्याशी वीस वर्षे झगडून त्याने आपल्या राष्ट्रीय स्वातंत्र्याचा हक्क सिद्ध केला. याचेही कारण शिवाजीच्या संघटना करण्याचा व संस्था स्थापण्याच्या गुणांशिवाय दुसरे नाही.’’

न्यायमूर्तींनी शिवाजी महाराजांच्या लष्करी व मुलकी राज्यकारभाराची चर्चा करून त्यातील अनेक नवनव्या दंडकांची व उपक्रमांची महती सांगितली आहे. त्यातीलच एक अत्यंत महत्त्वाचा दंडक म्हणजे राज्यात कोणाही मुलकी अथवा लष्करी अधिकाऱ्यास जहागीर न देता त्यास रोकड स्वरूपात खजिन्यातून वेतन देण्याची पद्धती त्यांनी स्वीकारली. त्यामुळे त्यांच्या मोरोपंत पिंगळे, अण्णाजी दत्तो, तानाजी मालसुरे, येसाजी कंक, नेताजी पालकर, हंबीरराव मोहिते यांसारख्या प्रधानांना अथवा सेनानींना आपल्या घराण्याची सत्ता स्थापन करता आली नाही. महाराजांची ही प्रशासननीती त्यांच्या वारसदारांनी वाऱ्यावर सोडली. त्यांना महाराजांच्या मूळ योजनेतील ‘शहाणपणा’ समजला नाही, असे सांगून न्यायमूर्ती पुढे म्हणतात, याचा परिणाम म्हणजे शिवाजीने निर्माण केलेले संघटित ऐक्य जाऊन त्याची जागा अगदी शिथिल बंधनाने एकत्र असलेल्या असंघटित जमावाने घेतली. हा जमाव इतिहासातील आणीबाणीच्या पहिल्या धक्क्याने अस्ताव्यस्त झाला. याप्रमाणे शिवाजीच्या कारभारावर पाणी सोडणाऱ्यांबद्दल बोलता येईल.

शेवटी न्यायमूर्तींनी एक महत्त्वाचा मुद्दा वाचकांच्या नजरेस आणला आहे, तो म्हणजे, शिवाजी महाराजांच्या राज्यकारभाराची तत्त्वे त्यांच्या वारसदारांनी सोडून दिली, पण त्यांचे राज्य जिंकून घेणाऱ्या इंग्रज राज्यकर्त्यांनी मात्र त्या तत्त्वांचाच अवलंब करून हिंदुस्थानातील त्यांचे राज्य बळकट

केले. त्यामुळे मूठभर इंग्रज माणसे सर्व देशावर अंमल गाजवतात, ही त्यांच्या मुत्सद्देगिरीची करामत देशी-विदेशी लोकांना विशेष वाटते. न्यायमूर्तींनी म्हटलेले आहे– "शिवाजीच्या तत्त्वाच्या शहाणपणाची तरफदारी त्याला मिळालेल्या यशाने होतेच, पण जे मराठा मंडळ जुटीने राहावे म्हणून शिवाजीचा प्रयत्न होता व जे शिवाजीची मार्गदर्शक तत्त्वे त्याच्या वारसांनी सोडल्यामुळे मोडले, त्या मराठा मंडळाच्या नाशावर ज्यांनी आपली सत्ता उभी केली, त्याची यशस्वितासुद्धा शिवाजीच्या शहाणपणाला उचलून धरणारी आहे.

न्या. रानडे यांच्या Rise of the Maratha Power या ग्रंथानंतर १९०१ साली गोविंद सखाराम सरदेसाई यांनी आपल्या मराठा रियासतीच्या पहिल्या भागाचे (शहाजीराजे भोसले व शककर्ता शिवाजी) प्रकाशन केले आणि मग पुढे या रियासतीचे एकूण १३ भाग यथावकाश प्रसिद्ध करून त्यांनी मराठी इतिहासलेखन क्षेत्रात महनीय कामगिरी बजावली. त्यांचे हे कार्य इतके लोकप्रिय झाले की, समाज त्यांना 'रियासतकार' या बिरुदावलीने ओळखू लागला. संपूर्ण आयुष्यभर एकाच ध्येयाने झपाटून जाऊन मराठ्यांचा समग्र इतिहास अनेक खंडांत (सध्या आठ खंडांत) सिद्ध करण्याच्या रियासतकारांच्या कामगिरीला महाराष्ट्रात तरी तोड नाही. अन्यत्रही क्वचितच असे उदाहरण आढळेल.

शिवछत्रपतींची सर्व चरित्रगाथा सांगून झाल्यावर शेवटी त्यांच्या कार्याची 'समालोचना' करीत असता रियासतकारांनी जगाच्या इतिहासातील त्यांचे स्थान काय आहे हे सिकंदर, ज्युलियस सीझर, नेपोलियन बोनापार्ट, वॉशिंग्टन, बाबर, अकबर आदी महान व्यक्तींशी तुलना करून सांगितले आहे. ही तुलना करीत असता, उभयतांच्या गुणांमध्ये समान गुण कोणते होते, याचा निर्देश करून शिवाजी महाराज त्याहून वेगळे कसे होते; किंबहुना, त्यांचे कार्य काही बाबतीत त्याहून कसे श्रेष्ठ होते, याचे प्रतिपादन केले आहे.

उदाहरणार्थ, शिवाजी महाराजांची सिकंदर अथवा सीझर यांच्याशी तुलना करता, रियासतकारांनी म्हटले आहे की, हे दोन्ही सेनानी जग जिंकण्याच्या महत्त्वाकांक्षेने हपापले होते. महाराजांचे तसे नव्हते. तसेच शत्रूच्या नाहक कत्तली करणे, शरण आलेल्यांना ठार करणे, सुरादेवीच्या भक्तीत बेफाम होणे अशी सिकंदरची घोर पापे महाराजांना कधीही शिवली

नाहीत. आणखी असे की, सिकंदरच्या पित्याने अगोदरच मोठे राज्य संपादन केले होते. सीझरलाही रोमन साम्राज्याचा पाया लाभला होता. रियासतकारांनी म्हटले आहे की, अशा भक्कम पायावर पराक्रम गाजवणे आणि मुळात काहीच नसता शिवछत्रपतींनी आपल्या राष्ट्रास स्वातंत्र्य प्राप्त करून देणे, यात पुष्कळ फरक आहे.

रियासतकारांनी शिवाजी महाराजांच्या व्यक्तिमत्त्वाच्या कामगिरीच्या एकेका वैशिष्ट्याचा निर्देश करत एक अप्रतिम असे शब्दचित्र उभे केले आहे. ते म्हणतात, 'ज्या पुरुषास कधी कोणतेही दुर्व्यसन शिवले नाही, ज्याने परस्त्रीस मातेसमान मानिले, ज्याने स्वधर्माप्रमाणेच परधर्मास आदर दाखवला, ज्याने युद्धांत पाडाव केलेल्या शत्रूंचे लोकास त्यांच्या जखमा बऱ्या करून स्वगृही पोचवले, ज्याने फौज, किल्ले, आरमार इत्यादी योजनांनी स्वदेशसंरक्षणाची योग्य तजवीज करून ठेवली, ज्याने सर्वांचे आधी स्वतः संकटात उडी घालून आपल्या लोकांस स्वदेशाची सेवा करण्यास शिकवले, ज्याने अनेक जिवावरच्या प्रसंगी केवळ बुद्धिसामर्थ्याने स्वतःचा बचाव केला, ज्याने औरंगजेबासारख्या प्रतापी बादशहाचे भगीरथ प्रयत्न सतत वीस वर्षे पावेतो यत्किंचित चालू दिले नाहीत, इतकेच नव्हे, तर तीन राज्यांचा पाडाव करून अखिल भरतखंडात अपूर्व असे स्वराष्ट्रांचे स्वतंत्र राज्य स्थापन करून, त्याची कीर्ती पृथ्वीवर अजरामर करून ठेवली, त्या प्रतापी व पुण्यशील पुरुषाची योग्यता पूर्णपणे वर्णन करण्यास कोण समर्थ आहे! पुण्यास प्रत्यक्ष राहत्या वाड्यात पाच वर्षे पावेतो औरंगजेबाचे सुभेदार तळ देऊन बसले, तेव्हा त्याची ती मगरमिठी सुरतेचे नाक दाबून मोठ्या युक्तीने शिवाजीने सोडवली, या त्याच्या युद्धकौशल्याची इतिहास सदैव तारीफच करत राहील. कोणास कधी जागिरी अगर जमिनी तोडून न देणारा, न्यायाचे कामात कोणाची भीडमुर्वत न धरणारा, दुष्टांचा काळ पण गरिबांचा कनवाळू, एकंदर रयतेस पोटच्या मुलांप्रमाणे वागवणारा, सदैव सावध व उद्योगी, नेहमी मातेच्या अर्ध्या वचनात राहून अहर्निश राष्ट्राची चिंता वाहणारा, स्वदेश, स्वभाषा व स्वधर्म या विविध संपत्तीचे संगोपन करणारा, पापभीरू; परंतु रणशूर, असा हा आधुनिक काळाचा अद्वितीय राज्यसंस्थापक छत्रपती शिवाजी, प्राचीन पुण्यश्लोकांचे पंक्तीत बसण्यास सर्वथैव पात्र आहे.''

***

रियासतकारांचे समकालीन, शिवछत्रपतींच्या चरित्राचे साक्षेपी अभ्यासक, शिवचरित्राचे देशाच्या उद्धारासाठीचे मोल जाणणारे कृष्णराव अर्जुन केळुसकर यांनी १९०६ मध्ये 'क्षत्रियकुलावतंस छत्रपती शिवाजी महाराज यांचे चरित्र' हा ७०० पानांचा चरित्रग्रंथ प्रकाशित करून तो कोल्हापूरचे छत्रपती राजर्षी शाहू महाराज यांना अर्पण केला. उपलब्ध असणाऱ्या सर्व साधनांचा वापर करून त्यांनी शिवचरित्राची चिकित्सापूर्वक मांडणी केली. केळुसकर हे केवळ इतिहासकार नव्हते, तर पुरोगामी सामाजिक कार्यकर्ते व कट्टर देशभक्त होते. सर्वार्थाने मागासलेल्या व गुलामीत पडलेल्या आपल्या समाजाला शिवाजी महाराजांचे चरित्र मार्गदर्शक व प्रेरणादायी ठरते, अशी त्यांची भूमिका होती.

आणि म्हणूनच केळुसकरांनी आपल्या चरित्रग्रंथाच्या शेवटी चरित्र नायकाच्या कामगिरीचे परिशीलन करत असता, त्याच्या ठिकाणी असणाऱ्या गुणज्ञता, निःपक्षपातबुद्धी, निष्कपटीपणा, मित्रभाव, जरब, उद्यमशीलता, लोकवशीकरण, कल्पकता, तेजस्विता, स्वाभिमान, स्वप्रजावात्सल्य, शुद्ध व्यावहारिक वर्तन, स्त्रीदाक्षिण्य इत्यादी गुणांची चर्चा केल्यावर शिवचरित्रापासून लोकाग्रणींनी कोणता बोध घ्यावा, तसेच संसारी लोकांनी कोणता बोध घ्यावा, याचे दिग्दर्शन केले आहे. ते म्हणतात की, प्राचीन काळापासून आपल्या देशात हजारो जातींत बंड माजून समाजाचे हजारो खंडविखंड झाले आहेत आणि आम्ही दुसऱ्यांचा हेवा व मत्सर करून एकमेकांस हीन व तुच्छ लेखत आहोत. अशा परिस्थितीत आमचे लोकाग्रणी स्वजातीच्या किंवा स्वधर्माच्या लोकांचा बडेजाव व उत्कर्ष कसा होईल इकडेच लक्ष देणार असतील, ते लोकाग्रणी म्हणवून घेण्याच्या लायकीचे मुळीच नाहीत. 'शिवाजी महाराजांनी समाजाचे नेतृत्व करत असता कोण कोणत्या जातीचा व कोणत्या धर्माचा हे न पाहता, त्याच्या गुणवत्तेकडे पाहिले. एवढेच नव्हे, तर मुस्लीम धर्मीयांनाही समबुद्धीने वागवले. असे असता आजच्या विचारयुगाचा प्रभाव असणाऱ्या आमच्या काही पुढाऱ्यांनी आपल्या चित्तातून आपपरभाव काढून टाकू नये, हे चमत्कारिक नव्हे काय?' असा सवाल केळुसकर विचारतात.

केळुसकर हे महात्मा फुल्यांचे एके काळचे सहकारी आणि सत्यशोधक तत्त्वाचे विचारवंत होते. जात्यभिमान, जातिभेद, अस्पृश्यता, जातिमत्सर, वर्णश्रेष्ठत्वाचा अहंभाव हीच आपल्या समाजाच्या, देशाच्या अवनतीची

मूळ कारणे आहेत, ती दूर न करता जे देशाच्या राजकीय स्वातंत्र्याची चळवळ करतात, त्यामुळे देशोद्धार होणार नाही, या सत्यशोधक मताचे ते होते. म्हणूनच ते शेवटी पुढाऱ्यांना आपल्या जातीपुरते पाहू नका, सर्व समाजाच्या हिताचा विचार करा, असे आवाहन करताना म्हणतात - आमच्या देशातला जातिभेद नष्ट होण्यास कालावधी लागणार हे खरे आहे. तरी जात्यभिमानमूलक पक्षपात व मत्सरभाव यांचा सांप्रतच्या दैन्यावस्थेत समूळ उच्छेद होणे अत्यंत इष्ट होय. ही इष्टता लक्षात वागवून आमच्या अग्रेसर म्हणवणाऱ्या गृहस्थांनी स्ववर्तन ठेवण्यास झटले असता, त्याचे अनुकरण इतर सामान्य जन हळूहळू करू लागतील व आमच्या जनसमाजात परस्परांमध्ये ऐक्य, प्रेम व विश्वास व वृत्ती उत्तरोत्तर वृद्धिंगत होत जातील आणि जे ते आपापल्या जातीपुरते उद्योग उपस्थित करून फळ्या व तट करीत आहेत, ते बंद होऊन त्यास खरे सार्वजनिक स्वरूप प्राप्त होईल व त्यांस संघशक्तीचे यथोचित साहाय्य मिळून ते सर्वजनसुखवर्धक होतील. तेव्हा तात्पर्य काय की, लोकाग्रणींच्या ठायी खरी देशहितबुद्धी वास करू लागून ते वास्तविक लोकमान्य व्हावे असे असल्यास, त्यांनी शिवरायांच्या चरित्राचे मनन सर्व काळ करणे उचित होय.''

शिवचरित्र हे केवळ देशाच्या स्वातंत्र्यासाठीच प्रेरणादायी आहे असे नव्हे, तर समता, न्याय, बंधुता या तत्त्वांवर आधारित नवसमाजाच्या निर्मितीसही ते मार्गदर्शक ठरणारे आहे, असा एकूण केळुसकरांच्या लिखाणाचा मथितार्थ आहे.

***

रियासतकार सरदेसाई यांचे परममित्र, वंग शिवचरित्रकार सर जदुनाथ सरकार यांचे नाव निघाल्यावर प्रत्येक मराठी अभ्यासकाच्या मनःपटलासमोर येते ते त्यांचे Shivaji And His Times हे शिवचरित्र! राष्ट्रीय तसेच आंतरराष्ट्रीय स्तरावर शिवाजी महाराजांचे चरित्र नेणाऱ्यांमध्ये सर जदुनाथ सरकार अग्रेसर मानले पाहिजेत. औरंगजेब हा त्यांचा खास अभ्यासाचा विषय. त्याचा अभ्यास करत असता ते शिवाजीकडे वळले. त्यांचे चरित्रकार श्री. रा. टिकेकरांनी म्हटले आहे, ''औरंगजेब हा जदुनाथांच्या अभ्यासाचा, संशोधनाचा आणि इतिहासकथनाचा मुख्य विषय. त्याच्या अनुषंगाने त्यांनी श्री शिवछत्रपतींचे चरित्र लिहिले; परंतु कित्येक अधिकारी टीकाकारांच्या

मते, जदुनाथांचे सर्वश्रेष्ठ पुस्तक म्हणजे त्यांचे शिवचरित्र होय.'' पुढे आणखी एका ठिकाणी ते म्हणतात, ''श्रीशिवछत्रपतींचे चरित्र जदुनाथांनी लिहिले. त्यामुळे हा मराठी राणा एकदम जगविख्यात झाला.''

शिवछत्रपतींच्या महत्तेबद्दल अतिशय मर्मग्राही विधान करताना सरकार एके ठिकाणी म्हणतात, ''राष्ट्रनिर्माता म्हणून मान्यता पावणे यासारखे मनुष्याच्या आयुष्यात अन्य कोणतेही श्रेष्ठ विधिलिखित असू शकत नाही, नेमके हेच महत्कृत्य शिवाजीने करून दाखवले आहे. शिवाजी झाला नसता, तर मराठी माणसांच्या आयुष्याची दिशा वेगळ्याच दिशेने माग्रक्रमण करत गेली असती आणि आजच्या भारताच्या इतिहासालाही एक वेगळेच वळण लागले असते, हे सत्य कोणालाही नाकारता येणार नाही.''

हे खरे की राष्ट्रनिर्माता होणे हे सर्वश्रेष्ठ विधिलिखित असू शकते; पण एखादा लोकनायक हा राष्ट्रनिर्माता पदास केव्हा पोहोचू शकतो, या प्रश्नाचे उत्तर देताना त्यांनी सूचित केले आहे की, त्यासाठी त्या लोकनायकाच्या अंतःकरणात सर्व लोकांचे कल्याण व्हावे अशी निःस्वार्थ भावना असावी लागते. शिवाजीराजा अशी भावना, अशी मानवतावादी दृष्टी असणारा असामान्य नेता होता.

शिवाजी महाराजांच्या गुणवैशिष्ट्यांची चर्चा करत असता सरकारांनी आपल्या नियोजित कार्यासाठी सुयोग्य साधनांची निवड व माणसांची अचूक पारख या त्यांच्या दोन गुणांचा गौरव केला आहे. त्यांनी पुढे असे म्हटले आहे की, शिवाजीराजांचे व्यक्तिमत्त्वच इतके प्रभावी होते की, त्यामुळे राष्ट्रीय आदर्शासाठी देशातील सर्व गुणवान माणसे त्याच्याभोवती गोळा झाली. एवढेच नव्हे, तर सामान्य माणसात ध्येयाची व जीवनाची एकरूपता त्याने निर्माण केली. त्याच्या कार्यास लोकांचा नैतिक पाठिंबा मिळाला. ते म्हणतात, ''लोकांची मने जिंकून शिवाजीने स्वराज्याची कल्पना त्यांच्या मनात पेरली. साध्या खेडूत लोकांमध्ये ही गोष्ट त्याच्यासारखा प्रामाणिक व समर्थ प्रशासकच करू शकत होता. त्यानंतर शिवाजीने लोकांच्या वैयक्तिक महत्त्वाकांक्षेला जागृत करून त्यांना आपल्या झेंड्याखाली विविध संधी उपलब्ध करून दिल्या. संधीचे एक अमर्याद क्षितिजच त्यांच्यासमोर उभे केले. अखेरीस त्यांच्यात शिवाजीने सामूहिक हिंमत, धैर्य व सामुदायिक अस्मिता प्रज्वलित केली आणि त्यांचे उदात्तीकरण करून त्यांना उच्चपदावर नेऊन पोहोचवले.

एखादा सामर्थ्यवान पुरुष प्रदीर्घ व संकटमयी निद्रेतून जागा व्हावा आणि शक्तिमान व्यक्ती म्हणून उभा राहावा, त्याप्रमाणे मराठी जनता शिवाजीने निर्माण केलेली स्वराज्याची सामूहिक प्रेरणा घेऊन उभी राहिली. शिवाजी यशस्वी झाला कारण, तो राजा म्हणून लोकांचा नायक होता.''

शिवाजी महाराजांच्या कामगिरीचे विवेचन करत असता, त्यामध्ये लोकशाहीचे एक महत्त्वाचे तत्त्व अनुस्यूत असल्याचे सरकारांनी म्हटले आहे. जेव्हा जातपात, पंथ, वंश यांचा विचार न करता उत्तम माणसे लोकसेवेसाठी निवडली जातात, तेव्हाच लोककल्याण साधले जाते. हे ते तत्त्व असून सर्व लोकशाही देशांनी त्यांचा स्वीकार केला आहे. आधुनिक काळात हे तत्त्व युरोपात फ्रेंच राज्यक्रांतीने सुप्रतिष्ठित केले आहे. या क्रांतीने मानवी विवेकशक्तीवरील सर्व सरंजामी व धार्मिक बंधने काढून टाकून, सरदार वर्गाकडे चालत आलेल्या सर्व सवलती व हक्क रद्द करून जाहीर केले की भविष्यकाळातील सर्व प्रकारच्या नोकऱ्या व व्यवसाय फक्त बौद्धिक क्षमतेवरच उपलब्ध केल्या जातील. सरकार म्हणतात, ''अभिमानाची बाब म्हणजे फ्रेंच राज्यक्रांतीच्या १२५ वर्षे आधी शिवाजीने भारतात या तत्त्वांची अंमलबजावणी केली होती. त्याचे सर्व अधिकारी केवळ गुणवत्तेच्या आधारावर नेमले होते. वाडवडिलांचा सामाजिक दर्जा किंवा धर्म या आधारावर त्यांची नेमणूक केली जात नसे, तर केवळ क्षमता व गुणवत्ता पाहून त्यांची नेमणूक केली जाई.

शेवटी सरकारांनी महाराजांविषयी गौरवोद्गार काढले आहेत. ते म्हणाले होते, ''शिवाजी हा भरजरी पोशाखात रत्नजडित सिंहासनावर विराजमान होत असला, तरी तो खऱ्या अर्थाने वैराग्यशील ऋषी होता. प्राचीन हिंदू राजनीतीमधील आदर्श अशा राजपदास तो पोहोचला होता!''

***

सरकारांप्रमाणे आणखीन एका थोर मराठी शिवचरित्रकाराने शिवछत्रपतींचे चरित्र महाराष्ट्राबाहेर नेले. ते शिवचरित्रकार म्हणजे डॉ. बाळकृष्ण होय. डॉ. बाळकृष्ण हे मूळचे पंजाबी, आर्य समाजाचे अनुयायी व तत्त्वचिंतक. कोल्हापूरच्या राजर्षी शाहू महाराजांनी राजाराम कॉलेज आर्यसमाजाच्या स्वाधीन केल्यावर ते कॉलेजचे प्राचार्य म्हणून रुजू झाले. त्यांच्यासारखा थोर विद्वान इतिहासकार शिवछत्रपतींच्या चरित्राकडे आकृष्ट झाला नसता,

तरच नवल. त्यांनी सतत १२/१३ वर्षे असाधारण परिश्रम करून 'Shivaji the great' हे चार खंडांचे शिवचरित्र सिद्ध केले. या ग्रंथाचे वैशिष्ट्य हे की, तो प्रामुख्याने डच, पोर्तुगीज, इंग्लिश साधनांच्या आधारे लिहिला गेलेला इतिहासग्रंथ आहे. डॉ. बाळकृष्णांनी कोल्हापूर, शिवाजी महाराज व महाराष्ट्र यांवर इतके प्रेम केले की ते कोल्हापूरवासीय मराठाच झाले. त्यांच्या शिवीजीप्रेमाचा गौरव करताना रियासतकार सरदेसाई यांनी म्हटले आहे, "कोणीकडे पंजाब आणि कोणीकडे कोल्हापूर! शिवाजी महाराजांचे व त्यांच्या विद्यमान राजधानीचे एवढे कौतुक करणारा परप्रांतीय विद्वान गृहस्थ निपजावा, हे हिंदूभूमीच्या इतिहासात विशेष स्मरणीय मानले पाहिजे."

अशा या शिवप्रेमी इतिहासकाराच्या शिवचरित्रातील खासकरून शिवाजी महाराजांच्या व्यक्तिमत्त्वाचा वेध घेणारा लेख आम्ही निवडलेला आहे. शिवछत्रपतींच्या कारकिर्दीत फ्रेंच, पोर्तुगीज, इंग्रजादी अनेक युरोपियन वकिलांनी व प्रवाशांनी त्यांच्या भेटी घेतल्या होत्या. अनेकांनी त्यांच्या अद्‌भुत परक्रमाच्या कथा ऐकल्या होत्या. या सर्वांनी आपल्या वृत्तान्तात शिवाजीराजांविषयी काही नोंदी केल्या आहेत, त्या शिवाजी महाराजांचे व्यक्तिमत्त्व समजून घेण्याच्या दृष्टीने फार महत्त्वाच्या ठरतात. डॉ. बाळकृष्ण यांनी अशा नोंदीच्या आधारे महाराजांच्या व्यक्तिमत्त्वाचा शोध घेतला. तो घेत असता त्यांनी म्हटले आहे, "हा महान विजेता दैवाचा गुलाम नसून, त्याचा स्वामी होता. (He was a master and not a slave of destiny) आपण काय करावे अगर काय करू नये, याबद्दल महाराजांनी कोणा फलज्योतिष्याचा कधी सल्ला घेतला होता, असा उल्लेख बखरीतूनसुद्धा सापडत नाही. उलटपक्षी आपल्या भावी योजना स्वतःजवळ ठेवण्याइतके ते जागृत असत, हे युरोपियन लोकांच्या पुराव्यावरून शाबीत होते... (त्यांच्यासारखे) समर्थ मानवी मन दैवाचे गुलाम कधीच होत नसते. शिवाजीराजा हा दैवाचा जणू लाडका पुत्रच होता. साहजिकच दैवाने त्यांच्यावर त्यांनी हाती घेतलेल्या कार्यात विजयांचा वर्षाव केला.

डॉ. बाळकृष्णांनी शिवाजी महाराजांचा स्पार्टन साधेपणा, मदिरा व मदिराक्षीपासून दूरता, असामान्य स्त्रीदाक्षिण्य, विधायक मुत्सद्देगिरी, महान सेनानायकत्व अशा अनेक गुणवैशिष्ट्यांचे आलोकन आपल्या समर्थ भाषाशैलीत केले आहे. या गुणांसोबत महाराजांच्या असामान्य कल्पकतेचा गौरव करत असता त्यांनी म्हटले आहे– "शिवाजी महाराजांच्या प्रज्ञेचा असामान्य

कल्पकता हा प्रधान पैलू होता. आणीबाणीच्या प्रसंगी त्यांचे उत्कृष्ट अष्टपैलुत्व प्रकट होत असे. शत्रूचे कपट, फसवणूक, गुप्त कारस्थाने यांना राजांनी कधीही दाद दिली नाही. उलटपक्षी आपल्याच जाळ्यात शत्रूला पकडण्यात ते यशस्वी ठरले. संकटसमयी त्यांची प्रज्ञा बहरत असे आणि अशा काही क्लृप्ती ते योजत, की ते तर सहीसलामत बाहेर पडतच; शिवाय शत्रूही पराभूत पावत असे.

डॉ. बाळकृष्णांनी महाराजांच्या अलौकिक कार्याचे अत्यंत यथार्थ शब्दांत मूल्यमापन केले आहे. मावळ्यांचे पराक्रमी सिंहात रूपांतर करणारी जादुई करामत या पर्वतपुरुषाने केली, असे ते म्हणतात : ज्याला त्याचे शत्रू 'डोंगरातील उंदीर' आणि 'अविवेकी खलपुरुष' म्हणत, तो हा असा एक सत्पुरुष होता. ते खऱ्या अर्थाने 'पर्वतपुरुष'ही होते. त्यांचे चाहते त्यांस 'महाराष्ट्राचा सिंह' असे अभिधान देतात. अर्थात, शिवाजी महाराजांनी कोकरांचे सिंहात रूपांतर केले यात शंका नाही. महाराष्ट्रातील गरीब, पददलित, दैववादी बहुजनांना राजांनी आपल्या जादुई स्पर्शाने आणि प्रेरणादायी व्यक्तिमत्त्वाने अलौकिक कर्तबगारी दाखवण्यास प्रवृत्त व सक्षम केले आणि त्यांचे रूपांतर उत्तम सैनिक, धाडसी पाठीराखे, परिपूर्ण सेनापती, विधायक दृष्टीचे राजनैतिक अधिकारी यांच्यात करून लढाया जिंकणाऱ्या मोगलांना तोंड देण्यास त्यांना समर्थ बनवले. या तथाकथित अशिक्षित, असंस्कृत आणि दरोडेखोर म्हणून शत्रूकडून हेटाळणी केली गेलेल्या या व्यक्तीने हे आपल्या लोकांचे जादुई रूपांतर घडवून आणले होते. शिवाजीराजांचा गौरव एक किमयागार, एक अलौकिक पुरुष असा करण्यास प्रत्यवाय नाही. त्यांच्या कर्तबगारीमुळे भारतीय इतिहासाची पाने सदैव झळाळून उठतील यातही शंका नाही.

***

शिवचरित्रकारांच्या या मांदियाळीत त्र्यंबक शंकर शेजवलकर यांचेही नाव प्रकर्षाने उठून दिसते. ते एक प्रज्ञावंत इतिहासकार होते, ही महाराष्ट्रातील विचारवंतांना सर्वमान्य असणारी गोष्ट आहे. मुंबईच्या 'मराठा मंदिर' या संस्थेने त्यांच्यावर शिवचरित्रलेखनाची जबाबदारी सोपवली होती, पण ती पुरी करण्यापूर्वीच ते आपल्यातून निघून गेले, हे महाराष्ट्राचे दुर्दैवच म्हटले पाहिजे. महाराष्ट्र एका प्रतिभाशाली लेखकाच्या ऐतिहासिक कलाकृतीस

मुकला, असेच म्हणावे लागेल.

शेजवलकरांच्या निधनानंतर मराठा मंदिराने त्यांनी लिहिलेली शिवचरित्राची प्रस्तावना, काही प्रकरणे, नोंदी, टिपणे, आराखडा इत्यादींचा साडेसहाशे पृष्ठांचा श्रीशिवछत्रपती हा ग्रंथ १९६४ मध्ये प्रकाशित केला. १९६६ मध्ये साहित्य अकादमीचा पुरस्कारही या ग्रंथास देण्यात आला. हा ग्रंथ अभ्यासल्यावर शेजवलकरांच्या मनश्चक्षूंसमोर शिवचरित्राचे केवढे भव्य व उदात्त शिल्प उभे होते याची जाणीव निर्माण होते आणि ही कामगिरी त्यांच्या हातून पार पडली नाही, याबद्दल हुरहुर लागून राहते.

या ग्रंथातील लेखाच्या प्रारंभीच्या चार-पाच ओळीच कशा लक्षणीय आहेत पाहा :

शिवाजीच्या राज्यस्थापनेचे मुख्य श्रेय त्याच्या स्वतःच्याच स्फूर्तीला, कल्पनेला व पराक्रमाला देणे योग्य आहे, असे वाटते. इतिहासात अनेक शतकांनी एखादा स्वयंभू जेता जगाच्या पाठीवर कोठेतरी, केव्हातरी एकदम उदय पावताना दिसतो, त्या जातीचा शिवाजी आहे. अशी व एवढी व्यक्ती हिंदुस्थानात मुसलमानी राज्यस्थापनेपासून कोणी झालेली नव्हती, ती शिवाजीच्या रूपाने प्रकट झाली. शिवाजीचे स्वतंत्र मन त्याच्या स्वतंत्र राज्याचे अधिष्ठान होते. ज्याप्रमाणे नेपोलियनचे विजिगीषू मन त्याच्या जेतेपणास कारणीभूत झाले, तोच प्रकार येथे समजावा.

शेजवलकरांनी अत्यंत मोजक्या शब्दांत शिवछत्रपतींची कामगिरी, त्यामागील रहस्य आणि त्यांचे जगाच्या इतिहासातील स्थान, यावर भाष्य केले आहे. 'शिवाजीचे स्वतंत्र मन त्याच्या स्वतंत्र राज्याचे अधिष्ठान होते', हे त्यांचे विधान म्हणजे केवळ त्यांच्या प्रतिभेचा वाग्विलास नाही, तर ऐतिहासिक सत्याचे मनोहारी दर्शन आहे!

शेजवलकर म्हणतात की, अनेकदा महापुरुषाचे वागणे सामान्य लोकांना अनाकलनीय वाटते, ते अराजक निर्माण करणारे भासते. पण खरेतर तो महापुरुष जुनी व्यवस्था मोडून, फोडून, जाळून टाकून नवी व्यवस्था निर्माण करणारा असतो आणि अशी नवी व्यवस्था जन्मास घालणे, हेच त्याचे जीवितकार्य असते. अशी कोणती नवी व्यवस्था महाराजांनी उदयास आणली, याचे विश्लेषण करताना त्यांनी पुढे म्हटले आहे की, शिवपूर्वकालात देवगिरीचे मराठी राज्य कर्नाटक-तेलंगणापर्यंत पसरले होते. त्या राज्यात बहुतेक लोक मराठी बोलणारे होते, त्याच राज्यात भावार्थदीपिकेसारखा

असामान्य ग्रंथ तयार झाला; पण या मराठी भाषकांत अथवा या ग्रंथात कुठेही महाराष्ट्र राज्याबद्दल अस्मिता उमटलेली दिसत नाही. शिवाजी महाराजांनी मराठी लोकांत ही अस्मिता उत्पन्न केली.

शेजवलकर लिहितात, 'ती गोष्ट (अस्मिता) मराठी बोलणारे लोक अनेक मुसलमानी राज्यांत विभागले जाऊनही शिवाजीने घडवून आणली. महाराष्ट्रातील एका मागासलेल्या कोपऱ्यातील खेडवळ लोकांतही महाराष्ट्र राज्याबद्दल, ते तळहाताएवढे असतानाही, ईर्षा उत्पन्न झाली. या छोटेखानी, होऊ घातलेल्या राज्याकडे अखिल महाराष्ट्रातील कर्तबगार लोक आकर्षित झाले. त्यांना पारखून घेणारा व घण मारून, ठाकठीक करून आकार देणारा पुरुष निर्माण झाला.

शिवछत्रपतींच्या कार्याची चिकित्सा करत असता शेजवलकरांनी आणखी असे उद्गार काढले आहेत की, शिवाजीराजे स्वतःला 'महाराष्ट्राचा छत्रपती म्हणवून घेतात, एवढीसुद्धा कामगिरी त्यास उत्तम पुरुष ठरवण्यास पुरेशी आहे, पण त्याहून पुढे जाऊन त्यांच्या हातून अखिल भरतखंडास अभिमान वाटणारी कामगिरी पार पडली. ती म्हणजे –

शेजवलकर म्हणतात, "शिवाजीने त्यापुढे जाऊन हिंदू समाजाचा सुकत आलेला वृक्ष पुनरुज्जीवन केला, ही त्याची त्याहून मोठी व अखिल भरतखंडास अभिमानास्पद कामगिरी घडली, असे इतिहासावरून ठरते. यवनी राजांच्या हिंदू प्रजेने, परराज्य होऊनही परधर्माचा प्रवेश आपल्या आचरणात, विचारसरणीत, ग्रंथात वा शास्त्रात कोठे होऊ दिला नव्हता, पण अनेक शतके ज्या समाजाचे वर्तन कासवाप्रमाणे आपले हात-पाय व डोके कवचाखाली लपवून सरासरी जिवंत राहणाऱ्याचे झाले होते, त्याला शिवाजीने मान ताठ करून व हातपाय हलवून निर्भयतेने बदललेली परिस्थिती लक्षात घेण्यास उद्युक्त केले. स्वसंरक्षणाचा खात्रीचा मार्ग शत्रूवर चढाई करण्यातच असतो, हे राजनैतिक व लष्करी तत्त्व अमलात आणून शिवाजीने सर्व हिंदू लोकांसमोर ठेवले.

हिंदू समाजात आता कोणी क्षत्रियच राहिला नाही, असा आत्मघातकी समज हिंदू पंडितांनीच निर्माण केला होता, तो महाराजांनी मुळापासून उपटला आणि या जगात क्षत्रिय आहेत आणि समाजरक्षणाचे कार्य करण्यास परधर्माच्या हल्ल्यापासून हिंदू धर्म सुरक्षित ठेवण्यास क्षत्रिय वर्गाची सदैव गरज आहे. हे सत्य आपल्या राज्याभिषेकाने शिवाजी महाराजांनी उद्घोषित

केल्याचे शेजवलकरांनी जे म्हटले आहे, ते इतिहासाला धरूनच आहे.

आपले सर्व आयुष्य मराठ्यांच्या इतिहासाच्या संशोधनाला वाहिलेले काही निष्ठावान इतिहास संशोधक व इतिहासकार गेल्या शतकात होऊन गेले. त्यांपैकी वा. सी. बेंद्रे यांचे नाव आवर्जून घेतले पाहिजे. इ. स. १६०० ते १७०७ असा हा सर्वसाधारणपणे शिवशाहीचा कालखंड समजला जातो. या कालखंडातील मालोजीराजे – शहाजीराजे यांच्यापासून छत्रपती राजाराम-महाराणी ताराबाईपर्यंतच्या कारकिर्दीच्या इतिहासाचे पाच बृहद् ग्रंथ बेंद्रे यांनी प्रसिद्ध केले. त्यांचे शिवचरित्राचे दोन मोठे खंड म्हणजे शिवशाहीच्या इतिहासाचे साधनग्रंथच आहेत. वाचकांसमोर साधनांची मांडणी करून तसेच त्यांची चिकित्सा करून आपले निष्कर्ष प्रतिपादन करण्याची त्यांची लेखनशैली होती.

शिवाजी महाराजांचे हिंदवी स्वराज्य हे केवळ महाराष्ट्रीयांकरिता नव्हते आणि त्यामध्ये हिंदू धर्माची जरी जोपासना करण्याचे प्रयत्न केले जात होते, तरी इतर धर्मीयांच्या धर्माचे संरक्षण करण्याची हमी आणि त्यांना त्यांचा आचारधर्म पाळण्याची मुभा दिली जात होती, असे प्रतिपादन करून बेंद्रे पुढे म्हणतात की, राजनिष्ठा व देशनिष्ठा यात थोडेही अंतर पडू न देण्याची खबरदारी घेतली जात होती.''

हिंदवी स्वराज्याची निर्मिती करून १७व्या शतकात शिवछत्रपतींनी महाराष्ट्रीयांच्या आचारधर्मात जी क्रांती केली, तिची साररूपाने गुणवैशिष्ट्ये बेंद्रे यांनी दिली आहेत. त्यांतील काही प्रमुख सारांशरूपाने अशी सांगता येतील. १. सर्व धर्मांना समान वागणूक, धर्मनिरपेक्षता २. सर्वांना आचारस्वातंत्र्य ३. अध्ययन - अध्यापनाचे स्वातंत्र्य ४. भागवतधर्माचा पुरस्कार ५. नोकरीत समान संधी मात्र, कर्तृत्व व निष्ठा यांना प्राधान्य ६. बाटवण्यास विरोध, बाटलेल्यांचे शुद्धीकरण ७. स्त्रिया व मुले यांचे संरक्षण ८. साधुसंतांविषयी आदर ९. गुलामांच्या खरेदी-विक्रीस आळा १०. खेड्यांची स्वायत्तता व समानता ११. राष्ट्रीय लष्कराची निर्मिती १२. छावणीत स्त्रियांना बंदी १३. आरमारनिर्मिती व त्याद्वारा व्यापारवृद्धी १४. राज्यकारभारात शिस्त १५. राजपदास प्रजेची मान्यता १६. शत्रूच्या मुलखातील लुटीसंबंधीचे निर्बंध १७. कलाशास्त्रांना उत्तेजन

***

बहुभाषाकोविद असणारे पंडित सेतुमाधवराव पगडी हे इतिहास संशोधन क्षेत्रास लाभलेले एक बहुमोल रत्न होते. त्यांचा पिंड केवळ रसिक साहित्यिकाचा नव्हता, तर तो जाणकार इतिहासपंडिताचाही होता. उर्दू, फारसी, इंग्रजी आदी अनेक भाषांवर त्यांचे प्रभुत्व होते. त्याचा उपयोग त्यांनी त्या त्या भाषेतील मराठ्यांच्या इतिहासाची साधने मराठीत आणण्यासाठी केली. विशेषतः फारसी भाषेतील मराठा इतिहासाची साधने त्यांनी मराठीत आणून मराठी इतिहासाभ्यासकांवर मोठे उपकार करून ठेवले आहेत. 'मराठ्यांचे स्वातंत्र्ययुद्ध' हा त्यांचा आवडता प्रांत होता. या स्वातंत्र्ययुद्धातील मराठ्यांचा पराक्रम त्यांनी रसाळ भाषेत मराठी लोकांसमोर आणला. शिवचरित्राचे ते विसाव्या शतकातील एक प्रभावी भाष्यकार होते. महाराष्ट्राच्या बाहेर पडून परप्रांतांत अनेक ठिकाणी त्यांनी शिवचरित्रावर व्याख्याने देऊन शिवप्रभूंची महती सर्व भारतभर पसरवण्याच्या कार्यास मोठी चालना दिली.

शिवछत्रपतींचे चरित्र हे एका मानवश्रेष्ठाचे चरित्र कसे होते, हे सांगताना पगडी म्हणतात,

"शिवाजी महाराजांचे आयुष्य हे स्वातंत्र्यरक्षणाच्या ध्येयाने प्रेरित होऊन अविश्रांत झगडणाऱ्या, पण तरीही विचार आणि विवेकाची कास न सोडणाऱ्या मानवश्रेष्ठाचे चरित्र आहे. महाराजांची ध्येये, त्यांचे रणांगणातील कौशल्य, लष्करी डावपेच, वेळप्रसंगी माघार तर संधी पाहून आक्रमण, आपण स्थापित असलेले राज्य, हे खऱ्या अर्थाने कल्याणकारी ठरावे, आपल्या जनतेचा सर्वांगीण विकास व्हावा, आपले सांस्कृतिक जीवन समृद्ध व्हावे आणि सर्वांत महत्त्वाची गोष्ट म्हणजे राष्ट्राची अस्मिता जागृत व्हावी, यासाठी महाराजांनी केलेली प्रयत्नांची पराकाष्ठा हे सर्व पाहता, त्यांचे आयुष्य म्हणजे समकालिनांना एक चमत्कार तर वाटलाच, पण आजतागायत भारतातील पिढ्या त्यांच्या चरित्राने भारावून गेल्या आहेत."

शिवाजी महाराजांच्या जीवनातील महत्त्वाच्या घटनांचा व त्या प्रसंगीच्या पराक्रमाचा परामर्श घेत घेत पंडित पगडी पुढे जातात. महाराजांना आदिलशाही, पोर्तुगीज, इंग्रज, स्वकीय जहागीरदार आदींशी संघर्ष करावा लागला असला, तरी त्यांचा मुख्य लढा, मुख्य संघर्ष, हा मोगल बादशाहीशी होता. मोगलांच्या अफाट सामर्थ्यापुढे महाराजांचे सामर्थ्य ते काय! पण आपल्या असामान्य बुद्धिचातुर्याने, मुत्सद्देगिरीने व रणनीतीने महाराजांनी मोगलांच्या फौजांना अनेकदा खडे चारले. 'माझ्या देशाचे संरक्षण करणे हे माझे कर्तव्य आहे',

अशी घोषणा दिली! एवढेच नव्हे, तर खुद्द औरंगजेब बादशहाच्या दरबारात जाऊन त्याच्यासमोर आपल्या अस्मितेच्या मराठी बाण्याचे दर्शन त्याला घडवले. पंडित पगडी म्हणतात, "मोगल दरबारात अशी गर्जना यापूर्वी भारतातून उठली नव्हती. या गर्जनेने मोगल साम्राज्यातील सारी जनता थरारून उठली."

शिवछत्रपतींच्या नेतृत्वाखालच्या लढ्याचे स्वरूप कसे होते, यावर भाष्य करताना पं. पगडींनी म्हटले आहे, "हा लढा म्हणजे एकीकडे स्वातंत्र्याचा तर दुसरीकडे आक्रमणांचा असा होता. आणि आक्रमण कोण करत होते. आपण स्वतः मध्य आशियाचे तुर्क आहोत, आम्ही भारताचे राजे, भारतीय राजे नाहीत असे अभिमानाने सांगणारा औरंगजेब."

या पार्श्वभूमीवर स्वराज्यातील मराठी माणूस आपल्या अस्तित्वासाठी, आपल्या स्वातंत्र्यासाठी लढत होता. तशी परिस्थिती मोगलांच्या बाजूवर नव्हती. मोगलांचे सरदार व सैनिक यांच्या निष्ठा भाडोत्री होत्या. म्हणूनच लेखकाने पुढे म्हटले आहे की, मोगल सैनिक पगारासाठी, तर मराठी सैनिक स्वराज्यरक्षणासाठी लढत होते. महाराजांनी हे अचूक हेरले होते. म्हणूनच ते या लढ्यात यशस्वी होत गेले. मोगल व मराठे या दोन पक्षांच्या गुणावगुणांचे विश्लेषण करताना पंडित पगडी म्हणतात, - "मोगल सैन्याची सरंजामी पद्धत, संथ हालचाली, भोंगळ रचना, सरदारातील वांशिक, धार्मिक व वैयक्तिक हेवेदावे आणि आग्र्यात बसून मोहिमांच्या लहानसहान तपशिलात हस्तक्षेप करण्याचा औरंगजेबाचा स्वभाव, ही वैशिष्ट्ये कुणालाही दिसू शकली असती. उलट महाराजांचे खडे आणि वेळोवेळी पगार मिळणारे राष्ट्रीय सैन्य आणि आरमार, महाराजांच्या चपळ हालचाली, सैन्याबरोबरच राजकारणांचे डावपेच या गोष्टी मोगलांना भारी पडल्या."

***

डॉ. अप्पासाहेब पवार हे गेल्या पिढीतील एक थोर शिक्षणतज्ज्ञ व मराठा इतिहासाचे गाढे संशोधक होते. महाराष्ट्र राज्याचे ते पहिले शिक्षण संचालक होते. तत्पूर्वी ते राजाराम कॉलेजमध्ये इतिहास व अर्थशास्त्राचे प्राध्यापक व नंतर प्राचार्य म्हणून कार्यरत होते. प्रसिद्ध शिवचरित्रकार डॉ. बाळकृष्ण हे त्यांचे गुरू. राजाराम कॉलेजच्या सेवेत असता डॉ. पवार यांनी मुंबईपासून मद्रास-तंजावरपर्यंतचे दप्तरखाने धुंडाळून मराठ्यांच्या इतिहासाची

हजारो कागदपत्रे गोळा केली आणि पुढे ते शिवाजी विद्यापीठाचे (पहिले) कुलगुरू झाल्यावर ही कागदपत्रे त्यांनी अनेक खंडांत प्रसिद्धही केली. शिक्षणाच्या क्षेत्रात अनेक प्रशासनिक उच्च पदांवर काम करत असतानाही त्यांनी आपली संशोधक वृत्ती जतन करून ठेवली होती. मराठ्यांचा इतिहास हा त्यांचा खास आवडता प्रांत होता. त्यावर त्यांनी मोजकेच संशोधन/ लेखन केले असले तरी ते मूलगामी स्वरूपाचे आहे.

आपल्या अनेक लेखांमधून डॉ. पवारांनी शिवाजीमहाराजांच्या कामगिरीची व त्यांच्या व्यक्तिमत्त्वाची चर्चा केली आहे. सन १६७८च्या मुंबईकर इंग्रजांच्या पत्रातील एका विधानाच्या अनुषंगाने त्यांनी उपलब्ध साधनांच्या आधारे महाराजांचे अंतिम ध्येय भारतात हिंदूपदपातशाही स्थापन करणे हे होते की काय, या प्रश्नाची चर्चा केली आहे, मुंबईकर इंग्रजांनी म्हटले आहे की, मिर्झा राजा जयसिंग याने ताब्यात घेतलेले सर्व किल्ले शिवाजीराजे यांनी जिंकून परत घेतले असून विजापूर काबीज करण्यचा त्याचा मनसुबा आहे. एवढेच नव्हे, तर दिल्लीवर धडक देऊन औरंगजेबाला कैद केल्याशिवाय तो आपले खड्ग म्यान करणार नाही, अशी त्याने प्रतिज्ञा केली आहे!

या वार्तेचे विश्लेषण करत असता डॉ. पवार यांनी राज्याभिषेकाचे सूत्र आपल्या संशोधनातून मांडले आहे. त्यांच्या दृष्टिकोनातून राज्याभिषेकाची अर्थपूर्णता लक्षात येण्यासाठी महाराजांची राष्ट्रनिर्माता ही भूमिका समजून घेतली पाहिजे. ते म्हणतात, "केवळ आसपासचा प्रदेश जिंकून राज्य निर्माण करावे एवढ्यावरच हा राजा समाधानी असावा असे दिसत नाही. त्याचे ध्येय अधिक उच्च कोटीचे होते. म्हणूनच दक्षिण दिग्विजय या नावाने ओळखल्या जाणाऱ्या मोहिमा त्यांनी कर्नाटक भागात काढल्या. त्यांनी थेट कोरोमंडल किनाऱ्यापर्यंत धडक मारली आणि असे आश्चर्यकारक विजय मिळवले की, त्यांना सीझरची उपमा देणे परकीयांना क्रमप्राप्त ठरले."

मुंबईकर इंग्रज लिहितात की, शिवाजीराजे आपल्या २० हजार घोडदळ व ४० हजार पायदळ अशा सैन्यानिशी सीझरच्या स्पेनमधील 'तो आला, त्याने पाहिले आणि त्याने जिंकले' अशासारखा आश्चर्यकारक विजय मिळवला!

या अभूतपूर्व विजयावर भाष्य करताना डॉ. पवारांनी म्हटले आहे की, "या विजयामुळे शिवाजीराजांचे जसे बळ वाढले, तसाच त्यांचा आत्मविश्वासही दुणावला. दक्षिणेत जर आपणास विजय मिळतो, तर तसाच विजय

उत्तरेतसुद्धा का मिळू नये? मोगल पातशहाने शिवाजीराजांना पकडून एकदा कैदेत टाकले होते; याचे उत्तर म्हणून आपणही दिल्लीवर चाल करून जाऊन त्या पातशहाला दिल्लीतच कोंडून का ठेवू नये; आपण दिल्ली जिंकू शकणार नाही का, असे राजांना वाटणे स्वाभाविक होते.'' यानंतर डॉ. पवारांनी मागे निर्देशित केलेले मुंबईकर इंग्रजांचे पत्र (ज्यात राजांची प्रतिज्ञा उल्लेखिलेली होती) उद्धृत केले आहे.

शिवाजी महाराजांच्या मनात केव्हा ना केव्हा दिल्ली जिंकण्याची महत्त्वाकांक्षा वास करत होती; किंबहुना दिल्ली काबीज करण्याची महत्त्वाकांक्षा बाळगू शकणारा हा त्या काळच्या हिंदुस्थानातील एकमेव राजा होता. अशा प्रकारचा मनोदय म्हणजे वेडेपणाच ठरला असता, अशी ज्यांची समजूत असेल, ते महाराजांच्या सामर्थ्याचे अवमूल्यन करत असतात, असेच म्हणावे लागेल, असे डॉ. पवारांनी म्हटले आहे.

शिवाजी महाराजांच्या लष्करी विजयांनी भारावून जाऊन परदेशी लोकांनी या विजयांना 'जादुई चमत्कार' म्हटले आहे. यासंदर्भात डॉ. पवार म्हणतात, ''या सर्व चर्चेतून एक कल्पना मनात येऊ पाहते, ती म्हणजे, हा मराठा राजा खरोखरच दिल्लीवर चालून गेला असता तर त्या शत्रुप्रदेशातूनही त्याला चांगला भरीव पाठिंबा मिळाला असता आणि तथाकथित जादुई यशही त्याला मिळू शकले असते! मात्र दिल्ली काबीज करण्याचा शिवाजीराजांचा खरोखरच मनसुबा होता की नव्हता याचा निर्णय लागण्यापूर्वीच त्यांचे देहावसान झाले.''

मराठ्यांच्या या राजाची महत्त्वाकांक्षा त्याच्या सिंहासनावर आरूढ झालेल्या संभाजी महाराज व राजाराम महाराज या दोन्ही सुपुत्रांनी बाळगलेली दिसते. १६८२मध्ये जयपूरचा राजा रामसिंह याला धाडलेल्या पत्रात संभाजी महाराजांनी दिल्लीवर धडक घेऊन औरंगजेब बादशहास कारागृहात डांबण्याची भाषा केलेली आहे. (छत्रपती संभाजी स्मारक ग्रंथ - संपा. डॉ. जयसिंगराव पवार, पृष्ठ ६८-६९) पुढे त्यांच्या हत्येनंतर राजाराम महाराज गादीवर आले. या सुमारास मोगलांचा दक्षिणेस मोठा जोर होता. मराठ्यांचे शेकडो किल्ले त्यांनी जिंकले होते आणि राजाराम महाराजांना स्वराज्यात राहणे धोक्याचे वाटल्याने ते महाराष्ट्रातून कर्नाटकात जिंजी किल्ल्याकडे गेले होते. तेथेही मोगलांनी त्या किल्ल्यास वेढा दिला होता. इकडे रायगडचा पाडाव होऊन मराठ्यांची राणी येसूबाई आपल्या पुत्रासह मोगलांची कैदी

बनलेली होती. अशाही संकटाच्या काळात मराठे लढत होते. मोगलांनी जिंकून घेतलेले गडकोट परत जिंकून घेत होते.

अशा अत्यंत प्रतिकूल परिस्थितीत राजाराम महाराजांनी धीर सोडला नव्हता. औरंगजेबाशी लढण्यासाठी ते मराठा सरदारांना प्रोत्साहित करत होते. या सुमारास म्हणजे १६९१ मध्ये त्यांनी हणमंतराव व कृष्णाजी या घोरपडे पिता-पुत्रास दिलेली सनद उपलब्ध आहे. या सनदेत त्यांनी रायगड, विजापूर, भागानगर, औरंगाबाद व शेवटी दिल्ली काबीज केल्यानंतर त्यांना द्यायचा सरंजामाचा मजकूर आहे! उभयतांना एकूण ६ लक्ष होनांचा सरंजाम मिळणार होता, त्यापैकी दिल्ली घेतल्यावर ३ लक्ष होनांचा सरंजाम बहाल केला जाणार होता! (शिवचरित्र साहित्य, खंड ५, पृ. १०-१२)

दिल्ली जिंकून तेथील सिंहासनावर आरूढ होण्याचे महत्त्वाकांक्षी स्वप्न शिवछत्रपतींनी व त्यांच्या सुपुत्रांनी बाळगले होते; पण शिवशाहीत हे स्वप्न साकार झाले नाही. पुढे पेशवाईत मराठ्यांनी दिल्ली जिंकली, पण मराठा छत्रपती त्या तख्तावर बसला नाही. कारण या तख्तावर बसण्याचा मोगल बादशहाचा अधिकार मराठ्यांनी आपणहून मान्य केला होता, त्याचबरोबर आपण त्या तख्तावर बसायचे नाही, असेही ठरवले होते. शिवछत्रपतींच्या राजनीतीपासून त्यांचे मराठे किती दूर गेले होते, याचे हे लक्षण होते.

***

पुणे विद्यापीठाचे इतिहासाचे प्राध्यापक व टिळक महाराष्ट्र विद्यापीठाचे कुलगुरू डॉ. अ. रा. कुलकर्णी हे अलीकडच्या काळातील एक आघाडीचे इतिहास संशोधक व इतिहासकार होते. शिवकालीन समाजव्यवस्था, अर्थकारण, शेती, महसूल, मराठ्यांचे इतिहासकार हे त्यांचे खास संशोधनाचे विषय होते. मराठीप्रमाणेच इंग्रजीत लेखन करून आणि विविध परिषदांत आपले संशोधन सादर करून त्यांनी मराठ्यांचा इतिहास राष्ट्रीय व आंतरराष्ट्रीय स्तरावर पोहोचवला. महाराजांच्या पराक्रमावर, तसेच राजनीतीवर आतापर्यंत अनेकांनी लिखाण केले असले, तरी त्यामानाने त्यांच्या अर्थनीतीवर फार कमी लिहिले गेले आहे. 'शिवाजी महाराजांची अर्थनीती' या शिवचरित्रातील काहीशा उपेक्षित प्रांतावर डॉ. अ. रा. कुलकर्णी यांनी संशोधन केले आहे.

शिवरायांच्या राज्याची अर्थनीती मांडत असताना, डॉ. कुलकर्णी यांनी मराठ्यांचा आद्य इतिहासकार ग्रँट डफ याने मराठी सत्तेच्या उदयाची

मीमांसा करत असताना प्रस्तुत केलेल्या 'वणवा' सिद्धान्ताची व त्याला न्या. रानडे यांनी दिलेल्या प्रत्युत्तराची चर्चा केली आहे. मराठी राष्ट्राची (Maratha Nation) निर्मिती ही शिवाजी महाराजांची मोठी देशसेवा अथवा सर्वश्रेष्ठ कामगिरी होय, असे न्यायमूर्तीचे विधान उद्धृत करून डॉ. कुलकर्णी म्हणतात, "शिवाजी महाराजांच्या आणखी एका थोर कार्याची दखल घेतली पाहिजे. हे नवनिर्मित राष्ट्र आर्थिकदृष्ट्या कसे सबल होईल, यासाठी त्यांनी जे कार्य केले, त्याची इतिहासकारांनी याग्य ती दखल न घेतल्याने मराठ्यांच्या कार्यासंबंधी काही चुकीची विधाने केली जातात."

शेती हा राज्याचा कणा असून, शेतीचा विकास म्हणजे राज्याचा विकास हे शिवाजी महाराजांनी ओळखले होते. आपले प्रशासन शेतकऱ्यांच्या म्हणजे रयतेच्या सुखसमृद्धीस बांधील असले पाहिजे, आपल्या अधिकाऱ्यांनी रयतेस काडीचाही त्रास देता कामा नये, असा दंडक त्यांनी निर्माण केल्याचे सांगून डॉ. कुलकर्णी, महाराजांनी १६७६ मध्ये प्रभानवल्लीचा सुभेदार रामाजी अनंत यास पाठवलेल्या त्यांच्या आज्ञापत्रातील ओळी उद्धृत करतात. त्या सुभेदारास महाराज फर्मावतात : "चोरी न करावी, इमाने-इतबारे साहेब काम करावे, येसी तू क्रियाच (शपथ) केली आहेस. तेणेप्रमाणे येक भाजीच्या देठास तेही मन न दाखवता रास (रास्त) व दुरुस (दुरुस्त) वर्तणे... मुलकात बटाईचा तह (अधेरीचा करार) चालत आहे; परंतु रयेतीवर जाल (जुलूम) न पडता रयतेचा वाटा रयतेस पावे आणि राजभाग आपणास येई ते करणे, रयेतीवरी काडीचे जाल व गैर केलिया साहेब तुजवर राजी नाहीत येसे बरे समजणे." यावर टिप्पणी करताना डॉ. कुलकर्णी यांनी म्हटले आहे : "राज्याभिषेकानंतर लगेचच हा फतवा काढला आहे, शेतकऱ्यांचे हित साधण्याचा मनःपूर्वक प्रयत्न महाराजांनी केला होता, हे या पत्रावरून स्पष्ट होते. शिवाजीराजे हे खऱ्या अर्थाने शेतकऱ्यांचे राजे होते; 'इडापीडा टळो आणि बळीचे राज्य येवो' अशी सतत प्रार्थना करणाऱ्या शेतकऱ्यांना दिलासा देणारे हे 'बळीचे राज्य' सतराव्या शतकात महाराष्ट्रात शिवाजीराजाच्या रूपाने निर्माण झाले होते."

शेतीप्रमाणेच राज्यात व्यापार व उद्योगधंदे यांची वाढ झाली पाहिजे, यावर महाराजांचा कटाक्ष होता. या संदर्भात त्यांचे धोरण समजून घेण्यासाठी रामचंद्रपंत अमात्यांच्या आज्ञापत्रातील 'साहुकार' हे प्रकरण फार उपयुक्त ठरते. त्यात म्हटले आहे : "साहुकार म्हणजे राज्याची व राजश्रीची शोभा.

साहुकाराच्या योगाने राज्य आबादान होते न मिळे त्या वस्तुजात राज्यांत येतात. राज्य श्रीमंत होते...''

स्वदेशी साहुकाराविषयी एवढी आस्था बाळगणारे महाराज परदेशी साहुकारांविषयी म्हणजे युरोपियन व्यापाऱ्यांविषयी मात्र अतिशय सावध होते. हे युरोपियन व्यापारी म्हणजे आपल्याकडील शेठसावकारांप्रमाणे बिगर राजकारणी नव्हते, याची त्यांना पूर्ण जाणीव होती. ''त्यास ही हट्टी जात, हातास आले मेल्यानेही स्थळ सोडावयाचे नव्हेत.'' या दोन वाक्यात युरोपियन व्यापाऱ्यांची स्वभाववैशिष्ट्ये त्यांनी नोंदवली आहेत आणि म्हणून आपल्या राज्यात त्यांनी या 'टोपीकरां'ची (युरोपियनांची) डाळ शिजू दिली नाही.

डॉ. कुलकर्णी म्हणतात, ''शिवाजी महाराजांनी काळाची पावले ओळखली होती. काळाच्या पुढे जाणारा तो एक द्रष्टा महापुरुष होता. म्हणूनच इंग्रजांनी या राजाचे वर्णन 'The Greatest Diplomant of Eastern Parts' असे केले आहे.''

आपल्या राज्यातील उद्योगधंदे भरभराटीस यायला हवेत, त्यासाठी त्यांना सरकारकडून संरक्षण दिले गेले पाहिजे, याविषयी शिवाजी महाराज किती दक्ष होते, हे त्यांच्या स्वराज्यातील मीठ उद्योगाला दिलेल्या संरक्षणावरून स्पष्ट होते. कोकणात मिठागरात मिठाचे मोठे उत्पादन होई. किनाऱ्यावरील लोकांचे ते एक निर्वाहाचे प्रमुख साधन होते, हे मीठ स्वराज्यात सर्वत्र पाठवले जाई. पण जेव्हा गोव्याच्या बारदेश भागातून तयार होणाऱ्या मिठाची आवक होऊन ते स्वस्तात मिळू लागल्यावर कोकणातील मिठाचा उठाव होईनासा झाला व मिठागरे ओस पडू लागली. महाराजांच्या लक्षात हे संकट येताच त्यांनी बारदेशच्या मिठावर जबर जकात कर आकारायला सुरुवात केली. परिणामी बारदेशीचे मीठ महाग पडू लागले. स्वदेशी मिठाचा उठाव होऊन कोकणातील मिठागरे गजबजून गेली. डॉ. कुलकर्णी म्हणतात की, १९व्या शतकात याच संरक्षित व्यापार धोरणाचा (Policy of Protection) पुरस्कार थोर जर्मन अर्थशास्त्रज्ञ फ्रेडरिच लिस्ट याने केला होता. महाराजांनी लिस्टच्या पूर्वी दोन शतके या धोरणाचा प्रत्यक्ष अवलंब केला होता.

महाराजांच्या अर्थनीतीची चर्चा करताना शेवटी डॉ. कुलकर्णी यांनी पुन्हा एकदा न्या. रानडे यांच्या विधानाचा परामर्श घेत निष्कर्ष काढला आहे

: ''न्यायमूर्ती रानडे म्हणतात की, मराठी प्रदेशाला राष्ट्राचा दर्जा ही शिवाजीराजांची थोर सेवा होय, पण याहून त्या महापुरुषाची थोर कामगिरी म्हणजे या नवनिर्मित 'मऱ्हाष्ट' राज्याला आर्थिक स्थैर्य प्राप्त करून दिले ही होय, असे म्हणावे लागेल.''

***

शिवचरित्रावर वैचारिक लिखाण करणारे गेल्या पिढीतील महाराष्ट्रातील एक थोर विचारवंत समाजशास्त्रे तत्त्वज्ञान, साहित्य, कला आदी क्षेत्रांचे गाढे अभ्यासक म्हणजे प्राचार्य नरहर कुरुंदकर होय. त्यांनी 'शिवाजी महाराजांची धर्मनिरपेक्षता' या विषयाची चिकित्सा केली आहे.

शिवाजी महाराजांना सर्व जाती-धर्मांचा नेता मानले जाते. पण त्यांना 'हिंदूंचे धार्मिक नेते' मानणारे लोकही समाजात आहेत. त्यांच्या या प्रवृत्तीचा उगम महाराजांना ईश्वराचा अवतार मानण्याच्या कार्यात आहे. महाराजांचे कार्यच असे अद्‌भुत होते की, त्यांच्या काळातच नव्हे, तर नंतरच्या शे-दीडशे वर्षांच्या काळातही त्यांना ईश्वराचे अवतार मानले गेले. विशेषतः मराठी बखरींनी त्यांची ही प्रतिमा जनमानसावर मोठ्या प्रमाणावर बिंबवली. महाराजांच्या अवतारपणाचे कवच झुगारून देऊन त्यांना 'शूद्रांचा नेता व माणूस' म्हणून पाहण्याचा पहिला मान आधुनिक काळात महात्मा फुले यांच्याकडे जातो, असे जे विधान प्राचार्य कुरुंदकरांनी केले आहे, ते इतिहासाला न्याय देणारेच आहे.

'धर्मनिरपेक्षता' या संकल्पनेची चर्चा करत असताना प्राचार्य कुरुंदकरांनी त्यामागचे भिन्नभिन्न आशय कसे आहेत, हे स्पष्ट करून एखादी व्यक्ती आपल्या जीवनात धार्मिक असली, तरी ती सार्वजनिक जीवनात धर्मनिरपेक्ष असू शकते, असे प्रतिपादन केले आहे. त्यासाठी त्यांनी महात्मा गांधींचे उदाहरण दिले आहे. गांधीजी ईश्वरावर, पाप-पुण्याच्या कल्पनेवर, पुनर्जन्मावर, प्रार्थनेवर श्रद्धा ठेवणारे होते. म्हणजे ते पूर्णपणे धार्मिक होते, पण म्हणून काही लोक त्यांना हिंदू धर्माचे नेते मानत नाहीत; उलट सर्व जाती-धर्मांचे लोक त्यांना भारताचे 'राष्ट्रपिता' मानतात. याचे कारण ते त्यांच्या वैयक्तिक जीवनात धार्मिक असले, तरी सार्वजनिक जीवनात त्यांनी धर्मनिरपेक्ष राजकारणाचा पुरस्कार केलेला होता.

शिवाजी महाराजांची धर्मनिरपेक्षता अशीच होती. वैयक्तिक जीवनात

ते शिवभक्त होते, भवानीमातेवर त्यांची श्रद्धा होती, हिंदू म्हणून ते कुलाचारही पार पाडत होते; पण स्वराज्याचे नेतृत्व करताना, म्हणजे सार्वजनिक जीवन जगताना ते धर्मनिरपेक्ष राजकारणाचा पुरस्कार करत होते.

शिवाजी महाराजांची धर्मनिरपेक्षता व भारतीय राज्यघटनेमधील 'सेक्युलॅरिझम'ची संकल्पना यांमधील साधर्म्याची चिकित्सा करताना प्राचार्य कुरुंदकरांनी महाराजांची धर्मनिरपेक्षता किती उदात्त पायावर उभी होती, याचे फार मार्मिक प्रतिपादन केले आहे. ते म्हणतात, "सेक्युलॅरिझमची ही एक महत्त्वाची कल्पना आहे. आधुनिक भारतात महात्मा गांधींनी या कल्पनेच्या भोवती सारे भारतीय राजकारण उभे केले. भारतीय संविधान या कल्पनेवर आधारलेले आहे. आपले माजी राष्ट्रपती डॉ. राधाकृष्णन हे संविधान सभेचेही सभासद होते. त्यांनी या धर्मनिरपेक्षतेचे मोठे मार्मिक वर्णन केले आहे. त्यांनी असे म्हटले आहे की, आम्ही धर्म हा माणसाच्या समंजसपणाची व स्वातंत्र्याची खूण मानतो. धर्म ही एक अशी आध्यात्मिक जाणीव आहे की, तिच्यामुळे माणूस स्वतःच्या पशुत्वापासून मुक्त आणि स्वतंत्र होतो आणि त्याबरोबरच सर्वांचे स्वातंत्र्य तो आपल्या स्वातंत्र्याइतके महत्त्वाचे मानू लागतो. म्हणून सर्व धर्मांविषयी समान आदर व व्यक्तीच्या स्वातंत्र्यावर श्रद्धा, ही आमच्या धर्मनिरपेक्षतेची महत्त्वाची गमके आहेत.

धर्मनिरपेक्षतेची ही कल्पना अनेक दृष्टींनी महत्त्वाची आहे. ही कल्पना व्यक्तीच्या स्वातंत्र्यावर आधारलेली आहे आणि म्हणून धार्मिक चालीरीतीने निर्माण केलेल्या व्यक्तीच्या गुलामगिरीला नाकारणारी अशी ही कल्पना आहे. तरीही माणसांना या कल्पनेत धर्मश्रद्धेचे स्वातंत्र्य आहे. सर्वांना समान न्याय व प्रतिष्ठेचे आश्वासन आहे. धर्म ही परलोक कल्याणाची बाब आहे. तो व्यक्तीच्या खासगी जीवनाचा भाग आहे, हे या ठिकाणी गृहीत आहे. या कल्पनेत धर्माला नीतिमूल्ये म्हणून मान्यता असते. सर्व धर्मांविषयी आदर हे या कल्पनेचे वैशिष्ट्य असते. शिवाजी महाराज व्यक्तिगत जीवनात धार्मिक असूनही धर्मनिरपेक्ष नेते आहेत, असे म्हणताना ही भारतीय संविधानाने पुरस्कारलेली चौथी कल्पना डोळ्यांसमोर असते. हा सम्राट अशोक आणि विक्रमादित्याचा आधुनिक भारताशी सांधा आहे. अकबर आणि शिवाजी हेही या प्रवाहात येतात. या प्रवाहात शिवाजी महाराज हे निर्णायक महत्त्वाचे स्थान आहे."

इतिहासाच्या प्रवाहात शिवछत्रपतींचे स्थान अशोक, विक्रमादित्य, अकबर या थोर पुरुषांच्या बरोबरीने असल्याचे लेखकाचे भाष्य राष्ट्रप्रेमी महाराष्ट्रीय व्यक्तीस पुलकित करणारे आहे!

वतनदारांच्या जुलमातून रयतेची सुटका करणारा, सर्व धर्मांचे रक्षण करणारा, परधर्मीयांना आदराने वागवणारा, शत्रूच्या स्त्रियांचाही सन्मान करणारा शिवाजीराजा हा खराखुरा 'जनतेचा नेता' होता, असेच चित्र त्याचे चरित्र पाहिल्यावर उभे राहते, असे लेखकाने म्हटले आहे. पण या चित्राचेही एक असामान्य वैशिष्ट्य आहे. हे चित्र दिसायला मध्ययुगीन असले, तरी त्यामागचा आशय मात्र आधुनिक युगाचा आहे. कुरुंदकरांच्या शब्दांत "या चित्राचा आकार मध्ययुगाप्रमाणे राजेशाहीचा आहे. त्याचा आशय आपल्या काळाच्या कक्षा छेदून बाहेर पडणारा, लोकशाहीचा, धर्मनिरपेक्षतेचा व लोककल्याणाचा आहे. शिवाजीने वैदिक मंत्राने राज्याभिषेक करून घेतला, एवढेच आपण पाहतो. देवळे बांधणे, दानधर्म करणे, यज्ञ करणे, स्मृतींचा कायदा लागू करणे या असल्या परंपरावादात त्याने कधीही रस घेतला नाही, हे आपण विसरून जातो."

प्राचार्य कुरुंदकरांची शिवरायांच्या धर्मनिरपेक्षतेची चिकित्सा वाचल्यावर शिवछत्रपतींना 'राष्ट्रपुरुष' का म्हणतात, तसेच लोकशाहीच्या युगातही त्यांच्या नावाचा जयजयकार का केला जातो, या प्रश्नांची उत्तरे आपसूकच मिळतात.

***

'शिवाजी महाराजांनी स्वराज्याच्या रक्षणासाठी उभारलेली संरक्षण संघटना' या विषयावर पुणे विद्यापीठाच्या संरक्षणशास्त्र विभागाचे प्रमुख कर्नल म. ग. अभ्यंकर यांनी लेखन केले आहे. शिवचरित्रातील मोहिमांचे, त्यामधील मराठ्यांच्या पराक्रमांचे रसभरीत वर्णन शिवचरित्रावरील अनेक ग्रंथांत पाहायला मिळते, पण या पराक्रमांमागची शिवरायांची संरक्षण संघटना कशी होती आणि रणनीती कशी होती, यांची चर्चा फारशी केलेली आढळत नाही. खरे तर, महाराजांची एकेक मोहीम हा एक स्वतंत्र अभ्यासाचा व ग्रंथाचा विषय आहे. गेल्या शतकात कॅ. गणेश वासुदेव मोडक यांनी सतत १८ वर्षे परिश्रम घेऊन शिवचरित्रातील अफझलखानावरील मोहिमेवर 'प्रतापगडचे युद्ध' या नावाचा ग्रंथ सिद्ध केल्याचे (सन १९२७) जाणकार इतिहासप्रेमींना

ज्ञात आहेच. अलीकडच्या काळात ले. कर्नल अभ्यंकरांनी युद्धशास्त्रावर इंग्रजीत व मराठीत बरेच ग्रंथ लिहिले आहेत. तसेच शिवरायांच्या युद्धमोहिमांवर व रणनीतीवर युद्धशास्त्राच्या दृष्टिकोनातून त्यांनी विश्लेषणात्मक लिखाण केलेले आहे.

शिवाजी महाराजांच्या मोहिमांचे वर्णन केवळ 'लष्करी' या शब्दाने न करता 'संरक्षण' या व्यापक शब्दप्रयोगाने करावे, असे अभिप्रेत करून महाराजांच्या ३५ वर्षांच्या कारकिर्दीमधील झंझावाती मोहिमांचे तीन भाग अभ्यंकरांनी कल्पिले आहेत :

१. सन १६४५ ते १६६० : बचावात्मक मोहिमा

२. सन १६६१ ते १६७२ : बचावात्मक आक्रमण

३. सन १६७३ ते १६८० : आक्रमणाच्या मोहिमा

यामधील पहिल्या भागात स्वराज्याची स्थापना झाली. ती सह्याद्रीच्या आश्रयाने व मुख्यतः पायदळाच्या साहाय्याने केली गेली. यामध्ये सह्याद्रीच्या पर्वतमय प्रदेशाचा फायदा घेत महाराजांनी काटक मावळ्यांच्या मदतीने बचावात्मक मोहिमा केल्या. अफझलखानावरील मोहीम ही बचावात्मक मोहीमच होती, पण नंतर जेव्हा शाहिस्तेखानाची स्वारी आली, त्या वेळी महाराजांनी मोगलांना उंबरखिंडीत गाठून त्यांचा दारुण पराभव केला, ते बचावात्मक आक्रमण मोहिमेत मोडते. ले. कर्नल अभ्यंकरांच्या अंदाजानुसार, सन १६७०-७२च्या सुमारास महाराजांचे सैन्य १० ते १२ हजार पायदळ व १२ ते १५ हजार घोडदळ तसेच तोफखाना व आरमार यांनी सज्ज होते. एवढ्या सज्जतेनिशी महाराजांनी सन १६७२ नंतरच्या कालखंडात आक्रमक पवित्रा मोहिमा काढल्याचे दिसून येते. त्यातील सर्वांत ठळक मोहीम म्हणजे कर्नाटक दिग्विजय मोहीम होय.

महाराजांच्या संरक्षण व्यवस्थेमधील किल्ल्यांचे महत्त्वही ले. कर्नल अभ्यंकरांनी युद्धशास्त्रीय दृष्टिकोनातून अधोरेखित केले आहे. ते लिहितात की, कोणताही किल्ला हा लष्करीदृष्ट्या एक वर्चस्वबिंदू असतो आणि त्याचे तीन प्रकारचे उपयोग असतात : पहिला उपयोग किल्ल्याच्या आसमंतातील प्रदेशावर जागता पहारा ठेवणारा एक 'संरक्षित तळ' म्हणून. दुसरा उपयोग युद्धासाठी लागणाऱ्या साहित्याचा 'भांडारवजा युद्धागार' म्हणून. आणि तिसरा 'पुरवठावाहिनीतील संपर्कबिंदू' म्हणून. युद्धमोहिमांत महाराजांनी किल्ल्यांचा अशा तिन्ही दृष्टींनी वापर केलेला दिसतो. तसेच किल्ल्यांचा

वापर बचावात्मक तळ म्हणून करत असतानाच 'शत्रूविरुद्धच्या चढाईत त्यांना त्यांनी आक्रमक स्थान (Springboard for attack) म्हणूनही वापर केल्याचे दिसून येते. अफझलखानाच्या वधानंतर प्रतापगडाच्या आश्रयाने असलेल्या मराठा फौजेने शत्रूच्या तळावर जो हल्ला चढवला, तो याच सूत्राने.

शिवकालीन लष्करी इतिहासाचा एक तेजस्वी पैलू म्हणजे मराठ्यांचा गनिमी कावा. जगातही अनेक ठिकाणी गनिमी काव्याने लढाया होत आल्या आहेत. अशा गनिमी काव्याची प्रेरणा ही 'देशभक्ती, अन्याय व जुलमाचा प्रतिकार आणि जनतेच्या आशा-आकांक्षा साकार करण्याची आत्यंतिक महत्त्वाकांक्षा या तीन महान जीवनमूल्यांतून निर्माण होते', असे अभ्यंकरांनी गनिमी काव्याची शास्त्रीय चर्चा करताना म्हटले आहे, ते यथार्थच आहे. खुद्द शिवाजी महाराजांच्या प्रारंभीच्या विजयी लढाया या गनिमी काव्याची उत्कृष्ट उदाहरणे आहेत. त्या दृष्टीने त्यांना गनिमी काव्याचे महान प्रवर्तक व नेते मानणे योग्यच आहे. तथापि, त्यांचे कार्य व कर्तृत्व त्याहून मोठे होते, हे सांगताना ते म्हणतात.

"केवळ गनिमी कावा युद्धाचे पराक्रमी नेते म्हणणे म्हणजे त्यांच्या कर्तृत्वाचे अवमूल्यन करण्यासारखे आहे. प्रारंभीच्या पर्वात जरी त्यांनी गनिमी कावा पद्धतीचा अवलंब केला असला, तरी नंतर त्यांनी अलेक्झांडर, सीझर किंवा नेपोलियन यांच्याप्रमाणे आक्रमक विजय संपादन केले, म्हणून त्यांना जगज्जेता नाही, तरी भारतजेता म्हणणेच अधिक सयुक्तिक होईल."

ले. कर्नल अभ्यंकरांनी शिवाजी महाराजांच्या संरक्षण संघटनेतील पायदळ, घोडदळ, तोफखाना, शाही संरक्षक दल, लष्करी प्रशासन, लष्करी शिस्त आदी अनेक बाबींचा उहापोह आपल्या लेखनात केलेला आहे. या सर्वांचा परामर्श येथे घेता येणार नाही. पण त्यांनी जाता जाता महाराजांच्या सेनेचे स्वरूप कसे राष्ट्रीय होते याविषयी जे उद्गार काढले आहेत, ते फार महत्त्वाचे आहेत. ते म्हणतात, "शिवाजी महाराजांच्या सेनेत बहुतांशी महाराष्ट्रातील शेतकरी वर्गाचाच भरणा होता. इतर अल्पसंख्याक आणि दलित समजल्या जाणाऱ्या जमातीतील लोकही सेनेत निरनिराळ्या प्रकारची कामे करीत. थोड्या प्रमाणात मुसलमान व पठाण यांचीही बारगिरीत भरती होई. १६५९ मध्ये विजापूर दरबारचे ७०० पठाण बारगीर सेवेसाठी महाराजांपाशी रुजू झाले. त्यांनाही घोडदळात घेण्यात आले. अशा प्रकारे

छत्रपतींची सेना ही एक राष्ट्रीय सेना होती, इतकेच नव्हे; तर ती एक धर्मनिरपेक्ष संघटना होती, असेच म्हणावे लागेल.''

***

रामचंद्रपंत अमात्याने 'आज्ञापत्र' नावाचा राजनीतीपर ग्रंथ रचला. हा शिवाजी महाराजांच्या अष्टप्रधान मंडळातील एक प्रधान. शिवरायांची राजनीती व रणनीती पाहिलेला, अनुभवलेला व त्यांची अंमलबजावणी करणारा शिवशाहीतील एक राजकार्यधुरंधर अधिकारी. याने आपल्या आज्ञापत्रात शिवरायांचीच राजनीती सांगितली आहे. त्यामध्ये 'आरमार' नावाचे एक प्रकरण शेवटी दिलेले आहे. आरमाराची व्यवस्था कशी असावी, त्यातील दंडक कसे असावेत, संरक्षण यंत्रणा कशी असावी, आदी बाबींचा खल त्यात केला आहे. तो तर महत्त्वाचा आहेच; पण अमात्याने आरमाराचे महत्त्व दोन-तीन वाक्यांत सांगितले आहे, ते फार लक्षणीय आहे. अमात्याने म्हटले आहे, ''आरमार म्हणजे स्वतंत्र एक राज्यांगच आहे... ज्याच्याजवळ आरमार त्याचा समुद्र. याकरिता आरमार अवश्यमेव करावे.''

'मराठ्यांचे आरमार' या विषयाचा खास अभ्यास करून डॉ. भा. कृ. आपटे यांनी शिवाजी महाराजांच्या आरमाराच्या कामगिरीवर प्रकाशझोत टाकला आहे. १६५६ मध्ये महाराजांनी जावळी-रायगडचा प्रदेश जिंकल्यावर त्यांच्या राज्याची सीमा सागराला जाऊन भिडली आणि त्याच वेळी राज्याच्या किनारी प्रदेशाचे संरक्षण करण्यासाठी आरमाराची गरज असल्याचे महाराजांच्या नजरेत आले. पुढच्याच वर्षी त्यांनी कल्याण-भिवंडीचा प्रदेश ताब्यात आणला आणि लगेचच कल्याणच्या खाडीत त्यांनी मराठी आरमाराची मुहूर्तमेढ रोवली. त्यासाठी जहाजे बांधणाऱ्या पोर्तुगीज तज्ज्ञ कारागिरांची नेमणूक त्यांनी केली होती, पण नव्याने उदयास येणाऱ्या मराठा आरमाराचा धोका पोर्तुगीज व्हाईसरॉयच्या लक्षात येताच त्याने त्या पोर्तुगीज लोकांना महाराजांच्या सेवेचा त्याग करायला लावले. एके दिवशी हे सर्व पोर्तुगीज आपल्या बायका-मुलांसह पोर्तुगीज हद्दीत पळून गेले.

पण ते पळून गेले म्हणून आरमार उभारणीचा उद्योग महाराजांनी थांबवला नाही. पोर्तुगिजांच्या हाताखाली तयार झालेल्या मराठी तंत्रज्ञांच्या साहाय्याने त्यांनी आरमार उभारणीचे कार्य नेटाने चालू ठेवले. त्यात त्यांनी इतकी प्रगती केली की, सन १६६७च्या एका पत्रात पोर्तुगीज व्हाईसरॉयला

'शिवाजीचे आरमार आम्हास भीतिदायक झाले आहे,' असे उद्‌गार काढावे लागले आहेत!

हिंदवी स्वराज्याच्या समुद्रावर तीन प्रबळ शत्रू होते. ते म्हणजे सिद्दी, पोर्तुगीज व इंग्रज. पैकी सिद्दीची जहागीर तर स्वराज्याला खेटूनच होती. उत्तरेस कुंडलिका नदी तर दक्षिणेस सावित्री नदी या त्याच्या किनाऱ्यावरील सीमा होत्या. रोह्याची खाडी, राजापूरची खाडी व बाणकोटची खाडी या तीन खाड्या आणि राजापूरच्या खाडीवर असणारे दंडराजापुरी हे ठाणे, तसेच समोरचा बलदंड जंजिरा किल्ला ही या जहागिरीची वैशिष्ट्ये होती. समुद्रावर चाचेगिरी व जमिनीवर लुटालूट, जाळपोळ, लोकांना गुलाम करणे, हाच त्याचा प्रमुख व्यवसाय होता. अशा क्रूर व धोकेबाज शत्रूपासून आपला किनारी प्रदेश सुरक्षित राखायचा असेल, तर तोडीस तोड आरमार उभे करायला हवे, हे ओळखून महाराजांनी आरमाराचा प्रारंभ केला होता.

सिद्दी प्रथम निजामशाहीचा सरदार होता. ती बुडाल्यावर तो आदिलशहाचा सरदार बनला. पुढे त्याने मोगलांची ताबेदारी स्वीकारली. असे असले, तरी सिद्दी स्वतंत्र सत्ताधीशांप्रमाणेच किनाऱ्यावर वावरत असे. शिवाजी महाराजांनी त्याचे दंडराजापुरी हे ठाणे घेऊन त्याचा जंजिरा जिंकण्याचे अनेक प्रयत्न केले, पण त्यात त्यांना यश आले नाही. त्यासाठी जंजिरा किल्ल्याचे समुद्रातील विशिष्ट भौगोलिक स्थान जसे कारणीभूत होते, तसेच इंग्रजांनी व पोर्तुगिजांनी त्यास वेळोवेळी केलेले साहाय्य व मुंबई बंदरात त्या आरमारास इंग्रजांनी दिलेला आश्रय याही बाबी कारणीभूत होत्या. सिद्दीचा जंजिरा महाराजांना मिळाला असता, तर मराठा आरमराचे सामर्थ्य वाढून मोठा धोका मुंबईस निर्माण होणार होता. डॉ. आपटे यांनी महाराज व सिद्दी यांच्यात झालेल्या संघर्षाचा धावता आढावा घेत शेवटी निष्कर्ष काढला आहे. "तोफा व मोठी जहाजे यांच्याअभावी जंजिरा जिंकण्याचे स्वप्न साकार होऊ शकले नाही. मराठ्यांच्या नाविक सत्तेला आव्हान देत जंजिरेकर सिद्दी कायम राहिला. याचे प्रमुख कारण सिद्द्याला ऐन वेळी इंग्रज व पोर्तुगीज यांच्याकडून मिळणारी मदत."

सिद्दीप्रमाणे पोर्तुगिजांशीही मराठ्यांचा संघर्ष सागरावर होत राहिला. सर्व युरोपियनांमध्ये पोर्तुगीज हे अधिक उद्दाम, गर्विष्ठ व हेकेखोर होते. हिंदुस्थानकडे जाणाऱ्या सागरी मार्गाचा शोध त्यांच्या वास्को-द-गामा या सागरवीराने लावल्यामुळे हिंदी महासागर व अरबी समुद्र हे पोर्तुगालच्या

राजाच्या मालकीचे आहेत असे ते समजत असत आणि त्यांच्या परवान्याशिवाय हिंदी सत्तांना सागरावर संचार करण्यास प्रतिबंध करत असत. शिवाजी महाराजांनी आपले आरमार उभारून पोर्तुगिजांच्या या तथाकथित सार्वभौम सागरी अधिकारास शह दिला. पोर्तुगिजांशी निर्माण झालेल्या संघर्षाचे हे एक प्रमुख कारण होते. या संघर्षात एकमेकांची जहाजे पकडणे, ओलीस ठेवणे, हे प्रकार सतत चालत राहिले. १६६५ मध्ये शिवाजी महाराजांनी कारवारच्या दक्षिणेस बेदनूर राज्यातील बसरूर बंदरावर पोर्तुगीज आरमारास चकवा देऊन आपल्या आरमाराची स्वारी केली. या स्वारीतही परतत असता पोर्तुगीज आरमाराशी मराठ्यांच्या आरमाराची चकमक झडली होती.

शिवरायांच्या आरमाराच्या इतिहासातील सर्वांत तेजस्वी अध्याय म्हणजे त्यांनी मुंबईकर इंग्रजांच्या नाकावर टिच्चून खांदेरीवर उभारलेला कोट आणि त्यास प्रतिबंध करण्यासाठी आलेल्या इंग्रज आरमाराचा त्यांनी केलेला पराभव!

डॉ. आपटे यांनी या संघर्षाचा वृत्तान्त देऊन म्हटले आहे, ''खांदेरीची लढाई छोट्या प्रमाणावर झाली; पण ती आरमारी लढाई असल्यामुळे तिचे महत्त्व आगळे आहे. शिवाजीने उभारलेले आरमार योग्य नेतृत्वाखाली पाश्चात्त्यांशी यशस्वी झुंज देऊ शकते, हे या लढाईने सिद्ध केले.''

अशा प्रकारे शिवाजी महाराजांनी आरमाराची स्थापना करून समुद्रावरील सिद्दी, पोर्तुगीज, इंग्रज या तीन प्रमुख शत्रूंवर वचक निर्माण केला. या तीन आरमारी सत्तांबरोबर आता मराठ्यांची आरमारी सत्ता समुद्रावर राज्य करू लागली. जे आदिलशाहीला जमले नव्हते, जे मोगल बादशाहीलाही शक्य झाले नव्हते, ते या मराठा राजाने शक्य करून दाखवले. भूमीप्रमाणे समुद्रालाही पालाण (खोगीर) घालून 'भारतीय आरमाराचा जनक' ही बिरुदावली इतिहासात प्राप्त केली!

***

आरमाराप्रमाणेच 'दुर्ग' हे शिवाजी महाराजांच्या कार्यकर्तृत्वाचा एक महत्त्वाचा पैलू आहेत. महाराष्ट्र हा दुर्गांचा म्हणजे गडकोटांचा देश आहे. सह्याद्रीच्या कुशीतील गडकोटांची स्वराज्याच्या निर्मितीमधील भूमिका अनन्यसाधारण आहे. शिवछत्रपतींनी या गडकोटांच्या साहाय्याने स्वराज्य स्थापन केले, वाढवले आणि सुरक्षितही राखले. रामचंद्रपंत अमात्याने

आपल्या ‘आज्ञापत्रा’त या गडकोटांचे माहात्म्य वर्णन करताना म्हटले आहे - “संपूर्ण राज्याचे सार ते दुर्ग. दुर्ग नसता मोकळा देश परचक्र येताच निराश्रय, प्रजाभग्न होऊन देश उदधस (उद्ध्वस्त) होतो. देश उद्ध्वस्त झाल्यावरी राज्य असे कोणास म्हणावे? याकरिता पूर्वी जे जे राजे झाले, त्यांनी आधी देशामध्ये दुर्ग बांधून तो तो देश शाश्वत करून घेतला, आणि आर्ले परचक्रसंकट दुर्गाश्रयीं परिहार केले.”

अशा या दुर्गांची गोडी आपल्या ‘दुर्ग भ्रमणगाथे’ने साऱ्या महाराष्ट्राला लावणारे थोर साहित्यिक व गडकोटप्रेमी गो. नी. दांडेकर यांच्या लेखणीतून ‘दुर्गपुत्र शिवाजी’ साकारत गेला.

मराठी माणसास गडकोट पाहिले की, शिवाजी महाराजांची आठवण होते आणि शिवप्रतिमेचे दर्शन घडले की गडकोटांचे स्मरण होते, इतकी महाराजांविषयीची व गडकोटांविषयीची भावना एकरूप झालेली आढळते. किंबहुना, महाराष्ट्रातील प्रत्येक गड शिवाजी महाराजांनीच बांधला, असाही सामान्य ग्रह सर्वत्र आढळतो. गोनीदा म्हणतात, “याचा अर्थ इतकाच की, कुण्या एका गडकोटामध्ये जन्मलेला, जन्मभर गडकोट जिंकण्याचा ध्यास लागलेला, त्यांच्यावर निरतिशय प्रेम करणारा, एका अजेय दुर्गावर स्वतःची राजधानी निर्मिणारा, तिथेच स्वतःला राज्याभिषेक करवून घेणारा आणि अंतिम श्वासही त्याच दुर्गावर घेणारा पुरुष एक शिवछत्रपती वगळता इतिहासात दुसरा कुणी झाला नाही.”

शिवाजी महाराज हे केवळ दुर्गप्रेमी होते असे नाही, तर ते दुर्गनिर्मितीशास्त्राचे तज्ज्ञ होते. त्यांच्याइतका दुर्गाशास्त्राचा अभ्यास अन्य कोणी केल्याचा दाखला इतिहासात नाही. त्यांच्या या कार्याचा गौरव करताना गोनीदांनी म्हटले आहे -

“शिवछत्रपतींचा गौरव जर कशासाठी वारंवार करायचा असेल, तर तो यासाठी की, त्यांनी दुर्गरचना, त्यांची गरज, उपयोग, महत्त्व, स्थान आवश्यकता इत्यादी सर्व बाबींचा अतिशय सूक्ष्म अभ्यास केला. त्याचे त्यांनी एक स्वतंत्र शास्त्र बनवून टाकले. जुने दुर्ग हस्तगत केले. पडके होते त्यांना पुनरुद्धार केला. तटाबुरुजांनी त्यांची मजबुती केली. वर तोफा चढवून बंदोबस्त पक्का केला. संरक्षणासाठी नियम तयार केले. अतिशय कठोरपणे त्यांचे पालन करवून घेतले. पूर्वी दुर्ग नव्हते, तिथे मोक्याच्या जागी नवे बांधवून घेतले. त्यांच्या बांधणीसाठी लागणारे द्रव्य मिळविले.

संपादित केले. त्यासाठी कष्ट केले, साहसे केली.''

गोनीदांनी 'प्राकृतिक सौंदर्य, निसर्गाचे दान, बांधणी दुर्गमत्व या दृष्टीने केवळ अजोड' असणारा राजगड, 'अठरा टोपीकरांच्या छातीवर ही प्रत्यक्ष शिवलंका निर्मिली' असे बखरकाराने ज्याचे वर्णन केले आहे तो सिंधुदुर्ग आणि 'अगदी पाखरू बसू म्हणेल तरी त्यात जागा नाही' असा चहूबाजूंनी तुटलेला ताशीव कडा असलेला रायगड अशा तीन किल्ल्यांचे महत्त्व आपल्या लेखात अधोरेखित केले आहे. तसेच रायगड व राजगड या किल्ल्यांवरील बाजारपेठांविषयीही लिहिले आहे. रायगडच्या बाजारपेठेवर भाष्य करताना ते म्हणतात, ''रायगडावरील बाजारपेठ खूपच प्रशस्त. त्रेचाळीस दुकाने दोन ओळीत अशी बांधली आहेत की तो नगरनिर्मात्यासमोर एक चिरकालिक आदर्श बसला आहे.''

पंत अमात्य बावडा, कोल्हापूर, यांच्या दप्तरात शिवछत्रपतींचा १६७१-७२ सालचा एक अस्सल कागद प्रसिद्ध झाला आहे. (पंत अमात्य बावडा दप्तर, खंड १, पृ. २३-२५) त्यामध्ये स्वराज्यातील गडकोटांवर १ लाख ७५ हजार होन खर्च करण्याची यादी असून, एकट्या रायगडावर ५० हजार होन खर्च केले जाणार असल्याचे दिसून येते. सिंधुदुर्ग, विजयदुर्ग, सुवर्णदुर्ग, प्रतापगड, पुरंदर व राजगड यांना प्रत्येकी १० हजार होन, तर प्रचंडगड, प्रसिद्धगड, विशाळगड आदी किल्ल्यांना प्रत्येकी ७ हजार होन मिळणार होते!

शिवाजी महाराज स्वराज्यातील किल्ल्यांच्या बांधणीवर व दुरुस्तीवर लाखो होन खर्च करतात, हे पाहून हा खर्च थोडा कमी करावा, अशी सूचना एका अधिकाऱ्याने करताच त्यांनी त्यास दिलेले उत्तर एका थोर द्रष्ट्या पुरुषाला शोभणारे आहे. ते म्हणाले होते, ''दिल्लींद्रासारखा (औरंगजेब) शत्रू उरावर आहे. तो आला तरी नवे जुने तीनशे साठ किल्ले हजरीस आहेत. एक एक किल्ला वर्ष वर्ष लढला तरी त्यास तीनशे साठ वर्षे पाहिजेत.'' महाराजांच्या हयातीत दिल्लींद्र आला नाही हे खरे, पण त्यांच्या निधनानंतर अवघ्या दोन वर्षांत तो प्रचंड सेना घेऊन दक्षिणेत मराठ्यांचे राज्य नष्ट करण्यासाठी धावून आला आणि त्याने हे राज्य घेण्यासाठी जंग जंग प्रयत्न केला. हा प्रयत्न तो एक नव्हे, दोन नव्हे तर तब्बल २७ वर्षे करत होता, पण त्याला यश आले नाही. संभाजी महाराज, राजाराम महाराज व शेवटी महाराणी ताराबाई या मराठा राज्यकर्त्यांनी त्याच्याशी

सह्याद्रीच्या रांगांवरील गडकोटांच्या साहाय्यानेच निकराची झुंज दिली. मराठ्यांनी अप्रतिम शौर्याने त्यांचे किल्ले लढवले. किल्ल्याला वेढा घालून बसलेल्या लाखभर मोगली फौजांशी मराठे किल्ल्यावरील शे-पाचशे सैन्यानिशी चार-सहा महिने सहजासहजी लढत असत. त्यामुळे दर वर्षीच्या मोहिमेत औरंगजेबाला मराठ्यांचा फारतर एखाददुसरा किल्ला घेता येत असे. महाराणी ताराबाईंच्या कारकिर्दीत तर असे ६-७ किल्ले घेण्यातच त्याच्या आयुष्याची अखेरची ६-८ वर्षे वाया गेली आणि शिवछत्रपतींनी केलेले भाकीत खरे ठरले! मराठ्यांचे दहा-पाच किल्ले घेताघेताच औरंगजेबाची उमर गुजरून गेली आणि त्याला महाराष्ट्रातच आपल्या दफनभूमीचा शोध घ्यावा लागला! हा शिवरायांच्या राजनीतीचा व रणनीतीचा, त्यांच्या शिकवणुकीचा विजय होता!

◆

२

शिवचरित्र आणि जेम्स लेन

सन २००३ मध्ये जेम्स लेन नावाच्या एका अमेरिकन प्राध्यापकाने 'Shivaji : Hindu King in Islamic India' नावाचा ग्रंथ लिहिला आणि तो दिल्लीच्या ऑक्सफर्ड युनिव्हर्सिटी प्रेसने प्रसिद्ध केला. या इतिहासग्रंथाने महाराष्ट्राच्या समाजजीवनात मोठी खळबळ माजविली. गेल्या ३५० वर्षांत लिहिल्या गेलेल्या शिवचरित्रकथांचा अभ्यास करून आपण हा विश्लेषणात्मक ग्रंथ लिहिला आहे, असा जरी लेनचा दावा असला, तरी विश्लेषणाच्या भरात त्याने राजमाता जिजाबाईंच्या चारित्र्यावर शिंतोडे उडविणारी विधाने केली आहेत. जिजाबाईंविषयी महाराष्ट्रवासीयांनाच नव्हे, तर सर्व देशवासीयांना 'इतिहासातील एक आदरणीय व आदर्श माता' म्हणूनच पूज्यभाव असल्याने, लेनचा व त्याच्या ग्रंथाचा सर्व स्तरांतून निषेध झाला. यातूनच पुण्याच्या सुप्रसिद्ध 'भांडारकर इन्स्टिट्यूट'वर संभाजी ब्रिगेड या संघटनेचा हल्ला उद्‌भवला आणि मग महाराष्ट्राचे समाजकारण खालपासून वरपर्यंत ढवळून निघाले.

हा जेम्स लेन कोण आहे?

ज्या जेम्स लेनमुळे महाराष्ट्रात एवढे रामायण घडले, तो जेम्स लेन कोण आहे, हे जाणून घेणे महत्त्वाचे ठरेल. लेन हा अमेरिकेतील मॅकलेस्टर विद्यापीठातील धर्मशास्त्राच्या अभ्यासकेंद्राचा प्रमुख असून, आशिया खंडातील प्रमुख धर्मांचा अभ्यास व संशोधन तेथे चालते. खुद्द लेनचा '१७व्या शतकातील हिंदू-मुस्लीम संबंध' हा संशोधनाचा व आवडीचा विषय आहे.[१]

---

१. The Indian Express, dt. Jan. 21, 2004.
डॉ. वसंतराव मोरे लिखित 'जेम्स लेन : संशोधक की विध्वंसक?' या पुस्तकाची डॉ. जयसिंगराव पवारांनी लिहिलेली प्रस्तावना.

लेनसंबंधी लिहिताना डॉ. बाबा आढावांनी एका लेखात अधिक माहिती दिली आहे. लेनचा खलिस्तानी नेता डॉ. अमरजितसिंग याच्याशी संबंध आलेला असून, शिवाजीराजांच्या पितृत्वासंबंधी व अफझलखानाच्या विश्वासघातकी (?) वधासंबंधी लेनने केलेल्या संशोधनाची त्याने स्तुती केली आहे.[२]

लेन १९७७ सालापासून पुण्यास येत होता. तो आतापर्यंत 'डझन'वेळा तरी येऊन गेल्याचे आणि १९८०-८१ मध्ये वर्षभर व १९८७-८८ मध्ये सात महिने पुण्यात राहिल्याचे तो आपल्या मुलाखतीत सांगतो.[३]

पुण्याच्या भांडारकर इन्स्टिट्यूटमध्ये लेनचे दीर्घकाल वास्तव्य होते आणि तेथील पदाधिकाऱ्यांशी व अभ्यासकांशी त्याचा चांगला परिचय घडून आला होता. भांडारकर इन्स्टिट्यूटला तो आपल्या ग्रंथात My Scholarly home असे मानतो. या ठिकाणीच त्याचे न्यायशास्त्रावर पीएच.डी. करावयास आलेल्या जॉय व्हिक्स या तरुण संशोधिकेशी प्रेमसंबंध जुळले आणि त्याने तिच्याशी लग्नही केले! 'भांडारकर' मध्येच नव्हे, तर पुणे शहरात त्याची अनेकांशी मैत्री जुळली होती. इतकी की, त्याचे एक मित्र व 'भांडारकर'चे ग्रंथपाल श्री. वा. ल. मंजूळ म्हणताातत, ‘‘अनेक कुटुंबांना ते घरचे आहेत. जुलै लागला की आम्ही मित्रमंडळी त्यांच्या (लेनच्या) येण्याची वाट पाहत असतो.’’[४]

लेनचा परिचय थोड्या विस्ताराने घेतला याचे कारण लेन ही काय प्रकारची व्यक्ती आहे, याची थोडी फार कल्पना यावी. तो २५ वर्षे महाराष्ट्राच्या सांस्कृतिक राजधानीत येत होता. महिनोन्महिने मुक्काम करत होता. 'भांडारकर' मध्ये पुण्यातील विद्वानांच्या सहकार्याने शिवरायांच्या संस्कृत चरित्र ग्रंथाचा अनुवाद करत होता. अशा लेनला मराठी संस्कृती, मराठी परंपरा, मराठी माणसं, त्यांची अस्मिता, त्यांच्या ठिकाणी शिवाजी महाराज व राजमाता जिजाबाई यांच्याविषयी असणारी कमालीची श्रद्धा याची काहीच कल्पना आली नसेल, असे समजणे एक प्रकारचा भाबडेपणा

---

२. दै. सकाळ : १४ मार्च, २००४.

३. The Indian Express, dt. Jan. 21, 2004.

४. गर्जे शिवरायांची तलवार - ज्ञानेश महाराव, दर्पण प्रकाशन, मुंबई, २००१, पृ. ४६.

ठरेल. तसेच हा धर्मशास्त्राचा प्राध्यापक व संशोधक आहे. त्यास आशियाई समाजातील नीतिकल्पनांचे ज्ञान नसो, हेही पटण्यासारखे नाही.

जेम्स लेनचे शिवचरित्र 'काय' आहे?

जेम्स लेनचा 'Shivaji : Hindu King in Islamic India' हा ग्रंथ म्हणजे रूढार्थाने शिवचरित्र नाही. तो आतापर्यंतच्या शिवचरित्रांचा विशिष्ट दृष्टिकोनातून केलेला एक अभ्यास आहे.

शिवाजी महाराज आपल्या असामान्य पराक्रमाने व कार्यकर्तृत्वाने त्यांच्या काळातच Legend (अलौकिक कथा) बनले होते. या अलौकिक कथेत गेली तीनशेहून अधिक वर्षे सतत भर पडत आहे. अशी सतत भर पडून विकसित होत गेलेल्या अलौकिक शिवकथेचा लेनने आपल्या ग्रंथात मागोवा घेतला आहे; आणि हे करीत असता या शिवकथेचा आधार असणाऱ्या साधनांची त्याने चिकित्सा केली आहे. या साधनांमध्ये पोवाडे, बखरी, महाकाव्ये, संतचरित्रे आणि इतिहासकारांची शिवचरित्रे यांचा समावेश त्याने केला आहे. शिवचरित्र सांगणाऱ्या या सर्व साधनांना त्याने Naratives (कथाकथने) असे संबोधले आहे.

आपल्या ग्रंथाचे स्वरूप व त्यामागचा आपला उद्देश स्पष्ट करताना लेन्सने म्हटले आहे, "शिवचरित्राचे कथाकथन आतापर्यंत कसकसे झाले आहे, याचा गंभीरपणे अभ्यास करणारे माझे पुस्तक आहे. महान नायकाभोवती कथा कशा तयार होतात, याचा हा अभ्यास आहे."[५]

लेनला असेही वाटते की, शिवाजी महाराजांचा वापर हिंदुत्ववादी मंडळी सध्याच्या महाराष्ट्रातील मुस्लीम समाजाच्या विरोधात प्रचार करण्यासाठी करतात. एवढेच नव्हे, तर भारताला एक हिंदू राष्ट्र मानून ते शेजारच्या मुस्लीम राष्ट्रास शत्रू मानतात. अशा कट्टर हिंदुत्ववाद्यांच्या कचाट्यातून शिवाजी महाराजांची सुटका करण्याचा आपला हेतू असल्याचे तो ग्रंथाच्या प्रस्तावनेत जाहीर करतो.[६]

अशा हेतूने लेन शिवाजी महाराजांच्या चरित्रांचा १७व्या शतकापासून

---

५. 'I tried to write a serious book about the way the stories of Shivaji's life got told... It is written as a study of how narratives are formed around great heroes.' -Indian Express, dt. Jan. 21, 2004.

६. Shivaji - Hindu King in Islamic India, Introduction, p.6.

ते २००१ सालापर्यंतच्या कालाचा वेध घेतो. या कालाचे शिवकाल, पेशवेकाल, ब्रिटिशकाल व स्वातंत्र्योत्तरकाल असे चार विभाग कल्पून, प्रत्येक विभागात शिवचरित्र सांगणाऱ्या साधनांची (Narratives) तो चर्चा करतो. उदाहरणार्थ, शिवकालात अज्ञानदासाचा अफझलखानाच्या वधाचा पोवाडा, परमानंदाचे 'शिवभारत' हे संस्कृत महाकाव्य, कृष्णाजी अनंत सभासदाची 'बखर' आणि जेध शकावली अशा चार साधनांची तो चर्चा करतो. यातून शिवाजी महाराजांचा Epic Hero (महाकाव्य नायक) ही प्रतिमा कशी व्यक्त होते, हे तो सांगतो. अवतीभोवती इस्लामग्रस्त (Islamicate)[७] संस्कृतीच्या मर्यादा त्यांच्यावर पडल्या असतानाही शिवाजी महाराजांनी स्वतंत्र हिंदू राजा म्हणून राज्य करण्याचा, हिंदू धार्मिक परंपरांना आश्रय देण्याचा व भोवतालच्या इस्लामग्रस्त जगाच्या प्रभावाला आव्हान देण्याचा प्रयत्न केला, असे लेनने जरी म्हटले असले, तरी शिवाजी महाराजांची स्वराज्यस्थापना म्हणजे स्वातंत्र्याच्या भावनेने एकत्र आलेल्या हिंदूंचा अत्याचारी इस्लामी राजवटींविरुद्धचा त्यांच्या नेतृत्वाखालचा लढा, ही १७व्या शतकातील शिवचरित्रकथाकारांची (Narrators) भूमिका त्याला मान्य नाही.[८]

लेन पुढे म्हणतो की, चिटणीस बखर, शिवदिग्विजय बखर आणि महीपतीचा 'संतविजय' हा ग्रंथ या साधनांनी शिवाजी महाराजांची हिंदू राजा म्हणून असलेली प्रतिमा अधिक गडद केली. इस्लामच्या विरोधात उभा ठाकलेला हिंदू राजा अशी प्रतिमा या चरित्र कथनकारांनी निर्माण केली.[९] याच कालखंडात शिवाजी महाराजांच्या चरित्रात १७व्या शतकातील वारकरी संतांचे प्रकरण जोडले गेले. विशेषतः चिटणीस व महीपती या दोघांनी रामदास स्वामींना शिवाजी महाराजांच्या गुरुस्थानी बसवले आणि मग या गुरू-शिष्याच्या संबंधांच्या अनेक अद्भुत कथा रचल्या गेल्या. महीपतीने तर दासबोधाची गीतेशी व शिवाजी महाराजांची अर्जुनाशी तुलना करून

---

७. लेनने आपल्या ग्रंथात 'Islamic' आणि 'Islamicate' अशा संज्ञा सर्वत्र वापरल्या आहेत. त्याचा अनुवाद मी 'इस्लामी' व 'इस्लामग्रस्त' असा केला आहे.

८. Shivaji - Hindu King in Islamic India, pp. 43-44

९. "This sort of mystic and legendary biography becomes a nar rative of Hindu identity in its opposition to islam." - कित्ता, पृ. ४९.

रामदासी संप्रदायाचा पंढरपूरच्या वारकरी संप्रदायाशी संगम घडवून आणला. लेनला हे मान्य नसून, शिवाजी महाराजांवर स्थापिलेले रामदास स्वामींचे गुरुत्व तो स्पष्ट शब्दांत नाकारतो.''[१०]

पेशवाईच्या अस्तापासून ते स्वातंत्र्याच्या उदयापर्यंतच्या ब्रिटिशकालात शिवाजी महाराजांची ही अलौकिक कथा अनेकांनी वेगवेगळ्या दृष्टिकोनातून सादर केली गेली. त्यातील प्रमुख साधनांचा आढावा लेनने चौथ्या प्रकरणात घेतला आहे. पूर्वीच्या मराठेशाहीच्या कालखंडात इस्लामी संस्कृतीचा प्रभाव शिवकथेवर पडला होता, तसा आता ब्रिटिशकालात तिच्यावर युरोपियन संस्कृतीचा प्रभाव पडल्याचे लेन सांगतो.

ब्रिटिशकालीन सर्वांत प्रभावशाली शिवचरित्र सांगणारा साधनग्रंथ म्हणजे साताराचा रेसिडेंट ग्रँट डफ याने लिहिलेला 'History of the Mahrattas' हा त्रिखंडात्मक ग्रंथ होय - (सन १८२६). मराठी सत्तेचे रहस्य न उमगलेल्या डफने शिवाजी महाराजांची प्रतिमा एक लुटारू म्हणून देऊन, मराठी सत्तेचा उदय हा सह्याद्रीतील अरण्यात अचानक पेटलेल्या वणव्याप्रमाणे होता, असे म्हटले आहे. डफ हा इंग्रज वसाहतवादी सत्तेचा प्रतिनिधी होता. स्वाभाविकच त्याच्या या प्रमेयाला महाराष्ट्रातील अनेक विचारवंतांनी व अभ्यासकांनी विरोध केला आणि त्यांनी आपापल्या दृष्टिकोनातून शिवाजी महाराजांच्या कार्याचे मूल्यमापन केले. त्यातून त्यांची प्रतिमा 'राष्ट्रनिर्माता' (Father of a Nation) व 'स्वातंत्र्यवादी' (Liberationist) अशी साकार झाल्याचे लेन म्हणतो.[११]

डफच्या प्रमेयाला सर्वांत मोठा विरोध न्या. रानडे यांनी 'Rise of the Maratha Power' हा ग्रंथ लिहून केला (सन १९००). मराठी सत्तेचा उदय म्हणजे स्वराज्य स्थापनेपूर्वी महाराष्ट्रात घडून आलेला सामाजिक व धार्मिक सुधारणा चळवळीचा परिपाक होता, असे त्यांनी प्रतिपादले. लेनने न्या. रानडे यांच्यासह लो. टिळक, कृष्णाजी अर्जुन केळुसकर, राजवाडे, सावरकर, सरदेसाई, सरकार अशा अनेक अभ्यासकांच्या व विचारवंतांच्या

---

१०. "The fact that Ramdas is nowhere mentioned in documents associated with the king's coronation makes it unlikely that the saint was his personal guru or that he played a large role in inspiring his quest." - कित्ता, पृ. ५२.

११. कित्ता, पृ. ७०

दृष्टिकोनांची चर्चा केली आहे. त्या सर्वांचा परामर्श इथे विस्तारभयास्तव घेता येणार नाही. तथापि, लेनने म. फुले यांच्या शिवाजी महाराजांवरील पोवाड्याची (सन १८६९) आणि त्यामधील नव्या सामाजिक दृष्टिकोनाची खास दखल घेतली आहे, याची नोंद आपण घ्यावयास हवी. शिवाजीराजांस 'कुळवाडीभूषण' मानणाऱ्या फुल्यांच्या पोवाड्यात पुढे उदयास आलेल्या ब्राह्मणेतर चळवळीची बीजे होती.

म. फुले व त्यांचे सहकारी यांनी शिवाजी महाराजांच्या कामगिरीवरील दादोजी कोंडदेव व रामदास स्वामी यांचा प्रभाव अमान्य केला; तर न्या. रानडे, सावरकर, राजवाडे यांनी या प्रभावावर जोर देऊन महाराजांच्या चरित्रातील या दोघांच्या भूमिका उजळ केल्या, असे लेन लिहितो.[१२]

यानंतर लेनने स्वातंत्र्योत्तर कालखंडातील बाबासाहेब पुरंदऱ्यांच्या कलाकृतीचा आणि शालेय अभ्यासक्रमातील शिवचरित्र सांगणाऱ्या एका क्रमिक पुस्तकाची चर्चा करतो. पुराणकथेतील नायकाचे उदात्तीकरण करण्याच्या शैलीतील पुरंदरे यांच्या लिखाणावर शिवकालीन परमानंद व विसाव्या शतकातील राजवाडे यांच्या विचारांचा मोठा प्रभाव पडल्याचे लेन लिहितो. तसेच महाराष्ट्रातील क्रमिक पुस्तके शिवाजी महाराजांची एक लोककल्याणकारी, आधुनिक दृष्टीचा, सर्वधर्मसमभावी हिंदू राजा म्हणून प्रतिमा तयार करतात, असे तो म्हणतो.[१३]

लेन शेवटी निष्कर्षाप्रत येतो की, विसाव्या शतकाच्या अखेरीस शिवाजी महाराजांच्या कथेस (Story) एका देशभक्ताच्या कथेचे (Patriotic Tale) स्वरूप आले असून, त्याच्या राज्याचा काल हे महाराष्ट्राच्या इतिहासातील सुवर्णयुग (A Golden Age) समजले जाते. एक महान पराक्रमी सेनानी, जुलमी औरंगजेबाशी लढणारा नेता, सामान्य लोकांचा कैवारी, आधुनिक आरमाराचा निर्माता, स्त्रीदाक्षिण्याचा पुतळा अशा सर्वगुणसंपन्न शिवाजी महाराजांची प्रतिमा महाराष्ट्रात तयार झाली असून, शिवचरित्रावर आता नवहिंदूराष्ट्रवादाचा मोठा प्रभाव निर्माण झाल्याचे दिसून येते. लेन पुढे म्हणतो की, शिवाजी महाराजांची ही कथा इतकी स्वाभाविक होऊन बसली आहे की, या कथेचे काही वेगळे स्वरूप असू शकते, ही कल्पनाच आता

---

१२. कित्ता, पृ. ६४, ७०, ७८

१३. कित्ता, पृ. ८३-८८

कोणी करू शकत नाही![१४]

लेनचे अधःपतन कोठे, कसे व का झाले?

लेनच्या ग्रंथातील विषयाचा आतापर्यंत आढावा घेतला तो एवढ्यासाठीच की, त्याच्या ग्रंथाचा मुख्य गाभा ध्यानात यावा. खरे तर लेनने इथपर्यंत जे मांडले आहे, ते एका अभ्यासकाच्या भूमिकेतून मांडले आहे. गेल्या ३५० वर्षांत शिवाजी महाराजांची 'कथा' कसकशी विकसित होत गेली आणि त्यातून महाराजांची प्रतिमा कसकशी बदलत गेली, त्यामागचे त्या त्या लेखकांचे काय काय उद्देश होते, हा विषय खरोखरच नवा व चांगला होता. लेन इथेच थांबला असता, तर शिवचरित्राचा अलीकडच्या काळातील एक अभ्यासू पाश्चात्त्य भाष्यकार म्हणून मराठी माणसाने त्याचे कौतुकही केले असते. याचा अर्थ, त्याच्या इथपर्यंतच्या भाष्यात त्याने केलेली सर्वच विधाने शिवचरित्राच्या अभ्यासकांना मान्य झाली असती अगर मान्य होणारी आहेत, असे नव्हे. पण अशा प्रकारच्या ग्रंथात मतभिन्नता व ती मांडण्याचे स्वातंत्र्य (ज्याला आमचे विचारवंत 'अभिव्यक्ती स्वातंत्र्य' म्हणतात) हे गृहीत धरलेले असते.

पण लेनला इथेच थांबायचे नव्हते. त्याच्या मते, परकीय मुस्लीम सत्तेपासून स्वातंत्र्य मिळविणारा एक प्रादेशिक लोकनायक म्हणून राष्ट्रनिर्मितीच्या जडणघडणीत शिवाजी महाराजांची प्रतिमा सर्वत्र वापरली जात असल्यामुळे शिवचरित्रासंबंधी एखादा मूलतः वेगळा दृष्टिकोन असू शकतो, असा विचार केला जात नाही आणि म्हणूनच लेन म्हणतो की, आतापर्यंतच्या शिवचरित्र कथाकारांना जे शिवचरित्रात दिसूनही त्यांनी हेतुतः व्यक्त केले नाही किंवा जे व्यक्त केले गेले ते अगदीच तुटकपणे व्यक्त केले गेले, असे आपणास पुढे आणावयाचे आहे.[१५]

---

१४. "In Short, Besides the compelling stories, the account of Shivaji's biography is currently governed by neo-Hindu Nationalism, and the narrative has become so naturaliged that it is difficult to imag ine the story any other way." - कित्ता, पृ. ८८.

१५. "What I would prefer to do is look once again at the emerging nar rative that we have considered to see those places where the authous themselves have carefully avoided saying something where they say something rather abruptly in order to answer some unexpressed concern." - कित्ता, पृ. ९०.

त्यासाठी लेनने शेवटचे प्रकरण 'Cracks in the Narratives' (शिवचरित्र कथनातील तडे) लिहिण्याचा उद्योग केलेला आहे. या प्रकरणाच्या प्रारंभाचा त्याने 'ड्यू बॉईस' (Du Bois) याचे एक अवतरण दिले आहे. त्यातील महत्त्वाची दोन वाक्ये अशी आहेत-

'We must forget that George Washington was a slaveowner... and simply remember the things we regard as creditable and inspiring. The difficulty with this philosophy is that history loses its value as a incentive and example, it paints perfect men and novle nations, but does not tell the truth.'[१६]

(जॉर्ज वॉशिंग्टन याच्या पदरी गुलाम होते हे विसरायचे असते... ज्या गोष्टी प्रशंसनीय व प्रेरणादायी असतात तेवढ्याचेच स्मरण ठेवायचे असते. या दृष्टिकोनामुळे प्रेरणा व दाखला देण्याचे इतिहासाचे मूल्य गमावले जाते. असा इतिहास सर्वार्थाने पूर्ण पुरुष आणि थोर राष्ट्रे यांची चरित्रे रंगवीत असतो हे खरे, पण सत्य मात्र सांगत नाही!)

या अवतरणावरून स्पष्ट होते की, लेनची अशी पक्की समजूत झालेली आहे की, आतापर्यंतच्या शिवचरित्र कथनकारांनी जे शिवचरित्र मांडले आहे त्यात त्यांनी शिवाजी महाराजांना सर्वगुणसंपन्न पूर्ण पुरुष म्हणून रंगविले असून, त्यांनी एका परीने अर्धसत्यच सांगितले आहे; असे करताना त्यांनी शिवचरित्रामधील काही वाटा बंद केल्या आहेत. पण लेनला वाटते की, असे असले तरी आपणाला त्यातूनही काही इशारे (hints) मिळतात आणि आपणास जर का शिवचरित्रासंबंधी काही अकल्पित विचार (Unthinkable thoughts) मांडण्याचे स्वातंत्र्य मिळाले तर पूर्ण सत्य जाणून घेण्यात अशा इशाऱ्यांची मदत होऊ शकते.[१७]

यावरून वाचकाचा असा ग्रह होतो की, लेन महाशय आता शिवचरित्राच्या चिरेबंदी वाड्यातील अशी काही दालने उघडणार आहेत, की जी आतापर्यंत कोणी उघडली नाहीत अगर कोणी उघडण्याचा प्रयत्न केला नाही! त्यासाठी लेन आतापर्यंत 'शिवकथा'कारांनी चार हात दूर ठेवलेले पाच 'अकल्पनीय विचार' आपल्यासमोर ठेवतो. तो विचारतो : आपण अशी कल्पना करू

---

१६. कित्ता, पृ. ८९.

१७. कित्ता, पृ. ९०.

शकतो का की-

१. शिवाजी महाराजांचे कौटुंबिक जीवन दुःखी होते?

२. ते जनानखाने बाळगत होते?

३. भक्तिमार्गी संतांच्या वारकरी पंथात त्यांना रस नव्हता?

४. त्यांना राष्ट्र स्वतंत्र करायचे नसून स्वतःचे राज्य निर्माण करायचे होते?

५. ते इस्लामग्रस्त जगात वावरले आणि त्यात ते फारसा बदल करू शकले नाहीत?[१८]

लेनच्या उपरोक्त पाचही प्रश्नांना उत्तरे देऊन त्याचे सविस्तर खंडन करण्यासाठी स्वतंत्र ग्रंथच लिहावा लागेल, त्यासाठी इथे अवकाश नाही. तथापि, लेनने पहिल्या प्रश्नाची, म्हणजे शिवाजी महाराजांच्या कौटुंबिक जीवनाची चर्चा करीत असता राजमाता जिजाबाईंवर जे घाणेरडे आरोप केले आहेत, त्याचा समाचार घेणे क्रमप्राप्त आहे.

शिवाजी महाराजांचे कौटुंबिक जीवन दुःखी होते आणि त्याच्या या दुःखाची सुरुवात त्याच्या मातेच्या दुःखापासून होते, हे वाचकांवर बिंबवण्यासाठी लेन अशी विधाने करतो - (१) जिजाबाईंचे सासर हे माहेरच्या घराण्यापेक्षा कमी दर्जाचे होते. (२) मुळात शहाजी-जिजाबाई यांचे लग्न निजामशहाच्या दबावाखाली झाले. (३) शहाजी-जिजाबाई यांच्यामधील बेबनाव प्रारंभापासून होता. पुढे त्याची परिणती शहाजीराजांनी जिजाबाईंना टाकून देण्यामध्ये झाली. (४) अशा प्रकारे शिवाजीराजे म्हणजे एका 'दुभंगलेल्या घरचे मूल' (The child of a broken home) होते.[१९]

शिवाजी महाराजांच्या माता-पित्याचे चित्र लेनने रंगवले आहे, हे पूर्णपणे अनैतिहासिक आहे. शिवकालानंतर दीड-दोनशे वर्षांनी चिटणीस बखर, शिवदिग्विजय यांसारख्या बखरी लिहिल्या गेल्या, त्यांतील अतिरंजित व अवास्तव कथांच्या आधारे लेनने उपरोक्त निष्कर्ष काढलेले आहेत. त्यास तत्कालीन अस्सल कादपत्रांचा काडीइतकाही आधार नाही. बखरीतील कोणत्या कथा तत्कालीन कागदपत्रांच्या कसोटीवर घासून पाहिल्यास टिकतात आणि कोणत्या टिकत नाहीत, हे तपासून पाहण्याची तसदी त्याने घेतलेली नाही. तसेच या कालखंडावर यापूर्वी ज्या अभ्यासकांनी संशोधनकार्य केले

१८. कित्ता, पृ. ९.

१९. कित्ता, पृ. ९१-९२.

आहे, त्याकडेही त्याने दुर्लक्ष केले आहे. ही गोष्ट इतिहासलेखन शास्त्रात न बसणारी आहे.

पण याहीपेक्षा भयंकर चूक त्याच्या हातून झाली; आण ती म्हणजे त्याच्या मनातील विकृत विचारांनी त्याच्यातील संशोधकाचा कब्जा घेतला गेल्यामुळे त्याने शिवाजी महाराजांच्या पितृत्वाबद्दल, म्हणजे जिजाबाईंच्या चारित्र्याबद्दलच, अत्यंत घाणेरडे विधान केले. ते असे-

"महाराष्ट्रीय माणसे वात्रटपणे विनोद करतात की, शिवाजीचा पालक दादोजी कोंडदेव हाच त्याचा जैविक वडील (Biological Father) होता. खरे म्हणजे, शहाजीचा शिवाजीवर फार कमी प्रभाव असल्याने अनेक शिवचरित्रकथनकारांनी या प्रभावाची उणीव भरून काढण्यासाठी प्रथम दादोजी व नंतर रामदास यांना त्याच्या पित्याचे स्थान दिले आहे."[२०]

अशा प्रकारचे अत्यंत खोडसाळ व बदनामकारक विधान कोणताही पुरावा नसताना केवळ ऐकीव गोष्टीवर विसंबून करणे, एक संशोधक म्हणून लेनची प्रतिष्ठा धुळीला मिळविणारे ठरते. एवढेच नव्हे, तर 'धर्मशास्त्रा'चा प्राध्यापक म्हणून त्याच्या नैतिक अधःपतनाचेही निदर्शक मानावे लागते.

लेनने हे आपल्या मनचे लिहिलेले नाही अथवा त्याला आकाशवाणी झालेली नाही. त्याला कुणी तरी हेतुतः ही कुचाळकी सांगून ती ग्रंथात घालण्यास प्रवृत्त केले असावे; किंवा ही कुचाळकी ऐकल्यानंतर अमेरिकन संस्कृतीत वाढलेल्या लेनला ती ग्रंथात घेण्याचा मोह टाळता आला नसावा.

मराठी माणसांच्या अस्मितेवर घाला घालणाऱ्या या विधानामुळे जेव्हा महाराष्ट्रात आगडोंब उसळला आणि लेनला ही कुचाळकी कोणी सांगितली, हे त्याने उघड करावे, असा प्रश्न सर्वत्र विचारला जाऊ लागला तेव्हा त्याने "मी हा मजकूर विनोद म्हणून छापला. तो मला संशोधन केंद्रातील कुठल्याही पुस्तकातून मिळालेला नाही वा संशोधनात मदत करणाऱ्या कुणा व्यकतीकडूनही पुरविण्यात आला नाही. तो मला रस्त्यावर ऐकायला मिळाला. रस्त्यावर करण्यात येणाऱ्या विनोदाचाच तो एक भाग आहे."[२१] असे जाहीर केले.

---

२०. हा आक्षेपार्ह मजकूर आम्ही पुन्हा छापू इच्छित नाही म्हणून हे अवतरण या ठिकाणी देत नाही.

२१. दै. पुढारी. दि. ५ फेब्रु. २००४.

लेनचे हे स्पष्टीकरण मूळ गुन्हेगाराला पाठीशी घालून सारवासारव करणारे आहे. त्याच्या या वक्तव्यावर रस्त्यावरचे शेंबडे पोरही विश्वास ठेवणार नाही, मग अभ्यासकाची गोष्टच सोडा! आपल्या या भयंकर विधानासाठी 'रस्त्या'वरच्या कुचाळक्यांचा वापर करून वर हा लेन साळसूदपणे आपल्या मुलाखतीत म्हणतो, 'I cannot be responsible for rumours.' त्याचा हा बचाव म्हणजे त्याच्या निर्लज्जपणाची कमालच म्हटली पाहिजे.

लेनच्या उपरोक्त विधानातील आणखी एक खोटारडेपणा टीकाकारांच्या लक्षात आलेला नाही. तो म्हणजे त्याने म्हटले आहे की, अनेक शिवचरित्रकथनकारांनी शिवाजी महाराजांच्या पित्याचे स्थान प्रथम दादोजीस व नंतर रामदासास देऊ केले आहे. या ठिकाणी लेन पूर्णपणे खोटी साक्ष उभी करतो आहे. आजपर्यंत कोणाही शिवचरित्रकाराने असे म्हटलेले नाही अथवा सूचितही केलेले नाही. अशा प्रकारे खोटाच इतिहास सांगणारा मनुष्य जेव्हा म्हणतो की,

"I wrote a book that should be judged by the standards of international community of scholars."[२२] त्या वेळी त्याचा निषेध करण्यासाठी आमच्याकडे शब्द अपुरे पडतात!

लेनच्या या उद्गारात पाश्चात्त्य संस्कृतीचा, संशोधन पद्धतीचा अहंभाव दंभाच्या स्वरूपात प्रकट होताना दिसतो; तो मराठी माणसांच्या बुद्धीची नकळत हेटाळणी करणाराही ठरतो. प्रत्यक्षात मात्र त्याने पाश्चात्त्य ज्ञान संस्कृतीची व तिच्या पोटात विकसित झालेल्या इतिहासलेखन शास्त्राची (Historiography) अब्रू घालविली आहे.

एक संशोधक म्हणून लेनची किंमत विद्वत्तेच्या क्षेत्रात मातीमोल झालेली आहे. निदान आम्हा मराठी लोकांना तरी तसे वाटते. खरे तर लेन इतिहासाचा अभ्यासक नाही. तो धर्मशास्त्राचा अभ्यासक आहे. हे खरे की धर्मशास्त्र हाही इतिहासाच्या कक्षेतच मोडणारा विषय आहे. तथापि, धर्मशास्त्राच्या क्षेत्रातून राजकीय इतिहासाच्या क्षेत्रात प्रवेश करणाऱ्या अभ्यासकाने अधिक सावधानतेने वावरले पाहिजे; पूर्वसुरींनी जे संशोधन केले आहे, त्याची दखल घेतली पाहिजे, याचे भान लेनने ठेवलेले नाही. याचा परिणाम असा झाला की, भारताच्या मध्ययुगीन इतिहासातील एका श्रेष्ठतम नायकाच्या

---

22. The Indian Express, Jan. 21,2004.

चरित्राचे शिवधनुष्य उचलण्याचा त्याने हव्यास धरला आणि ते न पेलण्याने त्याच्या ओझ्याखालीच तो चिरडला गेला, असेच खेदाने म्हणावे लागेल.

लेनच्या ग्रंथाच्या संदर्भात आणखी एक गोष्ट प्रकर्षाने जाणवते. तो मातृभक्त दिसतो. त्याने आपले पुस्तक आपल्या मातेस- मारी लेन हिला अर्पण केले आहे. भारतवर्षात एक आदर्श माता म्हणून जिला गौरवाचे स्थान आहे, अशा एका स्त्रीच्या चारित्र्याचे हनन करणाऱ्या लेनने आपला ग्रंथ आपल्या मातेला अर्पण करावा, हा मोठा विरोधाभास आहे!

लेनच्या ग्रंथाच्या शोकान्तिकेची कारणमीमांसा करता असे दिसून येते की, त्याने आपल्या ग्रंथाची सारी भिस्त शिवभारतासारखे पुराणसदृश ग्रंथ, चिटणीस शिवदिग्विजय यासारख्या बखरी, संतविजयसारखे धार्मिक ग्रंथ आणि डफ, रानडे यांच्यासारख्या ठरावीक इतिहासकारांची शिवचरित्रे यावर ठेवली आहेत. विशेषतः बखरीतील अतिरंजित व अनैतिहासिक कथांची चिकित्सा न करता त्याने त्या अपल्या निष्कर्षासाठी आधार म्हणून घेतल्या आहेत. तत्कालीन कागदपत्रांची तो दखल घेत नाही. तसेच तो आधुनिक काळातील शिवचरित्रकार व संभाजीचरित्रकार वा. सी. बेंद्रे यांच्या ग्रंथांची व त्यामधील संशोधनाचीही तो दखल घेत नाही.

फक्त बेंद्रे यांचे ग्रंथ जरी लेनने वाचले असते तरी मराठा इतिहासातील अनेक घटनांच्या सत्येतिहासाचे दर्शन त्याला झाले असते आणि मग शहाजीराजांनी जिजाबाईंचा त्याग केला होता; संभाजीराजाने ब्राह्मण ललनांना शीलभ्रष्ट केले होते, तसेच त्याने आपल्या सावत्र मातेचा वध केला होता- अशासारखी अनैतिहासिक विधाने त्याने केली नसती.

लेनचे विधान व विचारवंतांच्या प्रतिक्रिया

जेम्स लेनच्या ग्रंथावर हल्ला करून त्याच्या विकृत विधानांना चव्हाट्यावर आणण्याचे पहिले धाडस साप्ताहिक चित्रलेखाचे संपादक श्री. ज्ञानेश महाराव यांनी दाखवले. दि. २२ डिसेंबर २००३च्या चित्रलेखाच्या अंकात 'विदेशी पुस्तक व देशी मस्तक' या शीर्षकाखाली त्यांनी लेनचे विधान प्रसिद्ध करून 'शिवरायांप्रमाणेच जिजाबाईंना दैवत मानणाऱ्यांच्या काळजाला अट्टल कोब्रा नाग डसावा, अशी ही विषारी पिचकारी आहे'' अशी आपली प्रतिक्रिया नोंदवली.[२३]

---

२३. गर्जे शिवरायांची तलवार, पृ. ७.

आणि मग महाराष्ट्रातील लोकमत हळूहळू प्रक्षुब्ध होत गेले. यातूनच ५ जानेवारी, २००४ रोजी मराठा सेवा संघाच्या संभाजी ब्रिगेडने पुण्याच्या भांडारकर इन्स्टिट्यूटवर हल्ला चढविला आणि त्यानंतर सर्वत्र एकच हलकल्लोळ माजला! संभाजी ब्रिगेडचा तीव्र शब्दांत निषेध करीत असता अनेक विचारवंतांनी जेम्स लेनचा व त्याला विकृत माहिती पुरविणाऱ्या व्यक्तींचा व प्रवृत्तींचाही निषेध केला.

थोर समाजवादी नेते प्रा. मधू दंडवते यांनी म्हटले की, ''ऐकीव दंतकथा किंवा कुटाळकीने पसरवलेल्या महान व्यक्तीच्या जीवनाबद्दलच्या अफवा हा इतिहासाचा आधार होऊ शकणार नाही. हा संकेत पाळला गेला नाही तर इतिहासलेखनाची विश्वासार्हता संपुष्टात येईल. नागरिकांची सहिष्णुता आणि इतिहासकारांची विश्वासार्हता यांची सांगड हीच इतिहास संशोधनाची खरी आधारशीला होऊ शकते.''[२४]

प्रसिद्ध सामाजिक कार्यकर्ते डॉ. बाबा आढाव यांनी म्हटले आहे की, लेनची विधाने म्हणजे 'त्याच्या विद्वत्तेची दिवाळखोरी' असून त्याने ती 'केवळ सनसनाटी निर्माण करण्याचा हेतू मनात ठेवून स्टंटबाजी केलेली दिसते.''[२५]

प्रसिद्ध विचारवंत व पत्रकार श्री. मुकुंदराव किर्लोस्कर यांनी लिहिले आहे- ''लेनची विधाने अत्यंत खोडसाळ व हेतुपूर्वक गैरसमज निर्माण करणारी आहेत... विलक्षण चीड यावी अशीच आहेत. त्यामुळे मि. लेन यांचा शक्य त्या प्रकारे निषेध करणे आवश्यक आहे. त्या दृष्टीने त्यांच्या पुस्तकावर घालण्यात आलेली बंदी हे योग्य दिशेने टाकलेले पाऊल आहे. एवढेच नव्हे, तर मि. लेन यांना खोटी माहिती पुरविणाऱ्यांचा शोध घेऊन अशा व्यक्तीला व खुद्द मि. लेन यांना कडक शासन होणे ही काळाची गरज आहे.''[२६]

---

२४. शिवजन्म : कुचाळकी ब्रिग्रेड आणि संभाजी ब्रिग्रेड, संपा. कॉ. गोविंद पानसरे, कोल्हापूर, २००४, पृ. १२.

२५. दै. सकाळ : दि. १४ मार्च, २००४.

२६. श्री. मुकुंदराव किर्लोस्कर यांनी भांडारकर इन्स्टिट्यूटवर झालेल्या हल्ल्याच्या पार्श्वभूमीवर 'वांझोटे निषेध काय कामाचे?' असा लेख 'सत्याग्रही विचारधारा' (मार्च २००४) या मासिकामध्ये लिहिला आहे. आपल्या प्रदीर्घ लेखात त्यांनी 'भांडारकर'वरील हल्ल्याचा कठोर शब्दांत निषेध करीत समाजस्वाथ्याच्या दृष्टीने काय करायला हवे, याविषयी आपले मुक्त विचार मांडले आहेत.

दुसरे प्रसिद्ध समाजवादी विचारवंत प्रा. शेखर सोनाळकरांनी विधानातील विकृत मनोभूमिकेवर हल्ला करताना म्हटले आहे : "लेनच्या विधानावरून संबंधित विधान कुचाळक्यांच्या स्वरूपातील आहे. वस्तुतः असे विधान काही विशिष्ट जातीची मंडळी महाराष्ट्रात खासगीत करीत असतात. त्यामागे वर्णवर्चस्ववादी मनोभूमिका आहे. इतकी थोर, बुद्धिवान आणि कर्तृत्ववान व्यक्ती फक्त आमच्या जातीत जन्माला येऊ शकते; बुद्धिमत्तेचा सारा ठेका फक्त आमच्याकडेच आहे; महाराष्ट्रातील सगळी कर्तृत्ववान माणसे आमच्याच जातीत जन्माला आली आहेत; मग हा अपवाद कसा? कदाचित याचे मूळ आमच्या जातीत असेल, अशी ही घृणास्पद व विकृत मनोभूमिका आहे."[२७]

अशाच प्रकारची प्रतिक्रिया बहुजनवादी विचारवंत न्या. बी. जी. कोळसे-पाटील यांनी दिलेली आहे. त्यापुढे ते म्हणतात, "इतका कुजका मेंदू, इतकी नीच मनोवृत्ती व विकृत प्रवृत्ती या देशात, विशेषतः पुण्यात का निर्माण होते, याचे संशोधन इतिहासकारांनी व समाजशास्त्रज्ञांनी नव्हे, तर मानसशास्त्रज्ञांनीही करण्याची गरज आहे."[२८]

इतिहासाचे एक अभ्यासक म्हणून श्री. भालचंद्रराव पटवर्धन यांनी आपल्या लेखात व्यक्त केलेली प्रतिक्रिया अधिक मार्मिक आहे. ते म्हणतात, "लेनची काही विधाने त्याच्या प्रामाणिक संशोधकीय दृष्टिकोनापेक्षा ती सहेतुक बुद्धिपुरस्सर सनसनाटी निर्माण करण्यासाठीची वाटतात... शहाजीराजे शिवाजीराजांचे जनक वडील नव्हते असे सूचित करणे, हे असत्य, अविश्वासार्ह व धक्कादायक आहे... आपल्या अशा विधानांनी लेन दुर्दैवाने अभ्यासकाच्या नव्हे, तर निंदकाच्या वर्गात जाऊन बसला आहे आणि त्यामुळे त्याचा शिवचरित्राच्या प्रेमाविषयीचा दावा फोल ठरला आहे."[२९]

वर ज्यांच्या प्रतिक्रिया दिल्या आहेत ही सर्व महाराष्ट्रातील जाणती, जबाबदार व सामाजिक भान असणारी मंडळी आहेत. या सर्वांनी संभाजी

---

२७. शिवजन्म, पृ. ५७.

२८. दै. पुढारी : दि. ५ फेब्रु., २००४.

२९. "Some of the remarks of Laine seem more like willful, calculated sensationalism than honest scholarly... To suggest Shahaji was not Shivaji's biological father is inplausible, incredible and outrageous... Laine sadly gets categorised in the class of detractor, not scholar and his claim to a "love for the Shivaji" story falls to pieces." The Indian Express, Jan. 21, 2004.

ब्रिगेडने 'भांडारकर' वर केलेला हल्ल्याचाही निषेध केलेला आहे, हे लक्षात घ्यावे. तेव्हा या प्रतिक्रिया एकांगी नव्हेत. त्या सुसंस्कृत मराठी समाजाच्या प्रातिनिधिक आहेत, असे मानावयास हरकत नसावी.

'भांडारकर' वरचा हल्ला आणि विचारवंतांच्या प्रतिक्रिया

जेम्स लेनने आपल्या ग्रंथात त्याला लिखाणाच्या कामी ज्यांचे साहाय्य व सहकार्य झाले त्यांचे आभार मानले आहेत. अशा मंडळीत 'भांडारकर'मधील ग्रंथपाल श्री. वा. ल. मंजूळ, डॉ. श्रीकांत बहुलकर आणि डॉ. सुचेता परांजपे यांची नावे आहेत. श्री. मंजूळ यांनी लेनला ग्रंथ उपलब्ध करून दिले; डॉ. बहुलकर यांनी त्याला 'शिवभारत' या संस्कृत ग्रंथाचे इंग्रजी भाषांतर करण्यात साहाय्य दिले आणि डॉ. परांजपे यांनी त्याला मराठी शिकविले, अशी माहिती पुण्याचे श्री. म. अ. मेहेंदळे यांनी एका लेखात दिली आहे.[३०]

लेनचे 'भांडारकर'मधील अनेकदाचे दीर्घ काळ वास्तव्य, तेथील मंडळींशी आलेले साहचर्य, त्यांनी त्याला केलेले सहकार्य, या पार्श्वभूमीवर त्याला विकृत माहिती पुरविणारी हीच मंडळी आहेत, असा ग्रह अनेकांनी करून घेतला. परिणामी पुण्यातील शिवसेनेच्या कार्यकर्त्यांनी डॉ. बहुलकरांच्या तोंडाला काळे फासले! (२२ डिसेंबर २००३). त्यानंतर अवघ्या पंधरा दिवसांनी 'संभाजी ब्रिगेड'च्या ७२ तरुण कार्यकर्त्यांनी खुद्द 'भांडारकर'वर हल्ला केला.

या घटनांचे पडसाद महाराष्ट्रात तीव्रतेने उमटले! प्रसिद्धिमाध्यमांनी 'भांडारकर' वरील हल्ल्यास भडक प्रसिद्धी देऊन भांडारकर संस्था जणू काय जमीनदोस्त झाल्याचे व तेथील सर्व ग्रंथसंपदेचा प्रचंड विध्वंस झाल्याचे चित्र उभे केले. 'संभाजी ब्रिगेड'च्या कार्यकर्त्यांचा 'विध्वंसक, रानटी, गुंड' अशा शेलक्या विशेषणांनी निषेध केला गेला. महाराष्ट्रातील विचारवंतांनीही वृत्तपत्रे, टीव्ही, सभा यांच्या माध्यमातून तीव्र प्रतिक्रिया व्यक्त केल्या.[३१]

दरम्यानच्या काळात महाराष्ट्र शासनाने लेनच्या ग्रंथावर बंदी जाहीर

---

३०. दै. पुढारी : दि. ३ जून, २००४.

३१. निरनिराळ्या नियतकालिकांतून या संदर्भात विचारवंतांचे अभ्यासकांचे जे लेख आले त्यांपैकी काही लेखांचा संग्रह कॉ. गोविंद पानसरे यांनी 'शिवजन्म : कुचाळकी ब्रिगेड आणि संभाजी ब्रिगेड' या नावाने प्रसिद्ध केला आहे.

केली आणि त्याच्यावर खटला भरण्याचेही जनतेला जाहीर आश्वासन दिले. एवढेच नव्हे, तर इंटरपोलची मदत घेऊन जेम्स लेनला भारतात आणण्याचीही भाषा केली गेली!

या घटनांनी 'भांडारकर'वरील हल्ल्यातून उद्भवलेल्या आगडोंबात अधिकच तेल ओतले गेले आणि मग वृत्तपत्रे व टीव्ही यांच्या माध्यमातून विचारवंतांच्या प्रतिक्रियांचा महापूरच लोटला. लेनच्या पुस्तकावर शासनाने घातलेल्या बंदीमुळे अभिव्यक्तिस्वातंत्र्यावर फार मोठा घाला पडला आहे, असा डांगोरा पिटून अनेक अभिजनवादी विचारवंतांनी महाराष्ट्रात वैचारिक रान उठविले.

'भांडारकर'वरील हल्ल्याच्या प्रतिक्रियांमध्ये तीन प्रकार दिसून येतात. पहिल्या प्रकारात हल्ल्याचा कठोर शब्दांत निषेध करून अभिव्यक्तिस्वातंत्र्याची पायमल्ली होत असल्याबद्दल संताप व्यक्त केला गेला. तथापि, लेनच्या 'त्या' विधानांबद्दल मौन बाळगले गेले. दुसऱ्या प्रकारात लेनच्या 'त्या' विधानाचा जाताजाता उल्लेख करून 'भांडारकर'वरील हल्ल्याचा तीव्र निषेध व अभिव्यक्तिस्वातंत्र्याचा जोरदार पुरस्कार केला गेला. आणि तिसऱ्या प्रकारात 'त्या' विधानांचा व 'त्या' हल्ल्याचा, अशा दोन्ही घटनांचा सारखाच निषेध करून समाजस्वास्थ्यासाठी मार्गदर्शन केले गेले.

प्रतिक्रिया देणाऱ्यांमध्ये जे अभिजनवादी आहेत त्यांना 'भांडारकर'वरील हल्ला जिव्हारी लागला आहे, तर बहुजनवादी आहेत त्यांना जिजाबाईंवरील हल्ल्याने व्यथित आणि क्रुद्ध बनवले आहे. न्या. कोळसे-पाटील, श्री. ज्ञानेश महाराव, प्रा. फक्रुद्दीन बेन्नूर अशी काही बहुजनवादी विचारवंतांची नावे देता येतील.

संभाजी ब्रिगेडने 'भांडारकर'सारख्या प्राच्यविद्येचे संशोधन व संवर्धन करणाऱ्या नामवंत संस्थेवर केलेल्या हल्ल्याचे समर्थन कोणीही विचारी व्यक्ती करणार नाही. खरे तर राजमाता जिजाबाईंवरील हल्ल्याने संभाजी ब्रिगेडलाच नव्हे, तर सर्व मराठी लोकांना संताप आलेला होता. तथापि, संभाजी ब्रिगेडच्या हातून संतापाच्या पोटी जी हिंसक कृती झाली, ती लोकशाहीच्या जमान्याशी सुसंगत नव्हती.

संभाजी ब्रिगेड ही मराठा सेवा संघ या संघटनेची एक शाखा आहे. सेवा संघाने जर ठरविले असते तर ते एक लाख मराठा तरुणांचा मोर्चा विधानसभेवर अथवा 'भांडारकर' वर घेऊन जाऊ शकले असते. अशा

मोर्चाने त्यांना 'हल्ल्या'इतकी प्रसिद्धी मिळाली नसती; पण त्यांची नैतिक ताकद वाढली असती आणि लेनविरुद्ध लढणाऱ्यांचे हात अधिक बळकट झाले असते.

पण 'भांडारकर'वरील हल्ल्याने असे झाले की, समाजाची सहानुभूती त्या संस्थेबद्दल निर्माण झाली. तिचा फायदा लेनवाद्यांना मिळाला आणि ग्रंथावरील बंदीमुळे तर तथाकथित अभिव्यक्तिस्वातंत्र्यवाल्यांना लेनच्या डोक्यावर संरक्षणात्मक छत्र धरण्याची संधी मिळाली.

शेवटी आणखी एक मुद्दा स्पष्ट व्हायला हवा. जेम्स लेनचा जिजाबाईंवरील हल्ला व संभाजी ब्रिगेडचा 'भांडारकर'वरील हल्ला, या दोन्हीही घटना निषेधार्ह होत, यात शंकाच नाही. तसेच या दोन्हीही घटना निंद्यही आहेत, हेही स्पष्ट आहे. पण यातील अधिक निषेधार्ह, अधिक निंद्य घटना कोणती?

करोडो मराठी लोकांच्या हृदयात श्रद्धेचे व दैवताचे स्थान मिळविलेल्या एका समाजमातेच्या चारित्र्यावरील हल्ला हा दगडमातीच्या निर्जीव वास्तूवरील हल्ल्यापेक्षा अधिक निषेधार्ह, अधिक निंद्य नाही काय?

आणि इथंच एखाद्या समाजाची अस्मिता महत्त्वाची की एखाद्या व्यक्तीचे अभिव्यक्तिस्वातंत्र्य महत्त्वाचे, असा प्रश्न उभा राहतो. विशेषतः 'भांडारकर'वरील हल्ला व लेनच्या ग्रंथावरील बंदी यांनी हा प्रश्न पुन्हा एकदा ऐरणीवर आणला!

अस्मिता महत्त्वाची की अभिव्यक्तिस्वातंत्र्य?

'भांडारकर'वर झालेल्या हल्ल्याच्या ज्या प्रतिक्रिया उमटल्या, त्यातून अभिव्यक्तिस्वातंत्र्याचा जोरदार पुरस्कार करणाऱ्या दोन-तीन प्रतिक्रिया वानगीदाखल पाहिल्यास त्यांचे या संदर्भात काय म्हणणे आहे, हे लक्षात येते.

'भांडारकर'वरील हल्ल्यानंतर लगेचच 'महाराष्ट्र टाइम्स'मध्ये मुंबईच्या विदुषी डॉ. वर्षा शिरगावकर यांनी लेख लिहून आपली जवजळीत प्रतिक्रिया दिली आहे. त्यांनी म्हटले आहे : "आपण एखाद्या व्यक्तीला दैवी पातळीवर बसवतो, तेव्हा तिच्याबद्दलच्या विश्लेषणाचा आमच्या मनात कधीच विचार येत नाही. त्या व्यक्तीबद्दल विश्लेषणात्मक कोणी काही लिहिले तर आमच्या अभिमानाचा अंगार इतका फुलतो की त्याचा वणवा होतो... अमुक विशिष्ट ऐतिहासिक व्यक्तीबद्दल लिहिणे, ही आमचीच मक्तेदारी

असून, इतरांनी तसा प्रयत्न केल्यास आम्ही पुरावे नष्ट करू, असा दहशतवाद पसरवू की परत कुणी आमच्या अतीव प्रीतीच्या व्यक्तीबद्दल लिहिण्याचे धाडस करणार नाही. ही वृत्ती पाशवी वृत्तीपेक्षा वेगळी नाही. इतिहास संशोधन ही कोणाची मक्तेदारी नाही.''[३२]

जेम्स लेनने विश्लेषणवजा जे लिहिले आहे, त्यास कोणाचाच विरोध असण्याचे कारण नाही; अथवा शिवचरित्राचे लेखन करणे ही आमचीच मक्तेदारी आहे, असेही कोणी समजत नाही. 'भांडारकर'वरील हल्ला, यामुळे झाला नसून , तो राजमाता जिजाबाईंच्या चारित्र्यावर खोटे आरोप लेनने केले, याबद्दल झाला, याकडे डॉ. शिरगावकर यांनी दुर्लक्ष केले आहे. स्वतः एक स्त्री असूनही त्यांनी जिजाबाईंच्या चारित्र्यावर झालेल्या हल्ल्याबद्दल अवाक्षरही काढलेले नाही!

दुसरी प्रतिक्रिया आहे ज्येष्ठ पत्रकार व विचारवंत श्री. प्रकाश बाळ यांची, आधुनिक विज्ञान व तंत्रज्ञान यांच्या मदतीने आपण प्रगत झालो तरी आपली मने अजूनही मध्ययुगात आहेत, हे प्रतिपादन करताना ते लिहितात, ''आपला समाज परंपरागत व पुराणमतवादीच राहिला आणि राज्यसंस्था मात्र आधुनिक बनत गेली. अशा परिस्थितीत अभिव्यक्तिस्वातंत्र्याला या परंपरा व पुराणमतवादाच्या मर्यादा पडल्या. भांडारकर प्राच्यविद्या संस्थेवर झालेला हल्ला आणि जेम्स लेनच्या पुस्तकावरून उडालेला गदारोळ, हा या विसंगतीचाच परिपाक आहे.''[३३]

श्री. बाळांनी आपल्या लेखात पाश्चात्त्य देशांत राष्ट्राध्यक्ष, राजघराण्यातील व्यक्ती यांची 'लफडी' सत्यशोधनाच्या उद्देशाने तिकडचे लेखक कसे बाहेर काढतात, तरीही त्यांना अभिव्यक्तिस्वातंत्र्याच्या नावाखाली कसे अभय दिले जाते, याची अनेक उदाहरणे दिली आहेत. पण हे सत्यशोधन कागदपत्रांच्या आधारे, साक्षीपुराव्यांनिशी केले जाते, जेम्स लेनसारखे रस्त्यावरच्या गोष्टी ऐकून नव्हे. लेनने 'ती' विधाने कागदपत्रांच्या आधारावर केलेली नाहीत. इतिहासलेखन शास्त्राशी तो प्रामाणिक राहिलेला नाही. अशा लेखकाचा निषेध किंवा त्याच्या पुस्तकावर बंदी केवळ आपण 'आधुनिक युगात' आहोत हे सिद्ध करण्यासाठी घालायची नाही काय?

---

३२. दै. महाराष्ट्र टाइम्स : दि. १६ जाने. २००४.
३३. दै. लोकसत्ता : २५ जाने. २००४.

श्री. बाळ यांनीही लेनने जिजाबाईंच्या संदर्भात केलेल्या बेजबाबदार विधानासंबंधी एक अक्षरही खर्च केलेले नाही.

७ फेब्रुवारी २००४ रोजी एनडीटीव्हीवर Big Fight या कार्यक्रमात शिवसेनेचे नेते श्री. संजय निरुपम, राष्ट्रवादी काँग्रेसचे नेते श्री. जितेंद्र आव्हाड आणि 'लोकसत्ता'चे संपादक व नामवंत विचारवंत श्री. कुमार केतकर यांची आमनेसामने मुलाखत घेतली गेली. 'लेनच्या पुस्तकावर शासनाने घातलेली बंदी' हा चर्चेचा मुख्य विषय होता. चर्चेच्या प्रारंभीच श्री. केतकरांनी आपली भूमिका स्पष्ट केली, ती अशी -

"ही पुस्तकबंदी केवळ लोकशहीविरोधीच नव्हे तर संस्कृतीविरोधीही आहे. अशा मार्गाने जाणारे शेवटी बुद्धाच्या मूर्ती फोडणारे तालिबानवादीच होणार! भांडारकर संस्थेवरील हल्ला हा निव्वळ रानटीपणा असून, पुस्तकावरील बंदी ही हुकूमशाहीचे निदर्शक आहे. आपण लोकशाहीत राहतो. आम्ही संस्कृती, परंपरा व विचारस्वातंत्र्य यांची बाजू ठेवली पाहिजे. विचाराला विचाराने, पुस्तकाला पुस्तकाने उत्तर दिले पाहिजे. दगडांनी नव्हे!"[३४]

श्री. कुमार केतकर यांनी लोकशाही जीवनपद्धतीमधील अभिव्यक्तिस्वातंत्र्याचा जो जोरदार पुरस्कार केला आहे आणि विचाराला विचाराने उत्तर द्यावयास हवे, दगडांनी नव्हे, असे जे म्हटले आहे त्याच्याशी कुणीही विचारी माणूस सहमत होईल. जिथे विचार तिथे विचाराने उत्तर देता येईल, पण जिथे विकार आहे, विकृती आहे, तिथे काय करायचे?

श्री. कुमार केतकरांनी अशा विकृतीच्या पुस्तकांच्या संदर्भात म्हटले आहे की, जिजाबाई, शिवाजी महाराज ही अशी काही लहान व्यक्तिमत्त्वे नाहीत, की कुणा अशा लेनकडून ती कलंकित होतील. आपण अशा प्रकारचे विकृत लेखन करणाऱ्या लेखकांची उपेक्षा केली पाहिजे. त्यांच्याकडे

---

३४. "Banning book is not only anti-democratic but it is anticivillization. Ultimately they will end up like Taliban's destroying Buddha's statues. It is nothing but sheer barism to attack Bhandarkar Institute and it is absolutely dictato rial to ban the books. I think we are living in democracy. We should respect civilization, culture and freedom of thought. Thought should be fought by thought, a book must be fought by book and not by stones." NDTV : Big Fight, Feb. 7, 2004.

दुर्लक्ष केले पाहिजे - (We should ignore such bad authors). लोकशाहीच्या, संस्कृतीच्या संवर्धनासाठी आपण लेनसारख्या विकृत प्रवृत्तीच्या माणसाकडे दुर्लक्ष केले पाहिजे, म्हणजेच आपण त्याकडे अधिक क्षमाशील दृष्टीने पाहिले पाहिजे, हा श्री. केतकरांचा उपदेश कितीही उदात्त वाटला, तरी तो सामान्य मराठी माणसाला पटणारा नाही. याचे कारण, लेनने आपल्या अस्मितेवरच हल्ला केला आहे, असे त्यास वाटते.

लेनने काढलेले अनेक निष्कर्ष सामान्य माणसालाच काय, पण अभ्यासकांनाही न पटणारे आहेत. उदाहरणार्थ, शिवरायांच्या स्वराज्यस्थापनेमागे देश स्वतंत्र करण्यापेक्षा स्वतःचे राज्य स्थापन करण्याची व्यक्तिगत महत्त्वाकांक्षा होती, हा त्याचा निष्कर्ष कोणाला पटेल? तथापि, हा आपणाला न पटणारा निष्कर्ष काढण्याचे लेनला पूर्ण स्वातंत्र्य आहे, हे कोणीही नाकारणार नाही. पण समाजातील काही अपप्रवृत्तीच्या लोकांच्या कुचाळक्या ऐकून जिजाबाईसारख्या समाजाकडून 'पुण्यश्लोक' मानले गेलेल्या थोर स्त्रीच्या चारित्र्यावर जर तो हल्ला करीत असेल, तर तो त्याला लेखक म्हणून मिळणाऱ्या अभिव्यक्तिस्वातंत्र्याचा गैरवापर करीत आहे, हे स्पष्ट आहे. मराठी माणसाचा संताप बरोबर इथंच आहे. इथंच त्याची अस्मिता दुखावली गेली आहे. कारण तो स्वतःच्या मातेइतकेच जिजाबाईंना पूजनीय मानतो, पवित्र मानतो.

मराठी समाजाच्या अस्मितेचा सकारात्मक भाव आपण लक्षात घेतला पाहिजे. ज्ञानेश्वर-तुकाराम, शिवाजी-संभाजी, रानडे-गोखले, फुले-शाहू-आंबेडकर अशा अनेक थोर पुरुषांच्या कार्याने निर्माण झालेली आणि त्यांच्या विचारांवर पोसलेली ही मराठी अस्मिता आहे. अस्मिता म्हणजे दुरभिमान नव्हे किंवा इतर धर्मीयांशी शत्रुत्वही नव्हे. तेव्हा अशी अस्मिता निर्माण करणाऱ्या स्त्री-पुरुषांना समाजाने दैवते मानली, तर तो त्या समाजाच्या श्रद्धेचा विषय आहे, असे आपण का समजू नये? लोकशाहीमध्ये अशी श्रद्धा जपण्याचा, जोपासण्याचा त्या समाजाला हक्क नाही काय?

लोकशाहीमध्ये अभिव्यक्तिस्वातंत्र्य जेवढे महत्त्वाचे आहे, तेवढेच आपली संस्कृती व परंपरा जपण्याचे स्वातंत्र्य महत्त्वाचे आहे. दोन्ही क्षेत्रांतील स्वातंत्र्याच्या पुरस्कर्त्यांनी काही मर्यादा, काही आवश्यक बंधने पाळलीच पाहिजेत. स्वातंत्र्य म्हणजे स्वैराचार नाही. लेनने जिजाबाईंवरील हल्ल्याच्या संदर्भात अभिव्यक्तिस्वातंत्र्याच्या नावाखाली स्वैराचार केला आहे.

असा स्वैराचार करून एखादा अभ्यासक जर एखाद्या समाजाच्या अस्मितेवर हल्ला करीत असेल, तर त्या समाजाला त्याला विरोध करण्याचा, त्याच्या कृतीला पायबंद घालण्याचा जरूर हक्क आहे. अर्थात, हे सर्व लोकशाही मार्गानेच व्हायला हवे; हिंसात्मक मार्गाने नव्हे. मग लोकांचे प्रतिनिधित्व करणाऱ्या शासनाने अशा लेखकास पायबंद घालण्यासाठी त्याच्या पुस्तकावर बंदी आणणे, ही घटना लोकशाहीत बसणारी का ठरू नये?

शेवटी आणखी एका मुद्द्याचा खुलासा होणे गरजेचे आहे. 'भांडारकर'वरील हल्ला हा हिंसात्मक व रानटी मानला तर जिजाबाईसरख्या स्त्रीवरील हल्ला हिंसात्मक व रानटी नाही काय? दगडमातीच्या इमारतीची मोडतोड म्हणजे हिंसाचार आणि हाडामांसाच्या जगद्वंद्य स्त्रीची विटंबना म्हणजे हिंसाचार नव्हे? स्त्रीला आपले चारित्र्य प्राणाहून प्रिय असते. अशा चारित्र्यावर सहेतुक हल्ला करणारे कृत्य हिंसात्मक व रानटी नव्हे काय? असे जर असेल तर श्री. कुमार केतकर लेनच्या त्या विधानाचे वर्णन "It is nothing but sheer barbarism to attack the character of Jijabai." असे करणार आहेत काय? त्यांनी तसे करावयास हवे. लेनच्या पापाचे माप त्याच्या पदरात टाकायला हवे. त्यासाठी अभिव्यक्तिस्वातंत्र्याचा फायदा लेनला देण्याचा उदारमतवाद कशासाठी?

जेम्स लेन प्रकरणाचा बोध काय?

जेम्स लेन व त्याचे शिवचरित्र हे प्रकरण गेले बराच काळ महाराष्ट्रात गाजत राहिले. त्यामुळे महाराष्ट्राचे समाजकारणच नव्हे, तर राजकारणही ढवळून निघाले. या प्रकरणाचा महाराष्ट्राच्या समाजकारणावर झालेल्या गंभीर परिणामांची आपण दखल घेतली पाहिजे.

या प्रकरणामुळे महाराष्ट्रातील ब्राह्मण-ब्राह्मणेतर वाद पुन्हा उफाळून वर आला. हे वास्तव दडविण्यात काही हशील नाही. हा वाद फार जुना असून त्याची पाळेमुळे फुले-शाहूंच्या काळापर्यंत जाऊन पोहोचतात. हा वाद ब्राह्मणेतरांनी सुरू केला असला, तरी त्याचा मूळ उत्पादक वर्णवर्चस्ववादी ब्राह्मण वर्गच होता आणि त्यांच्यातील 'वर्णश्रेष्ठत्ववादी ब्राह्मण्य' हेच त्यास कारणीभूत होते, हा इतिहास आहे. तो कुणीही नाकारू शकत नाही.

खरे म्हणजे मुळा-मुठा व पंचगंगा नद्यांतून आतापर्यंत बरेच पाणी

वाहून गेल्यानंतर तरी हा वाद इतिहासजमा व्हायला पाहिजे होता. पण दुर्दैवाने तो तसा झाला नाही. तो अधूनमधून डोके वर काढत असतो. ब्राह्मणेतरांच्या अथवा बहुजन समाजाच्या मराठा सेवा संघासारख्या संघटना या ब्राह्मणी वर्णवर्चस्व-वादाविरुद्ध सतत दंड थोपटून उभा असल्याचे चित्र दिसते. या उलट वर्णवर्चस्व-वाद्यांचे प्रयत्न गनिमीकाव्याचे, भूमिगत स्वरूपाचे असल्याचे दिसून येते.

याचे एक उदाहरण म्हणजे, राजर्षी शाहू महाराजांच्या चारित्र्यहननाच्या कथा अद्यापही मोठ्या चविष्टपणे खासगीत प्रसृत केल्या जातात. शाहू महाराजांच्या बहुजनांच्या उद्धाराच्या गोष्टीपेक्षा त्यांना अशा कथांमध्ये अधिक रस असतो. अशा कुचाळकीखोरांची परंपरा फुले-शाहूंच्या काळापासूनची आहे. खुद्द शाहू महाराजांना आपल्या कारकिर्दीच्या शेवटच्या चार-पाच वर्षांच्या कालखंडात अशा कुचाळकाखोरांकडून प्रचंड मनस्ताप दिला गेला होता.

अशा कुचाळकीखोर वर्णवर्चस्ववाद्यांची परंपरा चालवणारे लोक दुर्दैवाने आजही आपल्या समाजात आहेत, हेच जेम्स लेन प्रकरणावरून स्पष्ट होते. शिवाजीराजा हा एक पोर्तुगीज सरदाराचा पुत्र होता, असे बिनदिक्कतपणे सांगणाऱ्या पोर्तुगीज कॉम्स द गार्दामध्ये आणि शिवाजीराजांचे जनक वडील दादोजी कोंडदेव होते, असा प्रवाद निर्लज्जपणे पसरविणाऱ्या महाराष्ट्रातील कुचाळकीखोरांमध्ये फक्त देशकालाचाच फरक आहे; प्रवृत्तीचा नाही. दोघांच्या ठिकाणी वर्णवर्चस्ववादाचा दंभ आहे. शिवाजीराजांसारखा असामान्य पुरुषश्रेष्ठ 'हिंदू' असणे शक्य नाही, असे कॉम्स द गार्दाला सुचवायचे होते आणि महाराष्ट्रातील कुचाळकीखोरांना तो 'मराठा' असणे शक्य नाही, असे सुचवायचे आहे. हे अत्यंत घृणास्पद व संतापजनक आहे. ब्राह्मणेतर मराठी समाजाला याच दुष्टाव्याचा अधिक संताप आला आणि 'भांडारकर'वरील हल्ल्याची खरी नस या संतापात आहे, हे वास्तव समाजधुरीणांनी व विचारवंतांनी स्वीकारून समाजस्वास्थ्याच्या दृष्टीने मार्गदर्शन करायला हवे. आज ब्राह्मण-ब्राह्मणेतर अशा दोन्ही समाजांच्या दरम्यान संशयाचे व अविश्वासाचे धुके निर्माण झाले आहे. अशा परिस्थितीत ब्राह्मणेतर मंडळी सर्व ब्राह्मण समाजालाच वर्णवर्चस्ववादी म्हणून आरोपी करून पाहतील तर चुकीचे होईल. फुले-शाहू-आंबेडकर या तिघांनाही तत्कालीन ब्राह्मण वर्णवर्चस्ववाद्यांनी विरोध केला असला, तरी या तिघांचेही समाजकारणातील

अनेक सहकारी ब्राह्मण होते, हे विसरता कामा नये.

महाराष्ट्रात इतिहाससंशोधन व लेखन या क्षेत्रात ब्राह्मण आघाडीवर होते व त्यांनीच रामदास स्वामी व दादोजी कोंडदेव यांना शिवाजी महाराजांचे 'गुरुत्व' बहाल केले, हे जितके खरे; तितकेच या गुरुत्वाचा पर्दाफाश करून रामदास हे शिवाजी महाराजांचे गुरू नव्हते, हे सत्य खणखणीतपणे प्रकाशात आणणारे प्रा. न. र. फाटक हे ब्राह्मणच होते, हे लक्षात घेतले पाहिजे. त्यांचे कार्य आजही ब्राह्मणेतर समाजातील नेते मान्य करतात. ब्राह्मणेतर समाजाने साने गुरुजी, एस. एम. जोशी अशा ब्राह्मण समाजातून आलेल्या अनेक बहुजनवादी गुणीजनांवर प्रेम केले आहे. अशी माणसे विशिष्ट अशा समाजाची नसतात, ती सर्व समाजाची असतात, हेही एक सामाजिक वास्तव आहे व ते दिलासा देणारे ठरावे.

या सर्व पार्श्वभूमीवर जेम्स लेन प्रकरणामुळे ब्राह्मण-ब्राह्मणेतर समाजाच्या दरम्यान जी दरी निर्माण झाली आहे, ती कशी बुजवली जाईल हे समाजातील विचारवंतांनी व धुरीणांनी पाहिले पाहिजे. कारण काळाची ती तातडीची गरज आहे. वर्णश्रेष्ठत्वाची प्रवृत्ती ही समाजातून सहजासहजी नष्ट होईल, अशा भाबड्या समजुतीखाली कोणी राहू नये. म. फुले यांना 'दुर्गंधी' म्हणणारे अधूनमधून डोके वर काढतीलही; पण ते टिकत नाहीत. म. फुले टिकून आहेत. दिवसेंदिवस त्यांचे माहात्म्य राष्ट्रीय पातळीवर वाढत आहे. संसदेच्या प्रांगणात फुले व शाहूंचा पुतळा उभारला गेला आहे. तेव्हा कुणी जेम्स लेन अथवा कुणी बाळ गांगल यांनी उडविलेल्या शिंतोड्यांनी शिवरायांची, म. फुल्यांची अथवा शाहू छत्रपतींची प्रतिमा डागाळत नाही, हेही ध्यानात घ्यावे. जेम्स लेन प्रकरणाचा हाही एक बोध आहे!

◆

३

शिवछत्रपती आणि युवराज संभाजीराजे

शककर्ते छत्रपती शिवाजी महाराजांनी दक्षिणेस मराठ्यांचे 'हिंदवी स्वराज्य' स्थापन केले. या राज्याचे पहिले युवराज, मऱ्हाट देशीचा पहिला राजपुत्र, संभाजीराजे पुढे मराठ्यांचे दुसरे छत्रपती म्हणून राज्यावर आले. शिवछत्रपती हयात असतानाही 'युवराज' म्हणून आणि गादीवर आल्यावर 'छत्रपती' म्हणून संभाजीराजांची कारकीर्द मोठी वादळी ठरली. संघर्ष हा त्यांच्या वैयक्तिक व राजकीय जीवनाचा स्थायीभाव ठरला. त्यांच्या हयातीतही अनेक वाद उपस्थित झाले. एवढेच नव्हे, तर त्यांच्या मृत्यूनंतरही त्यांच्याबद्दल वाद उपस्थित केले गेले. त्यांच्याबद्दल बहुधा प्रतिकूलच लिहिले गेले. प्रतिपादले गेले. त्यांच्या मृत्यूनंतर जे सत्तांतर झाले, त्या कालखंडात त्यांची बाजू समर्थपणे मांडणारा असा कोणी राहिलाच नाही. त्यांच्याशी शत्रुत्व करणाऱ्या स्वकीयांनीही 'मरणान्तानि वैराणि' हे साधे नीतितत्त्वही पाळले नाही.

संभाजीराजांची शोकांतिका

मराठ्यांच्या संपूर्ण इतिहासाकडे धावता दृष्टिक्षेप टाकला तरी हे सहजी लक्षात येते की, एका शिवछत्रपतींचा अपवाद सोडल्यास छत्रपती संभाजी महाराजांइतका पराक्रमी, शूर व तेजस्वी व्यक्तित्व असलेला अन्य कुणी पुरुष सबंध छत्रपतींच्या घराण्यात झालेला नाही! संभाजी महाराजांच्या टीकाकारांचेही याबद्दल दुमत असण्याचे कारण नाही. छत्रपती घराण्यात संभाजी महाराजांनंतर राजाराम महाराज, शाहू महाराज (सातारा) आणि

डॉ. जयसिंगराव पवार लिखित 'शिवछत्रपती - एक मागोवा' या पुस्तकाच्या प्रस्तावनेतील संपादित भाग.

संभाजी महाराज (करवीर) असे तीन नाव घेण्यासारखे राज्यकर्ते होऊन गेले. पण पराक्रम, शौर्य, धाडसी व स्वाभिमानी वृत्ती इत्यादी गुणांच्या संदर्भात यापैकी कुणी संभाजी महाराजांची उंची गाठू शकत नाही.

मजेची गोष्ट अशी की, ज्यास कधी 'शिवाजी' समजलाच नाही; ज्याने हाती तलवार घेऊन रणांगणावर कधी शूरत्व प्रकट केलेच नाही; ज्याने मोगलांच्या ताबेदारीतच जीवनाची इतिकर्तव्यता मानली आणि ज्याने आपल्या कारकिर्दीचा शुभारंभच मुळी मराठ्यांचा कट्टर शत्रू औरंगजेब बादशहा याच्या खुल्दाबाद येथील समाधीच्या दर्शनाने केली, त्या संभाजीपुत्र शाहू महाराजांकडे इतिहास-कारांनी क्षमाशील बुद्धीने पाहून त्यास 'पुण्यश्लोक' बनवावे आणि ज्याने शिवछत्रपतींच्या हिंदवी स्वराज्याच्या रक्षणासाठी मोगल बादशहा, सिद्दी, पोर्तुगीज इत्यादी शत्रूंशी आमरण कठोर संघर्ष केला; जीवनाच्या अंतिम क्षणी असह्य यातना दिल्या जात असताही ज्याने बादशहासमोर शरणागतीचा विचारही आपल्या मनाला स्पर्श होऊ दिला नाही आणि ज्याने शत्रूशी सुरू असलेल्या संघर्षात प्राणाची आहुती दिली, त्या शिवपुत्र संभाजी महाराजांस मात्र इतिहासकारांनी 'दुर्वर्तनी व राज्यबुडवा राजा' ठरवावे, यासारखी मराठी इतिहासाच्या क्षेत्रातील अन्य दुर्दैवी गोष्ट कोणती असू शकेल? संभाजी महाराजांच्या कारकिर्दीचा शोकान्त तर झालाच, पण इतिहासकारांनीही त्यांच्या कारकिर्दीची अशी शोकान्तिका बनवली!

संभाजी महाराजांविषयी अद्यापि समज-गैरसमजच अधिक!

वा. सी. बेंद्रे आणि डॉ. कमल गोखले यांच्या चरित्रग्रंथांनी महाराष्ट्राला 'नव्या संभाजी'चे दर्शन घडविले खरे, पण जनसामान्यांत अद्यापिही संभाजी महाराजांविषयी, विशेषतः त्यांच्या युवराज कालखंडाविषयी, समज-गैरसमजच अधिक अस्तित्वात आहेत. सर्वसामान्य लोकांची गोष्ट बाजूला ठेवू, पण अद्यापि विद्वान मंडळीही समज-गैरसमजाच्या जंजाळातून बाहेर पडू शकलेली नाहीत, याचे एक उत्तम उदाहरण आम्ही पुढे देत आहोत. डॉ. जी. एस. सूर्यवंशी या समाजशास्त्रीय अभ्यासकाने 'धर्मनिरपेक्षता आणि राष्ट्रीय एकात्मता' या गंभीर विषयावर एक ग्रंथ प्रकाशित केला. त्यामध्ये शिवाजी महाराजांच्या निःपक्षपाती न्यायदानाची कथा अशी सांगितली गेली आहे.

''गोदावरी नामक एका ब्राह्मणाच्या विधवा मुलीवर मोहित होऊन

संभाजीने तिला पळवून नेऊन लिंगाणा किल्ल्यावर लपवून ठेवले. महाराजांना हे कळताच त्यांनी तिची सुटका केली. या गुन्ह्याबद्दल महाराजांनी संभाजीला तोफेच्या तोंडी देण्याची शिक्षा फर्मावली. अष्टप्रधान मंडळींनी मध्यस्थी करून आजचा हा युवराज उद्याचा आमचा राजा आहे, असे सांगून शिक्षा रद्द करून घेतली. पण ती माहेरी अगर सासरी जाईना. तिच्यावर भ्रष्ट होण्याचा प्रसंग आल्यामुळे ती सती गेली. संभाजीनेच तिची चिता पेटवली पाहिजे, अशी अट तिने सती जाताना घातली होती. त्याप्रमाणे संभाजीने तिची चिता पेटवली, अशी लोककथा सांगितली जाते. ती जिथे सती गेली त्याच ठिकाणी तिची महाराजांनी रायगडावर जी समाधी बांधली ती अद्यापिही तेथे आहे. शिवराज्यात गरिबापासून श्रीमंतापर्यंत, रावापासून रंकापर्यंत सर्वांनाच सारखा न्याय व शिक्षा दिली जात असे. निःपक्षपाती न्याय, न्यायाबद्दल समानता हे तत्त्व वरील उदाहरणावरून दिसून येते.''[१] शिवाजी महाराजांची न्यायप्रियता सिद्ध करण्यासाठी लेखकास संभाजीराजांची ही कथा अशी उपयोगी पडली. तेवढा त्या कथेचा उपयोग झाला. कथेची छाननी करण्याचे व नंतरच ती स्वीकारण्याचे प्रयोजन लेखकास वाटले नाही.

युवराज संभाजीराजांच्या चारित्र्याविषयी अशा प्रकारचे जे प्रवाद इतिहासात नमूद केले गेले की, ज्यामुळे त्यांची प्रतिमा 'स्त्रीलंपट व दुराचारी' अशी बनवली गेली; त्या प्रवादांचे मूळ असलेल्या ऐतिहासिक साधनांची छाननी जशी व्हायला पाहिजे होती तशी झालेली नाही. अशी चारित्र्यहीन करणारी साधने केवळ पूर्वग्रहदूषित आहेत, म्हणून डावलून चालणार नाहीत. संभाजीराजांना 'दुराचारी' ठरविणारे अनेक इतिहासकार होऊन गेले. त्यामध्ये संभाजीराजांवर कठोर टीकास्त्र सोडणारे मराठ्यांच्या इतिहासाचे महान भाष्यकार त्र्यं. शं. शेजवलकर हे प्रमुख होत. संभाजीराजांना 'स्त्रीलंपट' ठरविणारीही अनेक साधने उपलब्ध आहेत. बहुमत त्यांचेच आहे. पण केवळ बहुमताच्या जोरावर काहीही चिकित्सा न करता ही साधने जशीच्या तशी स्वीकारून संभाजीराजांच्या चारित्र्याचे मूल्यमापन करणे हे अन्यायकारक आहे. एखाद्या मोहिमेच्या यशापयशाबद्दल साधनचिकित्सेत थोडीफार ढिलाई झाली तरी चालेल, पण जेव्हा एखाद्या सार्वजनिक पदावरील व्यक्तीच्या चारित्र्याचा

---

१. धर्मनिरपेक्षता आणि राष्ट्रीय एकात्मता, पृ. १०१

प्रश्न येतो, तिथे त्या साधनांची कसून चिकित्सा होणे गरजेचे असते. कारण पराक्रमाच्या दंतकथांपेक्षा चारित्र्याच्या दंतकथा बहुप्रसव असतात. कल्पनेचे पंख घेऊन त्या मन मानेल तशा भराऱ्या मारीत असतात. या भराऱ्या दुरून पाहणाऱ्यासही आकर्षक वाटतात.

संभाजी : एक सुसंस्कृत पराक्रमी युवराज

महाराष्ट्रातील भोसले घराणे हे दक्षिणेतील एक उच्च कुलीचे क्षत्रिय घराणे होते. संभाजीराजांचे आजोबा, शहाजीराजे भोसले हे स्वतः संस्कृततज्ज्ञ असून अनेक शास्त्रे व कला यांचे भोक्त होते. त्यांचे पुत्र शिवाजी महाराज हे अनेक विद्वान पंडितांना राजाश्रय देणारे होते. संभाजीराजांची तिसरी पिढीही त्यास अपवाद नव्हती. शिवाजी महाराजांसारखा असामान्य पिता आपल्या राज्याच्या वारसाच्या शिक्षणाची चोख व्यवस्था केल्याशिवाय कसा राहील? युद्धकलेच्या शिक्षणाबरोबरच महाराजांनी पारंपरिक विद्या व शास्त्रे यांच्या अभ्यासाची संभाजीराजांसाठी सोय केशव पंडितासारख्या विद्वान शास्त्र्यांच्या देखरेखीखाली केलेली होती. युवराजपदी असतानाच संभाजीराजांनी 'बुधभूषण' हा राजनीतीपर ग्रंथ रचला होता. त्या ग्रंथांतर्गत त्यांनी 'आपण काव्यालंकार, शास्त्रे पुराणे, संगीत आणि धनुर्विद्या' यांचा सखोल अभ्यास केल्याचे म्हटले आहे.[२] संभाजीराजांची ही केवळ आत्मस्तुती नव्हती. एका तत्कालीन कागदात एका खटल्यातील वादी आपली तक्रार प्रल्हाद निराजी व व कवी कलश यांच्याकडे सोपवली गेल्याचे पाहून खुद्द संभाजीराजांकडे तक्रार करताना म्हणतो, 'साहेब सर्वज्ञ, शास्त्रार्थाचा अर्थ स्वतः पंडिताचा निशा होय ऐसा करितासी. ऐसे असोन माझे पारिपत्य होत नाही.'[३] तेव्हा संभाजीराजांच्या शास्त्रपारंगततेबद्दल व सुसंस्कृतपणाबद्दल शंका घेण्यास काही जागा दिसत नाही.

अशा पुस्तकी विद्येबरोबरच शिवाजी महाराजांनी युवराजास प्रत्यक्ष राज्यकारभाराचे शिक्षणही वयाच्या अवघ्या १४/१५ वर्षांपासून (सन १६७०) देण्यास सुरुवात केली होती. एवढेच नव्हे, तर लवकरच (सन १६७२) त्याच्या हाताखाली फौज देऊन मुलूखगिरी करण्यास धाडण्याचाही प्रारंभ केला होता. या सुमारास हिंदुस्थानात प्रवास करणाऱ्या ॲबे कॅरे या नावाच्या

---

२. छत्रपती संभाजी महाराज, पृ. ३७

३. कित्ता, पृ. ३८

फ्रेंच प्रवाशाने युवराज संभाजीराजांच्या व्यक्तिमत्त्वाविषयी व पराक्रमाविषयी लिहिले आहे :

'शिवाजीराजांनी आपल्या सैन्याचे विभाग करून शेजारील सर्व शत्रूंवर एकाच वेळी हल्ला चढविला आहे. शत्रुसैन्ये त्यांच्या मुलखात गुंतवून ठेवल्याने ती एकजुटीने आपल्या मुलखात चढाई करण्यास येऊ नयेत, हा त्याचा मुख्य उद्देश होता. शिवाजीराजांनी एक सर्वांत शूर अशा दहा हजार सैन्याचा विभाग आपल्या मुलाच्या ताब्यात दिला होता. हा युवराज लहान आहे तरी धैर्यशील व आपल्या बापाच्या कीर्तीस साजेल असाच शूर आहे. शिवाजीराजांसारख्या युद्धकुशल पित्याच्या बरोबर राहून तो युद्धकलेत तरबेज झालेला असून, चांगल्या वयोवृद्ध सेनापतीचीही बरोबरी करील इतका तो तयार आहे. तो मजबूत बांध्याचा असून, अतिस्वरूपवान आहे. त्याचे सौंदर्य हाच सैनिकांचे त्याच्याकडे आकर्षण वाढविणारा मोठा गुण आहे. सैनिकांचे त्याच्यावर फार प्रेम आहे व ते त्याला शिवाजीसारखाच मान देतात. फरक इतकाच की, या सैनिकांस संभाजीच्या हाताखाली लढण्यात विशेष धन्यता वाटते. ते आपल्या कर्तबगारीचे सर्व श्रेय आपल्या छोट्या सेनापतीस देतात. संभीजीही कोणीही कर्तबगारी करून दाखविली तर त्यांचे कौतुक करतो व त्याचेसमोर घडलेल्या शौर्याचे चीज त्याच्याकडून ताबडतोब बक्षीसरूपाने झाल्याशिवाय राहत नाही.''

''संभाजीस खानदेश (Cambay) व गुजरात प्रांतीय राजांवर स्वारी करण्याचा हुकूम झाला होता. आपल्या बापाने आपणास एवढी महत्त्वाची व मोठी कामगिरी सांगितलेली पाहून त्यास धन्यता वाटली आणि मोठ्या उत्साहाने कार्यप्रेरित होऊन तो आपल्या कारभाराच्या अगदी प्रारंभाचे विशेष पराक्रम करून दाखविण्यास उद्युक्त झाला. ज्यांच्यावर तो स्वारी करणार, ते त्याच्या नावाच्याच दराऱ्याने पळून गेले. त्यामुळे त्याला यश व कीर्ती मिळविणे सोपे गेले व थोडक्याच अवधीत त्याने बराचसा प्रांत कब्जात आणला. त्याची सर्वच इतकी वाहवा करतात, की खास त्याच्या बापालाही, जर त्याच्यात हेव्यादाव्याच्या तीव्र उर्मी वास करीत असतील, तर त्याचा हेवा वाटावा.''[४]

ॲबे कॅरेचे हे वर्णन वाचल्यावर आपल्यासमोर देखण्या, उमद्या,

---

४. कित्ता, पृ. ५०-५१

पराक्रमी व दिलदार युवराजाची प्रतिमा उभी राहते. संभाजीराजा म्हणजे शिवाजी महाराजांच्या कीर्तीस शोभेल असाच शूर वीर आहे, असाच अभिप्राय या परकीयाने त्याच्या युवराज-कालखंडातील कामगिरीबद्दल देऊन ठेवला आहे.

पारंपरिक शास्त्रे-विद्या, राजव्यवहार व युद्धकला या क्षेत्रांबरोबर तत्कालीन राजनीतीच्या क्षेत्रातही आपला पुत्र तरबेज व्हावा, म्हणून शिवाजी महाराजांनी संभाजीराजांना दक्षिणेतील राजकारणातील प्रत्यक्ष धडे द्यावयास सुरुवात केली होती. मिर्झा राजा जयसिंगाच्या स्वारीच्या रूपाने स्वराज्यावर संकट आले व पुढे जेव्हा पुरंदरचा तह झाला, त्या वेळी आठ वर्षांच्या युवराजाला महाराजांनी राजा जयसिंगाच्या छावणीत पाठविले आणि आपल्याऐवजी त्याला मोगलांची पंचहजारी मनसब स्वीकारण्यास लावली (सन १६६५). मोगली छावणीशी व तेथील रीतीरिवाजांशी अशा प्रकारे आठ वर्षांच्या मराठा राजपुत्राचा प्रथम संबंध आला. पुढच्याच वर्षी संभाजीराजांस घेऊन महाराज आग्र्यास बादशहा औरंगजेबाच्या भेटीला गेले. वयाच्या नवव्या वर्षी संभाजीराजांना मोगल दरबारचे भव्य आणि वैभवशाली दर्शन घडले. याच दरबारात बादशहाची मल्लयुद्धाची आज्ञा या बालराजाने धुडकावून लावून आपल्या अंगच्या 'तेजा'चे दर्शन घडविले. पुढे शिवाजी महाराज आपल्या पुत्रासह आग्र्याच्या कैदेतून निसटले खरे, पण मार्गात प्रवासाचा धोका लक्षात घेऊन त्यांनी संभाजीराजास मागे ठेवले. युवराजाच्या आतापर्यंतच्या आयुष्यातील हा कसोटीचा काल होता. मथुरा-बनारस अशा परक्या ठिकाणी या कोवळ्या बालराजाने त्याला दिलेली भूमिका बेमालूमपणे वठवली. कोणतीही तक्रार न करता!

स्वराज्यात परतल्यावर शिवाजी महाराजांचा मोगलांशी पुन्हा एकदा सला झाला. त्यान्वये त्यांनी दक्षिणेचा मोगल सरसुभेदार शहाजादा मुअज्जम याजकडे संभाजीराजास ससैन्य पाठविले – (ऑक्टो. १६६७). त्यांना सप्तहजारी मनसब आणि वऱ्हाड-खानदेश येथील १५ लाखांची जहागीर मोगलांतर्फे बहाल करण्यात आली. शहजादा मुअज्जम व युवराज संभाजीराजे यांची चांगलीच मैत्री बनली. सन १६६९ अखेर मराठ्यांचे मोगलांशी सख्य राहिले; पुढे ते तुटले. या अवधीत काही काल शहजाद्याच्या छावणीत संभारीराजांचे वास्तव्य झाले. मराठी राज्याचा हा पहिला युवराज, आपला वारसदार, शिवाजी महाराजांनी अशा प्रकारे विद्या, कला, प्रशासन, युद्धनीती

व राजनीती अशा सर्वच क्षेत्रांत निपुण बनविला.

'सरदार' शिवाजीपुत्र व 'राजपुत्र' संभाजीराजे

संभाजी महाराजांच्या चरित्राकडे नेहमीच त्यांच्या पित्याच्या कर्तृत्वाशी व व्यक्तित्वाशी तुलना करून पाहिले जाते. हे अस्वाभाविक नाही. कारण या दोन पुरुषांच्या कारकिर्दी एकमेकांस खेटून उभ्या आहेत. शिवाय संभाजी महाराज हे शिवाजी महाराजांचे पुत्र आहेत; पण संभाजीराजा म्हणजे 'शिवाजी' होऊ शकत नाही. ज्या परिस्थितीने 'शिवाजी'स घडविले ती भिन्न व ज्या परिस्थितीत 'संभाजी' घडला ती परिस्थिती त्याहून भिन्न! बालपण, कौटुंबिक वातावरण, आजूबाजूचे सामाजिक व भौगोलिक संस्कार, दक्षिणेतील तत्कालीन राजकारण, अडचणी, संकटे, धोके इत्यादी सर्वच बाबतींत बाल शिवाजी व बाल संभाजी यांच्यामधील तुलना साम्य शोधण्यासाठी होऊ शकत नाही. तुलनाच करावयाची झाल्यास दोन्ही व्यक्तित्वांवरील भिन्नत्व शोधण्यासाठी ती करावी लागेल.

पहिली गोष्ट अशी की, शिवाजीराजा हा दक्षिणेतील एका सामर्थ्यशाली सरदाराचा पुत्र आहे. जहागीरदारपुत्र आहे. संभाजीराजा हा दक्षिणेतील प्रत्यही सामर्थ्यशाली बनत जाणाऱ्या मराठी राज्याच्या अधिपतीचा पुत्र आहे. दुसरे असे की, शिवाजीराजाने अवतीभोवतीच्या शत्रूंचे दमन करून नव्या सार्वभौम सत्तेची उभारणी केली होती; 'स्वराज्य' संस्थापना हे त्याचे ध्येय होते. युवराज संभाजीपुढे या राज्याचे संवर्धन व संरक्षण हे काम होते. आणखी असे की, शिवाजीराजाला आरमारापासून राजधानीपर्यंत राज्याची प्रत्येक गोष्ट नव्याने करावी लागली होती. त्याच्या अवतीभवतीची कर्तृत्ववान माणसे ही त्याची 'स्वनिर्मिती' होती; युवराज संभाजीस हे सर्व त्याच्या जन्मसिद्ध हक्काने प्राप्त होणार होते. कर्तृत्ववान माणसांसह पुढे जायचे होते. जमल्यास त्यात भर टाकायची होती. शेवटी सर्वांत महत्त्वाचे म्हणजे बाल शिवाजीस घडविण्यासाठी जिजाबाईच्या रूपाने एक असामान्य माता त्यास मिळाली होती. युवराज संभाजी मात्र वयाच्या अवघ्या दुसऱ्या वर्षीच मातृसुखास पारखा झाला होता. त्याची आजी ही 'आई'ची जागा घेऊ शकत नव्हती. आजीची 'माया' आणि आईचे 'प्रेम' यात फरक आहे. आजी कधी रागवत नाही. शिक्षा करीत नाही. आई प्रेमाबरोबर मुलास शिक्षा करण्यासही मागेपुढे पाहत नाही!

युवराज संभाजीचे चरित्र अशा सर्व परिस्थितीच्या पार्श्वभूमीवर तपासले गेले पाहिजे. कारण व्यक्तित्व हे आनुवंशिक गुण आणि परिस्थिती अशा दोन्ही घटकांनी बनत असते आणि अनेकदा हे त्यामध्ये परिस्थितीचाच वरचष्मा झालेला आढळून येतो.

अनुपुराण : युवराज संभाजीच्या कारकिर्दीचे एक महत्त्वाचे साधन

युवराज संभाजीराजांच्या कारकिर्दीवरील ऐतिहासिक साधने विपुल प्रमाणावर उपलब्ध नाहीत आणि जी आहेत ती बहुतेक सर्व संभाजीराजांच्या विरोधी गोटातील आहेत. युवराज संभाजीराजांची बाजू मांडणारे एकच महत्त्वाचे ऐतिहासिक साधन उपलब्ध आहे, ते म्हणजे 'अनुपुराण' नावाचा काव्यग्रंथ. शिवाजी महाराजांच्या कारकिर्दीतील सुप्रसिद्ध कवी परमानंद याच्या नावावर जरी हे लिहिले असले, तरी प्रत्यक्षात त्याचा पुत्र देवदत्त यानेच ते रचले असावे, असा शेजवलकर प्रभृतींचा तर्क आहे आणि तो बरोबर आहे. तरीपण या काव्यामुळे युवराज संभाजीराजांच्या हालचाली, रायगडावरील व शृंगारपुरातील राजकारण, प्रधानांच्या कारवाया, सोयराबाईंची मनःस्थिती इ. अनेक बाबींवर प्रकाश पडतो. त्या दृष्टीने या काव्यग्रंथाचे ऐतिहासिक मूल्य आपण मान्य करावयास पाहिजे. पण या काव्याचा कर्ता अनेक ठिकाणी आपल्या बेसुमार स्तुतीने, विरोधकांच्या तितक्याच बेसुमार निंदेने आणि काल्पनिक प्रसंगांच्या वर्णनाने संभाजीराजांची बाजू अशा अभिनिवेशाने मांडतो की, त्यामुळे अनेकदा संभाजीराजांची बाजू बळकट होण्याऐवजी कमकुवतच होते; आणि त्याच्या व्यक्तित्वास कवी हानी पोहोचवितो! शिवाजी महाराज, संभाजीराजे, प्रधान, सोयराबाई इत्यादीकांच्या तोंडी अनुपुराणकर्त्याने घातलेल्या काल्पनिक संवादांच्या पुराव्याच्या बळावर संभाजीराजांची बाजू बळकट झाल्याचे वाटून बेंद्र्यांनी जरी दुर्लक्ष केले तरी संभीजाराजांचे टीकाकार त्याकडे काय म्हणून दुर्लक्ष करतील? शेजवलकरांसारख्या टीकाकारांनी याच अनुपुराणातील संदर्भ घेऊन आपल्या मार्मिक शैलीने युवराज संभीजाराजींच्या प्रतिमेवर प्रहार केले आहेत, ही गोष्ट या ठिकाणी आवर्जून नोंदली पाहिजे. अनुपुराण हे काव्य आहे, हे मान्य करूनही त्याच्या ऐतिहासिक मूल्याविषयीचे भान उभयपक्षी राखले गेले नाही.

अनुपुराणकर्त्यास सर्वत्र कलीचा संचार झालेला दिसतो. तो कली रायगडावरील शिवाजी महाराजांसह सर्वांच्या ठिकाणी संचारलेला आहे. खुद्द शिवाजी महाराज या कलीच्या प्रभावामुळेच राणी सोयराबाईंच्या सौंदर्यापुढे व हट्टापुढे मोहवश होऊन तिच्या पुत्रास राज्य देण्याच्या मागणीस तयार झालेले आहेत, अशा आशयाचे वर्णन इतिहासाला ज्ञात असलेल्या शिवाजी महाराजाच्या व्यक्तित्वाशी जुळत नाही, तसेच काव्यात म्हटल्याप्रमाणे महाराजांचे प्रधान त्यांच्या प्रजाजनांना छळत असतील तर त्याचा दोष प्रधानांपेक्षा महाराजांकडेच अधिक जातो, हे अनुपुराणकर्त्याच्या व त्याच्यावर विसंबून तशी विधाने करणाऱ्या बेंद्र्यांच्या ध्यानात आलेले नाही, ही खेदाची गोष्ट आहे.

या काव्यात ऐतिहासिक सत्याचे कण नाहीतच असे नाही, पण हे कण फार जपून वेचावे लागतील. एक उदाहरण पाहा - संभाजीराजांचे शृंगारपुरी वास्तव्य असता कवी कलशाने त्यांचा 'कलशाभिषेक' घडवून आणला, असे कवी सांगतो. पण तो इथेच थांबत नाही. कलशाभिषेकाचे महत्त्व सांगताना तो म्हणतो, "काम्यतिथीच्या दिवशी केलेला संभाजीचा कलशाषिभेक सार्थनामा होऊन चमत्कारांची एक मालिका इच्छेप्रमाणे घडवून आणता झाला; म्हणजे तीन वर्षांच्या आतच रौद्र संवत्सरी, कल्पना नसता, शिवाजी कैलासवासी होऊन त्याची भीती नष्ट झाल्यामुळे सुलभपणे संभाजीच्या डोक्यावर सिंहासनस्थ छत्रचामरे ढाळली गेलेली दिसली, असा पूर्ववृत्तान्त... संभाजीच्या कारकिर्दीत छंदोगामात्य झालेल्या कवी कलशाने सांगितला."[५]

कवीच्या या वर्णनामुळेच शेजवलकरांना संभाजी-कवी कलश संबंधावर पुढील भाष्य करणे सोपे गेले - "(यावरून) कवी कलश त्याचे (संभाजीचे) कान सन १६८७ पासूनच फुंकीत होता, हे ऐतिहासिक सत्य पुढे येते. शिवाजीची इच्छा, त्याचा आदेश, प्रधानांचे त्याप्रमाणे वागणे, ही काहीही सिद्धीस न जाता अचानक संभाजीला राज्य प्राप्त झाले, हा त्याला स्वतःलाच एक अद्‌भुत चमत्कार वाटला असला पाहिजे व त्यामुळे त्याची कवी कलशावर नितांत श्रद्धा बसली, असे संभाजीची बाजू मांडणाऱ्या या काव्यावरून उघड होते."[६]

---

५. श्रीशिवछत्रपती, पृ. १४५

६. कित्ता

कवीच्या या वर्णनातील सत्य कोणते व कल्पित कोणते? कवी कलशाने केलेला कलशाभिषेक हे सत्य व त्याचा वर्णिलेला परिणाम हे कल्पित आणि कवीचे सर्वच वर्णन सत्य मानले तर शेजवलकर म्हणतात त्याप्रमाणे सन १६७८ पासूनच कवी कलश संभाजीराजांचे कान फुंकीत होता इथपर्यंतच तर्क येऊन थांबत नाही, तर त्याही पुढे जाऊन संभाजीराजास आपल्या पित्याचे अस्तित्व म्हणजे संकट आणि त्यांचा 'स्वर्गवास' म्हणजे 'सुवर्णसंधी' असे वाटत होते, अशी तर्काची पुढील पायरी ओलांडावी लागेल! ती पायरी मान्य केली तर युवराज संभाजीराजांची काही नैतिक बाजूच शिल्लक राहत नाही! शेजवलकरही ही पायरी ओलांडीत नाहीत. कारण दुसऱ्या एका ठिकाणी त्यांनी संभाजीराजांबद्दल म्हटले आहे - "संभाजीच्या मनात बापाबद्दल भीतियुक्त आदर अखेरपर्यंत राहिला होता. तो बापाचा द्वेष्टा नव्हता. पण आपल्या प्रवृत्तींना, अस्मितेच्या आविष्काराला मर्यादा घालणे त्याला कधीच शक्य झाले नाही. ती बापाविरुद्धही उफाळत राहिली."[७]

आमचे म्हणणे एवढेच, की अनुपुराण हे काव्य असून, त्यामधील अतिशयोक्ती, काल्पनिकता, अलंकारिता, रसिकता, स्तुती-निंदा इ. गुणावगुण पारखूनच त्यातील पुरावा उभयपक्षींच्या संशोधकांनी उपयोजित करावयास हवा.

रायगडावरील गृहकलह आणि संभाजीराजांवरील दुर्वर्तनांचे आरोप

शिवराज्याभिषेकानंतर रायगडावर गृहकलह उत्पन्न झाला आणि त्याची दुर्दैवी परिणती मराठी राज्याचा वारसदार शत्रूच्या गोटास मिळण्यात झाली. हा गृहकलह राज्याभिषेकानंतर म्हणजे जिजाबाईच्या मृत्यूनंतर (१७ जून १६७४) सुरू झाला. याचा अर्थ राजमाता असेपर्यंत गृहकलह निर्माण करण्याची रायगडावर कोणाची हिंमत नव्हती.

संभाजीराजांनी आपणहून गृहकलह सुरू करण्याचे काही कारण नव्हते. कारण ते शिवाजी महाराजांचे ज्येष्ठ पुत्र होते, रूढीनुसार व राजनीतीशास्त्रानुसार राज्याचे वारसदार होते; आणि ज्या रीतीने शिवाजी महाराजांनी त्यांना दक्षिणेच्या राजकारणात वागविले होते, त्यावरून महाराज त्यांनाच पुढे आपला वारसदार म्हणून ठरविणार होते. अशा परिस्थितीत गृहकलाची

७. कित्ता, पृ. १३३

सुरुवात राणी सोयराबाईंकडून झाली असणार, हे उघड आहे.

राज्याभिषेक प्रसंगीच आपणास पट्टराणीचा मान मिळाला तरी आपल्या पुत्रास युवराजपदाचा मान न मिळता तो संभाजीराजांकडे गेला; याचा अर्थ राज्याचा वारसा आपल्या मुलाला मिळणार नाही, हे दुःख सोयराबाईस झाले असले पाहिजे, असा तर्क डॉ. कमल गोखले करतात आणि ही गोष्ट 'स्त्रीस्वभावास धरून स्वाभाविकच वाटते,' असेही त्या म्हणतात.[८] आम्हास असे वाटते की, आपल्या पुत्रास राज्य मिळावे, ही भावना राज्याभिषेक प्रसंगीच सोयराबाईंच्या मनात आली असेल असे नाही; त्यापूर्वीही हा विचार तिच्या मनात घर करून बसला असावा. अगदी तिच्या पुत्रजन्माच्या वेळीच हा विचार तिच्या मनात येणे हेही नैसर्गिक होते. फक्त हा विचार प्रकट करण्याचे धैर्य जिजाबाई हयात असे तोपर्यंत तिच्याजवळ नव्हते, एवढेच!

मुळात शिवाजी महाराजांच्या मनात राज्यविभाजनाचा विचार नव्हता. पण संभाजीराजांच्या दिवसेंदिवस वाढत जाणाऱ्या दुर्वर्तनामुळे ते अगतिक झाले व पुढे गृहकलह टाळण्यासाठी त्यांनी राज्यविभाजनाचा प्रस्ताव संभाजीराजांपुढे मांडला, असे मत शेजवलकरांनी आपल्या शिवचरित्राच्या 'शिवाजी-संभाजी संबंध' या प्रकरणात मांडले आहे. संभाजीराजाच्या दुर्वर्तनाचा पहिला दाखला म्हणून त्यांनी सन १६७५च्या अखेरीस शिवाजी महाराजांवर झालेल्या विषप्रयोगाची घटना नमूद केली आहे. ते लिहितात - 'प्रसंग, सन १६७५च्या अखेरीस झालेला शिवाजीचा दीर्घ आजार व त्यातून त्याच्या मृत्यूची उठलेली चौफेर बातमी, हा आहे. इंग्रजांना कळले की शिवाजीला त्याच्या मुलानेच विष घातले, कारण त्याला कळले की बापाने रायगडाच्या पहारेकऱ्यांना, संभाजी रात्री किल्ल्याखाली उतरण्याची आपली खोड न सोडील तर त्याला बेशक तटावरून लोटून द्यावे, असे फर्माविले होते. संभाजी रात्री शिवाजीच्या प्रमुख ब्राह्मणांपैकी एकाच्या मुलीला भेटण्यासाठी किल्ल्याखाली उतरत असे व तिच्याशी त्याचा अनैतिक संबंध होता. इंग्रजांच्या पत्रातील ही नोंद इतकी सहजरीत्या स्पष्ट स्वरूपात आली की तीबद्दल शंका घेणे कठीण आहे...''[९]

शेजवलकरांच्या वरील लिखाणावरून त्यांनी इंग्रजांच्या बातमीपत्रातील

---

८. छत्रपती संभाजी स्मारक ग्रंथ, पृ. ६

९. श्रीशिवछत्रपती, पृ. १४२-१४३

माहिती खरी मानली आहे, हे उघड आहे. आता मूळ बातमी कशी आहे ते पाहू : " For these many days here is a continued report of Sevagees being dead and buried, naming the place of his death, distemper, manner and place of bruial. It is reported he was poisoned by his son; his son being informed his father had commanded the watch of Rairee Castle to throw him down over the wall, if he left not going out at nights... to meet a daughter of one of his chiefest Brahminees, whose daughter he had debauched; that he was sick, we certainly know, and that his distemper proceeded from the violent pain he had in his head, which was almost rotten. The Siddy Sambolee told a servant of the Deputy Governor, that he was dead and so say all merchants from Dabull, Cullean, Chaule & Co. We cannot give any great credit thereto, because Moree Pundit removes not from under Moules (Mahuli or Mavals) Hill with his army. We shall endeavour to know the certainly, adnd advise when we know it."[10]

या बातमीची बारकाईने चिकित्सा केली तर पहिली गोष्ट अशी दिसते की, या बातमीत नमूद केल्याप्रमाणे शिवाजी महाराजांचा या वेळी मृत्यू झालेला नाही. ते साताऱ्यात दीर्घ काळ आजारी होते हे खरे. त्यामुळे अशा आजाराने विषप्रयोगाच्या बातम्याही तयार होणे स्वाभाविक होते. अशा बातम्या तिखट-मीठ लावून अधिक रुचकर केल्या जातात. ही विषप्रयोग संभाजीराजानेच केला असे म्हटल्याने ती बातमी सनसनाटी होऊ शकते. दुसरे असे की, बातमीदार सांगतो त्याप्रमाणे संभाजीराजाने महाराजांवर विषप्रयोग करण्याचे कारण कोणते? तर किल्ल्याच्या पायथ्याशी असणाऱ्या ब्राह्मणकन्येस भेटण्याची खोड संभाजीराजाने सोडली नाही तर त्याचा कडेलोट करावा, अशी महाराजांनी सांगितलेली शिक्षा! गंमत अशी की, खुद्द इंग्रजांनीच आणखी काही दिवसांनंतरच्या बातमीपत्रात (७ एप्रिल

१०. English Records on Shivaji, Vol. II, p. 78

१६७६) विषप्रयोगाचा कर्ता संभाजीराजा नसून, एक न्हावी आहे असे म्हटले आहे![११] म्हणजे संभाजीराजांचे त्या ब्राह्मणकन्येस भेटण्यास जाणे, त्यावर शिवाजी महाराजांनी फर्मावलेली कडेलोटाची शिक्षा, ही शिक्षा टाळण्यासाठी संभाजीराजांनी महाराजांवर केलेला विषप्रयोग या तीन पायऱ्यांतील शेवटची पायरीच निखळल्यावर वरच्या दोन पायऱ्या आपोआप कोसळतात, हे सुज्ञास सांगणे न लगे! सारांश, इंग्रजांचे बातमीपत्र तत्कालीन व अस्सल असले, तरी त्यातील माहिती 'अस्सल' असेलच असे नाही, हे इतर अनेक इंग्रज बातमीपत्रांवरूनही समजून येईल.

रायगडाच्या पायथ्याशी ज्या मुलीस भेटण्यास संभाजीराजे जात होते, ती अण्णाजी दत्तोची कन्या होती, असे अनेक लेखकांनी म्हटले आहे. यास आधार म्हणून बुसातिन-उस-सलातीन (विजापूरच्या आदिलशाहीचा इतिहास) या ग्रंथांतील कथा दिली जाते. ती कथा अशी :

"संभाजी याणी दिलेरखानापासी जाऊन पोहोचण्याची कैफियत असी आहे की, सिवाजी कित्येक कामाबद्दल संभाजीसी त्रासून कंटाळला होता. या दिवसांत शरहनवीस म्हणजे हुकमाचे शेरे लिहिणारा कामदार होता. त्याचे कन्येवर संभाजी फार आषक, म्हणजे लुब्ध, जाहला होता. अशा प्रकारे की, संभाजीचा केवळ शत्रूच जाहाला आणि सिवाजीने मनात आणिले की, संभाजीस हरएक बहान्याने पकडून ठार जिवे मारावा किंवा कैद करावा. संभाजी याणी हा सिवाजीचा इरादा ओळखून संशयांकित जाहाला आपण दिलेरखानाकडे निघोन जावे असा निश्चय केला. आपण जातीने जाऊन पोहोचण्यापूर्वी आधी एक पत्र आम्ही आपलेकडे येतो अशा मजकुराचे लिहून दिलेरखानाकडे पाठविले. त्यानंतर जातीनेही त्या पत्राचे लागोपाठच दिलेरखानाकडे निघाला."[१२]

बुसातिन-उस-सलातीन या ग्रंथाचा कर्ता महंमद झुबेरी हा असून, त्याने १८२४ मध्ये म्हणजे संभाजीराजांनंतर सव्वाशे वर्षांहून अधिक काळाने युवराज संभाजीराजाच्या इष्काची ही कल्पित कहाणी सांगितली आहे! संभाजीराजा दिलेरखानास मिळण्यापूर्वी त्यास हर-एक बहाण्याने पकडून ठार मारण्याचा विचार शिवाजी महाराज करीत होते, अशा त्याच्या

---

११. कित्ता, पृ. ८४

१२. विजापूरची आदिलशही, पृ. ५२७

सांगण्यावर कितपत विश्वास ठेवायचा? महंमद झुबेरीचा समकालीन मल्हार रामराव हा मराठी बखरकार तर या कल्पनेच्या साम्राज्यात त्याच्यावरही ताण करतो! मल्हार रामरावाने तर संभाजीराजाच्या हातून रायगडावर प्रत्यक्ष राजवाड्यात हळदीकुंकवाच्या समारंभात एक सुस्वरूप ब्राह्मण तरुणीवर बलात्कार घडवून आणला आहे! मल्हार रामराव सांगतो :

"...परंतु (संभाजीराजे) उग्र प्रकृती, शिवाजी महाराजांचे मर्जीनुरूप वागणे पडेना ऐसे होऊ लागले. काही दिवस राजगडी राहून रायगडी गेले... त्यांचा व्रतबंध करून युवराजाभिषेक करावासे मनात आणून व्रतबंध केला. परंतु संभाजी महाराजांची मर्जी एक प्रकारची! कोण्हे एके दिवशी हळदकुंकू समारंभ शीतलागौरी यास सर्व सुवासिनी स्त्रिया राजवाड्यात येणार, त्यात कोण्ही रूपवान स्त्री आली. तिजला महालात नेऊन बलात्कार- अविचार जाला. हे वृत्त महाराजांसही समजले. ते समयी बहुत तिरस्कार येऊन बोलले जे 'राज्याचे अधिकारी हे, अगम्यागमन श्रेष्ठ वर्णाचे ठायी जाले; सर्व प्रजा हे राजाचे कुटुंब आप्तसमान, हे पुत्र झाले तरी काय करावयाचे? यांचा त्याग करीन, शिक्षा करीन." ऐसे आग्रह करून बोलले. ही बातमी संभाजी महाराज यांस समजली. त्याजवरून दोन घोडियांवरि आपण वस्त्रीऐसे बसोन, पाच पंचवीस माणसे मावले आपले खासगीची घेऊन रात्रीसच निघोन पाचवडास असता तेथून गेले. ते वेळे दिलेरखान औरंगाबादेस होते त्यांजपाशी गेले... बहुत सत्कार करून ठेविले..."[१३]

सुमारे दीडशे वर्षांहून अधिक काळ संभाजी महाराजांची विशिष्ट विकृत प्रतिमा महाराष्ट्रातील जनमानसात रूढ व दृढ करण्यास मल्हार रामरावाची ही बखर मोठ्या प्रमाणावर कारणीभूत ठरली आहे. मल्हार रामरावाच्या या बखरीची चिकित्सा करण्यापूर्वी एक महत्त्वाची बाब लक्षात घेतली पाहिजे, ती म्हणजे संभाजी महाराजांच्या कारकिर्दीनंतर ती तब्बल ११२ वर्षांनी लिहिलेली आहे. सभासद आणि मल्हार रामराव या दोघाही बखरकारांचे संभाजी महाराजांच्या संबंधीचे बरेचसे लिखाण विपर्यस्त व कल्पित आहे. पण त्याची कारणे भिन्न भिन्न आहेत. सभासदाचे लिखाण राजाराम महाराजांची मर्जी संपादन करण्यासाठी स्वार्थी भूमिकेतून केले गेले आहे; तर मल्हार

---

१३. चिटणीसविरचित छत्रपती श्री शिवाजीराजे यांची बखर, पृ. २३५-२३६

रामरावाचे खापर पणजोबा बाळाजी आवजी चिटणीस, यास संभाजी महाराजांनी हत्तीच्या पायी देऊन ठार मारले; याचा राग इतक्या पिढ्यांनंतरही गेलेला नव्हता. तोच राग संभाजी महाराजांविषयी त्याचा पूर्वग्रह निर्माण करण्यास कारणीभूत ठरला असावा.

विशेष म्हणजे बाळाजी आवजी, खंडोबल्लाळ या पूर्वजांविषयी लिहिताना त्याने त्यांच्या प्रतिमा उजळून टाकल्या आहेत. तथापि संभाजी महाराज गादीवर येऊ नयेत म्हणून झालेल्या कटात किंवा त्यानंतर त्यांच्यावर झालेल्या विषप्रयोगाच्या आणि अकबराशी संगनमत केल्याच्या कारस्थानात बाळाजी आवजीचा काही भाग होता, हे तो कोठेच नमूद करत नाही. उलट शिवाजी महाराज, संभाजी महाराज आणि राजाराम महाराज या तीन राज्यकर्त्यांवर त्याने लिहिलेल्या बखरीत चिटणीस घराण्यातील व्यक्तींनी कशी एकनिष्ठा व मोठी कर्तबगारी दाखविली, याचीच प्रत्यही उदाहरणे तो देत राहतो.

चिटणीसाचा मजकूर कल्पित अतएव विकृत का झाला, याची मीमांसा केल्यावर आता बखरीतील बलात्काराच्या कथेच्या चिकित्सेकडे जाऊ :

रायगडावर राजवाड्यात हळदी-कुंकवाच्या समारंभास जमलेल्या स्त्रियांपैकी एका रूपवान ब्राह्मण स्त्रीवर युवराज संभाजीराजाने अत्याचार केल्याची सांगितलेली कथा संभाजी महाराजांच्यावर चारित्र्यावर गंभीर आरोप करणारी आहे. या कथेचा प्रभाव पावणेदोनशे वर्षे संभाजी महाराजांच्या चारित्र्याची चिकित्सा करणाऱ्या पंडितांवर पडून राहिला आहे. अशा प्रकारची ही कथा खरी आहे, असे मानणाऱ्यांचे सर्वांत जुने उदाहरण आहे ग्रँट डफचे, तर सर्वांत ताजे उदाहरण आहे प्रा. वसंत कानेटकरांचे!

रायगडावर घडून आलेल्या बलात्कार प्रकरणातील ही स्त्री कोण, कोणाची (कन्या की सून?) हे मल्हार रामराव सांगत नाहीत. कोणे एके दिवशी... अशी पुराणकथेसारखी कथेची सुरुवात मोघमात करतो. मल्हार रामरावास ही कथा कोणी सांगितली किंवा त्याने ती कोठून घेतली हे त्याची ही कलाकृती 'बखर' असल्याने विचारण्याची सोय नाही! संभाजीराजा म्हणजे कोणी गुंड होता की काय, ज्याने समारंभास जमलेल्या रूपवान स्त्रीवर राजवाड्यातच अत्याचार करावा? पुण्यश्लोक जिजाबाई आणि शककर्ते शिवाजी महाराज यांसारख्या असामान्य चारित्र्यसंपन्न माणसांच्या संस्कारात वाढलेला हा मराठ्यांचा युवराज इतका निर्ढावलेल्या गुन्हेगारासारखे

वर्तन करेल, ही कल्पनाही करवत नाही आणि सर्वांत महत्त्वाची गोष्ट म्हणजे ज्या रायगडावर ही घटना घडली असे सांगण्यात येते, त्या गडावर संभाजीराजे या वेळी नव्हतेच. मल्हार रामराव सांगतो की, ही घटना घडल्यानंतर पित्याचा रोष ओढवून त्याची शिक्षा टाळण्यासाठी संभाजीराजे रागयडाहून दिलेरखानाच्या गोटात पळून गेले. प्रत्यक्षात ते सज्जनगडाहून खानाच्या गोटात गेले आणि त्यापूर्वी त्यांचा मुक्कमा द. कोकणात शृंगारपुरी येथे पावणेदोन वर्षे होता. जो रायगडावर नव्हताच त्याच्या नावाची बखरकाराने अशी बदनामी केली!

मल्हार रामरावाप्रमाणेच झुबेरीही ही घटना संभाजीराजे दिलेरखानाच्या गोटाकडे जाण्यापूर्वी रायगडावर घडली असे म्हणतो. अनेक इतिहासकारांनी मल्हार रामरावाची बखर, इंग्रजी बातमीपत्र व बुसातिन-उस-सलातीन या तिन्ही साधनांमधील कथा एकाच स्त्रीविषयी म्हणजे अण्णाजी दत्तो याच्या मुलीविषयी मानून संभाजीराजांच्या चारित्र्यावर भाष्य केले आहे. तीपैकी दोन साधने ही घटना संभाजीराजे दिलेरखानाकडे जाण्यास कारणीभूत झाली, असे म्हणतात. पण रायगडाच्या परिसरात ऑक्टो. १६७६ पासून ते शिवाजी महाराजांचा मृत्यू झाला तोपर्यंतच्या काळात तरी संभाजीराजे आलेले नव्हते, हा मुद्दा संभाजीराजांचे टीकाकार लक्षात घ्यावयास तयार नाहीत. उलट ही घटना रायगडाच्या परिसरात घडलीच, असा सत्याभास निर्माण केला आहे. प्रा. वसंत कानेटकरांनी तर या कथेमधील मुलीस 'गोदावरी' हे लोककथेतील अथवा नाटकातील नावसुद्धा बहाल करून टाकले आहे![१४]

प्रा. कानेटकरांनी आणखी एक महत्त्वाचा मुद्दा उपस्थित केला आहे. ते म्हणतात, "मध्ययुगात बायका पळवणे, त्यांच्यावर बळजबरी वा बलात्कार करणे या फार 'डोळे वटारून' बघण्याच्या गोष्टी नव्हत्या. अंगवस्त्रे, नाटकशाळा आणि लग्नाच्या अनेक बायका, हा तर त्या काळी कौतुकाचा आणि प्रतिष्ठेचा मामला मानला जात होता. मग शिवाजी महाराजांची संभाजीराजांवर 'इतराजी' का झाली असेल? मल्हार रामराव चिटणीस आपल्या बखरीत सांगतो, ते सगळेच खरे नसले, तरी तो जाता जाता शिवाजी महाराजांच्या तोंडून एक रिवाज बोलून दाखवितो... "राज्याचे अधिकारी हे अगम्यागमन

१४. छत्रपती संभाजी स्मारक ग्रंथ, पृ. ३९६-३९७

श्रेष्ठ वर्णाचे ठायी जाले.'' म्हणजे क्षत्रिय असून ब्राह्मण मुलीशी राजाने संग केला हे पाप घडले. बळजबरी केली म्हणून नव्हे.''[१५]

प्रा. कानेटरांच्या मते, गोदावरी श्रेष्ठ वर्णाची- ब्राह्मण वर्णाची असल्याने शिवाजी महाराजांची संभाजीराजांवर 'इतराजी' झाली. त्या ठिकाणी इतर वर्णाची स्त्री असती तर महाराजांची इतराजी झाली नसती काय? प्रा. कानेटकरांचा मुद्दा मान्य करण्यासारखा नाही. आमच्या समजुतीप्रमाणे शिवाजी महाराज स्त्रियांच्या संदर्भातील चारित्र्याबाबत एक अपवादात्मक पुरुष होते. स्त्री-चारित्र्य वर्णातीत आहे, हे तत्त्व त्यांनी नजरेआड केले असेल, असे वाटत नाही. प्रा. कानेटकरांनी सांगितलेली मल्हार रामरावाची चारित्र्याच्या वर्णश्रेष्ठत्वाची कल्पना पेशवाईतील आहे, शिवशाहीमधील नव्हे!

खुद्द प्रा. कानेटकरांनी शिवाजी महाराजांचे वर्णन मध्ययुगातील एक सक्त चारित्र्याचा पुरुष म्हणून केले आहे. एकदा जर आपण हे मान्य केले तर एक साधा प्रश्न निर्माण होतो की, बखरकाराने सांगितलेल्या कथेप्रमाणे संभाजीराजांच्या हातून रायगडावर ब्राह्मण स्त्रीवर अत्याचार झाला असेल तर त्याची वार्ता ऐकून महाराजांनी, तिरस्काराने बोलून आपली फक्त 'इतराजीच' व्यक्त केली असेल काय? या असाधारण गंभीर गुन्ह्याबद्दल महाराज युवराजास मृत्युदंडाचीही शिक्षा फर्मावित! महाराजांच्या चारित्र्याच्या लौकिकास ते सुसंगत होते. पण असे काहीही घडलेले दिसत नाही. रायगडावरील गृहकलहाची कारणे इतिहासकार समजतात त्याप्रमाणे संभाजीराजांच्या दुर्वर्तनात नव्हती, तर ती राणी सोयराबाई व प्रधान यांच्या महत्त्वाकांक्षेत व स्वार्थामध्ये होती.

युवराज संभाजीराजांच्या चारित्र्याचा ऊहापोह करीत असता जनमानसात रूढ झालेल्या त्यांच्या तथाकथित नायिका- तुळसा, गोदावरी, कमळा यांच्याविषयी दोन शब्द लिहिले तर अप्रस्तुत होणार नाही. साहित्यिकांनी तशा अनेक नायिका निर्माण केल्या तरी गाजल्या त्या प्रामुख्याने या तीनच. यापैकी 'तुळसा' हे पात्र आत्माराम मोरेश्वर पाठारे यांनी १८९१ मध्ये आपल्या 'संगती श्री छत्रपती संभाजी' या नाटकात निर्माण केले. पुढे ही तुळसा रंगभूमीवर खूप गाजली! पण ती केवळ साहित्यिकांची निर्मिती होय. लोककथेतही तिला स्थान नाही. लोककथांत स्थान असणाऱ्या संभाजीराजांच्या

---

१५. कित्ता, पृ. ३९६

दोन नायिका- गोदावरी व कमळा. संभाजीराजांच्या या दोन्ही तथाकथित नायिकांना कोणताही ऐतिहासिक आधार नाही! आत रायगडाच्या पायथ्याशी गोदावरीची म्हणून जी समाधी दाखवली जाते, ती आहे पेशवेकालीन सवाई माधवराव पेशव्याची पत्नी यशोदाबाई हिची समाधी![१६] असेच पन्हाळ्याच्या परिसरातील तथाकथित थोरातांच्या कमळेच्या समाधीबद्दल आहे. ही समाधी बाळाजी विश्वनाथाच्या कालखंडातील यशवंतराव थोरात या शूर पुरुषाची आहे! बाळाजी विश्वनाथाच्या फौजेशी करवीरकरांच्या बाजूने लढत असता पन्हाळ्याच्या पायथ्याशी हा यशवंतराव थोरात धारातीर्थी पडला. त्याची बायको त्याच्याबरोबर सती गेली. या उभयतांची ही समाधी आहे. आत उभयतांच्या मूर्तीही थोरातांच्या वंशजांनी स्थापन केल्या आहेत.[१७]

सोयराबाई व प्रधान यांची कुटिल कारस्थाने

राज्याभिषेकानंतर (जून १६७४) रायगडावर संभाजीराजे यांचे वास्तव्य ऑक्टो. १६७६ पर्यंत म्हणजे सव्वादोन वर्षे झालेले आहे. ऑक्टो. १६७६ मध्ये शिवाजी महाराज कर्नाटक स्वारीवर बाहेर पडले, त्यांच्याबरोबर संभाजीराजेही बाहेर पडले. ते पुन्हा महाराजांच्या मृत्यूपर्यंत रायगडावर गेलेलेच नाहीत. याचा अर्थ, रायगडावर महाराजांचे अधूनमधून वास्तव्य होत असले, तरी संभाजीराजे तिकडे साडेतीन वर्षे फिरकलेले नव्हते. संभाजीराजांच्या या प्रदीर्घ अनुपस्थितीच्या कालखंडात सोयराबाई व तिच्या बाजूच्या प्रधानांचा राजधानीतील राजकारणात प्रभाव निर्माण झाला असला पाहिजे.

राज्याभिषेकानंतरच्या रायगडावरील आपल्या वास्तव्यात युवराज संभाजीराजे काय करीत होते? शेजवलकरांच्या मते, "स्त्रीविषयक इष्क व कारभारातील ढवळाढवळ" करीत होते.[१८] तर बेंद्र्यांच्या मते, सन १६७५-७६च्या दरम्यान संभाजीराजे गोवा, उत्तर कर्नाटक व भागानगर या प्रदेशात दोन मोठ्या मोहिमा करीत होते.[१९] शेजवलकरांचा निष्कर्ष चिटणीस बखर, शिवदिग्विजय बखर यांसारख्या उत्तरकालीन साधनांवर व इंग्रज बातमीपत्रांतील

---

१६. कित्ता, पृ. २८४-३०४

१७. कित्ता, पृ. ३०६-३०९

१८. श्री शिवछत्रपती, पृ. १४३

१९. छत्रपती संभाजी महाराज, पृ. ५९-६३

अफवांवर आधारित आहे; तर बेंद्र्यांचा निष्कर्ष तत्कालीन कागदपत्रांच्या पुराव्यांवर आधारित आहे. या सुमारास हिंदुस्थानात प्रवास करणाऱ्या जॉन फ्रायर या इंग्रज प्रवाशाने या कालातील संभाजीराजांच्या हालचालींविषयी लिहिले आहे, "शिवाजीच्या सैन्याचा खास संभाजीराजाच्या हाताखालील भाग थेट गोवळकोंड्याच्या राज्यातील भागानगरपर्यंत गेला... शिवाजीच्या मुलाने भागानगर लुटले व शहरात जाळपोळ केली. बहलोलखानाने संभाजीराजाच्या सैन्यावर पाळत ठेवली होती. हे पाहून संभाजीराजा विजापुरास त्रास न देता बहलोलखानास चुकविण्याकरिता दुसऱ्याच रस्त्याने परत गेला. जाताना वाटेत संभाजीराजाने हुबळी, रायबाग व इतर बाजारी पेठांवर छापे घालून त्या लुटल्या."[२०]

यावरून एक गोष्ट स्पष्ट होते की, संभाजीराजांच्या रायगडावरील वास्तव्यासंबंधी बखरी त्यांच्या 'इष्काच्या' अतिरंजित कथा सांगतात, तर तत्कालीन कागदपत्रे त्यांच्या लष्करी हालचालींचा बोध करून देतात, असे असता कर्नाटक स्वारीवर जाताना अभिषिक्त युवराज म्हणून आपल्या माघारी रायगडावर राज्याचा कारभार त्यास पाहावयास न सांगता महाराजांनी त्यास आपल्या बरोबर घेतले आणि कोकणातील प्रभावलीच्या सुभ्यावर नेमणूक करून शृंगारपुरी वास्तव्य करण्याचा आदेश दिला.

शेजवलकरांच्या मते, युवराज संभाजीराजांच्या दुर्वर्तनास आळा घालण्यासाठी आणि प्रधानांशी त्यांचा खटका उडू नये यासाठी शिवाजी महाराजांनी त्यास आपल्याबरोबर घेतले.[२१] बेंद्र्यांनी म्हटले आहे की, जन्मसिद्ध व धर्मसिद्ध युवराजास राज्यव्यवहारधर्माने प्राप्त झालेल्या अधिकारापासून शिवाजी महाराजांनी च्युत करून आपल्या ठिकाणी असणाऱ्या 'ब्रह्मनिष्ठेच्या हळुवार वृत्तीने' प्रधानांच्या बारभाई कारभारास संमती दिली; तेव्हा हा अपमान न साहून संभाजीराजांनी आपल्या बापाबरोबर रायगड सोडला.[२२] बेंद्र्यांनी या बाबतीत शिवाजी महाराजांवर 'ब्रह्मनिष्ठे'चा आरोप करून संभाजीराजांची बाजू मांडली आहे.

---

२०. कित्ता, पृ. ५९-६०

२१. श्री शिवछत्रपती, पृ. १४३

२२. छत्रपती संभाजी महाराज, पृ. ६४

पण एक गोष्ट आहे की या वेळी (ऑक्टो. १६७६) रायगडावर अशी परिस्थिती निर्माण झाली होती की, संभाजीराजांना तिथे ठेवणे हे अधिक काळजीचे (की धोक्याचे?) होते. संभाजीराजे, सोयराबाई व प्रधान यांचे संबंध इतके ताणले गेले होते की, राजधानीतून युवराजाने बाहेर पडावे हेच राज्याच्या व त्याच्या हिताचे होते. तथापि, बेंद्र्यांचा 'ब्रह्मनिष्ठे'चा सिद्धान्त मान्य होण्यासारखा नाही. "ब्राह्मण म्हणून कोण मुलाहिजा करू पाहतो?" असा खडा सवाल विचारणाऱ्या या राजाने आपल्या ब्रह्मनिष्ठत्वापायी कोणा ब्राह्मण प्रधानास शिरजोर होऊ दिले असेल व त्यायोगे आपल्या पुत्रावर अन्याय केला असेल, असे वाटत नाही. रायगडावरील तणावग्रस्त परिस्थिती राणी सोयराबाई व तिचे पाठीराखे प्रधान मोरोपंत पेशवे, अण्णाजी दत्तो सचिव, राहुजी सोमनाथ इत्यादींनी निर्माण केली होती, हे उघड आहे. प्रारंभी सुप्तावस्थेत असणारा सोयराबाईचा आपल्या पुत्राच्या राज्याविषयीचा लोभ आता उघड प्रकट झाला होता. माझ्या पुत्रास महाराष्ट्र देशीचे राज्य द्या आणि संभाजीराजाची काही अन्य व्यवस्था करा, असा हट्टच धरून सोयराबाई बसली असावी असे दिसते. अनुपुराणात या प्रसंगाचे मोठे नाट्यमय वर्णन आलेले आहे. त्यातील नाट्य सोडून दिले तरी सोयराबाईची आपल्या पुत्राच्या राज्यासंबंधीची मागणी ही गोष्ट सत्य होती. प्रारंभीच्या धुसफुशीचे रूपांतर लवकरच उग्र स्वरूपाच्या गृहकलहात व्हायला उशीर लागला नाही. इतके की शिवाजी महाराजांनाही या गृहकलाची दखल उघडपणे घ्यावी लागली असावी. राजारामाची काही तरी सोय करायला हवी, असे त्यांनाही वाटू लागले असावे, असे मानण्यास जागा आहे. अनुपुराणात पिता-पुत्रांत झालेला संवाद दिलेला आहे. तो या बाबतीत थोडाबहुत मार्गदर्शक ठरतो :

शिवाजी महाराज : "उतारवयामुळे मला स्वराज्याचे रक्षण करणे जड जात आहे, तरी हे राज्य मी तुला देतो. राज्यातील कोणताही भाग तुझ्या सावत्र भावाला देणार नाही. त्याच्यासाठी मी नवीन राज्य जिंकेन. म्हणजे तुम्हा दोघांना स्वतंत्रपणे राज्य करता येईल राजाराम लहान आहे. तो मला प्रिय आहे. ते स्वतः राज्य भोगावयास मागत नाही. तुझे गुण मोठे आहेत. पृथ्वी मी तुझ्या ताब्यात देण्यास तयार आहे. खरे म्हणजे राज्य एकाचेच होऊ शकते. जशी शरीराची वाटणी होऊ शकत नाही, तशीच राज्याची वाटणी होऊ शकत नाही. हे राज्य कोणातरी एकालाच दिले पाहिजे. मी

दुसरे राज्य येईपर्यंत तू रायगडाला सोयराबाईंच्या सहवासात न राहता शृंगारपूरला राहून प्रभावली सुभ्याचा कारभार पाहा.''

संभाजीराजे : ''आमचे दैव हेच आमच्या सुखदुःखाचे कारण आहे. त्याला आई-बाप कोणी जबाबदार नाहीत. तुम्ही नसलात तर स्वराज्यात माझे मन रमणार नाही. तुम्ही येथेच राहा. तुम्ही असलात म्हणजे बरे. वाटणीची कल्पना चूकच आहे. व्यवहाराला धरून नाही. बापाजवळ राज्य मागणारा पुत्रच नव्हे.''[२३]

उपरोक्त उताऱ्यावरून असे दिसते की, शिवाजी महाराजांना राज्याचे विभाजन मुळातच मान्य नव्हते. त्यासाठी त्यांनी राजारामासाठी वेगळेच राज्य निर्माण करण्याचा पर्याय शोधून काढला असे दिसते. पण सोयराबाई आपल्या पुत्रासाठी महाराष्ट्र देशीचे राज्य मागत होती आणि महाराज कर्नाटक देशीचे भावी राज्य त्यास देतो, असे म्हणत होते.

अशा प्रकारे राज्यविभाजनाचा प्रस्ताव सन १६७५-७६ या कालखंडातच रायगडावर चर्चिला गेला आणि शिवाजी महाराजांनी थोड्या नाराजीने का होईना, पण त्यास आपली संमती दिली. असे वाटते की, पिता-पुत्राच्या बेबनावाला इथूनच सुरुवात झाली. संभाजीराजास राज्याचे विभाजनच मंजूर नव्हते. कारण महाराज कर्नाटकात जे जिंकणार होते तोही मराठी राज्याचाच एक भाग बनणार होता.

स्वराज्याच्या या अंतर्गत राजकारणात प्रधानांची भूमिका काय होती? युवराज संभाजीराजांस विरोध करण्याची व राणी सोयराबाईचा पक्ष उचलून धरण्याची होती. शिवाजी महाराजांच्या पठडीतील मोरोपंत, अण्णाजी दत्तो, राहुजी सोमनाथ, प्रल्हाद निराजी, बाळाजी आवजी या ज्येष्ठ अधिकाऱ्यांनी युवराजाच्या विरोधात का जावे, याचे उत्तर वरवर जरी गूढ वाटले, तरी त्याची उकल मानसशास्त्रीय दृष्टीने होऊ शकेल, असे वाटते. युवराज व प्रधान यांच्यामधील संघर्ष हा 'दोन पिढ्यांतील अंतर' (Generation Gap) या तत्त्वानुसार सुरू झाला असावा.

शिवाजी महाराजांच्या आदेशानुसार संभाजीराजे जेव्हा कारभारात लक्ष घालू लागले, तेव्हापासून संभाजीराजे-प्रधान यामधील वितुष्टास सुरुवात झाली असावी. आम्ही एवढे कर्तबगार, महाराजांनी आमच्यावर एवढा

---

२३. छत्रपती संभाजी स्मारक ग्रंथ, पृ. ७

विश्वास दाखवून कार्ये करून घेतली, प्रतिष्ठेने वागविले आणि हा कालचा पोर आम्हास शिकवितो, ही ज्येष्ठ पिढीतील प्रधानांची भावना त्यांचा अहंभाव वाढविण्यास व पुढे संभाजीराजांशी शत्रुत्व करण्यास कारणीभूत झाली असावी. याउलट 'आपण युवराज. राज्याचे वारसदार. हे प्रधान झाले म्हणून काय झाले? ते राज्याचे (आपले) चाकरच. आपला हुकूम त्यांनी मानलाच पाहिजे,' हे १७/१८ वर्षांच्या तरुण युवराजाचे अपरिपक्व विचारही प्रधान दुरावण्यास कारणीभूत झाले असावेत.

एखाद्या प्रधानाने युवराजाच्या इच्छेप्रमाणे न वागण्याचा केलेला आज्ञाभंग किंवा महाराजांकडे केलेली एखादी तक्रार अशा साध्या प्रकरणातूनही या वितुष्टाला प्रारंभ झाला असेल. "संभाजी ज्येष्ठ व शिकलेला आहे. मी आणि इतर लोकांनी त्याचा अपमान करू नये अशी माझी इच्छा आहे. संभाजी प्रतापी आणि स्वतःच्या बुद्धीने चालणारा असल्याने ते मंत्र्यांना सहन होत नाही." हे शिवाजी महाराजांच्या तोंडी अनुपुराणकर्त्याने घातलेले उद्गार खरे असोत किंवा कल्पित; पण एवढे खरे दिसते की, प्रधानांकडून युवराजाची अवज्ञा व युवराजाकडून प्रधानांचा उपमर्द खात्रीनेच झाला असला पाहिजे; त्याशिवाय प्रकरण एवढ्या इरेला पडणे शक्य नव्हते.

याच वेळेला प्रधानांसमोर आपले भवितव्य उभे राहिले असणे स्वाभाविक होते. ज्याचे बापाच्या हयातीत आपल्याशी पटत नाही, तोच उद्या राज्याधिकारी झाला तर आपली काही धडगत नाही, या विचाराने ते अस्वस्थ झाले असणार. अशा परिस्थितीत दुखावलेले- धास्तावलेले प्रधान आणि राज्यलोभाने ग्रस्त झालेली राणी सोयराबाई यांचा रायगडावर एक गट तयार झाला असावा. सोयराबाईची राज्याची महत्त्वाकांक्षा या प्रधानांनी अधिक फुलविली असावी. कारण ही मंडळी वयोवृद्ध, राजकारणी व बुद्धिमान होती. त्यामानाने सोयराबाई ही परिपक्व बुद्धीची व दूरदृष्टीची स्त्री होती, असे वाटत नाही. राज्यातील प्रधान आपल्या बाजूस आहेत, हे पाहिल्यावर तिलाही आपल्या कारवाया करण्यास अधिक चिथावणी मिळाली असावी. अशा प्रकारे कुटिल राजकारणी प्रधान व मत्सरग्रस्त राणी एकत्र आल्यानंतर या दोहोंच्या समान प्रतिस्पर्ध्यास- संभाजीराजास - हतबल करण्यासाठी अनेक डावपेच लढविणे आवश्यक ठरले. संभाजीराजांचे चारित्र्यहनन अशाच एका डावपेचाचा भाग असावा. राजकारणातील सत्तास्पर्धेत प्रतिपक्षाचे चारित्र्यहनन करून त्यास बदनाम करण्याची अनेक उदाहरणे आपणास अगदी अलीकडच्या

इतिहासातसुद्धा सापडू शकतील. संभाजीराजांच्या चारित्र्याविषयी ज्या अनेक दंतकथा अथवा अफवा त्यांच्या हयातीत निर्माण झाल्या, त्यांचा शोध या कुटिल राजकारणाच्या पार्श्वभूमीवर घेतला तर मग खाफीखान, मनुची आदींच्या कानापर्यंत जाऊन पोहोचलेल्या संभाजीराजाच्या 'इष्काच्या' कथा मुळातच कोणी निर्माण केल्या असतील, याचा अंदाज बांधता येतो.

संभाजीराजे दिलेरखानास (मोगलांस) का मिळाले?

शिवचरित्राप्रमाणेच संभाजीचरित्रातही अनेक प्रश्न अनुत्तरित राहतात. शिवाजी-संभाजी चरित्रातील असाच एक प्रश्न म्हणजे शिवाजी महाराजांनी कर्नाटक स्वारीत आपल्याबरोबर संभाजीराजास का नेले नाही? या स्वारीत पिता-पुत्र एकत्र असते तर पुढे एकमेकांत गैरसमज होऊन जो बेबनाव निर्माण झाला, तो कदाचित उत्पन्न झाला नसता; कर्नाटकात युवराजाच्या पराक्रमासही वाव मिळाला असता; त्याचे मन कलुषित होण्याचा प्रसंगही आला नसता. आग्र्यास बादशहाला भेटण्यास जाणे धोक्याचे होते; पण हा धोका पत्करूनही स्वराज्याच्या या एकमेव वारसदारास घेऊन महाराज आग्र्यास गेले. असे वाटते की, आग्र्याच्या प्रसंगाहून कर्नाटक स्वारीच्या प्रसंगी महाराजांनी युवराजास बरोबर घेणे अधिक गरजेचे होते.

शृंगारपुरी संभाजीराजांचे वास्तव्य पावणेदोन वर्षे घडले. एवढ्या अवधीत बऱ्याच काही घटना घडून आल्या. शृंगारपूर-संगमेश्वर भागात शाक्त पंथीयांची वसती आणि प्रभाव होता. शाक्त पंथीयांचा मुख्य गुरू शिवयोगी याची मठी शृंगारपुरीच होती.'[२४] कवी कलशही याच कालात शृंगारपुरी होता असे दिसते. याच कालात संभाजीराजे शाक्त पंथीयांच्या प्रभावाखाली गेले आणि शाक्त पंथीय कवी कलशाला मुख्य सल्लागार म्हणून युवराजांच्या अंतर्गत वर्तुळात स्थान मिळाले. कवी कलशने युवराजांचा 'कलशाभिषेक' घडवून आणल्याच्या घटनेवरून त्याचे महत्त्व या दरम्यान किती वाढले होते, हे दिसून येते.

शिवाजी महाराजांच्या राज्याभिषेकप्रसंगीच रायगडावर वैदिक पंथीय व शाक्तपंथीय यांचा संघर्ष झालेला दिसतो. हा संघर्ष विकोपास जाऊ नये म्हणून महाराजांनी शाक्त पंथीय निश्चलपुरी गोसाव्याकडून आपला दुसरा तांत्रिक राज्याभिषेक करून घेतल्याचेही प्रसिद्ध आहे. पहिल्या राज्याभिषेकाच्या

२४. कित्ता, पृ. ३३९

वेळी रायगडावर या शाक्त पंथीयांना वैदिक पंडितांकडून चांगली वागणूक मिळालेली नव्हती. शिवाजी महाराजांचे सर्व प्रधानही वैदिक धर्माभिमानी असल्याने, त्यांनीही या पंडितांची बाजू घेतली असावी. पुढे दुसरा राज्याभिषेक केला गेल्यावर दोन पंथांमधील वाद वरवर जरी मिटला गेल्यासारखे वाटले, तरी त्यांच्यामधील संघर्ष धुमसतच राहिला. आता मराठी राज्याचा युवराजच शाक्तांच्या प्रभावक्षेत्रात येऊन राहिल्यावर आणि रायगडावरील वैदिक धर्माभिमानी प्रधानांनी त्याच्या विरोधात गट निर्माण केल्याचे समजल्यावरून शाक्तांनी त्याचा फायदा उठविणे स्वाभाविक होते. वैदिक धर्माभिमानी प्रधानांचे विरोधक म्हणून शाक्त पंथीयांबद्दल युवराजाला आस्था वाटणेही शक्य होते. हळूहळू या आस्थेचे रूपांतर आकर्षणात होऊन युवराज शाक्त पंथीयांच्या प्रभावाखाली गेला असावा. याच काळात रायगडावरील कारभारात व राजकारणात राणी सोयराबाई व प्रधान याचा प्रभाव निर्माण झाला असला पाहिजे. युवराजाची अनुपस्थितीही त्यांच्या पथ्यावर पडली असावी.

या सुमारास दक्षिणेच्या मोगल सुभेदारीवर दिलेरखान हा पठाण सरदार आहे. तो पराक्रमी तर आहेच, पण कुटिल राजकारणी आहे. त्याला मराठी राज्यातील या बेदिलीचा सुगावा लागण्यास फारसा विलंब लागला नसावा. युवराज संभाजीराजांच्या मनातील वादळी विचारांचा, इच्छा-महत्त्वाकांक्षेचा अचूक वेध घेऊन त्याने त्याच्याशी संधान बांधले आणि त्याने मोगली गोटास येऊन मिळावे म्हणून सातत्याने प्रयत्न चालविले. मोगलांना येऊन मिळाल्याने कसा फायदा आहे, याचेही स्वप्न त्याने युवराजासमोर उभे केले असले पाहिजे. प्रारंभी संभाजीराजांच्या मनाची चलबिचल झाली असावी. पण दिलेरखानाच्या सततच्या पाठपुराव्याने ते मोगलांना मिळण्याच्या निर्णयाकडे झुकत गेले असावेत.

मोगलांना मिळण्यापूर्वी संभाजीराजांच्या मनात To be or not to beचे द्वंद्व निर्माण झाले असलेच पाहिजे. प्रभावली सुभ्याचा कारभार आपल्या हाती देऊन मोठ्या विश्वासाने आपला पिता दूर कर्नाटकी प्रांती गेला असता, त्याच्या गैरहजेरीत शत्रूस मिळण्याचे धाडस संभाजीराजांना होत नव्हते. दिलेरखानाशी चाललेला पत्रव्यवहार निर्णायक अवस्थेस येऊन पोहोचला असता जी उभयपक्षी संदेशांची देवाणघेवाण झाली आहे, तिच्यावर संभाजीराजांच्या या वेळच्या मनातील विचारांची कल्पना येते. दिलेरखान पत्रात लिहितो :

"औरंगजेबाला सह्याद्री जिंकावयाचा आहे. त्यासाठी तो तुझी अपेक्षा करतो आहे; तुझ्याशी संधी करण्याची इच्छा करीत आहे. तू आमच्याकडे यावेस म्हणून औरंगजेबाने तुझ्यासाठी सैन्य, संपत्ती व पत्र दिले आहे. तू शृंगारपूरला स्वस्थ काय बसला आहेस? औरंगजेब येण्यापूर्वी तू आणि मी सह्याद्री जिंकू."

...या पत्रास संभाजीराजांनी उत्तर धाडले : "हा देश माझ्या हातात टाकून वडील दूर गेले आहेत. तो देश मला तुझ्या हातात देववत नाही. माझ्या पराक्रमाने मी नवीन मुलूख जिंकून औरंगजेबाचे समाधान करू शकेन."[२५] संभाजीराजांच्या या उत्तरावरून अद्यापि त्यांचे मन निर्ढावलेले नाही; मोगलांस मिळण्याचा त्यांचा विचार अद्यापिही शंभर टक्के झालेला नाही; पित्याच्या आगमनाची ते प्रतीक्षा करताहेत, असे दिसते.

एप्रिल-मे १६७८च्या सुमारास शिवाजी महाराज कर्नाटक स्वारीहून महाराष्ट्रात आले. पण त्यानंतर त्यांची व संभाजीराजांची भेट झाल्याची नोंद उपलब्ध कागदपत्रांत नाही. यावरून या वेळी पिता-पुत्रांची भेटच झाली नाही, असे इतिहासकारांनी गृहीत धरले आहे. बेंद्र्यांनी असा तर्क केला आहे की, "मोगली व आदिलशाही सैन्याच्या मोठ्या उलाढाली होत असल्यामुळे शिवाजी महाराजांस संभाजीराजांकडे लक्ष देण्यास अवसर मिळाला नाही व कदाचित निकडही भासली नसेल. तोपर्यंत पिता-पुत्रांची भेटही झाली नव्हती. एक तर संभाजीराजे बिकट प्रदेशात होते व पाऊसही सुरू झाल्याने वाटाही दुर्लंघनीय झाल्या होत्या."[२६]

तथापि, बेंद्र्यांचा हा मुद्दा पटण्यासारखा नाही. कारण या कालातील शिवाजी महाराजांच्या एकूण हालचाली पाहिल्यास असे दिसते की, महाराजांना संभाजीराजांची भेट घेण्यास बराच अवसर होता. या कालातील महाराजांच्या हालचाली शेजवलकरांनी दिलेल्या आहेत, त्या अशा :

१. ४ एप्रिल १६७८ ते १० मे १६७८ : महाराज कर्नाटकातून पन्हाळ्यावर. तेथून मौनीबुवाच्या दर्शनास पाटगावी. काही कालाने रामदास स्वामींच्या दर्शनास सज्जनगडावर.

२. ११ मे ते ५ जून १६७८ : महाराजांचे रायगडावर वास्तव्य.

---

२५. कित्ता, पृ. ९

२६. छत्रपती संभाजी महाराज, पृ. ७३

३. ६ जून ते १० जून १६७८ : महाराजांची द. कोकणातील राजापुरास भेट.

४. ११ जून १६७८ ते २८ फेब्रु. १६७९ : महाराजांचे पन्हाळ्यावर वास्तव्य.[२७]

ज्या महाराजांना पाटगावच्या मौनीबुवांना अथवा सज्जनगडावरील रामदास स्वामींना भेटण्यास अवतर मिळतो व जे महाराज या कालात पन्हाळा-पाटगाव-सज्जनगड-रायगड-राजापूर-पन्हाळा अशा प्रदेशात वावरताना दिसत आहेत, त्यांना संभाजीराजांची भेट घेणे अथवा त्यांस आपल्या भेटीस बोलाविणे अवघड नव्हते. शिवाय स्वराज्यात चाललेल्या गृहकलहाच्या पार्श्वभूमीवर महाराजांसारखा जाणता राजा आपल्या नाराज झालेल्या पुत्रास न भेटता इतरच उद्योगांत गुंतून राहील असे वाटत नाही. तात्पर्य, पिता-पुत्राची भेट झाली असली पाहिजे. पण त्यात पुत्राचे समाधान झाले नसले पाहिजे.

यास काय कारण घडले असेल यासंबंधी उपलब्ध पुराव्याच्या आधारे तर्क बांधता येतो. कर्नाटक स्वारीहून परतल्यानंतर सोयराबाई आणि प्रधान यांनी महाराजांकडे संभाजीराजांविषयी अनेक तक्रारी केल्या असणार. त्यामध्ये अनुपुराणकर्ता म्हणतो त्याप्रमाणे प्रजेस अभय देऊन राज्याचा कर बुडविणे, अमात्यांचा अपमान करणे आणि सर्वांत धोक्याचे म्हणजे दिलेरखानाशी सूत जमविणे, या तक्रारी होत्या. पण संभाजीराजांना शृंगारपुराहून सज्जनगडावर पाठविणे हा काही यावर उपाय नव्हता. संभाजीराजांच्या मनातील समज-गैरसमज दूर करण्यासाठी पिता-पुत्राची भेट होणे, हाच उचित मार्ग होता. अशी भेट झाली असावी; पण त्यातून मार्ग निघाला नाही.

या भेटीत महाराजांनी सोयराबाई व प्रधान यांनी केलेल्या तक्रारींविषयी संभाजीराजांना जाब विचारला नसेल, असे नाही. पण मुख्य मुद्दा चर्चिला गेला असेल तो राज्यविभाजनाचा. याच मुद्द्यावर पिता-पुत्राचा बेबनाव झाला असावा. महाराजांनी राज्यविभाजनाच्या संदर्भात संभाजीराजांसमोर कोणता मुद्दा मांडला असेल, हे अनुपुराणातीलच दुसऱ्या एका संदर्भावरून जाणता येते. तो संदर्भ असा की, कर्नाटकातील स्वारीहून परतल्यानंतर रायगडावर आपल्या प्रधानांना जवळ बोलावून महाराज म्हणतात -

---

२७. श्री शिवछत्रपती, पृ. २५९-२६०

"मी नवीन राज्य जिंकले आहे. आता पुढे काय करावे? ज्येष्ठ मुलाला राज्याचा मोठा भाग द्यावा, लहानाला लहान भाग द्यावा, असा सर्वसामान्य नियम आहे. राजाराम लहान असल्याने त्याला लांब ठेवणे योग्य वाटत नाही. तेव्हा मी जिंकलेल्या लांबच्या प्रदेशात (कर्नाटक) संभाजीला पाठवावे. याला तुमची संमती असेल तर मी ते करीन."[२८]

अनुपुराणकर्त्याने, हा प्रस्ताव महाराजांनी प्रधानांपुढे मांडला, असे म्हटले आहे. आम्हास असे वाटते की, हा प्रस्ताव पिता-पुत्राच्या भेटीत पुत्रासमोर मांडला गेला असावा; निदान हा प्रस्ताव पत्ररूपाने तरी महाराजांनी आपल्या पुत्राकडे पाठविला असावा, एवढे तरी गृहीत धरावयास हरकत नाही.

कर्नाटक स्वारी हाती घेण्यापूर्वी महाराज म्हणत होते की, महाराष्ट्र देशीचे राज्य तुम्हास देतो आणि कर्नाटकचे नवे राज्य राजारामासाठी जिंकून येतो; आणि आता तर कर्नाटकचे राज्य तुम्ही घ्यावे आणि महाराष्ट्र देशीचे राज्य राजारामास देतो. असा एकदम उलटा प्रस्ताव आपणासमोर मांडतात, याचा राग संभाजीराजांस येणे स्वाभाविक होते. (सभासद असा प्रस्ताव संभाजीराजे दिलेरखानाकडून आल्यावर पन्हाळ्याच्या भेटीत महाराजांनी त्यांच्यासमोर मांडला, असे म्हणतो. पण तसे नसून तो दिलेरखानाकडे जाण्यापूर्वीच मांडला गेला असावा.)

प्रसिद्ध इतिहासकार सर जदुनाथ सरकारांनी महाराजांच्या या प्रस्तावास A very understandable division of his empire असे म्हणून अशा प्रकारचे राज्य-विभाजन त्यांनी का सुचविले असेल, याचे यथार्थ विवेचन केले आहे. सरकार म्हणतात :

"In 1678 Shivaji proposed a very understandable division of empire - the homeland of Maharashtra with its long - settled peaceful territory and resident families of hereditary faithful ministers and generals, was to go to Rajaram, a delicate boy of eight,... The newly annexed country of the Karnatak (Jinji - Vellore) could more reasonably be Sambhaji's share, because the half-subdued condition of the

२८. छत्रपती संभाजी स्मारक ग्रंथ, पृ. ९

province demanded a vigorous grown - up sovereign to keep hold of it, and for a such a task Sambhaji was beyond the question the fittest prince, and Rajaram was unthinkable."[29]

कर्नाटकचे नव्याने जिंकलेले राज्य अद्यापि स्थिर व्हायचे होते. तेथील मदुरा, म्हैसूर इत्यादी ठिकाणांचे नायक, तंजावरचे व्यंकोजीराजे भोसले आणि सीमेवर असरशरी आदिलशाही व कुतुबशाही राज्ये, याशिवाय जिंकलेल्या प्रदेशातील पराभूत नायक-पाळेगार या सर्वांना दबावाखाली ठेवण्यासाठी संभाजीराजांची महाराजांनी केलेली निवड सर्वस्वी योग्य अशीच होती. कर्नाटकात जाऊन तिथे राज्य निर्माण केल्यानंतर महाराजांच्या नजरेत ही गोष्ट आली असावी आणि म्हणूनच त्यांनी पूर्वीचा आपला निर्णय बदलून कर्नाटकचे राज्य संभाजीराजांना द्यावे, असे फेरनिर्णय घेतला असावा.

पण असा निर्णय घेण्यात महाराज आपल्यावर अन्याय करीत आहेत; सापत्न वागणूक देत आहेत; सावत्र माता व प्रधान यांच्या सांगण्यावरून पूर्वग्रहदूषित मनाने ते आपणास दूर पाठवीत आहेत, अशा प्रकारचे विचार संभाजीराजांच्या मनात आले असले पाहिजेत. महाराजांची आपल्यावर माया आहे; पण सावत्र माता व प्रधान यांच्या कुटिल डावपेचात ते फसले आहेत, अशीही त्यांची भावना झाली असावी.

वास्तविक शिवाजी महाराज हा एक असा राजा होता की, जो आपल्या राज्याच्या अगर पुत्राच्या हितास मारक ठरेल असा निर्णय घेणेच अशक्य होते. राणीचे अगर प्रधानांचे ऐकून संभाजीराजांवर त्यांनी अन्याय केला असेल असे वाटत नाही, पण संभाजीराजे समज-गैरसमजाच्या गुंत्यामध्ये अडकून पडले होते. एका गैरसमजातून दुसरा गैरसमज अशा प्रक्रियेत सापडून संताप व अविवेक यांच्या भरात दिलेरखानास जाऊन मिळण्याचा अक्षम्य गुन्हा त्यांच्या हातून झाला!

बेंद्र्यांनी त्यांच्या कृत्यास 'अविचारी आत्मयज्ञ' म्हटले आहे; तर सेतुमाधवराव पगडींनी त्याचे वर्णन 'बेजबाबदारपणाचे कृत्य' असे केले आहे. संभाजीराजांच्या या कृतीचे समर्थन कोणीही इतिहासकार करू शकणार नाही!

---

२९. कित्ता, पृ. ४८५-४८६

युवराज संभाजीचे प्रा. कानेटकरकृत मनोविश्लेषण

संभाजीराजे दिलेरखानाच्या गोटात जाण्याच्या सुमारास त्यांच्या मनात कसे विचार होते, विशेषतः शिवाजी महाराजांच्या संदर्भात त्यांची भावना कशी होती, याविषयी प्रा. वसंत कानेटकरांनी मानसशास्त्रीय चर्चाचिकित्सा केलेली आहे.[३०] त्याची दखल इथे घेतल्यास अप्रस्तुत होणार नाही. संभाजी महाराजांच्या कारकिर्दीची, विशेषतः त्यांच्या युवराज कालातील जीवनाची, मनोविश्लेषणात्मक चिकित्सा झाली पाहिजे; हा प्रा. कानेटकरांचा दृष्टिकोन रास्त आणि शास्त्रीय आहे. पण अशा प्रकारचे मनोविश्लेषण करीत असताना त्यांनी घेतलेला साधनांचा पायाच कच्चा असल्याने त्यावरील त्यांची मनोविश्लेषणाची इमारत डळमळीत होऊ लागते.

प्रा. कानेटकरांनी संभाजी महाराजांची दोन रूपे मानली आहेत. पहिले युवराज संभाजीराजे व दुसरे छत्रपती संभाजी महाराज. युवराज कालातील संभाजीराजांच्या दुर्वर्तनाची चिकित्सा करताना त्यांनी म्हटले आहे : "कुमार वयात आडमुठ्या मनाला सरळ गोष्टींचेही विपरीत बोध होतात आणि मातृविहीन मुलाच्या मनाला असुरक्षिततेच्या गंडाने पछाडले म्हणजे घरीदारी शत्रुत्व दिसू लागते. कुमार वयात सोयराबाईचा सावत्रपणाचा जाच शंभूराजांना छळीत असलाच पाहिजे... परमानंदाच्या काव्यात शंभूराजांनी दिलेरखानास लिहिलेल्या म्हणून ज्या पत्राचा अनुवाद रियासतकारांनी केलेला आहे, त्यातील काही ओळी तर खूपच मोठा प्रकाशझोत टाकून जातात. 'माझ्या बापाचे अंतःकरण सर्वथा सावत्र मातेने ग्रासून टाकले आहे. मला बापच नाही म्हणा ना! स्वतःची माता तर मला नाहीच. शनीची माझ्यावर वक्रदृष्टी चालते आहे. मोरोपंतादी दुष्ट प्रधान माझा उच्छेद करण्यासाठी टपले आहेत. हे राक्षस मला दृष्टीसमोर नकोत..." यातले प्रत्येक वाक्य महत्त्वाचे आहे.

"तरुण होण्याच्या उंबरठ्यावर संभाजीराजांना (१) पित्याबद्दल (२) सावत्र मातेबद्दल (३) मोरोपंतादी प्रधान मंडळाबद्दल काय वाटत होते आणि शिवाय शनीच्या वक्रदृष्टीबद्दल सांगताना संभाजीराजे किती भाविक, श्रद्धाळू होते, हेही स्पष्ट झाले आहे. (संगमेश्वराला देवीच्या अनुष्ठानाला बसलेल्या आणि हेरांनाच बेखबरी ठरवणाऱ्या संभाजीराजांच्या अखेरच्या

---

३०. कित्ता, पृ. ३९२-४०२

आत्मघातकीपणाची बीजे इथे दृष्टीस पडत असावीत काय?) कौमार्यावस्थेच्या अखेरीस आणि तरुणपणाच्या उंबरठ्यावर असतानाच, जर त्यांना इतक्या विविध प्रकारचे मनोगंड जडले असतील, तर भांग आणि दारू यांसारख्या व्यसनांच्या आणि स्त्रीबद्दलच्या अभिलाषेच्या मोहाला ते बळी पडावेत, यात नवल काहीच नाही. पिता सतत कार्यमग्न, डोळस नजर व धाक कोणाही वडीलधाऱ्यांचा नाही, लाड फार झालेले, रूप देखणे, वृत्ती रंगेल आणि या सर्वांची परिणती राजांच्या दुर्वर्तनात झाली नसती, तरच ते आचर्य ठरले असते.''[३१]

प्रा. कानेटकरांनी अनुपुराणकर्त्याने संभाजीराजांच्या तोंडी घातलेल्या या चार वाक्यांच्या उद्‌गाराच्या आधारे 'युवराज शंभूराजांच्या' मानसिक जडणघडणीची व चारित्र्याची खोलवर जाऊन मानसशास्त्रीय चिकित्सा केली आहे. युवराजांचे आपल्या सावत्र मातेबद्दलचे व प्रधानांबद्दलचे तथाकथित उद्‌गार अनुपुराणातील इतर अनेक संदर्भाशी जुळतात; पण ''मला बापच नाही म्हणा ना'' हा उद्‌गार कुठेच जुळत नाही.

सरदेसाईंनी दिलेल्या संभाजीराजांच्या या उद्‌गाराचा शोध आम्ही त्यांच्या रियासतीत घेतला, पण तेथे ते सापडले नाहीत. म्हणून खुद्द प्रा. कानेटकरांकडे विचारणा केल्यावर त्यांचे उत्तर आले : ''गो. स. सरदेसाई यांनी शालेय मुलांसाठी 'राजा शिवाजी' नावाचे पुस्तक लिहिले आहे. त्यात एका प्रकरणाला 'भयंकर उद्वेग' नाव दिले आहे. त्याचा प्रारंभच मुळी या परिच्छेदाने झाला आहे. तो वाचूनच मी 'रायगडात...' शिरलो. बाकी तुमचे धोरण मला मान्य आहे. याची (या विषयाची) चर्चा व्हावी हीच माझी इच्छा आहे.'' (१५.१०.१९८९)

अनुपुराणात शोध घेता असे आढळून आले की, औरंगजेबाच्या आदेशानुसार दिलेरखानाने संभाजीराजास आपल्या बाजूस आणण्यासाठी जे पत्र लिहिले त्याला उत्तर म्हणून संभाजीराजांनी एक गुप्त पत्र पाठविले. इथे पत्राचा पूर्ण अनुवाद देत आहोत : संभाजीराजे दिलेरखानास लिहितात :

''माझ्या हिताची म्हणून तुम्ही जी गोष्ट सांगितली, ती तशी घडून येईल. याहून वेगळे नाही, असे माझ्या मनात आहे. आपल्या पत्रातून मला असे दिसून आले की, सर्वांची मने एकच असतात; परंतु ज्या प्रदेशाची

---

३१. कित्ता, पृ. ३९३-३९४

जबाबदारी माझ्यावर सोपवून दुसरा प्रदेश जिंकण्यासाठी अगदी बिनधास्तपणे माझे वडील निघून गेले आहेत, ते इथे परत येईपर्यंत मी आपण सुचविलेली मोहीम स्वीकारू शकत नाही. परंतु आपल्या पराक्रमाने, जिंकलेल्या वैभवाने मी त्यांना संतुष्ट करीन. स्वतःची खरी योग्यता स्वीकारण्यात परिश्रम कसले? आणि दिल्लीपती माझ्या बाजूस आल्यावर काय सांगावे? (ही चांगलीच गोष्ट आहे.) माझ्या बाजूचे म्हणून आपण मला पाठविलेले पत्र आपल्या प्रेमाचे प्रतीक आहे. मैत्रीच्या बाबतीत आधार आहे. आपण आपल्या पत्रामध्ये 'आपला' असे संबोधून स्नेह जुळविला आहे तो स्नेह प्रत्यक्षात साकार होईल अथवा नाही, याबद्दल मुळीच संशय नको.''[३२]

उपरोक्त पत्रात सरदेसाईंनी दिलेल्या त्या चार उद्गारांची नावनिशाणीही नाही. उलट मनात चलबिचल झाली असली, तरी वडिलांच्या गैरहजेरीत मी त्यांची अवज्ञा करून तुमच्याकडे येऊ शकत नाही, हे संभाजीराजांचे उद्‌गार त्यांच्या वडिलांविषयीच्या भावना काय होत्या, हे दाखविणारे आहेत. अनुपुराणाचा थोडा अधिक शोध घेता असे दिसले की, दिलेरखानाच्या गोटात खान व संभाजीराजे यांच्यात जे संभाषण झाले, त्याच्या आधारावर सरदेसाईंनी संभाजीराजांचे हे उद्‌गार तयार केले आहेत. शालेय मुलांसाठीच त्यांनी 'भयंकर उद्वेग' हे गोष्टीवजा प्रकरण लिहिले असल्याने उद्‌गारांतील अर्थाविषयी ते फार घट्ट राहिले नसावेत. दिलेरखानाच्या गोटामध्ये खान व राजे यांच्यात झालेला संवाद असा आहे :

''शृंगारलेल्या हत्तीवर दिलेरखानासह संभाजीराजे बसले होते. त्या वेळी शंभूराजाकडे पाहून दिलेरखान म्हणाला, ''इंद्रप्रस्थाच्या इंद्राने (औरंगजेबाने) असह्य अशा सह्य प्रदेशावर तुला आक्रमण करण्यास सांगितले आहे. मग या प्रदेशाचे आधिपत्य तुलाच दिले जाणार आहे. ममतेच्या अधीन झालेल्या शिवाजीराजाचे राज्य मग तुझेच. जिंकण्याची इच्छा असलेल्या वीराने चांगल्या-वाइटाचा विचार न करता जिंकत जावे. रावणाने वडील भावाशी, कुश-लव यांनी रामाशी, इंद्राने असुरांशी, भीमाने धृष्टद्युम्नाला पुढे करून गुरू द्रोणाशी, अर्जुनाने शिखंडीला पुढे करून भीष्माशी, धर्मराजाने आपला मामा शल्याशी, सुग्रीवाने वालीशी, परशुरामाने भीष्माशी, बिभिषणाने रावणाशी, कार्तिकेयाने गणेशाशी, औरंगजेबाने शहाजहानशी

---

३२. परमानंदकाव्यम्, पृ. ७८, श्लोक २२-३१

युद्ध केले आणि राजपद मिळविले. जीवन क्षणभंगुर आहे म्हणून पराक्रमाने सत्ता मिळवावी. पराक्रम नसलेल्याचे नावसुद्धा ऐकू येत नाही. उद्योगाविना पराक्रम नाही. पराक्रमाविना कीर्ती नाही. कीर्तीविना लौकिक नाही. तुझ्यात अनेक गुण आहेत. पिता, माता, मित्र, बंधू, सावत्र भाऊ किंवा सख्खा भाऊ कोणीही असोत, त्यांना आपल्या ताब्यात ठेवले पाहिजे."

"हे ऐकून परशुरामाला पाहून रामाने जसे धनुष्य घेतले, तसे शंभूराजाने दोरी न चढविलेले धनुष्य घेतले आणि दलेलाचे रक्षण करण्यासाठी जणू त्याने बाण हवेत सोडला. तो दलेलास म्हणाला, 'माझे अहित करणाऱ्या दुष्ट बुद्धीच्या लोकांना जिंकून मी विजय मिळवीन. तुझ्या मदतीने इंद्रपद मिळविण्यातसुद्धा मला कष्ट होणार नाहीत. तू सांगितलेली सर्व उदाहरणे ठीक आहेत. कल्पवृक्षाप्रमाणे सर्व इच्छा पुऱ्या करणाऱ्या तुझ्या आश्रयास मी आलो आहे. राज्य मिळविण्यासाठीचे माझे सर्व मनोरथ पुरे झाले आहेत. तुझ्यासारखा सत्य आणि हितकारक बोलणारा आणखी कोणी नाही. ममतेने (राणी सोयराबाई) मन ग्रस्त झालेल्या वडिलांनी मला दूर ठेवले आहे. सावत्र भाऊरूपी शनी माझ्यावर दुरूनच नजर ठेवतो. मोरोपंतादी दुष्ट मंत्री यांच्या सांगण्यावरून माझे माता-पिता जरी मोहममताग्रस्त झाले असले (कलीच्या प्रभावाने), तरी मला अत्यंत पूज्य आहेत. प्रजेवरील प्रेमाने, दुर्जनांना दंड देण्यासाठी, भ्रष्टाचारी सचिव व सेनापती यांना ताळ्यावर आणण्यासाठी माझे राज्य आहे ते मिळविण्यात श्रम कसले? पित्यानंतर वडील मुलगा राजा होतो हे सर्व जाणतात. मी ज्येष्ठ व गुणाने श्रेष्ठ आहे. तुझ्या मदतीने मी रात्रंदिवस शत्रूचा प्रदेश काबीज करीन,' असे शंभूराजा दलेलास म्हणाला."[३३]

उपरिनिर्दिष्ट परिच्छेदांमधील संभाजीराजांच्या सोयराबाई, प्रधान इ. विषयीच्या भावना सरदेसाईंनी दिलेल्या 'उद्‌गाराशी'- थोड्याफार जुळतात. पण पित्याविषयी इथेही 'ममतेने मन ग्रस्त झालेल्या वडिलांनी मला दूर ठेवले आहे,' एवढेच ते म्हणतात. 'मला बापच नाही म्हणा ना,' असे उद्वेगाचे उद्‌गार काढीत नाहीत. उलट दुष्ट मंत्र्यांच्या सांगण्यावरून माझे मातापिता मोहममताग्रस्त झाले असले, तरी मला ते अत्यंत पूज्यच आहेत - (पूज्यतमौ मम) असे ते म्हणतात. तसेच आकाशस्थ शनी ग्रहाविषयी

३३. कित्ता, पृ. ८८-९४, श्लोक ६-७, १५-८६

नव्हे, तर रायगडस्थ सावत्रबंधूरूपी शनीविषयीच्या दुरून नजर ठेवण्याच्या (वक्र नजर नव्हे) भावनेविषयी ते बोलत आहेत. इथेच एकच नव्हे, तर अनेक 'ध' चे 'मा' केले गेले आहेत, हे सुज्ञ वाचकांच्या ध्यानी येईलच.

मुळात अनुपुराण हे काव्य आहे. त्यातील कविकल्पना कोणत्या व इतिहास कोणता, याचा तारतम्याने विचार करूनच शिवाजी - संभाजीच्या व्यक्तित्वाविषयी चिकित्सा करावी लागेल, हा मुद्दा आम्ही मागे मांडलेलाच आहे. वरील काव्यातील दिलेरखानाच्या तोंडी रामायण, महाभारत इत्यादी ग्रंथांतील जी उदाहरणे घातली आहेत, त्यावरून खान कोणी हिंदू धर्मशास्त्र पंडित होता, असाही निष्कर्ष काढता येईल. पण तो केवळ चुकीचाच नव्हे, तर हास्यास्पद ठरेल. अनुपुराणातील वरील प्रतिपादनात खानाचे पांडित्य ही कविकल्पना असली, तरी खान संभाजीराजांस आपल्या बापाविरुद्ध लढण्यास कसा उद्युक्त करीत होता व त्यास संभाजीराजे मराठी राज्यावरील स्वारी टाळून 'शत्रूचा प्रदेश' जिंकण्याची भाषा कशी करीत होते, याचा सर्वसाधारण बोध होऊ शकतो.

साहित्यिक कलाकृती निर्माण करण्याच्या कामी साहित्यिकांनी इतिहासकारांच्या ग्रंथांवर विसंबून राहले तरी चालण्यासारखे आहे. पण प्रा. कानेटकर यांच्यासारखे साहित्यिक जेव्हा इतिहासाची चर्चा-चिकित्सा करतात तेव्हा त्यांनी ऐतिहासिक साधनांच्या मुळाशी जाणे आवश्यक आहे, असे वाटते.

युवराज संभाजीराजे दिलेरखानाच्या गोटात

अनुपुराण सांगते की, शिवाजी महाराजांनी स्वतःच्या हाताने पत्र लिहून संभाजीराजास कळविले की, "तू प्रजेला अभय देतोस, पण प्रजा कर बुडवीत आहे. तू अमात्यांचा उघड अपमान करीत आहेस. तरी शृंगारपुराहून उठून तू सज्जनगडास जा."[३४]

महाराजांच्या आज्ञेप्रमाणे संभाजीराजे शृंगारपुराहून सज्जनगडावर आले (सुमारे ऑक्टो. १६७८). गडावर या वेळी रामदासस्वामी नव्हते. कदाचित लवकरच येणारही असतील. गडावरील धार्मिक वातावरणात युवराजाचा राग शांत होईल, असेही महाराजांना वाटले असावे; पण वातावरणाच्या बदलाचा संभाजीराजांवर काही परिणाम झाला नाही. उलट दिलेरखानाला

३४. छत्रपती संभाजी महाराज, पृ. ७३-७४

जाऊन मिळण्याचा त्यांचा विचार पक्का झालेला दिसतो.

अखेर साताऱ्याच्या पायथ्याशी कृष्णातीरी असलेल्या संगम माहुलीस तीर्थस्नानास जातो म्हणून त्यांनी सज्जनगडच्या किल्लेदाराचा निरोप घेतला आणि माहुलीस पोहोचल्यावर आपल्या बरोबरीच्या सैनिक तुकडीस परत जाण्याचा आदेश देऊन म्हटले : "एष व्रजामि दिल्लीनद्रवाहिनीमवगाहितुम् । एष्यामि च पुनः स्वीयं सह्याद्रिं सहसार्दितुम् ।।"[३५] (दिल्लीपतीच्या सैन्याला मिळण्यासाठी (अवगाहन) मी जात आहे. पुन्हा परत येईन तो आपल्या (स्वीयं) सह्याद्रीस तडकाफडकी जिंकण्यासाठीच (सहसार्दितुम्)) 'आर्दितुम'चा शब्दशः अर्थ पीडा देण्यासाठी. पण इथे 'जिंकण्यासाठी' असाच अर्थ योग्य वाटतो. विशेषतः 'स्वीयं सह्याद्रि' या वर्णनामुळे 'जिंकणे' हाच अर्थ अधिक अचूक ठरेल. बेंद्रे व डॉ. गोखले यांनीही असाच अर्थ घेतला आहे.

पण प्रा. कानेटकरांनी 'आर्दितुम्'चा अर्थ 'उद्ध्वस्त' करण्यासाठी असा घेऊन संभाजीराजांना धारेवर धरले आहे. ते म्हणतात,

"आता परत येईल ते हे राज्य उद्ध्वस्त करण्यासाठीच, हे संभाजीराजांचे परमानन्दाने सांगितलेले उद्गार ऐकल्यावर हा मुलगा या वयातसुद्धा परिपक्व झाला नव्हता, याचा आजही विषाद वाटतो."[३६] शब्दांच्या अर्थाच्या छटा वरवर महत्त्वाच्या वाटत नसल्या, तरी त्यातील एखादी छटा इतकी तीव्र असते की संबंधित माणसाचे सर्व व्यक्तित्वच बदलून टाकू शकते. संभाजीराजा परत येणार ते सह्याद्री 'जिंकण्यासाठी' की 'उद्ध्वस्त' करण्यासाठी? आपण कोणता अर्थ स्वीकारणार, यावर संभाजीराजाची वृत्ती ठरणार आहे.

अगदी याच अनुपुराणाचा आधार घेऊन सांगायचे झाल्यास असे म्हणता येईल की, पुढे सह्याद्रीला जिंकण्याचा संभाजीराजाचा विचार मागे पडला असून, 'ते राज्य माझेच आहे, ते मिळविण्यात श्रम कसले,' असे विचार संभाजीराजांच्या मनात येऊ लागले होते. एवढेच नव्हे, तर 'शत्रूचे राज्य' जिंकून आपल्या अंगचा पराक्रम आपल्या पित्यास दाखवू, असाही त्यांच्या मनातील विचार त्यांचे दिलेरखानाशी जे संभाषण झाले त्यावरून दिसून येतो. मग माहुली तीर्थक्षेत्री काढलेल्या त्या 'सह्याद्रीला जिंकण्यासाठी

---

३५. परमानंदकाव्यम्, पृ. ८४, श्लोक ५५

३६. छत्रपती संभाजी स्मारक ग्रंथ, पृ. ३९६

परत येण्याच्या' उद्गाराचा अर्थ काय लावायचा? असे वाटते की माहुलीवरचे उद्गार उद्वेग व संताप यांच्या भरात संभाजीराजांनी काढले असावेत. पण संतापाची भावना हळूहळू शांत होत गेली, असेच पुढे त्यांच्या बदललेल्या विचारावरून दिसते.

इथे एक महत्त्वाचा मुद्दा उपस्थित होतो की, युवराज संभाजीराजे व दिलेरखान यांच्या दरम्यान जो करार झाला होता, त्याचे स्वरूप काय होते? संभाजीराजे मोगलांचे मनसबदार- चाकर म्हणून तिकडे गेले होते काय? मोगलांकडून त्यांची काय अपेक्षा होती? मोगलांनी त्यांना पंचहजारी मनसब दिली असली, तरी संभाजीराजे स्वतःला मोगलांचा चाकर न समजता एक स्वतंत्र 'दोस्त' असे समजत असावेत.

सर जदुनाथ सरकारांनी या मुद्द्यावर थोडाबहुत प्रकाश टाकला आहे. "There was no talk of annexing Maharashtra to the Mughal Empire; Dilir's support was to be purchased merely by Sambhaji agreeing to a policy of friendly alliance with the Government of Mughal Deccan, exactly as Shahu did in 1718. The contemporary English factory letters and Persian histories prove that Sambhaji in the Mughal viceroy's camp did not consider himself as a servant of Dilir, but as an independant and equally."[37]

अद्यापि दक्षिणेत आदिलशाही व कुतुबशाही व त्यांच्याही दक्षिणेला छोट्या मोठ्या नायकांची राज्ये अस्तित्वात होती. दक्षिणेतला प्रदेश जिंकण्याचे मोगलांचे कार्य सतत चालूच होते. अशा वेळी मोगलांच्या सहकार्याने दक्षिणेत या शाह्यांचा प्रदेश जिंकून काही पराक्रम करून दाखवावा, ही ऊर्मी मोगलांना जाऊन मिळण्यामागे असावी.

सेतुमाधवराव पगडींनीही हाच विचार मांडला आहे. ते म्हणतात : "पुढे संभाजी-दिलेरखान यांच्यातील उडालेला खटका पाहता असे दिसते की आपल्यावर, मराठी राज्यावर हल्ला करण्याचा प्रसंग येणार नाही; विजापूर, गोवळकोंडा इत्यादी प्रदेशात आपल्याकडून कामगिरी घेण्यात येईल, अशी संभाजीराजांची अपेक्षा असावी. पण मोगलांच्या जाळ्यात

---

३७. कित्ता, पृ. ४८६

एकदा अडकल्यावर त्यांच्या अपेक्षांना मर्यादा पडल्या.''[३८]

मोगली गटात संभाजीराजास काही स्वतंत्र कामगिरी सांगितली गेली तर नाहीच, उलट त्यास पुढे करून दिलेरखानाने मराठी राज्याच्या सीमेवर असणाऱ्या भूपाळगडावर हल्ला चढविला. फिरंगोजी नरसाळ्याने गड शर्थीने लढविला तरी तो अखेर पडलाच. खानाने गडावरील ७०० मराठ्यांचे हात तोडले आणि गड जमीनदोस्त करून टाकला! असे वाटते की, संभाजीराजांचा खानाशी बेबनाव इथून सुरू झाला असावा. कारण मराठी राज्यात पुढे घुसून मोगली सैन्य पन्हाळ्यास वेढा देणार, अशा भूमका उठूनही दिलेरखान पुढे सरकला नाही.

इतिहासकार असे मानतात की, विजापूरच्या स्वारीत तिकोटा - अथणी वगैरे ठिकाणी मोगली सैन्याने हिंदूंवर अत्याचार केल्यावर संभाजीराजांचे मतपरिवर्तन झाले असावे. आमच्या मते, मोगलांच्या राजनीतीचे खरे स्वरूप त्यांना भूपाळगडावरच दिसून आले. स्वराज्यातील ७०० मराठ्यांचे हात कलम केल्याचे समजताच मराठी युवराजाचा क्रोधाग्नी भडकला असावा; मग खानाने त्याची कशीबशी समजूत घातली असावी.

या संदर्भात खुद्द संभाजीराजांनी दिलेल्या संस्कृत दानपत्रातील एक उल्लेख चिंत्य आहे :

"औरंगजेबाच्या घोडदळाचा प्रमुख दिलेरखान हा सात हजार घोडदळ आणि वैभव घेऊन भूपाळ दुर्ग घेण्यासाठी आला व त्याने (संभाजीराजापुढे) गुडघे टेकले असता[३९] त्याने शंकराने तिसरा डोळा उघडून त्यातून अग्नी बाहेर टाकावा त्याप्रमाणे आपला क्रोध प्रकट केला.''[४०]

या अस्सल कागदातील उल्लेखावरून भूपाळगडावरच संभाजीराजांचे व दिलेरखानाचे बिनसले असावे व शेवटी दिलेरखानाने क्षमायाचना करून संभाजीराजांचा राग शांत केला असावा, असा तर्क बांधता येतो. येथून पुढच्या मराठी राज्यावरील मोहिमेस संभाजीराजांनी विरोध केला असावा,

---

३८. कित्ता, पृ. १०६

३९. डॉ. कमल गोखले यांनी 'दलेलासुर याने गुडघा लावल्यामुळे संतप्त झालेल्या...' अशा प्रकारचा जो अनुवाद केला आहे तो चुकलेला आहे - शिवपुत्र संभाजी, पृ. ४३३

४०. छत्रपती संभाजी स्मारक ग्रंथ, परिशिष्ट क्र. चार

या विरोधाचा परिणाम म्हणून स्वराज्यात घुसणारी ही मोहीम थांबवून खान संभाजीराजांसह औरंगाबादेस मुक्कामास गेला व पुढे पावसाळा संपताच त्याने विजापूरवरील मोहीम हाती घेतली - (सप्टेंबर १६७९).

युवराज संभाजीराजे पुन्हा स्वराज्यात

विजापूरवरील मोगली स्वारी अयशस्वी झाली. असे दिसते की त्यानंतर दिलेरखानाच्या मनात मराठी राज्यात घुसून पन्हाळ्यावर हल्ला करावा, असा बेत होता. मार्गात अथणी, तिकोटा इत्यादी आदिलशाही मुलखाच्या गावातील हिंदू प्रजाजनांवर मोगली सैन्याने अनन्वित अत्याचार केले. हिंदू प्रजेवर होणारे हे अन्याय-अत्याचार पाहून संभाजीराजास खान व त्याचे सहकारी यांच्याबद्दल तिरस्कार उत्पन्न होऊन त्यांनी त्यांची संगत सोडण्याचा निर्धार पक्का केला. खानाशी त्यांचा वाद अथवा भांडणही झाले असावे. कदाचित सभासद सांगतो त्याप्रमाणे संभाजीराजास कैद करा म्हणून औरंगजेबाचे फर्मानही मार्गावर असेल अगर खानाचा तसा विचारही चालू असेल. एक गोष्ट निश्चित, की इतःपर मोगली गोटात राहणे, संभाजीराजास उचित गोष्ट वाटेनाशी झाली. कदाचित ती धोकादायकही वाटली असावी.

दरम्यान शिवाजी महाराजांचा आपल्या पुत्राशी पत्रव्यवहार चालू होता. मनातले किंतू काढून टाकून परत येण्याविषयीच्या महाराजांच्या मायेच्या पत्रांनीही मोठी कामगिरी बजावली असावी. स्वराज्यात येण्याचा निश्चय होताच मोगली छावणीत कोणासही सुगावा लागू न देता संभाजीराजे बाहेर पडले आणि तडक विजापुरास गेले. विजापुरास जाणे त्यांना अधिक सुरक्षित वाटले असावे. या वेळी विजापूरचा वजीर मसूदखान हा शिवाजी महाराजांचा मित्र बनलेला असून, मोगली हल्ल्यापासून विजापूरचा बचाव करण्यासाठी महाराजांनी आपले लष्कर तिकडे पाठविलेले होते. या लष्कराच्या काही तुकड्या अद्यापिही विजापूरच्या आसमंतात असाव्यात. या तुकड्यांच्या साह्यानेच संभाजीराजे विजापूरहून निघून स्वराज्यात पन्हाळगडावर दाखल झाले (डिसे. १६७९).

संभाजीराजे मोगलाईतून पुन्हा स्वराज्यात आले, ही आनंददायक घटना महाराजांनी आपले सावत्र बंधू व्यंकोजीराजे यांना पुढे अशा शब्दांत कळविली आहे. "चिरंजीव राजश्री संभाजीराजे मोगलाईत गेले होते. त्यास आशयाचा उपाय बहुत प्रकारे केला. त्यासही कळो आले की ये पातशाहीत अगर

विजापूरचे अगर भागानगरचे पातशाहीत आपले मनोगतानुरूप चालणार नाही. ऐसे जाणोन त्याणी आमचे लिहिण्यावरून स्वार होऊन आले. त्यांची आमची भेट झाली. घरोब्याच्या रीतीने जैसे समाधान करून ये तैसे केले.''४१

संभाजीराजे पन्हाळ्यावर दाखल झाले तेव्हा शिवाजी महाराज मोगली मुलखातील जालन्याच्या स्वारीवर होते. युवराजाच्या आगमनाची वार्ता हाती येताच ते तातडीने पन्हाळ्याकडे आपल्या पुत्रास भेटण्यास आले. पिता-पुत्राची भेट मोठ्या भारावलेल्या अंतःकरणाने झाली असली पाहिजे. सभासदाने या भेटीचे ''बहुत रहस्य जाहाले'' म्हणून भावपूर्ण वर्णन केले आहे.

सभासद लिहितो, ''ते (संभाजीराजे) पळून पन्हाळियास आले. हे वर्तमान राजियास पुरंधरास कळताच संतोष पावून पुत्राचे भेटीस पन्हाळियास आपण आले. मग पितापुत्रांची भेट जाहली. बहुत रहस्य जाहाले. त्याउपरि राजे म्हणून लागले की, लेकरा मजला सोडू नको. औरंगजेबाचा आपला दावा. तुजला दगा करावयाचा होता. परंतु श्रीने कृपा करून सोडून आणिला. थोर कार्य जाले. आता तू ज्येष्ठ पुत्र, थोर झालास आणि सचंतर राज्य कर्तव्य हे तुझ्या चित्ती असे आपणास कळले, तर मजला हे अगत्य आहे. तरि तुजलाहि राज्य एक देतो. आपले पुत्र दोघे जण, एक तू संभाजी व दुसरा राजाराम. ऐसियास हे सर्व राज्य आहे. यास दोन विभाग करतो. एक चंदीचे राज्य याची हद्द तुंगभद्रा तहद कावेरी हे एक राज्य आहे. दुसरे तुंगभद्रा अलीकडे गोदावरी नदीपर्यंत एक राज्य आहे. ऐसी दोन राज्ये आहेत. त्यास तू वडीलपुत्र, तुजला कर्नाटकीचे राज्य दिधले. इकडील राज्य राजारामास देतो. तुम्ही दोघे पुत्र दोन राज्य करणे, आपण श्रींचे स्मरण करून उत्तर सार्थक करीत बसतो' असे बोलिले. तेव्हा संभाजीराजे बोलिले की, 'आपण दूधभात खाऊन साहेबांचे पायांचे चिंतन करून राहीन', असे उत्तर दिधले आणि राजे संतुष्ट जाहले.''

'मग पितापुत्र बैसून कुल राज्य आपले देखिले. कर्नाटक किती हे व खजिना काय आहे? व कारखाने व मुत्सद्दी सरकारकून लोक कोण कोण? लष्कर, पागा शिलेदार कोण? सरदार काय काय? गड कोठे... ऐशी

---

४१. शिवकालीन पत्रसार संग्रह, पत्र क्रमांक २२३६

तजवीज करून संभाजी राजियास पन्हाळ्यास ठेविले. त्याजवळ जनार्दन नारायण सरकारकून व सोनोजी नाईक बंकी व बाबाजी ढमढेरे असे ठेविले आणि पुत्राचे समाधान केले की, "आपण रायगडास जातो. धाकटा पुत्र राजाराम याचे लग्न करून येतो. मग राज्यभराचा विचार कर्तव्य तो करू. तू वडीलपुत्र आहेस. सर्व प्रकारे भरवसा तुमचा."[४२] असे बोलून रायगडास गेले.

पण सभासद म्हणतो त्याप्रमाणे राज्य विभागाचा प्रस्ताव पुन्हा एकदा महाराजांनी आपल्या पुत्रासमोर मांडला असेल असे वाटत नाही. आपल्या पुत्राचे आपण "घरोब्याचे रीतीने जैसे समाधान करून ये तैसे केले." या छोट्याशा वाक्यात पितापुत्राचे मतभेद, बेबनाव संपला व उभयपक्षी दिलजमाई झाली, असाच आशय आहे.

रियासतकार सरदेसाई आणि इतर अनेक लेखकांनी या पन्हाळा भेटीनंतर महाराजांनी संभाजीराजांना पन्हाळ्यावर अटकेत अथवा नजरकैदेत ठेवले, असे म्हटले आहे. तथापि, शिवाजी महाराजांसारखा सुज्ञ पिता अशा प्रकारे पश्चात्तापदग्ध होऊन शत्रूच्या गोटातून स्वगृही आलेल्या आपल्या पुत्रास नजरकैदेत ठेवेल, असे वाटत नाही. अशा प्रकारचा अविश्वास संभाजीराजांवर दाखविणे गैर झाले असते. महाराजांनी या वेळी म्हालोजी घोरपडे या विश्वासू सेनानीस संभाजीराजांच्या हाताखाली देऊन त्यांना पन्हाळा प्रांतीचा कारभार सांगितलेला दिसतो.

बेंद्रे तर याही पुढे जाऊन खाफीखानाच्या वृत्तान्ताच्या आधारे म्हणतात की, पितापुत्राची दिलजमाई झाल्यानंतर महाराजांनी संभाजीराजांच्या हाताखाली भली मोठी फौज देऊन बुऱ्हाणपुरावर हल्ला करण्यास पाठविले.[४३] खाफीखानाने म्हटले आहे : "नंतर जुलूस २३-१०९१ हिजरीच्या मोहरम महिन्यात (२२ जाने. ते १९ फेब्रु. १६८०) उपरिनिर्दिष्ट संभा, की जो दुष्ट बुद्धीचा आहे. त्याने त्या वेळच्या सरावाप्रमाणे तीन-चार कोसांच्या शीघ्र गतीने कूच केले. उपरि उल्लेखित दुष्ट वृत्तीच्या संभाने वीस हजार स्वारानिशी येऊन बुऱ्हाणपुरावर हल्ला चढविला..."[४४]

तथापि, बुऱ्हाणपुरावरील हल्ल्याची खाफीखानाने दिलेली तारीख चुकली

---

४२. सभासदविरचित छत्रपती श्रीशिवाजीराजे यांची बखर, पृ. ९३, १०६
४३. छत्रपती संभाजी स्मारक ग्रंथ, पृ. १९-२०
४४. कित्ता, पृ. २०

असून ती हिजरी १०९१ ऐवजी हिजरी १०९२ (जानेवारी १६८१) अशी पाहिजे, असे सेतुमाधवराव पगडी म्हणतात. पगडींचे म्हणणे अधिक बरोबर ठरते. दिलेरखानाच्या गोटातून स्वराज्यात परतल्यावर संभाजीराजांचे वास्तव्य पन्हाळ्यावरच झाले, असे दिसते.

पन्हाळ्यावरील वास्तव्याच्या कालखंडात संभाजीराजे बुऱ्हाणपुरावरील स्वारीत होते, असे गृहीत धरल्यामुळेच बेंद्र्यांनी पुढील विधान केले आहे : ''शिवाजी महाराजांच्या मृत्यूपूर्वी झालेल्या राजाराम महाराजांच्या मौजीबंधन व लग्न सोहळ्यात संभाजीराजांना मोगली स्वारीत अडकल्या कारणाने हजर राहता आले नाही.''[४५]

पण वस्तुस्थिती अशी होती की, संभाजीराजांचा पित्यावरील राग निवळला असला, तरी राजगडावरील सोयराबाई व प्रधान यांच्यावरील त्यांचा राग गेलेला नव्हता. पुढे राज्यावर आल्यावर दिलेल्या संस्कृत दानपत्रातही ते सोयराबाईंचा उल्लेख 'सवतीचे पोर म्हणून आपणावर रागावलेली राणी' असाच करतात.[४६] (२७ ऑगस्ट १६८० : या वेळी सोयराबाई जिवंत होती.) सारांश, संभाजीराजांशी दिलजमाई करून त्यांना बरोबर न घेताच शिवाजी महाराज पुढे रायगडावर निघून गेले. नंतर त्यांनी गडावर राजाराम महाराजांचा मौजीबंधन व लग्नसोहळा उरकून घेतला (१५ मार्च १६८०).

शिवछत्रपतींचा स्वर्गवास

यानंतर अवघ्या तीन आठवड्यांच्या आत शिवाजी महाराज अल्पशा आजाराने स्वर्गवासी झाले (३ एप्रिल १६८०). 'संभाजीराजांच्या मोगली गोटास मिळण्याच्या घटनेमुळे महाराज मनाने खचले,' असे सांगताना प्रा. वसंत कानेटकर म्हणतात : ''घरोब्याचे रीतीने करू ये तैसी बोलणी झाली...'' असे महाराज लिहीत असले, तरी इंग्लिश वाक्प्रचार वापरून सांगायचे तर Damage was done! महाराज खचले ते खचलेच. त्यांच्या एप्रिल १६८० मध्ये झालेल्या अकल्पित आणि अकाली निधनाला शंभूराजांचे 'दुर्वर्तन' (म्हणजे गोदावरी प्रकरण नव्हे, तर मोगलांकडे पळून जाणे आणि

---

४५. कित्ता

४६. कित्ता, परिशिष्ट क्रमांक चार

गृहव्यवस्थेत बेदिली निर्माण करणे) हेच कारण झाले, याबद्दल मला शंका वाटत नाही.''[४७]

स्वराज्याचा वारसदार आपल्या कट्टर शत्रूस जाऊन मिळाला, या घटनेने महाराजांस मोठा धक्का बसला असेल, यात शंका नाही. पण धक्का बसणे वेगळे आणि हाय खाणे वेगळे! शिवाजीराजा हा एक असा पुरुषोत्तम होता की, त्याने अतिशय कठीण प्रसंगीही आपला आत्मविश्वास ढळू दिलेला नाही.

सत्य असे दिसते की, राजाराम महाराजांच्या लग्नानंतर महाराज अकल्पितपणे आजारी पडले व हा आजार अल्पावकाशात विकोपास गेला. इंग्रज आपल्या पत्रात या आजाराचे नाव 'Bloody flux' (रक्तातिसार) असे देतात.[४८] विजय देशमुख यांनी आपल्या शिवचरित्रात महाराजांच्या या आजाराची बरीच चर्चा-चिकित्सा केली आहे. एका समकालीन पोर्तुगीज कागदपत्रात महाराज Intestinal Anthrax या रोगाने मरण पावल्याचे म्हटले आहे. या रोगाची लक्षणे सांगताना देशमुख लिहितात : "हा रोग संसर्गजन्य असून, सामान्यतः गाई, बकऱ्या, घोडे यांच्यामध्ये आढळतो. अशा जनावरांच्या संसर्गात राहणाऱ्या माणसालाही हा रोग होऊ शकतो... या रोगाचे जंतू अन्नातून पोटात जाऊ शकतात... श्वासावाटे हे रोगजंतू शरीरात गेले, तर न्यूमोनियासारखी लक्षणे दिसून आठवडाभरात रोगी दगावतो आणि अन्नाद्वारा हे जंतू पोटात गेले, तर हळूहळू आतड्यांवर हे जंतू परिणाम करतात व अखेर रक्ताची हगवण सुरू होऊन रोगी दगावतो... हा रोग निदान करण्यास कठीण आहे. वरकरणी लक्षणे मात्र विषप्रयोग झाल्यासारखी दिसतात...''[४९]

इंग्रज पत्रातील Bloody flux चा उल्लेख व पोर्तुगीज कागदपत्रातील Intestinal Anthrax चा उल्लेख लक्षणांनी एकमेकांस पूरक आहेत. आजसुद्धा सुसज्ज प्रयोगशाळेतच या रोगाचे निदान होऊ शकते. रायगडावर त्या काळी हे रोगनिदान होणेच शक्य नव्हते. परिणामी महाराज अकाली निजधामास गेले!

---

४७. कित्ता, पृ. ३९६-३९७

४८. English Records on Shivaji, Vol. II, p.311

४९. शककर्ते शिवराय, खं. २, पृ. ९७५-९७६

महाराजांच्या आजाराची विषप्रयोगासारखी लक्षणे व त्यांचा अकल्पित अंत यामुळे त्यांच्यावर विषप्रयोगच झाला असावा, असा समज तत्कालीन लोकांचा झाला असला पाहिजे. हा विषप्रयोग राणी सोयराबाईनेच केला असला पाहिजे, अशाही कंड्या त्यामुळेच पसरल्या असाव्यात. नामांकित पुरुषाच्या अकल्पित मृत्यूनंतर अशा प्रकारच्या अफवा नेहमीच पसरतात, हा आपला अलीकडच्या इतिहासातील अनुभव आहे. तेव्हा सोयराबाईंवरील विषप्रयोगाच्या आरोपात काही तथ्य नाही. खुद्द संभाजीराजांनीही हा आरोप त्यांच्यावर केल्याचे अस्सल कागदात नमूद नाही.

संभाजीराजांचे इतिहासातील खरे चित्र

शिवछत्रपतींच्या निधनाबरोबरच संभाजीराजांची 'युवराजावस्था' संपली आणि अनपेक्षितपणे मराठी राज्याची सूत्रे हाती घेणे त्यांना आवश्यक ठरले. शिवछत्रपती अकाली गेले; ते आणखी काही वर्षे जगले असते तर संभाजीराजांस मराठी राज्याचा युवराज म्हणून आणखी काही कालावधी मिळता; कदाचित 'युवराज संभाजीराजाचे' चरित्र आणखी काही वेगळे बनते!

'युवराज संभाजीराजा' हे एक इतिहासातील मनस्वी व्यक्तिमत्त्व आहे. मनाने सरळ व निर्मळ, पण तत्कालिक रागलोभाच्या आहारी जाऊन जीवनातील कोणताही धोका बेधडकपणे पत्करणाऱ्या या युवराजाकडे पित्याच्या जाणतेपणाचा, संयमी व सोशिक मनाचा व अखंड सावधानता बाळगणाऱ्या व्यक्तिमत्त्वाचा वारसा चालत आला नाही, ही मोठी खेदाची गोष्ट होती. त्यामुळेच शिवछत्रपतींच्या दिग्विजयाने हिंदवी स्वराज्याचा वृक्ष महाराष्ट्राबाहेरही फोफावत असता, त्याच्या हातून शत्रूस मिळण्याचा अविचार घडून आला. त्याबद्दल इतिहास त्यास कधीच क्षमा करू शकत नाही.

अनेक शास्त्रे व विद्या यांमध्ये पारंगत असलेल्या संभाजीराजांवर शिवछत्रपतींनी काही संस्कारच केले नसावेत अथवा झाले नसावेत, असे म्हणणे धारिष्ट्याचे ठरेल. हिंदवी स्वराज्याच्या रक्षणासाठी प्रसंगी रक्त सांडून आत्मबलिदान करण्याचा संस्कार ज्याने तानाजी/बाजीसारख्या सामान्य मराठी माणसांवर केला, तो आपल्या पुत्रावर संस्कार करू शकला नाही, असा निष्कर्ष काढणे चुकीचे होईल. उलट मोगली गोटात गेलेल्या युवराजाची पावले पुन्हा हिंदवी स्वराज्याकडे वळली ती अशा संस्काराच्या मूळ प्रभावामुळेच,

असे म्हणणे अधिक सयुक्तिक ठरेल. संभाजीराजा क्षणिक भावनेच्या उद्रेकाने वाहवत गेला खरा, पण त्याच्या अंतर्यामीच्या संस्काराने त्यास पुन्हा सन्मार्गावर आणले; हेच त्याचे खरे चित्र इतिहासात उमटते. पुढे या चित्रात आपल्या जीवनाच्या अंतसमयी त्याने दाखविलेल्या स्वाभिमानी बाण्याने आणि तत्त्वनिष्ठेने केलेल्या आत्मसमर्पणाने असे आणखी काही गहिरे रंग भरले गेले की, त्यामुळे त्या चित्रातील प्रतिमेची तेजस्विता शतपटींनी वाढली गेली, असे म्हटल्यास ती अतिशयोक्ती ठरू नये!

◆

४

शिवपुत्र छत्रपती राजाराम महाराज

राष्ट्राच्या जीवनात सर्वांत महत्त्वाचा कालखंड कोणता समजावा, या प्रश्नाचे सरळ सरळ उत्तर असे की, ज्या कालखंडात राज्यकर्ते परम लोककल्याणी आहेत; प्रजाजन सुखी, समाधानी व समृद्ध जीवन जगताहेत; राज्यातील विद्या, कला व साहित्य यांनी त्यांचा उच्च उत्कर्ष बिंदू गाठला आहे; राज्याला अंतर्गत व बाह्य शत्रूचा कसलाच धोका नाही; आणि तसा धोका निर्माण झालाच तर राज्याची संरक्षणयंत्रणा पुरेशी सक्षम आहे इत्यादी.

भारतवर्षाच्या इतिहासातील अशा सुवर्ण कालखंडांची उदाहरणे म्हणून गुप्तसम्राट विक्रमादित्य अथवा मोगलसम्राट शहाजहान यांच्या कारकिर्दीचा निर्देश केला जातो. शांतता, सुव्यवस्था, स्थैर्य व समृद्धी यांचा विचार करता हे कालखंड सुवर्णमय समजणे चुकीचेही नाही; पण आमच्या मते, राष्ट्राच्या जीवनात सर्वांत महत्त्वाचा, सर्वांत तेजस्वी कालखंड असतो तो त्यावर कोसळलेल्या आत्यंतिक संकटप्रसंगाचा; ज्यामध्ये त्या राष्ट्राच्या अस्मितेची, स्वत्वाची खरी कसोटी लागलेली असते. त्या राष्ट्राच्या लोकसमुदायाचे स्वतंत्र अस्तित्वच राहणार की लोप पावणार, हे त्या प्रसंगात ठरणार असते. तो त्या राष्ट्राच्या जीवन-मरणाचा लढा असतो.

जगाच्या इतिहासात असे अनेक लढे लढले गेले आहेत. फ्रान्सच्या नेपालियन बादशहाने शेजारचा स्पेन देश जिंकण्याचा ७ वर्षे जंगजंग यत्न केला. स्पॅनिश लोकांना तो दरिद्री, भिकार व बिनलढाऊ समजत होता. अशा लोकांना जिंकण्यासाठी केवळ १२ हजार सैनिक पुरेसे आहेत, अशी त्याची दर्पोक्ती होती! पण स्पॅनिशांनी प्राणपणाने व जिद्दीने लढा दिला.

डॉ. जयसिंगराव पवार लिखित 'छ. राजाराम महाराज' या ग्रंथाची प्रस्तावना.

या लढ्यात नेपोलियनचे ५ लाख सैनिक मारले गेले, एवढेच नव्हे तर शेवटी माघार घेऊन त्याला सिंहासनही गमवावे लागले! एका 'भिकार' लोकांनी युरोपातील एका 'महान' सम्राटाशी दिलेला हा लढा जगाच्या इतिहासातील एक तेजस्वी लढा समजला जातो आणि हा कालखंड हा स्पेनच्या इतिहासातील सर्वांत तेजस्वी कालखंड मानला जातो.

अलीकडच्या काळातील असाच एक लढा म्हणजे गेल्या शतकाच्या उत्तरार्धात आग्नेय आशियात खेळले गेलेले व्हिएतनामी युद्ध! व्हिएतनाम आपल्या ताब्यात ठेवण्यासाठी प्रथम फ्रेंचांनी व नंतर अमेरिकनांनी व्हिएतनामी लोकांवर हे युद्ध लादले. त्यांना शरण आणण्यासाठी सैन्याच्या तिन्ही दलांनिशी हल्ले चढविले. हजारो टनांचा बॉम्बवर्षाव करून व्हिएतनामींची घरे, रस्ते, पूल, शाळा, हॉस्पिटले, शेतवाड्या, कारखाने आदींची राखरांगोळी केली. खुद्द अमेरिकेचे ५० हजार सैनिक मारले गेले. तीन लाख जायबंदी झाले. १,५०,००० दशलक्ष डॉलर संपत्तीचा चुरडा झाला! एवढा आत्मविनाश करून अमेरिकेच्या पदरी काय पडले? नामुष्कीची माघार! स्वातंत्र्यप्रिय व्हिएतनामींनी मोठ्या जिद्दीने व चिकाटीने संघर्ष केला. एका चिमुकल्या देशाच्या 'चिमुकल्या' लोकांनी जगातील एका 'महाबलाढ्य' सत्तेशी दिलेला हा लढा होता.

मराठ्यांच्या इतिहासात १७ व्या शतकात मराठ्यांनी मोगल बादशहा औरंगजेब याच्याशी दिलेल्या प्रदीर्घ लढ्याचा वृत्तान्त वाचत असता, जगाच्या इतिहासातील या लढ्यांची आठवण झाल्याशिवाय राहत नाही. पण मराठ्यांच्या इतिहासाचा एक अभ्यासक म्हणून नव्हे, तर एक मराठी माणूस म्हणून आमच्या मनात एक वेगळाच प्रश्न डोकावून जातो तो असा, की मराठ्यांनी औरंगजेबाशी दिलेला लढा वाचत असता आम्हास जसे जगातील स्पेन, इटली, इंग्लंड, रशिया, चीन, व्हिएतनाम इत्यादी देशांतील स्वातंत्र्याच्या लढ्यांची आठवण होते, तशी त्या देशातील अभ्यासकांना त्यांच्या त्यांच्या स्वातंत्र्य लढ्याचा इतिहास वाचताना हिंदुस्थानातील मराठ्यांच्या स्वातंत्र्य लढ्याची आठवण होत असेल का? या प्रश्नाचे उत्तर आणखी एका प्रश्नात आहे. ते म्हणजे इतिहासाचे अभ्यासक सोडल्यास किती मराठी माणसांना त्यांच्या पराक्रमी पूर्वजांनी दिलेल्या स्वातंत्र्य लढ्याची कल्पना आहे? छत्रपती संभाजी, छत्रपती राजाराम यांची नावे त्यांना वसंत कानेटकरांच्या नाटकांमुळे माहीत असतात. पण त्यांच्या नेतृत्वाखाली मराठ्यांनी दिलेला

स्वातंत्र्याचा तेजस्वी लढा त्यांना माहीत असत नाही. मग महाराणी ताराबाई व तिच्या नेतृत्वाखालील लढा ही फार दूरची गोष्ट आहे. आता जर मराठी माणसांच्याच विस्मृतीत हा लढा गेला असेल तर हिंदुस्थानाच्या अन्य प्रांतातील लोकांना तो कसा माहीत असेल? आणि मग जगातील लोकांना तो माहीत असायला हवा, अशी अपेक्षा बाळगणे भोळसटपणा नव्हे तर काय?

खरं म्हणजे इतिहासाबद्दलची प्रचंड अनास्था ही गोष्ट आमच्या रक्तातच शेकडो वर्षे भिनली आहे. शिवरायांची कारकीर्द म्हणजे मराठ्यांच्या पराक्रमाची केवढी महान गाथा. तो एक महाकाव्याचा विषय आहे. त्यातील महाराजांची कर्नाटक स्वारी म्हणजे सर्वांत महत्त्वाची व यशस्वी स्वारी. या स्वारीत महाराजांनी अवघ्या वर्ष-सव्वा वर्षांत २० लाख होनांचा मुलूख पैदा केला. या जिंकलेल्या मुलखाची तातडीने व्यवस्था लावण्यासाठी महाराजांनी फौजेबरोबर शेकडो कारकून घेतले होते. हे सर्व कारकून प्रशासन चालवणारे व पत्रव्यवहार करणारे 'पढेलिखे' लोक होते. पण त्यांपैकी एकानेही महाराजांच्या फौजांचे पराक्रम लिहून ठेवलेले नाहीत. आपली रोजनिशी लिहिलेली नाही. एकाही कारकुनाच्या मनात हा विचारसुद्धा आलेला नाही. आज महाराजांच्या कर्नाटक मोहिमेचा जो काही वृत्तान्त आपल्याजवळ आहे, तो ९५ टक्के पाँडीचेरीचा गव्हर्नर मार्टिन याची 'डायरी' आणि मद्रास किनारपट्टीवरील इंग्रजांचा दैनंदिन पत्रव्यवहार या दोन परकीयांच्या साधनांवर बव्हंताशी आधारित आहे! समजा या परकीयांनी त्यांच्या पत्रव्यवहारांत महाराजांच्या हालचाली नोंदविल्याच नसत्या तर?

छत्रपती राजाराम महाराजांच्या चरित्राच्या संदर्भात हीच वस्तुस्थिती आहे. या कालखंडातील इतिहासाची मराठी साधने म्हणजे वतनपत्रे, सनदपत्रे, महजर इत्यादी. त्यातून एखाददुसरी ओळ तत्कालीन इतिहासलेखनासाठी उपयुक्त ठरते. उदाहरणार्थ स. १६८९च्या मोगलांनी मराठ्यांचे गडकोट व ठाणी घेऊन स्वराज्याचा ग्रास घेतला. त्यासंबंधी जेधे शकावली फक्त एका वाक्यात म्हणते, 'ते वर्षा कुल (सर्व) गड मोगलें घेतले' कोणते गड कसे कसे घेतले याच्या वृत्तान्तासाठी आपणास खाफीखान, साकी मुस्तैदखान, भीमसेन सक्सेना, ईश्वरदास नागर इत्यादी मोगल इतिहासकारांच्या ग्रंथांवर, मोगल सरदारांच्या पत्रव्यवहारांवर व औरंगजेबाच्या दरबारातील बातमीपत्रांवर (अखबार) अवलंबून राहावे लागते. आमची या काळातील ऐतिहासिक

साधने फारसी, इंग्रजी, फ्रेंच, पोर्तुगीज अशा परक्या भाषांतील आहेत. ही साधने उपलब्ध झाली नसती, तर आपणास १७ व्या शतकातील शिवशाहीचा (स. १६३०-१७०७) इतिहास लिहिता आला नसता.

आपल्या इतिहासाचे आद्य इतिहासकारही कॉम्स-द-गार्दासारखे पोर्तुगीज, रॉबर्ट ऑर्मसारखे इंग्रज, स्प्रिंगेलसारखे जर्मन होते. जेम्स ग्रँट डफ (इंग्रज) हा तसे पाहिले तर मराठ्यांचा खरा आद्य इतिहासकार. कारण त्याने मराठ्यांच्या स्वराज्य स्थापनेपासून त्यांच्या अस्तापर्यंतचा इतिहास तीन खंडांत लिहून प्रसिद्ध केला. मराठ्यांचा समग्र इतिहास लिहिणारा हा पहिला इतिहासकार होय. तो सातारा येथील रेसिडेंट होता. त्याला वाटले की, ज्यांच्यापासून आपण राज्य जिंकून घेतले, त्या मराठ्यांनी राज्य कसे स्थापन केले, कसे वाढविले व कसे घालविले, हे आपण राज्यकर्ते म्हणून जाणून घ्यायला हवे. कारण कोणत्याही समाजाचे गुणदोष समजून घेण्यास त्यांच्या इतिहासाशिवाय अन्य कोणते साधन असू शकत नाही. डफच्या या मनोदयास मुंबई प्रांताचा तत्कालीन गव्हर्नर लॉर्ड एलफिन्स्टन याचे मोठे प्रोत्साहन मिळाले. डफचा ग्रंथ तीन खंडांत इंग्लंडमध्ये स. १८२६ मध्ये प्रसिद्ध झाला. त्यानंतर अवघ्या तीन वर्षांत कॅ. केपन याचे स. १८२९ मध्ये या ग्रंथाचे मराठी भाषांतर 'मराठ्यांची बखर' या नावाने प्रसिद्ध केले. हीच बखर वेगवेगळ्या रूपांत मुंबई इलाख्यातील शाळांमधून 'मराठ्यांचा इतिहास' म्हणून शिकवली जाऊ लागली. अव्वल आंग्लाईतील पहिल्या आंग्लविद्याविभूषित पिढीने आपला इतिहास याच ग्रंथावरून जाणून घेतला.

पुढच्या ६०-७० वर्षांत डफच्या ग्रंथातील त्रुटी व चुका महाराष्ट्रीय विद्वानांच्या नजरेस येऊ लागल्या. त्याची एक स्वाभाविक प्रतिक्रिया न्या. रानडे यांच्या 'Rise of the Maratha Poser' या ग्रंथाच्या रूपाने स. १९०० मध्ये उमटली. आधुनिक काळात मराठी विद्वानाने लिहिलेला मराठा इतिहासावरील हा आद्य ग्रंथ होय. १७ व्या शतकात उदयास आलेल्या मराठी सत्तेचा उदय म्हणजे अचानक झालेला उद्रेक नसून, त्यामागे तीन-चारशे वर्षे सामाजिक, धार्मिक, आर्थिक व राजकीय घटक आपापल्या परीने कार्यरत होते, हे त्यांचे मुख्य प्रतिपादन होते. थोडक्यात, न्या. रानड्यांचा ग्रंथ हा भाष्यरूप व चिकित्सारूप होता. डफला अशी चिकित्सा करण्याची आवश्यकताच भासली नव्हती.

न्या. रानडे यांचे समकालीन राजवडे, खरे, साने, पारसनीस यापासून

ते सरदेसाई, सरकार, बेंद्रे, पगडी यांच्यापर्यंत अनेक इतिहासकारांनी मराठ्यांच्या इतिहासाचे संशोधन-लेखन केलेले आहे. त्या सर्वांचा आढावा येथे विस्तारभयास्तव घेता येणार नाही. पण या पूर्वसूरींच्या कार्याकडे दृष्टिक्षेप टाकला तर एक गोष्ट लक्षात येते की, त्यांनी शिवछत्रपतींच्या कारकिर्दीवर अधिक लक्ष केंद्रित केले; त्या मानाने शिवछत्रपतींनंतरच्या छत्रपती संभाजी, छत्रपती राजाराम व महाराणी ताराबाई या तीन राज्यकर्त्यांच्या कारकिर्दी उपेक्षित राहिल्या. छत्रपती संभाजी महाराजास तर मराठी बखरकार व मोगल तसेच इंग्रज इतिहासकार आणि सरदेसाई सरकार यांच्यासारखे स्वदेशी इतिहासकार यांनी 'राज्य बुडवा' व 'बदफैली' म्हणूनसुद्धा वाळीतच टाकले होते. त्यानंतर राजाराम महाराजांची प्रतिमा त्यांच्याकडून दुबळा व अकार्यक्षम राजा म्हणून रंगविली गेली. महाराणी ताराबाईंना तर एका 'भ्रांत' मुलाची स्वार्थी आई म्हणूनच स्थान दिले गेले. ताराबाईंनी पुढे पेशव्यांशी संघर्ष केला; म्हणून तर इतिहासकारांनी तिच्यावर सत्तापिपासू म्हणून शिक्का मारून बहिष्कृत केले. औरंगजेब बादशहाशी ७ वर्षे अविरत लष्करी संघर्ष करणारी आणि आपल्या लष्करी व राजनैतिक डावपेचांनी त्यास महाराष्ट्रातच दफनभूमीचा शोध घ्यावयास लावणारी ताराबाई मात्र मराठी इतिहासकारांना भावली नाही!

उपरोक्त तीन राज्यकर्त्यांपैकी छत्रपती संभाजी महाराजांची उपेक्षा मात्र वा. सी. बेंद्रे प्रभृती इतिहासकारांनी त्यांची संशोधित चरित्रे प्रकाशित करून दूर केली. पण, छत्रपती राजाराम व महाराणी ताराबाई हे दोन राज्यकर्ते मराठी इतिहासकारांकडून नगण्यच ठरविले गेले! त्यांच्या कालखंडाचा इतिहास लिहिताना मराठ्यांनी त्या काळी सामुदायिक नेतृत्व कसे उभे केले आणि मग त्या नेतृत्वानेच औरंगजेबाशी कसा लढा दिला, याचेच गोडवे गाइले आहेत. त्यांचे हे गोडवे अस्थानी किंवा अनैतिहासिक आहेत असे नव्हे; पण या संकटकाळात मराठ्यांचे नेतृत्व जे करत होते, त्या राज्यकर्त्यांना काही श्रेय देणार की नाही? या कालखंडावर लिहिणारे पं. सेतुमाधवराव पगडी व डॉ. जी. टी. कुलकर्णी यांनी अनुक्रमे राजाराम महाराज व महाराणी ताराबाई यांच्याविषयी चार गौरवोद्गार काढले आहेत हे खरे; पण त्यांच्याही लिखाणाचा एकूण रोख हे लोकांचे युद्ध होते, हा मुद्दा अधिक ठळक करण्याचा आहे.

हे लोकांचे युद्ध होते, हे ऐतिहासिक सत्य आम्हीही नाकारत नाही.

उलट हे लोकयुद्ध असल्यानेच औरंगजेबासारख्या बलाढ्य साम्राज्यवादी सत्ताधीशाला पराभूत करता आले. पण, याचा अर्थ असा नव्हे की, लोकयुद्धाचे नेतृत्व ज्यांनी केले, त्यांची उपेक्षा व्हावी. व्हिएतनामी युद्ध हे लोकयुद्धच होते, म्हणून हो चि मिन्ह यांच्याकडे त्या युद्धाच्या यशस्वितेचे श्रेय दिले जात नाही काय?

बांगलादेशाच्या स्वातंत्र्यलढ्यास मदत करण्याचा धाडसी निर्णय स्वर्गीय इंदिरा गांधींनी घेतला आणि सैन्य पाठवून एका नव्या राष्ट्राचा उदय घडवून आणला, याचे श्रेय इंदिरा गांधींना दिले जात नाही काय? त्यासाठी त्यांना रणांगणावर युद्ध करण्यासाठी जावे लागले नाही. ते काम फिल्ड मार्शल ज. माणेकशा यांचे होते. ते त्यांनी चोख बजावले. त्या कामगिरीचे श्रेय त्यांनाही दिले गेले.

या संदर्भात महाराष्ट्रातील सातारा जिल्ह्यातील प्रतिसरकारचे उदाहरण पाहण्यासारखे आहे. ४२च्या लढ्याच्या दरम्यान सातारच्या स्वातंत्र्यसैनिकांनी ब्रिटिशांविरुद्ध उठाव करून क्रांतिसिंह नाना पाटील यांच्या नेतृत्वाखाली प्रतिसरकार स्थापन केले. नाना पाटील भूमिगत होते, त्या काळात त्यांचे नखही कोणाच्या नजरेला पडत नव्हते; पण सर्व लढा त्यांच्या नावाने म. गांधींचा जयजयकार करत चालविला गेला. या लढ्यात अनेक सेनानींनी जिवाची बाजी लावून ब्रिटिशांशी दोन हात केले. काहींनी देशासाठी बलिदान दिले. शेवटपर्यंत ब्रिटिशांना नाना पाटील सापडले नाहीत. पण, सातारच्या प्रतिसरकारचे 'हिरो' मात्र नाना पाटीलच राहिले. देशभर त्यांच्याच नावाचा डंका झाला.

उपरोक्त सर्व लढे हे लोकलढेच होते. पण, अशा लढ्यांना प्रेरणा देणारे खंबीर, तत्त्वनिष्ठ नेतृत्व लागते. मग ते हो चि मिन्हचे असेल, इंदिरा गांधींचे असेल अथवा क्रांतिसिंह नाना पाटलांचे असेल!

दुर्दैवाने या कालखंडाचा म्हणजे मराठ्यांच्या स्वातंत्र्ययुद्धाचा इतिहास लिहिताना (एक-दोन अपवाद वगळता) मराठी इतिहासकारांनी न्याय दिलेला नाही. शिवशाहीचे भाष्यकार, संभाजी चरित्रकार, इतिहासकार वा. सी. बेंद्रे यांनी स्वातंत्र्ययुद्धाच्या पहिल्या पर्वातील मराठ्यांच्या लढ्याचे सर्व श्रेय संभाजी महाराजांना दिले आहे (आणि ते योग्यही आहे); पण तोच न्याय त्यांनी त्यापुढच्या कालखंडातील राज्यकर्त्यांना- छत्रपती राजाराम व महाराणी ताराबाई यांना - लावलेला नाही. त्यांनी या राज्यकर्त्यांच्या कालखंडावर

लिहिलेल्या ग्रंथाचे नावच मुळी 'श्री छत्रपती राजाराम महाराज आणि नेतृत्वहीन हिंदवी स्वराज्याचा मोगलांशी लढा' असे ठेविले आहे! याचा स्पष्ट अर्थ असा की, या कालखंडातील राजाराम महाराजांचे काय अगर ताराबाईंचे काय, कोणाचेही नेतृत्व त्यांना मान्य नाही! एवढेच नव्हे, तर राजाराम महाराज जिंजीकडे असताना रामचंद्रपंत अमात्यांनी महाराष्ट्रात व प्रल्हाद निराजी प्रतिनिधी यांनी कर्नाटकात जी असामान्य कामगिरी केली त्याचा गौरव तर दूरच राहो; उलट या दोन्ही प्रधानांना त्यांनी 'कारस्थानी, राजद्रोही व राष्ट्रद्रोही' ठरविले आहे!

महाराणी ताराबाईंना तर स्वातंत्र्ययुद्धाचे काहीच श्रेय द्यायला ते तयार नाहीत. उपरोक्त ग्रंथामध्ये त्यांनी ताराबाईंच्या कारकिर्दीतील (सन १७००-१७०७) लष्करी व राजकीय घडामोडी नोंदविल्या आहेत. त्या प्रकरणाचे नाव त्यांनी 'राजा शाहूच्या आगमनापूर्वीच्या महाराष्ट्रातील हालचाली' असे दिले आहे. या प्रकरणाचे नाव 'ताराबाईकालातील महाराष्ट्रातील हालचाली' असे त्यांना ठेवता आले असते; पण, त्यामुळे ताराबाईंनी या कालखंडात मराठ्यांचे नेतृत्व केले, असे सूचित होणार होते! एखाद्या ऐतिहासिक व्यक्तीच्या कर्तबगारीची अनुल्लेखाने अशी उपेक्षा केल्याचे उदाहरण मराठ्यांच्या इतिहासलेखनात सापडणे अवघड आहे.

याबाबत ऐतिहासिक वस्तुस्थिती प्रकाशात आणायची झाली, तर मराठीत तशी साधनेच नाहीत. एक केशव पंडिताचे 'राजारामचरितम्' हे जिंजीच्या प्रवासाचे संस्कृतमधील चोपडे (तेही अपूर्णच आहे) सोडल्यास, मराठ्यांनी या लढ्याचा वृत्तान्त, एखाद्या लढाईचे अथवा त्यांच्या नेत्याच्या एकूण कर्तृत्वाविषयीचे एखादे टिपण तयार करून ठेवल्याचे आढळत नाही. म्हणजे याही बाबतीत आपणास शत्रूच्या गोष्टीतील इतिहासकारांच्या साक्षीवर अवलंबून राहावे लागते.

मराठ्यांचा शत्रुपक्ष म्हणजे मोगल. त्यांच्या गोटातील अनेकांनी त्या वेळी चालू असलेल्या लढ्यांची वर्णने लिहून ठेवली आहेत. अशी वर्णने करताना ते जाता जाता त्यांच्या बाजूवरील तसेच मराठ्यांच्या बाजूवरील राज्यकर्त्यांविषयी अथवा त्यांच्या सरदारांविषयी टिप्पणी करतात. त्यांनी आपल्या मराठा राज्यकर्त्यांविषयी जे उद्‌गार काढले आहेत, ते आपल्या दृष्टीने अत्यंत महत्त्वाचे आहेत. त्याची केवळ दोनच उदाहरणे आम्ही येथे देत आहोत.

पहिले उदाहरण आहे औरंगजेबाच्या छावणीतील मिर्झा मुहंमद या मनसबदाराचे. त्याला मोठमोठ्या व्यक्तीचे मृत्यूचे शक नोंदवून ठेवण्याचा छंद होता. अशा नोंदीचा एक ग्रंथच तयार झाला होता. या ग्रंथाचे नाव आहे 'तारीखे मुहंमदी'. त्यात त्याने मोगल बादशहा त्यांचे सरदार, नवाब, हकीम, धर्मशास्त्री, पंडित; तसेच शत्रूच्या बाजूंवरील नेत्यांचे मृत्युशक दिले आहेत. काही ठिकाणी त्याने मृत्युकाबरोबरच त्या व्यक्तीविषयीची आपली मतेही जोडली आहेत.

राजाराम महाराजांच्या मृत्यूच्या वेळी तो औरंगजेबाच्या छावणीत होता. त्याच्या कानावर मराठ्यांच्या राजाच्या पराक्रमाच्या गोष्टी पडल्या होत्या असे दिसते. तो राजाराम महाराजांचा मृत्युशक नोंदविताना काय म्हणतो ते पाहा :

''**शहाजीचा नातू व शिवाजीचा मुलगा रामजी ऊर्फ रामराजा याने आपला भाऊ संभाजी याच्या मृत्यूनंतर दक्षिणेत मोठे तेज व धाडस दाखविले :** (कार्रोफर्र नमूदा); (कर्र = शत्रूवर बेडरपणे हल्ले चढविणे फर्र = तेज, दबदबा, वैभव). दुसऱ्या शब्दांत मराठ्यांच्या राजाने शत्रूवर बेडरपणे हल्ले चढवून दक्षिणेत मोठा दबदबा निर्माण केला होता! वैभव प्राप्त केले होते!''

यावर भाष्य करताना पं. सेतुमाधवराव पगडी म्हणतात, ''राजारामाबद्दल कार्रोफर्र - बेडर हल्ले करणे व दबदबा निर्माण करणे, हे शब्द बरेच काही सांगून जातात. मोगलांचे प्रचारतंत्र काहीही म्हणो, सामान्य मोगलांचे राजारामासंबंधीचे मत या शब्दांतून व्यक्त झाले आहे.''

आता महाराणी ताराबाईंविषयी मोगलांचा दुसरा प्रसिद्ध इतिहासकार खाफीखान काय म्हणतो पाहा :

''**राजारामाची राणी ताराबाई हिने विलक्षण धामधूम उडविली. त्यात तिचे सैन्याच्या नेतृत्वाचे आणि मोहिमांच्या व्यवस्थेचे (संयोजनाचे) गुण प्रकर्षाने प्रकट झाले. परिणामी मराठ्यांचे आक्रमण आणि त्यांची धामधूम दिवसेंदिवस वाढतच गेली.**''

शिवाजी महाराज, संभाजी महाराज, संताजी घोरपडे यांना आपल्या लिखाणात शिव्यांची लाखोली वाहणारा खाफीखान याचे हे उद्‌गार आहेत, हे ध्यानात घेतले पाहिजे. खाफीखान हा मराठ्यांच्या या लढ्याचा साक्षीदार आहे. त्याच्या या उद्‌गाराची किती मराठी इतिहासकारांनी दखल घेतली

आहे? एक पं. सेतुमाधवराव पगडी सोडल्यास कोणीही इतिहासकाराने खाफीखानाची साक्ष पुढे आणून त्यावर भाष्य केलेले नाही.

राजाराम महाराज हे संभाजी महाराजांप्रमाणे महापराक्रमी सेनानी होते, असा आमचा काही दावा नाही. पण, राज्यकर्त्यास केवळ रणांगणावरील पराक्रम पुरेसा होतो असे नाही, प्रत्यक्ष रणांगणावरील पराक्रमापेक्षा रणनीती महत्त्वाची असते. रणनीती फसली, तर रणांगणावरील महान सेनानींचे पराक्रमही वाया जातात, यास इतिहासात अनेक उदाहरणे साक्षी आहेत.

राजाराम महाराजांनी आपल्या कारकिर्दीच्या सुरुवातीसच आपल्या रणनीतीने व राजनीतीने आपल्या शत्रूला जबरदस्त शह दिला. स्वराज्याची भूमी विजयी मोगल सैन्यांनी व्यापली असता, महाराष्ट्रातून गुप्तपणे दूर जिंजीकडे कर्नाटकात निसटून त्यांनी तिथे राजधानी स्थापन केली आहे आणि त्यामुळे कर्नाटकात दुसरी रणनैतिक आघाडी उभारली गेली. बादशहाला मोठ्या प्रमाणावर आपले लष्कर कर्नाटकात पाठवावे लागले. याचा परिणाम असा झाला की, महाराष्ट्रात स्वराज्यावर आलेला मोगली आक्रमणाचा दबाव एकदम कमी झाला. शत्रूचे चित्त द्विधा करण्यात मराठे यशस्वी झाले. इतकेच नव्हे, तर त्यांच्या फौजांना नाशिक ते तंजावर असे नवे विस्तीर्ण रणमैदान धावपळीच्या व गनिमी काव्याच्या लढ्यासाठी खुले झाले.

हा जसा मराठ्यांनी मोगलांना दिलेला रणनीतीचा शह होता, तसा तो राजनैतिक शहही होता. राजाराम महाराज जर महाराष्ट्रातच राहते, तर ते शत्रूकडून पकडले जाण्याची फार मोठी शक्यता होती आणि तसे झाले असते तर रायगड पडल्यानंतर मराठ्यांचे अख्खे राजकुटुंबच औरंगजेबाच्या हाती पडून हिंदवी स्वराज्याचा ग्रंथ तिथेच आटोपला असता.

पण, असे घडले नाही. राजाराम महाराज कर्नाटकात परागंदा झाल्यावर इकडे महाराष्ट्रात राजधानी रायगड शत्रूने जिंकून मराठ्यांची राणी व राजपुत्र यांना राजपरिवारासह कैदी बनवले. दरम्यान, मराठ्यांचे बहुतेक किल्ले व ठाणी शत्रूने जिंकून घेतली होती. वतनदार मंडळी बादशहाच्या पायाशी रुजू झाली होती. सर्वत्र निराशेचा अंधकार पसरला होता. हिंदवी स्वराज्य बुडाले, असाच समज सर्वांचा झाला होता. विशेषतः औरंगजेब बादशहास 'गगन ठेंगणे' होऊन गेले होते.

अशा अत्यंत बिकट परिस्थितीतून मराठे बाहेर पडले व अवघ्या सहा महिन्यांत त्यांनी गेलेले किल्ले व ठाणी परत कबजात आणण्यास सुरुवात

केली. ठिकठिकाणी वेढा घालून बसलेल्या मोगल सरदारांवर हल्ले चढवून त्यांना पळवून लावण्यास अथवा रणांगणावर कैद करून त्यांना दंड ठोठावण्यास प्रारंभ केला. या सर्व यशाचे श्रेय राजाराम महाराजांच्या राजनीतीस द्यावेच लागेल. त्यांच्या आदेशांनी संताजी व धनाजी यांनी कर्नाटकात मोठमोठे विजय कमविले. सेनानी म्हणून या विजयांचे श्रेय त्यांना आहेच; पण राजाराम महाराजांनी कर्नाटकात दुसरी आघाडीच उघडली नसती, तर हे पराक्रम कसे घडून आले असते?

राजनैतिक मुत्सद्देगिरीच्या क्षेत्रात राजाराम महाराजांनी यशाचे जे शिखर गाठले, त्यास मराठ्यांच्या इतिहासात (एक शिवछत्रपतींचा अपवाद सोडल्यास) क्वचितच तोड सापडेल. मराठ्यांचा राजा जिंजीकडे निसटल्याचे समजताच औरंगजेबाने आपला सेनापती रायगडविजेता जुल्फिकारखान यास तिकडे फौज घेऊन पाठविले. पण, जिंजी किल्ल्याच्या पायथ्याशी पोहोचल्यावर खानाच्या लक्षात आले की, किल्ला एवढा अवाढव्य व दुर्भेद आहे की, त्याच्या जवळचे सैन्य त्यासाठी पुरेसे नाही. म्हणून त्याने बादशहाकडे जादा कुमकेची मागणी केली. त्याचप्रमाणे बादशहाने आपला वजीर असदखान (जुल्फिकारखानाचा पिता) आणि शाहजादा कामबक्ष यांना सोबत मोठा फौजफाटा देऊन तिकडे पाठविले. पण, तिथे पोहोचल्यानंतर मोगलांच्या दुर्दैवाने खान पिता-पुत्र व शाहजादा यांच्यामध्ये वितुष्ट आले. मोगली गोटात बेदिली असल्याचे समजून येताच राजाराम महाराजांनी तिचा अचूक फायदा उठविण्याचे ठरविले.

त्यांनी जुल्फिकारखानाकडे आपले दूत पाठवून त्याच्या मनात त्याच्या स्वतंत्र राज्याची कल्पना रुजवली. बादशहा आज ना उद्या मरणार आणि तो मेला की, त्याच्या मुलांत यादवी सुरू होणार; याचा फायदा घेऊन खानाने गोवळकोंडा कर्नाटकात आपले स्वतंत्र राज्य स्थापन करावे, मराठ्यांचे त्याला सहकार्य असेल, अशी ती कल्पना होती; आणि खानाच्या मनातील स्वतंत्र राज्याच्या महत्त्वाकांक्षेस ती खतपाणी घालणारी होती. इतिहासात सेनापतींनी अशी आपली स्वतंत्र राज्ये स्थापन केल्याचे दाखले होते. (आणि पुढे मोगलांचा दक्षिणेतील सुभेदार चीनकुलीजखान ऊर्फ निजाम-उल-मुल्क याने असेच आपले स्वतंत्र राज्य स्थापन केल्याचे आपणास माहीत आहे.) तेव्हा खानाने राजाराम महाराजांच्या कल्पनेस आनंदाने संमती दिली. मराठा राजाची एकच अट होती, ती म्हणजे औरंगजेब

बादशहा जिवंत असेतोवर जिंजीचा वेढा (रेंगाळत) चालू ठेवायचा. तो काबीज करण्याचा खानाने निकराचा प्रयत्न करायचा नाही. खानाने ही अटही कबूल केली आणि हा वेढा पुढे ६ वर्षे रेंगाळत ठेवला.

इकडे शाहजाद्यांकडेही राजाराम महाराजांचे दूत गेले. बादशहाच्या मृत्यूनंतर होणाऱ्या झगड्याचे वेध सर्वच शाहजाद्यांना लागले होते. शाहजादा कामबक्ष हा काही त्यास अपवाद नव्हता. त्याच्या समोर जेव्हा मराठ्यांनी आगामी झगड्यात लष्करी साहाय्य देण्याची कल्पना मांडली, तेव्हा त्याने ती अधीरतेने स्वीकारली. मराठे हे आपले मित्रच नव्हे, तर त्राते आहेत, अशी त्याची भावना झाली. राजाराम महाराजा या मिशनमध्ये कमालीचे यशस्वी झाले. इतके की, एके दिवशी मध्यरात्री शाहजाद्याने आपल्या निवडक सहकाऱ्यांनिशी जिंजी किल्ल्यात जाऊन महाराजांना मिळण्याची, म्हणजे खुद्द बापाविरुद्ध बंड पुकारण्याची तयारी केली. पण, त्याच्या दुर्दैवाने या कटाची बातमी खान पिता-पुत्राला समजताच त्यांनी लष्कराची तुकडी घेऊन शाहजाद्याच्या निवासस्थानावर हल्ला केला व त्यास नजरकैदेत ठेवले आणि बादशहाला त्याच्या पुत्राचा हा पराक्रम कळवून आपल्या तथाकथित अपराधाबद्दल माफीही मागितली!

एके काळी मराठ्यांच्या युवराजाला वश करून व त्याला आपल्या गोटात आणून मोगल बादशहाने मराठ्यांवर मात केली होती. त्याची परतफेड राजाराम महाराजांनी बादशहाचा सरसेनापती व वजीरच नव्हे, तर खुद्द शाहजाद्यासही वश करून केली. खरेतर मराठेशाहीच्या राजनैतिक इतिहासातील हा क्षण मराठ्यांच्या उच्चांकी कर्तृत्वाचा समजला पाहिजे. इतिहासाने इतिहासकारांच्या पदरात जे वास्तव टाकले आहे, त्याचा स्वीकार करून त्याचा यथोचित गौरव करण्यात खळखळ का करावी, हे समजण्याच्या पलीकडे आहे!

राजाराम महाराजांनी अंगीकारलेल्या राजनीतीने व रणनीतीने मराठ्यांच्या फौजा नाशिकपासून तंजावरपावेतो मोगलांना धूळ चारून विजयी घोडदौड करू लागल्या. मराठी राज्य आता बुडत तर नाहीच, उलट मराठेच आता मोगलांवर राजनैतिक व लष्करी मात करू लागले आहेत, अशा प्रकारचे चित्र दक्षिणेत उमटू लागले. मराठ्यांचा आत्मविश्वास तर इतका वाढला की, दक्षिणेत तर आपण विजयी होऊच; पण उत्तरेतील दिल्लीही आपण काबीज करू, अशी महत्त्वाकांक्षी स्वप्ने त्यांना पडू लागली.

ही काही सांगोवांगीची गोष्ट नाही. याला खुद्द राजाराम महाराजांच्या एका सनदेचाच पुरावा मिळाला आहे. महाराजांनी ४ जून, १६९१ रोजी हणमंतराव घोरपडे व कृष्णाजी घोरपडे या सरदार पिता-पुत्राला ६ लक्ष होनांच्या सरंजामाची दिलेली सनद उपलब्ध आहे. या सनदेन्वये हणमंतरावास ५ लक्षांचा, तर कृष्णाजीस १ लक्षाचा सरंजाम निश्चित केला गेला. हा सरंजाम जसजशी मोगलांच्या ताब्यातील ठिकाणे काबीज होतील, तसतसा हप्त्याहप्त्याने दिला जाणार होता. हणमंतरावांना दिला जाणारा ५ लक्षाचा सरंजाम असा :

१.	रायगड प्रांत काबीज झाल्यानंतर	=	होन	६२,५००/-
२.	विजापूर हस्तगत झाल्यावर	=	होन	६२,५००/-
३.	भागानगर (गोवळकोंडा) घेतल्यावर	=	होन	६२,५००/-
४.	औरंगाबाद घेतल्यावर	=	होन	६२,५००/-
५.	दिल्ली काबीज केल्यावर	=	होन	२,५०,०००/-
			एकूण होन	५,००,०००/-

असेच हप्ते कृष्णाजीराव घोरपडे याचेही आहेत.

मराठ्यांची दिल्ली जिंकण्याची महत्त्वाकांक्षा शिवाजी महाराजांपासूनच आहे. मुंबईकर इंग्रजांनी आपल्या मायदेशास पाठविलेल्या एका वृत्तान्तात म्हटले आहे :

''शिवाजी सध्या बंकापूरनजीक आला आहे. त्याने आल्या आल्या आपल्या पक्ष्यासारख्या भरारणाऱ्या सैनिकांच्या साहाय्याने हा हा म्हणता सारा मुलुख काबीज केला. राजा जयसिंगाच्या स्वाधीन केलेले २३ दुर्गम किल्ले ८ महिन्यांच्या आत त्याने जिंकून घेतले. विजापूर काबीज करून पुढे दिल्लीवर चाल करून औरंगजेबाला दिल्लीत कोंडून ठेवीपर्यंत आपले खड्ग म्यान करणार नाही, अशी या राजाने आपल्या देवाजवळ प्रतिज्ञा केली आहे'' - (स. १६७८).

यावर भाष्य करताना थोर इतिहास संशोधक व आमचे गुरू डॉ. अप्पासाहेब पवार यांनी लिहिले आहे की :

''या पत्रातील बातमी स्वयंस्पष्ट आहे. भारताचा हा सिकंदर आणि सीझर संपूर्ण देश आपल्या नियंत्रणात आणू इच्छित होता. १६७८ मध्ये त्याने दक्षिणेतील सुलतानांना आपल्या कह्यात आणले होते. वरील पत्रात

नमूद असलेल्या राजाच्या योजनेनुसार तो दिल्लीवर चाल करून जाणार होता!''

''यावरून एक कल्पना मनात येऊ पाहते ती म्हणजे, जर हा मराठा राजा खरोखरच दिल्लीवर गेला असता, तर त्या शत्रुप्रदेशातूनही त्याला चांगला भरीव पाठिंबा मिळाला असता आणि तथाकथित जादुई यशही त्याला मिळू शकले असते!''

छत्रपती शिवाजी महाराज यांचाच पुत्र त्यांच्या दिल्ली जिंकण्याच्या प्रतिज्ञेचा पुनरुच्चार करत होता. टप्प्याटप्प्याने सर्व दक्षिणच नव्हे तर दिल्लीसह उत्तर हिंदुस्थान जिंकण्याची महत्त्वाकांक्षा बाळगणारे राजाराम महाराज इतिहासकारांनी पुढे आणले असते तर आज छत्रपती शिवाजी महाराज व छत्रपती संभाजी महाराज यांच्या खालोखाल छत्रपती राजाराम महाराजांस मराठी जनतेच्या हृदयात स्थान मिळाले असते! ते तसे मिळावे आणि हिंदवी स्वराज्याच्या सर्वांत कठीण संकटकालात या छत्रपतीने केलेल्या अतुलनीय कामगिरीचे स्मरण महाराष्ट्राने करून उपकृत व्हावे, ही इच्छा.

◆

५

सेनापती संताजी घोरपडे

सेनापती संताजी घोरपडे याच्या चरित्राचे एक महत्त्वाचे वैशिष्ट्य म्हणजे, हे चरित्र ८०/९० टक्के शत्रूच्या गोटातील मोगलांच्या बाजूच्या साधनसामग्रीवर आधारित आहे. फक्त स्वकीयांच्याच साधनसामग्रीवर आधारित असे हे चरित्र लिहायचे झाले तर ते ४०/५० पृष्ठांहून अधिक होणार नाही. याचे कारण आमच्याकडे इतिहासलेखनाची पूर्वीपासून उपेक्षा होत आलेली आहे. मराठ्यांच्या इतिहासाचा कालखंड त्यास अपवाद नाही. संताजीच्या मोहिमांचे व पराक्रमाचे वर्णन मोगल इतिहासकार आपल्या ग्रंथात पानेच्या पाने देतात. पण आमच्याकडे या कालखंडात असे इतिहासकारच निर्माण न झाल्याचे आपण स्वकीयांच्या अशा इतिहास ग्रंथापासून वंचित राहिलो आहोत. या काळातील म्हणजे मराठ्यांच्या स्वातंत्र्ययुद्ध काळातील, मराठ्यांच्या बाजूंवरील महत्त्वाची साधने म्हणजे जेधे शकावलीसारख्या काही शकावल्या अथवा संभाजी महाराज, राजाराम महाराज, ताराबाई या राज्यकर्त्यांची सनदपत्रे ही साधने अस्सल व तत्कालीन आणि म्हणूनच महत्त्वाची असली, तरी शकावलीसारख्या अथवा सनदेसारख्या साधनांमधून एखाद्या दुसऱ्या ओळीचीच माहिती आपणास मिळते.

उदाहरणार्थ, १६९५ मध्ये संताजीने कासिमखान, खानाजादखान इत्यादी नामांकित मोगल उमरावांवर जो दणदणीत विजय प्राप्त केला, त्याचे रसभरीत वर्णन मोगलांचे इतिहासकार खाफीखान व साकी मुस्तैदखान यांनी केले आहे. मोगलांच्या फजितीचे जिवंत चित्रण त्यांनी उभे केले आहे. पण मराठ्यांच्या इतिहासातील या महत्त्वाच्या लढाईसंबंधी मराठी कागदपत्रांत

डॉ. जयसिंगराव पवार लिखित ‘सेनापती संताजी घोरपडे’ या ग्रंथाची प्रस्तावना.

फक्त एक नोंद सापडते ती अशी - 'पौष शुद्ध ११. ते दिवशी संताजी घोरपडे यांनी खानाजादखान व कासिमखान सिरियाजवळ डोडेरी म्हणून गाव आहे तेथे कैद केले. कासिमखान तर गेला. खानाजादखानास लाख रुपये घेऊन वाट दिली.' ही नोंद जेधे शकावलीमधील आहे. शकावलीतील नोंदींना मर्यादा असतात हे खरे, पण संताजींच्या पराक्रमाचे वर्णन करताना अशा नोंदींनी अभ्यासकावर किती मर्यादा पडतात, हे ध्यानात यावे.

मुस्लीम राज्यकर्त्यांनी इतिहासाची उपेक्षा केली नाही. त्यांच्यापैकी बाबर, जहांगीर यांच्यासारख्यांनी आपली आत्मचरित्रेही लिहिली आहेत. महान मोगल बादशहा अकबर याच्या पदरी असलेल्या अबुल फजल या विद्वानाने लिहिलेला अकबरनामा हा ग्रंथ तर प्रसिद्धच आहे. एवढेच नव्हे, तर मोगल राजघराण्यातील स्त्रियाही या कामी मागे नव्हत्या. बाबरकन्या व हुमायूनची बहीण गुलशन बेगम हिने लिहिलेला 'हुमायूननामा' हा इतिहासग्रंथ हुमायूनचरित्राचा महत्त्वाचा साधनग्रंथ मानला जातो. मोगलकालीन इतिहास लेखकांची अशी किती नावे सांगावीत! खुद्द औरंगजेब बादशाहास इतिहासाची फार आवड नसली, तरी त्याच्या कारकिर्दीतील साकी मुस्तैदखान, भीमसेन सक्सेना, खाफीखान इत्यादी अनेकांनी त्याची चरित्रे लिहिली. आज ती चरित्रे केवळ औरंगजेबाच्या कारकिर्दीसाठीच नव्हे, तर मराठ्यांच्या इतिहासातील शिवाजी महराजापासून महाराणी ताराबाई यांच्यापर्यंतच्या राज्यकर्त्यांच्या कारकिर्दीच्या अभ्यासास अत्यंत मोलाची ठरली आहेत. उपरिनिर्दिष्ट इतिहासकारांच्या ग्रंथांशिवाय औरंगजेबाच्या कारकिर्दीतील मोगल दरबारची बातमीपत्रे आणि त्याच्या पदरी असणाऱ्या मिर्झा राजा जयसिंग, असदखान, जुल्फिकारखान, लुत्फुल्लाखान, मातबरखान इत्यादी उमरावांनी लिहिलेली पत्रे मराठ्यांच्या इतिहासाची महत्त्वाची साधने आहेत.

संताजीच्या चरित्राच्या संदर्भात अशा प्रकारची फारसी साधनसामग्री अतिशय उपयुक्त ठरली आहे. संभाजी महाराजांच्या हत्येपासून ते खुद्द संताजीच्या हत्येपर्यंतच्या सात-आठ वर्षांच्या काळात संताजी खानदेशपासून अर्काटपर्यंतच्या दक्षिणेच्या विस्तीर्ण भूभागावर आपल्या पराक्रमाने एकसारखा चमकत होता. शेकडो लहान-मोठ्या लढाया त्याने दिल्या असल्या पाहिजेत. या सर्व लढायांची माहिती या फारसी साधनांतून मिळतेच असे नाही; पण त्यांपैकी बऱ्याच लढायांची, तसेच संताजीच्या अनेक हालचालींची माहिती ही साधने देतात. विशेषतः मोगल दरबारची बातमीपत्रे यासाठी फार महत्त्वपूर्ण

कामगिरी बजावतात. मोगलांच्या बाजूवर ही साधने तयार झाली नसती, तर या कालखंडातील मराठ्यांचा इतिहास कालोदरात केव्हाच लुप्त होऊन गेला असता. नमुनादाखल एक उदाहरण द्यायचे झाल्यास १६९० मध्ये सातारा भागात खटावच्या परिसरात लुत्फुल्लाखान या मोगल सरदाराशी संताजीने दिलेल्या गनिमी लढायांचे देता येईल. या लढायांचा वृत्तान्त आपणास खुद्द लुत्फुल्लाखानाने बादशहास लिहिलेल्या पत्रांतूनच मिळतो. अन्य कोणत्याही साधनांतून या लढायांविषयी आपणास माहिती मिळत नाही. लुत्फुल्लाखानाने बादशहाला ही पत्रे लिहिलीच नसती, तर अथवा आज ती आपणास उपलब्ध झालीच नसती तर संताजीच्या या गनिमी लढाया त्याच वेळी विस्मृत होऊन गेल्या असत्या.

या फारसी साधनांचे आणखी एक वैशिष्ट्य ध्यानात घेतले पाहिज ते असे की, ही सर्व साधने शत्रुपक्षीयांची असल्याने ती बऱ्याच वेळी एकांगी माहिती देणारी ठरतात. अनेक प्रसंगी मराठ्यांवरील विजयांची अचूक नोंद देणारी बातमीपत्रे मोगलांच्या पराजयाची उडती बातमी नोंदविताना दिसतात किंवा अशा पराभवाच्या बातम्याच वगळून टाकतात. मोगल सरदारांची पत्रे तर आत्मप्रौढीने खचून भरलेली दिसतात. आपण रणांगणावर पाय रोवून कसे जिद्दीने लढलो आणि गनीम (मराठे) आपणाला घाबरून कसे पळाले, याची वर्णने ते बादशहाला लिहिलेल्या पत्रात करतात. दुर्दैवाने आपण लढाया कशा दिल्या, याचा वृत्तान्त देणारी आमच्या संताजी-धनाजीची पत्रे उपलब्ध नसल्याने (कारण त्यांनी ती कधी लिहिलीच नव्हती. आपणास या काळातील मोगल-मराठा संघर्षासाठी शत्रुपक्षाच्या सेनानींच्या वृत्तान्तावर अवलंबून राहावे लागते. या वृत्तान्तामधील सत्य हंसक्षीरन्यायाने शोधून काढण्याची जबाबदारी अभ्यासकावर येते.

असे असले तरी शत्रुपक्षावरील साकी मुस्तैदखान, खाफीखान व भीमसेन सक्सेना या तीन इतिहासकारांचे लिखाण संताजीच्या चरित्रास मोलाचे साहाय्य करणारे ठरले आहे. या तिन्ही इतिहासकारांनी औरंगजेबाच्या बादशहाची कारकीर्द आपल्या डोळ्यांनी पाहिली होती, अनुभवली होती. तिन्ही इतिहासकार औरंगजेबाच्या दक्षिणेच्या युद्धात कमी-जास्त फरकाने हजर होते. यामुळे त्यांनी दिलेल्या दक्षिणेच्या युद्धाच्या वृत्तान्तास साधन चिकित्सेच्या दृष्टीने उच्च स्थान प्राप्त होते. पण हे तिन्हीही इतिहासकार मोगल साम्राज्यवाद्यांच्या बाजूचे असल्याने त्यांना औरंगजेब बादशहाची

दक्षिणेतील युद्धातील भूमिका न्यायाची वाटते आणि मराठे हे त्यांच्या दृष्टीने प्रस्थापित मोगली सत्तेविरुद्ध लढणारे बंडखोर वाटतात. या साम्राज्यवादी दृष्टिकोनातून त्यांनी मराठ्यांच्या स्वातंत्र्ययुद्धाच्या घटनेकडे पाहिल्यामुळे त्यांचे इतिहासलेखन हे पक्षपाती निर्माण होणे स्वाभाविक होते. पण असा पक्षपाती इतिहास लिहीत असताही त्यांना मराठ्यांच्या मोहिमांची, त्यांच्या पराक्रमाची व त्यांनी मोगलांच्या केलेल्या फटफजितींची दखल घ्यावीच लागली. तथापि, अशी दखल घेत असता, ते मराठ्यांसंबंधी मोठ्या संतापाने लिहिताना दिसतात. विशेषतः खाफीखान हा तर संताजीच्या लढायांची वर्णने देताना त्यास शिव्यांची लाखोली वाहतो. मोगल बादशहा व त्याचे लष्कर यांची संताजीने जी बेइज्जत केली, त्यातून खाफीखानचा संताप उफाळून येतो व तो त्यास नालायक, हलकट, कुत्रा या ग्रंथकाराच्या लेखणीस न शोभणाऱ्या शिव्या देतो. पण अशा शिव्या मोजल्यानंतर तोच खाफीखान संताजीच्या पराक्रमाचे व त्याने मोगली फौजेत निर्माण केलेल्या धास्तीबद्दलही तेवढ्याच तीव्रतेने लिहितो, हे या ठिकाणी नमूद करावयास हवे.

खाफीखानाने संताजीस दिलेल्या शिव्या जशा त्याच्या प्रामाणिक संतापाच्या पोटी उत्पन्न झाल्या आहेत, तशी त्याची मोगली फौजांच्या फटफजितीची कबुलीही प्रामाणिक असहायपणाच्या पोटी उत्पन्न झाली आहे. कारण खाफीखानाने संताजीच्या मृत्यूनंतर आपला ग्रंथ तयार केला असला, तरी संताजीने मोगली फौजांवर केलेले आघातच एवढे जबरदस्त होते की, त्यांच्या जखमा खाफीखानाच्या मनात त्या वेळीही ओल्या होत्या. म्हणूनच संताजीविषयी लिहिताना त्याच्या लेखणीस संयम राहत नाही. पण जेव्हा हाच खाफीखान लिहितो की, युद्ध करण्यासाठी जिकडे जिकडे म्हणून तो नालायक आणि हलकट कुत्रा तयार होऊन जाई, तिकडे तिकडे त्याचा मुकाबला करण्यास बादशहाच्या प्रतिष्ठित सरदारांपैकी एकही तयार होत नसे. जगात धडकी भरून सोडणारी फौज घेऊन तो कोठेही पोहोचला, की नरव्याघ्राप्रमाणे असलेल्या अनुभवी योद्ध्यांची हृदये कंपायमान होत, तेव्हा त्याचे हे लिखाण संताजीच्या चरित्रास किती मोलाचे ठरते, हे या ठिकाणी आवर्जून सांगण्याची गरज नाही.

मराठ्यांच्या बाजूवर शिवकालात अशा प्रकारचे इतिहासलेखन झाले नाही, ही सर्वांत मोठी खंत आहे. दुधाची तहान ताकावर भागवणारी

एखादी सभासद बखर अथवा एखादा 'शिवभारता'सारखा काव्यग्रंथ, अशी काही साधने निर्माण झाली हे खरे; पण त्यांना मुस्लीम इतिहास ग्रंथाची सर येत नाही. आपल्याकडील हे इतिहास ग्रंथ पुराणाच्या थाटावर तयार केले गेल्याचे दिसून येते. आपल्या राज्यकर्त्यांच्या कारकिर्दीचा इतिहास भावी पिढ्यांसाठी साद्यंत वर्णन करून ठेवावा, ही कल्पनाच आमच्या ठिकाणी नव्हती. असली तर ती अगदी जुजबी स्वरूपाची होती आणि म्हणूनच छत्रपती शिवाजी महाराजांचे आद्यचरित्र म्हणून आपण जिचा गौरव करतो, त्या सभासद बखरीचे लिखाण त्रोटक व सारांश स्वरूपात झाले आहे. शिवाजी महाराजांची कारकीर्द पाहिलेल्या कृष्णाजी अनंत सभासदाला साद्यंत व विस्तारपूर्वक शिवचरित्र लिहिणे काय अवघड होते? पण इतिहासलेखनासंबंधीच्या आमच्या कल्पनाच अस्पष्ट व भोंगळ स्वरूपाच्या होत्या. तेव्हा बिचाऱ्या कृष्णाजी अनंतास दोष देण्यात काय अर्थ? त्याने तेवढी बखर लिहिली हीच गोष्ट लाख मोलाची झाली, असेच शेवटी म्हणावे लागते.

शिवाजी महाराजांच्या कारकिर्दीवर निदान सभासद बखर, ९१ कलमी बखर, शिवभारत असे काही इतिहास ग्रंथ तरी निर्माण झाले; पण त्यांच्यानंतरच्या मराठ्यांच्या स्वातंत्र्ययुद्धाच्या कालखंडावर असे काही इतिहास ग्रंथच निर्माण होऊ नयेत, ही मोठी आश्चर्याची बाब म्हटली पाहिजे. खुद्द मोगल सम्राट मराठी सत्तेस नष्ट करण्यासाठी दक्षिणेत धावून येतो व त्याच्याशी मराठे एक-दोन वर्षे नाही तर सतत २५/२६ वर्षे संघर्ष करतात; ही घटना काही सामान्य नव्हे. मराठ्यांच्या बाजूवर संभाजी महाराज, राजाराम महाराज व महाराणी ताराबाई या राज्यकर्त्यांनी व रामचंद्रपंत, प्रल्हाद निराजी, संताजी-धनाजीसारख्या कर्त्या पुरुषांनी प्रयत्नांची पराकाष्ठा करून औरंगजेबासारखा शत्रू हतबल करून टाकला व मराठी राज्याचे संरक्षण केले, हे केवढे ऐतिहासिक कार्य आहे, याची जाणीव महाराष्ट्रातील कुणा पंडिताला होऊ नये, अगर संभाजीराजाच्या हत्येने कोसळलेल्या भयानक संकटाने व या संकटावर मात करणाऱ्या संताजी-धनाजीच्या पराक्रमाने कुणा मराठी विद्वानाच्या लेखणीला जाग येऊ नये, ही मोठी आश्चर्याची बाब म्हटली पाहिजे. मराठ्यांच्या बाजूवर एखादा खाफीखान अगर एखादा भीमसेन सक्सेना पैदा झाला असता, तर संताजी-धनाजीसारख्या आमच्या पूर्वजांच्या कीर्तीचे पोवाडे याहीपेक्षा बहारदारपणे आपल्यासमोर सादर करता आले असते.

उपरिनिर्दिष्ट कालखंडात अपवाद म्हणून केशव पंडित नावाच्या विद्वानाचा निर्देश करावा लागेल. पण राजाराम महाराजांच्या जिंजीच्या प्रवासावर या पंडिताने 'राजारामचरितम्' असे भारदस्त नाव दिलेल्या या ग्रंथात राजाराम महाराजांच्या संपूर्ण जिंजीचा प्रवासही वर्णिलेला नसावा आणि महाराजास जिंजीच्या अर्ध्या वाटेवरच नेऊन सोडावे, यास काय म्हणावे? तेव्हा केशव पंडितासारख्या विद्वानाची लेखणी जागी झाली; पण तिने अधिक श्रम घेण्यास नकार दिला, असेच शेवटी म्हणावे लागते.

महाराष्ट्रात विद्वान मंडळींची वानवा होती असे नाही. राज्यकर्त्यांपैकी रामचंद्रपंत, प्रल्हाद निराजी, शंकराजी नारायण ही मंडळी मोठी बुद्धिमान होती. शिवाय कृष्णाजी अनंत, केशव पंडित यांसारखे पंडित सरकार दरबारी होते. यांपैकी कुणी मराठ्यांच्या स्वातंत्र्ययुद्धावर लेखन करायचे म्हटले असते, तर खाफीखानापेक्षाही सरस व दर्जेदार ग्रंथनिर्मिती त्यांनी केली असती. पण पुढे मल्हार रामरावाने १०० वर्षांनी या कालखंडातील राज्यकर्त्यांची चरित्रे बखरीच्या रूपाने सजवून जे कार्य केले, ते कार्य यांपैकी कुणा मराठी विद्वानाच्या हातून घडले असते, तर मराठ्यांच्या इतिहासास याहीपेक्षा वैभव प्राप्त झाले असते. या विद्वानांपैकी रामचंद्रपंत अमात्याने पुढे शिवाजी महाराजांच्या राजनीतीवर 'आज्ञापत्र' हा दर्जेदार ग्रंथ लिहिला. आज्ञापत्रासारखा राजनीतीवर ग्रंथ लिहिणाऱ्या रामचंद्रपंतास मराठ्यांच्या स्वातंत्र्यसंग्रामावर ग्रंथनिर्मिती करून पुढच्या पिढ्यांना स्फूर्तिप्रद असे काही निर्माण करून ठेवावे असे वाटले नाही, हे मराठ्यांचे दुर्दैव होय.

या संदर्भात असा एक प्रतिवादाचा मुद्दा उपस्थित करता येईल, की मराठे या कालखंडात जीवन-मरणाचा संघर्ष करीत होते. इथे इतिहासलेखनासारखा उद्योग करायला वेळ होता कुणाजवळ? संताजी-धनाजी शत्रूंशी लढाया देतील की पत्रे लिहीत बसतील? पण शत्रुपक्षाकडील सेनानींकडे व त्यांच्या इतिहासकारांकडे पाहिल्यावर हे प्रश्न निरर्थक आहेत असे वाटते. संताजी-धनाजीप्रमाणेच मोगलांचे जुल्फिकारखान, लुत्फुल्लाखान, मातबरखान यांसारखे सेनानी एकसारख्या धावपळीच्या लढाया करीत होते आणि तरीही ते आपल्या मोहिमांचे वृत्तान्त देणारी पत्रे लिहीत होते. त्यांना पत्रलेखनासाठी सवडही मिळत होती. इतिहासकारांपैकी भीमसेन सक्सेनाचे उदाहरण पाहण्यासारखे आहे. १७०० मध्ये शाहजादा बेदारबख्त, जुल्फिकारखान, राव दलपत बुंदेला यांनी पन्हाळगडास वेढा घातला.

भीमसेन हा राव दलपतबरोबर गडाच्या पायथ्याशी कोकणी दरवाजासमोरच्या राहुटीत होता. तोफांची गोळाबारी चालू झाली असली, तरी अद्यापि किल्ल्याच्या वेढ्याचे खरे काम सुरू व्हायचे होते. भीमसेनला थोडी उसंत मिळाली. तेव्हा तो काय लिहितो पाहा - "किल्ल्यापाशी छावणी घातल्यामुळे आतापर्यंतच्या धावपळीतून आणि नासाडीतून आम्हाला उसंत मिळाली. मी या ग्रंथाच्या लेखनात आपल्याला गुंतवून घेतले." मोगलांचा इतिहासकार वेढ्यातील राहुटीत असतानासुद्धा थोडी उसंत मिळताच इतिहासलेखनाचे काम हाती घेतो, ही बाब मोठी विचार करण्यासारखी आहे. मोगलांच्या बाजूवर समोर घडत असणाऱ्या ऐतिहासिक घटनांविषयी जाण होती. मराठ्यांच्या बाजूवर ती तशी नव्हती, याच निष्कर्षाप्रत येण्याशिवाय आपल्यासमोर काही पर्याय उरत नाही.

फारसी साधनांच्या खालोखाल परकीयांची म्हणजे मद्रास किनाऱ्यावरील इंग्रज व फ्रेंच या वखारवाल्यांची कागदपत्रे संताजीच्या चरित्रासाठी महत्त्वाची साधने ठरतात. विशेषतः पाँडीचेरीचा फ्रेंच गव्हर्नर मार्टिन याची रोजनिशी व मद्रास किनाऱ्यावरील इंग्रज वखारवाल्यांचा पत्रव्यवहार यांच्यामधील संताजीच्या कर्नाटकातील हालचालीविषयीच्या व मराठ्यांच्या जिंजीमधील राजकारणाच्या नोंदी मोठ्या महत्त्वपूर्ण आहेत. उदाहरणच घ्यायचे झाल्यास १६९६ मध्ये संताजीशी राजाराम महाराजांच्या झालेल्या बिघाडांचे घेता येईल. कासिमखान, खानाजादखान इत्यादी सरदारांवर विजय मिळवून संताजी राजाराम महाराजांच्या दर्शनास जिंजीत गेला; पण लवकरच त्याचे महाराजांशी वितुष्ट झाले. या वितुष्टाचे कारण इंग्रजांच्या पत्रव्यवहाराशिवाय अन्य कोणत्याही साधनातून मिळत नाही. इंग्रज वखारवाल्यांनी मात्र आपल्या पत्रात म्हटले आहे : "Our spies from the Moratta Camp and several other hands doe give an account of the nondutiful behaviour of Santogee Goarpurrow and his brother Virogee Goarpurrow which has caused a General Dissatisfaction amongst the Moratta Commanders." राजाराम महाराजांशी संताजीचे वितुष्ट येण्यास त्याचे बेशिस्त वर्तनच कारणीभूत झाले, हे आपणास सांगणारे हे इंग्रज वखारवाल्यांचे पत्र संताजी चरित्रास किती उपयुक्त ठरते, हे आणखी विशद करून सांगण्याची गरज नाही.

१७ व्या शतकातील मराठ्यांचा इतिहास हा एका विजिगीषू समाजाचा

इतिहास आहे. शिवप्रभूसारखा युगकर्ता पुरुष व संताजी-धनाजीसारखे महान पराक्रमी सेनानी या शतकाने महाराष्ट्रात दिले आहेत. पण या कालाचा इतिहास समोर मांडताना अभ्यासकासमोर स्वकीयांच्या साधनांच्या कमतरतेमुळे कशा अडचणी उत्पन्न होतात, हे विशद करण्याच्या हेतूनेच ही साधनचिकित्सा येथे केली आहे. आता संताजीच्या ऐतिहासिक कामगिरीसंबंधी थोडे लिहिले तर ते अप्रस्तुत होणार नाही.

राष्ट्राच्या अंगी अस्मिता जागी असेल तर त्याच्यावर कितीही मोठे संकट आले तरी, ते राष्ट्र नष्ट होत नाही. त्या संकटाशी मुकाबला करणारी नररत्ने अशा राष्ट्राच्या भूमीवर आपोआपच उदयास येतात. संकटाची तीव्रता जेवढी मोठी, तेवढी या नररत्नांच्या कर्तबगारीची उंची मोठी होत जाते. व्हिएतनाम हे राष्ट्र केवढेसे; पण त्याच्यावर पाश्चात्त्यांच्या असुरी महत्त्वाकांक्षेने केवढे भयानक संकट लादले. पण या संकटातून व्हिएतनामी राष्ट्रास तारून नेणारा तेवढ्याच उंचीचा राष्ट्रपुरुष हो ची मिन्हच्या रूपाने तेथे पैदा झाला. एका अर्थाने पाश्चात्त्य साम्राज्यवादी संकटानेच हो ची मिन्ह यांचा असामान्य स्वातंत्र्य सेनानी म्हणून उदय घडवून आणला; अन्यथा एक सामान्य नेता म्हणून त्यांचा आग्नेय आशियाच्या इतिहासात उदयास्त घडून आला असता.

१७ व्या शतकातील मराठ्यांच्या इतिहासास हेच सूत्र लागू होते. संभाजी महाराजांनंतरच्या भयानक आपत्तीच्या काळात मराठी सत्ता आता संपुष्टात आली, अशीच सर्वांची भावना झाली होती. मराठ्यांचा एक राजा मारला गेला. त्याच्या जागी आलेला दुसरा राजा दूर कर्नाटकात परागंदा झाला. मागे राजधानी शत्रूच्या हाती पडली आणि तिच्याबरोबर मृत राजाची राणी व राजपुत्र हे कैद झाले. अशा परिस्थितीत राज्याचे परगण्यापाठीमागून परगणे व किल्ल्यापाठीमागून किल्ले शत्रूने काबीज केले. वतनदार मंडळी 'कालाय तस्मै नमः' या तत्त्वानुसार मोगलांच्या चाकरीत गेली. सर्वत्र निराशेचा काळोख दाटला. सारांश, शिवप्रभूंनी एवढ्या हिमतीने व हिकमतीने ज्या राज्याची उभारणी केली, त्याचे तुकडे तुकडे झाले आणि तेही अवघ्या ४-६ महिन्यांच्या अल्पावधीत; यापेक्षा भयानक संकट ते कोणते असू शकते? औरंगजेब बादशहास मोठे समाधान झाले की, मोगली साम्राज्याच्या जिवावर उठलेली या बंडखोर मराठ्यांची सत्ता आपण रसातळाला पोहोचविली. आता मराठ्यांच्या परागंदा झालेल्या राजास पकडून नष्ट केले की, या

सत्तेची उरलीसुरली मुळंही उखडली जातील. तेवढे काम झाले, की आपली दक्षिणेची मोहीम संपलीत; आपण दिल्लीस जाण्यास मोकळे झालो.

खरोखरच कुणासही औरंगजेब बादशाहप्रमाणे वाटावे, अशीच परिस्थिती निर्माण झाली होती. पण मराठ्यांची ही असहाय अवस्था फार काळ टिकली नाही. अवघ्या वर्षभरात मराठ्यांनी आपणास सावरले. पाऊणशे वर्षांपूर्वी शिवप्रभूंनी ज्या एका महान शक्तीची प्राणप्रतिष्ठा मराठी समाजात केली होती, ती पुन्हा एकदा नव्या छत्रपतींच्या नेतृत्वाखाली प्रगट झाली. छत्रपती राजाराम महाराजांच्या नेतृत्वाखाली मराठ्यांनी मोगली आक्रमणाची लाट थोपवून तर धरलीच; शिवाय लवकरच ती परतवून लावून शत्रूने काबीज केलेला मुलूख गडकोटासह परत जिंकून घेण्याचा सपाटा लावला. शत्रूच्या ताब्यातून आपल्या ताब्यात येणाऱ्या प्रत्येक गडकोटाबरोबर मराठ्यांचा आत्मविश्वास वाढत गेला. मराठी राज्य बुडत तर नाहीच, उलट ते जोमाने वाढू पाहत आहे, असा हा आत्मविश्वास मराठ्यांच्या ठायी निर्माण करणाऱ्या मराठी नेत्यांच्या कामगिरीत संताजी घोरपडे यांचा सिंहाचा वाटा होता. संताजीची ही कामगिरी म्हणजे मराठी राज्याच्या रक्षणाची कामगिरी होती.

संताजीने आपल्या महान पराक्रमाने स्वराज्याचे रक्षण केले, याची स्पष्ट कबुली रामचंद्रपंत अमात्यासारख्या मुत्सद्यासही द्यावी लागली होती, ही गोष्ट या ठिकाणी नमूद करावीशी वाटते. संताजीच्या कामगिरीचे वर्णन करताना एका पत्रामध्ये पंत अमात्याने म्हटले आहे : "राजश्री संताजी घोरपडे सेनापती यासी राजश्री छत्रपती स्वामी कर्नाटकात जाते समई या प्रांते ठेऊन गेले होते. त्या समई इकडे गनिमाची धामधूम बहुत होऊन कुल देश व दुर्गे हस्तगत केली होती. राज्यामध्ये काही अर्थ उरला नव्हता. कुल मऱ्हाटे याही इमानास खता करून गनिमाकडे गेले. याही (संताजीने) राजश्रीच्या पायासी बहुतच एकनिष्ठा धरून इमानास खता न करिता जमाव करून सेख निजाम व सर्जाखान व रणमस्तखान व जानसारखान येसे उमदे बजीर बुडविले. जागाजागा गनिमास कोटगा घालून नेस्तनाबूद केला आणि देश सोडविला. राज्य रक्षणतेच्या प्रसंगास असाधारण श्रम केले. औरंगजेबास दहशत लावली.

रामचंद्रपंत अमात्यासारखा मराठ्यांचा मुत्सद्दी कारभारी म्हणतो की, औरंगजेबाच्या स्वारीचे संकटच असे जबरदस्त, की राज्यात काही अर्थच उरला नव्हता. अशा संकटकाळात संताजीने गनीम नेस्तनाबूत केला आणि

देश सोडविला. याहून महत्त्वाचे म्हणजे मराठ्यांच्या राजांस पकडून आपल्या छावणीत क्रूर पद्धतीने वध करणाऱ्या व त्यायोगे समस्त मराठी समाजास दहशत लावण्याचा उद्योग करणाऱ्या खुद्द औरंगजेब बादशहासच संताजीने दहशत लावली.

बलाढ्य मोगल बादशहा औरंगजेबास मराठ्यांचा फक्त एकच सेनानी दहशत लावू शकला आणि तो म्हणजे सेनापती संताजी घोरपडे. संताजीच्या रणनीतीने जिथे खुद्द औरंगजेबानेच दहशत खाल्ली होती, तिथे मोगली लष्करातील सामान्य शाहजादे, उमराव व सैनिक यांचे काय? केवळ संताजी जवळपास आलेला आहे असे समजताच मोगलांचा नामांकित सरदार गाजिउद्दीनखान फिरोजजंग बहादूर याची गाळण उडाल्याचे मोगलांच्या इतिहासकारानेच नमूद करून ठेवले आहे. संताजीशी बहादूरपणे मुकाबला करण्याचे सोडून, या मोगल बहादुराने आडवाटेने विजापूरच्या रोखाने पलायन केले.

अशा प्रकारे संताजीने मोगलांचे नीतिधैर्यच खच्ची करून टाकले होते. स्वातंत्र्ययुद्ध कालातील संताजीची हीच सर्वांत श्रेष्ठ कामगिरी होती, असे मानावे लागेल. नीतिधैर्य असेल तर शंभर सैनिक हजार सैनिकांशी मुकाबला करू शकतील. आणि ते जर नसेल तर हजार सैनिकही शंभर सैनिकांसमोर हतबल ठरतील. नीतिधैर्याचे खच्चीकरण झाल्यामुळेच बादशहापासून सामान्य सैनिकापर्यंत सर्वांनाच संताजीसमोर हतबल बनावे लागले. म्हणूनच खाफीखानाने यथार्थपणे म्हटले आहे की, संताजीच्या पराक्रमाची दहशत समस्त मोगलांनी अशी खाल्ली होती की, त्याचे नाव ऐकताच नरव्याघ्राप्रमाणे शूर असणाऱ्या योद्ध्यांच्या हृदयात धडकी भरत असे.

खाफीखानाने म्हटले आहे की, संताजीशी ज्याला लढण्याचा प्रसंग येई, त्याच्या नशिबी तीनपैकी एक परिणाम ठेवलेला असे. पहिला म्हणजे तो सरळ सरळ मारला जाई. दुसरा म्हणजे तो जखमी होऊन कैदेत सापडे आणि तिसरा म्हणजे त्याचे सैन्य गारद होऊन त्यास रणांगणावरून पळ काढावा लागे. याशिवाय चौथ्या परिणामाची म्हणजे संताजीवरील विजयाच्या परिणामाची आशा मोगल सरदारांना करता येत नव्हती, हे केवढे त्यांचे दुर्दैव आणि संताजीची आणि मराठ्यांची ही केवढी मोठी कामगिरी!

◆

६

महाराणी ताराबाई आणि मराठ्यांच्या स्वातंत्र्ययुद्धाची गाथा

मराठ्यांच्या स्वातंत्र्ययुद्धाची सुरुवात

महाराष्ट्राच्या इतिहासात स. १६८१ ते १७०७ या सव्वीस वर्षांच्या कालखंडाला 'मराठ्यांच्या स्वातंत्र्ययुद्धाचा कालखंड' असे समजले जाते. एका अर्थाने हा कालखंड शिवकालातच मोडतो. कारण शिवाजी महाराजांच्या कारकिर्दीची छाप त्या कालखंडावर उमटलेली दिसून येते. शिवाय महाराजांचे कार्य हे केवळ त्यांच्या कारकिर्दीपुरतेच मर्यादित नव्हते. त्याचा प्रभाव महाराजांच्या मृत्यूनंतरच्या महाराष्ट्राच्या पाव शतकाच्या इतिहासावर पडलेला दिसतो. महाराजांनी मराठ्यांत स्वातंत्र्यप्रेम निर्माण केले. त्या स्वातंत्र्यप्रेमाची कसोटी त्यांच्या मृत्यूनंतरच्या या काळात लागली. एका परीने ती महाराजांच्या कार्याचीही कसोटी होती.

शिवाजी महाराजांच्या कारकिर्दीत दक्षिणेत स्वराज्य संस्थापना, स्वराज्यवृद्धी आणि स्वराज्यरक्षण ही तीन कार्ये घडून आली. महाराजांनंतरच्या कालखंडात स्वराज्यरक्षण हे एकच; परंतु अत्यंत बिकट कार्य मराठ्यांना पार पाडावे लागले. महाराजांच्या कारकिर्दीत स्वराज्यावर अनेक मोठी संकटे आली. तथापि, महाराजांनी आपल्या असामान्य मुत्सद्देगिरीने व शौर्याने त्यांच्यावर मात केली. स्वातंत्र्ययुद्धाच्या कालखंडात त्यांच्यासारखा चतुरस्त्र नेता मराठ्यांना लाभला नाही आणि असे असूनही मराठ्यांना प्रत्यक्ष दिल्लीपती औरंगजेबाशी सतत सव्वीस वर्षे संघर्ष करावा लागला. या संघर्षकालात मराठ्यांवर कोसळलेली संकटे सामान्य नव्हती. अशा संकटाच्या माऱ्याखाली सर्वसामान्य

डॉ. जयसिंगराव पवार लिखित 'महाराणी ताराबाई' या ग्रंथाची प्रस्तावना.

समाज नष्ट होऊन गेला असता. तथापि, शिवाजी महाराजांनी या मराठा समाजात निर्माण केलेल्या स्वातंत्र्यप्रेमाने यवनी आक्रमकांस यशस्वीरीत्या तोंड दिले. मराठ्यांचे राज्य चिरडून टाकण्यासाठी उत्तरेतून दक्षिणेत धावून आलेल्या बादशहास हतबल करून सोडले.

प्रसिद्ध इतिहासकार श्री. सेतुमाधवराव पगडी यांच्या शब्दांत 'मराठ्यांनी दक्षिणेत मोगलांशी केलेला हा लष्करी संघर्ष म्हणजे महाराष्ट्राचे महाभारत होय.' ते म्हणतात, "महाराष्ट्राच्या या इतिहास कालखंडाकडे जो जो पाहावे, तो तो मनामध्ये एक जाणीव ठसत जाते ती ही की, महाराष्ट्राच्या उपलब्ध अशा दीड-दोन हजार वर्षांच्या इतिहासामध्ये अत्यंत महत्त्वाचा, वैभवाचा आणि निकराचा असा कोणता कालखंड असेल, तर तो नेमका हाच आहे."

मोगल, विजापूरकर, पोर्तुगीज, इंग्रज व सिद्दी असे मराठ्यांचे अनेक शत्रू असले, तरी त्यांच्यात मोगल हेच खरे प्रबळ शत्रू होते. १६५६ सालापासून मराठ्यांचा त्यांच्याशी संघर्ष चालू होता. तथापि, हा संघर्ष शिवाजी महाराजांच्या मृत्यूनंतर अधिक तीव्र बनला. संघर्षाचे स्वरूप तीव्र बनण्यास उत्तर हिंदुस्थानातील मोगलांची यादवीच बऱ्याच प्रमाणात कारणीभूत झाली. खुद्द औरंगजेब बादशहाविरुद्ध त्याच्या पुत्राने- शाहजादा अकबराने बंड पुकारून रजपुतांच्या साहाय्याने आपले स्वातंत्र्य जाहीर केले आणि नंतर घडून आलेल्या लष्करी संघर्षात पराभव पत्करून त्याने दक्षिणेतील मराठी राज्याचा मार्ग धरला. (स. १६८१) मोगलांचे कट्टर शत्रू मराठे व बंडखोर राजपुत्र हे एक झाले, तर आपल्या सिंहासनास मोठा धोका निर्माण होईल, या भयाने आपले पुत्र आणि सरदार यांच्यासह प्रचंड फौजफाटा घेऊन औरंगजेब दक्षिणेत उतरला आणि मराठ्यांचे राज्य नष्ट करण्याच्या उद्योगास लागला. मराठ्यांच्या स्वातंत्र्ययुद्धाची सुरुवात अशी झाली. मोगल दरबारातील पिता-पुत्राच्या यादवीने दक्षिणेतील राजकारणाने रंग बदलून टाकले. अकबर दक्षिणेत आला नसता तर मोगलांशी मराठ्यांचे संबंध मैत्रीचे राहिले असते, असे नाही. तथापि खुद्द औरंगजेबाचे इतक्या लवकर दक्षिणेत आगमन झाले नसते, असे वाटते.

स्वातंत्र्ययुद्धकाळातील मराठी राज्यकर्ते

स्वातंत्र्ययुद्धकाळात छत्रपती संभाजी, छत्रपती राजाराम व महाराणी

ताराबाई असे तीन राज्यकर्ते मराठ्यांना लाभले. त्यांपैकी संभाजी महाराजांची कारकीर्द दुर्दैवी ठरली. या कारकिर्दीचा अंत मराठ्यांच्या छत्रपतींच्या हत्येने झाला, या अर्थाने ती दुर्दैवी खरीच; परंतु बखरकारांनी व इतिहासकारांनी तिला न्याय न दिल्याने ती अधिक दुर्दैवी बनली. संभाजी महाराजांजवळ आपल्या युगकर्त्या पित्याचे सर्वच गुण नव्हते, हे उघड आहे. परंतु ते क्रूर आणि राजबुडवे होते, हा बखरकारांनी व काही इतिहासकारांनी पसरवलेला समजही चुकीचा आहे. खरे म्हणजे थोरले शिवाजी महाराज वगळता छत्रपती घराण्यात संभाजी महाराजांसारखा शूर व तेजस्वी पुरुष झाला नाही, याची दखल फारशी घेतली जात नाही. त्यांच्या कारकिर्दीची सुरुवातच मुळी कटकारस्थानांनी झाली. त्यांचा हक्क डावलून राजाराम महाराजांना गादीवर बसविण्याचा, विषप्रयोग करून त्यांना ठार करण्याचा व अकबराच्या साहाय्याने त्यांना पदच्युत करण्याचा, असे तीन कट त्यांच्याविरुद्ध झाल्याने त्यांचा स्वराज्यातील सरकारकुनांवरील विश्वास उडाला. त्यांनी कटवाल्यांना भयंकर शिक्षा केल्या आणि त्या राजनीतीत बसणाऱ्याच होत्या. त्याविषयी इतिहासकारांना वाईट वाटण्याचे कारण नाही. औरंगजेबाच्या मोहिमेच्या ऐन भरात त्याच्याशी आठ-नऊ वर्षे संघर्ष करण्यात व त्याच्या आक्रमक फौजांपासून आपल्या राज्याचे संरक्षण करण्यात संभाजी महाराजांची खरी कर्तबगारी आहे. वधापूर्वी शत्रूकडून हालहाल होत असताही तोंडातून शरणगतीचा एक शब्दही न उच्चारण्यात त्यांचा खरा मोठेपणा आहे. त्यांची हत्या ही मराठ्यांच्या इतिहासातील मोठी दुःखद घटना असली, तरी तिचा स्वातंत्र्ययुद्धावर दूरगामी परिणाम झाला. आपल्या छत्रपतींच्या निर्घृण हत्येने सर्व मराठी समाज सुडाने पेटून उठला. अशा पेटून उठलेल्या समाजाला चिरडून टाकणे, औरंगजेबाला शक्य झाले नाही.

संभाजी महाराजांच्या कारकिर्दीप्रमाणेच राजाराम महाराजांच्या कारकिर्दीची सुरुवातही संकटांनी झाली. फरक इतकाच होता की संभाजीराजांवरील संकटे स्वकीयांनी आणली होती, तर राजाराम महाराजांवरील संकटे शत्रूने आणली होती. संकटांचे स्वरूपही तीव्र बनले होते. छत्रपतींच्या हत्येने सर्व मराठी राष्ट्रास धक्का बसून ते खिन्न बनले होते. स्वराज्यात सर्व दिशांनी शत्रू शिरला होता. स्वराज्यातील गडकोट व ठाणी भराभर त्याच्या हाती पडत होती. वतनदार मंडळी निमूटपणे मोगली कौल स्वीकारून शत्रूचा अंमल जारी करण्यास मदत करीत होती. राजधानीस वेढा पडला होता.

येसूबाई, शाहू व राजाराम यांचे जीवित सुरक्षित राहील की नाही, याविषयी सर्वांनाच आशंका होती. अशा परिस्थितीत जीव वाचविण्यासाठी राजाराम महाराजांना महाराष्ट्रातून कर्नाटकाकडे पळ काढावा लागला. इकडे महाराष्ट्रात रायगडाचा पाडाव होऊन येसूबाई व शाहूराजे मोगलांचे कैदी बनले. परंतु लवकरच मराठे या आपत्तीतून सावरले. नाशिकपासून अर्काटपर्यंत त्यांनी संताजी-धनाजीच्या नेतृत्वाखाली आपल्या फौजा नाचविल्या, गनिमी काव्याने शत्रूस हैराण केले, त्यास धास्ती लावली, गडकोट व प्रदेश सोडविले आणि स्वराज्याचा मामला थाटला. राजाराम महाराज, संभाजीराजांसारखे शूर नव्हते. त्यांनी आपल्या कारकिर्दीत एक-दोन वेळाच तलवार हाती घेतली; परंतु ती गाजविली नाही. तथापि, त्यांनी आपल्या मृदू स्वभावाने हाताखालच्या माणसांत आपल्याविषयी प्रेम व आदरभाव निर्माण केला. त्यांनी आपल्या सेनानींकडून शौर्याची कामे करवून घेऊन छत्रपतिपदाच्या पराक्रमाची पोकळी भरून काढली. त्यांची सर्वांत मोठी कामगिरी म्हणजे त्याच्या कारकिर्दीत स्वराज्य उद्‌ध्वस्त झाले असताही त्यांनी शत्रूशी संघर्ष चालू ठेवला आणि स्वतंत्र मराठी राज्याची कल्पना मरू दिली नाही.

राजाराम महाराजांच्या निधनानंतर मराठी राज्याची धुरा सांभाळण्याची जबाबदारी महाराणी ताराबाईंवर पडली. या वेळी औरंगजेबाने नव्या दमाने मराठ्यांच्या किल्ल्यावरील मोहीम हाती घेतली होती. नव्या राजधानीस-साताऱ्यास वेढा पडला होता. स्वराज्यात सर्वत्र धुमश्चक्री चालू होती. काबूलपासून बंगालपर्यंत व काश्मीरपासून कावेरीपर्यंत पसरलेल्या अफाट प्रदेशाच्या सम्राटाशी महाराष्ट्रातील एक पंचवीस वर्षांची तरुण विधवा राणी संघर्ष करावयास उभी राहते, हेच स्वातंत्र्ययुद्धाच्या शेवटच्या पर्वाचे वैशिष्ट्य आहे. राजाराम महाराजांच्या मृत्यूच्या वेळी मराठी राज्य संपले, असे औरंगजेबास वाटले. तथापि, तसे काही न होता मोगल-मराठा संघर्ष अधिकच तीव्र बनला आणि त्याने खुद्द औरंगजेबास संपविले.

मोगल-मराठा संघर्षातील नेतृत्व

मोगल-मराठा संघर्षात संभाजी महाराज, राजाराम महाराज व महाराणी ताराबाई अशा तीन राज्यकर्त्यांच्या नेतृत्वाखाली मराठे लढले. म्हणजे मराठ्यांच्या बाजूने दोन वेळा नेतृत्वात बदल झाला. याउलट मोगलांच्या बाजूने नेतृत्वात बदल झाला नाही. एकटा औरंगजेब बादशहा सतत

सव्वीस वर्षे दक्षिणेत लष्करी संघर्षाचे नेतृत्व करीत राहिला. अशा प्रदीर्घ लष्करी लढ्यास आवश्यक असणारे चिवटपणा, जिद्द, शौर्यादी गुण उभय बाजूंच्या नेतृत्वांनी दाखविले. ज्या जिद्दीने औरंगजेब लढला, त्याच जिद्दीने मराठ्यांचे दोन राजे व एक राणी लढली. मोगली नेतृत्वाकडे पराक्रम होताच. तो तसा नसता, तर मोगल इतकी वर्षे दक्षिणेत तग धरू शकले नसते.

औरंगजेब वयोवृद्ध व कसलेला सेनानी होता. युद्ध, राजकारण, तहरह आणि परराष्ट्रव्यवहार यात त्याला मराठी राज्यकर्त्यांहून अधिक अनुभव होता. उलट मराठ्यांचे तिन्हीही राज्यप्रमुख ऐन तारुण्यातील होते. तसेच ते जेव्हा सत्तेवर आले होते, तेव्हा त्यांनी रणांगणावर काही मोठी बहादुरी गाजविली नव्हती. संभाजी महाराजांना सत्तेवर येण्यापूर्वी समरप्रसंगाचे काही अनुभव तरी होते, तथापि राजाराम महाराज व महाराणी ताराबाई यांना तेवढाही अनुभव नव्हता. अशा प्रकारे अनुभवांची शिदोरी फारशी जवळ नसता, मराठी नेतृत्वाने रणक्षेत्रावर आणि मुत्सद्देगिरीत आपला प्रभाव दाखविला, हे लक्षात घेतले पाहिजे. संभाजी महाराजांनी आपल्या कारकिर्दीत मोगल, पोर्तुगीज, सिद्दी व इंग्रज यांच्याशी संघर्ष केला. आदिलशाही व कुतुबशाही यांना शक्य झाले तेवढे साहाय्य केले आणि स्वराज्याच्या रक्षणाचे शर्थीचे प्रयत्न केले. या प्रयत्नांत त्यांनी मराठ्यांची लष्करी व राजनैतिक बाजू चांगली सांभाळली. पुढे १६८९ मध्ये जवळजवळ सर्व स्वराज्यच नष्ट झाले असता, मराठ्यांनी त्याचे पुनरुज्जीवन केले, या कर्तबगारीचे श्रेय राजाराम महाराजांच्या नेतृत्वाकडे निश्चितपणे जाते. आपल्या कारकिर्दीच्या सुरुवातीसच शत्रूच्या हातावर तुरी देऊन राजाराम महाराज कर्नाटकात निसटतात व पुढे आठ वर्षे जिंजी लढवितात, यात त्यांनी मोगलांचा अप्रत्यक्षरीत्या लष्करी व राजनैतिक पराभवच केलेला आहे. एवढेच नव्हे, तर खुद्द औरंगजेबपुत्र कामबक्ष आणि मोगल साम्राज्याचा सरसेनापती जुल्फिकारखान यांच्याशी राजकारण साधून मोगली गोटात भेद करण्यात त्यांनी आपली मुत्सद्देगिरी दाखविली, हे मान्य करावयास हवे. राजारामकाळात मराठ्यांनी जिंजी ही आपली राजधानी केल्यामुळे महाराष्ट्र व कर्नाटक (त्यामध्ये सध्याचा तमिळनाडूही मोडतो.) असे लष्करी संघर्षाचे क्षेत्र अफाट बनले. साहजिकच या विस्तीर्ण प्रदेशात धुमाकूळ घालण्यास मराठी लष्कराला चांगलाच वाव मिळाला. त्याला आवर घालण्याचे लष्करी

सामर्थ्य मोगलांजवळ राहिले नाही. अशा प्रकारे कर्नाटकात जिंजी येथे आपली राजधानी थाटून मराठी नेतृत्वाने मोगली नेतृत्वाला शह दिला.

महाराणी ताराबाईंनी आपल्या पतीच्या निधनानंतर असामान्य धैर्य दाखविले. पतिनिधनाचे दुःख गिळून त्यांनी मराठी राज्याच्या कारभाराची सर्व जबाबदारी उचलली. मोगली फौजांना हटविण्यासाठी आक्रमक पवित्रा घेतला. वऱ्हाड, खानदेश, गुजरात, माळवा इत्यादी मोगली मुलखात आपले लष्कर घुसविले आणि त्या प्रदेशातील मोगली अधिकाऱ्यांना 'दे माय धरणी ठाय' असे म्हणावयास लावले. मराठ्यांची आपल्या सुभ्यांवर होणारी आक्रमणे थांबविण्यासाठी खुद्द औरंगजेबालाच तहाचा प्रस्ताव मांडण्यास भाग पाडले. परंतु त्याच्याशी त्यांनी तह केला नाही. मोगलांना याचा भारी संताप आला. भीमसेन सक्सेना संतापाने म्हणतो, "शाहजादा कामबक्ष यांनी आपली माणसे एकाहून अधिक वेळा धनाजी जाधवाकडे (ताराबाईंच्या सेनापतीकडे) पाठविली, पण मोगलांनी मराठ्यांना थोडेच जिंकून घेतले होते. दख्खनचा तमाम सुभा, काही कष्ट न करता शिऱ्याचा गोळा घशात घालण्यास मिळावा, तसा ताब्यात गेला होता. ते काय म्हणून तहाला प्रवृत्त होतील?" राज्याचा कारभार लष्करी मोहिमांची आखणी व अंमलबजावणी, राज्याच्या कारभाऱ्यांवर व सेनानींवर देखरेख व वचक या बाबतीत ताराबाईंनी आपले कर्तृत्व दाखविले. तत्कालीन इतिहासकार खाफीखान यानेही ताराबाईंच्या अंगी 'सैन्याच्या नेतृत्वाचे व मोहिमांच्या व्यवस्थेचे गुण प्रकर्षाने जाणवल्या'चे स्पष्ट लिहिले आहे.

औरंगजेबाजवळ आत्यंतिक साधेपणा व धर्मनिष्ठा, शौर्य, असामान्य धाडस, घोर संकटातही धीरगंभीर वृत्ती, ध्येयसिद्धीस लागणारी चिकाटी व मेहनत घेण्याची तयारी हे महत्त्वाचे गुण होते. नाचगाणे, मद्यपान व मोगली विलास यांचा त्याग करणारा औरंगजेब, विकलांग अवस्थेतही उपासतापास करणारा व मरेपर्यंत ईश्वराचे स्मरण करणारा औरंगजेब, साताऱ्याच्या वेढ्यात हजारो सैनिक मरून पडले असतानाही हातात तलवार घेऊन किल्ल्यावर स्वतः हल्ला करू इच्छिणारा ८३ वर्षांचा वृद्ध औरंगजेब, विशाळगडाहून परतीचा प्रवास करीत असताना व भयंकर पावसाने आपल्या लष्कराची वाताहत होत असल्याचे पाहत असता आपली मनःशांती किंचितही ढळू न देणारा औरंगजेब, मराठ्यांना आपण जिंकू शकणार नाही हे स्पष्ट दिसत असतानाही हाती घेतलेली मोहीम शेवटच्या क्षणापर्यंत चालविणारा औरंगजेब,

असे औरंगजेबाच्या व्यक्तिमत्त्वाचे बहुविध दर्शन आपणाला या संघर्षात होते. एवढे गुण असूनही लष्करी सेनानी म्हणून त्याचे नेतृत्व थिटे पडले. सेनानीच्या ठिकाणी केवळ वैयक्तिक पराक्रम असून चालत नाही. प्रतिपक्षाचे बळ कशात आहे हे ओळखून डावपेचाने त्यास पेचात आणणारी बुद्धिमत्ता; राजकीय परिस्थितीचे निरीक्षण करून अनुकूल व प्रतिकूल शक्तींचे मूल्यमापन करण्याची सारासार विचारशक्ती; केवळ तलवारीच्या जोरावर प्रदेश जिंकता येत नाहीत, त्यासाठी प्रजेची मने काबीज करावी लागतात, हे समजण्याची अक्कलहुशारी हे गुण यशस्वी सेनानीजवळ असावे लागतात. ते औरंगजेबाजवळ नव्हते.

राज्यकर्ता या नात्यानेही तो पूर्ण अपयशी ठरला. त्याच्या पदरी असणाऱ्या इतिहासकारांनी त्याच्या साम्राज्यातील प्रजेच्या दारुण परिस्थितीचे अनेक ठिकाणी वर्णन केले आहे. परंतु त्याहीपेक्षा त्याच्या पुत्राने- अकबराने- त्याच्या कारकिर्दीचे केलेले मूल्यमापन अगदी यथायोग्य आहे. अकबर आपल्या बापास म्हणतो, ''पूर्वी फौजेत रजपूत पाहिले असले म्हणजे एकाचे ठिकाणी शंभर उमेदवार येत. हल्ली तुम्ही तीन तीन वर्षे डांगोरा पिटूनही दह-पाच माणसे जमा होत नाहीत! हा प्रभाव कशाचा? फौजेतील लोक दरिद्री झाले. एकही कवी-ग्रंथकार तुमच्या राज्यात निपजला नाही. व्यापाऱ्यांची व धनिकांची लूट होते. तुमच्या राज्यात सर्वत्र लुच्च्यांचा नुसता बुजबुजाट झालेला आहे. हातात जपमाळ, काखेत कुराण व डोक्याला मोठेसे पागोटे असले म्हणजे तुमचा त्यावर पूर्ण भरवसा व अशी मंडळी तुमच्या राज्याचे आधारस्तंभ.'' मृत्यूपूर्वी खुद्द औरंगजेबाने आपल्या कारकिर्दीच्या अपयशाची प्रांजळ कबुली आपल्या पुत्रास शाहजादा आज्जम यास लिहिलेल्या पत्रात दिली आहे. ''मी उत्तम रीतीने राज्य करू शकलो नाही व गरिबास सुखी केले नाही. अमोलिक आयुष्य मला लाभले; पण ते फुकट गेले. अल्ला माझ्यावर कृपा करील असे वाटते. पण माझी कृत्ये डोळ्यांपुढे उभी राहिली की मला चिंता वाटू लागते.'' औरंगजेबाला पश्चात्ताप होत होता. परंतु वेळ निघून गेली होती. चूक दुरुस्त होणार नव्हती.

उभय पक्षांचे बलाबल

मोगलांचे आर्थिक व लष्करी सामर्थ्य प्रचंड होते. औरंगजेब २२ सुभ्यांचा व ५० कोटी उत्पन्नाचा धनी होता. त्याच्या लष्करात पंधरा हजार

मनसबदार व सुमारे पाच लाख सैनिक होते. इटालियन प्रवासी कारेरी याने तर बादशहाच्या लष्कराची राजरामकालीन संख्या पुढीलप्रमाणे दिली आहे : ''बादशहाचे एकंदर सैन्य तीन लाख घोडेस्वार आणि चार लाख पायदळ आहे. त्यांपैकी साठ हजार सैन्य जिंजीच्या वेढ्यात गुंतले आहे. बारा हजार सैन्य बादशहाचा नातू बेदारबख्त याच्या नेतृत्वाखाली पन्हाळगडास वेढा घालून आहे. आणखी एका छावणीत सात हजार स्वार आणि दहा हजार पायदळ आहे. गलगलीच्या छावणीत साठ हजार स्वार आणि एक लाख पायदळ सैन्य आहे.'' सारांश, मोगलांचे लष्करी सामर्थ्य प्रचंड होते. कोणतीही सामान्य सत्ता तिच्या दबावाखाली सहज दडपली जावी, एवढे ते प्रभावी होते.

मोगली साम्राज्याच्या तुलनेने मराठी राज्य अगदी चिमुकले होते. संभाजी महाराजांच्या हत्येनंतर मराठी राज्य जवळजवळ संपुष्टात आले होते. लवकरच मराठ्यांनी त्याचे पुनरुज्जीवन केले, हे खरे. तथापि, नंतरच्या स्वातंत्र्ययुद्धकाळात त्यांच्या हाती देशावरील सपाटीचा मुलूख व नगरे फारशी राहिली नव्हती. तसेच जिंजीच्या पाडावानंतर मराठ्यांची कर्नाटकातील जवळजवळ सर्व ठाणी उठली होती. थोडक्यात, सह्याद्रीच्या परिसरातील किल्ले व त्यांच्या आसपासचा मुलूख, हेच खरे या कालातील मराठ्यांचे राज्य होते. तेथे मोगलांची मात्र फारशी चलती नव्हती. अशा प्रकारे मराठी राज्य छोटे असले, तरी मराठी सत्तेचे लष्करी सामर्थ्य संभाजी महाराजांच्या हत्येनंतर दिवसेंदिवस वाढत गेले. स. १६९० च्या एका पत्रात 'राजश्री छत्रपती स्वामी (राजाराम महाराज) स्वारी करून कर्नाटक प्रांती गेल्यावरी तिकडे जमाव लष्कर चाळीस हजार व हशम एक लाख पंचवीस हजार जाहला आहे' असा उल्लेख येतो. स. १६९२च्या डिसेंबरात फ्रेंच गव्हर्नर मार्टिन आपल्या डायरीत नमूद करतो, "The Maratha standing army consists of 1,50,000 horsemen." संताजी घोरपडे व धनाजी जाधव यांच्याजवळ हमेशा 'पंधरा-वीस हजारांच्या जंगी फौजा' असल्याची माहिती खाफीखान देतो. 'मराठ्यांपाशी एक लाखापेक्षा अधिक' लष्कर असल्याचे भीमसेन सक्सेना सांगतो. एका ठिकाणी तो म्हणतो, ''या सुमारास (स. १७०२) नर्मदेच्या दक्षिणेस दखखन, खानदेश, वऱ्हाड, कोकण या प्रांतांतील परगण्यांतून आणि खेड्यांतून सारांश सर्वत्र मराठे हे टोळ आणि मुंग्या याप्रमाणे पसरले होते.'' याचा अर्थ मोगलांचे लष्करी

बळ प्रचंड असले, तरी मराठ्यांनी मोठमोठ्या फौजा उभारल्या होत्या, हे निश्चित; नाहीतर नाशिक ते जिंजी या विस्तीर्ण भूप्रदेशावर मराठ्यांना आपले लष्कर पसरविता आले नसते.

असे होते मराठी लष्कर

मराठी लष्कराचे पहिले वैशिष्ट्य म्हणजे साधेपणा. शिवाजी महाराजांच्या कारकिर्दीतील लष्करी साधेपणाचा वारसा स्वातंत्र्ययुद्धातील मराठ्यांनी चालविला होता. मोगली लष्करातील डामडौल, मोठमोठे तंबू, प्रचंड तोफखाना, हत्ती व उंट यांची दळे, जनानखाने, बाजारपेठा इत्यादी सरंजाम मराठी लष्करात नसे. ''मराठे खाण्यापिण्याचा दरकार बाळगीत नाहीत. पाऊस, ऊन, थंडी व अंधारी काही न पाहता घोड्यावरच हरभरे व भाकरी-चटणी, कांदे खाऊन धावतात'' असे जे मल्हार रामरावाने वर्णन केले आहे, ते यथायोग्यच आहे. मार्टिननेही मराठ्यांच्या काटकपणाचा व साधेपणाचा गौरव करताना म्हटले आहे : "The Marathas are good in making surprises, in which they succeed, being men capable of bearing fatigue, contened with little and carrying no retinue or baggage..."

जलद हालचाली हे मराठी लष्कराचे दुसरे वैशिष्ट्य. औरंगजेब विशाळगडच्या मोहिमेवरून परतत असता विशाळगड ते पन्हाळा हे अंतर कापण्यास मोगली फौजेला ३८ दिवस लागले! रोज फार तर एका कोसाची मजल होत होती! याउलट मराठ्यांचे हंबीरराव मोहिते, संताजी घोरपडे, धनाजी जाधव, नेमाजी शिंदे यांच्यासारखे सेनानी एका दिवसात २५-३० कोसांची मजल सहज मारीत. त्यांची अधिकांश मदार घोड्यावर असून, त्यांच्याबरोबर सामानसुमान अथवा बायका-पोरे नसत. त्यामुळे ते शत्रूवर ज्या वेगाने घसरत, त्याच वेगाने ते माघार घेऊन निसटून जात. त्यांच्या मागे धावाधाव करून मोगल सेनानी मेटाकुटीस येत. एकट्या जुल्फिकारखानाने स. १७०० च्या सुमारास २००० कोसांच्या व स. १७०२ च्या सुमारास ३००० कोसांच्या हालचाली केल्याचे इतिहासात नमूद आहे.

मराठी लष्कराचे तिसरे वैशिष्ट्य म्हणजे त्यांची गनिमी काव्याने लढण्याची पद्धत. आपल्या स्वातंत्र्यासाठी साम्राज्यवादी शक्तीशी लढणाऱ्या जगातील अनेक छोट्या समाजांनी या गनिमी काव्याच्या पद्धतीचा स्वीकार केल्याचे दिसून येते. विसाव्या शतकात व्हिएतनामी जनतेने प्रथम फ्रेंचांशी व नंतर

अमेरिकनांशी दिलेला लढा याच स्वरूपाचा होता. त्यांचा प्रसिद्ध नेता हो ची मिन्ह हा या लढ्याचा प्रवर्तक होता. व्हिएतनामी सैनिकांच्या या लढ्यातील चार घोषणा अशा होत्या :

"१) शत्रू पुढे सरसावला की आम्ही माघार घेतो.

२) शत्रूने थांबून तळ ठोकला की आम्ही त्याला त्रास देतो.

३) शत्रू युद्ध टाळण्याचा प्रयत्न करू लागला की आम्ही हल्ला करतो.

४) शत्रू माघार घेऊ लागला की आम्ही पाठलाग करतो."

संपूर्ण स्वातंत्र्ययुद्धामध्ये मराठे मोगली सत्तेशी याच पद्धतीने लढले आहेत. आपल्या संख्याबलाची व हालचालीची माहिती शत्रूला न होऊ देता मोठमोठ्या मजला मरून व शत्रूला अचानकपणे पेचात आणून त्याचा धुव्वा उडविल्याची अनेक उदाहरणे आपणास स्वातंत्र्ययुद्धकाळात पाहावयास मिळतात. हंबीरराव, संताजी, धनाजी, हणमंतराव, नेमाजी, राणोजी हे तर मराठ्यांचे गनिमी काव्याचे कसलेले सेनानी होते. त्यांच्या गनिमी काव्याचे वर्णन करता असता मल्हार रामराव म्हणतो, "मोगलांचे घोडे पाण्यावर आले असता पाणी न पीत. त्यास मोगली लोकांनी म्हणावे जे पाण्यामध्ये धनाजी व संताजी दिसतो की काय? रात्री दिवसा कोणीकडून येतील, काय करतील असे केले. मोगलाई फौजेत आठही प्रहर भय बाळगीत. पादशहासि बहुत आश्चर्य जाहले की, मराठी फौज ही बळावत आहे. आकस्मात यावे, बक मच्छ उचलून नेतो तसा घाला घालावा. शिपाईगिरीची शर्त करावी. प्रसंग पडल्यास माघारी पळून जावे. त्यास कसे जिंकावे? एक्या मुलकात फौज आली म्हणोन त्यांजवर (फौजेची) रवानगी करावी, तो दुसरीकडे जाऊन ठाणी घेतात. मुलूख मारितात. हे आदमी नव्हंत. भूतखाना आहे." खरोखरच औरंगजेबाच्या कारकिर्दीच्या शेवटच्या पर्वात मराठे त्यास 'भूतखाना', 'सैतान' वाटू लागले होते. आयुष्याच्या अखेरीस ते अहमदनगरावर छावणी करून असता त्याच्यावर मराठ्यांनी हल्ला केला त्या वेळी लढाईत मराठ्यांना पिटाळून लावण्यात आपल्या सेनानींना विजय मिळावा, म्हणून त्याने त्यांच्याबरोबर मंतरलेले ताईत पाठवून दिल्याचा एक उल्लेख मिळतो. तलवारीऐवजी ताइतांवर विश्वास ठेवण्याची औरंगजेबावर पाळी यावी, हा मोगलांचा केवढा दैवदुर्विलास! मोगली इतिहासकारांनी आपल्या ग्रंथात अनेक ठिकाणी मराठे गनीम पराभूत झाल्याचे व पळून गेल्याचे नमूद

केले आहे. तथापि, या संघर्षातील अंतिम यश गनिमी कावा करणाऱ्या मराठ्यांनाच मिळाले.

ताराबाईकालात मराठी लष्कराचा आत्मविश्वास वाढला. औरंगजेब सातारा, पन्हाळा, विशाळगड यांसारख्या सह्याद्रीच्या किल्ल्यांना वेढे देत असता ते मोठ्या धाडसाने बादशाही सुभ्यांवर धाडी घालू लागले. तेथील मुलूख जाळून लुटून फस्त करू लागले आणि बादशाही अधिकाऱ्यांना कैद करू लागले. थोडक्यात, मराठ्यांचे लष्करी धोरण आक्रमक बनले. आपल्या सुभ्यांतील नगरांचे संरक्षण कसे करावे व या मराठ्यांच्या हालचालींना कसा पायबंद घालावा, याचीच चिंता औरंगजेब किल्ल्यांच्या पायथ्याशी करीत बसला.

मोगल हैराण झाले

स्वातंत्र्ययुद्ध काळात मोगल अनेक मोहिमांत हैराणगत झाल्याचे मोगली इतिहासकारांनीच नमूद करून ठेवले आहे. संभाजीकालातील स. १६८३-८४ मधील शाहजादा मुअज्जमची दक्षिण कोकणची स्वारी, राजाराम कालातील स. १६९३ची जिंजीपुढील असदखान व जुल्फिकारखान यांची माघार आणि खुद्द औरंगजेबाची स. १७०२ ची विशाळगडावरील मोहीम, ही मोगली हैराणगतीची अगदी ठळक उदाहरणे आहेत. याशिवाय मोगली सेनानींना पेचात आणल्याची, त्यांची दाणादाण उडविल्याची किंवा त्यांना कैद केल्याची अशी कितीतरी उदाहरणे स्वातंत्र्ययुद्धकालाच्या इतिहासात विखुरली आहेत. संताजी घोरपडे, हा तर मोगली लष्कराचा कर्दनकाळच होता. त्याच्या तडाख्यातून 'आपण जिवानिशी निसटलो हाच आपला पुनर्जन्म' होय, असे मोगलांना वाटे. त्याचे नाव ऐकताच "नरव्याघ्राप्रमाणे असलेल्या अनुभवी योद्ध्यांची हृदये कंपायमान होत." त्याच्या हातून आपली बेअब्रू व्हावयास नको, म्हणून मोगली सेनानी कासिमखान याने अफू खाऊन आत्महत्या केल्याचे इतिहासप्रसिद्धच आहे. खुद्द बादशहा आपल्या फौजेसह सह्याद्रीच्या निसर्गाच्या व मराठ्यांच्या गनिमी काव्याच्या कचाट्यात अनेक वेळा सापडला होता. स. १७००च्या परळीवरील मोहिमेत व स. १७०२च्या विशाळगडावरील मोहिमेत पाऊस, नदीनाल्याचे पूर, खराब व धोक्याचे रस्ते, धान्य व चारा यांची टंचाई व मराठ्यांचे हल्ले अशा प्रकारच्या अनेक संकटांना औरंगजेबाला तोंड द्यावे लागले. विशाळगड

काबीज करून परत येत असता सह्याद्रीच्या निसर्गाने त्याची उडविलेली दाणादाण मोठी विदारक होती. त्याचा वजीर असदखान यावर उपासमारीचे संकट आले होते. अशा वेळी सर्वसामान्य सैनिकांची किती असहाय स्थिती झाली असेल, याची कल्पनाही करवत नाही.

दक्षिणेच्या युद्धात बादशहाची प्रचंड वित्त आणि जीवितहानी होत होती. मोगली छावणीकडे उत्तर हिंदुस्थानातून येणाऱ्या रसदींवर मराठे राजरोसपणे धाडी घालून त्या लुटीत होते. उत्तरेतील प्रचंड संपत्ती दक्षिणेमध्ये आणली जात होती. त्यांपैकी काही मोगलांच्या हाती, तर काही मराठ्यांच्या हाती पडत होती. बादशाही लष्करामधील जीवितहानीही मोठी होती. दर वर्षी सुमारे लाखभर माणसे मरत असत. घोडी, हत्ती, उंट, बैल या जनावरांची मृत्युसंख्या तीन लाखांच्या घरात होती.

पराक्रमी पुरुषांचा उदय

सतत सव्वीस वर्षे चाललेल्या स्वातंत्र्ययुद्धाने महाराष्ट्रात पराक्रमी पुरुषांची एक पिढीच निर्माण झाली. घराघरांतून सैनिक व परगणा-परगण्यांतून सेनानी निर्माण झाले. 'रात्रंदिन आम्हा युद्धाचा प्रसंग' अशा परिस्थितीने सध्याच्या इस्रायली समाजाप्रमाणे मराठी समाज अधिक लढाऊ आणि आक्रमक बनला. या समाजाला खास युद्धाचे प्रशिक्षण देण्याची आवश्यकता नव्हती. प्रत्येक व्यक्तीला, प्रत्येक घराला आणि प्रत्येक गावाला आत्मसंरक्षणासाठी सदैव सज्ज राहण्याची सवय झाली. सह्याद्रीचा निसर्ग त्यांच्या साहाय्यास होता. त्याच्या रौद्र स्वरूपाच्या सहवासात मराठे वाढले होते. त्यामुळे त्यांना सह्याद्रीची भीती नव्हती. भीती वाटत होती ती मोगलांना. अशा प्रकारे महाराष्ट्राच्या डोंगराळ मुलखात पाठशिवणीच्या खेळासारख्या चाललेल्या या युद्धाने मराठी राज्याला अनेक शूर पुरुषांची देणगी दिली. रामचंद्रपंत, प्रल्हाद निराजी, नीळकंठ मोरेश्वर, शंकराजी नारायण, हंबीरराव मोहिते, केसो त्रिमल, हरजीराजे महाडिक, संताजी, धनाजी, हिंदुराव, राणोजी, विठोजी चव्हाण, नेमाजी शिंदे, परशुराम त्र्यंबक, मानाजी मोरे, हंबीरराव मोहिते (दुसरा), खंडो बल्लाळ, हणमंतराव निंबाळकर, अमृतराव निंबाळकर, खंडेराव दाभाडे, परसोजी भोसले, कान्होजी आंग्रे, बुऱ्हाणजी मोहिते, कृष्णाजी अनंत, भिवजी गुजर, पंताजी शिवदेव, काळोजी व संभाजी पवार, संताजी भोसले, रंभाजी निंबाळकर, चंद्रसेन जाधव,

दमाजी थोरात, बाळाजी विश्वनाथ असे कित्येक नामांकित वीर याच युद्धातून तावूनसुलाखून पुढे आले. हिंदुस्थानातील कोणत्याही लढाऊ हिंदू जातीला अभिमान वाटावा, असा पराक्रम या मराठी वीरांनी करून दाखवला. त्यांनी कडेकोट बंदोबस्तात छावणी करून राहिलेल्या औरंगजेबावर हल्ला करून त्याच्या राहुटीचे कळस कापून आणले आणि औरंगजेबास दाखवून दिले की, अफझलखानाचा वध करणाऱ्या, शाहिस्तेखानाची बोटे छाटणाऱ्या व खुद्द बादशाही गुहेतून सहीसलामत निसटणाऱ्या शिवछत्रपतींचे आम्ही वारसदार आहोत.

रामराणी भद्रकाली रणरंगी क्रुध्द झाली!

मराठ्यांच्या नव्या राजधानीस- साताऱ्यास औरंगजेबाचा वेढा बसला असता, सिंहगडावर मराठ्यांचे छत्रपती राजाराम महाराज मृत्यू पावले आणि सर्व मराठी राज्य दुःखात बुडून गेले. स्वातंत्र्ययुद्धाच्या कालखंडातील संभाजी महाराजांच्या वधानंतर मराठी राज्याला बसलेला हा दुसरा हादरा होता. आता छत्रपती घराण्यात वडीलधारी पुरुष व्यक्ती राहिली नाही, याचा बादशहाला मोठा आनंद झाला. मराठी राज्य नष्ट करण्याची परमेश्वराने आपल्याला आणखी एक संधी दिली आहे, असेच त्यास वाटले; परंतु तसे घडणार नव्हते. ज्या राष्ट्राने संभाजी महाराजांच्या क्रूर हत्येचे हलाहल पचविले होते आणि आपले नीतिधैर्य टिकवून धरले होते, त्या राष्ट्राचे नीतिधैर्य छत्रपतींच्या नैसर्गिक मृत्यूने खचणार नव्हते.

महाराजांची राणी, ताराबाई ही तेजस्वी व तडफदार होती. वैधव्याचे दुःख गिळून मराठी राज्याची ढासळलेली बाजू सावरून धरण्यासाठी तिने पदर खोवला आणि हाती राजसूत्रे आणि तलवार घेऊन औरंगजेबाचे लष्करी आव्हान तिने स्वीकारले. दक्षिणेतील एका लहानशा राज्याची एक पंचवीस वर्षांची विधवा राणी मोगल पातशहाशी लष्करी संघर्ष करावयास उभी ठाकते आणि सतत सात वर्षे तो संघर्ष चालवून त्यास जेरीस आणते, ही आपल्या इतिहासातील एक असामान्य घटना सर्व हिंदी लोकांना अभिमानास्पद व स्फूर्तिप्रद वाटावयास हवी. ताराबाईंच्या या तेजस्वी कारकिर्दीचा अभ्यास करीत असता, अकबर बादशहाच्या फौजांशी त्वेषाने लढणाऱ्या व आपल्या किल्ल्याचा ढासळलेला तट रातोरात बांधून काढणाऱ्या अहमदनगरच्या चांदबिबीची, त्याच बादशहाच्या साम्राज्यवादी लष्कराशी लढत असता

रणांगणावर आत्मसमर्पण करणारी गोंडवनातील राणी दुर्गावतीची आणि अन्यायी इंग्रज साम्राज्यविरुद्ध तलवार उपसून रणांगणावर मृत्यूला कवटाळणाऱ्या राणी लक्ष्मीबाईंची आठवण झाल्याशिवाय राहत नाही. या सर्व वीर स्त्रिया जुलमी व साम्राज्यवादी आक्रमकांविरुद्ध आपल्या स्वातंत्र्याच्या रक्षणासाठी लढल्या. स्वातंत्र्याच्या होमकुंडात त्यांनी आपल्या प्राणाची आहुती दिली आणि त्या भारतीय इतिहासात अमर झाल्या. मराठ्यांची महाराणी ताराबाई या याच थोर परंपरेतील होय. तथापि, त्यांच्या कर्तबगारीचे याहून थोडे आगळेपण आहे. ताराबाईंनी दिव्यावर पतंग उडी मारतो, त्याप्रमाणे आत्मयज्ञ केला नाही. औरंगजेबाशी एकच निर्णायक लढाई न देता, त्यांनी त्याच्या मृत्यूपर्यंत त्याच्याशी गनिमी काव्याचे युद्ध चालविले आणि शेवटी त्यास अगतिक करून टाकले. ज्या महाराष्ट्रास गुलाम करण्यास औरंगजेब धावून आला होता, त्याच महाराष्ट्राच्या मातीने त्यास याच भूमीत गाडून टाकावे, हा आमच्या इतिहासातील महान विजय आहे. छत्रपती संभाजी, छत्रपती राजाराम, महाराणी ताराबाई आणि स्वातंत्र्यासाठी आत्मबलिदान केलेले असंख्य मोठे वीर या महान विजयाचे मानकरी आहेत.

औरंगजेबाशी ताराबाई त्वेषाने लढत होत्या. त्यांनी आपल्या अधिकाऱ्यांना व सेनानींना पाठविलेल्या पत्रातून त्यांचा त्वेष, आवेश आणि आत्मविश्वास ठायी ठायी प्रकट होतो. औरंगजेबास 'ठेचगा' देवून 'त्याचा हिसाब न धरिता शर्तीनसी नतीजा' पाठविण्याची भाषा त्यांच्या तोंडी दिसते. ही भाषा नीतिधैर्य खचल्याची नाही, ती आत्मविश्वास वाढल्याची आहे. औरंगजेबाच्या किल्ल्यांवरील मोहिमेची त्यांना भीती वाटत नव्हती. एकएक किल्ला सहा-सात महिने लढविला, तर असे सहा-सात किल्ले घेण्यातच त्याची राहिलेली उमर गुजारून जाईल, हे त्यांनी पक्के हेरले होते. किल्ला शक्य तेवढा अधिक काळ लढवावयाचा आणि शेवटी अशक्य झाल्यास भरपूर पैसा घेऊन शत्रूस तो विकत द्यायचा आणि तेही पावसाळा तोंडावर आला असता. म्हणजे ऐन पावसाळ्यात त्या किल्ल्यापासून परतीचा प्रवास करीत असता, मोगली फौजांची हैराणगत व्हावी. ती तशी झाली की, मग मराठी फौजांनी त्यांची लांडगेतोड करावी. पुढे बादशहाची पाठ वळताच किल्ला परत काबीज करून घ्यावा, हे त्या काळातील ताराबाईंचे लष्करी धोरण होते. तथापि, ही लष्करी धोरणाची एक बाजू झाली. दुसरी बाजू अशी की, औरंगजेब सह्याद्रीच्या कड्यांवर धडका मारीत असता, त्याचे नीतिधैर्य

खचविण्यासाठी त्याच्या लांबलांबच्या सुभ्यांत आपले लष्कर घुसविणे. त्यानुसार ताराबाईंनी आपल्या फौजा वऱ्हाड, खानदेश, गुजरात, माळवा, तेलंगण व कर्नाटक या मुलखांत घुसविल्या. त्या फौजांनी सुरत, बडोदे, अहमदाबाद, सिरोज, गोवळकोंडा इत्यादी अनेक शहरे लुटली. माळव्यातून दिल्लीच्या रोखाने व ओरिसातून डाक्क्याच्या रोखाने मराठी फौजा चाल करू लागल्या. आपल्या दक्षिणेच्या मोहिमेची फळे आपल्या डोळ्यांदेखत औरंगजेबाला पाहावी लागली. मराठी मुलखातून त्याने माघार घेणे अशक्य होते. कारण ती त्यास अप्रतिष्ठा वाटत होती. तेव्हा या मराठी फौजांना हुसकावून लावण्यासाठी महाराष्ट्रातील किल्ल्यांच्या पायथ्याहून तो आपल्या सेनानींना आज्ञा सोडू लागला. परंतु बादशाही आज्ञेप्रमाणे हे सेनानी तेथे पोहोचत, तेव्हा मराठे दुसरीकडे निघून गेलेले असत. बादशहाने तिकडे फौजा पाठवाव्यात तर मराठे तिसरीकडेच पसार झालेले असत. अशा प्रकारच्या मराठ्यांच्या धुमाकुळीच्या युद्धपद्धतीने बादशहा अगदी वैतागून गेला. दीनवाणा बनला. मराठ्यांची अस्मिता व स्वातंत्र्यता ताराबाईंच्या रूपाने प्रकटली होती. तत्कालीन कवी देवदत्त याने ताराबाईंना ‘भद्रकाली, भवानी’ असे संबोधले असून, तिने खुद्द दिल्लीशहाचे ‘पाणी’ राखले नाही, असे म्हटले आहे. देवदत्ताच्या काव्यात अतिशयोक्ती नाही. ताराबाईंच्या कर्तबगारीचे ते काव्यात्मक मूल्यमापन आहे. तो म्हणतो :

“दिल्ली झाली दीनवाणी
दिल्लीशाचे गेले पाणी
ताराबाई रामराणी
भद्रकाली कोपली ॥...

...असी धिंग रामराणी
नाचतसे वैभवानी
मूर्तिमंत हे भवानी
जगी अवतरली ॥

मानहानी दिल्लींद्राची
सभा हासते इंद्राची
आजिकाल कवींद्राची

सर्व चिंता हारली ॥

निरंतर चाल केली
पातशाही तळा नेली
दिल्लीचीही लज्जा गेली
म्लेंछ गवण गळाला ॥...

रामराणी भद्रकाली
रणरंगी क्रुद्ध झाली
प्रलयाची वेळ आली
मुगल हो सांभाळा ॥''

देवदत्त म्हणतो त्याप्रमाणे खरोखरच दिल्लीच्या मोगल सिंहासनाची लाज गेली होती. त्याची अप्रतिष्ठा झाली होती. मोगलांच्या दृष्टीने हा प्रलयकालच होता. या प्रलयकालात मोगल साम्राज्याची इभ्रत बुडत होती. खुद्द मोगल साम्राज्याच्या भव्य इमारतीवर या प्रलयाच्या लाटा धडका मारत होत्या.

मराठ्यांमधील यादवी, वतनदारी आणि सरंजामशाही

औरंगजेबाशी सतत पाव शतकभर लढा देणारे आमचे पूर्वज सर्वगुणसंपन्न होते, असे नाही. त्यांच्यात काही दोष होते. त्यांनीही काही चुका केल्या. परिस्थितीच्या दबावाखाली का होईना, परंतु त्यांनीही काही चुकीचे पायंडे पाडले व त्याचा मराठेशाहीच्या भावी उत्कर्षावर प्रतिकूल परिणाम झाला. याची दखल आपण घेतली नाही, तर स्वातंत्र्ययुद्धाचे मूल्यमापन परिपूर्ण होणार नाही, असे वाटते.

शिवाजी महाराजांच्या कारकिर्दीत प्रखर स्वामिनिष्ठा हा राज्याच्या अधिकाऱ्यांचा स्थायीभाव होता. महाराजांसाठी जिवास जीव देणारे सेवक होते. तसे सेवक नंतरच्या काळात झालेच नाहीत, असे नाही. परंतु राज्याच्या काही उच्चपदस्थ सेवकांनी खुद्द छत्रपतींच्या जिवावरच उठावे, ही संभाजी काळातील घटना निश्चितच त्यांना लांच्छनास्पद होती. संभाजी महाराजांना पदच्युत करण्याची व त्यांना ठार मारण्याची कारस्थाने अण्णाजी दत्तो, बाळाजी आवजी, हिरोजी फर्जंद यांच्यासारख्या शिवाजी महाराजांच्या

तालमीत वाढलेल्या लोकांनी करावीत, हे मराठेशाहीचे खरोखरच दुर्दैव होय. राजारामकालात राज्याच्या शूर सेनापतीनेच -संताजीने छत्रपतींविरुद्ध बंडखोरी केली, छत्रपतींविरुद्ध लढाई करून त्यास कैद केले व नंतर सोडून दिले. पुढे संताजी व धनाजी यांच्यात यादवी लढाया झाल्या आणि त्यातच संताजीचा खून झाला. रामचंद्रपंत व संताजी यांचेही फारसे पटत नव्हते. ताराबाईकालात रामचंद्रपंत व परशुराम त्र्यंबक यांचा 'हर्षामर्ष' घडून आला. हिंदुराव घोरपड्यानेही ताराबाईंविरुद्ध बंडखोरी केली. बेकीच्या घटना व फंदफितुरीची प्रकरणे प्रत्येक राज्यात प्रत्येक कालात घडत असतात, हे जरी खरे असले, तरी स्वातंत्र्ययुद्धाच्या काळात मराठे आपले सर्व हेवेदावे विसरले नव्हते, हे स्पष्ट होते. शत्रूशी लढत असता थोडी उसंत मिळताच हे मराठे आपापसात यादवी करीत, हे ऐतिहासिक सत्य लपविण्यात काही अर्थ नाही. या संघर्षकालात त्यांचा वैयक्तिक स्वार्थ सुटलेला होता, असेही दिसून येत नाही. 'यवोदर प्रमाण भूमि तेही इनाम देऊ नये' असे आज्ञापत्रात राजनीती व अर्थनीती सांगणारा रामचंद्रपंत इनामे व वतने यांच्या नव्या-जुन्या सनदा छत्रपतींकडून बहाल करून घेण्यात थोडाही मागे नाही, हे मोठ्या खेदाने नमूद करावे लागते.

वतनदारी व सरंजामशाही यांच्यामुळे राज्यातील सत्तेचे विकेंद्रीकरण होते, याची पूर्ण जाणीव शिवाजी महाराजांना होती. म्हणून त्यांनी त्यांच्या कारकिर्दीत या दोन्ही पद्धतींचे निर्मूलन केले. परंतु राजारामकालात त्यांचे पुनरुज्जीवन करण्यात आले. मराठी राज्याने पूर्वी सरकारजमा केलेली वतने सरसकट परत करण्याची व नूतन वतने देण्याची पद्धत राजारामकालात स्वीकारण्यात आली. संभाजी महाराजांच्या हत्येनंतर निर्माण झालेली अनन्यसाधारण परिस्थिती व मराठ्यांची वतनासक्ती, ही दोन कारणे तिच्या बुडाशी होती. संभाजी महाराजांच्या हत्येनंतर किल्ले व ठाणी शत्रूच्या हाती गेली, महसूलबाब थांबली, सर्वत्र अराजक माजले. अशा परिस्थितीत परगण्यातील मातब्बर वतनदारांना आपल्या बाजूकडे ओढण्यासाठी त्यांची वतने व इनामे परत देणे राजकीय व लष्करी दृष्टिकोनातून आवश्यक ठरले. जी बाब शिवाजी महाराजांनी कटाक्षाने टाळली, तिचाच आश्रय राजाराम महाराजांना करावा लागला. राजाराम महाराजांनी या वतनदारांची वतने व इतरांची इनामे परत दिली नसती, तर औरंगजेबाची वतनांची व इनामांची फर्माने तयार होतीच. मोगली बाजूस मिळणाऱ्या वतनदारांना व अधिकाऱ्यांना

तो मोठ्या आनंदाने फर्माने बहाल करीत होता. अशा वेळी औरंगजेबाच्या शहास प्रतिशह देणे आवश्यक आहे, असे राजारामकालीन मराठमंडळास वाटले. सरंजामशाहीचे पुनरुज्जीवनही अशाच स्वरूपाचे आहे. शत्रूबरोबर लढण्यासाठी मोठमोठ्या फौजा उभ्या करणे तर गरजेचे होते आणि अशा फौजा तयार करण्यासाठी आवश्यक तो प्रदेश व पैसा तर हाती नाही. अशा परिस्थितीत सेनानींना कृतिस्वातंत्र्य देऊन आणि प्रदेशांच्या सनदा बहाल करून त्यांच्याकडून फौजा उभारण्याचे व शत्रूस पराभूत करण्याचे तंत्र राजाराम महाराज व ताराबाई यांनी पडत्या काळात स्वीकारले, हे ठीक होते. तथापि, नंतरच्या काळात या पद्धतीस आवर घालण्याचे सामर्थ्य कोणातच उरले नाही. त्यामुळे शिवाजी महाराजांनी घालून दिलेली राज्यकारभाराची व लष्कराची शिस्त राहिली नाही. मराठी राज्याची घटनाच मूलतः बदलून गेली. केंद्रसत्ता दुबळी बनू लागली. छत्रपतींच्या अधिकाराचा संकोच झाला. छत्रपती आपल्या हाताखालच्या सरदारांवर अधिकाधिक अवलंबून राहू लागले. शाहू महाराजांच्या सुटकेच्या वेळी ते आणि ताराबाई हे दोघेही राज्यातील लहान-मोठ्या सरदारांना आपल्या बाजूकडे ओढत असल्याचे चित्र दिसते. पुढे छत्रपतिपदाच्या अधिकाराचा ऱ्हास तसाच चालू राहून रामराजाच्या कारकिर्दीत तर साताराच्या छत्रपतीचे पद पूर्णपणे सत्ताहीन बनले. त्या मानाने करवीरकर छत्रपतींनी आपल्या छोट्याशा राज्यात आपली सत्ता कशीबशी सांभाळून धरली. सारांश, मराठी सत्तेच्या भावी नाशाची बीजे याच स्वातंत्र्ययुद्धाच्या काळात रुजली गेली. मराठी सत्तेचा वृक्ष पुढे चांगलाच फोफावला हे खरे, परंतु तो फोफावत असता सरंजामशाहीच्या रोगाचे विषही त्याच्या फांद्याफांद्यांतून पसरत होते. शेवटी ते विष मराठी सत्तेच्या नाशास कारणीभूत ठरले.

औरंगजेबाची हार - मराठ्यांची जीत

स्वातंत्र्ययुद्धकालाचे विवेचन करीत करीत आपण बरेच पुढच्या काळात आलो. स्वातंत्र्ययुद्धाचे दूरगामी अनिष्ट परिणाम कोणते झाले, हे पाहण्यासाठी तसे करणे आवश्यक होते. आता या प्रदीर्घ लढ्यात शेवटी औरंगजेबाला अपयश का मिळाले व मराठ्यांची सरशी का झाली, याची मीमांसा करू.

१) १६८१ मध्ये औरंगजेब जेव्हा दक्षिणेत आला, तेव्हा येथे मराठेशाही, आदिलशाही व कुतुबशाही अशा तीन सत्ता त्याच्या शत्रू होत्या. त्याने

मराठेशाहीचा कायमचा बंदोबस्त करूनच आदिलशाही व कुतुबशाही या शाह्या जिंकावयास हव्या होत्या किंवा या शाह्या जिंकल्यावर त्यांच्या प्रदेशांत आपल्या कारभाराची घडी नीट बसवून त्याने मराठ्यांच्या समाचारासाठी वळले पाहिजे होते. परंतु यांपैकी त्याने कोणतीच गोष्ट केली नाही. मराठ्यांना डिवचून तो विजापूर-गोवळकोंड्याकडे वळला आणि ती राज्ये जिंकून तेथे त्याने राज्यकारभाराची बांधणी न करताच पुन्हा मराठ्यांशी संघर्ष सुरू केला. दक्षिणेतील दोन शाह्यांच्या अस्ताने निर्माण झालेली सत्तेची पोकळी औरंगजेबाला भरून काढता आली नाही. स्वाभाविकच मराठ्यांना तेथे धुमाकूळ घालण्यास वाव मिळाला.

२) आग्राभेटीत आपण शिवाजी महराजांना जिवंत ठेवले, याचा औरंगजेबास सारखा पश्चात्ताप होत होता. संभाजी महाराज कैद झाल्यानंतर आपल्या चुकीची पुनरावृत्ती करायची नाही, असा त्याने निश्चय केला आणि संभाजी महाराजांना त्याने हालहाल करून ठार केले. परिणामी पूर्वीच्या चुकीपेक्षा ही चूक भयंकर ठरली. छत्रपतीच्या हत्येने मराठे सुडाने पेटले. त्यांच्या स्वातंत्र्यप्रेमाच्या निखाऱ्यावर फुंकर मारली गेली. महाराष्ट्राच्या घराघरांतून मोगलांना हैराण करणारे संताजी-धनाजी निर्माण झाले. त्यांचे बळ कशात आहे, हे औरंगजेबाला कळू शकले नाही.

३) मराठ्यांच्या शेजारीच असणाऱ्या पोर्तुगीज व इंग्रज या दोन परक्या सत्तांचे मराठ्यांविरुद्ध पूर्ण सहकार्य औरंगजेब प्राप्त करू शकला नाही. हे परकीय मोठे धोरणी होते. ते मोगल व मराठे या दोघांशीही दुटप्पी भावाने वागत होते. औरंगजेबाशी ते उघडपणे मैत्रीची व सहकार्याची भाषा करत असत आणि अंतःस्थपणे मराठ्यांशी मैत्रीचा पत्रव्यवहार करीत. सारांश, इंग्रज, पोर्तुगीज व सिद्दी यांचा किनाऱ्याच्या बाजूने व मोगली फौजांचा पूर्वेकडील बाजूने मराठ्यांविरुद्ध एकाच वेळी हल्ला करण्याची योजना औरंगजेबास पार पाडता आली नाही.

४) औरंगजेबाला महाराष्ट्राचा भूगोल समजला नाही. तो तसा समजला असता, तर तो मराठ्यांच्या नादी लागला नसता. मराठ्यांना सह्याद्रीचे वरदान लाभले होते. सह्याद्रीच्या गिरिशिखरांवर दिमाखाने उभे असलेले किल्ले ही मराठ्यांची शक्तिस्थाने होती. ती शत्रूने हस्तगत करणे, म्हणजे सोपी बाब नव्हती आणि हस्तगत केल्यास आपल्या कबजात ठेवणे त्याहून अवघड बाब होती. मराठे सह्याद्रीच्या कुशीत वाढले होते. त्यामुळे घनदाट

अरण्ये, मुसळधार पाऊस, भयंकर दऱ्या, नदीनाल्यांचे पूर व हिंस्त्र श्वापदे या निसर्गाच्या विविध-रूपांशी ते परिचित होते. त्यांच्या सहवासात राहत असता त्यांना प्रतिकूल असे काही वाटत नव्हते. कारण सह्याद्रीची भूमी ही त्यांची जन्मभूमी होती. मायभूमी होती. याउलट मैदानी प्रदेशांत, कोरड्या हवेत राहुट्या देऊन राहणाऱ्या आणि बाजारपेठा व जनानखाने बाळगणाऱ्या गुलहौशी मोगलांना महाराष्ट्रातील निसर्गाचे स्वरूप रौद्र व भयानक वाटत होते. परमेश्वर करो आणि या भयंकर प्रदेशातून आपली लवकर सुटका होवो, असे साध्या शिपायापासून शाहजाद्यापर्यंत सर्वांना वाटत होते. मनाची अशी अवस्था असणाऱ्या फौजांना घेऊन मराठ्यांशी लढताना औरंगजेबास यश मिळणे शक्य नव्हते.

५) मराठ्यांच्या भूगोलाप्रमाणे मराठ्यांची युद्धपद्धतीही औरंगजेबाने समजून घेतली नाही. स्वातंत्र्ययुद्धाच्या काळात ५०-६० हजारांच्या फौजा घेऊन तो वावरताना दिसतो. त्याची छावणी म्हणजे एखादे शहरच असे. ती कूच करीत असता जणू शहरच कूच करीत असल्याचा भास होई. अशा मोगली छावणीवर मराठ्यांनी अधूनमधून हल्ले केले; परंतु मोठ्या फौजेनिशी सरळ सरळ सामना दिला नाही. याचे कारण मराठ्यांची लढण्याची पद्धती गनिमी काव्याच्या स्वरूपाची होती. जगाच्या इतिहासात मोगली सत्तेसारख्या आक्रमक साम्राज्यवादी शक्तीशी लढताना स्वातंत्र्यवादी लोकांनी गनिमी पद्धतीचाच स्वीकार केल्याचे दिसून येते. गनिमी काव्याने लढणाऱ्या एतद्देशीय लोकांना भौगोलिक परिस्थितीची अनुकूलता व ज्ञान, स्थानिक लोकांचे सहकार्य इत्यादी बाबींचा लाभ झालेला असतो. तो लाभ साम्राज्यावादी सत्तेस मिळत नाही.

६) सह्याद्रीतील किल्ले घेतल्याशिवाय मराठ्यांची सत्ता नष्ट होणार नाही. ही औरंगजेबाची अटकळ अचूक होती. परंतु हे किल्ले घेणे आणि ताब्यात ठेवणे ही अशक्य नसली, तरी अवघड बाब आहे, हे त्याने लक्षात घेतले नाही. आपल्या नंतर एवढ्या जिद्दीने आपले पुत्र ही मोहीम चालवू शकणार नाहीत, हीही वस्तुस्थिती त्याने डोळ्यांपुढे ठेवली नाही. पावसाळा संपल्यावर तो मराठ्यांचे किल्ले घेण्याच्या मोहिमेवर बाहेर पडे आणि एकेका किल्ल्याच्या पायथ्याशी चार-पाच-महिने तळ देऊन राही. अपार जीवित आणि वित्त हानी सोसून शेवटी वेढा दिलेला किल्ला वाटाघाटीनेच काबीज करावा लागे. ही त्याच्या मोहिमेची शोकांतिका होती. वर्षाकाठी

एकदोन किल्ले घेऊन तो मराठी सत्ता कशी नष्ट करणार होता, हे त्याचे त्यालाच माहीत. हा त्याचा अदूरदर्शीपणा होता. बरे, एवढा खटाटोप करून काबीज केलेले किल्ले मराठे अचानक हल्ला करून पुन्हा जिंकून घेऊ शकतात, हेही पन्हाळा, सिंहगड इत्यादी किल्ल्यांच्या उदाहरणांवरून स्पष्ट झाले होते. जो किल्ला घेण्यास बादशहास पाच-सहा महिने लागत, तो किल्ला मराठे गनिमी काव्याने एका रात्रीच्या छाप्यात घेत. मराठ्यांत अद्यापही तानाजी मालुसरे आहेत, याचा औरंगजेबाला विसर पडला होता.

७) स्वातंत्र्ययुद्धाच्या काळात मराठे उत्तरोत्तर आक्रमक बनले. राजाराम महाराजांच्या कारकिर्दीच्या शेवटीशेवटी व ताराबाई काळाच्या प्रारंभापासून मराठे आपल्या फौजा गुजरात, माळवा यांसारख्या मोगली सुभ्यांत घुसवू लागले. या मराठी फौजा मोगलांची गावे व नगरे लुटीत, प्रदेश उद्ध्वस्त करीत, मोठमोठ्या अधिकाऱ्यांना कैद करीत व त्यांच्याकडून चौथ आणि सरदेशमुखी यांच्या स्वरूपात खंडणी गोळा करीत. त्यांच्या भीतीने बादशाही अधिकारी त्यांच्याशी संगनमत करीत आणि मागतील ती रक्कम देऊन अप्रतिष्ठेपासून आपला बचाव करीत. मोगली सुभ्यांवर अशा प्रकारच्या धाडी घातल्या की बादशहाचे महाराष्ट्रातील लष्करी प्रयत्न ढिले पडतील, ही ताराबाईंची अटकळ अचूक होती. ताराबाईंच्या या लष्करी योजनेमुळे मोगली लष्कराचे नीतिधैर्य खचले. त्याच वेळी मराठ्यांचे नीतिधैर्य वाढले. परिणामी बादशहा अगतिक बनला. दक्षिणेत व उत्तरेत धुमाकूळ घालणाऱ्या मराठ्यांना आवर घालण्याचे लष्करी सामर्थ्य त्याच्याजवळ राहिले नाही.

८) औरंगजेबाच्या लष्करी अपयशाची आणखी काही कारणे म्हणजे मोगली लष्करातील अप्रामाणिकपणा, कामचुकारपणा आणि बेदिली, ही होत. आठ हजार स्वारांचा पगार सरकारातून घेणारा मोगली मनसबदार दीड हजार स्वारही जवळ बाळगत नसे, असे इंग्रज वकील नॉरिस म्हणतो. बादशाचा हुकूम त्याच्या तोंडावर तोडण्याची कोणाची छाती नसे. परंतु त्याच्या माघारी त्याचे सरदार, पुत्र व नातू कामचुकारपणा करीत. बादशहास हे सर्व काही माहीत असे. तो तिकडे कानाडोळा करी. खुद्द बादशाही छावणीतील सरदारांत हेवेदावे असत. एखाद्या तरुण सरदाराने पराक्रम करून दाखविला, तर त्याचा मत्सर इतरांना वाटे व त्याच्याविरुद्ध ते बादशहाचे कान फुंकत. खाफीखान सरदारांच्या हेवेदाव्यासंबंधी म्हणतो, "बादशहाची दक्षिणेतील मोहीम जी इतकी लांबली, त्याचे मुख्य कारण

म्हणजे सरदारांतील मतभेद आणि त्यांच्यातील एकीचा अभाव, हे होय.''

९) औरंगजेबाच्या सततच्या युद्धामुळे दक्षिणेतील कित्येक प्रदेश उजाड बनले होते. दुष्काळ व रोगराई यामुळे कित्येक लाख लोक मृत्यू पावले होते. व्यापारधंदे बसले होते. त्यातच मराठ्यांची धामधूम चालू होती. 'हिंदुस्थानात अभूतपूर्व बेबंदशाही निर्माण' झाल्याचे तत्कालीन परकीयांनी नमूद करून ठेवले आहे. अशा परिस्थितीत उत्तर हिंदुस्थानामधील संपन्न सुभ्यांचे करोडो रुपयांचे उत्पन्न दक्षिणेत खर्ची घालून बादशहा हे युद्ध चालवीत होता. युद्धाच्या शेवटच्या पर्वात आपण युद्ध हरलो आहोत, हे त्यास स्पष्ट दिसत होते. तरीही तो जिद्दीने लढत राहिला. कारण महाराष्ट्रातून माघार घेऊन तो उत्तरेस गेला असता, तर त्याची उरलीसुरली इभ्रती नष्ट झाली असती. तसेच ज्यांच्याशी त्याने शत्रुत्व केले त्या शीख, रजपूत, जाठ, पठाण व बुंदेले या साम्राज्यातील इतर जमातींनाही त्यांच्याविरुद्ध अधिक चेव चढला असता. तरीही उत्तरेत न जाता, लष्करी डावपेचाच्या दृष्टीने विचार करता, श्री. सेतुमाधवराव पगडी म्हणतात त्याप्रमाणे त्याने "औरंगबादेपर्यंत मागे सरकून स्वराज्याभोवती आपल्या सैन्याचे कडे बांधण्यास हवे होते.'' तसे त्याने केले असते, तर स्वराज्यातून बाहेर पडून मोगली सुभ्यांवर धाडी घालणाऱ्या मराठी फौजांना त्यास अटकाव करणे सोपे गेले असते.

१०) दक्षिणेतील संघर्ष केवळ लष्करी स्वरूपाचा नव्हता. इस्लामी व हिंदू अशा दोन संस्कृतींमधील तो संघर्ष होता. इस्लामी संस्कृतीच्या म्होरक्यांनी तलवारीच्या बळावर आपला धर्म व संस्कृती या देशात बहुसंख्य असणाऱ्या हिंदू धर्मीयांवर लादण्याचा प्रयत्न करणे म्हणजे वेडेपणा होता. असा वेडेपणा औरंगजेबापूर्वी अनेक सुलतानांनी दाखविला होता. औरंगजेबही याच वेडाने झपाटला होता. तथापि, दक्षिणेत मराठ्यांच्या नेत्याने- छत्रपती शिवाजी महाराजांनी - 'हिंदवी स्वराज्या'ची स्थापना केलेली होती आणि आपल्या धर्मात राहून त्याचे संवर्धन करण्याचे स्वातंत्र्य हिंदूंना असले पाहिजे, अशी या हिंदवी स्वराज्याची भूमिका होती. अशा परिस्थितीमध्ये इस्लामचा ध्वज सर्व हिंदुस्थानात फडकविण्याचे स्वप्न औरंगजेब पाहत होता. त्याच्यासमोर इस्लामची दीक्षा घेणाऱ्यांना तो बक्षिसे देऊन त्यांचा गौरव करी आणि वरच्या दर्जाच्या नोकऱ्या बहाल करी. साकी मुस्तैदखानाच्या ग्रंथात खुद्द औरंगजेबाने अनेक प्रतिष्ठित व्यक्तींना आपल्या धर्मात घेतल्याच्या अनेक नोंदी आहेत. सारांश, दक्षिणेचे युद्ध चालविण्यात अनेक हेतूंपैकी

इस्लामचा प्रसार करणे, हाही बादशहाचा हेतू होता. मराठ्यांच्या किल्ल्यांवर हल्ले करीत असता, अनेक वेळा तो जिहादच्या घोषणा करी. त्याच्या दृष्टीने, सर्व बिगर इस्लामी लोक काफीर होते आणि इस्लामच्या तत्त्वानुसार काफिरांना कापून काढणे, म्हणजे पुण्यकर्म होते. बादशहा ते पुण्यकर्म करीत राहिला. परंतु त्याच्या हे लक्षात आले नाही की हिंदुस्थानातील मोगली साम्राज्य या देशातील हिंदूंच्याच सहकार्यावर व शौर्यावर वाढले होते. त्याला व त्याच्या वारसदारांना बहुसंख्य हिंदू असणाऱ्या समाजावरच राज्य करावे लागणार होते. तेव्हा या समाजाशी शत्रुत्व करून औरंगजेब विजयी कसा होणार होता?

११) औरंगजेबाने विजापूरची आदिलशाही व गोवळकोंड्याची कुतुबशाही बुडविली; परंतु त्या शाह्यांच्या प्रजाजनांनी त्याच्याविरुद्ध उठाव केला नाही. याचे कारण या शाह्या परक्या संस्कृतीच्या म्होरक्यांच्या सुलतानांच्या होत्या. हिंदू प्रजेला त्यांच्याविषयी आत्मीयता किंवा प्रेम वाटण्याचे काही कारण नव्हते. प्रजेच्या दृष्टिकोनातून सुलतानांचे राज्य जाऊन त्या ठिकाणी दिल्लीच्या बादशाहीचे राज्य आले, यात फारसा फरक नव्हता. त्याविषयी प्रजेला दुःखही नव्हते आणि हर्षही नव्हता. औरंगजेबास वाटले की, मराठ्यांचे राज्य बुडविले की मराठेही अशाच प्रकारे निमूटपणे आपली गुलामगिरी स्वीकारतील. परंतु मराठी राज्य हे एतद्देशीयांचे राज्य होते. या राज्याचा राजा कोणी सुलतान नव्हता, तो हिंदूंचा छत्रपती होता. आम मराठी जनतेचा तो आशास्थान होता. हिंदूंच्या संस्कृतीचे संरक्षण करण्यास तो बांधलेला होता. तेव्हा अशा छत्रपतींची प्रजा औरंगजेबास निमूटपणे शरण जाणार नव्हती.

१२) या संघर्षाचा महत्त्वाचा विशेष म्हणजे मराठ्यांच्या बाजूकडून हे 'लोकयुद्ध' होते, तर मोगली बाजूने हे 'बादशाही युद्ध' होते. मराठ्यांना भोसले घराण्याचा खात्रीने अभिमान होता; परंतु ते केवळ भोसले घराण्याच्या सत्तेसाठी लढत नव्हते. राजारामकालात छत्रपती परप्रांती असता आम मराठी जनतेने शत्रूशी लढा चालू ठेवला. या लढ्यात मराठी समाजातील सर्व थरांचे लोक सामील झाल्याचे कवी विठ्ठलदास म्हणतो -

पाटील सेटे कुणबी जुलाई
चांभार कुंभार परीट न्हावी
सोनार कोलि उदिमी फुलारी

या वेगळे लोक किती बिगारी ॥

ढालां कटार तरवार आसंख्य भाले
घोडे बरे जलदै बैसोनिया नीघाले
सेना समूह रचला नीचरे समुदा
देष प्रजा करूनी उद्वस तांब्र बघा ॥...

राजारामकालातील मराठ्यांच्या पराक्रमाचे हे वर्णन आहे. गावच्या पाटलांपासून ते फुलाऱ्यापर्यंत सर्वांनी हे युद्ध आपले मानले आणि मिळेल त्या साधनांनी शत्रूस तोंड दिले. मराठ्यांच्या अंतिम विजयाचे रहस्य यातच आहे. याउलट मोगली बाजूवर आपल्या काजीकडे खुद्द बादशहाला तक्रार करावी लागत होती की, "रमजानचा महिना सोलापूर येथे प्रार्थना करण्यात घालवावा, असे मला वाटत होते, पण काय करू? माझे अधिकारी मनःपूर्वक काम करीत नाहीत. मी त्यांना पुनःपुन्हा सांगतो. पण त्याचा काहीच परिणाम होत नाही." (फेब्रुवारी १७००) परिणाम होणार कसा? हे युद्ध बादशहाचेच आहे व त्याच्या अट्टाहासाने चालू आहे, असे मोगली छावणीतील सर्वांना वाटत होते.

१३) मराठ्यांचे युद्ध हे 'लोकयुद्ध' होते म्हणूनच शेवटी त्यांना यश मिळाले, हे खरे, तथापि, या लोकयुद्धाच्या मागे स्वराज्यसंस्थापक शिवाजी महाराजांनी मराठ्यांना दिलेली स्वातंत्र्यप्रेरणा काम करीत होती, हे लक्षात घेतले पाहिजे. मराठ्यांचे राज्य १६८९ मध्ये जवळजवळ नष्ट झाले, तरीही मराठी सत्ता मोडली नाही. फिनिक्स पक्ष्याप्रमाणे ती स्वराज्याच्या राखेतून पुन्हा जिवंत झाली. शिवाजी महाराजांनी यावनी अंमल नष्ट करून स्वराज्याची स्थापना केली. ही गोष्ट महान खरीच, पण परक्या सत्तेची सेवाचाकरी करण्यात दंग असणाऱ्या समाजाला स्वातंत्र्याची शिकवण दिली, ही त्याहून महान गोष्ट होय.

स्वातंत्र्य हा मानवी समाजाचा मूलभूत हक्क आहे आणि म्हणूनच आपले अस्तित्व टिकविण्यासाठी जगाच्या इतिहासात अनेक समाजांनी आक्रमक साम्राज्यवाद्यांशी लढे दिल्याची उदाहरणे दिसून येतात. आपले स्वतंत्र अस्तित्व टिकविण्यासाठी प्रत्येक समाज जशी धडपड करीत असतो, तसे आपले वर्चस्व इतरांवर लादण्यासाठी साम्राज्यवादी शक्तीही प्रयत्न करीत असते. प्राचीन व मध्ययुगीन कालात साम्राज्यवादाचे स्वरूप राजकीय

व धार्मिक होते, तर अर्वाचीन कालात ते बव्हंशाने राजकीय व आर्थिक बनले. बदलत्या काळाप्रमाणे साम्राज्यवादाचे स्वरूप बदलले, तरी त्यामधील दुसऱ्यावर वर्चस्व स्थापण्याची व त्याची पिळवणूक करण्याची मूलभूत भावना कायम राहिली आहे. परंतु काही अपवाद वगळता दुसऱ्यावर वर्चस्व प्रस्थापित करू इच्छिणाऱ्या समाजाला अंतिम माघारच घ्यावी लागते, यास इतिहासच साक्ष देत आहे. सतत पाव शतकभर मोगल महाराष्ट्रात जाळपोळ, लुटालूट व दंगल करीत राहिले आणि शेवटी त्यांनाही माघार घ्यावी लागली. याचे कारण, मराठे आपल्या स्वराज्यासाठी लढत होते आणि मोगल आपल्या साम्राज्यासाठी लढत होते, हेच होय.

◆

७

सरदार पाटणकर : शिवकालातील ऐतिहासिक पराक्रमी घराणे

देशाचे, राज्यांचे, राजघराण्यांचे इतिहास जसे लिहिले जातात, तसे राजपुरुषांचे, कर्तबगार व्यक्तींचे आणि कर्तबगार घराण्यांचेही इतिहास लिहिले जातात. गेल्या शतकात महाराष्ट्रातील मराठा राज्याचे, तसेच अनेक मराठा राजघराण्यांचे इतिहास लिहिले गेले. काही सरदार घराण्यांचेही इतिहास तयार केले गेले. त्यामध्ये मराठेशाहीत आपल्या पराक्रमाने नामांकित होऊन पुढे आलेल्या सातारा जिल्ह्यातील, पाटणखोऱ्यातील साळुंखे ऊर्फ पाटणकर या ऐतिहासिक घराण्याचा इतिहास आजवर उपेक्षित राहिला होता.

ज्याला आपण मराठ्यांचा इतिहास म्हणतो, अगर मराठेशाहीचा इतिहास म्हणतो, त्याचा प्रारंभ शिवछत्रपतींच्या स्वराज्यनिर्मितीच्या कार्यापासून होतो. शिवछत्रपतींच्या हातून घडलेले हिंदवी स्वराज्यनिर्मितीचे कार्य तत्कालीन मराठ्यांनाच नव्हे, तर अखिल हिंदवासीयांना अलौकिक वाटावे, असे अभूतपूर्व होते. दक्षिणेत आणि उत्तरेतही सर्वत्र यावनी अमलाखाली हतबल होऊन समस्त हिंदू राजेरजवाडे व त्यांची प्रजा आपले स्वातंत्र्य आणि आपली अस्मिता हरवून बसलेली असता, दक्षिणेतील एका शाहीतील सरदारपुत्राने त्या अमलाविरुद्ध स्वातंत्र्याचा उठाव करावा आणि या उठावात त्याने यशस्वी होऊन मराठ्यांच्या, पर्यायाने एतद्देशीयांच्या, एका स्वतंत्र व सार्वभौम राज्याची स्थापना करावी, ती बाब त्या काळीच नव्हे, तर आजही

श्री. सुनील दापूरकर संपादित 'श्रीमंत सरदार पाटणकर हुजूरवाडेकर क्षत्रिय कुळाचा इतिहास व ऐतिहासिक कागदपत्रे' या ग्रंथास डॉ. जयसिंगराव पवारांनी लिहिलेली प्रस्तावना.

अचंबा वाटावी इतकी विलक्षण होती.

देवगिरीच्या यादवांचे साम्राज्य इस्लामी आक्रमकांकडून नष्ट झाल्यानंतर महाराष्ट्राच्या भूमीवरील स्वातंत्र्यसूर्य जो अस्तास गेला, ते तब्बल तीनशे वर्षांनी श्री शिवछत्रपतींच्या हिंदवी स्वराज्याच्या रूपाने पुन्हा दक्षिणेच्या राजकीय क्षितिजावर उदयास आला. हा तीनशे वर्षांचा प्रदीर्घ कालखंड केवळ राजकीय गुलामगिरीचा नव्हता, तर तो हिंदूंच्या मानसिक गुलामगिरीचा, त्यांच्या सत्त्वहीन जीवनपद्धतीचा एक निदर्शक होता. तीनशे वर्षे म्हणजे मराठी समाजाच्या बारा पिढ्यांनी इस्लामी राजवटीखाली आपले जीवन कंठल्यामुळे मराठ्यांच्या हाडीमांसी गुलामगिरी भिनली होती. एखाद्या काळसर्पाचे जहर भिनावे तसे या गुलामगिरीचे जे जहर अखिल मराठी समाजाच्या धमन्या-धमन्यांतून पसरले होते, अशा समाजात तीन शतकांनी स्वातंत्र्याचा महामंत्र उच्चारणारा, स्वातंत्र्याची पताका फडकवणारा महापुरुष निर्माण व्हावा, ही विलक्षण घटना नाही काय?

हिंदवी स्वराज्याची निर्मिती करीत असता, शिवछत्रपतींनी प्रथम आपल्या लोकांत अस्मिता फुलवली, त्यांच्यात आत्मविश्वास निर्माण केला आणि मग त्यांच्या हृदयात स्वातंत्र्याची संकल्पना फैलाविली. स्वराज्याच्या स्थापनेसाठी माणसांची मने मुक्त होणे गरजेचे होते. शिवछत्रपतींनी ही मने मुक्त केली. ही सह्याद्रीची भूमी आमची आहे, या भूमीतील कृष्णा, गोदावरी नद्या आमच्या आहेत, मग या भूमीवरील राज्य आमचे का नाही? आम्ही तर या भूमीचे पुत्र आहोत, हा नवा विचार अनेकांना भावला. पण ज्यांना भावला ते ते शिवछत्रपतींच्या स्वराज्यकार्यात सहभागी झाले. मोरे, खोपडे यांसारख्या स्वकीयांना स्वार्थामुळे हा विचार भावला नाही. ज्याला भावला नाही त्यांना शिवछत्रपतींनी कापून काढले.

शिवछत्रपतींची स्वराज्याची भूमिका ज्यांनी स्वीकारली, त्यांनी त्यांना मनोमन साथ दिली. अशी साथ देणारी जी काही मोजकी इतिहासप्रसिद्ध घराणी महाराष्ट्रात होती, त्यांपैकी पाटण खोऱ्यातील साळुंखे ऊर्फ पाटणकर यांचे घराणे होय. उपरोक्त साळुंखे ऊर्फ पाटणकर घराण्याची उत्पत्ती प्राचीन राजवंश म्हणजे पाटणकरांच्या घराण्याचा मूळपुरुष म्हणून ज्योत्याजीराव साळुंखे यांचे नाव होते. आदिलशाही राजवटीतच ज्योत्याजीरावांनी आपल्या पराक्रमाने पाटण परगण्याची देशमुखी मिळवली आणि अशा प्रकारे त्यांचे साळुंखे घराणे 'पाटणकर देशमुख' बनले.

शिवपूर्वकाळात महाराष्ट्रातील देशमुख घराण्यांना समाजात मोठी प्रतिष्ठा होती. देशमुख हा परगण्यातील सर्वांत मोठा वतनदार समजला जाई. परगण्याचा तो राजाच असे. स्वतःचे वाडेहुडे, हजार-पाचशे प्यादेशिपाई बाळगून आपल्या परगण्यात राजासारखा तो वावरत असे. शेजारच्या परगण्यातील देशमुख मंडळींशी त्याचे संघर्ष चालू असत. अनेकदा सुलतानाची सत्ताही तो जुमानत नसे. अशा या देशमुख वतनदारांच्या प्रदेशात शिवाजी महाराजांना स्वराज्याचा प्रयोग यशस्वी करायचा होता. त्यासाठी साम-भेद-दंड अशी तिहेरी नीती त्यांनी अवलंबिली. ज्या देशमुखांनी सहकार्य देऊ केले त्यांना त्यांनी सन्मानाने वागविले. ज्यांनी विरोध केला, त्यांना त्यांनी दंडनीतीने दूर केले!

१६५९ मध्येच अफझलखान वधानंतर शिवाजी महाराजांनी वाई-प्रतापगडापासून कोल्हापूर-पन्हाळ्यापर्यंतचा प्रदेश स्वराज्यात सामील करून घेतला, त्या वेळीच पाटण खोरे व तेथील वतनदार पाटणकर देशमुख स्वराज्यात रुजू झाले असणार. तथापि, आपणास या काळातील पाटणकरांची कागदपत्रे मिळत नाहीत. महाराजांचे पाटणकरांना लिहिलेले १६७८ सालचे एकमेव पत्र उपलब्ध आहे. त्यावरून पाटणकर घराण्यातील यशवंतराव, बाळाजीराव व चांदजीराव पाटणकर अशा तीन पुरुषांची नावे आपणास ज्ञात होतात. पैकी यशवंतराव 'झगडिया'त म्हणजे लढाईत मारला गेला. म्हणून महाराजांनी बाळाजीराव व चांदजीराव यांचे सांत्वन करण्यासाठी हे पत्र लिहिले आहे. ही लढाई केव्हा, कुठे किंवा कुणाशी झाली, हे समजून येत नाही. पण ज्या अर्थी महाराजांनी आस्थेने सांत्वनपर पत्र पाठवले आहे, त्या अर्थी ही लढाई स्वराज्यरक्षणासाठी अथवा कर्नाटक मोहिमेतील स्वराज्यवृद्धीसाठी घडून आली असावी, असा तर्क करण्यास जागा आहे.

पत्रात महाराज म्हणतात, 'ऐसीयास तुम्ही मानाचे धणी वतनी लोक आहा. तुम्हावरी स्वामींची कृपा आहे. झगडिया पडला, येसवंतराऊ पडला; तरी त्याची आयुष्य मर्यादाच तितकी, त्यास काय करावे? तुम्ही त्याच्या मुलांचा समाचार घेत जाणे. त्यांचे जित्रब त्याचे मुलास करार करून पूर्वीची पत्रे पाठविली आहेती व रा अनाजी पंतापासी असतील. समाचार घेऊन त्याप्रमाणे चालवणे. आपले समाधान असो देणे. येविशी रा अनाजी पंतास पत्र लिहिले असे.''

पत्राची भाषा प्रशासकीय नाही, ती ममतेची आहे. 'तुम्ही मानाचे धणी,

वतनी लोक आहा' या महाराजांच्या उद्‌गारावरून पाटणकरांची स्वराज्यातील वतनदार देशमुख म्हणून केवढी प्रतिष्ठा होती, हे ध्यानात येते. तसेच अन्य एखादा एकनिष्ठ वतनदार स्वराज्याच्या सेवेत खर्ची पडला, तर महाराज त्याच्या आप्तांची व कुटुंबीयांची कशी काळजी घेत, हेही येथे दिसून येते. दुर्दैवाने शिवछत्रपतींच्या कारकिर्दीतील तसेच संभाजी महाराजांच्या कारकिर्दीतील पाटणकर घराण्याची अस्सल कागदपत्रे उपलब्ध नाहीत. तशी ती झाली तरी मराठ्यांच्या इतिहासात फार मोलाची भर पडली असती. तथापि, यात समाधानाची बाब अशी की, संभाजी हत्येनंतर उद्‌भवलेल्या अभूतपूर्व संकटप्रसंगीच्या कालखंडावर प्रकाश टाकणारी बरीच अस्सल कागदपत्रे आज आपल्यापुढे आलेली आहेत. मराठी इतिहासाच्याच नव्हे, तर मराठी भाषेच्या अभ्यासाच्या दृष्टीनेही ही पत्रे मोलाची आहेत.

हिंदवी स्वराज्यावर सर्वांत भयानक संकट संभाजी महाराजांच्या हत्येने कोसळले. आदिलशाही व कुतुबशाही अशा दक्षिणेतील दोन सत्ता गिळंकृत केलेल्या औरंगजेब बादशहाला तर वाटले की, मराठा राजाला ठार केल्यानंतर आता ही मराठेशाहीही बुडाली. राजधानी रायगड घेऊन तेथील मराठा राजकुटुंबास कैद केले की आपली दक्षिणेची सर्व मोहीमच फत्ते झाली! असे केवळ मोगल बादशहाला आणि त्याच्या सरदारांनाच वाटले असे नाही, तर स्वराज्यातील किल्लेदार, ठाणेदार, हवालदार यांसारख्या अधिकाऱ्यांना व देशमुख-देशपांडे यांसारख्या वतनदारांनाही तसे वाटले आणि म्हणूनच संभाजीराजांच्या हत्येनंतर स्वराज्यात अभूतपूर्व परिस्थिती उद्‌भवली. किल्ल्यांमागून किल्ले व ठाण्यांपासून ठाणी मोगलांना शरण जाऊ लागली. स्वराज्याच्या प्रदेशाचा प्रत्यही संकोच होऊ लागला. राजधानी रायगडासही शत्रूचा वेढा बसला. जणू सर्वत्र अंधारच पसरू लागला.

अशा निराशेच्या भयाण अंधकारात राणी येसूबाई धीरोदात्तपणे उभ्या राहिल्या. रायगडावर आपल्या पुत्रास-बाल शाहूराजास-गादीवर बसविण्याचा वैयक्तिक स्वार्थ बाजूला ठेवून त्यांनी आपल्या दिरास-राजाराम महाराजांस गादीवर प्रतिष्ठित केले आणि आपल्या या कृतीने अखिल मराठी समाजासमोर निःस्वार्थीपणाचा व स्वराज्यभिमानाचा एक आदर्शच निर्माण केला.

या वेळी शिवछत्रपतींच्या तालमीत वाढलेले रामचंद्रपंत, नीळकंठ मोरेश्वर, प्रल्हाद निराजी, संताजी घोरपडे, धनाजी जाधव, खंडो बल्लाळ अशा अनेक राजकारणधुरंधर व रणधुरंधर व्यक्ती हयात होत्या. त्या

सर्वांना रायगडावर जमवून येसूबाईंनी मसलत सांगितली की, गडावर सर्व राजकुटुंबीयांनी एकत्र राहणे धोक्याचे आहे. तेव्हा राजाराम महाराजांनी गडाबाहेर पडून फिरते राहून, शत्रूशी मुकाबला करावा आणि प्रसंगी जिवास धोका निर्माण झाल्यास कर्नाटकात दूर जिंजी किल्ल्याकडे निसटून जावे. तेथे राजधानी थाटून राज्यकारभार करावा.

येसूबाईंची मसलत सर्वांनी मानली. त्यानुसार राजाराम महाराज आपल्या निवडक सहकाऱ्यांसह रायगडाहून निघून प्रतापगडावर व तेथून पन्हाळगडावर आले. ते जेथे जेथे गेले तिथे तिथे मोगली फौजांनी त्यांचा पाठलाग करून किल्ल्यास वेढे दिले. आता पन्हाळगडावर ते आल्याचे समजताच शत्रूने पन्हाळगडासही वेढा दिला. (सप्टेंबर १६८९)

पाटणकर घराण्याची राजारामकालीन कागदपत्रे वाचत असता, ही सर्व पार्श्वभूमी नजरेसमोर आणावी लागते. त्यानंतरच कागदपत्रांचे महत्त्व लक्षात येते.

या वेळी पाटणकर देशमुख घराण्यात नागोजीराव पाटणकर व चांदजीराव पाटणकर हे पितापुत्र प्रमुख आहेत. वतनदार देशमुख म्हणून त्यांची स्वराज्यातील प्रतिष्ठा मोठी आहे. त्यांच्याकडे त्यांचा स्वतःचा जमाव (सैन्य) आहे. एका पत्रात त्यांचा 'सहस्त्री' असा उल्लेख आहे. याचा अर्थ ते एक हजार सैनिकांचे प्रमुख होते. पाटणकर शूर लढवय्ये म्हणून प्रसिद्ध होते. पण सर्वांत महत्त्वाचे म्हणजे ते स्वराज्याशी आणि छत्रपतींशी एकनिष्ठ होते. स्वराज्यात बहुतेक ठिकाणचे वतनदार मोगलांच्या सेवेत रुजू होत असताना, पाटणकर मात्र अभेद्य खडकाप्रमाणे छत्रपतींच्या पाठीशी उभे होते. पाटणकरांचे वैशिष्ट्य एवढेच नाही, तर वाई-प्रतागडापर्यंतचा प्रदेश त्यांनी स्वारीशिकारी करून जे वतनदार फिसाहतखोर (बंडखोर) बनले होते, त्यांना त्यांनी शिक्षा केल्या होत्या. त्यांना वठणीवर आणले होते.

पाटणकर पिता-पुत्रांनी या उत्स्फूर्तपणे केलेल्या आपल्या कामाच्या वार्ता लिहून पन्हाळगडावर नूतन छत्रपती राजाराम महाराजांना कळविल्या तेव्हा त्यांना आनंद होणे स्वाभाविक होते. त्यांनी १२ सप्टेंबर १६८९ रोजी पाटणकरांना शाबासकी देणारे पत्र पाठविले आहे, त्यात ते म्हणतात :

"तुम्ही हुशार खबरदार राहून फिसाहतखोरास कोटगा देऊन मार्गमामला अनुकूल चलता केला. यावरून स्वामी तुम्हावरी संतोषी जाले. तरी तुम्ही मर्दाने लोक तैसेच आहा. तुमचे भरवसेच आहेत. हे मराठे राज्य. तुम्ही

आम्ही मऱ्हाटे लोकी इनामासी खता न करिता मऱ्हाठेधर्माची इरे धरून स्वामिकार्य करावे. यैसे इकडून तुम्हा लोकांचे उर्जितच आहे.''

राजाराम महाराजांच्या अनेक पत्रांत 'महाराष्ट्रधर्म' हा शब्द आलेला आहे. कारण शिवछत्रपतींनी ज्या महाराष्ट्रधर्माची शिकवण दिलेली होती, तो महाराष्ट्रधर्म सर्वांत जास्त याच वेळी धोक्यात आला होता. 'स्वराज्यरक्षण' हे महाराष्ट्र धर्माचे प्रमुख लक्षण होते आणि पाटणकर देशमुख या 'महाराष्ट्रधर्मास' जागत होते.

उपरोक्त पत्रानंतर राजाराम महाराजांनी अवघ्या तीन दिवसांनी दुसरे एक लांबलचक पत्र नागोजीराव व चांदजीराव या पिता-पुत्रांना लिहिले आहे. त्यामध्ये जावळी प्रांतात ज्या वतनदारांना शिवछत्रपतींनी ऊर्जितावस्थेला आणले, त्यांनीच आता 'हरामखोरी मांडली आहे' असे सांगून महाराजांनी पुढे लिहिले आहे की, धनाजी जाधवराव सेनापंचसहश्री यांच्यासोबत सैन्य देऊन त्या प्रांती धाडले आहे. त्यास तुम्ही तुमच्या जमावानिशी मिळून फिसाहतखोरांना गर्देस मेळवावे! पाटणकरांच्याविषयी गाढ विश्वास व्यक्त करताना महाराजांनी म्हटले आहे :

''स्वामीने बहुत संतोषी होऊन भरवसा मानिला की तुम्हासारिखे लोक त्या प्रांते असता स्वामिकार्य होऊन यावया काये अशक्य आहे? जमाव राखोन जैसी कस्त करायची तैसी केली. यावरून स्वामीस बहुतच मजुरा जाला. तरी ये गोस्टीचे अपूर्व काये आहे? तुम्ही लोक तैसेच आहा! हाली हा गनिम मारून काढावा आणि तो प्रांत मोकला करावा याहून आणिक काये विशेष आहे!''

उपरोक्त प्रत्येक वाक्यात छत्रपतींनी पाटणकरांचे केलेले कौतुक भरले आहे. शूर स्वामिनिष्ठ पाटणकरांकडून असा पराक्रम, अशी सेवा घडणार नाही, तर मग अन्य कुणाकडून घडेल, असे हे छत्रपती महाराजांकडून कौतुक आहे!

राजाराम महाराजांनी या प्रसंगी आणखी एक विश्वास, आणखी एक श्रद्धेची भावना व्यक्त केली आहे. भावनेच्या आवेगात महाराजांच्या तोंडून उद्‌गार बाहेर पडला आहे :

'हे राज्य श्रींच्या वरदांचे आहे! याचे कोण्हाच्याने अनिष्ट होववतच नाही!'

स्वराज्यनिर्मिती ही जशी शिवछत्रपतींना झालेली ईश्वरी प्रेरणा होती,

तशी स्वराज्यरक्षण हीही ईश्वरी प्रेरणा आहे. ईश्वरी प्रेरणेने, आशीर्वादाने स्थापन झालेल्या या राज्याचे अनिष्ट कोणाच्याने होणार आहे, ही मोठी आत्मविश्वासाची भावना या ठिकाणी व्यक्त झालेली आहे! तत्कालीन भाषाशैलीच्या दृष्टीने ही पत्रे मराठी साहित्यात अजरामर व्हावीत अशी आहेत.

यानंतर १४ दिवसांनी महाराजांनी या पिता-पुत्रांना पाठविलेले पत्र येते. हे पत्र छोटे आहे. या पत्रात महाराष्ट्रातील राज्याचा कारभार महाराजांनी रामचंद्र पंडित (सचिव) यांच्यावर सोपविला असून, ते सांगतील त्याप्रमाणे वर्तवणूक करावी, अशी आज्ञा केली गेली आहे आणि शेवटी म्हटलेले आहे. "तुम्ही स्वामीचे पुरातन सेवक असा व या राज्याची पोटतिडिक तुम्हा लोकास आहे. जे गोस्टीने राज्यसंरक्षण होये, तोच पदार्थ करणे.'

या पत्राचे दुसरे एक वैशिष्ट्य आहे, ते म्हणजे, हे पत्र पन्हाळगडाहून गुप्तपणे निसटून राजाराम महाराज कर्नाटकात जात असता मार्गातून लिहिलेले आहे. महाराज २६ सप्टेंबर रोजी पन्हाळगडाहून बाहेर पडले आणि हे पत्र २९ सप्टेंबरचे आहे. अतिशय संकटमय व धोकादायक प्रवासातही महाराजांचे स्वराज्यरक्षणाच्या कार्याकडे कसे व किती लक्ष होते, याचे हे पत्र एक दर्शन घडविते.

यानंतर बऱ्याच महत्त्वपूर्ण घटना स्वराज्यात घडून आल्या. अनेक धोक्यांना व संकटांना सामोरे जात राजाराम महाराज आपल्या सहकाऱ्यांनिशी कर्नाटकात जिंजी किल्ल्यात पोहोचले खरे, पण इकडे महाराष्ट्रात त्याच दरम्यान बादशहाने राजधानी रायगड, राणी येसूबाई व शाहूराजे यांच्यासह जिंकून घेतला. त्या वेळी महाराष्ट्रातील मराठी राज्याची अवस्था मोठी बिकट झालेली दिसते. राज्यातील बहुतेक गडकोट ठाणी राजधानीसह शत्रूने घेतलेली, मराठ्यांची राणी व राजपुत्र शत्रूच्या कैदेत पडलेले, नवा राजा महाराष्ट्रातून परागंदा झालेला, कारभार यंत्रणा मोडून पडलेली, सैन्य विस्कटून गेलेले, बहुसंख्य वतनदार शत्रूस रुजू झालेले, अशा अवस्थेत 'स्वराज्य बुडले', अशी भावना सर्वत्र पसरल्यास नवल नव्हते. औरंगजेब बादशहा तर मराठी राज्य आता बुडालेच, असे गृहीत धरून चालला होता.

पण असे घडले नाही. मराठी राज्य बुडाले नाही. फिनिक्स पक्ष्याप्रमाणे ते राखेतून जिवंत झाले. मराठ्यांचा राजा जरी महाराष्ट्रातून कर्नाटकात परागंदा झाला होता, तरी त्याने मागे ठेवलेले त्याचा कारभारी व सेनानी

शिवछत्रपतींच्या राजकीय आखाड्यात तयार झालेले होते. भूमीवरील गडकोटांचे राज्य नष्ट झाले म्हणून काय झाले? असे राज्य निर्माण करण्याची शिवछत्रपतींची स्वातंत्र्याची प्रेरणा कुठे नष्ट झाली होती? ती जोपर्यंत शिवछत्रपतींच्या अनुयायांच्या हृदयात तेवत होती, तोपर्यंत मराठी राज्य नष्ट होणे शक्य नव्हते; आणि असेच घडले. महाराष्ट्रात मागे राहिलेले रामचंद्र पंडित, शंकराजी नारायण, संताजी घोरपडे व धनाजी जाधव यांनी अत्यंत प्रतिकूल परिस्थितीतही धीर खचू न देता सैन्याची जुळवाजुळव केली आणि छोट्या-मोठ्या लष्करी मोहिमांचे संयोजन सुरू केले. त्यांच्या या प्रयत्नांना सामान्य मराठी माणसांनी पाठिंबा दिला, साहाय्य दिले आणि हा हा म्हणता मराठी सैन्याच्या लहानमोठ्या तुकड्या शत्रूशी गनिमी काव्याने लढण्यास सज्ज झाल्या. आता मराठे गेलेले गडकोट व ठाणी एकेक करून परत काबीज करू लागले. ठिकठिकाणी छावणी करून असलेल्या मोगली लष्करावर छापे मारून त्यांची लांडगेतोड सुरू झाली. साताऱ्याच्या पायथ्याशी असणाऱ्या सर्जाखान नावाच्या नामांकित मोगल सरदाराशी गनिमी काव्याने लढून त्यास कैद केले गेले. दोन लाखांचा दंड त्यांच्यावर मराठ्यांनी बसवला. थोडक्यात मराठ्यांच्या पराक्रमाचा व विजयांचा आलेख पुन्हा वर चढू लागला. 'राज्याचा मामला थाटात चालला आहे', असे उद्‌गार तत्कालीन कागदपत्रात आढळतात ते उगीच नव्हे!

तिकडे कर्नाटकात जिंजी येथे राजाराम महाराजांनी आपले आसन स्थिर केले. कर्नाटकातील राज्याची सूत्रे हाती घेऊन कारभार यंत्रणा सज्ज केली. औरंगजेबाशी लढणाऱ्या मराठ्यांचा राजा जिंजीस आल्याचे समजल्यावर कर्नाटकातील नायक व पाळेगार आपापले सैन्य घेऊन त्यांच्याभोवती जमा होऊ लागले. म्हणजे तिकडेही राज्याचा मामला थाटात चालला.

मोगली गोटात मात्र चलबिचल सुरू झाली. बादशहाचे मनोरथ डळमळू लागले. मराठ्यांची राणी व राजपुत्र हाती सापडले; पण नवा राजा हातातून निसटला हे पाहून बादशहाने रायगडविजेता जुल्फीकारखानास जिंजी जिंकून राजाराम महाराजांना पकडण्याच्या कामावर रवाना केले आणि खासा आपण कारेगावची छावणी सोडून विजापूरकडे आला. महाराष्ट्र-कर्नाटक अशा विस्तीर्ण प्रदेशातील युद्धप्रयत्नांचे संयोजन विजापूरहून करणे त्याला सोयीचे वाटत होते.

या पार्श्वभूमीवर राजाराम महाराजांनी जिंजीहून चांदजीराव पाटणकर

यांना दि. १३ एप्रिल १६९० रोजी सविस्तर पत्र पाठविले आहे. या पत्रात त्यांनी म्हटले आहे की, औरंगजेब विजापुरावर आला असून, त्याच्याजवळ फारसे सैन्य नाही. अशा परिस्थितीत संताजी घोरपडे, धनाजी जाधव व तुमच्यासारखे अन्य सरदार या सर्वांनी मिळून त्याच्यावर मोहीम काढून छापा टाकावा व त्यास नेस्तनाबूत करावे. महाराज लिहितात :

'यैशा प्रसंगी संताजी घोरपडे व रा धनाजी जाधव व तुम्ही आवघे सरदार मिळोन पोखता जमावाने विज्यापुरावरी जावे. देश मारून तलफ करावा. फावल्या प्रसंगी शहरावरी छापा घालावा. अवरंगशहास दहशत लावावी. यैसा प्रसंग आहे. याकरिता रा संताजी घोरपडे व रा धनाजी जाधव या उभयेतास पत्रे पाठविली आहेत. तेणेप्रमाणे ते जमावानिशी विज्यापूर प्रांते स्वारीस जातील. तुम्हीही त्या बराबरी आपल्या जमावाने जाणे आणि उभयतांच्या मते स्वारीसिकारी करून गनिमास दहशत लाऊन काबूत सापडलिया मारून गर्देस मेलवणे. कुल लष्कर येकवट होऊन खासा विज्यापुरावरीच छापा घालून औरंगशहा नेस्तानाबूद होयेस करणे. आणिक संतोष वार्ता स्वामीस लेहून पाठविणे.''

पाटणकर देशमुख घराण्याच्या दृष्टीने हा कागद फार महत्त्वाचा आहे. कारण यात चांदजीराव पाटणकर यांस राजाराम महाराजांनी 'सेनापंचसहस्त्री' असे संबोधले आहे. मागे निर्देशिलेल्या २९ सप्टेंबर १६८९च्या पत्रात महाराजांनी चांदजीरावांना 'सेनासहस्त्री' असे संबोधले आहे. याचा अर्थ असा की, सप्टेंबर १६८९ ते एप्रिल १६९० या सहा महिन्यांच्या अल्पशा कालखंडात चांदजीरावांनी एवढी कामगिरी करून दाखविली की, त्यांना सेनापंचसहस्त्री'चा सेनेमधील अत्युच्च मानाचा व अधिकाराचा हुद्दा बहाल करण्यात आला. प्रस्तुत प्रत्रामध्ये संताजी आणि धनाजी या दोघांचाही उल्लेख 'सेनापंचसहस्त्री' असाच केला गेला आहे. (कारण या कालापावतो राजाराम महाराजांनी 'सेनापती' पद कुणासही दिलेले नव्हते.) यावरून 'नेसापंचसहस्त्री' हुद्द्याचा दर्जा आपल्या लक्षात येतो.

स्वराज्याच्या अत्यंत बिकट काळात चांदजीरावांनी संताजी-धनाजी या सेनानींच्या सोबत राहून शत्रूच्या फौजा पराभूत करण्यात केलेली ही कामगिरी होती. या कामगिरीविषयी तत्कालीन दि. ९ जून १६९० च्या एका पत्रात खुलासा मिळतो. त्यात म्हटले आहे :

'पाटणकरांनी गनिमाच्या फौजा मारून गर्देसी मेलविले. दलमेहनत

खस्त जाहाले. पाटणकरांनी जमाव केला. त्यासी सौदागरचे कर्जे घेतली व आपली हिसात तमाम जमावाचे भरीस घालून मामला राखोन राज्य रक्षवियाची मदती केली.'

जावळी-प्रतापगड-वाई-सातारा-कऱ्हाड-पाटण-शिराळा असे पाटणकरांच्या लष्करी हालचालींचे क्षेत्र आहे आणि या काळातील मोगल-मराठा संघर्षाचे हे एक प्रमुख केंद्र होते. येथे 'रात्रंदिन आम्हा युद्धाचा प्रसंग' अशी परिस्थिती होती. या परिस्थितीत पाटणकरांनी 'महाराष्ट्रधर्माची' ईर्षा बाळगून सैन्य उभारले. त्यासाठी सावकारांची कर्जे काढली आणि आपली सर्व शक्ती पणाला लावून उपरोक्त प्रदेशातील गनिमांच्या फौजा गर्देस मिळवल्या.

तत्कालीन एका पत्रात राजाराम महाराज कर्नाटकात गेल्यावर इकडे पाटणकर पितापुत्रांनी 'तांब्राचे कितेक सरदार बुडविले' असा उल्लेख येतो. छत्रपती आणि त्यांचे अष्टप्रधान मंडळातील प्रधान यांनी त्यांना वेळोवेळी शाबासकी दिलेली आहे. ५ ऑक्टोबर १६९०च्या जिंजीहून पाठविलेल्या एका पत्रात प्रल्हाद निराजी प्रतिनिधी त्यांच्याविषयी म्हणतात, 'तुम्ही नामांकित घराणेदार. तुम्हापासून स्वामिकार्य नव्हे तेव्हा कोणापासून होवे? तुम्ही मर्दाने स्वामिकार्याचे आहा. राजश्री स्वामीप्रती तुमचा मजुरा आहे. येविषयी आपुले समाधान असो देणे.'

छत्रपती आणि त्यांचे प्रधान यांनी पाटणकरांना केवळ शाबासकी दिलेली आहे. त्यांच्या कामगिरीचा मोबदला म्हणून त्यांनी प्रथम पाटण परगण्यातील १२ गावांचे इनाम व नंतर सारा पाटण महालच इनाम म्हणून दिला.

राजारामकालीन पाटणकर घराण्याच्या कागदपत्रांत रामराव पाटणकर व पदाजीराव पाटणकर या दोघांचा उल्लेख पुढे येतो. हे दोघेही पाटणकर देशमुख घराण्यातील होते आणि ते नागोजीराव व चांदजीराव यांच्याप्रमाणेच कर्तबगार होते. चांदजीरावांचे जिंजीच्या दरबारात मोठे वजन होते. त्यांच्या शब्दाला मोठा मान होता. त्यांच्या शिफारशीवरून राजाराम महाराजांनी रामराव पाटणकर व पदाजीराव पाटणकर यांना पागेची 'पंचसहस्री' दिली.

बादशहाचा सेनापती जुल्फिकारखान याने जिंजी किल्ल्यास वेढा दिला होता. त्याच्या मदतीला बादशहाने आपला वजीर आणि खानाचा पिता असदखान व आपला पुत्र शाहजादा कामबक्ष या दोघांना मोठे सैन्य देऊन पाठविले. परिणामी जिंजीपुढील मोगलांचे किल्ल्यावरील हल्ले वाढले व

किल्ल्यामधील परिस्थितीही बिकट बनली. तेव्हा राजाराम महाराजांच्या आज्ञेने महाराष्ट्रातून संताजी घोरपडे व धनाजी जाधव आपल्या फौजांसह जिंजीकडे गेले. संताजीने मार्गातच कांचीपुरमजवळ बादशहाच्या अलीमर्दानखान नावाच्या नामांकित सरदारास पराभूत करून कैद केले. धनाजीने जिंजीस वेढा घालून बसलेल्या मोगली सैन्यातील इस्माइलखान मखा या दुसऱ्या सरदारास जेरबंद केले. अशा प्रकारे संताजी-धनाजींनी मोठमोठे पराक्रम करून जिंजीपुढील मोगलांचा वेढा उधळून लावला. (सन १६९२-९३)

संताजी-धनाजींच्या या प्रसिद्ध मोहिमेत चांदजीराव पाटणकर आपल्या सेनेनिशी संताजीच्या फौजेत होते आणि त्यांनी संताजीबरोबर पराक्रम केल्याची नोंद पाटणकरांच्या कागदपत्रात मिळते. ३० एप्रिल १६९३च्या रामचंद्र पंडित अमात्य यांना पाठविलेल्या आज्ञापत्रात राजाराम महाराजांनी चांदजीरावांच्या कार्याचा गौरव करताना म्हटले आहे : 'राजश्री चांदजीराऊ पाटणकर याणी स्वामींची सेवा येकनिष्ठेने आजीपर्यंत केली व पुढेही करीत आहेत. यांचे सर्व प्रकारे चालविणे. गोमटे करणे हे स्वामीस आगत्य. याकरिता स्वामीने यांस पाटण महाल ईनाम करून दिला आहे व आणिखी कितेक सरंजाम करून दिलहा आहे.'

पुढे जिंजीपुढून मोगली फौजेस सुखरूप माघार घेऊ देण्याच्या प्रकरणावरून राजाराम महाराजांशी सेनापती संताजी घोरपडे यांचे वितुष्ट आले आणि ते इतके विकोपास गेले की, महाराजांनी संताजीस सेनापतिपदावरून दूर करून धनाजीस सेनापतिपद दिले. त्याविषयीचाही उल्लेख २८ मे १६९३च्या एका कागदात येतो. चांदजीराव संताजीच्या फौजेत होते. आता त्यांनी आपल्या जमावानिशी धनाजीच्या फौजेत जावे, असा महाराजांचा हुकूम झाला.

त्यानंतर संताजी आणि धनाजी दोघेही महाराष्ट्रात परतले. चांदजीरावही त्यांच्याबरोबर आले. चांदजीरावांसारख्या छत्रपतींशी एकनिष्ठ असलेल्या स्वराज्यप्रेमी सरदाराला संताजी व धनाजी या मातब्बर सेनानींत हेवेदावे निर्माण व्हावेत, हे मनास रुचत नव्हते. यामुळे शेवटी राज्याच्या कार्याची हानीच होणार हे जाणून त्यांनी या उभय सेनानींत समेट घडवून आणण्याचा प्रयत्न केला. त्यासंबंधी एक उल्लेख १७ एप्रिल १६९४च्या पत्रात आहे. त्याच पत्रात शेवटी रामचंद्रपंत आणि परशुरामपंत या दोघांनी उभय सेनानींत समेट घडवून आणल्याचे नमूद आहे. तत्कालीन राजकारणाच्या दृष्टीने ही

पत्रे फार महत्त्वाची आहेत.

महाराणी ताराबाई यांच्या कारकिर्दीतील पाटणकर घराण्याचे एकमेव पत्र उपलब्ध आहे. राजाराम महाराजांच्या निधनानंतर औरंगजेब बादशहाने राजधानी साताऱ्यास वेढा घातला होता, त्या वेळचे हे पत्र आहे. वेढा घालून बसलेल्या फौजेची रसद मारण्याची कामगिरी चांदजीरावांकडे होती व ती ते उत्तम प्रकारे पार पाडीत होते, असे १४ एप्रिल १७००च्या परशुराम त्र्यंबक प्रतिनिधींच्या पत्रावरून स्पष्ट होते. या पत्रात औरंगजेबाचा साताऱ्यापुढे इलाज चालत नसल्यामुळे, त्याने आता वाटाघाटीचा मार्ग स्वीकारला आहे, ही अत्यंत महत्त्वपूर्ण माहिती मिळते. या वाटाघाटीसंबंधी परशुरामपंत लिहितात :

'इकडील वर्तमान तर औरंगजेब अजीपावेतो सातारेयास जो ईलाज करावयाचा तो केला. परंतु काहीच न चाले याकरिता हाली सद्य प्रसंगाचे राजकारण लावणे म्हणून रोहिलाखानास हुकूम करून त्याच्या तर्फेने राजश्री विठोजी पाटील आमचे भेटीस पाठविले. पातशहांचा आदर देखोन आम्ही राजश्री अंताजी आपदेव यास पातशहाचे भेटीस पाठविले आहेत. त्याची भेटी होऊन पुढेन जो प्रसंग होऊन येईल ते तुम्हास लिहून पाठवून देऊ. प्रस्तुत सजनगडाखाले कमरदीन आला. याचे काहीस बरी दहशत लावून कत्ती मारीत जाणे आणि वर्तमान वरचेवर लिहीत जाणे.'

इथे शिवशाही कालखंडातील पाटणकर घराण्याची अस्सल ऐतिहासिक कागदपत्रे थांबतात. ही कागदपत्रे मुळात बऱ्याच संख्येने असणार, हे उघड आहे. पण आपल्यापर्यंत ही मोजकीच कागदपत्रे आली आहेत. त्यावरून शिवशाहीत, विशेषतः मराठ्यांच्या स्वातंत्र्ययुद्धाच्या कालखंडात या पाटणकर घराण्याने केलेल्या असामान्य कामगिरीची माहिती मिळू शकते. यशवंतराव, नागोजीराव, चांदजीराव, रामराव आणि पदाजीराव असे एकूण पाच कर्तबगार पराक्रमी पुरुष शिवशाहीत या घराण्याने महाराष्ट्राला दिले आहेत.

शिवशाहीतील पाटणकर घराण्याच्या कागदपत्रांवरून पुढील काही ठळक निष्कर्ष निघतात :

१. शिवछत्रपतींच्या स्वराज्यस्थापनेच्या कार्यात महाराष्ट्रातील ज्या काही वतनदार देशमुखांनी कायावाचामने करून सहकार्य केले, त्यांपैकी साताऱ्याच्या प्रदेशातील पाटणकर देशमुख प्रमुख होते.

२. संभाजी महाराजांच्या वधानंतर स्वराज्यात निर्माण झालेल्या अभूतपूर्व

संकटप्रसंगात पाटणकर छत्रपतींशी व स्वराज्याशी एकनिष्ठ राहिले. पाटणकर घराण्यातील एकही पुरुष वतनाच्या वा सरंजामाच्या आशेने वा स्वार्थाने मोगलांना मिळालेला नाही, हे या घराण्याचे नमूद करण्यासारखे मोठे वैशिष्ट्य होय.

३. राजाराम महाराज कर्नाटकात गेल्यावर 'ना राज्य-ना राजा' अशी परिस्थिती महाराष्ट्रात जेव्हा निर्माण झाली, त्या वेळी ज्या मराठा सरदारांनी स्वराज्यनिष्ठेने जिद्दीने फौजा उभ्या करून मोगली फौजांशी संघर्ष केला, त्यामध्ये पाटणकर प्रमुख आहेत. विशेष म्हणजे प्रसंगी सावकारांकडून कर्जे घेऊन त्यांनी सैन्य उभे केले व त्या सैन्याच्या बळावर अनेक मोगल सरदार बुडविले, ही गोष्ट खासच गौरवास्पद होती.

शिवकालात महाराष्ट्रातील अनेक घराण्यांनी शिवछत्रपतींना स्वराज्यनिर्मितीसाठी व नंतरच्या छत्रपतींना स्वराज्यरक्षणासाठी साथ दिली, त्यात हे पाटणकर घराणे अग्रेसर होते. आत्यंतिक संकटकालातही त्यांनी स्वराज्याप्रत असणारी निष्ठा सोडली नाही आणि आपल्या पराक्रमाने महाराष्ट्र राज्य व महाराष्ट्रधर्म यांचे संरक्षण व संवर्धन केले.

◆

८

हुकुमतपनाह रामचंद्रपंत अमात्य

शिवकालात अंगाच्या हुशारीने व पराक्रमाने जी घराणी पुढे आली आणि नावलौकिकास चढली, त्यांत पंत अमात्य बावडेकर हे घराणे मुख्य होते. या घराण्यातील रामचंद्रपंडित अमात्य यांनी तर आपल्या मुत्सद्देगिरीने हा लौकिक उत्कर्ष बिंदूस पोहोचविला. शिवाजी महाराज, संभाजी महाराज, राजाराम महाराज, ताराबाईपुत्र शिवाजी महाराज व राजसबाईपुत्र संभाजी महाराज (कोल्हापूरकर) अशा पाच छत्रपतींची सेवा करण्याचा असामान्य बहुमान रामचंद्र पंडितांना मिळाला होता. सलग पाच राज्यकर्त्यांच्या कारकिर्दीत प्रधानपदावर राहून आपले कर्तव्य निष्ठेने बजावणारे पंत हिंदुस्थानच्या इतिहासात एकमेव मुत्सद्दी असावेत.

पंत अमात्यांचे घराणे शहाजीराजे भोसले यांच्या कारकिर्दीपासून छत्रपती घराण्यांशी निगडित होते. शहाजीराजांनी जी खास कर्तबगार माणसे जवळ केली होती, त्यात रामचंद्रपंतांचे आजोबा सोमोपंत हे मुख्य होते. शिवजन्माच्या वेळी खास विश्वासू म्हणून शहाजीराजांनी त्यांना जिजाबाईजवळ शिवनेरी किल्ल्यावर ठेवले होते. पुढे शिवाजीराजांनी आपल्या प्रधानमंडळात सोनोपंताचे पुत्र निळोपंत यांना मजुमदारपदावर (अमात्य) नेमले - (स. १६६२). निळोपंत गृत्यू पावल्यावर महाराजांनी त्यांचे पुत्र रामचंद्रपंत यांची निवड अमात्यपदासाठी केली - (स. १६७२). राज्याभिषेक सोहळ्यात रामचंद्रपंत 'दधिपूर्ण ताम्रकलश' घेऊन सन्मानपूर्वक उभे होते, असा बखरीत उल्लेख आढळतो.

संभाजी महाराजांनी रामचंद्रपंतांना आपल्या अष्टप्रधानमंडळात सुरनिसाचा

डॉ. जयसिंगराव पवार संपादित 'हुकुमतपनाह रामचंद्रपंत अमात्य' स्मृतिग्रंथाची प्रस्तावना.

हुद्दा (सचिव) देऊन कुडाळपासून नरगुंद-तुंगभद्रेपर्यंतचा देश त्यांच्या स्वाधीन केला व फौजफाटा देऊन त्यांना या प्रदेशातील किल्ले व ठाणी जिंकण्याच्या मोहिमेवर पाठविले. या स्वारीत पंतांनी मोठे श्रमसाहस करून 'देशदुर्गादि' संपादन केल्याचा उल्लेख समकालीन कागदपत्रांत मिळतो.

स. १६८९ मध्ये हिंदवी स्वराज्यावर भयावह संकट कोसळले. छत्रपती संभाजी महाराज पकडले जाऊन त्यांचा अत्यंत दुर्दैवी अंत झाला. नवे छत्रपती राजाराम महाराज यांना महाराष्ट्रातून जिंजीकडे निसटून जावे लागले. औरंगजेबाच्या फौजांनी जवळजवळ सर्व स्वराज्य व्यापले. गडकोट व ठाणी भराभर काबीज केली. राजधानी रायगड राणी येसूबाई व राजपुत्र शाहूराजे यांच्यासह मोगलांच्या स्वाधीन झाली. मराठ्याचे राज्य बुडाले, अशी सर्वत्र भावना होऊन वतनदार औरंगजेबाच्या पायाशी रुजू झाले. अशा बिकट परिस्थितीत मोगली फौजांशी लढून गेलेले प्रदेश पुन्हा जिंकून घेण्याची कामगिरी राजाराम महाराजांनी रामचंद्रपंत व शंकराजी नारायण या दोन प्रधानांवर सोपविली. सेनापती संताजी घोरपडे आणि धनाजी जाधव यांनी या दोघांच्या हाताखाली कामगिरी करावी असे ठरले गेले.

छत्रपती राजाराम महाराज कर्नाटकात गेल्यावर स्वराज्याच्या कारभारपदावर दोन प्रधानांची नियुक्ती झाली असली तरी त्यात रामचंद्रपंत हेच प्रमुख होते. छत्रपतींचे प्रशासकीय अधिकार दर्शविणारे **'हुकुमतपनाह'** हे बिरुद महाराजांनी त्यांना बहाल केले होते. याचा अर्थ छत्रपतींच्या अनुपस्थितीत त्यांचा अधिकार पंतांच्या हुकमांना मिळाला होता. अशा प्रकारे छत्रपतींच्या अधिकाराने पंतांनी स्वराज्याचा कारभार स. १६८९ ते १६९७ सलग आठ वर्षे केला. सात लक्ष सेना घेऊन दक्षिणेत उतरलेल्या महाबलाढ्य औरंगजेब बादशहाशी मराठी सैन्याचे संयोजन करून सामना करणे, ही काही सामान्य गोष्ट नव्हती. संताजी-धनाजीच्या मदतीने पंतांनी शत्रूने जिंकून घेतलेला प्रदेश पुन्हा काबीज केला. एवढेच नव्हे, तर २५-२५ हजारांच्या फौजा उभारून या सेनानींना त्यांनी छत्रपतींच्या साहाय्यास जिंजीकडे रवाना केले. समकालीन कवी विठ्ठलदास सांगतो :

> **''लोकांस सांगे हित तो अमात्य**
> **संपूर्ण देशासि करा निःपात**
> **करूनि यैसि उदराशी शांती**
> **या रामफौजा म्हणवा दिगंती।।''**

या रामफौजांत सर्व जातिधर्माची मराठी माणसे स्वराज्य प्रेमाने कशी सामील झाली होती पाहा :

''पाटील, सेटे, कुणपी, जुलाई*
चांभार, कुंभार, परीट, न्हावी
सोनार, कौलि, उदमी, फुलारी
या वेगळे लोक किती बिगारी।।''

अशा प्रकारे औरंगजेबाशी लढले जाणारे युद्ध हे लोकयुद्ध बनले होते आणि या लोकयुद्धाचे संयोजन रामचंद्रपंत अमात्यांनी केले होते.

रामचंद्रपंत हे केवळ श्रेष्ठ दर्जाचे प्रशासकच होते असे नाही, तर ते शिवाजी महाराजांच्या तालमीत तयार झालेले एक उत्तम लढवय्ये सेनानीही होते. राजाराम महाराज जिंजीला गेल्यानंतर अल्पावधीत त्यांनी पन्हाळ्यापासून साताऱ्यापर्यंतचा प्रदेश गडकोट ठाण्यांसह शत्रूपासून पुन्हा काबीज केल्याचे वर्णन तत्कालीन कवी केशवपंडित आपल्या **'राजारामचरितम'** या संस्कृत काव्यात करतो. त्यानंतर १६९३ मध्ये पन्हाळ्याला वेढा घालून बसलेल्या शाहजादा मुइजुद्दीनवर** पंत धनाजी व शंकराजी यांच्यासह चालून गेल्याचे व मोठी लढाई करून त्यांनी किल्ल्यात रसद पोहोचविल्याचे उल्लेख फारसी कागदपत्रांत मिळतात. या वेळी पंतांच्या जवळ ८० हजार घौडदळ व अगणित पायदळ होते, अशी शत्रुपक्षाने नोंद केली आहे.

राजाराम महाराजांच्या कारकिर्दीतील कामगिरी ही पंतांच्या आयुष्यातील सर्वश्रेष्ठ कामगिरी होय. महाराणी ताराबाईंनी पंतांच्या कार्याचा गौरव करताना **''मोडिले राज्य सुरक्षित ठेवले''** या चारच शब्दांत त्यांच्या कार्याचे यथोचित वर्णन केले आहे. महाराणी ताराबाई आणि त्यांच्यानंतर संभाजी महाराज (दुसरे) यांच्याही दरबारात ते वडीलधारी मुत्सद्दी व सल्लागार म्हणून वावरले. फेब्रुवारी १७१६च्या सुमारास त्यांचे निधन झाले. निधनापूर्वी त्यांनी 'आज्ञापत्र' नावाचा मराठेशाहीतील राजनीतीवर, विशेषतः शिवछत्रपतींच्या राजनीतीवर, चिकित्सात्मक ग्रंथ रचला.

'आज्ञापत्र' या ग्रंथाच्या निर्मितीचे महत्त्व पंतांच्या स्वराज्यरक्षणाच्या कार्याइतकेच किंबहुना त्याहून अधिक मोलाचे समजले जाते. मध्ययुगाच्या

---

* जुलाई म्हणजे कोष्टी

** औरंगजेबाचा नातू

पाचशे वर्षांच्या प्रदीर्घ कालखंडातील हा राजनीतीशास्त्रावरील मराठीतील एकमेव ग्रंथ आहे. त्यामध्ये मराठ्यांचे स्वराज्य, त्यांचे रक्षण, राजधर्म, प्रधानमंडळ, राज्यातील साहुकार, वतनदार, वृत्ती, दुर्ग, आरमार आदी अनेक विषयांवर पंत अमात्यांनी चर्चाचिकित्सा केलेली आढळते. विस्तारभयास्तव इथे त्या सर्वांचा परामर्श घेता येणार नाही. तथापि, दुर्ग या विषयावरील पंतांचे भाष्य पाहण्यासारखे आहे. ते म्हणतात "गडकोट हेच राज्य, गडकोट हेच राज्याचे मूळ, गडकोट म्हणजे खजिना, गडकोट म्हणजे सैन्याचे बळ. गडकोट म्हणजे राजलक्ष्मी. गडकोट म्हणजे सुखनिद्रागार; किंबहुना गडकोट म्हणजे आपले प्राण संरक्षण." इतक्या मोजक्या आशयघन शब्दांत गडकोटाचे माहात्म्य अद्यापपावेतो कोणीही सांगू शकलेले नाही!

शिवाजी महाराजांची राजनीती, प्रशासन, गडकोट, आरमार इत्यादी बाबींविषयींचे रामचंद्रपंतांचे विवेचन मराठ्यांच्या इतिहासात महत्त्वपूर्ण मानले गेले आहे, याविषयी शंका नाही. तथापि, आपल्या 'आज्ञापत्रा'च्या पहिल्याच प्रकरणात पंतांनी शिवछत्रपतींच्या स्वराज्य स्थापनेच्या कामगिरीवर जे भाष्य केले आहे, त्यास अन्यथा तोड क्वचितच सापडेल. हे भाष्य केवळ समकालीन व्यक्तीचे नसून, ज्याने महाराजांची कामगिरी आपल्या डोळ्यांनी पाहिली होती; नव्हे त्या कामगिरीत प्रधान म्हणून सहभागही नोंदवला होता, अशा व्यक्तीचे हे भाष्य आहे. खरे तर पंत अमात्यांनी आपल्या मोजक्या; पण आशयघन शब्दांत शिवछत्रपतींचे हे चरित्र स्वरूपरूपात रेखाटले आहे.

पंत अमात्य लिहितात...

"तीर्थरूप श्रीमन्महाराज शककर्ते छत्रपतीसाहेब (यांनी) तीर्थरूप (शहाजीराजे) यवनाश्रय असता त्यापासून पुणे आदिकरून स्वल्प **स्वास्ता (स्वतंत्र सत्ता) स्वतंत्र मागून घेऊन पंधरा वर्षांचे वय असतां त्या दिवसापासून तितकेच स्वल्पमात्र स्वास्तेवर स्वतःच्या हिमतीवर उद्योग केला.**

'उद्योगिनं पुरुषसिंहमुपैति लक्ष्मीः' या दृढ बुद्धीने शरीरास्था न पाहता केवळ **अमानुष पराक्रम जे आजपर्यंत कोणीही केले नाहीत व पुढे कोणाच्याने मनेही कल्पवेना असे स्वांगे (जातीने) केले.** मनुष्यपरीक्षेने नूतनच सेवक नवे नेमून योग्यतेनुसार भार वाढवून महत्कार्योपयोगी करून दाखविले. एकास एक असाध्य असताही स्वसामर्थ्ये सकळांवर दया करून

एकाचा एकापासून उपमर्द होऊ न देता एकरूपतेने वर्तवून त्यांच्या हातून स्वामीकार्ये घेतली. दक्षिण प्रांती आदिलशाही, कुतूबशाही व निजामशाही ही पराक्रमी महान सकलार्थे समृद्धिमंत संस्थाने तसेच मोगल एक-एक सुभा, लक्ष लक्ष स्वारांचा. याविरहित शामल, फिरंगी, इंग्रज, वलंदेज, रामनगरकर, पाळेगार, सोंधे, बिदनूर म्हैसूरवाले, त्रिचनापल्ली, आदिकरून संस्थानिक तसेच जागजागा पुंड-चंदरराव, शिरके, सावंत, दळवी, वरघाटे, निंबाळकर, घाटगे आदिकरून देशमुख व काटक सकलही पराक्रमी, सज्ज ते सामानपूर (समृद्ध) असताही बुद्धिवैभवपराक्रमे, कोणाची गणना न करता, कोणावर चालून जाऊन, तुंबळ युद्ध करून रणांशी आणिले, कोणावर छापे घातले, कोणास परस्परे कलह लावून दिले, कोणाचे मित्रभेद केले, कोणाच्या डेऱ्यात शिरोन मारामार केली, कोणाशी एकांगी करून पराभविले, कोणाशी स्नेह केले, कोणाच्या दर्शनास आपण होऊन गेले, कोणास दर्शनास आणिले, कोणास परस्परे दगे करविले, कोणी इतर प्रयत्ने नकळत त्यांच्या देशात जबरदस्तीने स्थळे बांधून अनुक्रमे आकळिले (व्यापले) जलदुर्गसहित होते त्यांस नूतनच जलदुर्ग निर्माण करून पराभवलि. दुर्गट स्थळ नौकामार्गे प्रवेशिली. असे ज्या ज्या उपाये जो जो शत्रू आकळावा (जिंकावा) **त्या त्या उपाये तो तो शत्रू पादाक्रांत करून सालेरी अहिवंतापासून चंजी कावेरी तीरापर्यंत निष्कंटक राज्य, शतावधि किल्ले, तसेच जलदुर्ग, किती एक विशाल स्थले, चाळीस हजार पागा व साठ-सत्तर हजार शिलेदार, दोन लक्ष पदाति, कोट्यवधी खजिना, तसेच उत्तम जवाहीर, सकळ वस्तुजात संपादिले. शाणणव कुळींचे मराठे यांचा उद्धार केला. सिंहासनारूढ होऊन छत्र धरून 'छत्रपति' म्हणविले.** धर्मोद्धार करून देव-ब्राह्मण संस्थांनी स्थापून यजनयाजनादि षट्‌कर्मे वर्णविभागे चालविली. तस्करादि अन्यायी त्यांचे नाव राज्यात नाहीसे केले. देशदुर्गादि सैन्यादि बंद (दंडक) नवेच निर्माण करून एकरूप अव्याहत शासन चालविले. **केवळ नूतन सृष्टीच निर्माण केली. औरंगजेबासारखा महान शत्रू स्वप्रतापसागरी निमग्न केला. दिगंत विख्यात कीर्ती संपादिली. तें हें राज्य.''**

शिवाजी महाराजांनी वयाच्या अवघ्या १५व्या वर्षापासून स्वतःच्या हिमतीवर स्वराज्याचा उद्योग सुरू केला व आजपर्यंत कोणी केले नाहीत आणि पुढेही त्यांची कल्पना करता येत नाही, असे पराक्रम करून शत्रू

पादाक्रांत केल्याची पंत अमात्यांची साक्ष आहे. महाराजांजवळ ४० हजार पागा, सरकारी घोडदळ, ६०-७० हजार शिलेदार सैन्य (घोडदळ) व दोन लक्ष पायदळ असल्याची नोंद त्यांनी केली आहे. पंतांनी महाराजांच्या युगकार्याचे वर्णन अवघ्या एका उद्‌गारात केले आहे : केवळ नूतन सृष्टीच निर्माण केली! शिवपूर्व कालातील पारतंत्र्याच्या काळोखाच्या पार्श्वभूमीवर महाराजांनी स्वातंत्र्याची मुहूर्तमेढ रोवून स्वतंत्र सार्वभौम सत्ता दक्षिणेत निर्माण केली व त्यायोगे एक नवीन पर्व देशाच्या इतिहासात सुरू झाले. हे ऐतिहासिक सत्य उमजून घेतल्यावर पंतांनी रेखाटलेल्या 'नूतन सृष्टी'चे आकलन होऊ शकते.

निष्ठावान स्वराज्यप्रेमी, संकटकालातील स्वराज्याचा संरक्षक, प्रामाणिक व कुशल प्रशासक, लष्करी मोहिमांचा यशस्वी संयोजक, एक लढवय्या मुत्सद्दी व शिवाजी महाराजांच्या राजनीतीचा, युगकार्याचा समर्थ भाष्यकार, अशा विविध नात्यांनी रामचंद्रपंत अमात्यांच्या कामगिरीचा विचार केला तर त्यांच्यासारखा अष्टपैलू मुत्सद्दी व राजनीतिज्ञ संपूर्ण मराठेशाहीत झाला नाही, अशीच इतिहासाची साक्ष आहे.

रामचंद्रपंत अमात्यांच्या अष्टपैलू व्यक्तिमत्त्वाची आणि त्यांनी लिहिलेल्या आज्ञापत्राची अनेक अभ्यासकांनी चिकित्सा केली आहे. पन्हाळगडचे इतिहास-संशोधक कै. मु. गो. गुळवणी यांनी रामचंद्रपंत अमात्यांचे 'हुकुमतपनाह' हे चरित्र प्रसिद्ध केले. मराठीतील ते पहिले अमात्यचरित्र होय. या चरित्रग्रंथात पंतांच्या चरित्राबरोबर त्यांच्या घराण्याची पूर्वपीठिका, वंशवेल, कालसूची शिवाय इतिहासकार स. मा. गर्गे यांची प्रस्तावना व आज्ञापत्रावरील लेख, आज्ञापत्राची मूळ संहिता इत्यादी अनेक बाबींचा समावेश केला आहे. त्यातून त्यांनी पाच छत्रपतींच्या काळात पंतांनी केलेल्या महत्कार्याचा वेध घेतलेला आहे. तसेच, करवीर रियासतकार स. मा. गर्गे यांनी त्यांचे वर्णन 'मराठेशाहीतील अजोड कामगिरीचे नायक' असे केले आहे.

पंतांच्या स्वातंत्र्ययुद्धाच्या कामगिरीविषयी लिहिताना गर्गे म्हणतात : "संभाजी महाराजांच्या दुर्दैवी अंतानंतर मराठ्यांच्या इतिहासात अनेक संकटे उद्‌भवली. कोणत्याही परिस्थितीत मराठ्यांना नेस्तनाबूत करावयाची कसम खाऊन औरंगजेब प्रचंड सैन्यानिशी महाराष्ट्राच्या किल्ल्यांवर हल्ले करू लागला. सर्वत्र निराशा व पराभव दिसू लागला. अशा प्रतिकूल संकटकाळी रामचंद्रपंत अमात्यांसारखा मुत्सद्दी पुरुष धीराने संकटाला तोंड देण्यासाठी

उभा राहिला. इतिहासाला कलाटणी देणारा तो प्रसंग. रामचंद्र पंतांच्या खंबीरपणामुळे राजघराण्यासह मराठ्यांचे राज्य त्या संकटातून निभावले!''

रामचंद्रपंतांच्या 'आज्ञापत्र' या राजनीतीपर ग्रंथाची स्तुती करताना गर्गे म्हणतात, ''तो खऱ्या अर्थाने राजनीती शास्त्राची व राज्यव्यवहाराची सूत्रे सांगणारा मराठी भाषेतील पहिलाच आणि एकमेव ग्रंथ आहे. रामचंद्रपंतांसारखा राज्यकारभाराचा प्रदीर्घ काळ अनुभव घेतलेला मुत्सद्दी शिवाजी महाराजांच्या राजनीतीचेच निवेदन करीत आहे, असे म्हणता येईल. महाराजांनी घालून दिलेली राजकीय तत्त्वे, पंतांनी आपल्या प्रत्यक्ष अनुभवांतून या ग्रंथात निवेदन केलेली आहेत. त्यात राज्याचे अधिष्ठान कोणते असावे, येथपासून नव्यानेच या देशात येणाऱ्या टोपीकरांपासून कसे सावध राहावे, येथपर्यंत अनेक राजकीय धोरणांचे व व्यवहारांचे विवेचन केलेले आहे. म्हणूनच हा ग्रंथ मराठी भाषेला ललामभूत ठरणारा आहे. कौटिल्याच्या 'अर्थशास्त्र' या ग्रंथाला संस्कृत भाषेत जे स्थान दिले जाते, तेच स्थान 'आज्ञापत्र' या ग्रंथाला मराठी भाषेत मिळालेले आहे. भारतीय राजनीतीसंबंधी मराठीत असा दुसरा ग्रंथ नाही.''

इतिहास अभ्यासक यांच्या मते, डॉ. अजित जोशी, रामचंद्रपंत अमात्य म्हणजे शिवछत्रपतींच्या कर्तव्यकठोर तालमीत तयार झालेले व त्यांनी दिलेले धडे मराठेशाहीच्या रक्षणासाठी उपयोगात आणणारे शिवकालातील अग्रेसर मुत्सद्दी होते. डॉ. जोशी यांनी पंतांच्या राजनीतीची एकूण १५ सूत्रे स्पष्ट केली आहेत.

मराठ्यांच्या इतिहासाचे एक अभ्यासक डॉ. प्रभाकर ताकवले यांनीही रामचंद्रपंत अमात्यांचे शिवोत्तर कालखंडातील संकटसमयी केलेल्या कार्याचे मोजक्याच पण अर्थवाही शब्दांत वर्णन केले आहे. ते लिहितात, ''शिवरायांच्या काळात रामचंद्रपंत फारसे चमकले नाहीत; पण शिवरायांनी निवडलेल्या या झाकल्या माणकाची किंमत महाराष्ट्रास कळाली ती महाराजांच्या मृत्यूनंतर! रायगडचा तोल पुनश्च सांभाळला गेला तो रामचंद्रपंतांसारख्यांमुळेच! त्यांनी स्वराज्यही सांभाळले ते पुढील छत्रपतींच्या काळात.''

पंतांनी लिहिलेला 'आज्ञापत्र' हा राजनीतीपर ग्रंथ म्हणजे मराठी राज्याची भगवद्गीताच होय, असे गौरवाचे उद्गार काढून ते पुढे म्हणतात, ''चंद्रगुप्त मौर्याचे अमात्य चाणक्य यांच्या 'अर्थशास्त्रा'ची आठवण करून देणारा हा ग्रंथ आहे. शिवकालीन महाराष्ट्र माउलीच्या गळ्यात हा रत्नहार अतीव

जीव ओतून चढविला आहे.''

थोर संशोधक व विचारवंत डॉ. रा. चिं. ढेरे व त्यांचे सहकारी प्रा. प्रभाकर जोशी यांनी आज्ञापत्राची चिकित्सक आवृत्ती संपादित केली आहे. या प्रस्तावनेच्या सुरुवातीसच या ग्रंथाचे माहात्म्य सांगत असता संपादकांनी म्हटले आहे की ''रामचंद्रपंत अमात्यप्रणीत 'आज्ञापत्र' हा शिवप्रभूंच्या स्वराज्यनीतीवरील सूत्रग्रंथ आहे. 'पातंजलयोगसूत्रा'चे योगविषयात व 'नारदभक्तिसूत्रां'चे भक्तिक्षेत्रात जे स्थान आहे, तेच स्थान शिवकालीन स्वराज्यनीतीच्या क्षेत्रात 'आज्ञापत्रा'ला द्यायला हवे. शिवछत्रपतींनी भारताच्या इतिहासात जे युगांतरकारी कर्तृत्व गाजवले आणि स्वराज्याचा जो महान आदर्श निर्माण केला, त्याचा रहस्यार्थ ज्यात धनीभूत झाला आहे, असा ग्रंथ म्हणजे आज्ञापत्र. 'आज्ञापत्र'च्या शब्दाशब्दात शिवप्रभूंची आत्मशक्ती अमात्यांनी गोचर बनवली आहे. प्रत्येक मराठी माणसाने पुनःपुन्हा वाचावा असा ग्रंथ आहे. या ग्रंथाच्या शब्दाशब्दातून मराठी मनाचे सत्त्वपोषण करणारी संजीवनी आहे. महाराष्ट्र धर्म जागवण्याची आणि जयिष्णू बनविण्याची आकांक्षा बाळगणाऱ्या आजच्या महाराष्ट्राने हा ग्रंथ नित्य हृदयी धारण केला पाहिजे.''

'आज्ञापत्रा'चे वाङ्मयीन मूल्यमापन करताना संपादकद्वयाने अमात्यांच्या शैलीचे बहारदार वर्णन केले आहे. ते लिहितात : ''अमात्यांची शैली संश्लिष्ट आहे. भावविचारांचा आवेग आणि अभिव्यक्तीचा संयम यामुळे शैलीचे स्वरूप आपोआपच संश्लेषणात्मक बनले आहे. या संयमामुळेच भाषा अत्यंत आशयघन बनली असून, समग्र ग्रंथ सूत्रमय बनला आहे. सूत्रमय गद्यलेखनासाठी अत्यंत सूक्ष्म, सुसंगत चिंतन आणि अत्यंत अर्थवाही व आशयघन शब्दयोजना यांची नितांत आवश्यकता असते. 'आज्ञापत्रा'तील आशय हा आज्ञापत्रकारांचा जीवनाशय आहे आणि तो अत्यंत संघर्षात्मक परिस्थितीतून तावूनसुलाखून निघालेला आहे. या आशयरत्नांची खेवणेही तितकीच अनुरूप आहेत. किंबहुना अमात्यांच्या समर्थ आशयाने शब्दांचा परिवेष घेतला नसून, तो आशयच शब्दरूपाने अवतरला आहे. त्याचमुळे 'आज्ञापत्रा'तील शब्दांना कालविजयी जीवन लाभले आहे. पाण्यात खडा टाकला म्हणजे जशी एकामागून एक वलये निर्माण होतात, त्याचप्रमाणे 'आज्ञापत्रा'तील एकेका शब्दाने वाचकांच्या मनात आशयाची अनंत वलये फेर धरून नाचू लागतात.''

आज्ञापत्रात प्रतिबिंबित झालेल्या अमात्यांच्या व्यक्तिमत्त्वाचे व गुणांचे विश्लेषण त्यांनी केले आहे.

ते म्हणतात, "ज्याला शिवप्रभू आणि त्यांनी निर्माण केलेले स्वराज्य याविषयी अनन्यनिष्ठा आहे, ज्याच्या स्वराज्यनिष्ठ आकांक्षा सह्यशिखरांइतक्या उत्तुंग आहेत, ज्याच्या आत्मविश्वासाची गती अनिरुद्ध आहे, ज्याचा विवेक जागा आहे, ज्याची चिंतनशीलता सूक्ष्म आणि अनुशासित आहे, ज्याचे द्रष्टेपण अतीत-अतागताचा वेध घेऊन वर्तमानाला सुरक्षित राखू शकते, ज्याला राजकार्य आणि नीतीमर्यादांचे सूक्ष्म ज्ञान अवगत आहे, ज्याचा अनुभव प्रदीर्घ आहे, ज्याला प्रजेविषयी नितान्त प्रेम आहे, ज्याची भाषा मर्मस्पर्शी, आशयघन आणि प्रत्ययकारी आहे, असा समृद्ध व्यक्तिमत्त्वाचा आणि बहुमुखी प्रतिभेचा पुरुष 'आज्ञापत्र'च्या अक्षरांतून आकारास येतो आणि वाचकांच्या हृदयावर अधिराज्य गाजवू लागतो!" स्वराज्यसेवक, स्वराज्यशासक आणि स्वराज्यमार्गदर्शक अशा विविध पैलूंनी अमात्यांचे व्यक्तिमत्त्व असे विकसित होत गेल्याचे दिसते.

मराठ्यांच्या इतिहासाचे थोर भाष्यकार म. म. दत्तो वामन पोतदार यांच्या मते आज्ञापत्र हे शिवरायांच्या कार्याचे रहस्य जाणून घेण्याचे उत्तम साधन आहे.

प्रशासनातील बारीकसारीक बाबींसंबंधीसुद्धा पंतांनी किती व कशा सूचना दिल्या आहेत, याकडे पोतदारांनी लक्ष वेधले आहे. छत्रपती जेव्हा गडावर येतील तेव्हा त्या प्रदेशातील मामलेदाराने त्यांच्या मुक्कामाची सुविधा कशी करावी याविषयी लिहिताना पंत म्हणतात, "अगोदर दोन-चार दिवस मामलेदाराने येऊन खासा उभा राहून संपूर्ण घर सारवून रांगोळी आदिकरून घालून... त्याच जागा सदर करून बसत जावे. गडावरील मार्गामार्गावरील बाजारात, तटोतट केरकसपट किमपी पडो न द्यावे. ताकीद करून झाला केर गडाखाली न टाकिता जागजागी जाळून राखही परसात टाकून घरोघर होईल ते भाजीपाले करावे." यावर टिपणी करताना म. म. पोतदारांनी म्हटले आहे, 'केवढा हा कोकणस्थी बारकावा या देशस्थ मुत्सद्याने प्रकट केला आहे पाहा!' रामचंद्रपंताची आज्ञापत्रातील राजनीती म्हणजे मराठी ऐतिहासिक वाङ्मयातील एक अमूल्य रत्न आहे.

सन २००४ मध्ये इतिहाससंशोधक डॉ. अ. रा. कुलकर्णी यांनी पंतांच्या आज्ञापत्राची शास्त्रशुद्ध व चिकित्सक आवृत्ती संपादित केली.

त्यास प्रदीर्घ प्रस्तावना लिहून त्यामध्ये आज्ञापत्राचे स्वरूप, लेखक व लेखनकाल यांची खोलात जाऊन चर्चाही केली आहे. या आवृत्तीचे वैशिष्ट्य म्हणजे राजवाडे संशोधन मंडळात आज उपलब्ध असलेली आज्ञापत्राची मूळ मोडी संहिताही लिपीसह त्यांनी सादर केली आहे.

आज्ञापत्राच्या प्रकरण ३ ते ९ या सात प्रकरणांत शिवाजी महाराजांच्या राजनीतीचे विवरण पंतांनी दिलेले आहे. डॉ. कुलकर्णी यांनी या प्रत्येक प्रकरणातील राजनीतीच्या सूत्रांचे महत्त्व सांगताना समकालीन पत्रव्यवहाराचे संदर्भ घेतलेले आहेत. उदाहणार्थ, राज्यव्यवस्था या प्रकरणाचा विचार करत असता, महाराजांनी चिपळूणच्या लष्करास उद्देशून काढलेला जाहीरनामा अथवा प्रश्नावलीच्या सुभेदारास पाठविलेले आज्ञापत्र यांचा डॉ. कुलकर्णी आवर्जून उल्लेख करतात. त्यामुळे पंतांनी प्रतिपादलेली राजनीती ही शिवरायांचीच राजनीती कशी आहे, याचे प्रत्यंतर वाचकाला आल्याशिवाय राहत नाही.

शिवाजी महाराजांच्या राजनीतीच्या तत्त्वांचे प्रतिबिंब आज्ञापत्रात उमटलेले आहे, असा निष्कर्ष शेवटी काढताना डॉ. कुलकर्णी म्हणतात : "थोडक्यात, शिवाजी राजासंबंधीचा अस्सल पत्रव्यवहार आणि त्याचे समकालीन चरित्र यावरून प्रतीत होणारी राजनीतीची तत्त्वे यांचे प्रतिबिंब आज्ञापत्रात कसे पडले आहे, याचा विचार केल्यानंतर आज्ञापत्र म्हणजे शिवकालीन राजनीतीचा सूत्ररूपाने मांडलेला ग्रंथ होय, असेच म्हणावे लागेल. यातील प्रकरणांच्या मांडणीचा क्रम पाहिला, तर प्रथम इतिहासाची बाजू सांगून नंतर राजधर्म, राज्यव्यवस्था यासंबंधीचे प्रशासकीय स्वरूपाचे वर्णन केले आहे. नंतरच्या बहुतेक सर्व प्रकरणांतून राज्याची आर्थिक बाजू बळकट कशी होईल, परंपरेला फारसा धक्का न लावता नवीन पद्धती कशी सुरू करता येईल, जमीन आणि पाणी यांच्या मदतीने राज्याचे संरक्षण कसे करता येईल, यासंबंधीची शिवाजी राजाची धोरणे या आज्ञापत्रात सूत्ररूपाने मांडली आहेत."

हाच विचार महेश तेंडुलकर यांनी मांडला आहे. स्वराज्य कसे वाढवावे, कसे चालवावे, त्याचे दंडक कोणते असावेत, याविषयी शिवरायांच्या मनात जे विचार सतत चालत असत आणि जे विचार त्यांच्या अधिकाऱ्यांना पाठविलेल्या पत्रांतून अनेकदा व्यक्त झाले होते, त्या विचारांचे संकलन महाराजांच्या काळात धामधुमीमुळे होऊ शकले नाही, ते कार्य रामचंद्रपंतांनी

पुढे स्वास्थ्य मिळाल्यावर समर्थपणे केले, असे त्यांनी प्रतिपादिले आहे.

आज्ञापत्र ही स्वराज्याचीच राजनीती आहे. आज्ञापत्राचे चौफेर महत्त्व सांगताना ते म्हणतात : "आज्ञापत्राचे महत्त्व इतिहास आणि वाङ्मयीन या क्षेत्रापुरते मर्यादित नसून, राज्यशास्त्र, समाजशास्त्र व भाषाशास्त्र यांच्या दृष्टीनेदेखील त्याला अनन्यसाधारण महत्त्व आहे. इतकेच नाही, तर या ग्रंथातील काही वाक्ये तर सुभाषितांसारखी वापरता यावीत इतकी सुंदर शब्दरचना केली आहे. त्यामुळे काळ कितीही पुढे सरकला तरी राजनीतीतील मूल्ये कायम राहणार आणि भविष्यकाळातही भारतीय राजनीती समजून घेण्यासाठी जे ग्रंथ अभ्यासावे लागणार, त्यात 'आज्ञापत्र'ही नक्की असणार, यात काही वाद नाही."

प्रस्तुत ग्रंथाच्या संपादकाचा आज्ञापत्रातील 'शिवछत्रपतींच्या दुर्गनीती' या विषयावरील लेख समाविष्ट केलेला आहे. 'संपूर्ण राज्याचे सार ते दुर्ग' या एका वाक्यात रामचंद्रपंतांनी दुर्गमाहात्म्य सूत्र रूपाने मांडून त्याची खोलात जाऊन चर्चा केलेली आहे. या सर्वांचा परामर्ष घेऊन लेखकाने शेवटी एक खंत व्यक्त केली आहे.

"रामचंद्रपंत हे शिवछत्रपतींची प्रशासननीती व लष्करनीती पाहिलेले शिवशाहीतील अव्वल दर्जाचे, अव्वल कर्तबगारीचे प्रधान होते. 'आज्ञापत्रा'त त्यांनी सांगितलेली राजनीती ही शिवछत्रपतींचीच होय, याविषयी सर्व विद्वान, संशोधक व इतिहासकार यांना तीळमात्र शंका नाही. त्यामुळे शिवचरित्राचे ते एक अनमोल साधन ठरते. खेद यासाठी होतो की, अमात्यांनी फार संक्षिप्तपणे ही ग्रंथरचना केली आहे. अख्खी शिवशाही अनुभवलेल्या, पाच छत्रपतींच्या दरबारात वावरलेल्या या मुत्सद्याने शिवछत्रपतींचे चरित्र जर लिहिले असते, तर काय बहार आली असती, असाही विचार अमात्यांचे 'आज्ञापत्र' वाचताना अभ्यासकांच्या मनात येऊन जातो."

डॉ. श्रीकांत तापीकर यांनी याच विषयावर म्हणजे 'गड-कोट-दुर्गा'वर लेख लिहिलेला आहे. त्यात त्यांनी शिवरायांच्या आरमाराची जास्तीची माहिती दिली आहे. मराठ्यांच्या स्वातंत्र्ययुद्धाच्या काळात रामचंद्रपंत अमात्यांचे स्थान अनन्यसाधारण असल्याचे सांगून ते लिहितात, "राजाराम महाराज महाराष्ट्रातून जिंजीकडे जाताना रामचंद्रपंतांना 'हुकुमपन्हा' हा किताब देऊन गेले. प्रसंगाविशेषी खुद्द राजानेही त्यांचे ऐकावे, असा हा मान होता."

आमचे एक तरुण संशोधक मित्र डॉ. केदार फाळके यांनी 'आज्ञापत्रातील शिवरायांचे व्यवस्थापन शास्त्र' या नावीन्यपूर्ण विषयावर लेख सादर केलेला आहे. डॉ. फाळके हे मुळात वाणिज्य शाखेचे असले तरी मराठ्यांचा इतिहास हा त्यांचा खास अभ्यासाचा विषय आहे. आपल्या लेखात त्यांनी 'आज्ञापत्रा'त प्रतित झालेल्या शिवरायांच्या व्यवस्थापनाचे व्यवस्थापनशास्त्राच्या दृष्टिकोनातून विवेचन केले आहे. नियोजन, संघटन, कर्मचारी नेमणूक, मार्गदर्शन, समन्वय व नियंत्रण हे व्यवस्थापनशास्त्राचे जे निकष आहेत, ते सर्व लावून लेखकाने आज्ञापत्राच्या एका अप्रकाशित पैलूवर प्रकाश टाकला आहे.

आपल्या लेखाच्या शेवटी समारोप करताना डॉ. फाळके यांनी म्हटले आहे : ''व्यवस्थापन हे कला व शास्त्र या दोहोंचा सुरेख संगम आहे. प्रशासनामध्ये या दोन्ही गोष्टींचा योग्य समतोल राखत, शिवाजी महाराजांनी स्वराज्य निर्माण केले. शेकडो वर्षे पारतंत्र्य झेलणाऱ्या हिंदू समाजात त्यांनी नवचेतना निर्माण केली. आपले असंख्य अनुयायी निर्माण करत, त्यांच्यातून भविष्यातील नेतृत्व निर्माण केले. तत्त्वनिष्ठ स्वराज्याला बलशाली बनविण्यासाठी स्वतःच्या कृतीतून नियम व आदर्श घालून दिले. हीच राजनीती रामचंद्रपंतांनी आपला पन्नास वर्षांचा राजकीय अनुभव पणास लावून आज्ञापत्रात कथन केली. व्यवस्थापनाच्या कला शाखेचे सर्व नियम त्यांनी आज्ञापत्रात वापरलेले आहेत. ही राजनीती मागील अनुभवांवर आधारलेले ज्ञान, कौशल्य, उद्दिष्टांची पूर्ती आणि नवनिर्मिती या गोष्टींवरून आलेली आहे.

भारतीय राज्यकर्त्यांना शांतिपर्वाच्या रूपाने भीष्माचार्यांनी दिलेली देणगी; तसेच शुक्रनीतीसार व कौटिल्याचे अर्थशास्त्र या अमूल्य देणग्या मिळालेल्या आहेत. त्यामध्ये अजून एका ग्रंथाचा समावेश करावा लागेल. तो ग्रंथ म्हणजे 'आज्ञापत्र' होय. हे ग्रंथ स्वयंसिद्ध आहेत आणि म्हणूनच आज्ञापत्रातील राजनीती ही धार्मिक आवरणातून बाहेर आलेली व अध्यात्माच्या गूढ गुंजनातून मुक्त केलेली आहे. या राजनीतीत तत्त्वे आणि व्यवहारांचा उत्कृष्ट संगम साधला आहे.'' रामचंद्रपंतांच्या व्यक्तिमत्त्वातील पैलू, त्यांचे मराठ्यांच्या इतिहासातील स्थान आणि आज्ञापत्र यावर अनेक अभ्यासकांनी वेळोवेळी प्रकाश टाकला आहेच. पण संभाजी चरित्रकार डॉ. सदाशिव शिवदे यांनी रामचंद्रपंतांच्या वाड्यावर प्रकाश टाकला आहे. पंत अमात्यांच्या जहागिरीतील गगनबावडा या मुख्य ठिकाणी २५० वर्षांपूर्वी तो बांधला

गेला. हा दुमजली वाडा आता नष्ट झाला असला तरी आज अस्तित्वात असणाऱ्या त्याच्या नगारखान्याच्या 'कमानीवरून त्याच्या भव्यतेची कल्पना करता येते. आज फक्त त्याचा चौथरे त्याचे अवशेष म्हणून दिसून येतात. सध्याचा वाडा पंतांच्या वंशजांनी सन १९३५ मध्ये गगनबावड्यापासून ९ कि.मी. अंतरावर पळसंबे या जहागिरीच्या गावी बांधलेला आहे.

आतापर्यंतची चर्चा ही रामचंद्रपंत व त्यांनी रचलेला 'आज्ञापत्र' हा राजनीतीवरील ग्रंथ यांची महती विशद करणारी होती. मात्र आज्ञापत्रात लेखकाने काही शंकास्पद विधाने केली आहेत. त्यावरून हा ग्रंथ रामचंद्रपंत अमात्याचा नसावा, अशा मांडणी प्रसिद्ध संशोधक डॉ. वि. भि. कोलते यांनी सन १९३८ केली, तेव्हापासून आज्ञापत्राचा कर्ता कोण, हा प्रश्न विद्वानांच्या वर्तुळात सतत चर्चिला जात आहे. रियासतकार सरदेसाईपासून डॉ. अ. रा. कुलकर्णी यांच्यापर्यंतच्या सर्व विद्वानांनी आज्ञापत्राचे ग्रंथकर्तृत्व पंतांचे आहे म्हणून निःसंदिग्धपणे मान्य केले आहे. तथापि, सर जदुनाथ सरकार, डॉ. वि. भि. कोलते व प्रा. श्री. ना. बनहट्टी या तीन पंडितांनी मात्र त्यास विरोध करून पंतांचे हे ग्रंथकर्तृत्व नाकारले आहे. आतापर्यंत ज्यांनी ज्यांनी 'आज्ञापत्रा'चे संपादन केले आहे, त्यांनी त्यांनी या प्रश्नाचा ऊहापोह केलेला आढळतो. त्या सर्वांचा परामर्श येथे स्थलाभावी घेता येणार नाही. तथापि, प्रातिनिधिक स्वरूपात गेल्या पिढीतील इतिहास संशोधक डॉ. व. दी. राव यांच्या 'आज्ञापत्रा'च्या प्रस्तावनेतील संपादित भाग आम्ही उद्धृत करत आहोत. त्यामुळे ग्रंथकर्तृत्वाच्या प्रश्नाभोवती तयार झालेले धुके बऱ्याच अंशी दूर होईल, असे वाटते.

डॉ. राव यांनी डॉ. कोलते यांच्या एकूण चार आक्षेपांचे निराकरण विविध प्रकारचे पुरावे देऊन केलेले आढळते. आज्ञापत्र हे पंत अमात्यांनीच लिहिले आहे हे प्रतिपादन करताना त्यांनी शेवटी अंतर्गत पुराव्याची कास धरली आहे. त्यात ते म्हणतात, "आज्ञापत्र वाचल्यावर एक गोष्ट लगेच ध्यानात येते की, राज्यकारभाराच्या सर्व अंगोपांगाची इतकी बारीक माहिती देणारा मनुष्य राज्यकारभारात पुरता मुरलेला मुत्सद्दी असला पाहिजे. तसेच 'आज्ञापत्रा'च्या कर्त्याने शिवाजी महाराजांपासून तहत दुसऱ्या शंभू छत्रपतींपर्यंत प्रत्येकाची कारकीर्द स्वतः पाहिली असली पाहिजे. आज्ञापत्राच्या पानापानांतूनच शिवनीतीचे इतके सुंदर प्रतिबिंब पडले आहे की, प्रत्यक्ष शककर्त्या छत्रपतींच्या हाताखाली राज्यकारभाराचे शिक्षण मिळालेल्या माणसाशिवाय दुसऱ्या

कोणाच्याही हातून ही राजनीती लिहिली गेली नाही, ही गोष्ट स्पष्ट होते.'' आपल्या विवेचनाचा निष्कर्ष मांडताना डॉ. राव शेवटी म्हणतात : ''अशा रीतीने आज्ञापत्राच्या अंतरंगावरून त्याच्या कर्त्याविषयी काही कल्पना करणे शक्य आहे. हा कर्ता १) शिवकालीन असावा २) शिवाजीपासून दुसऱ्या शंभू छत्रपतींपर्यंत त्याला मुत्सद्दी म्हणून राज्यकारभाराचा अनुभव असावा ३) शिवाजींच्या राज्यपद्धतीशी त्याचा विशेष परिचय असावा आणि ४) आरमारविषयक बाबतीत तो एक तज्ज्ञ असावा. या गोष्टींचा विचार केला असता आपणास असे आढळून येईल की, या सर्व कसोट्यांस उतरण्यासारखा एकच मुत्सद्दी इ. स. १७१५ मध्ये होता आणि तो म्हणजे रामचंद्र पंडित पंत अमात्यच!''

अशा या थोर राजनीतिज्ञाचे निधन केव्हा झाले, त्यांच्या निधनाची निश्चित तारीख कोणती, हा प्रश्न त्यांच्या ग्रंथकर्तृत्वाप्रमाणे वादाचा विषय नसला तरी तो चर्चेचा व संशोधनाचा खास आहे. कारण पंतांच्या निधनाची तारीख अद्यापपावेतो मिळालेली नाही. तथापि, ती तारीख निश्चित करण्याचा प्रयत्न काही संशोधकांकडून झालेला आहे. कोल्हापूरचे थोर इतिहास संशोधक व पुढे शिवाजी विद्यापीठाचे कुलगुरू म्हणून जे प्रसिद्धीस आले त्या डॉ. अप्पासाहेब पवार यांनी Indian History Congress च्या स. १९४०च्या लाहोर अधिवेशनात 'A Note on the date of Ramchandra Pant Amatya's Death' या विषयावर शोधनिबंध वाचला व पुढे तो 'Studies In Maratha History' या ग्रंथात प्रकाशितही झाला आहे.

या शोधनिबंधात डॉ. पवार यांनी समकालीन कागदपत्रांच्या संदर्भाचा ऊहापोह करत रामचंद्रपंतांच्या निधनाची तारीख स. १७१५-१६ च्या दरम्यान असावी असा निष्कर्ष काढला आहे : 'Ramchandra Pant's death must have been occurred either at the end of the year 1715 or early in the beginning of the year 1716'.

याच विषयावर खुद्द रामचंद्रपंत अमात्य यांच्या घराण्यातील वंशज व इतिहासाचे एक अभ्यासक (कै.) रामचंद्र ऊर्फ भैयासाहेब पंडित बावडेकर यांचा लेख उपलब्ध झाला आहे. त्यात त्यांनी डॉ. पवारांच्या शोधनिबंधाचा परामर्श तर घेतला आहेच, शिवाय अन्य काही समकालीन कागदपत्रे, पोर्तुगीज पत्रव्यवहार यांच्या मदतीने ८ फेब्रुवारी १७१६ अशी पंतांच्या निधनाची तारीख अनुमानीत केली आहे. निश्चित तारखेचा पुरावा जोपर्यंत

उपलब्ध होत नाही, तोपर्यंत ही तारीख ग्राह्य मानावयास हरकत नाही.

स्वराज्यावरील संकटाच्या काळात विशेषतः संभाजीराजांच्या हत्येनंतर निर्माण झालेल्या आणीबाणीच्या परिस्थितीत स्वराज्यरक्षणाचे जे महत्कार्य रामचंद्रपंतांनी केले, तेवढेच महत्त्वाचे कार्य त्यांनी शिवछत्रपतींच्या राजनीतीवर हा ग्रंथ रचून केले आहे. शिवछत्रपतींच्या राजनीतीचा अभ्यास या ग्रंथाशिवाय पुराच होऊ शकत नाही. वाङ्मयीनदृष्टीने पाहिल्यास, हा महाराष्ट्र शारदेच्या गळ्यातील अनमोल अलंकार ठरावा.

◆

९

हिंदी साहित्य में शिवाजी की प्रतिमा

मैं मूलतः इतिहास का अध्येता हूँ। 'मराठा इतिहास' मेरी रूचि का क्षेत्र है। साहित्य का अध्ययन मेरा विषय नहीं है, किंतु मैं साहित्य का पाठक हूँ। विशेषतः 'ऐतिहासिक साहित्य' मेरा प्रिय एवं आत्मीय विषय रहा है। इसका प्रमुख कारण है कि ऐतिहासिक साहित्यकार का रास्ता हमारे इतिहास के प्रदेश से ही गुजरता है, और इस रास्ते से गुजरनेवाला साहित्यकार इतिहास के प्रदेश में अपनी प्रतिभा से फूलोद्यान पुष्पित करता जाता है। ऐसे फूलों के उद्यान का निर्माण इतिहासकार नहीं कर सकता। ऐसा होते हुए भी इतिहासकार और साहित्यकार में नजदीकी रिश्ता है, जो कथी कौतूहलजन्य होता है तो कभी संघर्ष का रूप धारण करता है। यह संबंध किसी भी प्रकार का हो, लेकिन अटूट होता है।

शिवाजी महाराज की शासन प्रणाली 'राजेशाही' थी। आज हमारे देश में 'लोकतांत्रिक' प्रणाली है, लेकिन हमारे लोकतंत्र के जो उद्येश्य निर्धारित किए है, वे सभी उद्येश्य शिवाजी महाराज के सम्मुख थे। लोकतंत्र की बागडोर सँभालनेवाले हमारे शासकों से देश के नागरिक होने के नाते हम जिन गुणों की अभिलाषा रखते हैं, वे सभी गुण शिवाजी महाराज के व्यक्तित्व में विद्यमान थे। गंभीरता के साथ विचार किया जाए तो आज के भयावह परिवेश में 'शिवचरित्र' मात्र प्रेरणादायी ही नहीं अपितु पथप्रदर्शक एवं उद्धारक साबित होगा।

इतिहास और ऐतिहासिक साहित्य का रिश्ता सगे भाईयों की तरह होता है। इतिहास अग्रज है तो ऐतिहासिक साहित्य अनुज। इतिहास का जन्म

डॉ. वसंतराव मोरे लिखित 'छ. शिवाजी की साहित्यिक प्रतिमा' या ग्रंथाची डॉ. जयसिंगराव पवारांनी लिहिलेली प्रस्तावना.

पहले होता है इसलिए मैं उसे बड़ा भाई मानता हूँ। ऐतिहासिक साहित्य का जन्म उसके उपरांत होता है इसलिए उसे मैं छोटा भाई मानता हूँ। लेकिन इसका मतलब यह नहीं है, की बड़ा भाई छोटे को कम महत्त्वपूर्ण माने। बडे भाई को ध्यान में रखना चाहिए कि उसकी कीर्ती तो अनुज से ही संसार में फैलती है, इतिहास के क्षेत्र में विचरण करनेवालों को भी इसका ध्यान रखना चाहिए।

इतिहासकार और साहित्यकार दोनों सत्य के उपासक होते हैं। लेकिन उनकी उपासना प्रणाली में अंतर है। हिंदी शिवचरित्रकार डॉ. वसंतराव मोरे इस अंतर को स्पष्ट करते हुए लिखते है, ''इतिहासकार और साहित्यकार दोनों के ऐतिहासिक सत्य की ओर देखने का दृष्टिकोण भिन्न-भिन्न होता हैं। इतिहासकार सत्य का निर्णय करते समय भावना से दूर हटकर बुद्धि की सहायता से तटस्थ रहकर निर्णय करता है। साहित्यकार सत्य की ओर तटस्थ दृष्टिकोण से न देखकर भावनात्मक दृष्टि से देखता है। वह घटनात्मक सत्य के साथ भावनात्मक सत्य मिलाकर अपनी साहित्यकृति सजाता है।''

'इतिहासकार सत्य कथन करते समय बुद्धि का आधार लेता है, तो साहित्यकार भावना को मानदंड बनाता है' यह विधान भी सीमित अर्थ में सत्य है। इतिहासकार को इतिहास लेखन के लिए मात्र बुद्धि पर निर्भर नहीं रहना चाहिये; तथा साहित्यकार साहित्य लेखन के दौरान मात्र भावना का आधार ले तो बात बनेगी नहीं। एक का सहारा लेकर दूसरे से संबंध विच्छेद करना संभव नहीं है।

यह बात सही है कि इतिहासकार के इर्दगिर्द ऐतिहासिक सत्य की परिधि होती है। इस परिधि का निर्माण ऐतिहासिक तथ्य एवं प्रमाण करते हैं। इतिहासकार बुद्धि के अश्व पर आरूढ हो जाए तो भी उसे उस परिधि को लाँघने की अनुमति प्राप्त नहीं होती और यदि वह उस परिधि को लाँघना चाहे, तो उसे पहले यह घोषित करना होगा कि वह एक संभाव्य सत्य की परिधि में प्रवेश कर रहा है।

किंतु साहित्यकार के लिए यह आवश्यक नहीं है। वह भावना के अश्व पर आरूढ होकर मात्र ऐतिहासिक सत्य ही नहीं अपितु कल्पना की अनेक परिधियों को लाँघता हुआ आगे ही बढता चलता है। और इस तरह दौडना उसका जन्मसिद्ध अधिकार है, यह भी याद रखना चाहिए। लेकिन इस तरह दौडते समय उसे कहाँ रुकना चाहिये, यह उसकी विवेकबुद्धि पर निर्भर है।

विवेकबुद्धि ही इसकी पथप्रदर्शक एवं गुरु है।

इस संदर्भ को मैं शिवचरित्र के ही एक उदाहरण द्वारा अधिक स्पष्ट करना चाहूँगा। शिवाजी महाराज मुहिम पर जाते समय अपनी माता जिजाबाई से सलाह एवं आशीर्वाद लेकर राज्य का कारोबार उन पर सौंप देते थे, यह इतिहाससम्मत बात है। लेकिन अफजल खाँ भेट, शाइस्ताखाँ पर छापा, सुरत मुहिम, आग्रा भेट और कैद इन प्रसंगोपर उनका अपनी माता से क्या वार्तालाप हुआ, इससे इतिहास अनभिज्ञ है। इन प्रसंगों पर उन दोनों की मानसिकता कैसी थी, इस संदर्भ में तत्कालीन दस्तावेज में कोई प्रमाण नहीं है। ऐसी परिस्थिति में इतिहासकार यहाँ अधिक रममाण नहीं होता। वह मुहिम की तैयारी, संयोजन, कार्यवाही व परिणाम इस संदर्भ में विवेचन करेगा; लेकिन माता-पुत्र की मानसिक अवस्था को लेकर वह ज्यादा कुछ नहीं लिखेगा। या तो वह ऐसा कहेगा कि 'अपने पुत्र पर क्या गुजरेगी इस विचार से उस माता का हृदय चिंताग्रस्त हुआ होगा।' इसका यह विधान उसके इर्द-गिर्द की ऐतिहासिक सत्य की परिधि के बाहेर संभाव्य सत्य की परिधि में आता है।

साहित्यकार मात्र इस संभाव्य सत्य की परिधि को लाँघकर कल्पना की परिधि में प्रवेश कर सकता है। कल्पना की परिधि में दौडते हुए वह मार्मिक संवादों द्वारा तत्कालीन भावविश्व का निर्माण करता है और इसके द्वारा वह मातृप्रेम, मातृभक्ति, मातृभूमि-प्रेम जैसे चिरंतन मूल्यों का दिग्दर्शन करता है। ऐसा करते समय वह मानवीय भावनाओं का संघर्ष भी प्रस्तुत करता है। यह कार्य मूलतः आसान नहीं है। साहित्यकार की प्रतिभा जितनी उच्च कोटि की होती है, उतने ही उच्च कोटि के प्रसंगों का वह निर्माण करता है। इससे उसकी कलाकृति साहित्यिक सौंदर्य की दृष्टि से गरिमामय बनती है। और साहित्य जगत में अमर हो जाती है।

इतिहासकार साहित्यकार को इस तरह कल्पना का स्वातंत्र्य अवश्य देता है। वह ऐसी साहित्य कृति से संघर्षात्मक रुख नहीं अपनाता। क्योंकि जहाँ इतिहासकार ऐतिहासिक सत्य को सीमित शब्दों में संजोता है या सूचित करता है, वहाँ साहित्यकार उसे अपनी प्रतिभा से आलोकित कर जनमानस पर अमिट छाप छोड़ देता है। और यह बात इतिहासकार के मूल तथ्य के लिए सहायक सिद्ध होती है।

लेकिन जब साहित्यकार अनैतिहासिक घटना को अपनी साहित्य कृति

में ऐतिहासिक सत्य के रूप में चित्रित करता है या ऐतिहासिक घटना में अपनी कल्पना से परिवर्तन कर मूल ऐतिहासिक सत्य की हत्या करता है, तब इतिहासकार एवं साहित्यकार में संघर्ष आरंभ होता है।

साहित्य में इतिहास की विकृति निर्माण के तीन प्रमुख कारण हैं। पहला है साहित्यकार का ऐतिहासिक सत्य संबंधी अज्ञान, दूसरा साहित्यकार को अपनी साहित्य कृति को अधिक नाट्यमय बनाने का मोह और तीसरा साहित्यकार की विशिष्ट विचार प्रणाली अथवा दल के प्रति निष्ठा। इनमें से पहला कारण अर्थात साहित्यकार का इतिहाससंबंधी अज्ञान अभ्यास से दूर हो सकता है लेकिन साहित्यकार नाट्यमयता का मोह और विशिष्ट विचार प्रणाली के प्रति प्रतिबद्धता से आसानी से दूर नहीं हो पाता।

वास्तव में शिवचरित्र का इतिहास इतनी नाट्यमय घटनाओं से समृद्ध है, कि साहित्यकारों को निराधार अथवा कल्पित नाट्यमय घटनाओं का निर्माण करने की कोई आवश्यकता ही नहीं है। लेकिन ख्यातलब्ध साहित्यकार भी इस मोह से नहीं बच पाए हैं, यह एक 'साहित्यिक सत्य' है।

उदाहरण ही देना हो तो पिछली शती के मराठी के ज्येष्ठ एवं श्रेष्ठ साहित्यकार रणजीत देसाई देखा जा सकता है। शिवचरित्र पर लिखा उनका उपन्यास 'श्रीमान योगी' मराठी साहित्य में अत्यधिक लोकप्रिय रहा है। इस उपन्यास में शिवाजी महाराज पर उनकी महारानी सोयराबाई द्वारा विषप्रयोग कर हत्या का प्रसंग चित्रित हुआ है। वास्तव में सोयराबाई द्वारा विषप्रयोग की घटना इतिहाससम्मत नहीं है। तो स्वर्गीय देसाई ने इस प्रसंग का चित्रण क्यों किया होगा? इसका एक ही कारण हो सकता है कि शिवाजी महाराज की स्वाभाविक मृत्यू दिखाने में नाट्यमयता नहीं रहेगी। लेखक ने ऐसी कल्पना की है कि उनकी मृत्यू कुटिल कारस्थान और राज परिवार के नजदीकी व्यक्ति द्वारा दिखाने में एक नाट्य है।

सोयराबाई ने शिवाजी महाराज पर विषप्रयोग किया यह सिद्ध करनेवाला एक भी प्रमाण उपलब्ध न होने के बावजूद देसाई जी ने उन्हें अपराधी घोषित कर साहित्य में बदनाम कर दिया है। क्या यह सोयराबाई जैसे ऐतिहासिक चरित्र पर अन्याय नहीं है। लेकिन इससे बढकर यह स्वयं शिवाजी महाराज के प्रति भी अन्याय होगा। क्योंकि सोयराबाई द्वारा विषप्रयोग की घटना को हम ऐतिहासिक सत्य के रूप में स्वीकार करेंगे तो अनेक घटनाओं को हमें अनुमान के रूप में स्वीकार करना पड़ेगा।

इनमें से तुरंत हमारे सम्मुख जो अनुमान उपस्थित होते हैं, वे इस प्रकार हैं - पहला यह कि जिस शिवाजी महाराज ने तानाजी मालुसरे, प्रतापराव गुजर, हंबीरराव मोहिते जैसे जान कुर्बान करनेवाले सहयोगियों की निष्ठा एवं प्रेम प्राप्त किया, वे महाराज अपनी महारानी की निष्ठा एवं प्रेम प्राप्त करने में असफल हो गये। दूसरा अनुमान यह कि हमेशा सजग रहनेवाले शिवाजी महाराज ने अफजलखाँ, शाइस्ताखाँ, मिर्झा राजा जयसिंह और स्वयं औरंगजेब बादशहा की कुटिलता का सफलता से मुकाबला किया और उन्हीं पर बाजी पलटा दी, उन्हें अपने ही परिवार के एक व्यक्ति की कुटिलता का शिकार होना पड़ा।

शिवाजी महाराज के संपूर्ण ऐतिहासिक चरित्र एवं अभिव्यक्त व्यक्तित्व को सम्मुख रखा जाए तो ये तर्क असंगत साबित होते हैं। यही वह स्थान है जहाँ इतिहास और साहित्य में संघर्ष निर्माण होता है। साहित्यकार अपनी कल्पना की पतंग कितनी भी ऊँची उड़ायें, लेकिन उसकी डोर ऐतिहासिक सत्य की भूमि से बंधी होनी चाहिये। अन्यथा, कटी पतंग आकाश में दिशाहीन होकर अंत में उडानेवाले के ही माथे पर दोष मढा देती है।

अब विशिष्ट विचार प्रणाली या पक्षनिष्ठा से निर्माण होनेवाले साहित्य पर विचार करेंगे। इस संदर्भ में डॉ. गो. रा. कुलकर्णीजी का 'युगद्रष्टा छत्रपति शिवाजी' यह प्रासादिक शैली में लिखा चरित्र ग्रंथ द्रष्टव्य है। यह संपूर्ण मराठी प्रदेश के लिए एक सुखद घटना है कि उन्होने हिंदी में शिवचरित्र प्रकाशित किया। अतः वे अभिनंदन के पात्र हैं। डॉ. कुलकर्णीजी मूलतः साहित्यकार हैं। उनकी पुस्तक पढने के पश्चात शिवाजी महाराज की 'हिंदुओं का हिंदुओं के लिए स्वराज्य स्थापित करनेवाला हिंदू राजा' यह प्रतिमा मूर्त होती है। ऐसी ही प्रतिमा का निर्माण करना उनका मूल उद्येश्य रहा है।

क्या डॉ. कुलकर्णीजी द्वारा किया शिवाजी महाराज का यह चित्रण सही है.... क्या महाराज सिर्फ हिंदुओं के लिए राज्य स्थापित करना चाहते थे... वे सिर्फ हिंदुओं का राजा बनना चाहते थे... वे मात्र हिंदू एवं हिंदू धर्म के ही रक्षक थे... इतिहास इन सभी प्रश्नों के उत्तर नकारात्मक देता है।

यह सत्य है कि शिवाजी ने अजगर की तरह सुस्त और स्वाभिमानशून्य हिंदू समाज की अस्मिता जगाकर उसकी चेतना एवं स्वाभिमान को जगाया। यह भी सत्य है, कि वे जाग्रत समाज द्वारा हिंदू धर्म एवं हिंदू संस्कृति पर

हो रहे इस्लामी आक्रमण को रोकना चाहते थे। साथ ही यह भी सत्य है, कि विदेशी इस्लाम शासनकर्ताओं की जखड़ से मातृभूमि को आजाद करने के पश्चात निर्माण होनेवाला 'स्वराज्य' इस भूमि के हिंदुओं के साथ सभी जाति-धर्म के लोगों का होनेवाला था और वैसा महाराष्ट्र की भूमि में निर्माण भी हुआ। इसी कारण अनेक मुसलमान सैनिक एवं अधिकारी महाराज की सेना एवं नौसेना में कार्यरत पाये जाते हैं।

शिवाजी महाराज द्वारा स्थापित राज्य का नाम 'हिंदवी स्वराज्य' था, 'हिंदू स्वराज्य' नहीं। हिंदवी से तात्पर्य है 'हिंदुस्थानी'। 'हिंदवी स्वराज्य' अर्थात 'हिंदुस्थान के भूमिपुत्रों का राज्य'। 'हिंदी' अर्थात 'हिंदुस्थानी' इंडियन लोगों का राज्य। यही व्यापक अर्थ इस राज्य की स्थापना के पीछे छिपा हुआ है।

इस परिप्रेक्ष्य में शिवाजी महाराज को मात्र हिंदुओं को राजा घोषित करना उनके व्यक्तित्व को बौना बनाना है। महाराज सभी जाति-धर्मों के लोगों के राजा थे, यह ऐतिहासिक सत्य ही उन्हें 'राष्ट्रपुरुष' बनाता है। वर्तमान लोकतंत्र प्रणाली के धर्मनिरपेक्ष युग में उनकी यह प्रतिमा निश्चित रूप से प्रेरणादायक सिद्ध होगी।

विशिष्ट विचारों के प्रति निष्ठा रखकर निर्मित साहित्य अथवा प्रतिपक्ष के संस्कृति, धर्म, राज्य संगठन आदि को गौण सिद्ध कराने हेतु लिखा साहित्य एक प्रकार से पूर्वग्रहदूषित साहित्य होता है। अंग्रेज आदि विदेशीय युरोपी तथा मोगल एवं बीजापुर दरबार के तवारीखकारों ने शिवाजी के कार्य का जो वर्णन किया है वह पूर्वग्रहदूषित ही है। शिवाजी को 'शिव का अवतार' तथा केवल 'हिंदुओं का राजा' मानकर किया हुआ चित्रण भी इसी के अंतर्गत आता है।

इसी संदर्भ में 'बखर साहित्य' और 'दंतकथाओं' की चर्चा भी अनिवार्य है। क्योंकि साहित्यकार अपनी साहित्यकृतियों में ऐसी सामग्री का प्रचुर मात्रा में प्रयोग करता है। 'बखर' एवं 'दंतकथाएँ' अनेक नाट्यमय कथाओं से खचाखच भरी हुई मिलती है। साहित्यकार नाटकीयता के मोह से स्वाभाविक रूप में इनकी ओर आकर्षित होता है। वैसे आकर्षित होने में इतिहासकारों को कोई आपत्ति नहीं होना चाहिए। लेकिन 'बखर' एवं 'दंतकथाओं' का आधार लेते समय साहित्यकार को इस बात का ध्यान रखना जरूरी है कि वे ऐतिहासिक सत्य के लिए पूरक हो।

इस संदर्भ में उत्तरकालीन विभिन्न बखर साहित्य में हुआ कल्याण के सुभेदार की बहू की कथा का प्रसंग उल्लेखनींय है। परंतु शिवकालीन दस्तावेज में इस कथा का कोई प्रमाण नहीं है। शिवाजी महाराज के स्त्रीदाक्षिण्य को अधिक प्रभावपूर्ण बनाने में यह कथा अधिक उपयुक्त होती है। साहित्यकार इसका अवश्य प्रयोग कर सकते हैं। क्योंकि इससे शिवाजी के 'स्त्रीदाक्षिण्य' में, जो ऐतिहासिक सत्य है उसमें बिल्कुल बाधा नहीं पहुँचती।

लेकिन बखर साहित्य की सभी कथाएँ ऐतिहासिक सत्य की पूरक होती नहीं। इनमें से कुछ तो ऐतिहासिक सत्य के लिए हानिकर होती हैं। जैसे, डॉ. कुलकर्णीजी ने उपयुक्त ग्रंथ में रामदास-शिवाजी के गुरु-शिष्य संबंधों की चर्चा करते समय स्वराज्य स्थापना के कार्य में प्रारंभ से ही शिवाजी महाराज को रामदास स्वामी का मार्गदर्शन एवं सहयोग किस प्रकार होता रहा यह सिद्ध करने के लिए हनुमंतस्वामी की बखर का पूरा-पूरा लाभ उठाया है। वास्तविकता यह है कि शिवाजी महाराज के पश्चात (१४० वर्ष बाद) रामदास स्वामी के वंशजों ने दंतकथाओं के आधार पर बखर लिखी है। उसमें काल्पनिक एवं अद्भूत कथाओं की प्रचुरता है। इसकी एक कथा में उल्लेख है कि रामदास स्वामी और शिवाजी महाराज की प्रथम भेट सन १६४९ में हुई। डॉ. कुलकर्णीजी ने यह वर्ष एक ऐतिहासिक सत्य के रूप में स्वीकृत कर यह जताने की कोशिश की है कि रामदास स्वामी शिवाजी महाराज के कार्य में आरंभ से ही सम्मिलित थे।

रामदास-शिवाजी भेट के संदर्भ में डॉ. कुलकर्णीजी लिखते हैं, 'शिवाजी ने १६४९ में चाफल के पास उनसे (स्वामीजी) भेट की। स्वामीजी ने उन्हे अनुग्रह दिया और उनके कार्य के लिए प्रोत्साहन। स्वामीजी के उपदेशों से शिवाजी का मनोबल बढा।''

इस भेंट के संदर्भ में एक स्थान पर डॉ. कुलकर्णीजी आगे लिखते हैं, ''उसी काल में हिंदू जागरण करनेवाले महान तपस्वी समर्थ रामदास स्वामी के दर्शन शिवाजी ने किए। उन्हें अपना गुरु माना। स्वामीजी की प्रेरणा शिवाजी को जीवन-पर्यंत मिली। स्वामीजी के कारण उनकी हिंदवी स्वराज्य की जीवनाकांक्षा को बल मिला।''

उपर्युक्त विधानों का सूक्ष्मता से विचार करने पर यह स्पष्ट होता है कि रामदास स्वामी शिवाजी के राजनीतिक गुरु थे, उन्होंने ही शिवाजी को

स्वराज्य स्थापना की प्रेरणा एवं मनोबल दिया। यह महाराष्ट्र के हिंदुत्ववादी इतिहासकार एवं साहित्यकारों का वर्णश्रेष्ठत्व प्रतिपादित करानेवाला प्रिय सिद्धांत ही डॉ. कुलकर्णीजीने प्रस्तुत किया है।

हिंदुत्ववादियों के इस दृष्टिकोण को 'ऐतिहासिक कसौटी' पर परखा जाए तो वह उनके लिए अत्यंत क्लेषदायक है। स्वयं रामदास स्वामी के शिष्य केशव गोसाई ने दिवाकर गोसाई नामक शिष्य को ४ अप्रैल, १६७२ के पत्र में लिखा है, "आपण पत्र पाठविले ते पावले. मजकूर समजला. राजेश्री शिवाजीराजे भोसले हे समर्थांचे (रामदास स्वामींच्या) भेटीस येणार म्हणून लिहिले ते समजले----------राजे यांची पहिलीच भेट आहे..." (केसरी २६ जून १९०६ कृष्णाजी अर्जुन केळूसकर कृत, छत्रपति शिवाजी महराज, संस्करण : १९६५, पृ. ५८८-५८९) (आपके द्वारा प्रेषित पत्र प्राप्त हुआ। ब्यौरे से विदित हुआ। राजश्री शिवाजी भोसले समर्थ (रामदास स्वामी) को मिलने आ रहे हैं यह मालूम हुआ----------महाराजा की यह पहली ही भेट है...")

इससे यह स्पष्ट होता है कि रामदास-शिवाजी की प्रथम भेट सन १६७२ में हुई अर्थात स्वराज्य स्थापना के अनेक वर्षों पश्चात। डॉ. कुलकर्णीजी इस 'ऐतिहासिक सत्य' का निर्देश तक नहीं करते, यह स्वाभाविक भी है। क्योंकि ऐसा करना उनके लिए असुविधाजनक होता। उपर्युक्त मौलिक प्रमाण रामदासी संप्रदाय के असली कागजादों में उपलब्ध हुआ है। रामदास स्वामी के ही एक शिष्य द्वारा दी हुई इस गवाही से हिंदुत्ववादियों द्वारा खड़ा किया स्वराज्य स्थापना के कार्य कें स्वामीजी का तथाकथित योगदान ताश के बंगले की तरह जमीनदोस्त होता है।

अपने ग्रंथ की भूमिका में डॉ. कुलकर्णीजीने लिखा है, "मैंने ऐतिहासिक खोजों की जटिलता से बचकर और किस्सागोई से हटकर छत्रपति शिवाजी महाराज का एक सरल, सीधा चरित्र प्रस्तुत करने का यह यथामति और विनम्र प्रयास किया है।" उपर्युक्त विवेचन से यह स्पष्ट होता है कि उन्होंने रामदास-शिवाजी के भेट के संदर्भ में ऐतिहासिक अनुसंधान की जटिलता ही नहीं तो ऐतिहासिक अनुसंधान से हटकर केवल 'किस्सागोई' पर आधारित विवेचन किया है।

शिवाजी महाराज के स्वराज्य स्थापना का महत्त्व और तत्कालीन राजनीतिक-सामाजिक परिस्थितीयों से भलीभाँति परिचित एक महान परमार्थिक

संत के नाते रामदास स्वामी का इतिहास में अनन्य साधारण स्थान है। इसे कोई भी अस्वीकार नहीं करेगा। लेकिन स्वामीजी को स्वराज्य स्थापना के प्रेरणास्थान के रूप में स्थापित करने की कोशिश इतिहासविरुद्ध है।

मुझे याद है कि लगभग पचास साल पहले मुंबई के एक व्याख्यान में 'मराठा इतिहास' के वरिष्ठ अनुसंधाता एवं समीक्षक स्वर्गीय प्रा. न. र. फाटक जी ने कहा था, "नाटककार, उपन्यासकार, सिनेमा निर्माता एवं राजनीतिक लोग इतिहास के चार मुख्य शत्रु हैं। (उस समय टेलिविजन का आगमन नहीं हुआ था अन्यथा स्वर्गीय फाटकजी उसे पाँचवा शत्रु मानते!) उनके इस कथन में कुछ अतिशयोक्ति होने के बावजूद सच्चाई भी है। लेकिन यह तथाकथित 'शत्रु' यदि ऐतिहासिक सत्य के प्रति निष्ठा रखकर कलाकृतियों का निर्माण करेंगे तो निश्चित ही वे इतिहास के मित्र सिद्ध होंगे। इतिहासकार की अंदरूनी इच्छा भी यही होती है कि वे इतिहास के मित्र बन जाए।

मूलतः यही वर्ग इतिहास की ख्याति समाज के सम्मुख प्रस्तुत करता है। इतिहास के ग्रंथ कितने लोक पढते हैं? उसकी तुलना में अधिक लोक उपन्यासकारों के उपन्यासों को पढते हैं। उससे भी अधिक लोग नाटककारों के नाटक देखते हैं तथा उससे भी अधिक लोक फिल्मनिर्माताओं की फिल्में देखते हैं। और वर्तमान युग में लाखों लोग एक ही समय टी. व्ही. पर धारावाहिक देखते हैं। ताज्जुब की बात यह है कि आम आदमी उपन्यास, नाटक, सिनेमा और टेलिविजन द्वारा प्रस्तुत इतिहास को ही सत्य मानते हैं।

इस परिप्रेक्ष्य में देखा जाए तो उपन्यासकारों से लेकर टी. व्ही. धारावाहिक के निर्माताओं तक सभी लोगों का यह उत्तरदायित्व बनता है कि ऐसी कलाकृतियों का निर्माण करते समय गंभीरता के साथ इतिहास के प्रति ईमानदार रहना चाहिए, तभी इतिहास का यथार्थ दर्शन होगा। उनका यह कार्य सामाजिक एवं सांस्कृतिक दृष्टि से महान माना जाएगा।

एक और महत्त्वपूर्ण बात, स्वतंत्रतापूर्व काल में सभी प्रांतों की पाठ्यपुस्तकों में महाराणा प्रताप, छत्रपति शिवाजी जैसे राष्ट्रपुरुषों को गौरव के साथ स्थान दिया जाता था। जिससे उनके नाम घर-घर पहुँचते थे और बाल्यावस्था में बच्चों पर राष्ट्रीय चारित्र्य के संस्कार होते थे। आज महाराणा प्रताप मात्र राजस्थान तक तो शिवाजी मात्र महाराष्ट्र तक सीमित कराए गए हैं। स्वातंत्र्यपूर्व काल में स्वतंत्रता आंदोलन की प्रेरणा देनेवाले चरित्रों को

स्वातंत्र्य प्राप्ति के पश्चात राष्ट्रीय स्तर पर उपेक्षित रखा जा रहा है।

यदि वह सच्चाई है तो इसे एक गंभीर समस्या मानना पडेगा। चाहे राणा प्रताप हो या शिवाजी अथवा नेताजी सुभाषचंद्र बोस हो, वे संपूर्ण देश की सांस्कृतिक विरासत हैं। उन्हें विस्मृत करना या उपेक्षित रखना यह देश की आत्मा का ही विस्मरण और उपेक्षा होगी। इसे रोकना जरूरी है।

◆

१०

रोड मराठा - एक समाजशास्त्रीय शोध

रोड मराठ्यांचा इतिहास म्हणजे एका विस्मृतीत गेलेल्या समाजाची कथा आहे. अडीचशे वर्षांपूर्वी हा समाज अक्षरशः अरण्यात हरवला होता. हरवला होता असे म्हणण्यापेक्षा या समाजाने स्वतःलाच हरवून घेतले होते. इतके की त्याने आपले नावही बदलले आणि रूपही बदलले, पण नाव व रूप कितीही बदलले तरी त्या समाजाची काही अंगभूत वैशिष्ट्ये, काही परंपरा, काही श्रद्धा अवशेषरूपाने का होईना, पण अस्तित्वात होत्या. या समाजाला आपले खरे 'स्वरूप' जाणवू शकले. स्वत:ची 'ओळख' होऊ शकली.

पानिपतावरील मराठ्यांचे 'रोड' समाजात रूपांतर

आपणा सर्वांनाच माहीत आहे की, अडीचशे वर्षांपूर्वी १७६१ मध्ये पानिपतावर मराठ्यांचा दारुण पराभव झाला. अहमदशहा अब्दाली या परक्या शत्रूच्या आक्रमणापासून मोगल बादशाही वाचविण्यासाठी मराठे महाराष्ट्रातून उत्तरेत धावून गेले. मराठे अब्दालीशी मोठ्या त्वेषाने व शौर्याने लढले खरे; पण राजनीती व रणनीती या दोन्ही क्षेत्रांत शत्रू त्यांना वरचढ ठरला.

पानिपतच्या रणमैदानावर मराठ्यांना शत्रूने नुसते पराभूतच केले असे नाही, तर अत्यंत क्रूरपणे त्याने त्यांची कत्तल केली. हजारो मराठे धारातीर्थी पडले. हजारो कैद होऊन मारले गेले. त्यातून काही नशीबवान होते ते कसेबसे निसटले. वर ज्याचा उल्लेख 'हरवलेला समाज' असा केला आहे,

---

डॉ. वसंतराव मोरे लिखित 'शौर्यतीर्थ पानिपत' या ग्रंथास डॉ. जयसिंगराव पवारांनी लिहिलेली प्रस्तावना.

तो समाज म्हणजे पानिपतावरून जिवानिशी वाचलेल्या मराठा सैनिकांची एक तुकडी होती. रणमैदानातून बाहेर पडताच ती जवळच्या घनदाट अरण्यात गेली आणि तेथेच ती बराच काल लपतछपत राहिली. पुढे काही वर्षांनी ती अरण्यातून बाहेर येऊन वसाहत करून राहू लागली. एकाची दोन गावे, दोनाची चार गावे अशी त्यांच्या वसाहतींची संख्या वाढू लागली. पण, हे सर्व करत असता त्यांनी आपले नाव बदलले होते. 'रोड' असे नवेच नाव घेऊन आपण 'रोड' नावाच्या रजपूत राजाचे वंशज आहोत, असे त्यांनी जाहीर केले. असे करण्यात त्यांना अधिक सुरक्षितता वाटत होती आणि पुढे असे झाले की हळूहळू पुढची पिढी स्वतःला 'रोड' असेच समजू लागली. आपले पूर्वज कधी काही मराठे होते आणि आपल्या धमन्यांत मराठ्यांचे रक्त आहे, याचाही त्यांना विसर पडला.

डॉ. वसंतराव मोरे व त्यांचे सहकारी ५/६ वर्षे या समाजाच्या उत्पत्तीवर संशोधन करत होते. शेवटी 'रोड मराठोंका इतिहास' हा ग्रंथ प्रकाशित करून त्यांनी हे सिद्ध केले की, हरियाणातील रोड समाज हा दुसरा तिसरा कोणी नसून, तो एके काळी पानिपतावर लुप्त झालेला मराठा समाजच आहे. हा केवळ ऐतिहासिकच नव्हे, एक मोठा समाजशास्त्रीय शोध आहे. महाराष्ट्रातील मराठ्यांना तर त्याची किंचितही कल्पना नाही. आपलेच एक भाऊबंद २५० वर्षे अज्ञातवासात होते, त्यांचे प्रकटीकरण आता होत आहे, ही गोष्ट महाराष्ट्रातील प्रत्येक मराठ्यास कुतूहलजनक व आनंददायी वाटणारी आहे.

रूपककथेतील सिंहाची गर्जना

रोड मराठ्यांची ही कथा एखाद्या पुराणकथेत शोभावी अशी आहे. ती वाचत असता एका रूपक कथेची प्रकर्षाने आठवण होते. वाचकांनाही ती उद्‌बोधक वाटेल. ती अशी- एकदा एका अरण्यात एक सिंहीण व्यायली. तिला चार छावे झाले. सिंहीण पुढे व तिच्या मागे हे छावे दौडत असत. इकडे तिकडे बागडत असत. एकदा असे झाले की त्या छाव्यांमधील एक छावा वाट चुकला आणि भलत्याच वाटेने गेला. इकडे त्याची आई व इतर तीन छावे पुढे निघून गेले, त्यांची व या छाव्याची भेटगाठ पुढे कधीच झाली नाही. वाट चुकलेला हा छावा आईला शोधत असता, त्याला शेजारून मेंढ्यांचा कळप चाललेला दिसला. तो छावा त्या कळपात मिसळला

आणि थोड्याच कालावधीत तो इतर मेंढ्यांप्रमाणेच वागू लागला. मेंढ्या गवत खात, झुडपांचा पाला खात, हाही गवत, पाला खाऊन राहू लागला. एवढेच नव्हे, तर तो बेंऽबेंऽ असे ओरडूही लागला. थोडक्यात तो आपले स्वत्व विसरून स्वतःला मेंढरू समजू लागला. दिवसेंदिवस तो वाढू लागला, चांगल्या तरण्याबांड सिंहात त्याचे रूपांतर झाले.

त्याच अरण्यात एक म्हातारा सिंह राहत होता. वृद्धापकाळामुळे त्याच्या हातून मोठी शिकार होत नव्हती. म्हणून एखाद्या मेंढरांच्या कळपावर हल्ला करून एखाद दुसरे मेंढरू मारून तो आपली गुजराण करत असे. एकदा हा सिंह टेकडीवर बसला असता त्याला हा मेंढ्यांचा कळप दिसला. आता त्या कळपावर तो हल्ला करणार तोच त्याला एक मोठी अद्भुत गोष्ट दिसली. एक तरणाबांड सिंह त्या कळपात मेंढ्यांबरोबर कुरणात चरत होता. म्हातारा सिंह आश्चर्यचकित झाला. एवढ्यात त्याची चाहूल लागताच तो मेंढ्यांचा कळप उधळला, सैरावैरा धावू लागला. त्यातील तरुण सिंहही बेंऽबेंऽ करीत पळू लागला. म्हाताऱ्या सिंहाने झेप टाकून त्यास पकडले. तेव्हा ते गयावया करून म्हणू लागला, ‘‘महाराज, मला मारू नका, मी गरीब बिचारे मेंढरू आहे. माझ्यावर दया करा.’’ म्हातारा सिंह गोंधळून गेला, काय करावे त्याला समजेना. शेवटी आयाळाला धरून त्या म्हाताऱ्या सिंहाने त्याला जवळच्याच एक तळ्याच्या काठी नेले आणि तळ्याच्या त्याच्या प्रतिबिंबाकडे त्याचे लक्ष वेधून तो म्हणाला, ‘‘अरे मूर्खा, ही बघ माझी छबी अन् ही तुझी छबी. आता तरी स्वतःला ओळख तू कोण आहेस! तू जातिवंत सिंह आहेस, सिंह!’’

त्या तरण्याबांड सिंहाला स्वतःची ओळख प्रथमच पटली. क्षणार्धात त्याला ‘स्वत्वा’ची जाणीव झाली. आपण सिंह असल्याचा त्याला साक्षात्कार झाला आणि त्याने एक प्रचंड गर्जना केली. अशी गर्जना केली की, सभोवतालचे पर्वतही हादरून गेले. तो म्हातारा सिंहही क्षणमात्र घाबरून गेला. तो म्हणाला, ‘‘अरे केवढी प्रचंड गर्जना केलीस तू!’’ यावर तो साक्षात्कारी सिंह म्हणाला, ‘‘माझ्या आयुष्यातील ही पहिलीच गर्जना आहे!’’

आत्मा व परमात्मा शेवटी एकच आहेत, हे हिंदू धर्मातील सर्वश्रेष्ठ तत्त्व प्रतिपादन करत असता धर्मपंडित लोक या दृष्टान्ताचा आधार घेतात. ‘कोऽहम’ (मी कोण आहे?) या प्रश्नाचा शोध अध्यात्म क्षेत्रातील साधक घेत असतो. त्याची शोधयात्रा ‘सोऽहम!’ (तो मीच आहे) या अंतिम

टप्प्यावर संपते. अशा प्रकारचा 'सोऽहम'चा साक्षात्कार संतमाहात्म्यांना झालेला असतो.

'रोड' समाजाचा आत्मसाक्षात्कार

छत्रपती शिवाजी महाराजांनी १७व्या शतकात दक्षिणेत 'हिंदवी स्वराज्याची' स्थापना करून मराठी साम्राज्य सत्तेची मुहूर्तमेढ रोविली. ग्रॅन्ट डफसारख्या इतिहासकारांनी या घटनेलाच 'ऐतिहासिक चमत्कार' म्हटले आहे. खरे तर हा चमत्कार नव्हता, हा एक 'आत्मसाक्षात्कार' होता. दक्षिणेतील देवगिरीच्या यादवांच्या साम्राज्याचा अस्त उत्तरेतील खिलजी सुलतानांनी घडवून आणल्यावर महाराष्ट्र ३५० वर्षे पारतंत्र्यात होता. या पारतंत्र्याच्या प्रदीर्घ कालखंडात मराठे आपले स्वत्व, आपले स्वतंत्र अस्तित्व विसरून गुलामगिरीच्या मानसिकतेच्या कोशात जखडून पडले होते. शिवाजी महाराजांनी त्यांना स्वराज्याच्या मंत्राने जागे केले. त्यांची मूढावस्था संपवली. त्यांनी मराठ्यांना खडसावून सांगितले, "अरे, तुम्ही दक्षिणेतील सुलतानाचे चाकर, गुलाम म्हणून राहण्यासाठी जन्मला नसून, तुम्ही गुलामीचा नाश करण्यासाठी जन्मला आहात. तुम्ही सिंहाचे छावे आहात. तुम्हाला तुमचे स्वतंत्र अस्तित्व आहे." शिवरायांचे हे खडसावणे म्हणजे एका नव्या युगाचा मंत्र होता. त्यामुळे मराठ्यांची 'एक नवे राष्ट्रच निर्माण करणारे लोक' अशी ओळख महाराजांनी त्यांना बहाल केली. उपरोक्त कथेमधील तरण्याबांड सिंहाप्रमाणे मराठ्यांनी आपल्या राजाच्या नेतृत्वाखाली अखिल हिंदुस्थान दणाणून टाकणारी हिंदवी स्वराज्याची सिंहगर्जना केली.

अशाच प्रकारची सिंहगर्जना करण्याची ऐतिहासिक संधी हरियाणातील रोड मराठा समाजास आता मिळाली आहे. रोड मराठ्यांना झालेला हा खरा आत्मसाक्षात्कार आहे. गेली २५० वर्षे हा समाज अज्ञानाच्या अंधकारात स्वतःची ओळख जाणून घेण्यासाठी चाचपडत होता. त्यास आता प्रकाशाचा किरण दिसला आहे. निव्वळ हा प्रकाशकिरण नाहीये, तर तो प्रकाशझोत बनू पाहत आहे आणि या प्रकाशझोतात त्या समाजास आपल्या रूपाचे खरे दर्शन होताच, रूपक कथेतील तरण्याबांड सिंहाप्रमाणे तो गर्जना करू पाहत आहे. अशी गर्जना की उत्तरेतील हिमालय पर्वतही हादरून जातील! कारण त्यांची ती पहिलीच सिंहगर्जना असेल!

मराठा वीरेंद्रसिंह यांची पहिली सिंहगर्जना

ही 'सिंहगर्जना' करण्याचा रोड मराठा समाजातील पहिला मान कोणाला द्यायचा असेल तर तो श्रीमान वीरेंद्रसिंहजी वर्मा यांना द्यावा लागेल. एके काळी सनदी अधिकारी म्हणून भारतीय मुलकी सेवेत कर्तबगारी गाजवलेल्या या अधिकाऱ्यास आपल्या समाजाची खरी 'ओळख' शोधून काढण्याचा ध्यास लागला. अध्यात्म क्षेत्रातील साधकाप्रमाणेच त्यांनी स्वतःला प्रश्न विचारला, 'कोऽहम?' श्रीमान वीरेंद्रसिंहजी यांच्याजवळ प्रचंड जिज्ञासू वृत्ती असल्याने त्यांच्यासमोर हा प्रश्न उभा राहिला, तोही एका सामान्य घटनेमुळे. न्यूटनसमोर सफरचंदाच्या झाडावरून खाली पडणारे फळ ही सामान्य घटना होती. समाजात नेहमी घडणारी. शेकडो वर्षे अशीच घटना घडत होती. पण एकट्या न्यूटनलाच प्रश्न पडला की या झाडावरून फळ खालीच का पडते, वर का जात नाही?

आपणास शिंक आली की महाराष्ट्रात आपण 'रामकृष्णहरी' असे काही तरी उद्‌गार काढतो. रोड समाजात शिंक आली की शिंकणारा उद्‌गारतो, 'छत्रपती की जय'. ही एक सामान्य घटना होती. रोड समाजात नेहमी घडणारी. शेकडो वर्षे रोड शिंकत होते आणि प्रत्येक वेळी म्हणायचे, 'छत्रपती की जय'. पण एकट्या वीरेंद्रसिंहजींना प्रश्न पडला की आम्ही असाच उद्‌गार का काढतो? कोण हे छत्रपती? त्यांचा आमचा काही तरी संबंध असायलाच हवा आणि हा अगदी भावनिक असा घनिष्ठ संबंध असायला हवा. कोण हे छत्रपती? या देशात फक्त मराठ्यांच्याच राजाला 'छत्रपती' म्हणतात. मग आपले मूळ 'मराठे' तर नाही ना? काही लोक म्हणतात की रजपूत हे रोडांचे पूर्वज असावेत. पण रजपुतात तर छत्रपती कोणीच झाले नाहीत! मग आम्ही कोण? कोऽहम! प्रस्तुत शोधयात्रेचा प्रारंभबिंदू श्रीमान वीरेंद्रसिंहजींच्या या प्रश्नात आहे. डॉ. वसंतराव मोरे यांच्या संशोधनाने त्यांची शोधयात्रा पूर्ण झाली. त्यामुळे 'रोड' समाजाच्या कोशात असणारे श्रीमान वीरेंद्रसिंहजी आता मोठ्या अभिमानाने स्वतःला 'मराठा वीरेंद्रसिंह' असे म्हणवून घेत आहेत. 'कोऽहम' पासून सुरू झालेली त्यांची शोध यात्रा 'सोऽहम'च्या अंतिम टप्प्यावर पोहोचली आहे.

गेली २५० वर्षे ज्या समाजाची 'ओळख' लुप्तप्राय झालेली होती, ती शोधून काढणे ही काही सामान्य गोष्ट नव्हती. त्यासाठी केवळ ऐतिहासिकच

नव्हे, तर सांस्कृतिक व भाषिक स्वरूपाचे पुरावे शोधून त्यांचा योग्य असा अन्वयार्थ लावणे आणि त्यातून मांडलेले गृहीतक सिद्ध करणे आवश्यक होते. इतिहास संशोधनाचे मूळ सूत्र असे आहे की, पुराव्याशिवाय इतिहास लिहिता येत नाही. विशेषतः राजकीय इतिहासात कागदोपत्रींचे पुरावे तर फार महत्त्वाचे असतात. तथापि, रोड समाजाच्या शोधाचा विषय सांस्कृतिक असल्याने त्यामधील सांस्कृतिक पुराव्यांवर अधिक भर दिला जाणे स्वाभाविक होते.

आर्यांचे मूळ वसतिस्थान कोणते, या विषयावर विद्वानांचे एकमत नसले, तरी या मूळ आर्य समाजापासून निघालेले ग्रीक, रोमन, इराणी हे लोक आणि भारतवर्षातील आर्य लोक हे एकच होते, हे अनेकांनी मान्य केले आहे, आणि त्यांच्या गृहीतकासाठी जे पुरावे पुढे केले गेले आहेत, हे सर्व सांस्कृतिक स्वरूपाचे आहेत. उदाहरणार्थ, 'आई' या शब्दास ग्रीक आर्य 'मेतॉर' म्हणत, रोमन आर्य 'मातेर' म्हणत, तर भारतीय आर्य 'मातर' (मातृ) म्हणत. अशाच प्रकारच्या अनेक सांस्कृतिक परंपरांचा शोध घेऊन जगात सर्वत्र विखुरलेले आर्य हे कोणे एके काळी एकाच स्थानी राहत होते, असा सिद्धान्त मांडला गेला आहे.

हे पाहा 'मराठे'पणाचे सांस्कृतिक पुरावे

प्रस्तुत शोधयात्रेसाठी अशा प्रकारच्या अनेक सांस्कृतिक धाग्यांचे एक सुंदर ऐतिहासिक महावस्त्र तयार केले आहे. त्यापैकी काही धाग्यांचा येथे परामर्श घेतला तर अप्रस्तुत होणार नाही.

१. महाराष्ट्रातच नव्हे, तर सर्वत्र विवाहसंस्काराचे मोठे सामाजिक महत्त्व मानले जाते. विवाहकार्यात दोन घराणी नात्यांनी परस्परांशी जोडली जातात. काही प्रसंगी आपल्याकडे 'या' घरातील मुलगी 'त्या' घरात सून म्हणून जाते, तशी 'त्या' घरातील मुलगी 'या' घरात सून म्हणून येते. याला आपण 'साटे-लोटे' असे म्हणतो. साटे-लोट्याचा व्यवहार रोड मराठ्यांतही होत असतो आणि त्यास ते म्हणतात 'सीधे साटे ब्याह.'

२. आपल्याकडे लग्नात वधूच्या मामास मोठा मान असतो. जणू तो वधू पक्षाचा मुख्य कारभारीच असतो. लग्न ठरल्यापासून लग्नमंडपात मुलगी आणण्यापर्यंत तो पुढारीच असतो. रोड मराठ्यांतही मामाला असेच मानाचे स्थान असते. एवढेच नव्हे, तर आपल्या भाचीला घेऊन तो

लग्नमंडपात ऐटीत येत असतो. अक्षता टाकल्यावरच त्याची भूमिका संपते.

३. लग्नात त्यांच्या व आपल्या बऱ्याच गोष्टी समान आहेत. अगदी आपल्याकडे जसे रुखवत असते, तसे त्यांच्याकडेही असते. आपल्यासारखेच रुखवतातील मोठ्ठाले लाडू त्यांच्याकडेही असतात. लग्नकार्य झाल्यावर नववधूची सासरी पाठवणी करताना आपल्याकडे तिची मैत्रीण किंवा नात्यातील एखादी प्रौढ स्त्री पाठराखीण म्हणून आपण पाठवतो. त्यांच्याकडे अशी पाठराखणीची पद्धत आहे.

४. सणसूद हे कोणत्याही समाजाचे महत्त्वाचे सांस्कृतिक अंग असते. हरियाणामधील रोड मराठ्यांनी तेथील सणांचा जरूर स्वीकार केला; पण तो करत असता, काही विशिष्ट सणांमधील त्यांच्या पूर्वापार चालत आलेल्या परंपरा त्यांनी जतन करून ठेवल्या आहेत. दिवाळी आपल्याप्रमाणे तिकडेही साजरी केली जाते. पण दिवाळीच्या दिवसांत आपल्याकडे ग्रामीण भागांत जशा शेणाच्या गवळणी, बळिराम, गोवर्धन पर्वत, पाच पांडव केले जातात, अगदी तशाच शेणाच्या गवळणी, पांडव इत्यादी रोड मराठ्यांच्या गृहिणी आपल्या अंगणात स्थापन करत असतात. भारतात अन्यत्र कुठेही अशा प्रकारची प्रथा अस्तित्वात नाही. हरियाणा प्रांतात, तसेच अन्य हिंदी समाजातही ही प्रथा नाही, मग रोड मराठ्यांकडे ही प्रथा आली कशी?

५. तीन-चारशे वर्षांपूर्वी महाराष्ट्रातील मराठ्यांची संस्कृती कशी होती, याचे प्रत्यंतर आपणास ग्रामीण भागात गेल्याशिवाय येत नाही. आज शहरी भागात एकमेकांस भेटल्यावर 'रामराम' म्हणण्याची पद्धत प्रचलित आहे. हरियाणातील मराठे मात्र (अगदी सुशिक्षितही) एकमेकांस अभिवादन करताना आजही 'रामराम'च म्हणतात. आमच्या माहितीप्रमाणे भारतात अन्य कोणत्याच समाजात अशी 'रामराम'ची पद्धत अस्तित्वात नाही. मग ही 'रामराम'ची पद्धत हरियाणात तिकडे कशी गेली?

६. मानवी समाजाच्या उभारणीत भाषा ही महत्त्वपूर्ण भूमिका बजावत असते. कोणत्याही संस्कृतीची प्रगती या भाषेवर अवलंबून असते. भाषेचे पुरावे हे सांस्कृतिक पुरावेच मानले जातात. त्या दृष्टीने विचार करता, दैनंदिन व्यवहारातील कितीतरी शब्द आमचे आणि हरियाणातील मराठ्यांचे समान आहेत. उदाहरणार्थ, घराचे कबाड, त्यामागचा अडणा, स्वयंपाकघरातील परात व शिंके, घरातील गोधडी, घरातील मराठमोळी स्त्रीची जोडवी, नथ

हे अलंकार अशा अनेक वस्तूंची नावे त्यांची व आपली एकच आहेत.

७. सर्वांत महत्त्वाचे म्हणजे हरियाणातील सर्व समाज जी हिंदी बोलतो, तीच भाषा रोड समाज बोलतो; पण रोड समाजाच्या हिंदी भाषेत असे काही शब्द अथवा वाक्प्रचार येतात, की ते फक्त हरियाणातीलच नव्हे, तर उत्तर भारतातील कोणत्याही समाजाच्या हिंदी भाषेत आढळत नाहीत. उदाहरणार्थ - म्हैस, ससा, कधी, दुपार, कुचेष्टा, माहिती, काठी, पाहुणा, भिंत, कावड हे सर्व शब्द १०० टक्के मराठी आहेत. मग आमच्या महाराष्ट्रातील म्हैस हरियाणामधील शेतात कशी घुसली? सह्याद्रीच्या पठारावरचा ससा हरियाणात गेला कसा? एवढेच नव्हे, तर आमची मराठमोळी शेतकऱ्याची स्त्री 'म्हशींची धार' काढते. हरियाणातील इतर समाजातील स्त्री 'भैसको दुहती है' तर त्याच हरियाणातील रोड स्त्री मात्र 'म्हैसकी धार काढती है', 'निकालती है' नव्हे! महाराष्ट्रातील म्हशीची धार काढणे हा वाक्प्रचार जसाच्या तसा हरियाणातील रोडांच्या म्हशींच्या गोठ्यात सापडावा, हे मोठे आश्चर्य नाही काय?

८. याहून अत्यंत महत्त्वाचा सांस्कृतिक पुरावा म्हणजे महाराष्ट्रातील मराठ्यांच्या कुल-उपकुलांचे हरियाणातील रोड समाजातील कुल-उपकुलांशी असणारे साधर्म्य! त्यातील काही महत्त्वाची आपणास परिचित असलेली समान कुले-उपकुले अशी - चोपडे, चव्हाण, खेडकर, डेंगळे, मुळे, बोदले, गोरे, भोसले, झाकले, खोपडे, बोधे, रोडे, पवार, दाभाडे, शिंदे इत्यादी. मराठा समाज व हरियाणातील रोड समाज यांच्यातील ८४ टक्के कुल-उपकुलांची नावे एकमेकांशी जुळतात. काही नावे वेगळी वाटतात खरी, पण कालपरत्वे रोड मराठ्यांनी ती स्वीकारली असावीत आणि अशी आडनावे बदलत असतात, यास आपल्याकडेही दाखले देता येतील. महाराष्ट्रातील मराठ्यांच्या ९६ कुळांचे (कुलांचे) संयुक्तिक प्रतिबिंब रोड समाजात उमटले आहे आणि हा सर्वांत मोठा बिनतोड असा पुरावा आहे, असे मानले पाहिजे.

शोधाचे समाजशास्त्रीय महत्त्व

अशा प्रकारे अनेक सामाजिक व सांस्कृतिक पुरावे सादर होऊन हरियाणामधील रोड समाज हा महाराष्ट्रातील मराठा समाजाचा भाईबंद आहे, हा सिद्धान्त आता देशातील इतिहासकारांसमोर तसेच समाजशास्त्रज्ञांसमोर

सादर केला गेला आहे. खरे तर हा एक मोठा समाजशास्त्रीय शोध आहे. २५० वर्षांपूर्वी मराठा समाजाचा एक प्रवाह मुख्य प्रवाहातून अलग होतो आणि आज इतक्या वर्षांनंतर त्याला त्याची ओळख गवसून तो पुन्हा प्रवाहास येऊन मिळता, ही आपल्या देशात घडणारी एक अपवादात्मक घटना मानावयास हवी. ऐतिहासिक, सामाजिक व सांस्कृतिकदृष्ट्याही ती अपूर्व अशी मानली पाहिजे.

महाराष्ट्रातील मराठा हा राष्ट्रीय वृत्ती जोपासणारा समाज आहे. म्हणून अब्दालीचे दिल्लीपती बादशहावरील आक्रमण हे या समाजाने आपल्या देशावरचे आक्रमण मानले आणि पानिपतसारख्या भयानक अरिष्टाशी त्याने तोंड दिले. या समाजाचे दुसरे वैशिष्ट्य म्हणजे हा जेथे गेला, तेथील समाजाशी एकरूप झाला. तिथली भाषा, संस्कृती त्याने आपली मानली. त्यांचा त्याने स्वीकार केला. आजसुद्धा आपणास गुजरात, मध्य प्रदेश, आंध्र, कर्नाटक इत्यादी भारताच्या अनेक राज्यांत तेथील समाजात मराठा समाज पूर्णपणे विलीन झालेला दिसतो. मराठ्यांचे हे स्वभाववैशिष्ट्य त्यांच्या राष्ट्रीय एकात्मतेच्या भावनेचे प्रतीक आहे, असे आपण मानले पाहिजे.

शेवटी एक अपेक्षा या ठिकाणी आम्ही व्यक्त करू इच्छितो, ती म्हणजे आज महाराष्ट्रातील मराठ्यांचा संवाद बडोदा, देवास, इंदोर, भोपाळ, बेंगळुरू, मुधोळ, कोलार, तंजावर इत्यादी ठिकाणांच्या मराठ्यांशी सुरू व्हायला पाहिजे. तसे झाले तरच रोड मराठ्यांच्या सांस्कृतिक साक्षात्कारास खरा अर्थ प्राप्त होणार आहे. राष्ट्रीय एकात्मतेच्या दृष्टीनेही ते एक महत्त्वाचे पाऊल ठरणार आहे. आम्हास खात्री आहे की, चालू २१ व्या शतकात हे दोन मराठा समाज एकत्र येतील आणि त्यांच्यात भावनिक एकरूपता निर्माण झाल्याचे एक सुंदर चित्र पाहावयास मिळेल.

◆

११

प्रबोधनकार केशव सीताराम ठाकरे

राजर्षी शाहू छत्रपती महाराज यांच्या राज्यारोहण शताब्दीच्या निमित्ताने एक स्मारक ग्रंथ तयार करण्याचे काम मी ६/७ वर्षांपूर्वी हाती घेतले होते. त्यासाठी शाहूचरित्र-साधनांचा धांडोळा घेण्याचे काम चालू होते. त्या वेळी मिरज-तासगाव रस्त्यावर असलेल्या काकडवाडी या गावी शाहूचरित्राची, विशेषतः सत्यशोधक चळवळीची, अतिशय दुर्मिळ सामग्री उपलब्ध झाल्याची वार्ता कानी पडली. लगेच मी त्या दृष्टीने व दिशेने शोध घेतला; तेव्हा समजले की सुमारे पाऊणशे वर्षांपूर्वी काकडवाडीत तुकाराम काकडे नावाचे एक सत्यशोधक कार्यकर्ते होऊन गेले. राजर्षी शाहू महाराजांनी कोल्हापुरात स्थापन केलेल्या वैदिक स्कूलमध्ये त्यांनी शिक्षण घेतले होते. अशा प्रकारे मराठा पुरोहित बनलेले काकडे बहुजन समाजातील विवाहादी विधी वैदिक पद्धतीने करत असतानाच ते राष्ट्रवीरकार श्यामराव देसाई, कर्मवीर भाऊराव पाटील, क्रांतिसिंह नाना पाटील इत्यादी सत्यशोधक नेत्यांच्या सहवासात आले.

काकडे अभ्यासू वृत्तीचे असल्याने त्यांनी आपल्या गावी शाहू महाराजांच्या नावाने वाचनालय स्थापन करून त्यामध्ये म. फुले यांचे वाङ्मय, सत्यशोधक समाजाचे साहित्य, विविध प्रकारची मासिके आदी सामग्री जतन करून ठेवली होती. तसेच त्यामध्ये प्रबोधन मासिकाचेही दुर्मिळ अंक होते. दुर्दैवाने काकडे अकाली गेले आणि त्यांच्या मागे त्यांनी स्थापन केलेले शाहू वाचनालय बंद पडून त्यातील ग्रंथसाहित्य एका लोखंडी पत्र्याच्या

प्रा. महावीर मुळे लिखित, 'सत्यशोधक प्रबोधनकार आणि कर्मवीर' या ग्रंथास डॉ. जयसिंगराव पवारांनी लिहिलेली प्रस्तावना.

पेटीत बंद होऊन त्यांच्या घराच्या माळ्यावर कित्येक वर्षे अज्ञातवासात राहिले.

सुमारे ८/१० वर्षांपूर्वी काकडवाडीचे प्रा. महावीर मुळे व त्यांचे तरुण सहकारी यांनी आपल्या गावी एक ग्रंथालय स्थापन करण्याचा संकल्प सोडला आणि त्यासाठी ते कामाला लागले. ग्रंथालयासाठी पुस्तके गोळा करत असता त्यांना काकड्यांच्या घरातील पेटीतील खजिन्याचा शोध लागला आणि मग या तरुण मंडळींनी उत्साहाने कामास लागून काकड्यांच्या शाहू वाचनालयाचेच पुनरुज्जीवन घडवून आणले.

माझ्या 'राजर्षी शाहू स्मारक ग्रंथा'स उपयोगी पडणारी बरीच साधने मला काकडे संग्रहात मिळाली. माझ्यासारख्या महाराष्ट्रातील अनेक अभ्यासकांना काकडेसंग्रह उपयोगी ठरत आहे. तो चांगल्या प्रकारे जतन करून ठेवल्यामुळे प्रा. मुळे व त्यांचे सहकारी यांचे महाराष्ट्रातील संशोधकांनी आभार मानले पाहिजेत.

काकडवाडीच्या ग्रंथसंग्रहातील साधने, विशेषतः 'प्रबोधनाचे' अंक, प्रबोधनकारांची 'माझी जीवनगाथा', कर्मवीर भाऊराव पाटलांची चरित्रे, शाहू चरित्रे इत्यादी साधनसामग्री आढळते. राजर्षी शाहू छत्रपतींवर आता उदंड साहित्य प्रकाशित होत आहे. कर्मवीर भाऊराव पाटलांचीही मराठीत, इंग्रजीत अनेक चरित्रे प्रकाशित होत आहेत. त्या मानाने प्रबोधनकारांचे चरित्र मात्र उपेक्षित राहिले आहे. सत्यशोधक चळवळ, ब्राह्मणेतर चळवळ, वृत्तपत्रीय चळवळ अशा अनेक चळवळी गाजविणारे आणि समाजप्रबोधन, काव्यशास्त्रविनोद, इतिहाससंशोधन, ललितकला इत्यादी क्षेत्रांत लीलयेने संचार करणारे प्रबोधनकार महाराष्ट्रात अजूनही उपेक्षित का राहावेत, हा खरोखरीच समाजशास्त्रीय संशोधनाचा विषय आहे.

प्रबोधनकारांनी 'माझी जीवनगाथा' नावाने त्यांच्या आयुष्यातील आठवणी प्रसिद्ध केल्या आहेत. या ग्रंथास प्रसिद्ध चरित्रकार धनंजय कीर यांची प्रस्तावना लाभलेली आहे. त्यामध्ये प्रारंभीच त्यांनी म्हटले आहे, ''बहुजनांचे कैवारी, महाराष्ट्रभूषण प्रबोधनकार केशव सीतराम ठाकरे यांचे आधुनिक महाराष्ट्राच्या धार्मिक, सामाजिक, सांस्कृतिक, वाङ्मयीन, इतिहासविषयक व नाट्यादी क्षेत्रांतील कार्य, कीर्ती नि कामगिरी मशहूर आहे. त्यांचे वादळी व्यक्तिमत्त्व विसाव्या शतकाच्या पहिल्या दशकापासून महाराष्ट्राच्या सामाजिक पुनर्घटनेच्या कार्यक्षेत्रात सतत गाजत राहिले आहे. प्रबोधनकार म्हणजे

बहुरंगी, बहुढंगी नि बहुरूपी कर्तृत्ववान पुरुष, जिनगर, छायाचित्रकार, तैलचित्रकार, पत्रपंडित, वादविवादपटू, शिक्षक, संपादक, नाटककार, टंकलेखक, चरित्रकार नि इतिहासकार अशा विविध भूमिका त्यांनी वठविल्या.' अशा अष्टपैलू व्यक्तिमत्त्वाच्या महाराष्ट्राच्या या थोर सुपुत्राचे एक समग्र संशोधनात्मक चरित्र आज मराठीत उपलब्ध नसावे, हे एक आश्चर्यच नव्हे काय?

प्रबोधनकारांच्या साहित्यावर, त्यांच्या भाषाशैलीवर मनापासून प्रेम करणारा मी एक मराठी माणूस आहे. तीस-चाळीस वर्षांपूर्वी शिवाजी विद्यापीठातील मराठा इतिहास संशोधन विभागात काम करत असता प्रबोधनकारांची 'दगलबाज शिवाजी' नावाची एक छोटीशी पुस्तिका हाताशी लागली. पुस्तिकेच्या नावावरून निर्माण झालेल्या औत्सुक्यापोटी मी ती अधाशासारखी वाचून काढली नि प्रबोधनकारांच्या भाषाशैलीने आणि प्रतिभेने मी स्तिमित झालो. सभोवताली पसरलेल्या दगलबाज शत्रूंना सवाई दिढी दगलबाजीने दगा देऊन त्यांना नेस्तनाबूत करणारा शिवाजीराजा हा विजयी दगलबाज होता, म्हणूनच दगलबाज शत्रूंना पुरून उरून त्याने मातृभूमीस स्वतंत्र केले, हे प्रबोधनकारांच्या प्रतिपादनाचे सूत्र होते.

अज्ञानाच्या गर्तेत पडलेल्या व भिक्षुकशाहीच्या विळख्यात सापडलेल्या बहुजन समाजास जागे करण्याचे, शहाणे करण्याचे सत्यशोधकी व्रत प्रबोधनकारांनी स्वीकारले होते. त्यासाठी त्यांनी आपल्या 'प्रबोधन' मासिकातून, 'ग्रामण्याचा साद्यंत इतिहास' व 'भिक्षुकशाहीचे बंड' यांसारख्या ग्रंथातून आणि सभा-परिषदांच्या व्यासपीठावरून अथक प्रयत्न केल्याचे दिसून येते. प्रबोधनकारांचे हे प्रबोधन साहित्य वाचत असता त्यांचा हिंदू धर्म, शास्त्रे, पुराणे, इतिहास, इंग्रजी साहित्य, पाश्चात्त्य सुधारणावादी तत्त्वज्ञान इत्यादी विषयांचा किती गाढा व्यासंग होता, याची प्रचिती येते. जसे ते हाडाचे सत्याशोधक होते, तसे ते हाडाचे इतिहाससंशोधकही होते. पण जिथे 'प्रबोधनकार ठाकरेच' उपेक्षित राहिले आहेत, तिथे इतिहाससंशोधक ठाकरे दुर्लक्षित राहिले, यात नवल ते काय?

समाजाच्या सर्वच क्षेत्रांत वर्चस्व गाजविणारी आणि बहुजन समाजाची पिळवणूक करणारी भिक्षुकशाही अर्थात ब्राह्मणशाही ही समाजप्रबोधनाच्या व समाजसुधारणेच्या क्षेत्रातील सर्वांत मोठी धोंड आहे, असे म. फुले यांच्याप्रमाणे प्रबोधनकारही मानत होते. स्वाभाविकच भिक्षुकशाहीच्या मजबूत

किल्ल्यावर ते हयातभर आपल्या 'प्रबोधन'च्या तोफांची मारामारी करत राहिले. शत्रू किती सामर्थ्यशाली आहे, तो आपले किती नुकसान करेल, याची त्यांनी कधी पर्वा केली नाही. प्रबोधनकारांचे प्रतिपक्षावर हल्ले चढविणारे साहित्य वाचत असता मला नेहमीच दोन हातांत दोन पट्टे घेऊन शत्रूवर बेभानपणे तुटून पडणाऱ्या आणि समोर येणाऱ्या शत्रू सैनिकांची मुंडकी सपासप उडविणाऱ्या बाजीप्रभू देशपांडे व मुरारबाजी देशपांडे या शिवकालीन वीरांची आठवण होत असते. योगायोगाने हे दोन्हीही महान योद्धे चांद्रसेनीय कायस्थ प्रभू समाजाचे होते आणि प्रबोधनकारही चांद्रसेनीय कायस्थ प्रभू असल्याने त्यांच्याकडे हा पराक्रमाचा वारसा चालत आला होता. त्या वारशास ते जागत होते.

अशा अष्टपैलू व्यक्तिमत्त्व असणाऱ्या प्रबोधनकारांचे व त्यांचे जिवाभावाचे सहकारी, बंधुतुल्य मित्र कर्मवीर भाऊराव पाटलांचे चरित्र प्रा. मुळे यांनी सुबोध भाषाशैलीत आजच्या पिढीसमोर ठेवले आहे. त्यासाठी लिहिलेल्या माझ्या या प्रस्तावनेचा मोठा भाग मी प्रबोधनकारांच्या जीवनकार्यावर खर्ची टाकतो आहे, याची मला जाणीव आहे. पण असे करण्यामागे चालू पिढीला प्रबोधनकारांच्या कार्याबद्दल औत्सुक्य निर्माण व्हावे, त्यांच्यातील नव्या दमाच्या अभ्यासकांचे लक्ष या थोर पुरुषाच्या कामगिरीकडे वळावे, हाच माझा अंतरीचा हेतू आहे.

राजर्षी शाहू छत्रपती व त्यांच्यापासून प्रेरणा घेऊन शिक्षण क्षेत्रात सर्वस्वानिशी उडी घेणारे कर्मवीर भाऊराव पाटील यांच्या कार्याची फळे महाराष्ट्रातील गेल्या दोन पिढ्या चाखत आहेत. राजकारण, समाजकारण, उद्योगधंदे, शेती, कला, साहित्य, क्रीडा अशा मराठी संस्कृतीच्या सर्वच क्षेत्रांतर बहुजन समाजाची शेकडो मंडळी आज आपल्या कार्याने चमकत आहेत, त्यामागे या दोन महामानवांचे हयातभराचे परिश्रम उभे आहेत, याची जाणीव आजच्या पिढीने ठेवली पाहिजे. त्यांच्याविषयी कृतज्ञ असले पाहिजे.

राजर्षी शाहू छत्रपतींच्या कार्याची पताका प्रबोधनकार व कर्मवीर भाऊराव पाटील यांनी मोठ्या निष्ठेने व हिमतीने आपल्या खांद्यावरून मिरवीत पुढे नेली. त्यासाठी पदरमोड, अवहेलना, मनस्ताप, पश्चात्ताप, सरकार-दरबारची अडवणूक अशा अनेक गोष्टी त्यांना पचवाव्या लागल्या. खानबहाद्दूर धनजीशहा कूपरनी भाऊरावांच्या सहकार्याने आपला कारखाना उभा केला.

पण या कारखान्याच्या नफ्यातील ठरलेला वाटा जेव्हा भाऊरावांनी आपल्या वसतिगृहासाठी मागितला, तेव्हा खानबहाद्दूरांनी त्यांना वाटाण्याच्या अक्षता लावल्या. पुढे तर मुंबई सरकारच्या मुख्यमंत्र्यांनीच, ना. बाळासाहेब खेरांनी, भाऊरावांच्या संस्थेची सरकारी ग्रँटच बंद करून तिची कोंडी करण्याचा प्रयत्न केला. पण भाऊराव असल्या संकटांनी जिद्द व हिंमत हरले नाहीत. भाऊरावांना अडचणीत आणण्याचे ज्यांनी प्रयत्न केले, त्यांची नावेही आजच्या पिढीला माहीत नाहीत, पण भाऊरावांची छायाचित्रे मात्र आज महाराष्ट्राच्या खेडोपाडी घराघरांतून लागलेली दिसतील. हा जसा काळाचा महिमा आहे, तसा भाऊरावांच्या कार्याचाही महिमा आहे.

◆

१२

राष्ट्रवीरकार श्यामराव देसाई

फुले-शाहूंचे कृतिशील अनुयायी, सच्चे सत्यशोधक कार्यकर्ते व विचारवंत बहुजनवादी ब्राह्मणेतर पत्रपंडित, बहुजनांची मानसिक व भौतिक गुलामगिरीतून तसेच शोषणातून मुक्तता करणारा समाजसेवक अशा अनेक बहुविध गुणांचा समुच्चय असणाऱ्या 'राष्ट्रवीरकार' गुरुवर्य श्यामराव देसाई यांच्या चरित्रावर व कार्यावर प्रकाश टाकणारा हा लेख वाचकांना सादर करताना आम्हास मोठा आनंद होत आहे. या लेखाद्वारा गेल्या शतकातील एका थोर; पण उपेक्षित, स्मृतिपटलाआड गेलेल्या समाजसुधारकाची आजच्या महाराष्ट्राला नव्याने ओळख होईल, अशी आशा वाटते.

'राष्ट्रवीर'ची स्थापना व वाटचाल

बहुजन समाजाच्या उद्धाराची चळवळ म. फुले यांच्या कार्यापासून महाराष्ट्रात सुरू झाली. अज्ञान, अंधश्रद्धा, दारिद्र्य, मानसिक गुलामगिरी यांतून बहुजन समाज वर काढायचा झाला, तर तो शहाणा झाला पाहिजे आणि तो शहाणा करायचा, तर त्याच्यासाठी शाळा काढल्या पाहिजेत, वृत्तपत्रे सुरू करायला हवीत, सार्वजनिक संस्था व संघटना उभ्या करायला हव्यात, ही शिकवण म. फुले यांनी दिली होती. या शिकवणुकीतून प्रेरणा घेऊन 'दीनबंधू', 'दीनमित्र', 'तरुण मराठा', 'विजयी मराठा', 'जागरूक', 'जागृती', 'प्रबोधन', 'सुबोधमाला', 'डेक्कन रयत', 'मूकनायक' इत्यादी अनेक वृत्तपत्रे उदयास आली आणि यांपैकी अनेकांना कोल्हापूरच्या शाहू छत्रपतींची प्रेरणा व साहाय्य मिळाले होते. यातून प. महाराष्ट्र, खानदेश, विदर्भ या भागात सत्यशोधक व नंतर ब्राह्मणेतर चळवळीचा जोर वाढत

'राष्ट्रवीरकार श्यामराव देसाई - जीवन आणि कार्य' या ग्रंथाची प्रस्तावना.

जाऊन बहुजन समाज जागृत होत चालल्याची चिन्हे स्पष्ट दिसत होती. समाजक्रांतीचे वारे, तर काही वेळा वादळे तयार होत होती.

बेळगाव व त्याचा सभोवतालचा परिसर हा मराठी मुलखाचा दक्षिणेच्या टोकावरचा प्रदेश. या प्रदेशातही या वाऱ्यांच्या झुळका व वादळांच्या लाटा येत होत्या आणि त्यातून बेळगावातील बहुजन समाजातील काही तरुण सुशिक्षितांची मने अस्वस्थ व बेचैन होत होती. बहुजन समाजात पसरलेल्या अज्ञानाच्या व दारिद्र्याच्या निवारणासाठी आपण काही तरी करायला हवे, हा विचार त्यांना स्वस्थ बसू देत नव्हता आणि मग एके दिवशी ही तरुण मंडळी एकत्र आली आणि त्यांनी मार्गदर्शनासाठी कोल्हापूरच्या शाहू महाराजांना भेटायचे ठरविले. त्यामध्ये प्रामुख्याने भुजंगराव दळवी, श्यामराव भोसले, रावसाहेब बिरजे, काकतीकर वकील व श्यामराव देसाई यांचा समावेश होता.

कोल्हापूरच्या भेटीत शाहू महाराजांनी या बेळगावकर मंडळींचे आगत-स्वागत केले, त्यांच्या समाजसेवेच्या ऊर्मीबद्दल कौतुक केले. आपण बेळगावमध्ये एखादे साप्ताहिक सुरू करावे, असे योजित आहोत, असे त्यांनी महाराजांना सांगताच त्यांनी आनंदाने त्यांना संमती तर दिलीच; पण मुक्त हस्ते आर्थिक मदतही केली.

महाराजांचा असा कृतिशील आशीर्वाद मिळताच या मंडळींनी बेळगावात 'छ. शिवाजी प्रिंटिंग प्रेस' नावाचा छापखाना उभा केला आणि ९ मे १९२१ रोजी शिवजयंतीच्या मुहूर्तावर, 'राष्ट्रवीर'चा प्रथम अंक प्रकाशित केला. ॲड. श्यामराव भोसले हे 'राष्ट्रवीर'चे पहिले संपादक; पण लवकरच त्यांना राजाराम महाराजांच्या बोलावण्यावरून कोल्हापूर संस्थानात असि. जज्ज म्हणून तिकडे जावे लागले. त्यामुळे त्यांच्या जागेवर चिकोडीचे एक सामाजिक कार्यकर्ते ॲड. कृष्णाजीराव घाटगे आले. त्याच वेळी भुजंगराव दळवींच्या सल्ल्यावरून श्यामराव देसाई यांनी कुरुंदवाड संस्थानची शिक्षकाची नोकरी सोडून 'राष्ट्रवीर'च्या सहसंपादकत्वाची जबाबदारी स्वीकारली – (नोव्हेंबर १९२५) श्यामराव म्हणजे ध्येयनिष्ठ व तत्त्वनिष्ठ कार्यकर्ता. त्यांनी लवकरच 'राष्ट्रवीर'ची सर्व जबाबदारी आपल्या खांद्यावर घेतली. सन १९२९ मध्ये त्यांच्याकडे प्रमुख संपादकाची सूत्रे सोपविण्यात आली आणि मग एक समाजप्रबोधक संपादक म्हणून श्यामराव देसाई यांचे व्यक्तिमत्त्व खुलू लागले. 'राष्ट्रवीर' म्हणजे श्यामराव देसाई व श्यामराव

देसाई म्हणजे 'राष्ट्रवीर' हे समीकरण बेळगावलाच नव्हे, तर सर्व महाराष्ट्राला परिचित झाले.

निष्ठा, जिद्द, चिकाटी, जनहिताची तळमळ, निरपेक्ष सेवावृत्ती, अन्यायाविरुद्ध मनस्वी चीड या गुणांच्या जोरावर गुरुवर्य श्यामराव देसाई यांनी ३० वर्षे 'राष्ट्रवीर' चालविला. 'राष्ट्रवीर'शी ते विचाराने व भावनेने इतके तादात्म्य पावले की, लोक त्यांना 'राष्ट्रवीर'कार म्हणूनच ओळखू लागले. 'राष्ट्रवीर'साठी त्यांनी आपले सर्वस्वच अर्पण केले, की लोक त्यांना 'राष्ट्रवीर'कार म्हणूनच ओळखू लागले. अनंत अडचणी व संकटे यांवर मात करत त्यांनी 'राष्ट्रवीर'ची धुरा ३० वर्षे सांभाळली. ते केवळ संपादकच नव्हते, तर प्रसंगी खिळे जुळविणारे व ट्रेडल मशिन चालवून हाताने अंक छापणारे निष्ठावान सेवकही होते.

एके रात्री समाजकंटकांनी 'राष्ट्रवीर' छापखान्यावर हल्ला केला व टाइपच्या केसेस जमिनीवर ओतून त्यांची मोडतोड केली. सकाळी गुरुवर्य प्रेसमध्ये जाताच त्यांच्या नजरेस हा प्रकार पडला. झालेल्या नुकसानीपेक्षा दोन-तीन दिवसांनी मंगळवारी नेमाने प्रकाशित होणारा 'राष्ट्रवीर' त्यांच्या डोळ्यांसमोर उभा राहिला आणि ते आपल्या तातोबा जाधव या निष्ठावान मॅनेजरसह कामाला लागले. त्यांनी सर्व टाइप वर्गवारी करून केसेस भरल्या. अंक कंपोज करून स्वतः हातांनी ट्रेडल चालवून सोमवारी तो अंक पोस्टातही टाकला.

गुरुवर्य श्यामराव देसायांचे चरित्रकार कॉ. कृष्णा मेणसे यांनी लिहिले आहे- ''श्यामराव गुरुजी हे 'राष्ट्रवीर'चे निव्वळ संपादकच होते असे नव्हे, तर ते सर्व काही होते. कंपोझ करताना, कागद कापताना, इतकेच नव्हे तर अंगातून घाम फुटेपर्यंत मशिनचे हँडल फिरवताना त्यांना अनेकांनी पाहिले आहे. पडेल ते काम करून त्यांनी पत्रकांच्या सातत्यात चाळीस वर्षांच्या दीर्घावधीत एका अंकानेदेखील खंड पडू दिला नाही.''

शाहू महाराजांनी 'राष्ट्रवीर' सुरू करण्यासाठी प्रेरणा व अर्थसाह्य दिले, म्हणून गुरुवर्यांनी त्यांचा मिंधेपणा कधी स्वीकारला नाही. प्रसंगी त्यांचा रोष पत्करला; पण आपला स्वतंत्र बाणा सोडला नाही.

गुरुचरित्राची ठिणगी

असा ध्येयवेडेपणा, अशी तत्त्वनिष्ठा, अशी जिद्द ही काही आपोआप

निर्माण होत नाही. म. फुले, राजर्षी शाहू यांसारख्या थोर पुरुषांच्या जीवनात असे काही प्रसंग आले, की त्यामुळे त्यांचे जीवनच बदलून गेले! त्यांच्या वाटचालीची दिशाच बदलली. म. फुल्यांच्या लहानपणी उच्चवर्णीयांच्या वरातीत झालेला अवमान, राजर्षी शाहूंचा पंचगंगेच्या तीरावर यःकश्चित पुरोहिताने केलेला अपमान यांनी महाराष्ट्राचा इतिहासच बदलून टाकला आहे. गुरुवर्य श्यामरावांच्या जीवनातही असाच एक अवमानाचा प्रसंग घडल्याचे भाई माधवराव बागल सांगतात.

श्यामराव विद्यार्थी असतानाच सधन व्यक्तींच्या घरी जाऊन त्यांच्या मुलांच्या शिकवण्या करत असत. एकाच वेळी ते विद्यार्थी व गुरुजी होते. पुढे तर त्यांची कुरुंदवाड संस्थानातील शाळेत नेमणूक झाली; पण विद्यार्थिदशेतील प्रसंग ते विसरले नाहीत. भाई माधवराव बागल लिहितात, की श्यामराव त्या वेळी खानापुरात होते. रोज नित्यनेमाने भाविकपणे गुरुचरित्र पोथी वाचत. ही गोष्ट एका भटजीच्या निदर्शनास आली. मराठा मुलगा गुरुचरित्र वाचतो म्हणजे काय! तो संतापून श्यामरावांना शाप देता झाला : "अरे, शूद्राने गुरुचरित्र वाचायचे नसते. त्यात गायत्री मंत्र आहे; तो शूद्रांना वाचावयास मनाई आहे. या पापाबद्दल तुझे निःसंतान होईल!"

पुण्यात वरातीत ब्राह्मण, पंचगंगा नदीवरील पुरोहित व खानापुरातील भटजी ही समाजातील ब्रह्मवर्गाच्या वर्णश्रेष्ठत्वाच्या दंभाची व बहुजनांच्या गुलामगिरीची, शोषणाची प्रतिके होती. त्यांनी आपले काम चोख बजावले होते. काळाने दिलेली भूमिका वठविली होती. त्यातून उदयास आलेले क्रांतिपुत्र हीही काळाची गरज होती. श्यामराव गुरुजी असेच एक क्रांतिपुत्र होते.

सत्यशोधक पुरोहित

ब्राह्मण पुरोहितांच्या धार्मिक विळख्यातून अज्ञ बहुजन समाजाची सुटका करायची झाल्यास आपली धर्मकृत्ये आपणच केली पाहिजेत, आपली लग्ने ब्राह्मण पुरोहिताला न बोलवता आपल्यातील शिकलेल्या शहाण्या माणसाने पुढे होऊन लावली पाहिजेत, ही म. जोतिबा फुले यांची शिकवण होती. त्यानुसार त्यांनी वास्तुशांत, लग्ने इत्यादी विधीच्या पद्धतीही ठरवून दिल्या होत्या. लग्नाच्या मंगलाष्टकाही रचल्या होत्या. त्या प्रसंगी वधु-वरांनी घ्यायच्या शपथाही तयार केल्या होत्या.

कोल्हापुरात ब्राह्मण पुरोहितांनी लादलेल्या धार्मिक गुलामगिरीविरुद्ध मोठी चळवळ शाहू महाराजांच्या प्रेरणेने चालू होती. नाम. भास्करराव जाधव, प्रो. अण्णासाहेब लठ्ठे, रावब. डोंगरे, बाबूराव यादव, मामासाहेब खानविलकर यांनी सत्यशोधक समाजाचे पुनरुज्जीवन करून आपले धार्मिक विधी आपल्याच पुरोहितांमार्फत करण्याचा धडाका लावला होता. त्यासाठी भास्कररावांनी 'घरचा पुरोहित' नावाची छोटेखानी पुस्तिकाही तयार केली होती. खुद्द महाराजांनी कोल्हापुरात बहुजन समाजात प्रशिक्षित पुरोहित तयार व्हावेत, म्हणून 'शिवाजी वैदिक स्कूल'ची स्थापना केली होती. या सर्व घटनांचे पडसाद सर्व महाराष्ट्रभर उमटत होते. ठिकठिकाणी ब्राह्मण पुरोहितशाहीला आव्हान देण्याचे कार्यक्रम चालू झाले होते.

या सर्वांचा परिणाम कोल्हापूर संस्थानला लागून असलेल्या बेळगावातील बहुजन समाजावर होत होता. 'राष्ट्रवीर'ची स्थापना याच पार्श्वभूमीवर झाली होती. सत्यशोधक विचारांचा प्रभाव सर्वांत जास्त गुरुवर्य श्यामराव देसाई यांच्यावर झाला होता. त्यांनी ब्राह्मण पुरोहिताला शह देण्यासाठी स्वतःच पुरोहित बनण्याचे व बहुजनाचे धार्मिक विधी, विशेषतः लग्ने स्वतः पुढे होऊन करण्याचे काम सुरू केले. त्यासाठी 'मंत्र, मंगलाष्टके, आशीर्वचने' त्यांनी स्वतः रचली. आता ही लग्ने लोकप्रिय होऊ लागली. ग्रामीण भागातून गुरुजींना लोक पाचारण करू लागले; पण एकटे गुरुजी कुठे कुठे म्हणून जाणार? तेव्हा त्यांनी पुरोहिताचे प्रशिक्षण देणारा वर्ग सुरू केला. त्यातून यथावकाश शेकडो पुरोहित तयार झाले. बेळगाव भागात धार्मिक गुलामगिरीविरुद्ध एक मोठी चळवळच उभी राहिली. सामान्य जनतेची लुबाडणूक थांबली.

लोक शहाणे होऊ लागले. एखादे वेळी सत्यशोधक पुरोहित वेळेवर मिळाला नाही, तर ते जमलेल्या लोकांच्या आशीर्वादावर लग्ने लावू लागले. म. जोतिबा फुल्यांनी रचलेली मंगलाष्टके व वधू-वराच्या शपथा यांवरच लग्ने लागल्याच्या घटना बेळगाव भागात घडल्याचे इतिहासात नमूद आहे.

गुरुवर्य श्यामराव देसाई यांनी लावलेली लग्ने म्हणजे केवळ धार्मिक विधी नसायचे. वैदिक विवाहासाठीचे आवश्यक विधी, तर गुरुवर्य करत असतच; पण तो उरकल्यानंतर मंडपातील उपस्थित स्त्री-पुरुष समुदायासमोर सुखी व सफल संसाराचा अर्थ स्पष्ट करून सांगत. त्या अनुषंगाने अंधश्रद्धा,

लग्नातल्या वारेमाप खर्च, त्यातून निर्माण होणारा कर्जबाजारीपणा, सावकारशाही, व्यसने यावर प्रहार करणारे त्यांचे एक प्रवचन होई. त्यातून अनायासे समाजप्रबोधनाचेही कार्य साधले जाई.

समाज प्रबोधक गुरुवर्य

गुरुवर्यांनी आयुष्यभर सातत्याने कोणता उद्योग केला असेल, तर तो समाज प्रबोधनाचा होय. प्रबोधनाचा साधा अर्थ शहाणे करणे, हा होय. बहुजनांचे प्रबोधन करणे म्हणजे त्यांना जागे करणे, शहाणे करणे. सत्य काय, असत्य काय; चांगले काय, वाईट काय; हिताचे कोणते, अहिताचे कोणते, हे समजण्याची बौद्धिक कुवत अज्ञानी लोकांत निर्माण करणे, ही काही सामान्य अथवा सोपी गोष्ट नव्हती. म. फुले, लोकहितवादी, आगरकर गोपाळ गणेश, प्रबोधनकार ठाकरे अशा थोर पुरुषांनी आपली सर्व हयात त्यासाठी खर्ची घातलेली आढळते. गुरुवर्य श्यामराव देसाई यांनीही हाच वसा घेतला होता. तो त्यांनी हयातभर चालवला. त्यामागे

'बुडती हे जन । न पाहवे डोळा।
येतो कळवळा । म्हणूनी।।'

हे संत तुकाराम महाराजांचे मानवतेचे सूत्र होते. अज्ञानात बुडणाऱ्या लोकांविषयी जी करुणा तुकाराम महाराजांच्या ठिकाणी होती, तीच म. फुल्यांच्या, तीच राजर्षी शाहूंच्या व तीच गुरुवर्य देसाईंच्या हृदयात होती.

समाजप्रबोधनाच्या या चळवळीत गुरुवर्यांना शाहीर बहिर्जी शिरोळकर व कीर्तनकार गोविंदराव मेलगे या दोन सहकाऱ्यांची मोठी साथ मिळाली. गावोगावी गुरुवर्य प्रबोधनाच्या सभा घेत असत. या सभा कशा चालत व त्याचे फलित कसे मिळत असे, याचे यथार्थ वर्णन प्राचार्य एस. वाय. पाटील यांनी केलेले आहे.

"बहिर्जी शिरोळकरांच्या पवाड्याने सभेला सुरुवात होई. शिवाजी महाराजांचा पवाडा, दारूबंदीवरचा पवाडा, लक्ष्मीची जत्रा करण्याविरुद्ध लोकांना प्रवृत्त करण्याकरिता लक्ष्मीचा पवाडा, असे बरेच अर्थगर्भ पवाडे ते गात. त्यांचे एक-दोन पवाडे झाल्यानंतर श्यामराव गुरुजींचे भाषण सुरू होई. त्यांचे व्यक्तिमत्त्व अत्यंत आकर्षक होते, कपडे साधेच; पण स्वच्छ असत. पाहणाऱ्यावर त्यांची छाप पडत असे. त्यांचा आवाज गुहेतून कुणीतरी बोलावे, असा घनगंभीर. मराठी शब्दांचा उच्चार अत्यंत स्पष्ट व

भाषा प्रभावी. लोकांना ते हळूहळू समजावून सांगत की, 'आज तुम्ही ज्या जमिनी कूळ म्हणून कसता, त्या एके काळी तुमच्या मालकीच्या होत्या; परंतु जत्रा, यात्रा करण्यासाठी, मुला-मुलींची लग्ने थाटामाटात करण्यासाठी तुमच्या पूर्वजांनी खूप खर्च केला. पैसा जवळ नसताना त्यांनी सावकाराकडून कर्जे काढली, कर्जे आणि त्यांचे प्रचंड व्याज मुदतीत फेडता आले नाही, त्यामुळे कर्जाचा बोजा वाढत गेला व सावकाराने जमिनी हडप केल्या. काही ठिकाणी शंभर रुपये काढले, तर त्यावर सावकाराने हळूच एक शून्य वाढविले. शेतकऱ्याला मुळातच शिक्षण नाही. सगळेच अंगठे बहाद्दर. त्यामुळे शून्याने घोटाळा केला आणि कर्जाचा आकडा फसगतीने फुगत गेला. वर तीस ते चाळीस टक्के व्याज, यामध्ये शेतकऱ्यांच्या जमिनी गेल्या. काही ठिकाणी व्याजाच्या ओझ्याने, तर काही ठिकाणी शून्याच्या करामतीने. केवळ अडाणीपणाचा फायदा घेऊन सावकाराने शेतकऱ्यांना नागवले. यात्रा, जत्रा बंद करा; सण साधेपणाने साजरे करा. बकरे-कोंबडे मारू नका. दारू पिऊ नका. दारू तुमचा संसार उद्ध्वस्त करते. एका दारूमुळे तुमचे सर्व गुण मातीमोल होतात...' श्यामराव गुरुजींचे शब्द हृदयातून येत व ऐकणाऱ्यांच्या हृदयातील पवित्र भावनांना आवाहन करीत. मुलांना शाळेला पाठविण्यापासून ते दारू सोडण्यापर्यंत अनेक निर्णय ते घ्यायला लावीत. प्रबोधनाचे असे कार्यक्रम सातत्याने चालत. त्यामुळे कार्यकर्ते अधिक प्रगल्भ होत व कार्यरत राहत. त्यांची संख्याही वाढत राही. ही वाढती संख्याच सत्यशोधक समाजाची खरी ताकद होती.''

यात्रा म्हणजे लुच्चांचा बाजार

गावोगाव घेतलेल्या समाजप्रबोधनाच्या सभा याशिवाय गुरुवर्यांच्या हाती दुसरे एक समाजप्रबोधनाचे प्रभावी हत्यार होते. ते म्हणजे ते चालवीत असणारे 'राष्ट्रवीर' साप्ताहिक. या साप्ताहिकाच्या अग्रलेखांतून, स्फुटलेखांतून ते समाजाच्या घातक रूढी-परंपरांवर प्रहार करत राहिले. विशेषतः खेड्यापाड्यांत होणाऱ्या देव-देवतांच्या यात्रा (त्यातही लक्ष्मी यात्रा म्हणजे मोठ्या खर्चाची यात्रा) व त्यातून शेतकऱ्यांना येणारा कर्जबाजारीपणा. या घटनांनी गुरुवर्यांच्या हृदयात विलक्षण अस्वस्थता निर्माण होत असे आणि मग त्याचे पडसाद 'राष्ट्रवीर'मध्ये उमटत असत. ११ जानेवारी १९३८ च्या अंकात गुरुवर्यांनी 'जगदंबेची यात्रा' यावर एक प्रदीर्घ स्फुट लिहिले आहे. या स्फुटातून त्यांचा

शेतकऱ्यांविषयीचा कळवळा अतिशय जळजळीत शब्दांत व्यक्त झालेला आहे. गुरुवर्यांचे समाजप्रबोधनाचे मिशन काय होते, कोणसाठी होते, त्याचे प्रयोजन काय होते, त्यामागची त्यांची भूमिका काय होती, या सर्वांचे यथार्थ दर्शन या स्फुटात होते आहे, म्हणून आम्हास त्या स्फुटातील प्रदीर्घ उतारा देण्याचा या ठिकाणी मोह होतो आहे. हे स्फुट वाचल्यानंतर वाचकांनाही गुरुवर्यांचे खरे सत्यशोधकी दर्शन घडेल, यात शंका नाही.

'तरुण मराठा' या टोपण नावाने गुरुवर्य लिहितात :

"पीकपाणी बरे आहे. रोगराई काही नाही म्हणून अवंदा जगदंबेला गेले पाहिजे, असे इकडील टापूत गावोगावी उठत असून, तशी तयारी चालू आहे. चाळीस-पन्नास झोपड्यांच्या गावातून पन्नास-साठ गाड्या जत्रेकरिता निघणार आहेत. या जत्रेसाठी आठ-दहा दिवस मोडतात. अगदी कनिष्ठ कुटुंबाचे कमीत कमी १५-२० रुपये खर्ची पडतात म्हणून ही खेडेगावातील लाट पाहून मला तर उसासे टाकावे लागत आहेत आणि शेतकरी सुधारणार केव्हा, याची काळजी पडली आहे. कारण यंदा रोगराई काही नाही, ही गोष्ट थोडीशी या टापूपुरती खरी आहे; परंतु मागासलेल्या पेऱ्यात धक्का खाल्ला आहे. नाचणे, वऱ्या यांसारख्या भाकरीच्या बारीक दाण्याचे पीक तर चार आणेही पदरात पडले नाही. एकूण काय खरिपाचे पावसाचे पीक पाच-सहा आणेच झाले! असे असता खेड्यापाड्यांतून जत्रेची लाट उठावी, हे केवढे दुर्दैव! कुणब्याच्या घरात राहण्यास लक्ष्मी भीत असेल काय? मला तर तसे वाटते; कारण सावकार, जमीनदार, व्याजा-खंडासाठी दाणागोटा खळ्यातल्या खळ्यावर धुवून पुसून नेत आहे व यामुळे फाळ्याची तजवीज कशी करावी, याचीही चिंता कित्येक कुणब्यांना पडली आहे. शिवाय पोराबाळांचे लगीनबिगीन छातीवर उभे आहे ते निराळेच असता, अंथरुणापलीकडे पाय पसरण्यास कुणबी तयार होत आहे, तो जगदंबेच्या भीतीकरता असेल की चैनीसाठी? बहुतकरून तो जगदंबेला भीतच असेल, कारण पोराला खरुजबिरुज लागली, गाई-म्हशींचे दूध कमी झाले की, तो आधी 'आई जगदंबे, माझ्या पायाने तुझ्या उंबरठ्यापर्यंत चालून येईन,' असा संकल्प करून पै-पैसा उतरून ठेवतो आणि मग जोशाला प्रश्न विचारतो. जोशी भविष्य सांगण्यात कसलेला असतो, तो एकदम सांगतो की, जगदंबा कोपली आहे, तिची खणा-नारळांनी ओटी भरली पाहिजे व पाच जोगिणींना जेवावयास वाढले पाहिजे. एवढे मनातले सांगितल्यावर कुणबी जत्रेचा देवधर्म टाळणार

कसा? बापड्याला विचारांचे डोळे असतात कोठे? आपण सगळे कुणबी, भटबामणापेक्षा देवधर्म, जत्रा-यात्रा भावभक्तीने करीत असताना आपल्याच घरात अठरा विश्वे दारिद्र्य व हिवतापासारखी रोगराई घर करून का राहिली आहे, हा प्रश्न त्याने कधी सोडविला आहे? शिवारातला दाणागोटा, गोठ्यातले दूधदुभते घरातल्या कणगीत साठत नाही व शिंक्यावर चढत नाही. याला कारण काय, याचा त्याने कधी विचार केला आहे? जत्रे-यात्रेपासून पीकपाणी लाभते, रोगबिग नाहीसे होतात, ही गोष्ट जर अनुभवाने त्यास पटत असेल, तर दाण्यागोट्याने, दूधदुभत्याने आपले घर वसलेले असावे, अशी जगदंबेकडे तो मागणी का करीत नाही? आणि करीत असेल तर ती का फळत नाही? आणि जत्रा करून आलेल्या महिन्यात तरी घरादारात सगळे ठाकठीक असते काय?

'देवधर्म सब झूट है'असे कुणब्याने एकदम मानावे, असा आमचा हट्ट नाही; परंतु देव-धर्माच्या भलत्या कल्पनेस बळी पडून आपल्या कृतीने आपण दरिद्री बनू नये, इतकेच मी म्हणतो. आणखी देवाधर्मांकरिता पैसा मोडावा आणि वेळ खर्चावा लागत नाही, अशी माझी तर समजूत आहे. देव असेल तर तो सगळीकडे भरून असला पाहिजे. तो हिंदूंकरिता काशीत आणि मुसलमानांकरिता मक्केत दडून बसलेला नसावा. आमच्यातले खंदे साधुसंत सांगतात, की प्रत्येकाच्या अंतःकरणात देव आहे व प्रत्येक माणूस ईश्वराचे लेकरू आहे आणि हेच समजू उमजू लागले, तर तोच धर्म होय. मग असे जर आहे तर जत्रेच्या धर्मापायी गरिबीच्या खंदकात कुणबी का उतरला? जत्रेत एका भागात अज्ञानाचा खंदक वाढत असतो, तर तेथेच लुच्चेगिरीचा डोंगर उठत असतो. अशा स्थितीत जत्रा म्हणजे लुच्च्यांचा बाजार, ही गोष्ट कोळ्या-कुणब्यांना कळावयास नको काय? पण याची त्यांना कोठे दखलगिरी आहे? जत्रेपायी कोंड्या-कण्याच्या भाकरीलाही आपण महाग होत चाललो आहे, हे कुणब्यांच्या लक्षात येत नाही. असे नसते तर शेतकरी वस्त्रास पारखा आणि अन्नास मोताद झाला आहे, हे इतरांचे कळवळ्याचे शब्द त्याच्या कानावर खास आले असते. या टापूत तर भाकरीपुरताही धंदा शेतकऱ्यालाही शिल्लक राहिला नाही. काबाडकष्टांची ही मजुरी चार आण्याच्या ठिकाणी सहा पैसे झाली असून, तीही मिळत नाही. मग मालकीच्या जमिनीची फाळापट्टीही ज्याची वर्षाला आठ-दहादेखील नाही, त्यांनी जगदंबेच्या जत्रेकरीता वीस-पंचवीस रुपये हकनाक उधळण्यास

बेफामपणे तयार व्हावे, हे देशाचेच कमनशीब नव्हे काय? म्हणून आपल्या हाताने आपल्या पायावर कुऱ्हाड घालून घेण्याची कोळ्या-कुणब्यांना लागलेली खोड त्यांच्यापासून सुटावी याकरिता परोपकारी लोकांनी आणि पुढाऱ्यांनी प्रयत्न करावा, एवढीच माझी हात जोडून विनंती आहे.''

पाऊणशे वर्षांपूर्वी फुले जे कुणब्यांना हितोपदेश करत होते, तोच 'राष्ट्रवीर'कार करत होते. 'राष्ट्रवीर'कारांचे उपरोक्त विचार वाचल्यावर म. फुल्यांची आठवण झाल्याशिवाय राहत नाही.

विश्वनाथाचे मंदिर भ्रष्ट झाले!

१५-१६ फेब्रुवारी, १९५८ रोजी दिल्लीत भारतातील मागासवर्गीय खात्यांच्या मंत्र्यांची राष्ट्रीय बैठक होऊन त्यामध्ये मागासवर्गीयांना इतर समाजापासून अलिप्त ठेवून त्यांच्या उन्नतीचे उपाय योजिले जाऊ नयेत, त्यांच्यासाठीच्या वेगळ्या वसाहती व हॉस्टेल रद्द करावीत, म्हणजे त्यांना इतर समाजात समाविष्ट केले जावे, असे अनेक निर्णय घेतले गेले. भारत सरकार अशा प्रकारे प्रागतिक पावले उचलत असताना देशातील धर्ममार्तंड मात्र त्याची अणुमात्रही दखल घेत नाहीत, याचा 'राष्ट्रवीर'कारांनी एक ठळक दाखला दिला आहे. तो असा की, भारत सरकारने काशीचे प्रसिद्ध विश्वनाथ मंदिर अस्पृश्यांना खुले केल्यावर व धर्ममार्तंडांनी मोठा गदारोळ उठवून ते मंदिर अपवित्र व भ्रष्ट झाल्याचे घोषित केले. एवढेच नव्हे, तर त्याच्या शेजारीच आता विश्वनाथाचे नवीन मंदिर बांधण्याचे सनातनी संघटनांनी ठरविले असून, चारही मठांच्या शंकराचार्यांनी त्या निर्णयास आपली संमती दिली. या संदर्भात बद्रिनाथ मठाचे शंकराचार्य म्हणाले, की सरकारी हुकूम मंदिराचे पावित्र्य ठरवू शकत नाही. वेदाच्या आदेशाप्रमाणे अस्पृश्यांच्या प्रवेशामुळे विश्वनाथाचे मंदिर भ्रष्ट झाले असून, मूर्तीचे पावित्र्य नष्ट झाले आहे!

शंकराचार्यांच्या या विद्वेषी विधानावर आपला संताप व्यक्त करताना 'राष्ट्रवीर'कार आपल्या 'भारत धार्मिक गुलामगिरीतून कधी मुक्त होणार?' या अग्रलेखात म्हणतात, ''सदर विश्वनाथ मंदिर संबंधाचे संदर्भातील ही उत्पाती घटना म्हणजे सरकारविरुद्ध नागडीउघडी बंडखोरी होय. कारण अस्पृश्यता बंदीचा कायदा सरकारने प्रस्थापित केला आहे. हरिजन प्रवेशाने मंदिर नि त्यातील देवमूर्ती भ्रष्ट, अपवित्र, पूजेला उपासनेलाच नव्हे, तर

दर्शनालादेखील अयोग्य, अशा अतिव्याप्तीचा जाहीर आचार, विचार नि उच्चारही प्रचलित कायद्याचा, सार्वजनिक स्वास्थ्याचा, शांततेचा भंग नि कोट्यवधी हरिजनादी जनतेच्या जिवालाच जखम करणारा ठरतो आणि म्हणून कायद्याच्या प्रतिपालनाची ज्याच्या शिरावर प्रामुख्याने जबाबदारी आहे, त्या सरकारने जागरुकतेने आणि दक्षतेने उक्त मंदिर प्रवेश विरुद्ध चळवळ चालविणाऱ्या सर्व सनातनी संघटनांवर नि चारही मठांच्या जगद्‌गुरू शंकराचार्यांवर कडक उपाय योजिले पाहिजेत. त्यांना तसे पुरेसे शासन केले पाहिजे नि त्याकरिता मठांची उत्पन्नेही न्यायनिष्ठुरतेने जप्त केली पाहिजेत. नव्हे सदर मठ यापुढेही विषमतेने परिपोषक अड्डे म्हणूनच जाहीरपणे जगू इच्छितील, तर ते दयामाया न दाखविता निखालस खालसा केली पाहिजेत.

अग्रलेखाच्या शेवटी गुरुवर्यांनी म्हटले आहे, की अस्पृश्यता बंदीच्या कायद्याचा वाजतगाजत भंग शंकराचार्यांसारख्या जगद्‌गुरूंकडून होत असता सरकार कुंभकर्णी झोपेत घोरत पडले आहे, त्यामुळे ब्राह्मण्याची धार्मिक गुलामगिरी देशात तरारू लागली आहे, अशा स्थितीत भारतातील बहुजन समाजाने आपल्या मानेवरचे धार्मिक गुलामगिरीचे जू एकजुटीने नि प्राणपणाने झुगारून द्यावयास नको काय?

सोरटी सोमनाथचा जीर्णोद्धार आणि राष्ट्राध्यक्ष राजेंद्र प्रसादांकडून घटनेची पायमल्ली!

मे १९५८ मधील एक घटना. गझनीच्या महंमदाने अनेकदा लुटलेल्या व जमीनदोस्त केलेल्या सोरटी सोमनाथचा जीर्णोद्धार केला गेला आणि 'खुद्द भारताध्यक्ष डॉ. राजेंद्र प्रसाद यांच्या हस्ते त्या मंदिरात शिवलिंगाची प्राणप्रतिष्ठा झाली.' या सर्व समारंभाचे स्वागताध्यक्ष भारत सरकारचे अन्नमंत्री नाम. मुनशी होते. त्यांच्या देखरेखीखाली भक्तांच्या प्रसादासाठी १८०० मण लाडू व ४०० मण शेव तयार करण्यात आली होती! लाखो रुपयांचा निधी विश्वस्तांकडे जमा झाला होता!

ही घटना राजकारण, राजनीती, धर्मकारण, समाजकारण व भारतीय राज्यघटना अशा सर्वच क्षेत्रांत अपूर्व होती. या घटनेचे पडसाद आजही भारताच्या धर्मनिरपेक्ष धोरणाची चर्चा करताना उमटताना दिसतात. त्या काळातही 'राष्ट्रवीर'कारांसारखे जागरूक संपादकांच्या नजरेतून या घटनेमागील

राज्य-घटनाद्रोह सुटला नाही. हा सर्व ब्राह्मण संरक्षकांचा मेळावा होता आणि ब्राह्मण्याचे संवर्धन हाच त्याचा उद्देश होता, असा हल्ला करून 'राष्ट्रवीर'कार म्हणतात, "या अनुमानाला बळकटी देणारा मोठा पुरावा म्हणजे प्रस्तुत समारंभात डॉ. आंबेडकर, ना. जगजीवनराम यांना काही स्थान मिळाल्याचे अद्याप तरी आमच्या दृष्टोपत्तीस आले नाही. यामुळे असे वाटू लागते की, प्राणप्रतिष्ठेच्या समारंभासाठी दक्षिणेच्या आशेने गोळा झालेल्या भटभिक्षुकांच्या भावना दुखावल्या जाऊ नयेत, यासाठी आंबेडकर नि जगजीवनराम यांना बाजूला राखण्याची दक्षता सोमनाथ निधीच्या विश्वस्तांनी घेतली असावी, हा संशय खराच असेल तर सोमनाथाच्या जीर्णोद्धार कार्याचे मुनशी, राजेंद्र प्रसाद प्रभृती संचालक भारत सरकारचा मंदिर प्रवेशाचा कायदा आपल्या पायाखाली बेगुमानपणे तुडवीत आहेत व राज्यघटनेविषयीही द्रोह बाळगत आहेत, हे स्पष्ट होते. अर्थातच भारत सरकारातील प्रबल पक्षाला घटना व कायदा यापेक्षा फॅसिझम वा ब्राह्मण्यच अधिक आवडत आहे!"

येथे 'राष्ट्रवीर'कारांनी फॅसिझमला पर्यायी शब्द 'ब्राह्मण्य' म्हटलेला आहे व इतिहासाभ्यासकांस तो अमान्य होण्याचे कारण नाही. फॅसिझममधील वर्णवर्चस्ववाद हा काही ब्राह्मण्यातील वर्णवर्चस्ववादातून वेगळा नव्हता. सोरटी सोमनाथाच्या घटनेचा अन्वयार्थ लावताना संपादक महोदय म्हणतात, की ब्राह्मण्याचे असेच संवर्धन सरकारकडून होणार असेल तर गौतम बुद्ध, महावीर, नानक, बसवेश्वर, तुकाराम, दयानंद सरस्वती, फुले व शाहूराय यांच्या सुधारणेच्या विचारांचे खच्चीकरण होऊन बहुजन समाज आहे त्या शूद्र स्थितीतून वर येऊ शकणार नाही. कारण 'अजूनही बहुजन समाज धार्मिक गुलामगिरीत पिचत पडला आहे. अशा स्थितीत राष्ट्राध्यक्ष डॉ. राजेंद्र प्रसाद यांसारखे देशाचे अधिकृत अद्वितीय नेते शिवलिंगाची भक्तिभावाने प्राणप्रतिष्ठा करू लागले, तर त्याचा ठसा वज्राच्या शाईनेच सामान्य जनतेच्या अंतःकरणावर पडणार. यामुळे विवक्षित समाज अगर जात देवाच्या तोंडून बाहेर आली आहे वा सरस्वती देवीच्या प्रसादाला पात्र आहे, असा तिचा ग्रह होणार. आणि हा ग्रह म्हणजे अज्ञान, अंधश्रद्धा व दारिद्र्य यांचे अधिष्ठान. अशा स्थितीत प्रौढांना मताधिकार मिळाला तरी बहुजन समाज पुढारलेल्या वर्गांच्या मगरमिठीतून कसा बाहेर पडणार?'

राजकीय स्वातंत्र्यासाठी जशी शिवरायांच्या मार्गदर्शनाची लोकांना गरज भासली, तशी सामाजिक स्वातंत्र्यासाठी (धार्मिक गुलामगिरीतून स्वतंत्र होण्यासाठी) शाहूरायांच्या मार्गदर्शनाची गरज आहे, त्यासाठी बहुजन समाजाने म. फुले व राजर्षी शाहू यांना आदरपूर्वक गुरुस्थानी लेखिले पाहिजे, असे प्रतिपादन करून 'राष्ट्रवीर'कार पुढे लिहितात, ''यासाठी राजकीय स्वातंत्र्याचा लाभ उचलण्याकरिता श्री शिवाजी महाराजांच्या मार्गदर्शनाची जाणत्या महाराष्ट्रीयांना अशी गरज वाटत आहे त्याप्रमाणे धार्मिक गुलामगिरीच्या बहुजन समाजाच्या पायात पडलेल्या बेड्या तुटून पडण्यासाठी किंवा तोडून टाकण्याकरिता निदान महाराष्ट्रातील बहुजन समाजाने म. फुलेंच्याबरोबर राजर्षी शाहूरायांना आदरपूर्वक गुरुस्थानी लेखिले पाहिजे. कारण, राजर्षी शाहूराय करवीर राज्याचे सत्ताधीश असतानाही ब्राह्मण्यांचे बंड मोडून काढण्याकरिता प्रसंगी राजसंन्यासही पत्करण्याच्या ते तयारीत होते आणि आजचे डॉ. राजेंद्र प्रसाद, ना. मुनशी प्रभृती, सत्ताधीश ब्राह्मण्याच्या पुनरुज्जीवनाकरिता देश स्वातंत्र्याची भीती बाळगण्यास तयार नाहीत. मंदिर प्रवेशाचा कायदा अमलात असताही १९५१ सालात डॉ. राजेंद्र प्रसाद, ना. मुनशी, काकासाहेब गाडगीळ प्रभृतींनी सहकारी मंत्री डॉ. आंबेडकर, जगजीवनराम यांना उक्त समारंभात उपस्थित राखण्याचे बुद्धिपुरस्सर टाळले, तर राजर्षी शाहूरायांनी स.न. १९२० सालाच्या माणगाव येथील भर परिषदेत उभे राहून डॉ. आंबेडकर यांना आपल्याबरोबर जेवण करायचे आमंत्रण दिले आणि समग्र हिंदू समाजाचे जगद्‌गुरुत्व जी जात वर्गश्रेष्ठत्वाने उपभोगित आली, त्या वतनदारीच्या वा मक्तेदारीच्या घटनेला आळा घालण्याकरीता शाहूरायांनी क्षात्रजगद्‌गुरुपद निर्माण केले. ही फार मोठ्या जोखमीची गोष्ट होती; परंतु या उपक्रमातील शाहूरायांचा सद्‌हेतू हाच होता की, 'राजकीय स्वातंत्र्य हा माझा जन्मसिद्ध हक्क आहे,' याप्रमाणेच 'सामाजिक वा धार्मिक स्वातंत्र्य हासुद्धा माझा जन्मसिद्ध वा मूलभूत हक्क आहे,' अशी बहुजन समाजातील प्रत्येक व्यक्तीस आत्मविश्वासपूर्वक घोषणा करता यावी.''

धार्मिक गुलामगिरीतून मुक्त होण्याचे हे विचार 'राष्ट्रवीर'कारांनी शाहू महाराजांच्या पुण्यस्मरणाच्या निमित्ताने लिहिलेल्या अग्रलेखात व्यक्त केलेले आहेत. हे आजही पूर्वीइतकेच मार्गदर्शक आहेत, हे कोण नाकारू शकेल?

गुरुवर्यांच्या प्रबोधन चळवळीचे फलित कोणते?

खेड्यापाड्यांतील अज्ञानी व अंधश्रद्धाळू रयतेस धार्मिक गुलामगिरीतून मुक्त होण्याचा उपदेश करण्यापासून खुद्द भारत सरकारकडूनच मंदिरमुक्तीच्या कायद्याचा भंग झाल्याचे जाहीर करण्यापर्यंत गुरुवर्यांचे सतत समाजप्रबोधन चालूच असे. त्यात त्यांनी कधी उसंत घेतली नाही, की नाउमेद दाखवली नाही; पण गुरुवर्यांच्या या अथक परिश्रमांचा खरोखरच ग्रामीण जीवनाचे पुरोगामी परिवर्तन होण्यासाठी उपयोग झाला काय, या प्रश्नाचे उत्तर कॉ. मेणसे यांनी वानगीदाखल बेळगाव तालुक्यातील नंदिहळ्ळी या गावाच्या कायापलटाची जी कथा दिली आहे, त्यातून प्राप्त होते. कॉम्रेड सांगतात, ''या गावामध्ये मारामाऱ्या, खून, खटले, दरोडे वगैरे समाजघातकी प्रवृत्तींनी धुमाकूळ घातला होता. दारूच्या व्यसनापासून मुक्त असे जवळजवळ एकही कुटुंब नव्हते. साक्षरतेचे प्रमाण हाताच्या बोटावर मोजण्याइतके होते. अशा या गावात सत्यशोधक जाऊन पोहोचले. त्यांच्या कार्यामुळे लोकांना आपल्यातील उणिवा समजू लागल्या. त्या दूर करण्याचा ते जाणीवपूर्वक प्रयत्न करू लागले. त्या गावात गुरुवर्य श्यामराव देसाई यांना विठ्ठलराव पाटील यांच्यासारखे कर्तबगार अनुयायी लाभले व सर्वांच्या परिश्रमांनी गावाचा कायापालट घडवून आणलेला आहे. आज त्या गावामध्ये अन्य गावांहून साक्षरतेचे प्रमाण वाढलेले आहे. गेल्या पंचवीस वर्षांत एकही खून झालेला नाही. मारामाऱ्या, दरोडे यांचे नाव नाही. १९४३ मध्ये अवघ्या ५०० रुपयांच्या भांडवलावर सुरू झालेली 'नंदीहळ्ळी विविध कार्यकारी विशाल स्वरूप सोसायटी' आज साडेतीन लाखांवर रकमेची उलाढाल करते व तिचे शेअर भांडवल ऐंशी हजारांवर झालेले आहे. श्यामराव गुरुजींनी त्या गावात जमिनी किती, जमिनीचे मालक किती, गावावर एकूण कर्ज किती, या बाबतींतला आढावा काढला त्या वेळी त्यांना आढळून आले की, गावातील पाटील आणि कुलकर्णी यांची घराणी वगळता, इतर शेतकऱ्यांजवळ काही स्वतःच्या मालकीची अशी जमीन नाही आणि गावावर सुमारे साठ हजार रुपयांचे कर्ज आहे. सत्यशोधकांच्या चळवळीमुळे परिस्थिती पालटली. आज गावातील प्रत्येक कुटुंबाला स्वतःची जमीन आहे. बहुतेकांनी नवी घरे बांधली आहेत. जे शेतमजूर व भूमिहीन बनले होते, ते शेतकरी झाले आहेत. कमी खर्चात लग्न लावणे, सामुदायिक

लग्न समारंभ घडवून आणणे इत्यादी सुधारणा त्या गावात झाल्या आहेत. नमूद करण्यासारखी घटना म्हणजे १९२८ सालानंतर आजपर्यंत या गावात एकदाही लक्ष्मी यात्रा झाली नाही!''

करबंदी आधी की खंडबंदी?

भारतीय स्वातंत्र्याच्या लढ्यात सन १९३० ची काँग्रेसची म. गांधींच्या नेतृत्वाखालची कायदेभंग चळवळ चालू असताना महात्माजींनी जनतेला जे पाच आदेश दिले होते, त्यात शेवटचा आदेश म्हणजे 'करबंदी'. खरे म्हणजे 'करबंदी'ची व्याप्ती सरकारला जे जे वर्ग कर भरताहेत, त्यांनी ते कर सरकारला न देऊन कायदेभंग करणे, अशी असायला हवी होती; पण काँग्रेसला ती फक्त शेतकऱ्यांच्या साराबंदीपुरतीच मर्यादित ठेवायची होती; शहरातील सधन व्यापारी वर्ग, वकिलासारखा सुशिक्षित वर्ग, सावकार (जे इन्कम टॅक्स सरकारला भरतात) त्यांना या करबंदीच्या कार्यक्रमात ओढण्यास काँग्रेस पक्ष तयार नव्हता.

ही वस्तुस्थिती जेव्हा 'राष्ट्रवीर'कारांच्या ध्यानात येताच त्यांनी 'राष्ट्रवीर'मधून या विषयावर 'करबंदी आधी की खंडबंदी?' अशी १० अग्रलेखांची मालिका लिहून सरकारच्या शेतकरीविरोधी पक्षपाती धोरणाचे वाभाडे काढले.

वास्तविक व्यापाऱ्यांनी सरकारला इन्कम टॅक्स देऊ नये, असा काँग्रेसने जरी आदेश दिला असला तरी, एकाही व्यापाऱ्याने या आदेशाचे पालन केल्याचा दाखला काँग्रेसला दाखवता आलेला नव्हता. या पार्श्वभूमीवर 'राष्ट्रवीर'कार लिहितात, जोवर व्यापारी वर्ग सर्वस्वावर तिलांजली देण्यास तयार होत नाही, तोवर शेतसारा भरणाऱ्यांत ज्यांची बहुसंख्या आहे, अशा समान्यतः दरिद्री बहुजन समाजाने आत्मयज्ञास तयार व्हावे, असे जर काँग्रेस पक्षाचे म्हणणे असेल, तर ती गोष्ट शेतकऱ्यांच्या अज्ञानाचा निर्दयतेने फायदा घेणारी आहे.

शेतकऱ्यांनी साराबंदी पुकारली तर काय होणार? सरकार त्यांची घरेदारे जप्त करणार. गुरेढोरे-भांडीकुंडी यांचा लिलाव करणार आणि हा लिलाव घेणारे सावकारच असणार. शिवाय साराबंदीमुळे सरकारी तिजोरीत जी घट होणार, ती सरकार कर्ज काढून भरून काढणार आणि तो कर्जाचा डोंगर सामान्य जनतेवर म्हणजे शेतकऱ्यांच्या डोईवर पडणार.

आणि अशा प्रकारे शेतकरी भरडला जाण्यात काँग्रेसचा हेतू काय?

असा सवाल विचारून 'राष्ट्रवीर'कार म्हणतात, की स्वातंत्र्याच्या या चळवळीत शेतकऱ्यांना अशा प्रकारे ओढणे म्हणजे 'स्वातंत्र्याच्या नावाखाली गरीब आणि भोळ्या अतएव प्रवाहपतित शेतकरी वर्गाचा गळा कापणे होय, असे आम्ही समजतो आणि आपली ही समजूत खोटी आहे, असेच जर कोणास सिद्ध करावयाचे असेल, तर त्यांनी आधी स्वातंत्र्याकरिता पेटलेल्या यज्ञात वकिलांची आणि अधिकाराच्या जागांवरील हिंदी गृहस्थांची आहुती घ्यावी. शेतकरी काय बापडे बकरीच! त्यांच्या हव्या तेव्हा कोणीही माना कापव्यात!'

शहरातील पांढरपेशा वर्गातील लोक स्वराज्यासाठी प्रभातफेऱ्या, सभा, मीठ-जंगल कायदेभंग अशा प्रकारे चळवळीत आपले योगदान देत असतात; प्रसंगी कायदेभंग करून कारावासात जातात, पण करबंदी आंदोलन करणाऱ्या शेतकऱ्यांबरोबर त्यांची तुलना करता येणार नाही, असे सांगून 'राष्ट्रवीर'कार पुढे म्हणतात, "कायदेभंग आणि करबंदी यांतील स्वार्थत्यागाचे प्रमाण सारखे आहे काय? नाही. कायदेभंगाने कारागृहवास करणाऱ्यांकडून सक्तीने दंडही वसूल केला जाईल. बाकी, दंडवसुलीसाठी घरावर जप्ती येऊ लागलीच, तर किती मालकांना किंवा पालकांना कायदेभंगाविषयी करबंदीत अधिकच क्लेश आणि सर्वस्वाची हानी आहे. म्हणजे कारागृहवास भोगावा लागेल, दंड भरावा लागेल, नव्हे इस्टेटीलाही मुकावे लागेल इतकेच नव्हे तर परागंदा होण्याचीही पाळी येईल."

पुढे 'राष्ट्रवीर'कार प्रश्न विचारतात, की समजा शेतकरी वर्ग या आत्मयज्ञास तयार झाला, तर त्याने ज्या सावकाराचे कर्ज घेतले आहे, ज्या इनामदाराची जमीन खंडाने घेतली आहे, तो सावकार अगर तो इनामदार आपल्या व्याजात अथवा खंडात निदान त्या वर्षापुरती तरी सूट देतील काय?

काँग्रेसच्या करबंदी धोरणाचा खरपूस समाचार घेताना शेवटी 'राष्ट्रवीर'कारांनी म्हटले आहे, "शेतकरी वर्ग निर्धन, निरक्षर, ठगलुच्च्यांची पारख नसणारा असा आहे. ही गोष्ट निर्विवाद असता त्यांच्यात स्वराज्याची आवड उत्पन्न करावयाची ती एकदम त्यांना घरदार, शेतीशिवार सोडून परागंदा होण्यास भाग पाडूनच की काय? तसे असेल, तर ही जागृतीची योजना कित्येकांच्या राजकारणाच्या दृष्टीने चांगली असेल, पण ती जगावेगळी आहे खास!"

मग 'करबंदी'ला पर्याय काय? देशात ७२ टक्के लोकसंख्या शेतकरी

आहे. या बहुजन समाजाचा उद्धार प्रथम करायला हवा. त्यासाठी 'करबंदी'सारख्या चळवळीत त्याची वाताहत करण्यापेक्षा 'खंडकपात' आणि तद्नंतरची 'खंडबंदी' हा त्याच्यावर मूलगामी उतारा असल्याचे 'राष्ट्रवीर'कारांनी प्रतिपादिले आहे. त्यासाठी त्यांनी त्या लेखमालेतील शेवटचे दोन लेख खर्ची घातले आहेत. त्यात त्यांनी म्हटले आहे की, खरा हिंदुस्थान म्हणजे देशातील बहुसंख्य शेतकरी वर्ग. मूठभर हिंदी सावकार-जमीनदारांच्या चैनीसाठी या वर्गास उपाशी व अर्धपोटी राहावे लागत आहे. विराट हिंदुस्थानचा हा तीन चतुर्थांश भाग अगदी निस्त्राण बनला आहे. अशा परिस्थितीत कोणत्या पायावर स्वराज्यार्थ आपली शिरकमळे अर्पण करण्यास या शेतकरी वर्गाने तयार व्हावे? तेव्हा हिंदुस्थानची पारतंत्र्याची शृंखला शेतकरी वर्गाकडून तोडली जावी, असे ज्यांना वाटते, त्यांनी प्रथम त्यांचा कंगालपणा दूर केला पाहिजे. त्यासाठी काँग्रेसने खादीप्रसार, अस्पृश्यता-निवारण, हिंदू-मुस्लीम ऐक्य या कार्यक्रमाबरोबर शेतकऱ्यांच्या खंडकपातीला स्थान दिले पाहिजे. एकदा का खंडकपातीची चळवळ यशस्वी झाली, की त्याची परिणती खंडबंदीत होणार, हे निश्चित. जे सावकार-जमीनदार खंडकपात करण्यास तयार होणार नाहीत, त्यांच्या जमिनी शेतकऱ्यांनी 'अर्थशास्त्र व व्यवहार' सांभाळून पडीत टाकल्या पाहिजेत. जमिनी पडीत पडल्या, की त्या विकण्याशिवाय त्यांना गत्यंतर राहणार नाही. अशा परिस्थितीत या जमिनी प्रत्यक्ष शेती करणाऱ्या शेतकऱ्याच्याच पदरात पडल्याशिवाय राहणार नाहीत. कारण अशा जमिनी बिगरशेतकरी वर्ग कशाला घेईल?

'राष्ट्रवीर'कार खंडबंदीची कल्पना अधिक स्पष्ट करताना म्हणतात, "एवंच खंडकपातीमुळे उद्‌भवलेल्या क्रांतीचा दुसरा एक परिणाम म्हणजे सावकार नवीन जमिनी न घेवोत; परंतु असलेल्याही जमिनी वेळीच विकून ते मोकळे होतील! आणि त्याही पण शेतकऱ्यांखेरीज दुसरे कोणी घेणार नाही. म्हणजे आठ-दहा वर्षांतच उपरी कुळेच शेतजमिनीची मालक असल्याचे सुंदर चित्र डोळ्यांपुढे उभे राहील. मग कुळेच नाहीशी झाल्यावर खंड कोण कोणास देणार? आणि अशा रीतीने खंड देण्याचे कारण नाहीसे होणे, यालाच आम्ही खंडबंदी असे म्हणतो. म्हणून सावकाराची जमीन पत्करून त्याला खंड भरावयाचा नाही, अशी मात्र आमची खंडबंदीची व्याख्या केव्हाही राहणार नाही."

या देशात खंडबंदी यशस्वी झाली, तर शेतकरी वर्ग शोषणमुक्त

होऊन सुखी, श्रीमंत व सबळ होईल, अशा प्रकारचे स्वप्न 'राष्ट्रवीर'कारांनी आपल्या वाचकांसमोर ठेवले आहे. शेवटी ते लिहितात, "खंडबंदीचे वास्तविक स्वरूप म्हणजे शेतात राबणारा तोच शेताचा मालक असणे, हे होय. आणि 'पेरील तो खाईल व राखील तो चाखील' असा मालकी हक्क अबाधितपणे प्रस्थापित झाल्यानंतर अर्थातच शेतजमिनीला वेठीचा आणि आळसाचा कारभार बंद पडून जमिनीचा कस वाढविण्यासाठी जो तो प्रयत्न करील व तशी अधिकाधिक फलप्राप्ती होईल. खंडबंदीमुळे जमिनीच्या किमती उतरतील, हे मागे सांगितले आहेच. किमती उतरणे म्हणजे शेतीच्या धंद्याला भांडवल कमी लागणे होय. अतएव कमी भांडवल आणि कसदार जमिनीचे सरळ फळ ही जनतेच्या नजरेपुढे आल्यानंतर जंगली जमिनीही लागवडीला आणण्याकडे शेतकऱ्यांची निसर्गतःच प्रवृत्ती होईल आणि मग त्यामुळे निरक्षर 'गावंढळ' लोकांनीच शेतकरी पेशा पत्करावा अशी जी हल्ली आत्मघाताची साक्षर वर्गातून समजूत नांदत आहे, ती कमी होऊन सदरहू वर्गही शेतकरी होऊन आपले नशीब उदयास आणण्याचा प्रयत्न केल्याविना राहणार नाही.

हिंदुस्थानचे क्षेत्रफळ अफाट म्हणून कौतुक करूनच आज आम्ही स्वस्थ बसतो; परंतु वर ध्वनित केल्याप्रमाणे शेतीचा धंदा फायदेशीर ठरल्यानंतर अफाट क्षेत्रफळाचा उपयोग संपत्तिवर्धनाकडे झाल्याशिवाय राहणार नाही आणि मग अशा परिस्थितीत बेरोजगारीलाही आळा बसेल, हे क्रमानेच सिद्ध होते. एवंच शेतकरी वर्ग सुखी, श्रीमंत आणि सबळ होइल. अर्थात याचीच छटा हिंदुस्थानाच्या मुद्रेवरही उमटल्याशिवाय राहणार नाही. मग हा परिणाम इतक्यापुरताच मर्यादित राहील काय? नाही; देशात शेकडा ७२ लोकसंख्या असलेल्या वर्गात अशी प्रतिष्ठा वाढल्यानंतर म्हणजे शेतकरी वर्ग श्रीमंत झाल्यानंतर शेतीखेरीज इतर धंद्यांना आणि हुन्नरांनाही उत्तेजन मिळेल."

सुज्ञ वाचकांच्या लक्षात येईल, की 'कसेल त्याची जमीन' हे सूत्र स्वीकारून स्वातंत्र्योत्तर काळात स्वकीय सरकारने सन १९४८ मध्ये कायदा अमलात आणला आणि त्याचा फायदा लाखो शेतकऱ्यांना मिळून सावकार-जमीनदार-इनामदारांच्या जमिनी त्यांच्या मालकीच्या झाल्या. पिढ्यान् पिढ्या सावकार-जमीनदार-इनामदारांच्या शेतावर राबणारी कुळे खऱ्या अर्थाने जमिनीची मालक बनली व ग्रामीण भागात मोठे सामाजिक व आर्थिक

परिवर्तन घडून आले. असे परिवर्तन झाले पाहिजे, हा आग्रह 'राष्ट्रवीर'कारांनी सन १९३०मध्येच धरला होता आणि शेतावर प्रत्यक्ष राबणारा शेतकरी त्या शेताचा खरा मालक बनेल, असे स्वप्न पाहिले होते. हे खरे द्रष्टेपण होते, हे कोणीही मान्य करील.

शेतकरी सभा, पंच मंडळी व सहकार

'राष्ट्रवीर'कार गुरुवर्य श्यामराव देसाई हे केवळ तत्त्वचिंतक पत्रपंडित नव्हते. तीन चतुर्थांश लोकसंख्या असणारा शेतकरी वर्ग सुखी व समृद्ध झाल्याशिवाय देश सुखी व समृद्ध होणार नाही, त्यासाठी त्याला कर्जमुक्त व खंडमुक्त केले पाहिजे, हा विचार मांडत असतानाच स्वतः ग्रामीण भागात अविरत संचार करून त्यांनी शेतकऱ्यांच्या उद्धाराचे अनेक उपक्रम सुरू केले होते. इतरांनी शेतकऱ्यांच्या उद्धाराची कामे हाती घ्यावीत म्हणून ते वाट पाहत बसले नाहीत.

जमीनदार व सावकार यांच्याकडून गरीब शेतकऱ्यांची पिळवणूक रोखण्यासाठी गुरुवर्यांनी प्रत्येक खेड्यात 'शेतकरी सभे'ची स्थापना केली. अशा सभांच्या माध्यमातून शेतकरी संघटना बांधल्या. सावकारांच्या अथवा जमीनदारांच्या जमिनी अल्पभूधारक अथवा भूमिहीन शेतकरी खंडाने कसण्यासाठी घेत असत. अशा वेळी त्यांच्यामध्ये जीवघेणी स्पर्धा होत असे. त्यात सावकाराचा अथवा जमीनदाराचाच फायदा होत असे. अनेकदा खंडकरी शेतकऱ्यांच्या पदरात काही पडत नसे. खंड देण्यासाठी कित्येकदा त्याला दुसऱ्या सावकारांकडून कर्ज घ्यावे लागे. म्हणजे अगोदरच कर्जबजारी असणारा शेतकरी आणखी कर्जबाजारी होत असे.

गुरुवर्यांनी शेतकऱ्यांना एकीचे व संघशक्तीचे महत्त्व पटवून दिले. ठिकठिकाणच्या शेतकरी सभांतून 'शेतकऱ्यांनी एकी करावी, स्पर्धा थांबवावी; खंड ठरविताना लागणारे बी-बियाणे, खतं, शेतकऱ्याचे श्रम इत्यादींचा विचार व्हावा, पाऊसपाणी योग्य झाले नाही, तर त्या वर्षीच्या उत्पन्नावर खंड ठरवावा व एखाद्या शेतमालकाला हे मान्य नसल्यास त्याचे शेत इतरांनी कसू नये', अशा प्रकारचे ठराव पास होऊ लागले व ते अमलातही आणले जाऊ लागले. परिणामी जमीनदाराच्या शोषणाला व मग्रुरीला आळा बसला व खंडकरी शेतकऱ्याला दिलासा मिळाला.

जमीनदारांपेक्षाही खेड्यात सावकार नावाचा वर्ग भयंकर होता. गरीब

शेतकऱ्याला लग्नकार्ये, देवांच्या यात्रा, आजारपण यासाठी सावकारांचे कर्ज काढावे लागत असे आणि मग त्याची दामदुपटीने भरपाई करावी लागत असे. चक्रवाढ व्याजाच्या चक्रात सापडून तो बरबाद होई. मग कोर्टकचेऱ्या होत. त्यात त्या शेतकऱ्यास कोणी वाली नसे. आता शेतकरी सभा त्याच्या साह्यास येऊ लागली. तिच्या माध्यमातून जुलमी सावकारशाहीला संघटित विरोध सुरू झाला. कोर्टकचेऱ्यात नडलेल्या शेतकऱ्यास कायदेशीर मार्गदर्शन करणे, त्याचे खटले बहुजन समाजातील वकिलांतर्फे मोफत चालवणे, अशी कामे शेतकरी सभा करू लागल्याने शेतकऱ्यांना त्यांच्यातील संघशक्तीचे व एकीचे बळ लक्षात येऊ लागले. त्यांचा आत्मविश्वास वाढला. अन्यायाविरुद्ध लढण्याची वृत्ती निर्माण झाली.

शेतकरी सभेशिवाय प्रत्येक खेड्यात गुरुवर्यांनी 'पंचमंडळी' नावाची न्यायदान करणारी समिती स्थापन केली. खेड्यातील तंटेबखेडे कोर्टकचेऱ्या करून सोडविण्यापेक्षा सामंजस्याने शेतकऱ्यांच्याच 'पंचमंडळी'ने सोडविले जात. त्यामुळे कोर्टकचेरीचा अनाठायी खर्च वाचे, तसेच वादी-प्रतिवादी यांच्यामध्ये वैरभावनेऐवजी सद्भावना नांदू लागे. अशा प्रकारे गुरुवर्यांच्या 'पंचमंडळी'चा उपक्रम अनेक खेड्यांत यशस्वी होऊन ती खेडी गुण्यागोविंदाने नांदू लागली. काही खेड्यांत तर पंचमंडळींनी गावाच्या हिताची अनेक कामे करून दाखवली. उदाहरणार्थ होसूर या गावच्या पंचमंडळीने गावकऱ्यांच्या सहकार्याने एक मंगल कार्यालय बांधले व त्याच्या उत्पन्नातून गरीब मुलांच्या शिक्षणासाठी पुस्तके, फी, गणवेश यासाठी खर्च केला जाऊ लागला.

महाराष्ट्र शासनाने २ ऑक्टोबर, २००७ पासून प्रत्येक गाव तंटामुक्त व्हावे, गाव पातळीवरच तंटेबखेडे सोडविले जावेत, यासाठी 'म. गांधी तंटामुक्ती गाव मोहीम' सुरू केली आहे. गुरुवर्य श्यामराव देसाई यांनी असे अभिनव अभियान पाऊणशे वर्षांपूर्वी सुरू केले होते! आणि तेही सरकारची कोणत्याही प्रकारची मदत अथवा सहकार्य न घेता.

ग्रामीण भागातील सावकारशाहीला शह द्यायचा झाला, तर केवळ समाज प्रबोधन उपयोगाचे नाही; तर त्याला योग्य तो पर्याय शेतकऱ्यांना द्यावा लागेल, याचा विचार करून कोल्हापूर संस्थानात राजर्षी शाहू महाराजांनी सहकारी संस्थांची निर्मिती सुरू केली होती. गुरुवर्यांनीही महाराजांचा आदर्श डोळ्यांसमोर ठेवून खेड्यात शेतकऱ्यांच्या सहकारी सोसायट्या स्थापन केल्या आणि त्यांच्या माध्यमातून शेतकऱ्यांना सुलभ

अटींवर कर्ज उपलब्ध करून द्यायला सुरुवात केली. ग्रामीण भागात गुरुवर्य अशा प्रकारच्या संस्था काढीत, त्यासाठी कार्यकर्त्यांना कशा प्रकारच्या प्रेरणा देत, कसे मार्गदर्शन करीत याचे एक उदाहरण पाहण्यासारखे आहे. माजी आमदार नरसिंगराव भुजंगराव पाटील यांनी आपल्या गावी गुरुवर्यांच्या प्रेरणेने सोसायटी स्थापन केली. त्या सोसायटीच्या स्थापनेच्या वेळची एक आठवण पुढे नरसिंगरावांनी सांगितली आहे. ते म्हणतात, ''गुरुवर्य श्यामराव देसाईंनी एक दिवस मला सांगितले,'नरसिंगराव, गावात एक सहकारी संस्था काढा.' मी हा विचार गावातल्या माझ्या त्या वेळच्या तरुण मित्रांना सांगितला. शेअरची रक्कम जमा करण्याची खटपट सुरू केली. चार आण्याचा एक शेअर अशा प्रकारे बऱ्याचशा खटपटी-लटपटींनंतर आवश्यक तेवढी रक्कम जमली. उद्‌घाटनाचा कार्यक्रम करण्याचे ठरले. गुरुवर्यांनाच उद्‌घाटनासाठी आणले, गुरुजींनी पूजा केली. संस्थेचा चेअरमन म्हणून मी. म्हणून पूजा संपताच गुरुजींनी मला 'उभे राहून गावासमोर हात जोडून जे सांगतो ते म्हणा,' असे सांगितले व मला सांगण्यास सुरुवात केली, 'मी, नरसिंगराव भुजंगराव पाटील, गावासमोर अशी शपथ घेतो की, 'चेअरमन म्हणून या सोसायटीचे एक पानसुद्धा मी घेणार नाही व कोणताही गैरकारभार माझ्या कारकिर्दीत करणार नाही.' मी शपथ घेतली. १९३५ मध्ये घेतलेली ही शपथ व दिलेला शब्द आजपर्यंत मी पूर्णपणे पाळला आहे.' निरपेक्ष वृत्तीने काम करणाऱ्या गुरुवर्यांच्या तपाला अशीच मधुर फळे येणे स्वाभाविक होते.''

तुकाराम बँक आणि मराठा बँक

गुरुवर्य आपल्या सभांमधून बहुजन समाजाला सांगत की, आपल्या लोकांनी नांगराबरोबर लेखणी, तलवार व तागडी हाती घेतली पाहिजे. निरनिराळ्या उद्योगधंद्यात शिरले पाहिजे. प्रथम उमेदवार म्हणून तो धंदा शिकावा व मग स्वतंत्रपणे आपल्या मालकीचा धंदा सुरू करावा. वाढवत वाढवत तो मोठा करावा. त्यातून इतरांनाही प्रेरणा मिळावी.

परंतु स्वतंत्र धंदा सुरू करायचा, तर लहानसे का होईना भांडवल लागणार. ते कुठून आणणार? कोण देणार? सावकारांकडून कर्ज घेणे हे नव्याने धंदा करणाऱ्यास परवडणारे नव्हते. शिवाय फाटक्या माणसास सावकार तरी कर्ज का देईल. अशा सर्व प्रश्नांना उत्तर देणारी उपाययोजना

गुरुवर्यांनी सुरू केली. ती म्हणजे को-ऑपरेटिव्ह क्रेडिट सोसायटीची स्थापना करणे. त्यानुसार त्यांनी बेळगावचाच एक भाग असणाऱ्या शहापुरात 'श्री तुकाराम महाराज मराठा परस्पर साह्यकारी मंडळी लि.' ही संस्था सन १९३४ मध्ये रीतसर रजिस्टर केली. त्याच वेळी सुवर्णकाम शिकलेल्या आपल्या कार्यकर्त्यांना सोन्या-चांदीचा पुरवठा करण्यासाठी 'सुवर्ण औद्योगिक सहकारी संस्था' स्थापन केली. या दोन्ही संस्थांच्या साह्यातून अनेक कार्यकर्त्यांनी शहापूरच्या बाजारपेठेत आपली सराफी दुकाने सुरू केली. हळूहळू सर्व बाजारपेठ बहुजन समाजाच्या ताब्यात आली.

गुरुवर्यांच्या प्रेरणेने बहुजन समाजातील अनेक कार्यकर्ते लाकूड उद्योग, कापड व्यापार, फोटोग्राफी अशा अनेक क्षेत्रांत नाव कमवू लागले. त्यातून बहुजन समाजाचा एक सधन वर्ग उदयास आला. या वर्गास आपणही समाजाचे काही देणे लागतो, असे वाटत होते. या कृतज्ञता भावनेपोटी राणोजी डोंगरे, बहिर्जी ओऊळकर प्रभृती गुरुवर्यांकडे सल्लामसलतीसाठी आले व त्यातून बेळगाव शहरासाठी एक नवी क्रेडिट सोसायटी स्थापन करावी, असे ठरले. लवकरच गुरुवर्यांच्या मार्गदर्शनाखाली 'दि मराठा को-ऑप. क्रेडिट सोसायटी लि.' स्थापन केली गेली.

यथावकाश या दोन्ही क्रेडिट सोसायटींचे सहकारी बँकांत रूपांतर झाले. आजच्या घडीला बेळगावात तुकाराम बँक व मराठा बँक या दोन बहुजन समाजाच्या बँका मजबूत आर्थिक पायावर उभ्या असून, बेळगावमधील बहुजन समाजाच्या आर्थिक विकासाचा कणा बनून त्या राहिल्या आहेत. एक प्रकारे गुरुवर्य श्यामराव देसाई व त्यांचे सहकारी यांची ती नमुनेदार स्मारकेच होत. तथापि गुरुवर्यांना मात्र या संस्थांच्या स्थापनेचे श्रेय घेण्याचा सोस नव्हता. त्याची पुसटशी कल्पनाही त्यांच्या डोक्यात नव्हती, असे उद्‌गार त्यांचे एक शिष्य भाई दाजीबा देसाई यांनी काढले आहेत. ते म्हणतात, "१९३६ सालानंतर गुरुजींच्या विधायक कार्याला विशेष धार आली. बेळगाव विभागात मराठा समाज सुधारणा मंडळ, मराठा संघ, शेतकरी शिक्षण समिती, अनेक सहकारी संस्था, मराठा को-ऑप. बँक, तुकाराम सहकारी बँक, जयहिंद गिरणी यांसारख्या अनेक संस्थांचे संसार उभे करण्यात गुरुजींनी रक्त आटविले आहे, हे आता लोक विसरूनही चालले आहेत. त्याचे कारण त्या संस्थांच्या जीवन-मरणाच्या लढ्यात त्या संस्थांचे संरक्षण करण्यासाठी गुरुजी फक्त सैनिकासारखे लढले आहेत. या

संस्थांच्या निर्मितीचे अथवा संघटनेचे ध्येय स्वतःकडे घ्यावे, अशी पुसटसुद्धा कल्पना गुरुजींच्या डोक्यात नव्हती नि नाही. हा ब्राह्मणेतर पक्षाच्या कार्यक्रमाचा एक भाग आहे, अशीच त्यांची धारणा होती.''

समाजसुधारणा मंडळ, बेळगाव

'राष्ट्रवीर'ची स्थापना झाल्यावर त्याचे कार्यालय म्हणजे बेळगावातील तरुण सामाजिक कार्यकर्त्यांचे एकत्र येण्याचे व सामाजिक प्रश्नांवर विचारविनिमय करणारे केंद्रच झाले होते. त्यामध्ये गुरुवर्य श्यामराव देसाईंचे सहकारी खेमाजीराव गोडसे, गुंडोजीराव सोनवलकर, जोतिराव मेलगे, तातोबा जाधव आदी कार्यकर्ते प्रमुख होते. या सर्वांनी गुरुवर्यांच्या मार्गदर्शनाखाली सन १९२३ मध्ये 'समाज सुधारणा मंडळ' नावाची संस्था स्थापन केली. या मंडळाच्या व्यसपीठावरून कार्यकर्त्यांची प्रबोधनात्मक शिबिरे आयोजित करणे, नवरात्र उत्सवात विद्वानांची सामाजिक प्रश्नांवर भाषणे आयोजित करणे, असे उपक्रम राबवून ही संस्था बेळगावातच नव्हे, तर ग्रामीण भागातही प्रभावी केली. त्यासाठी त्यांनी संस्थेच्या व्याख्यान शाखा, कीर्तन शाखा, पोवाडा शाखा, शरीरसौष्ठव शाखा अशा अनेक शाखा निर्माण करून बेळगाव परिसर सत्यशोधक समाजाच्या तत्त्वांनी भारून टाकला.

खुद्द गुरुवर्य व्याख्यान शाखेचे प्रमुख होते. रावब. मामासाहेब लाड व ॲड. व्ही. एस. पाटील हे त्यांचे दोन खंबीर सहकारी. या तिघांनी सभा-परिषदांमधून समाजजागृतीचे कार्य अव्याहतपणे चालविले. कीर्तन शाखेचे कार्य संत गोविंदराव मेलगे यांच्यावर, तर पोवाडा शाखेची जबाबदारी बहिर्जी शिरोळकर यांच्यावर सोपविली होती. कीर्तन व पोवाडा या माध्यमातून बहुजन समाजाच्या अंधश्रद्धा व अंधरूढींवर प्रहार केले जात, तसेच तरुणांमध्ये व्यायामाची आवड निर्माण झाली पाहिजे, त्यांनी शरीरसौष्ठव व सामर्थ्य पैदा केले पाहिजे, म्हणून संस्थेचे नेताजी पथक कार्यरत असे. त्यावर कृष्णमूर्ती सँडोची योजना केलेली होती.

समाजसुधारणा मंडळाच्या कार्याची फळे बेळगाव ग्रामीण भागात लवकरच दिसून येऊ लागली. अनेक ठिकाणांच्या लक्ष्मीच्या यात्रा बंद झाल्या. इतर देवांच्या उत्सवानिमित्त होणाऱ्या बकऱ्यांच्या हत्या आणि अनाठायी खर्च यांना फाटा दिला जाऊ लागला. गावोगाव चार-चार दिवस चालणारी लग्ने आटोपशीर व कमी खर्चाची होऊ लागली. ब्राह्मण पुरोहिताऐवजी

मराठा पुरोहित लग्नविधी करू लागले. सामूहिक लग्नांची प्रथा रुजू होऊ लागली. बालविवाहाविरुद्ध लोकमत तयार होऊ लागले. शिक्षणाचे महत्त्व अडाणी आईबापास समजून ते आपली मुले-मुली शाळेत पाठवू लागले. सारांश, समाजसुधारणा मंडळाने आपल्या नावाप्रमाणे आपल्या कार्यात चांगलीच गती घेतली. या कार्याचे अध्वर्यू होते गुरुवर्य श्यामराव देसाई. त्यांच्या कार्याची स्वतंत्र दखल घेणे येथे उचित ठरणार आहे. कारण त्यांच्या जीवनकार्यातील हे सर्वश्रेष्ठ कार्य आहे.

म. फुल्यांचे सच्चे अनुयायी सत्यशोधक गुरुवर्य श्यामराव देसाई

समाजसुधारणा मंडळाच्या व्यासपीठावरून गुरुवर्य श्यामराव देसाई यांनी केलेले प्रबोधनाचे कार्य पाहिल्यावर ते म. फुल्यांचे सच्चे अनुयायी होते, याचा प्रत्यय आल्याशिवाय राहत नाही. बहुजन समाज अज्ञान व अंधश्रद्धा यांच्या विळख्यातून मुक्त व्हावा यासाठी त्यांनी घेतलेले कष्ट, सोसलेला त्रास, बाळगलेली तळमळ आणि दाखविलेली ध्येयनिष्ठा याकडे पाहिले की, हा माणूस बहुजन समाजाच्या कल्याणाच्या कल्पनेने कसा झपाटला होता, याचे दर्शन घडते.

उन्हाळा असो की पावसाळा असो, गुरुवर्य रात्रीच्या मुक्कामाची शिदोरी व हातात कंदील घेऊन खेड्यापाड्यांचे रस्ते तुडवत जात असत. (खेडी अशी असत की तिथे सभेसाठी एखादा कंदीलही मिळणे दुरापास्त असे.) सोबतीला शाहीर बहिर्जी शिरोळकर त्यांचे सहकारी असत. गावात पोहोचताच संध्याकाळी ते स्वतःच फिरून चावडीसमोर अथवा देवळासमोर पोवाड्याचा व सभेचा कार्यक्रम असल्याचे गावकऱ्यांना सांगत आणि रात्री सभा भरत असे. प्रारंभी पोवाडा होत असे. त्यातून गावकऱ्यांना दारूचे घातक परिणाम, लक्ष्मी यात्रेत होणारा अनाठायी खर्च यावर कवने म्हटली जात आणि त्या पार्श्वभूमीवर गुरुवर्यांचे भाषण सुरू होई. साध्या; पण मनाला भावणाऱ्या भाषेत गुरुवर्य सांगत, 'बाबांनो! मुलां-मुलींच्या लग्नासाठी सावकाराची कर्जे काढू नका, लग्नात व लक्ष्मी यात्रेत वारेमाप खर्च करू नको, देवाला कोंबडे, बकरे लागत नाही, त्याला भक्ती पुरेशी होते. तुमचा संसार उद्ध्वस्त करणारी दारू सोडा, दारूने तुमचे गुण मातीमोल होतात. तुम्ही अडाणी राहिलात. आता तुमच्या मुलांना तरी शाळेत पाठवा. त्यांना शिकू

द्या.’ गुरुवर्यांच्या या ऋषितुल्य व्यक्तिमत्त्वाने व त्यांच्या कळवळीच्या शब्दांनी प्रभावित होऊन शेतकरी पुढे होत. पोराबाळांना शाळेत पाठवण्यापासून दारू सोडण्यापर्यंतचे अनेक निर्णय गुरुवर्य जाहीरपणे त्यांच्या तोंडून वदवून घेत. याच वेळी जमलेल्या गावकऱ्यांमधून ते आपल्या कार्यकर्त्यांची निवड करीत. पुढे त्यांच्याशी संपर्क वाढवून त्यास समाजसेवेची दीक्षा देत. अशी कार्यकर्त्यांची एक फौजच त्यांच्या कामातून उभी राहिली होती.

बहुजन समाजातील अंधश्रद्धा, धर्मभोळेपणा व अनिष्ट प्रथा यावर हल्ले चढवून समाजजागृती करणे, हे सत्यशोधक समाजाचे एक प्रमुख कार्य होते. आपल्या भाषणातून व 'राष्ट्रवीर'च्या अग्रलेखांतून गुरुवर्यांनी लोकांच्या अंधश्रद्धांचे वाभाडे काढण्याचे अप्रिय काम आयुष्यभर केले. 'लक्ष्मी' म्हणजे खेड्यातील लोकांच्या मते मोठी कोपिष्ट देवता. लोकांचाही तिच्याप्रती मोठा भीतीयुक्त भक्तिभाव; पण अशा लक्ष्मीच्या यात्रांनी गरीब शेतकरी कर्जाच्या गर्तेत पडत होता. तेव्हा त्याला शहाणा करण्यासाठी गुरुवर्य प्रश्न विचारतात, 'लक्ष्मीच्या यात्रेपासून गावातील पीडा बाजूला होते, देवी, रोगराई कमी करते, असे जर आहे, तर सुधारलेल्या राष्ट्रांत लक्ष्मीची यात्रा का होत नाही? ख्रिश्चन, जैन लक्ष्मीला भजत नाहीत; पण तेथे रोगराईचे प्रमाण कमी कसे? लक्ष्मी जर माणसाची आई, तर ज्यांना बळी दिला जातो त्या कोंबड्या बकऱ्यांची ती कोण?'

मूर्तिपूजेच्या अवडंबरावरही गुरुवर्यांनी कठोर हल्ले चढविले. मूर्तिपूजा, नवसायास आदी गोष्टी हे पुरोहितांनी बहुजन समाजाला लुबाडण्यासाठी निर्माण केलेले थोतांड असल्याचा विचार ते अनेक ठिकाणी मांडत. एखाद्या देवळातील देवीच्या नाकातील किमती नथ चोरीला जाते, त्या वेळी 'देवी झोपली होती काय?' असा रोकडा सवाल ते करतात, तर यापूर्वी क्रूर मुसलमान आक्रमकांनी हजारो मूर्तींचा चुराडा केला तेव्हा, त्यांचे काहीही वाकडे झालेले नाही, असा इतिहासातील दाखला देऊन मूर्तीमधील कुचकामीपणा स्पष्ट करतात. प्रसंगी दयानंद सरस्वतींचेही उदाहरण देतात.

ब्राह्मण पुरोहितशाहीच्या वर्चस्वातून बहुजन समाजाने आपली मुक्तता आपणहून करून घेतली पाहिजे, बहुजन समाजाला 'शिक्षणगुटिका' देण्यापूर्वी त्याच्या कोठाशुद्धीसाठी त्यास धर्मस्वतंत्रतेचे रेचक देणे आवश्यक असल्याचे प्रतिपादन करताना गुरुवर्यांनी म्हटले आहे, 'धर्मस्वातंत्र्यामुळे केवळ मराठा समाजाच्या मानेवरील जू तेवढेच बाजूला होईल असे नाही, तर समाजातील

दुष्ट चालिरीती, अंधश्रद्धा आणि खुळ्या कल्पना इत्यादिकांचाही त्याबरोबरच विध्वंस होईल; परंतु मराठासारख्या इतिहासप्रसिद्ध समाजात प्रगतीला पोषक असे संस्कार आहेत की नाहीत, याचा त्यांनी कधीच विचार केला नाही. त्यांनी असा विचार केला असता तर दारू पिणे हा आपला धर्म आहे, मरीआईपुढे कोंबडी, बकरी कापल्याने गावातील रोगराई कमी होते, कार्तिक आमावस्येला मध्यरात्रीला काळे बकरे कापल्याने गावातील घरची गुरेढोरे निरोगी राहतात, दूधदुभत्याला खंड पडत नाही आणि दारूचे बुधले आणि मांसाची रास याची पूजा-अर्चा केल्यावर मेलेले आई-बाप स्वर्गात पोचतात, असल्या कल्पनेच्या अनिष्ट आणि निंद्य चाली मराठा समाजात राहिल्याच नसत्या; पण अज्ञान आणि अज्ञानजन्य चालिरीतींत हा समाज राहिला, तरच आपणाला त्यावर बांडगुळाप्रमाणे जगता येईल, अशी शंकराचार्यांनी आणि त्यांच्या शिष्योपशिष्यांनी खूणगाठ बांधून ठेवली असल्या कारणाने 'ज्याच्यामुळे अभ्युदय तो धर्म' या व्याख्येची मराठा समाजाला ब्राह्मणांनी तोंडओळखही होऊ दिली नाही आणि जे कोणी ब्राह्मणांचे गुलाम असतील त्यांना खऱ्या धर्माची ओळखही होणार नाही! गुरुवर्यांचे हे विचार वाचल्यावर महात्मा फुल्यांच्या 'गुलामगिरी'मधील विचारांची आठवण झाल्याशिवाय राहत नाही. म. फुल्यांचा वैचारिक वारसा गुरुवर्य असा चालवित होते.

गुरुवर्यांनी सत्यशोधक समाजाची प्रेरणा राजर्षी शाहू छत्रपती आणि त्यांचे सहकारी नाम. भास्करराव जाधव, लठ्ठे, डोंगरे प्रभृतींच्या कार्यातून घेतली होती. लग्नविधीपासून श्राद्धापर्यंतच्या अनेक विधिकार्यातील भटभिक्षुकांच्या मक्तेदारीचे उच्चाटन करण्याचा चंग शाहू छत्रपतींच्या आश्रयाखाली वाढणाऱ्या सत्यशोधक कार्यकर्त्यांनी बांधला होता. या चळवळीचा मोठा प्रसार कोल्हापूरच्या दक्षिणेला बेळगाव, चंदगड, आजरा आदी भागांत कोणी केला असेल, तर तो गुरुवर्यांनीच. आपले धार्मिक विधी आपणच करायला हवेत. त्यासाठी ब्राह्मण पुरोहितावर अवलंबून राहता कामा नये, या तत्त्वानुसार त्यांनी सर्व विधी शिकून घेतले व त्यानुसार बहुजन समाजातील लोकांची लग्ने ते लावू लागले. त्या लग्नास त्या काळी 'सत्यशोधक लग्न' असे म्हणत. पन्नास वर्षांपूर्वी ज्यांची लग्ने गुरुवर्यांनी पार पाडली ते सांगतात की, एखाद्या पंडितालाही लाजवेल अशा रीतीने गुरुवर्य ते लग्नकार्य पार पाडीत. लग्नातील सप्तपदीतील प्रत्येक वैदिक मंत्र खणखणीत आवाजात म्हणून ते त्याचा अर्थ वधू-वरांस रसाळ मराठीत विशद करून सांगत

असता मंडपात जमलेला श्रोतृवृंद स्तब्ध होऊन त्यांचा शब्दन्‌शब्द आतुरतेने ऐकत असे. याच वेळी विवाह संस्काराचे महत्त्व व समाजाप्रती असलेले कर्तव्य यावरही ते प्रबोधनाचे विचार मांडत असत. विवाहासारख्या पवित्र कार्यासाठी अनेक गावांहून एकत्र आलेल्या अनेक कुटुंबांत गुरुवर्यांचा समाजप्रबोधनाचा विचार अशा प्रकारे आपसूकपणे जाऊन पोहोचत असे.

१९१७ सालापासून गुरुवर्यांनी बहुजन समाजातील शेकडो लग्नांत स्वतः पौरोहित्य केले. लग्नाच्या मोसमात एकटे ते कुठेकुठे पुरे पडणार म्हणून त्यांनी 'सत्यशोधक पुरोहित' तयार करण्याचे वर्ग सुरू करून अनेकांना पौरोहित्याची दीक्षा दिली. त्यांपैकी आजही अनेक जण गुरुवर्यांची परंपरा चालवत आहेत. आपल्या धार्मिक विधीत ब्राह्मण पुरोहितावर अवलंबून न राहता आपल्या समाजाच्या पुरोहितांच्या साहाय्याने ते पार पाडणे, ही एक प्रकारची ब्राह्मणांच्या मक्तेदारीला शह देणारी आणि त्यांनी प्रतिपादन केलेल्या बहुजन समाजाच्या धार्मिक स्वातंत्र्याचीच गोष्ट होती.

सत्यशोधक तत्त्वांचा प्रसार करीत असता गुरुवर्यांनी दलित पतितांना बंधूच मानले. दलितांच्या वस्त्यांत जाऊन त्यांच्या अनेक धार्मिक समारंभात ते उत्साहाने भाग घेत. त्यांच्याच पंगतीस बसून जेवणखाण घेत. त्यांच्या वस्त्यांत सभा घेत. मागासलेल्या मराठ्यांना ते जो उपदेश करीत, तोच त्यांना सांगत. तुम्हीही आमच्याप्रमाणेच माणसे आहात, तुमचे हक्क आमच्याइतकेच आहेत, हा राजर्षी शाहूंचा दलितांसंबंधीचा विचार ते महार-मांगांच्या वाड्यापर्यंत पोहोचवित. अनेक ठिकाणची मंदिरे व तळी त्यांनी दलित समाजास खुली करून दिली. त्यासाठी त्यांना आपल्याच स्पृश्य बांधवांबरोबर संघर्ष करावा लागला असेल, हे उघड आहे. गुरुवर्यांच्या चरित्रातील या पैलूंवर अधिक संशोधन होणे गरजेचे आहे.

दक्षिण महाराष्ट्र व कर्नाटकचा सीमावर्ती प्रदेश म्हणजे देवदासींचे माहेरघर. देवदासी अथवा मुरळीची प्रथा म्हणजे अखिल समाजाचा कलंक होता. स्त्रीत्वाचा अवमान करणाऱ्या या प्रथेविरुद्ध राजर्षी महाराजांनी काही कायदेशीर पावले उचलून तिचा बंदोबस्त करण्याचा प्रयत्न केला होता; पण समाजाच्या हाडीमांसी रुजलेल्या अनिष्ट प्रथा सहजासहजी नाहीशा होत नाहीत. गुरुवर्यांनीही आपल्या कार्यक्षेत्रात दुष्ट प्रथेविरुद्ध लोकमत तयार करण्याचा अव्याहत प्रयत्न केलेला दिसतो. त्यात ते फारसे यशस्वी झाले नसले तरी देवदासींविरुद्धचा त्या भागातील पहिला आवाज या

नात्याने त्यांच्या प्रयत्नांचे मोल कमी ठरत नाही.

बेळगाव जिल्हा शेतकरी शिक्षण समिती

म. फुले यांनी पुरोहितशाहीला शह देऊन शूद्रातिशूद्रांची धार्मिक गुलामगिरीतून मुक्तता करण्यासाठी त्यांच्यातीलच चार-दोन शिकलेल्या शहाण्या व्यक्तींनी पुढे वास्तुशांत, लग्ने इत्यादी प्रसंगी पौरोहित्य करावे, म्हणून काही काव्यरचना केलेली आढळते. लग्नप्रसंगी वधू-वरांनी म्हणावयाच्या चार व जमलेल्या स्त्री-पुरुषांनी म्हणायची शेवटी एक अशा पाच मंगलाष्टकांची रचना त्यांनी केलेली असून मंगलाष्टकातील शेवटचे कडवे असे आहे :

'आभारा बहु मानिजे आपुलिया, मातापित्यांचे सदा।।
मित्रांचे तुमच्या तसेच असती, जे इष्ट त्यांचे वदा।
वृद्धा पंगु सहाय द्या मुलिमुलां, विद्या तया शीकवा।।
हर्षे वृष्टि करा फुलांची अवघे, टाळी अतां वाजवा।।'

माता-पित्यांचे, इष्टमित्रांचे उपकार स्मरा, वृद्ध, अपंगांना मदत करा, मुली-मुलांना विद्या शिकवा असा उपदेश लग्नसोहळ्यात उपस्थित असलेल्या वऱ्हाड मंडळींनी नवपरिणित जोडप्यास केलेला आहे.

गुरुवर्य श्यामराव देसाई म. फुल्यांच्या सत्यशोधक पद्धतीनेच पौरोहित्य करून बहुजन समाजातील लग्ने लावीत असत आणि त्या वेळी म. फुल्यांनी रचलेले मंगलाष्टक आवर्जून म्हणत असत. त्यामध्ये असलेल्या शेवटच्या कडव्यावर भाष्य करताना ते विद्येचा महिमा व अविद्येचा प्रताप साध्या सोप्या भाषेत स्पष्ट करत; पण त्या वेळी त्यांना असे वाटे की, आपण या नवपरिणित जोडप्यांना त्यांच्या मुली-मुलांना शाळा शिकवा म्हणतो; पण त्यांच्या गावी शाळाच नसेल, तर ते आपल्या मुली-मुलांना कुठे शिकवणार? यासाठी आपण प्रत्येक लहानसहान खेड्यात प्राथमिक शाळा काढल्या पाहिजेत, या विचाराने गुरुवर्य व त्यांचे सहकारी भुजंगराव दळवी, मामासाहेब लाड, व्ही. एस. पाटील आदी कार्यकर्त्यांनी सन १९४१ मध्ये 'बेळगाव जिल्हा शेतकरी शिक्षण समिती'ची स्थापना केली आणि मग त्यांनी गावोगाव सभा घेऊन गावकऱ्यांना शिक्षणाचे महत्त्व पटवून देऊन शाळा काढण्याचा चंगच बांधला. अशा शाळांना तुटपुंजे का

होईना सरकार अनुदान देत असे. या अनुदानावर खुशीने व निःस्वार्थ बुद्धीने काम करणारे सुशिक्षित तरुण त्यांनी गोळा केले. शिक्षण खात्यातील काही सेवानिवृत्त अधिकारी व शिक्षक यांनी आपणहून पुढे होऊन आपली विनामूल्य सेवा देऊ केली. अशा प्रकारे ही एक प्रकारे लोकचळवळच उभी राहिली आणि काही काळातच बेळगाव, खानापूर, चंदगड, हुक्केरी, चिकोडी, अथणी व रायबाग या तालुक्यांत संस्थेच्या एकूण २८९ प्राथमिक शाळा, २५ रात्रशाळा व २ हायस्कूल्स स्थापन करण्यात या चळवळीला यश मिळाले.

बहुजन समाजाला किमान प्राथमिक शिक्षण मिळाले पाहिजे, असा आग्रह सन १८८२ मध्ये म. फुल्यांनी हंटर कमिशनसमोर धरला होता. खुद्द शाहू महाराजांनी आपल्या संस्थानात प्रत्येक गावी शाळा काढून प्राथमिक शिक्षण मोफत व सक्तीचे केले होते. अज्ञान व अंधश्रद्धा यावर मात करण्याचा शिक्षण हाच एकमेव उपचार होता. बेळगावचे समाजसुधारणा मंडळ, शिक्षण समिती व गुरुवर्यांच्या नेतृत्वाखालील कार्यकर्ते याच तत्त्वाचा पुरस्कार करत होते.

स्वातंत्र्योतर काळात प्राथमिक शिक्षणाची जबाबदारी सरकारने स्वीकारली, त्या वेळी सातारा जिल्ह्यात कर्मवीर भाऊराव पाटलांनी जशा आपल्या शेकडो प्राथमिक शाळा सरकारकडे दिल्या, त्याप्रमाणे गुरुवर्य श्यामराव देसायांनीही आपल्या सर्व शाळा सरकारकडे सुपूर्त केल्या.

बेळगाव तालुका शेतकरी परिषद

१९४६ मध्ये निवडणुका होऊन प्रांतिक सरकारे स्थापन झाली. मुंबई प्रांतातही काँग्रेस पक्षाचे सरकार आले; पण हे सरकार भांडवलदारधार्जिणे व शेतकरी-कामकरी समाजावर अन्याय करणारे आहे, असा पुकारा करून काँग्रेस अंतर्गत उदयास आलेल्या डाव्या विचारांच्या गटाने, बंडखोरी करून ३ ऑगस्ट १९४७ रोजी शेतकरी-कामगार संघाची स्थापना केली होती. दुसऱ्याच वर्षी त्याचे पक्षात रूपांतर झाले. त्यामध्ये केशवराव जेधे, शंकरराव मोरे, नाना पाटील, तुळशीदास जाधव, भाऊसाहेब राऊत वगैरे पुढारी पुढे होते. स्वातंत्र्यानंतर आपले सरकार स्थापन झाल्यावर त्याचे निर्णय शेतकरी-कामगार वर्गाच्या कल्याणाचे असतील, अशी आशा बाळगून असणाऱ्या या पुढाऱ्यांचा भ्रमनिरास झाला होता आणि त्यांनी स्वतंत्र पक्ष

काढून जनतेच्या पाठिंब्यावर या काँग्रेसी सरकारला विरोध करण्याचे ठरविले होते. त्यानुसार आता सर्वत्र त्यांच्या परिषदा, सभा, दौरे सुरू झाले.

अशीच एक परिषद बेळगाव परिसरात कोवाड गावी ताम्रपर्णीच्या तीरावर २३ व २४ मे १९४८ रोजी गुरुवर्य श्यामराव देसाई व त्यांचे सहकारी यांच्या प्रेरणेने भरविण्यात आली होती. त्यास प्रमुख पाहुणे म्हणून शंकरराव मोरे व केशवराव जेधे यांना पाचारण केले होते. बेळगावात १०१ बैलजोड्यांच्या रथातून त्यांची मिरवणूक काढून बेळगावकरांनी त्यांचे प्रचंड स्वागत केले होते. परिषदेच्या ठिकाणीही १५१ बैलजोड्यांच्या रथातून त्यांना मिरविण्यात आले. विशेष म्हणजे या परिषदेच्या मुख्य कार्यक्रमात १५०० ते २००० शेतकरी स्त्रियांनी उपस्थित राहून आपला सहभाग दिला होता.

परिषदेचे स्वागताध्यक्ष ॲड. व्ही. एस. पाटील हे होते. त्यांनी आपल्या भाषणात काँग्रेस सरकार हे ब्रिटिश सरकारचीच जुलमी व अन्यायी धोरणे कशी राबवीत आहे, हे सांगून 'वरिष्ठ वर्गाच्या मांडीखाली राहण्यास किंवा त्यांचा गुलाम म्हणून जगण्यास शेतकरी तयार नाहीत. राजकीय सत्ता काबीज केल्याशिवाय शेतकऱ्यांचे कल्याणही इतःपर होणार नाही,' असा इशारा सरकारला दिला.

परिषदेत अनेक ठराव पास झाले. जेधे-मोरे व त्यांचे सहकारी यांनी काँग्रेसबाहेर पडून शेतकरी-कामगार वर्गासाठी नवा पक्ष स्थापन केला, याबद्दल त्यांचे अभिनंदन करणारा व त्यांना पाठिंबा देणारा ठराव गुरुवर्य देसाई यांनी मांडला व त्यास दाजीबा देसाई यांनी अनुमोदन देऊन तो एकमताने मंजूर झाला. त्यात गुरुवर्यांनी म्हटले होते, "सन १९४६ मध्ये शेतकरी, कामगारांनी काँग्रेसच्या उमेदवारांना पाठिंबा दिल्यामुळे काँग्रेस मंत्रिमंडळे अधिकारावर आली आहेत. त्याचप्रमाणे बहुजन समाजाने स्वातंत्र्याच्या चळवळीत जोरदार पाठिंबा दिल्यामुळे इंग्रजांनी या देशाची अधिकारसूत्रे काँग्रेसच्या हातात दिली आहेत. अधिकारारूढ झाल्यापासून प्रांतिक व मध्यवर्ती सरकारचे धोरण हे उघडपणे वाढत्या प्रमाणात किसान, कामगारांचे रक्त शोषण करणारे, भांडवलदारांस पोषक असे होत आहे. दिवसेंदिवस काँग्रेस संघटनेची सूत्रे भांडवलवाले व त्याचे हस्तक यांच्या हातात जात आहेत व भांडवलशाहीच्या नफेबाजीसाठी प्रांतिक व मध्यवर्ती सत्ता शेतकरी हिताकडे पूर्णपणे दुर्लक्ष करीत आहे. सरकारच्या जनताविरोधी कारणामुळे

काळा बाजारवाले व्यापारी व जुलमी नोकरशाही यांच्या कारवायांमुळे जनतेचे जीवन अधिकाधिक कष्टांचे होत आहे. काँग्रेस सरकारच्या आधिपत्याखाली राजकीय क्षेत्रात शेतकरी समाजास प्रतिनिधित्व मिळेल, अशी दक्षता घेण्यात येत नाही. हे एकंदर सर्व धोरण पाहून काँग्रेसच्या हातून अगर अधिकारारूढ व्यक्तीच्या हातून शेतकरी, कामकरी राज्य निर्माण होईल, असे श्रमजीवी जनतेस वाटत नाही. त्यामुळे शेतकरी-कामकऱ्यांच्या हिताचे निर्भीडपणे रक्षण करण्यासाठी व काँग्रेसच्या नावावरील भांडवलशाही राजवटीस सनदशीर मार्गाने विरोध करण्यासाठी विरोधी पक्षाची फार जरुरी आहे. या दृष्टीने लोकनेते जेधे व शंकरराव मोरे, क्रांतिवीर नाना पाटील, आमदार तुळशीदास जाधव, आमदार भाऊसाहेब राऊत वगैरे पुढाऱ्यांनी व इतर अनेक तत्त्वनिष्ठ कार्यकर्त्यांनी काँग्रेसच्या बाहेर पडून पक्षसंघटना करण्याचे जे धोरण पत्करिले आहे, त्याबद्दल ही परिषद त्यांचे अभिनंदन करीत आहे. त्यांच्या नव्या पक्षास ही परिषद पूर्ण पाठिंबा देऊन काँग्रेसमधील शेतकरी व कामगार यांनी बाहेर पडून त्यांच्या पक्षास व पक्षाच्या समाजवादावर आधारलेल्या कार्यक्रमास पाठिंबा द्यावा, अशी त्यांना ही परिषद विनंती करीत आहे."

संयुक्त महाराष्ट्र आंदोलन

महाराष्ट्राच्या गेल्या तीनशे-साडेतीनशे वर्षांत महाराष्ट्राच्या अस्मितेच्या रक्षणासाठी दोन लढे झाले. पहिला लढा शिवछत्रपतींच्या निधनानंतर औरंगजेब बादशहाने महाराष्ट्रावर केलेल्या स्वारीने सुरू झाला आणि २६ वर्षे जंगजंग पछाडूनही त्याला महाराष्ट्र जिंकता आला नाही. शेवटी या महाराष्ट्राच्या भूमीतच त्याला चिरशांती घ्यावी लागली. या कालखंडास मराठ्यांच्या 'स्वातंत्र्य युद्धाचा कालखंड' असे म्हणतात. या कालखंडात एक वेळ तर अशी आली की, राज्य नाही, राजा नाही, खजिना नाही, सैन्य नाही, किल्ले नाहीत, तरीही मराठे लढत राहिले. सामान्यातील सामान्य माणूस महाराष्ट्राच्या अस्मितेसाठी लढला. शेवटी आशिया खंडातील सर्वांत बलाढ्य सत्ताधीशाला त्याने नामोहरम केले.

भारताच्या स्वातंत्र्योत्तर काळात अशाच प्रकारे महाराष्ट्राच्या अस्मितेचे दर्शन जगाला घडले. भाषावर तत्त्वानुसार मराठी भाषकांचे स्वतंत्र राज्य होण्यास काहीच अडचण नव्हती; पण भांडवलशाहीधार्जिण्या काँग्रेस

सत्ताधीशांना मुंबई (ही मराठी माणसांची असतानासुद्धा) ती महाराष्ट्राला द्यायची नव्हती. त्यांना ती केंद्रशासित ठेवावयाची होती; पण त्या योजनेस मराठी माणसांनी कडाडून विरोध केला आणि म्हणून त्यांनी महाराष्ट्र व गुजरात या दोन विभागांना एकत्र आणून त्यांची राजधानी म्हणून मुंबईला ठेवून द्विभाषिक राज्य अस्तित्वात आणले. दुर्दैवाने पंतप्रधान पंडित नेहरूंना या वेळी मुरारजीभाई देसाई व स. का. पाटील यांच्यासारखे महाराष्ट्रद्वेष्टे सल्लागार मिळाल्यामुळे ते स्वतः उदारमतवादी व लोकशाहीवादी असूनसुद्धा त्यांनी महाराष्ट्राबद्दल आकस बाळगला आणि त्याचे फलित म्हणजे महाराष्ट्रावर, महाराष्ट्राच्या अस्मितेवर हल्ला करणारे 'द्विभाषिक मुंबई राज्य' मराठी तसेच गुजराती माणसांवर लादले गेले.

यातून जो संयुक्त महाराष्ट्र चळवळीचा उद्रेक निर्माण झाला आणि मराठी लोकांनी आपल्या अस्मितेचे दर्शन घडविले, त्या सर्व रोमांचकारी इतिहासाचा वेध घेण्यास इथे फारसा अवकाश नाही. तथापि, प्रस्तुत चरित्रनायकाच्या कार्याच्या संदर्भात नमूद करायला हवे की, गुरुवर्यांचा पिंड हा समाजकारणी अधिक व राजकारणी कमी असा जरी असला, तरी जेव्हा बेळगाव-कारवार हा मराठी भाषक प्रदेश म्हैसूर राज्यात अन्यायाने घातला गेला, त्या वेळी त्यांनी महाराष्ट्र एकीकरण समितीच्या व नंतर संयुक्त महाराष्ट्राच्या चळवळीत हिरिरीने भाग घेतला. त्यांच्या लेखणीला या वेळी वेगळीच धार चढली होती. गुरुवर्यांनी 'राष्ट्रवीर'मधून व बाबूराव ठाकुरांनी 'तरुण भारत'मधून सीमाप्रश्न, तसेच संयुक्त महाराष्ट्र आंदोलन द. महाराष्ट्रात धगधगीत ठेवले. ब्राह्मण-ब्राह्मणेतर वाद काही काळ बाजूला पडला आणि सर्व जातिधर्मांची मराठी माणसे एकत्र आली.

महाराष्ट्रात इतरत्र 'संयुक्त महाराष्ट्रा'साठी आंदोलन तीव्र होते; पण या सीमावर्ती भागात 'संयुक्त महाराष्ट्रा'बरोबर 'महाराष्ट्र एकीकरण समिती'चेही आंदोलन त्यापूर्वीच झाले होते. या दोन आंदोलनांची यथायोग्य सांगड घालून त्यांचा धोरणात्मक आराखडा करण्यात 'राष्ट्रवीर'कार आघाडीवर होते, अशी या आंदोलनातील प्रत्यक्षदर्शी साक्षीदार व सीमाभागातील नेते कॉ. कृष्णा मेणसे यांची साक्ष आहे. ते म्हणतात, "सामाजिक सुधारणा करणे हे जरी त्यांच्या जीवनाचे कार्य असले तरी, तदनुषंगाने होणाऱ्या राजकीय आंदोलनाकडे त्यांनी कधीही पाठ फिरविली नाही. बेळगाव, कारवार, बीदर जिल्ह्यातील मराठी भाग सक्तीने म्हैसूर राज्यात कोंबण्यात

आला. त्यामुळे या भागात आंदोलनांचा प्रचंड डोंब उसळला. महाराष्ट्र एकीकरण समितीच्या नेतृत्वाखाली जनतेने लढे उभारले, त्याचप्रमाणे सबंध मराठी भाषक जनतेवर द्विभाषिक राज्य लादून तिचा मानभंग करण्यात आला. यामुळे मुंबई राजधानी असलेला संयुक्त महाराष्ट्र निर्माण झालाच पाहिजे, या निर्धाराने मराठी जनतेने राज्यकर्त्यांशी शौर्यशाली लढा दिला. या दोन्ही लढ्यांची सांगड घालून संयुक्त महाराष्ट्र समिती आणि म. ए. समिती यांच्यामध्ये अद्वैत निर्माण करण्याच्या कामामध्ये गुरुवर्य आमदार, खासदार आणि इतर पुढारी यांनी सीमा आंदोलनात प्रत्यक्ष भाग घेतला. हजारोंच्या संख्येने मराठी भाषक सत्याग्रहाच्या रणांगणात उतरले. यामुळे लढ्याची व्यापकता वाढली, तीव्रता वाढली आणि अखेरीस मुंबईसह संयुक्त महाराष्ट्र झाल्याचे जे आपण पाहतो, ते सर्व मराठी भाषक जनतेच्या न्याय्य लढ्याला आलेले यश होय!''

सीमाप्रश्न व संयुक्त महाराष्ट्र आंदोलन यविषयी अनेक अग्रलेख व स्फुटलेख 'राष्ट्रवीर'मधून गुरुवर्यांनी प्रकाशित केले. सीमाप्रश्नाचा इतिहास लिहिणाऱ्या इतिहासकाराला या लिखाणाची दखल घ्यावीच लागेल. या सर्वच लिखाणात प्रतिपाद्य विषयांचे अत्यंत तर्कशुद्ध खंडण-मंडण केलेले आढळते. वानगीदाखल द्विभाषिक मुंबई राज्याच्या उद्‌घाटनाच्या निमित्ताने (१ नोव्हेंबर १९५६) मुख्यमंत्री यशवंतराव चव्हाणांनी केलेल्या भाषणातील मुद्द्यांचे अतिशय परखड व सत्यान्वेषी खंडण गुरुवर्यांनी केले आहे. यशवंतराव म्हणाले होते,

''१. इतर अनेक भाषकांप्रमाणे सर्व मराठी व सर्व गुजराती बांधव एकत्र येऊन त्याचे त्याचे भाषिक राज्य बनावे, असे लोकांना वाटत होते; पण भाषिक राज्याची ओढ ज्या जनतेस वाटत होती त्या जनतेला मुंबई शहराचीही ओढ वाटत होती. उभय प्रदेशातील जनतेच्या या भावनांची दखल घेऊनच त्यांच्या आकांक्षा पूर्ण करण्याच्या दृष्टीनेच विशाल मुंबई राज्य आज सुरू होत आहे. आज या राज्यात सर्व मराठी व सर्व गुजराती बंधू एकत्र आले आहेत.

२. भाषक राज्ये जाऊन द्विभाषी राज्य आले, याबद्दल काही लोकांना नाराजी वाटत असली तरी, बहुसंख्य जनतेने या निर्णयाचे मनःपूर्वक स्वागत केले आहे.

३. या राज्यात सर्व मराठी व गुजराती प्रदेश एकत्र आल्याने जो लाभ

त्या त्या भागास मिळाला असता, तो तर त्यांना मिळणारच असून, शिवाय परस्परपूरक बनून सर्वांचा अधिक प्रगत विकास करण्याची संधी मराठी व गुजराती बांधवांना मिळाली आहे. हे विशाल द्वैभाषिक राज्य जनतेच्या आकांक्षा पूर्ण करणारे आहे, अशी ग्वाही या प्रसंगी मी देऊ शकतो...

४. राष्ट्राने मुंबई राज्यातील जनमताचा कानोसा घेऊन उभय प्रदेशातील जनहिताचा विचार करून व राष्ट्रहिताची दृष्टी ठेवून विशाल मुंबई राज्य मराठी- गुजराती बांधवांच्या हाती सुपूर्त केले आहे...

५. राज्यातील सर्व जनतेच्या सदिच्छा माझ्या पाठीशी उभ्या आहेत, असे गृहीत धरूनच मी नव्या राज्याच्या कारभाराला सुरुवात करीत आहे.''

यशवंतराव चव्हाणांच्या या भाषणातील महत्त्वाच्या मुद्द्यांवर परखड टीका करताना 'राष्ट्रवीर'कारांनी म्हटले आहे, ''उपरिनिर्दिष्ट दुसऱ्या, पाचव्या विधानातील 'द्वैभाषिकांच्या निर्णयाचे बहुसंख्य जनतेने मनःपूर्वक स्वागत केले आहे व राज्यातील जनमताचा कानोसा घेऊन विशाल मुंबई राज्य मराठी-गुजराती बांधवांच्या हाती सुपूर्त केले आहे,' ही श्री. चव्हाण यांची भाषा वस्तुस्थितीच्या अत्यंत विरुद्ध अशी आहे. माजी मुंबई राज्यातील महाराष्ट्र मुंबईसह, विदर्भ व मराठवाडा या मराठी प्रदेशातील व गुजरात नि सौराष्ट्र या गुजराती प्रांतातली बहुसंख्य जनता आजही अनुक्रमे सं. महाराष्ट्र महागुजरात अशा भाषिक राज्यांची सत्याग्रहाची बळकट कास घालून मागणी करीत आहे व त्याच पवित्र्यावरून द्वैभाषिकाला विरोध करीत आहे आणि या प्रकरणी महाराष्ट्र नि गुजरातमध्ये झालेल्या गोळीबारांची न्यायालयीन चौकशी व्हावी म्हणून असेंब्ली आणि लोकसभेत ठराव गुजरिले जात आहेत. असे हे द्वैभाषिकांच्या विरुद्ध गंभीर दृश्य, ज्वलंत आंदोलन असता श्री. चव्हाण यांनी उक्त दुसऱ्या, पाचव्या विधानाला मुख्यमंत्रिपदावरून गांधीजींच्या वारसदाराच्या वंशावळीत बसून उठाव द्यावा, ही घटना सामान्य नीतीच्या सदरात तरी शोभून दिसणारी आहे काय? आणि मग अशा स्थितीत उक्त ८व्या विधानातील 'राज्यातील सर्व जनतेच्या सदिच्छा माझ्या पाठीशी उभ्या आहेत', असे जे त्यांनी गृहीत धरले आहे, ते सर्वथैव निराधार नाही काय? आणि जर का हे त्यांचे गृहीत धरणे प्रामाणिकपणाचे असेल, तर त्यात त्यांची आत्मवंचनाच होत आहे, असा जर कयास केला तर तो अस्थानी ठरेल काय?''

१ नोव्हेंबर : काळा दिवस : ५० हजारांची विराट सभा

जनतेची इच्छा व अस्मिता डावलून द्विभाषिक मुंबई राज्य ज्या दिवशी स्थापन झाले, तो महाराष्ट्राच्या इतिहासातील काळा दिन म्हणून सीमावासीय बेळगावकरांनी पाळला. ते दिवाळीचे दिवस होते. बेळगावच्या मराठी भागाबाहेर दिवाळी सण साजरा केला जात असता मराठी माणसे मात्र कडकडीत हरताळ पाळून काँग्रेस राज्यकर्त्यांचा निषेध करीत होती. सायंकाळी ५ वा. बेळगाव परिसरातील आबालवृद्धांनी प्रचंड मूक मिरवणूक काढली होती. तिच्यात ३०-३२ हजार स्त्री-पुरुष होते. त्यानंतर रात्री ७ वा. प्रचंड निषेध सभा झाली. दिवसभराच्या कार्यक्रमाचा वृत्तान्त देताना 'राष्ट्रवीर' म्हणतो, "हुतात्म्यांना आदरांजली वाहण्याकरिता पहाटे ५ वाजता सात-आठ हजार आबालवृद्धांची प्रभात फेरी काढण्यात आली होती. हुतात्मा चौकात जेथे श्री. मारुतीराव बेन्नाळकर यांची प्राणाहुती पडली, ते धारातार्थ पणतीतल्या सात ज्योतींनी प्रज्वलित राखण्यात आले होते. त्या जागी हुतात्मा बेन्नाळकर प्रभृतीच्या फोटोवर प्रभात फेरीतल्या समुदायाच्या वतीने श्री. बा. रं. सुंठणकर यांनी सामुदायिक अभिवादनाने आदराची पुष्पांजली वाहिली.

पूर्व संकल्पाप्रमाणे, म्हैसूर राज्यात राहण्याच्या नाखुशीच्या निदर्शनार्थ, निषेधादाखल शहापुरातील काकेरू चौकापासून जाहीर सभेच्या युनियन जिमखान्याच्या मैदानापर्यंत तीस-बत्तीस हजार आबालवृद्धांची मूक मिरवणूक काढण्यात आली होती. मिरवणुकीत शहरातील व शहराभोवतालच्या सर्वही गावांतील लोकांनी कृतनिश्चयाने भाग घेतला होता.

जणू काय एक प्रचंड नदीच अशा मिरवणुकीतील आघाडी कृती समितीचे नेते, आमदार, म्युनिसिपल कौन्सिलर्स आणि प्रमुख कार्यकर्ते इत्यादिकांनी संघटित झाली होती. नगराध्यक्ष श्री. गजाननराव भातकांडे व आमदार नागेंद्रराव सामजी यांच्या हाती निषेध निदर्शक काळी निशाणे होती. मिरवणुकीचा तीन-साडेतीन मैलवारीचा मंद आत्यंतिक नि:स्तब्धतेत आणि संयमशील शिस्तीत चालला होता. आघाडीपासून पिछाडीपर्यंतचे अंतर तुटण्यास दीड तासाचा अवधी लागत होता. अशी ही प्रचंड प्रबुद्ध मिरवणूक बेळगावच्या इतिहासात सर्वतोपरी पहिली म्हणूनच नोंदविली जाईल.

युनियन जिमखान्याच्या मैदानावर रात्री सात वाजता मिरवणुकीतील

सैनिक आणि नागरिक मिळून पन्नास हजार लोकांची विराट सभा श्री. बा. र. सुंठणकर यांच्या अध्यक्षतेखाली सुरू झाली. त्यांनी प्रारंभी 'आपल्यावरील अन्याय दूर होईपर्यंत आम्ही स्वस्थ बसणार नाही,' असा संपूर्ण सभेचाच म्हणून निर्धार व्यक्त केल्यावर आमदार विठ्ठलराव पाटील वकील यांनी ठराव मांडला की, बेळगाव, कारवार जिल्ह्यामधील निर्विवाद मराठी भाषक लोकांचा सलग प्रदेश, जनतेच्या न्याय इच्छा दडपून, अन्यायाने व जुलमाने म्हैसूर राज्यात जोडण्यात आल्याबद्दल बेळगाव येथील नागरिकांची ही सभा तीव्र निषेध व्यक्त करीत आहे, तसेच सभा निःसंदिग्धपणे असे जाहीर करीत आहे की, या भागातील मराठी भाषक जनता म्हैसूर राज्यात राहण्यास कधीही मान्यता देणार नाही. याच वेळी ही सभा अशी मागणी करीत आहे की, विभागीय मंडळाने बेळगाव, कारवारच्या सीमेचा प्रश्न ताबडतोब हाती घेऊन ता. ३१ डिसेंबर १९५६च्या आत हा भाग महाराष्ट्रात समाविष्ट करावा. आमची न्याय्य मागणी मान्य होईपर्यंत आम्ही शांततेच्या व लोकशाही मार्गाने सतत झगडत राहू, असा निर्धार ही सभा घोषित करीत आहे.''

याच सभेत कॉ. कृष्णा मेणसे, बॅ. नाथ पै व र. के. खाडिलकर यांची भाषणे झाल्याची नोंद आहे. (राष्ट्रवीर : ९ नोव्हेंबर १९५६).

आता शेवटी 'राष्ट्रवीर'कारांनी महनीय राष्ट्रपुरुषांविषयी विषयपरत्वे व कालपरत्वे अग्रलेखांतून व स्फुट लेखनातून जे विचार व्यक्त केलेत, त्यांचा परामर्श घ्यावयाचा आहे. सर्वप्रथम येतात छत्रपती शिवाजी महाराज.

छत्रपती शिवाजी महाराज

संयुक्त महाराष्ट्राच्या आंदोलनाच्या भरातच प्रतापगडावरील शिवाजी महाराजांच्या पुतळ्याचे पंतप्रधान पंडित नेहरू यांच्या हस्ते अनावरण झाले - (३० नोव्हेंबर, १९५७). त्या निमित्त 'राष्ट्रवीर'कारांनी 'भारतीय स्वातंत्र्याचा पहिला विधाता' या नावाने एक लेखमाला लिहिली. अफझलखान वधाच्या संदर्भात पं. नेहरूंनी महाराजांवर कपटनीतीचा आरोप ठेवला होता, त्याबद्दल पश्चात्ताप व्यक्त करून त्यांनी या प्रसंगी महाराजांच्या कार्याचा गौरव करताना म्हटले होते, ''शिवाजी हा केवळ महाराष्ट्राचाच नव्हे, तर साऱ्या भारतवर्षाचा महान सुपुत्र आहे. त्याच्या मोठेपणाविषयी माझ्या मनात यत्किंचितही किंतू नाही. शिवछत्रपतींसारखा महापुरुष शंभर नव्हे हजारो वर्षांतून एकदाच निर्माण होत असतो. शिवाजी महाराजांनी मुसलमान साम्राज्याशी लढा

दिला तो हिंदवी स्वातंत्र्ययोद्धा म्हणूनच होय आणि अफजलखानास ठार केले ते युद्धनीतीला अनुसरूनच होय. महाराष्ट्रीय जनता शूर असून, तिने परकीय आक्रमकांशी मोठ्या धडाडीने झुंज दिली आहे. तो साम्राज्य संस्थापकही होता.''

यावर टिप्पणी करताना 'राष्ट्रवीर'कारांनी लिहिले की, 'पंडितजीने हे पश्चात्ताप संशुद्धाच्या अंतःकरणापासून वास्तविकतेचे उद्‌गार काढले आहेत.' तथापि एवढ्या टिप्पणीवरच न थांबता त्यांनी लागोपाठ चार लेख लिहून अफझलखान वधाची चिकित्सा वाचकांसमोर ठेवली आहे. शेवटी समारोप करताना त्यांनी म्हटले आहे, ''जर का खानाचा डाव सफल झाला असता, तर दिल्लीच्या तख्ताचे काळीज इंग्रजांच्या मुठीत यायला इतका काळ लागला असता का! आणि जर का इंग्रजांनी मोंगलांकडून दिल्ली बळकावली असती, तर १९४७ला भारताला सार्वभौम स्वातंत्र्य लाभले असते का?... दिल्लीस पाय लावण्यास इंग्रजांना अनेक परींनी प्रतिबंध झाला तो शिवशाहीच्या प्रभावामुळेच होय.''

प्रसिद्ध विधितज्ज्ञ एम. सी. छगला यांनी एका पदवीदान समारंभात बोलताना उद्‌गार काढले होते की, 'छत्रपती शिवाजी महाराज व लोकमान्य टिळक ही अवघ्या राष्ट्राची दैवते आहेत. फक्त महाराष्ट्रानेच नव्हे, तर सबंध भारताने त्यांच्याविषयी अभिमान बाळगला पाहिजे.' या विधानावर 'राष्ट्रवीर'कारांनी ३ ऑक्टोबर १९५८ रोजी 'स्वतंत्र सार्वभौम भारताचा पाया कोणी भरिला?' हा अग्रलेख लिहून शिवाजी महाराजांची राष्ट्रीय कामगिरी अधोरेखित केली. त्यात त्यांनी म्हटले आहे, ''राजकीयदृष्ट्या शिवाजी महाराज भारताचे आद्य दैवत. त्यांच्या हिंदवी स्वराज्य संस्थापनेत स्वतंत्र सार्वभौम भारताचा पाया भरला गेला. ही घटना जर घडली नसती, तर भारताच्या भूमिकेत आजच्या पाकिस्तानची बीजे सर्वत्रच दबा धरून बसली असती. उदयोन्मुख अरब प्रजासत्ताकाच्या खोगीरभरतीत भारत कोंबला गेला असता नि त्याबरोबर भारतीय संस्कृती समूळ नष्ट, नामशेष झाली असती!...

राष्ट्रध्वज अशोक चक्राने अलंकृत करण्यात आला आहे, ही गोष्ट ठीक झाली; परंतु शिवाजी महाराजांनी पारतंत्र्याचे पाश तोडून टाकून स्वतंत्र स्वराज्य संस्थापिले नसते, तर सम्राट अशोकाने परिपुष्ट नि दृढमूल केलेली संस्कृती मातीस मिळून गेली असती! आणि म्हणून राजकीयदृष्ट्या श्री

शिवाजी महाराज हे भारताचे आद्य दैवत होय. यासाठी भारताच्या हृदयस्थानी शिवाजी महाराजांची, भारत नेत्यांनी प्रतिष्ठापना वेळेवरच केली पाहिजे; पण ही गोष्ट टाळली जात आहे आणि यामुळे भारतोद्धारासाठी झटलेल्या, झिजलेल्या महापुरुषांच्या गुणाढ्यतेची राष्ट्रीयतेने पूजा होत नाही. तरुणांपुढे तसा आदर्श उभा करण्याचे आवश्यक कार्य राहून गेले आहे.''

या लेखाचा समारोप करताना 'राष्ट्रवीर'कारांनी उद्‌गार काढले आहेत, ''शिवाजी महाराज महाराष्ट्रीय म्हणून मराठी भाषक अभिमान बाळगतात. परिस्थितीनुसार ते स्वाभाविकच होय; परंतु ज्याप्रमाणे दिल्लीत गांधीजींचे माहात्म्य वंदनीय आहे, तद्वत श्री शिवाजी महाराजांची युगप्रवर्तकता उभ्या भारतापुढे देशधुरंधरांनी ठेविली असती, तर निर्मळ हृदयाच्या तरुण वर्गात भारतीय प्रवृत्तीला अधिष्ठान मिळाले असते...

अशोकने बापाच्या राज्याचा साम्राज्यात विस्तार केला, इंग्रजांच्या राजसत्तेतून वा पारतंत्र्यातून भारत मुक्त होण्यास गांधीजींचे नेतृत्व मोठेच उपयुक्त ठरले; परंतु मागासलेल्या, गरीब परावलंबी देशाला कल्याणकारी राज्यात नेऊन सोडण्याचे थोर कार्य भारतात प्रथमतः श्री शिवाजी महाराजांनीच अपूर्व, अद्वितीयतेने केले.''

'शिवशाही हाच भारताचा महा आदर्श' असा आणखी एक अग्रलेख 'राष्ट्रवीर'कारांनी लिहिलेला आढळतो. त्यात त्यांनी शिवाजी महाराज व म. गांधी यांच्या कार्याची तुलना केलेली आहे. शिवाजी महाराजांप्रमाणे म. गांधींनीही सामान्य माणसांच्या सहकार्याने स्वराज्य संपादन केले. पुढे ते म्हणतात की, 'जरी साधुत्व, विश्वकुटुंबकता, आत्मबल वगैरे गुणांनी गांधीजी त्रिलोकवंद्य असले तरी स्वराज्याचे संपादन, संरक्षण नि संवर्धन या दृष्टीने शिवशाही हीच भारताला तारक होय.'

शिवाजी महाराजांनी आपल्या कार्याने भारतीयांचा राष्ट्रीय पुरुषार्थ व मुत्सद्दीपणा जगाला सिद्ध करून दाखविला, असे सांगून 'राष्ट्रवीर'कार प्रतिपादन करतात की, भारतात अस्सल स्वातंत्र्याची निर्वेध, निष्कलंक नांदणूक हवी असेल, तर हरेक भारतपुत्र पुरुषार्थी असला पाहिजे आणि त्यासाठी शिवशाही हाच भारताला महा आदर्श ठरणार आहे!

राजर्षी शाहू छत्रपती महाराज

छत्रपती शिवाजी महाराज यांच्या खालोखाल 'राष्ट्रवीर'कारांनी जर

कोणावर अधिक लेख लिहिले असतील, तर ते राजर्षी शाहू छत्रपती महाराजांवर. जवळजवळ प्रत्येक पुण्यतिथीला त्यांनी शाहू महाराजांच्या कार्याची महती सांगणारा अग्रलेख लिहिलेला आढळतो. त्याशिवाय अनेक सामाजिक समस्यांचा ऊहापोह करताना त्यांनी महाराजांच्या कार्याचे संदर्भ घेतलेले आहेत. आपल्या एका प्रदीर्घ स्फुट लेखात त्यांनी शाहू महाराजांच्या ब्राह्मण पुरोहितशाहीविरुद्ध पुकारलेल्या लढ्याचे आपल्या खास शैलीत विवरण केलेले आहे. 'तरुण मराठा' या टोपण नावाने लिहिलेल्या या लेखात ते म्हणतात, ''सगळ्या दुनियेत राजा शिवाजी मोठा कसबी, धीराचा व शूर असा डंका वाजत आहे आणि असला हिरा मराठा जातीत जन्मला, ही मी मोठ्या अभिमानाची गोष्ट समजतो. तशाच केवळ शिवाजीलाच जन्म देऊन मराठा जातीची कूस वांझोटी राहिली नाही, तर शिवाजीच्या मागोमाग दुसरा एक तरुण मराठा जन्मास आला आणि तो म्हणजे आमच्या कोल्हापूरचा राजा शाहू... राजा शिवाजीला आपल्या जन्मात दोन मोठी कामे करावयाची होती. लोकांच्या राज्याची मेढ रोवणे व भटशाही पायाखाली तुडविणे. हीच ती दोन कामे होत. यांपैकी पहिले काम सिद्धीस गेले; पण दुसरे अपुरे राहिले. आणि त्यासाठीच राजा शाहूचा जन्म होय.''

पण भटशाही पायी घालणे, हे काम सोपे नव्हते. तिच्या हातात लेखणी, पंचांग व तागडी अशी तीन धारदार शस्त्रे होती. या शस्त्रांच्या जोरावर भटशाही रयतेची पिळवणूक करीत होती. अशा या बलदंड भटशाहीच्या पायात खोडा घालणारा एकच वीर हिंदुस्थानात उदयास आल, तो म्हणजे शाहू महाराज. हिंदूंचा जगद्‌गुरू हा ब्राह्मणच असला पाहिजे, हा हिंदुस्थानात पायंडा पडलेला होता, तो मोडून, खणून, कोणी टाकला असेल तर तो शाहू राजानेच होय, असे प्रतिपादन करून 'राष्ट्रवीर'कार पुढे लिहितात,

'राजा शाहूचे हे पुण्याईचे काम सहजासहजी झाले काय? नाही! तर त्यासाठी किती तरी संकटांना त्यांना तोंड द्यावे लागले होते. कोल्हापूरच्या गादीवरच्या राजाचा प्राणसुद्धा बामणांच्या दाढेत आहे, ही गोष्ट राजा शाहूला पूर्णपणे ठाऊक होती. सातारच्या राजा प्रतापसिंहाला इंग्रजांविरुद्ध फितूर ठरविले ते बामणांनीच. खुद्द कोल्हापूरचा चौथा राजा शिवाजीला वेडा ठरविण्यात कोणाचा हात होता, हेही राजा शाहूला पक्के ठाऊक होते. एवढेच काय, ज्या राज्याचे आपण धनी म्हणून उभे आहो, त्या राज्याच्या खजिन्यात बामण उंदरांचा सुळसुळाट झालेला आहे, ही गोष्ट राजा शाहूच्या

डोळ्यांसमोर होती आणि भटशाही वाचविण्यासाठी बामणांनी लोकमान्य ठरविलेले टिळक कंबर बांधून उभे आहेत, हेही शाहूराजाच्या डोळ्यांसमोर उभे होते. अशा स्थितीत बामण जगद्गुरूच्या मिजाशीवर आणि मिराशीवर ज्या बहाद्दराने दमदारपणे नांगर फिरविला, त्या राजा शाहूची थोरवी शब्दाने सांगता येत नसली तरी ती मेल्या मढ्याच्याही अंगात अभिमानाचे वारे भरविण्याइतकी मोठी आहे.''

डॉ. बाबासाहेब आंबेडकर

दि. ६ डिसेंबर १९५६ रोजी डॉ. बाबासाहेब आंबेडकरांचे निधन झाले. त्यांच्या महानिर्वाणाने व्यथित होऊन 'राष्ट्रवीर'कारांनी 'भारतातले मानव्याचे पहिले प्रतिष्ठापक' या नावाने अग्रलेख लिहून त्यांना श्रद्धांजली वाहिली. भारतात मागासवर्गीयांच्या मानसिक, सामाजिक, आर्थिक, धार्मिक आणि आध्यात्मिक स्वातंत्र्यासाठी व उद्धारासाठी जो अहर्निश संघर्ष चालू आहे, त्या काळात बाबासाहेबांचे देहावसान म्हणजे पुष्कळ वर्षे भरून न येणाऱ्या नुकसानीचे घडले असू, आता मागासवर्गीयांच्या उद्धाराची धुरा निधड्या छातीने व प्राणपणाने हाती घेणारा महावीर लाभेल असे वाटत नाही, अशी खंत त्यांनी व्यक्त केली आहे. बाबासाहेबांनी शिक्षणासाठी किती अवमान सहन केले, किती कष्ट घेतले, ब्राह्मणाचे चटके कसे सहन केले, याची हकिगत थोडक्यात सांगून 'राष्ट्रवीर'कार पुढे म्हणतात,

''अशी जगड्व्याळ कुचंबणा होत असताही बाबासाहेबांचा आत्मविश्वास, पौरुष, धैर्य बिलकूल खचले नाही. उलट ब्राह्मण्याचा विध्वंस करण्याचा त्यांच्यातील हिय्या वाढतच चालला व तो अस्पृश्योद्धाराच्या कार्यक्रमातील अनेक सत्याग्रहांतील लढ्यातून निदर्शनास अधिकाधिक आला आणि गेल्या विजयादशमीला बाबासाहेबांनी बौद्ध धर्माचा स्वीकार केला तो याच हेतूखातर. कारण भारतात ब्राह्मण्याचे विध्वंसन म्हणजेच मानव्याची प्रतिष्ठापना होय.''

बुद्ध धर्म हा समता व न्याय या तत्त्वांवर आधारित आहे, म्हणून आपण त्याचा स्वीकार केल्याचे डॉ. बाबासाहेबांनी म्हटल्याचे उद्धृत करून 'राष्ट्रवीर'कार शेवटी म्हणतात, ''समता व न्याय यावरच मानव्याची प्रतिष्ठा आहे. बाबासाहेबांनी १९३५ मध्येच आपण हिंदू धर्माचा त्याग करणार, अशी घोषणा केली होती; पण हिंदू धर्मातही समता आणि न्याय

नांदत असल्याचे अधिकृतरीत्या सांगण्यास गेल्या २० वर्षांत कोणीच धर्मात्मा पुढे झाला नाही. यातून निष्कर्ष काय निघतो? तर हिंदू धर्माची जबाबदारी, काळजी बाळगणारा कोणी नाही, हाच होय. उलट तो परोपजीवी बांडगुळाच्या आहारी उतरला आहे. अशा स्थितीत बाबासाहेबांचा बौद्ध धर्माचा स्वीकार भारतात मानव्याची प्रतिष्ठापना करण्याकरिताच नव्हे काय?''

म. गांधींचा खून आणि अंध गांधीभक्त

म. गांधींची हत्या झाल्यानंतर महाराष्ट्रात ब्राह्मणांच्या विरोधात जो आगडोंब उसळला तो कोणाही सुज्ञ माणसास अस्वस्थ करणारा होता. ज्या अहिंसा तत्त्वाचे पालन महात्माजींनी केले, त्याच तत्त्वास पायदळी तुडवून महात्माजींबद्दल आदर व्यक्त करणाऱ्या अंध गांधीभक्तांना 'राष्ट्रवीर'कारांनी धारेवर धरले आहे. राजकीय असो वा सामाजिक असो, कोणत्याही प्रकारे स्वातंत्र्य लोकांना प्राप्त व्हावे, यासाठी त्यांना अहिंसेच्या मार्गांनी, सत्याग्रहाच्या मार्गानेच जावे लागेल, असे गांधीजींच्या उपदेशाचे सार आहे, असे सांगून पुढे ते अंध गांधीभक्तांना इशारा देतात,

''गांधीजींचा खून करणाऱ्यांचा बदला घेण्याची देशात जी भयंकर चळवळ भडकाविण्यात आली आहे, तिचा परिणाम गांधीशिकवणुकीला गौणपणा आणण्याकडे होईल आणि हे एक उक्त कटवाल्या टोळीचे इतःपरचे उद्दिष्ट राहील. गांधींनी प्राणांतिक उपोषणाच्या निमित्ताने जे अहिंसा व्रत आमरण आचरिले, तेही गांधी निधनाबरोबरच तिसऱ्याच दिवशी निर्माल्य झाले, असा सदरी कटवाल्यांना कलकलाट करता येईल, जगाला तो खराही वाटेल. म्हणून गांधींच्या अतिरिक्त भक्तीकरिता खुनास खून असा बदला घेण्याची लोकांत जी प्रवृत्ती वावटळली आहे, ती गांधीजींच्या सच्च्या चेल्यांनी आपल्या प्राणाची पर्वा न ठेवता शमविली, विझविली पाहिजे. गांधीजींच्या थोरवीला उठाव मिळाला तो त्यांच्या अहिंसाचारामुळे, असे असता गांधीभक्तीच्या प्रदर्शनात खून, मारहाण, जाळपोळ, लुटालूट असले चित्रपट धुमधडाक्याने गांधीजींच्या सुतकदिनात राजरोस चालावे; त्याला मनाई करण्याच्या बाबतीत काँग्रेस पुढारी आणि काँग्रेसिक सरकारे दुबळी ठरावीत , हे शोचनीय आणि दुष्परिणामाचे होय. तेव्हा कटवाल्या जमातीस योग्य प्रायश्चित्त मिळावे, याकरिता गांधीभक्तांनी सामुदायिक प्रभावी

अहिंसेचाच अवलंब केला पाहिजे आणि यामधील यशस्वितेनेच कटवाल्या जमातीस पुरे शासन मिळणार आहे. महात्म्याला देहहानीपेक्षा जिवाची तमा न बाळगता प्रतिपाळलेल्या तत्त्वाची पायमल्ली अधिक दुःखद आणि दुस्सह होते, याकडे गांधीभक्तांनी दुर्लक्ष करू नये, अशी त्यांना आमची सविनय प्रार्थना आहे.''

म. गांधींचा खून ज्या इसमाने केला, त्या इसमाच्या संपूर्ण जातीस त्या गुन्ह्याबद्दल जबाबदार ठरविण्याचा गांधीभक्तांचा निर्णय चुकीचा असून, तो गांधीजींच्या उदार आत्म्यास दुःख देणारा ठरणार आहे, असे परखड विचार मांडून 'राष्ट्रवीर'कार शेवटी त्यांना आवाहन करतात,

''एकंदरीत आमचे प्रामाणिकपणाचे म्हणणे हेच की, गांधीजींच्या चिरंतन शिकवणीला प्रत्यक्षात वा पर्यायी बाधा पोचेल अशी उक्ती, कृती निदान गांधी भक्तीखाली तरी होऊ नये. त्यातल्या त्यात गांधीजी संबंधाचा दुखवटा तितकाच पावित्र्याने आणि गांभीर्याने पाळावा, नि या योगेच गांधीजींच्या विराट आत्म्यास शांती मिळेल आणि तशी ती त्यांना लाभावी, अशी परमेश्वराजवळ आमची सदैव प्रार्थना आहे.''

''राष्ट्रवीर'कार गुरुवर्य श्यामराव देसाई त्या काळात कट्टर सत्यशोधक व ब्राह्मणेतर पक्षाचे पत्रकार व कार्यकर्ते म्हणून प्रसिद्ध होते. ब्राह्मणांच्या वर्णवर्चस्ववादी आचारविचारांचे ते कट्टे विरोधक होते. ब्राह्मण स्वतःला वर्णश्रेष्ठ समजून बाकीच्या सर्व ब्राह्मणेतर वर्णांना व जातींना हलके व तुच्छ लेखत. याबद्दल त्यांच्या मनात विलक्षण चीड होती आणि ही चीड ते जिथे संधी मिळेल तिथे व्यक्त करीत असत. प्रथम लो. टिळकांचे व टिळकांच्या मृत्यूनंतर म. गांधींचे अनुयायी असलेल्या कर्नाटकसिंह गंगाधर देशपांडे यांनी एकदा त्यांना एका कार्यक्रमप्रसंगी भोजनास निमंत्रण दिले. तेव्हा ताड्कन त्यांच्या तोंडावर गुरुवर्य म्हणाले, 'देशपांडे, आम्ही ब्राह्मणांच्या हातचे अन्न खात नसतो. आमच्या हातचे जे खात नाहीत, त्यांच्या हातचे आम्ही पण खात नाही!'

'राष्ट्रवीर'कारांच्या या उद्गारात काहींना ते ब्राह्मणद्वेष्टे होते, असे वाटेल; पण सुज्ञास त्यामध्ये सत्याचा व समतेचा आग्रह धरणारा म. फुल्यांचा सच्चा अनुयायी दिसून येईल. म. फुल्यांनी सत्यशोधक विवाह पद्धतीचा विधी आपल्या अनुयायांना सांगताना शेवटी म्हटले आहे, 'वधू-वराचे जातीस नच मानून त्या सर्वांस आपले सेवक, दास म्हणणाऱ्या धूर्त,

कपटी, आर्यभट ब्राह्मणाची या कामी सावलीदेखील पडू देऊ नये.' या विधानात म. फुल्यांनी जी चीड व्यक्त केली आहे, तीच चीड गुरुवर्यांच्या उपरिनिर्दिष्ट विधानात आहे. यात ब्राह्मणद्वेष नाही. ब्राह्मण माणूस त्यांचे शत्रू नव्हते, तर त्यांच्यातील ब्राह्मण्याशी त्यांचे शत्रुत्व होते. उपरिनिर्दिष्ट अग्रलेखातून त्यांनी अंध गांधीभक्तांवर जे कोरडे ओढले आहेत, त्यावरून हा मुद्दा अधिक स्पष्ट होईल.

कर्मवीर भाऊराव पाटील

शिक्षण ही सर्व सुधारणांची गुरुकिल्ली आहे; शिक्षणाशिवाय अज्ञ बहुजन समाजाला दुसरा तरणोपाय नाही, ही म. फुल्यांची व राजर्षी शाहूंची शिकवण शिरसावंद्य मानून ज्यांनी शेतकऱ्यांच्या झोपड्यांपर्यंत शिक्षण नेले, त्यामध्ये प. महाराष्ट्रातील कर्मवीर भाऊराव पाटील व विदर्भातील डॉ. पंजाबराव देशमुख यांची नावे आधुनिक महाराष्ट्राच्या इतिहासात चिरकालीन प्रकाशमान होऊन राहिली आहेत. कर्मवीरांनी तर प्रत्यक्ष शाहूरायांपासून प्रेरणा घेऊन रयत शिक्षण संस्थेचे रोपटे लावले. त्याचा पुढे विशाल वटवृक्ष झाला.

शाहू महाराजांनी मागासलेल्या प्रत्येक जातीसाठी विद्यार्थी वसतिगृह सुरू केले व कोल्हापुरास Mother of Boarding Houses बनविले. कर्मवीरांनी त्यापुढे एक पाऊल टाकले. त्यांनी साताऱ्यात मराठा, महार, मांग, मुसलमान, परीट, न्हावी, वडार, जैन, ब्राह्मण, लिंगायत अशांच्या मुलांसाठी एकच असे वसतिगृह स्थापन करून त्यास शाहू महाराजांचे नाव दिले. म. गांधींच्या हस्ते त्याचे नामकरण झाले. कर्मवीरांचा हा अभिनव प्रयोग पाहून महात्माजींना मोठे कौतुक वाटले. खरे तर गांधीजींना अपेक्षित व प्रिय असणारे, अस्पृश्यता उच्चाटनाचे कार्य कर्मवीर करत होते. त्यामुळे त्यांना मोठी धन्यता वाटली.

उद्घाटनाचा कार्यक्रम संपवून परत जाताना गांधीजींनी कर्मवीरांना विचारले, 'भाऊरावजी, आपने इस बोर्डिंग को राजर्षी शाहू छत्रपति का नाम दिया है। उन्होंने आप को कितने पैसे दिये हैं?' यावर कर्मवीरांनी उत्तर दिले, 'महात्माजी, उनसे मैंने कुछ भी पैसा नहीं लाया है। लेकिन मै उनसे बडा दिल लाया हूँ।'

मुळात कर्मवीर हे सत्यशोधक कार्यकर्ते होते. त्यांचा सत्यशोधक

जलसा सर्व महाराष्ट्रात जनजागृती करीत एके काळी फिरत होता. बहुजनांना शिक्षण देण्याचे कार्य हे सत्यशोधक समाजाच्या प्रमुख उद्दिष्टांपैकी एक उद्दिष्ट होते. स्वाभाविकच कर्मवीरांसारखे कार्य महाराष्ट्राच्या दक्षिण भागात करणाऱ्या गुरुवर्य श्यामराव देसाईंशी त्यांची मैत्री होणे, ही काही नवलाची गोष्ट नव्हती. कर्मवीर अनेकदा बेळगाव परिसरात येत. तेथील कार्यकर्त्यांशी भेटत, चर्चा करत, सल्ले देत.

कर्मवीरांच्या ३/४ नोव्हेंबर १९४८च्या दरम्यानच्या अशाच एका बेळगाव दौऱ्याच्या नोंदी आपणास १२ नोव्हेंबर १९४८च्या 'राष्ट्रवीर'च्या अंकात मिळतात. गुरुवर्यांच्या प्रेरणेने बहुजन समाजातील अनेक हुन्नरबाज व्यक्ती निरनिराळ्या व्यवसायात व उद्योगधंद्यात शिरून आपली प्रगती व कसब दाखवीत होत्या. सराफी हा असाच एक व्यवसाय. या व्यवसायातील बसापा इंडी व दत्ताजीराव पाटील यांच्या सराफी दुकानांचे उद्घाटन कर्मवीरांनी केल्याचे १२ नोव्हेंबरच्या 'राष्ट्रवीर'मध्ये बातमी स्वरूपात प्रसिद्ध झाले आहे. कर्मवीरांचा बेळगावात चार दिवस मुक्काम (बहुधा गुरुवर्यांच्या घरीच) होता. त्या मुक्कामात त्यांनी गुरुवर्यांची 'राष्ट्रवीर' कचेरी, मराठा मंडळ, समाज सुधारणा मंडळ, ओऊळकर आर्ट स्टुडिओ, जयहिंद गिरणी वगैरे संस्थांना भेट दिली. विशेष म्हणजे या वार्तापत्रावरून हेही समजते की, बेळगावात रयत शिक्षण संस्थेचे एक बोर्डिंग काढायच्या कल्पनेची चर्चा कर्मवीरांनी सामाजिक कार्यकर्त्यांबरोबर केली होती. वार्तापत्रात पुढे म्हटले आहे की, बेळगावातील एक नागरिक श्री. केशवराव गोखले यांनी कर्मवीरांना आपल्या घरी आदरपूर्वक बोलावून बेळगावातील त्यांच्या संकल्पित बोर्डिंगकरिता २५रु. ची रोख देणगी दिली.

३ नोव्हेंबर रोजी कर्मवीरांनी गुरुवर्य श्यामराव देसाई, ॲड. व्ही. एस. पाटील, कॉन्ट्रॅक्टर गोविंदराव दळवी यांच्यासोबत बेळगाव परिसरातील नंदगड या खेड्याला भेट दिली. तेथे त्यांचे प्रेमाने स्वागत करून गावकऱ्यांनी त्यांना मिरवणुकीने सभास्थानापर्यंत नेले. नंदगडचेच एक ज्येष्ठ कार्यकर्ते अप्पासाहेब नाईक यांच्या अध्यक्षतेखाली कर्मवीरांचे दीड तास 'रसाळ, उद्बोधक व मार्गदर्शक' असे भाषण झाले. 'बहुजन समाजाने स्वतःच्या पायावर उभे राहून शिक्षण संपादिले पाहिजे', हा उपदेश त्यांनी गावकऱ्यांना केला.

गुरुवर्यांनी 'राष्ट्रवीर'मध्ये ८ डिसेंबर, १९५० रोजी कर्मवीरांवर 'महात्मा

जोतिराव फुले यांचे आजचे औरस वारसदार' या नावाने त्यांच्या कार्याचा गौरव करणारा एक अग्रलेख लिहिला आहे. निमित्त होते सातारा येथील रयत शिक्षण संस्थेच्या म. फुले अध्यापक विद्यालयाने साजरी केलेली म. फुल्यांची ६०वी पुण्यतिथी. या पुण्यतिथीच्या कार्यक्रमातून एकच उद्‌बोधक निनाद उठत होता की, म. जोतिराव फुले यांचे आजचे अस्सल वारसदार कर्मवीर भाऊराव पाटील हेच होत, असे गुरुवर्यांनी प्रतिपादिले आहे.

या प्रदीर्घ अग्रलेखात गुरुवर्यांनी कर्मवीरांच्या शिक्षणप्रसार कार्याचा धावता आढावा घेऊन त्यांचा गौरव करताना म्हटले आहे की, 'भाऊराव कर्मवीर तर आहेतच; परंतु ते आपल्या पवित्र आचारविचाराने वंदनीय राष्ट्रपुरुषही आहेत.' कर्मवीरांनी स्थापन केलेल्या आणि वटवृक्षाप्रमाणे विशाल होत चाललेल्या रयत शिक्षण संस्थेचा गौरव करताना ते म्हणतात,

"१९१९ मध्ये स्थापन झालेल्या रयत शिक्षण संस्थेच्या छत्राखाली सध्या ५५४ प्राथमिक शाळा, २७ दुय्यम शाळा, प्राथमिक शिक्षकांसाठी ३ ट्रेनिंग कॉलेजेस, १२ वसतिगृहे, उच्च शिक्षण देणारे श्रीछत्रपती शिवाजी कॉलेज व इतर काही शैक्षणिक शाखा चालू आहेत व यातून ३०,००० विद्यार्थी शिक्षण घेत आहेत. इतकेच काय, स्वावलंबनाच्या साहाय्याने 'रयतेला शक्यतो मोफत शिक्षण' देण्याचे या संस्थेचे थोर उद्दिष्ट आहे व याच उदार दृष्टीने प्राथमिक शाळा सर्वस्वी मोफत, काही दुय्यम शाळा मोफत व श्री छत्रपती शिवाजी कॉलेज सर्वस्वी मोफत चालविले जात आहे व उच्च शिक्षणाकरिता बहुजन समाजातील अनेक विद्यार्थी संस्थेच्या खर्चाने परदेशी पाठविले जातात व भाऊरावजींच्या अजूनही उज्ज्वल महत्त्वाकांक्षा आहेत. याबद्दल संस्थेचे मूलाधारस्तंभ भाऊरावजी नि संस्थारूपी शामियानाचे इतर लहान-मोठे तणावे यांची योग्य प्रशंसा करण्यास सार्थ शब्द कोठून आणावेत? आणखी तुलनेसाठी तरी अखिल भारतातील दुसरी कोणती असली जातिधर्मातील राष्ट्रीय संस्था हुडकून काढावी?"

महाराजा सयाजीराव गायकवाड : भरत खंडाचा जनक राजा

ब्रिटिश अमलात हिंदुस्थानात शेकडो राजे-रजवाडे होऊन गेले; परंतु त्यांपैकी मोजकेच राजे प्रातःस्मरणीय व वंदनीय राष्ट्रपुरुषांच्या मालिकेत बसतात. त्यात बडोद्याचे प्रजावत्सल महाराजा सयाजीराव गायकवाड हे होत. सयाजीराव आधुनिक ज्ञान-विज्ञानाचे चाहते होते. स्वातंत्र्य, समता व

वैश्विक बंधुभाव यांचे पुरस्कर्ते होते. त्यांची राज्ययंत्रणा, त्यांची धोरणे ही ब्रिटिशांच्या राज्ययंत्रणेहून व धोरणाहून अधिक कार्यक्षम व लोकाभिमुख होती. परिणामी ब्रिटिश इंडियातील राज्यकारभारापेक्षा कितीतरी पटींनी बडोद्यातील राज्यकारभार प्रागतिक होता. शिक्षणावर त्यांचा विशेष भर होता. त्यांच्या राज्यात हिंदुस्थानातील पहिला सक्तीच्या मोफत प्राथमिक शिक्षणाचा कायदा अमलात आला.

सयाजीराव महाराज गुणिजनांची उत्तम पारख करणारे होते. डॉ. बाबासाहेब आंबेडकरांना त्यांनीच उच्च शिक्षणासाठी विदेशी पाठविले. याच बाबासाहेबांनी देशातील दलितांच्या मुक्तीची चळवळ उभारून देशाचा इतिहास बदलून टाकला. बाबासाहेबांप्रमाणे महाराष्ट्रातील अनेक विद्यार्थ्यांना व संस्थांना सयाजीराव महाराजांनी साहाय्य केले.

महाराजांचे मूळ महाराष्ट्रातील होते. स्वाभाविकच त्यांनी महाराष्ट्रावर प्रेम केले. आधुनिक महाराष्ट्राचे शिल्पकार म्हणून म. फुले, न्या. रानडे, प्रि. आगरकर गोपाळ गणेश, राजर्षी शाहू, डॉ. आंबेडकर, कर्मवीर भाऊराव पाटील या थोर लोकांची जेव्हा नावे घेतली जातात, त्या वेळी महाराजा सयाजीराव गायकवाड यांचेही नाव आवर्जून व आदराने घेतले जाते. या देशातच नव्हे, तर विदेशातही ज्या संस्थानिकांची यशकीर्ती गेली होती, त्यात सयाजीराव महाराज अग्रक्रमाने होते.

अशा सयाजीराव महाराजांचा मृत्यू झाल्यावर सर्व देशवासीयांना परम दुःख झाले. ‘राष्ट्रवीर’नेही ‘भरतखंडाचा एक जनक राजा’ असा खास अग्रलेख लिहून महाराजांच्या लोकोद्धाराच्या कार्याचा गौरव केला होता. महापुरुष, विश्वबंधू, हिंदुस्थानचा जनक राजा, कर्मयोगी, राजयोगी, जगप्रसिद्ध विद्वान, प्रजावत्सल दूरदर्शी, पुण्यग्राही राजा अशी अनेक विशेषणे वापरूनही ‘राष्ट्रवीर’कारांच्या लेखणीचे समाधान झालेले नाही, असे वाटते. कारण प्रारंभीच ते म्हणतात की, ‘महाराजांच्या थोरवीचं अथांग वर्णन करण्याची पात्रता नि शक्ती आमच्यात नाही; पण थोडक्यात सांगायचे तर जगातल्या महा किंवा थोर पुरुषांच्या मालिकेत श्रीमंत सयाजीराव महाराज आपल्या वैशिष्ट्याने उठून दिसतील... हिंदुस्थानची राज्यसूत्रे ब्रिटिशांपेक्षा त्यांच्या हाती ईशसंकेतानुसार आली असती, तर जपान, जर्मनी, इटली याप्रमाणे हिंदुस्थानही जगातल्या आघाडीला नेटदारीने उभे ठाकले असते.’

परमोन्नतीचे बीज प्रत्येक मनुष्यमात्रात असते; पण त्यासाठी त्यास

आवश्यक तो वाव मिळावयास हवा. कळवणे गावी गुराख्याचे काम करणारा एक गोपाळ नावाचा मुलगा बडोद्याच्या सिंहासनावर बसल्यावर त्याच्यातील अगाध पुरुषार्थ जागा झाला आणि त्याने जगाच्या उन्नतीस हातभार लावला, असे सांगून 'राष्ट्रवीर'कार पुढे म्हणतात की, तुर्कस्तानसारखी भूमिका सयाजीराव महाराजांना लाभली असती, तर आपल्यातील कर्तृत्व केमाल पाशाच्याही जोडीचे कसे आहे, हे त्यांनी जगाला पटवून दिले असते!

डॉ. आंबेडकरांना उच्च विद्येसाठी सयाजीराव महाराजांनी विदेशी पाठविले, त्यातून अस्पृश्य वर्गाच्या उद्धारासाठी एका महान नेत्याचा उदय झाला. डॉ. आंबेडकर म्हणजे सयाजीराव महाराजांच्या सदिच्छेचे 'सुंदर व मधुर' फल होय, असे उद्‌गार या लेखात 'राष्ट्रवीर'कारांनी काढले आहेत.

'राष्ट्रवीर'कारांच्या चरित्राचे ऐतिहासिक महत्त्व

प्रस्तुत लेखामध्ये 'राष्ट्रवीर'कारांचे चरित्र थोडक्यात रेखाटले आहे. 'राष्ट्रवीर'कारांच्या कार्याच्या विविध पैलूंना प्रकाशात आणण्याचा हा एक प्रयत्न आहे. यामध्ये त्यांच्या कार्याचे सर्वच पैलू १०० टक्के प्रकाशात आले आहेत, असा आमचा दावा नाही; पण त्या दृष्टीने आम्ही जाणीवपूर्वक टाकलेले हे एक पाऊल आहे आणि त्यामागे निश्चित अशी आमची भूमिका आहे. ही भूमिका कोणती, तर ज्या सीमावर्ती मराठी प्रदेशात 'राष्ट्रवीर'कारांनी जवळजवळ अर्धशतकभर समाजकारणाचे नेतृत्व केले, मराठी अस्मितेचा प्रश्न निर्माण झाला, तेव्हा राजकीय चळवळीतही योगदान दिले, त्या 'राष्ट्रवीर'कारांच्या कार्याचे आजच्या पिढीला विस्मरण होऊ नये, ही ती भूमिका आहे. आम्हास खात्रीने वाटते की, या प्रयत्नात आम्ही थोडेबहुत का होईना, यशस्वी होऊ.

स्वातंत्र्योतर काळात बेळगाव, खानापूर, कारवार, निपाणी, बिदर, भालकी इत्यादी मराठी प्रदेश म्हैसूर राज्यास (आताचे कर्नाटक राज्य) अन्यायाने व जबरदस्तीने जोडले गेले, ते पुन्हा महाराष्ट्रात यावेत यासाठी जो सीमावर्ती भागात लढा दिला गेला, त्यात बेळगाव-खानापूरची मराठी मंडळी आघाडीवर होती व आहेत. गोळीबार, लाठीहल्ले यांना न जुमानता या मंडळींनी ही झुंज सुरू ठेवली आहे. हा मराठी अस्मितेचा लढा आहे. या लढ्याचा साद्यंत इतिहास आज ना उद्या लिहिला जाणार आहे. त्या इतिहासाचे एक महत्त्वपूर्ण साधन आहे 'राष्ट्रवीर' वृत्तपत्र व ते तीन-चार

दशके चालविणारे झुंझार, तत्त्वनिष्ठ पत्रकार गुरुवर्य श्यामराव देसाई. 'राष्ट्रवीर' व गुरुवर्य श्यामराव देसाई यांचे अद्वैत विचारात घेतले की, मग गुरुवर्यांच्या चरित्राचे साधन म्हणून 'राष्ट्रवीर'चे महत्त्व साहजिकच ध्यानात येते.

'राष्ट्रवीर'कारांच्या चरित्राची प्रस्तुतता काय?

'राष्ट्रवीर'कार गुरुवर्य श्यामराव देसाई यांनी आयुष्यभर निष्ठेने, चिकाटीने व कष्टांनी समाज प्रबोधनाचे बिकट कार्य चालविले. बेळगाव, खानापूर, आजरा, चंदगड, चिकोडी इत्यादी भागांत लग्नादी कार्यातील पौरोहित्याच्या निमित्ताने तेथे जमलेल्या स्त्री-पुरुषांचे त्यांनी प्रबोधन केले. नवपरिणित जोडप्यास शुभाशीर्वाद देऊन संसाराचे मर्म सांगितले.

स्वतःचा उत्तम संसार करताना जगाचाही थोडा विचार करावा, दुःखी, कष्टी जनांची आसवे पुसावीत, जनी जनार्दन पाहावा, खरा धर्म हाच आहे. देव प्रत्येकाच्या अंतःकरणात आहे. प्रत्येक जण ईश्वराचे लेकरू आहे, हे उमजणे म्हणजे धर्म. कर्मकांड म्हणजे धर्म नव्हे. यात्रा-जत्रा करून, शेकडो-हजारो रुपये (प्रसंगी कर्ज काढून) खर्च करणे म्हणजे धर्म नव्हे. या अंधश्रद्धेतून बाहेर पड. देवाधर्माच्या नावाखाली चाललेल्या खर्चिक रूढींपासून दूर राहा. देवाला प्रसन्न करण्यासाठी कोंबडी, बकरी कापू नका, दारूचे व्यसन करू नका. दारू संसार रसातळाला नेते. देव भावाचा भुकेला, भक्ती त्याला प्रिय असते, हे साधुसंतांनी सांगितले आहे, ते ध्यानात घ्या. लग्ने डामडौलाने करू नका. त्यापायी कर्जबाजारी होऊ नका. मुला-मुलींना शिकवा. कारण शिक्षण हाच नव्या युगाचा तारणहार मंत्र आहे, असे त्यांच्या प्रबोधनाचे सार असे.

या प्रबोधनाचा गुरुवर्यांच्या काळात निश्चितच समाजावर प्रभाव पडत होता. परिणामी अनेक ठिकाणी साध्या पद्धतीने म्हणजे सत्यशोधक पद्धतीने विवाह साजरे होऊ लागले. खर्चाला फाटा देऊन सामुदायिक पद्धतीने विवाहाची रूढी सुरू झाली. ब्राह्मण पुरोहिताची मक्तेदारी बरखास्त होऊन मराठा पुरोहिताची योजना होऊ लागली. तोही ऐन वेळेला मिळाला नाही, तर उपस्थितांपैकी काही जण मंगलाष्टक म्हणून लग्ने साजरी होऊ लागली. म. फुल्यांना अशाच प्रकारची लग्ने अभिप्रेत होती.

सर्वांत महत्त्वाचे म्हणजे शेतकऱ्यांना कर्जबाजारी बनवणाऱ्या देवदेवतांच्या, विशेषतः लक्ष्मीच्या यात्रा बंद झाल्या. लक्ष्मीची यात्रा केली नाही तर ती

कोपेल, ही भीती लोकांच्या मनातून निघून गेली. लोकांना शिक्षणाचे महत्त्व पटू लागले. गुरुवर्यांनी सुरू केलेल्या शाळांत ते आपली मुले-मुली पाठवू लागले. त्यांची लग्ने उशिरा करू लागले. लग्नातील डामडौल कमी झाला. परिणामी कर्जबाजारीपणा कमी झाला.

गुरुवर्यांनी प्रत्येक खेड्यात 'पंचमंडळी' स्थापन केली होती. त्या पंचमंडळींमार्फत खेड्यातील कज्जे-खटले, तंटेबखेडे उभय पक्षांच्या सहमतीने सोडविले जाऊ लागले. परिणामी, कोर्टकचेऱ्यांचे हेलपाटे, वकिलांची फी, जाण्या-येण्याची वाटखर्ची यावर होणारी हजारो, लाखो रुपयांची बरबादी वाचली जाऊ लागली.

आज पन्नास वर्षांनी काय परिस्थिती आहे? गुरुवर्यांच्या काळात समाज प्रगतीच्या मार्गावर दहा पावले पुढे चालला होता; तसाच तो पुढे चालत जाऊन एक सत्यशोधक तत्त्वांचा, मानवतावादी विचारांचा व वैज्ञानिक दृष्टीचा समाज म्हणून त्याची जडणघडण होईल, अशी आशा गुरुवर्यांनी बाळगली होती. तसे आशादायी चित्रही तयार झाले होते; पण गुरुवर्यांनंतर हे चित्र अस्पष्ट होत गेले. प्रबोधनाची चळवळ मंदावत गेली. गुरुजींचे प्रबोधन इतिहासजमा झाले. हळूहळू गावागावांतून लक्ष्मी जागी होऊ लागली. तिचे परंपरेप्रमाणे दर पाच-दहा वर्षांनी गावोगावी आगमन होऊ लागले. पूर्वीसारखेच तिचे वाजतगाजत स्वागत होऊ लागले. झाडून सर्व पै-पाहुण्यांना निमंत्रणे दिली जाऊ लागली. जत्रेच्या मुख्य दिवशी त्यांच्यासाठी बकऱ्यांची दावण कापली जाऊ लागली. त्यांना करावयाच्या आहेरावर हजारो लाखो रुपये खर्च केले जाऊ लागले. ज्यांची ऐपत होती ते उत्साहाने खर्च करू लागले; पण ज्यांची ऐपत नव्हती, असे शेतकरी, मोलमजुरी करणारे गोरगरीब कर्ज काढून लाजेकाजे जत्रा करू लागले. चार दिवसांची लक्ष्मी खेड्यापाड्यांत हजारोंना कर्जबाजारी करू लागली!

बेळगाव, खानापूर, चंदगड, आजरा, गडहिंग्लज, निपाणी, चिकोडी, रायबाग हा भाग म्हणजे गुरुवर्यांचे कार्यक्षेत्र. या कार्यक्षेत्रातील एका मोठ्या गावी मागच्या वर्षीच म्हणजे २०१५ मध्ये लक्ष्मीची मोठी यात्रा झाली. यात्रेच्या मुख्य दिवशी गावात पै-पाहुण्यांची इतकी गर्दी झाली की, गावाबाहेर वाहनतळ उभारावे लागले. बकरी किती कापली गेली, याची गणतीच नाही. आहेराच्या कापडचोपडाची लक्षावधी रुपयांची खरेदी-विक्री झाली! अंदाजे किती खर्च गावचा झाला असेल, म्हणून कुतूहलापोटी त्या गावच्या

एका जाणत्या पत्रकार मित्रास फोन केला. त्याने उत्तर दिले, 'शंभर कोटी रुपये!' 'एवढ्या पैशात एक नवे नगर आम्ही वसवू शकलो असतो!' अशी खंतही त्याने व्यक्त केली!

आज गुरुवर्य हयात असते तर म्हणाले असते, 'हेचि फल काय मम तपाला?' या उपरि अधिक काय लिहावे!

◆

१३

सत्यशोधक विठ्ठल बिराजी डोणे

म. फुले यांनी १८७३ मध्ये सत्यशोधक समाजाची स्थापना केली. त्यांच्या हयातीत या समाजाचे कार्य जोमाने चालले. पण १८९० सालच्या त्यांच्या निधनानंतर समाजाच्या कार्यास मरगळ प्राप्त झाली. ही मरगळ झटकून टाकण्याचे काम महर्षी विठ्ठल रामजी शिंदे यांनी या समाजाचे मुंबईत पुनरुज्जीवन साधून केले (स. १९१०) पुढच्याच साली म. फुले यांचे एक सहकारी रामय्या अय्यावारु यांच्या अध्यक्षतेखाली पुण्यात सत्यशोधक परिषद भरवली गेली. ही परिषद यशस्वी करण्यात डॉ. संतुजी लाड, गंगाधरराव बगाडे, मारुतीराव नवले, वासुदेवराव बिर्जे इत्यादी सत्यशोधक नेत्यांचा पुढाकार होता. याच परिषदेत सत्यशाोधक समाजाची म. फुलेप्रणित तत्त्वे पुन्हा एकदा घोषित करण्यात आली. त्यामध्ये सर्व माणसे ही ईश्वराची लेकरे असून, त्याला प्रसन्न करण्यासाठी कोणा मध्यस्थाची गरज नाही, हे सत्यशोधक समाजाचे प्रमुख तत्त्व अधोरेखित केले गेले. (एप्रिल, १९११)

तथापि, या घटनेपूर्वीच ११ जानेवारी १९११ रोजी कोल्हापुरात भास्करराव जाधवांच्या पुढाकाराने सत्यशोधक समाजाची स्थापना झाली होती. भास्कररावांची अध्यक्ष म्हणून, प्रो. अण्णासाहेब बाबाजी लठ्ठे यांची उपाध्यक्ष म्हणून महादेवराव डोंगरे यांची मुख्याधिकारी म्हणून, तर हरिभाऊ चव्हाण यांची सेक्रेटरी म्हणून निवड केली गेली होती. या वेळी ज्या अनेक सत्यशोधक कार्यकर्त्यांचा सहभाग होता, त्यात बाबूराव यादव, नानासाहेब मुळीक, विठ्ठल बिराजी डोणे इत्यादी मंडळी प्रमुख होती. कोल्हापुरातील

प्रा. डॉ. सुशीला ओडियर लिखित 'सत्यशोधक विठ्ठल बिराजी डोणे' या ग्रंथाला जयसिंगराव पवारांनी लिहिलेली प्रस्तावना.

सत्यशोधक समाजाच्या स्थापनेमागे अर्थातच शाहू छत्रपती महाराजांची प्रेरणा उभी होती. लवकरच या समाजाच्या कार्यकर्त्यांनी बहुजन समाजाचे सर्व धार्मिक विधी ब्राह्मण पुरोहिताशिवाय स्वतःहून करण्याचा धडाका सुरू केला. लोकांनीही त्यास उत्स्फूर्त पाठिंबा दिला. एक प्रकारचे नवचैतन्य कोल्हापूर संस्थानातील सामाजिक क्षेत्रात अवतीर्ण झाले!

हा एका अर्थाने ब्राह्मणशाहीच्या विरोधातील सामाजिक, सांस्कृतिक व धार्मिक उद्रेकच होता. पण असे उद्रेक अचानक उफाळलेले दिसत असले, तरी त्याच्या मागची खळबळ अनेक वर्षे समाजात चालू असते. कोल्हापुरात झालेल्या सत्यशोधक समाजाच्या उद्रेकाविषयी असेच म्हणता येईल. या उद्रेकाची तयारी सुमारे १०/१२ वर्षे अगोदरपासून कोल्हापुरात सुरू होती.

१८९५ मध्ये बहुजन समाजातील उच्चविद्याविभूषित असणाऱ्या तरुण भास्करराव जाधवांची नेमणूक शाहू महाराजांनी आपल्या राज्यात 'असि. सरसुभे' म्हणून केली. भास्करराव हे मुंबईत म. फुल्यांचे सहकारी रामय्या व्यंकय्या अय्यावारू यांच्या सहवासात आले होते. तेथेच त्यांच्यावर सत्यशोधकी तत्त्वांचा संस्कार झाला होता. हे संस्कार घेऊनच ते कोल्हापूर दरबारी महाराजांच्या सेवेत रुजू झाले होते. खुद्द महाराजांना सत्यशोधक समाजाचा परिचय त्यांच्या माध्यमातूनच झाला असावा, असे गृहीत धरल्यास ते चुकीचे ठरणार नाही.

लवकरच कोल्हापुरात स. १८९९च्या सुमारास वेदोक्त संघर्षाचा प्रारंभ झाला. या संघर्षामुळे महाराजांच्या मनातील सत्यशोधक विचारांच्या भूमीची चांगलीच मशागत होऊन, पुढे एका दशकानंतर कोल्हापुरातीलच नव्हे, तर महाराष्ट्रातील सत्यशोधक चळवळीला मोठा वेग प्राप्त झाला. इतका की, सुरुवातीला वावटळ वाटणाऱ्या या चळवळीने पुढे झंझावाताचे स्वरूप धारण केले.

स. १९०२च्या सुमारास डोणे मास्तर कोल्हापूरला आले आणि शाहू महाराजांच्या खासगी खात्यात सेवक म्हणून रुजू झाले. ते कसे आले, त्यांना कोणी आणले, याविषयीची फारशी माहिती मिळत नसली, तरी मनुष्याची उत्तम पारख असणाऱ्या शाहू महाराजांनीच त्यांना कागलहून कोल्हापूरला आणले असावे, असा तर्क बांधता येतो. खुद्द महाराजही मूळचे कागल जहागीरदारांचे सुपुत्र होते. तेथून ते कोल्हापूरच्या गादीवर छत्रपती म्हणून आले. पण कागल जहागिरीशी त्यांची नाळ अखेरपर्यंत

राहिली. कागल जहागिरीचे अधिपती, महराजांचे धाकटे बंधू बापूसाहेब महाराज यांच्यावर त्यांचे निस्सीम प्रेम राहिले.

कोल्हापुरात आल्यावर डोणे मास्तर स्वस्थ बसले नाहीत. त्यांनी कोल्हापूरच्या गंगावेश भागात एक इमारत भाड्याने घेऊन तेथे मुलकी ७वी पर्यंतचे वर्ग असणारी मराठी शाळा सुरू केली आणि तिला जोडूनच एक 'कारकुनी परीक्षेचा मोफत वर्ग' सुरू केला. या शाळेतून पास झालेली मुले कारकुनी परीक्षेच्या वर्गात बसून पुढे संस्थानी नोकरीत रुजू व्हायला सुरुवात झाली. त्या काळी सरकारी नोकऱ्या हे ब्राह्मणांचे राखीव कुरण होते. या पार्श्वभूमीवर डोणे मास्तरांचे हे कार्य शाहू महाराजांच्या शासकीय नोकऱ्यांतील ५० टक्के आरक्षणाच्या धोरणाच्या अंमलबजावणीस पूरक ठरल्यास नवल नव्हते.

या काळात डोणे मास्तरांच्या व्यक्तिमत्त्वातील एक सुप्त गुण प्रकर्षाने प्रकट झाला, तो म्हणजे त्यांच्या ठिकाणी असणारी काव्यप्रतिभा. ती प्रकट होण्यासही काही एक निमित्त घडले! त्या काळी भेदिक लावण्यांचे मोठे प्रस्थ असे. त्यात 'कलगीवाले' (शक्ती) आणि 'तुरेवाले' (शिव) असे दोन तट असत आणि मग त्यांच्यात शक्ती श्रेष्ठ की शिव श्रेष्ठ, यावर तुंबळ शाब्दिक युद्ध होई, हिंदूंच्या पोथ्या-पुराणातील अनेक उदाहरणे देऊन प्रत्येक बाजू आपलेच म्हणणे कसे खरे आहे, हे पटवून देण्याचा प्रयत्न करत असे. असे करताना बऱ्याचदा बीभत्स पातळीवर चर्चा केली जाई!

अशा एका भेदिक लावणीच्या प्रसंगात डोणे मास्तरांनी धाडस करून कलगी-तुरेवाल्यांना पुराणातील भाकड कथा सांगून लोकांना आणखी अज्ञानी व अंधश्रद्धाळू बनवू नका, असे ठणकावून सांगितले. तेव्हा ते दोनही पक्ष मास्तरांवर तुटून पडून 'आमच्या कवनास नावे ठेवू नका. आमच्यासारखे कवित्व करून दाखवा,' असे आव्हानात्मक बोलले. मास्तरांनी हे आव्हान स्वीकारले (स. १९०३) एवढेच नव्हे, तर या क्षेत्रात त्यांनी समाजप्रबोधनाचे नवे पर्व सुरू करून भेदिक लावण्यांच्या प्रकारास समाजप्रबोधनाचे एक प्रभावी हत्यार बनवले. आपल्या कवित्वाने त्यांनी खुद्द शाहू महाराजांवर मोहिनी घातली. महाराजांनी त्यांना एका कार्यक्रमात खूश होऊन त्यांना शिरपेचाचा अहेर देऊन 'शिरपेचवाले' हे बिरुद बहाल केले (स. १९०८) यापूर्वी १९०७ मध्येच त्यांनी शिक्षणाचे महत्त्व सांगणारे, शिक्षण सर्व सुधारणांची गुरुकिल्ली आहे, हे तत्त्व बिंबवणारे नाटक-शिक्षण-प्रभाव-

रचले होते.

या सर्व घटनांचा अन्वयार्थ असा आहे की, १९११ मध्ये कोल्हापुरात सत्यशोधक समाजाची स्थापना होऊन त्यामध्ये विठ्ठल बिराजी डोणे मास्तर सहयोगी होतात, ही काही अचानक उद्‌भवलेली घटना नाही. त्यासाठीची पार्श्वभूमी कोल्हापुरात सुमारे एक दशकभर चालू होती आणि त्याकरिता भास्करराव जाधवांपासून ते डोणे मास्तरांपर्यंत सर्व सत्यशोधक कार्यरत होते.

ब्राह्मण भटभिक्षुकांनी हिंदू धर्माचा डोलारा पुराणादी ग्रंथातील भाकडकथांनी रचला असून त्यांच्या माध्यमातून बहुजन समाजावर बौद्धिक व धार्मिक गुलामगिरी लादली. त्यांनी जन्मापूर्वीपासून मृत्यूपर्यंतचे किंबहुना मृत्यूनंतरचेही नानाविध धार्मिक विधी तयार केले. मोठ्या प्रमाणावर अज्ञ बहुजनांची ते धार्मिक व आर्थिक पिळवणूक करतात. बहुजनाना ते नीतिभ्रष्टही करतात. ज्यांना ते धर्म म्हणून संबोधितात, तो प्रत्यक्ष अधर्मच असतो. या पार्श्वभूमीवर बहुजनांनी सावध व शहाणे होऊन भटभिक्षुकांचे कावे ध्यानात आणावेत आणि शिक्षण घेऊन शहाणे बनून आपल्या भावी पिढ्या भटमुक्त कराव्यात, असा डोणे मास्तरांच्या लिखाणाचा एकूण रोख होता.

वास्तविक ज्यांनी धर्माच्या क्षेत्रात नेतृत्व करायचे ते सदाचारी असायला हवेत. पण हिंदू धर्माचे शास्त्र सांगणारे ब्राह्मण-भट मात्र स्वतः दुराचारी बनून हिंदू धर्मीयांच्या बायकांनाही दुराचारी बनण्याचा अधर्म सांगतात, असे म्हणून डोणे मास्तर 'भट सदाचारी की व्यभिचारी' या कवनात भट मंडळींवर तोफ डागतात. मास्तर म्हणतात :

बांधवहो असाल शहाणे तर किंचित ऐका । पुराण सांगुणी भट बिघडवी हिंदूंच्या बायका।।धृ.।। मत्स्यपुराण अध्याय सत्तर सांगतो त्या खुणा।। ब्राह्मण दुर्वर्तन शिकवी हिंदूंच्या बायकांना।। ज्या आदितवारी हस्त पुष्य नक्षत्राची गणना।। त्या दिवशी स्त्रियांनी रतीसौख्य द्यावें की ब्राह्मण।। स्त्रियांनी स्नान करूनिया ल्यावा अलंकार घैना।। सुवासिक तैले आंगा मर्दनिया नटावे फैना।। तैशाचपरि सुगंधिक स्नान घालावे ब्राह्मणा।। भक्तिभावाने विषयभोग द्यावा स्वार्थी भटांना।।मि.।। गाद्या गिरद्या मच्छरदानी द्यावा पलंग पैका।। दुभती गाय सवत्स द्यावी जनहो ऐका।।२।। तेरा महिने हा नियम सतत नीट चालवा। अशा रितीने पूज्य मानुनि तयासि घरी ठेवा।। तेरा महिन्या पुढचा ऐका धूर्त भटांचा कावा।। भटभिक्षुकाला प्रदक्षिणा घालुनिया

पाठवा।। महत्त्व एक सांगतो ब्राह्मणांचे मनि आठवा। रविवारी भटासवे पलंगी विलास भोगावा।। ऐशापरि हिंदूच्या बायकांनी नेम चालवावा। अशाने धर्मच घडतो ब्राह्मण बोल आठवा।।मि.।। काय निंद्यमार्ग हे त्यांनी दाविले या जनलोका। तुम्ही हिंदू असाल तर घालवू नका लौलिका।।२।। किती म्हणून सांगू असे ब्राह्मणी कावे तुम्हाला।। या भटांनी भोळ्यांसी बुडवुनी अधर्म मांडिला।। याने स्त्रीत्व आले काय करता असुनि मिशीला।। याचा अभिमान नाही मनात तुमच्या ठसला।। आता तरी सावध होऊनी पाळावे स्वधर्माला।। दुष्ट भटांनी कष्ट दिधले शोधुनी घ्या दाखला।। लज्जेत लज्जा नसेचि दुसरी ऐशी पाहण्याला।। धड नेत्रांनी गती पाहुनी अंध दास बनला।।मि.।। सुज्ञ नजहो याचा तुम्ही अभिमान सोडश।। भटांच्या गोष्टी ऐकुनी अखेर नर्की जाऊ नका।।४।।

हिंदू धर्मातील भटभिक्षुक वर्ग आपल्याच धर्मातील लोकांवर कसा अत्याचार करत होता, हे डोणे मास्तरांनी मस्त्यपुराणातील दाखला देऊन नेमकेपणाने त्या वर्गाच्या वर्मावर आघात केला आहे. या ठिकाणी शाहू महाराजांच्या ब्राह्मणशाहीच्या वर्चस्वविरुद्ध जो लढा पुकारला होता, त्यामध्ये ब्राह्मण पुरोहिताऐवजी मराठा पुरोहित निर्माण करून आपल्या राज्यात ब्राह्मणशाहीला शह दिला होता. धर्माच्या क्षेत्रात ब्राह्मण भटभिक्षुकांची मक्तेदारी त्यांनी पूर्णपणे नाकारून आपल्या राज्यातील अनेक सार्वजनिक ठिकाणाहून व कार्यक्रमातून त्यांची हकालपट्टी केली होती. पण खुद्द आपल्या राजवाड्यातील ब्राह्मण पुरोहितांचा वावर त्यांना राणीसाहेबांच्या हट्टामुळे बंद करता आलेला नव्हता. ही खंत महाराजांना सतावत होती आणि मग काही दिवसांनी महाराजांनी राजवाड्यात मस्त्यपुराण वाचण्याचा कार्यक्रम करावयास हुकूम दिला.

ना. भास्करराव जाधव ही आठवण पुढे सांगताना म्हणतात :

एक दिवस ब्राह्मणाला मस्त्यपुराण वाचायला लावले व अंतःपुरात निरोप पाठवला की हे पुराण नवरा-बायकोने ऐकावयाचे असते.

मस्त्यपुराणमधील अनंगदानवृत्त ब्राह्मण पुरोहित वाचू लागला व त्याचा अर्थ मराठीत करून सांगू लागला. त्या आख्यानात ब्राह्मणाला पतिव्रता स्त्रीने आपला देह अर्पण केला असता पुण्य लागते असे आहे.

हे ऐकताच राणीसाहेब भडकल्या. म्हणाल्या, "हे पुराण बंद करा. मला हे ऐकावयाचे नाही आणि उद्यापासून ब्राह्मण पुरोहिताला आपल्या

दारात पाऊल टाकू द्यायचं नाही.''

महाराज म्हणाले, ''आज म्हणाल, उद्या बोलवाल. मग तो आला नाही म्हणजे आपलेच नडून बसेल.''

''नाही, मी पुन्हा ब्राह्मणाला बोलवणार नाही. जगदंबेची शपथ घेऊन सांगते, मी आता कधी बदलणार नाही.''

यानंतर महाराजांच्या निधनानंतरसुद्धा आईसाहेबांनी ब्राह्मण पुरोहिताला कधी बोलावले नाही.

डोणे मास्तरांचा पुराणांचा व इतर धर्मग्रंथांचा मोठा अभ्यास होता. म्हणूनच ते या ग्रंथांमधील भिक्षुकशाहीने रचलेल्या भाकडकथांचा भांडाफोड आपल्या लेखणीने करू शकले. त्या काळी पुराणातील कथांवर लोकांची जबरदस्त श्रद्धा होती. ग्रंथात जे आहे ते सर्वस्वी खरे, असा मोठा विश्वास त्यांच्या ठिकाणी होता. स्वाभाविकच अशा अंधश्रद्धेला जमीनदोस्त करायचे तर लेखणीस प्रखर तर्कशास्त्राचे व बुद्धिवादाचे पाणी चढविल्याशिवाय ते शक्य नव्हते. 'पुराणे खरी की खोटी?' या सदराखाली डोणे मास्तर पुराणातील कथा पुढे मांडून काही प्रश्न उपस्थित करतात; हे प्रश्न वाचल्यावर त्यांच्या उत्तरातच कथेचे खोटेपण कसे लपले आहे, हे स्पष्ट करतात.

देवकी व कंस हे बहीण-भाऊ, एकाच मातेच्या पोटी जन्मले तर एक देवकी व कृष्ण हे मानव व कंस राक्षस कसा? श्रीकृष्ण देवाचा अवतार म्हणता, तर त्याला शेवटी व्याधाचा बाण लागून टाचा घासून दुःखद मृत्यू का यावा? रावणाने अत्याचार करून नऊ ग्रहांना पालथे घातले म्हणता, तर त्या वेळी सर्व लोकांना पिडणारे शनि महाराज कुठे गेले होते? चंद्र-सूर्य जर त्या बंदिगृहात होते तर त्या काळी नवे चंद्र-सूर्य कोठून आले? पाहा डोणे मास्तर काय म्हणतात :

लपंडावी भटांच्या कथा सत्य मानुनी मारिल्या हो गप्पा।। परि मेल्या पौराणिक कथा फाल्गुन मंत्र तुम्ही जपा।।धृ.।। मानवी प्रजा राक्षसी राजा कंस मावळा कृष्णदेवाचा।। एका मातेपोटी जन्म झाला म्हणता राक्षस मानवांचा।। गोवर्धनगिरी उचली श्रीकृष्ण आधार तळहाताचा।। देवाचा औतार म्हणता तर व्याध बाणे कां घांसी टाचा।। चौदा चौकड्या राज्य जयाचे ऐसा रावण राजा लंकेचा।। तयासी जात राक्षस म्हणता असुनी ब्राह्मण जातीचा।।...चंद्रू सूर्यादि नवग्रह घाली पालथे रावण म्हणता।। तर लोक पिडाया तुमचा शनिमहाराज कुठे होता।। या वेळी नवे चंद्र सूर्य होते की अंधारी होती

म्हणतां।। ह्याल लोटाया वायु जाई तर प्राणी कैसा जगला होता।। देव दैत्यांनी सागरांतुनी चौदा रत्ने काढिली म्हणता।। तर या रत्नांना गड्डा सागरी कधी कोणी ठेविला होता।। घुसळणकाळी एकाचे शंख की अनंत होते म्हणता।। बाकीची न दिसता सुरा कैशी राहिली मिश्रीत न होता।।मि.।। पाठीवर साखरेच्या गोण्या असुनी बैलास काय नफा।।२।। तुम्ही म्हणता अगस्तीमुनी करी आचमन सागरासी।। तर वांचाया कुठे कोणी जागा दिली होती जलचरासी।। तुम्ही म्हणतां सृष्टी विरुद्ध साठ पोरे झाली नारदासी।। तर संभोग दिला कोणी रक्त रेताविण कैशी पैदासी।।...।।३।। चौथा चौक साधा ऐकुनी नीट खऱ्याखोट्यांचा लावा पत्ता।। व्यर्थ आयुष्य घालविले तुम्ही गाऊनिया भाकड कथा।। पूर्वी पर्वतासी पंखे असूनी उडत होते ऐसे गाता।। इंद्राने पंखे छेदिली तर गेली कुठे सांगावे आता।। सारांश कथिला सत्य करूनी दाखवा चुकवाया गोता।। तुमच्या कथा सत्य ठरल्या तर मी होतो शिष्य यावक्ता।। पक्ष मताभिमाने मूढ स्वभावे खोट्यासी खरे म्हणता।। विचाराने ध्यानी ठेवा यापुढे शहाण्याचा बसेल जूता।।मि.।। शीघ्र कविराज विठ्ठलनाथ काढी हा अज्ञान दडपा।।४।।

डोणे मास्तरांच्या पुराणांच्या गाढ्या अभ्यासाचे व प्रखर बुद्धिवादाचे दर्शन उपरोक्त कवनात झाल्याशिवाय राहत नाही. लोकांनी स्वबुद्धी वापरून या कथांमधील खरे-खोटेपणा तपासून पाहावा. या कथा सत्य निघाल्या तर मी तुमचे शिष्यपण स्वीकारतो, नाही तर मी म्हणतो त्याप्रमाणे वागा, असे आव्हान देताना व आवाहन करताना मास्तर इशारा देतात की, भाकडकथांनी मूर्ख बनलेल्या लोकांवर शहाण्या लोकांकडून जोडे खाण्याची वेळ येईल! यापेक्षा डोणे मास्तरांची लेखणी आणखी तिखट किती बनणार?

डोणे मास्तरांच्या या प्रबोधनवादी काव्यरचना अभ्यासात असता एक गोष्ट वारंवार प्रत्ययास येते. ती म्हणजे त्यांच्यावर आधुनिक महाराष्ट्राच्या प्रबोधनाचे आद्य गुरू व बहुजनांचे उद्धाराचे आद्य प्रणेते महात्मा जोतिराव फुल्यांच्या चारित्र्याचा, वाङ्मयाचा आणि त्यांच्या सामाजिक तत्त्वज्ञानाचा फार मोठा प्रभाव पडलेला होता. स्वाभाविकच मास्तरांच्या बहुतांशी सर्व सामाजिक रचना एका अर्थाने म. जोतिराव फुल्यांच्या 'ब्राह्मणांचे कसब', 'गुलामगिरी', 'शेतकऱ्याचा आसूड', 'सार्वजनिक सत्यधर्म' इत्यादी ग्रंथांतील सामाजिक प्रश्नांच्या चर्चा-चिकित्सेचेच प्रतिध्वनी होत. म. फुल्यांनी ज्या बुद्धिवादी व तर्कशास्त्राच्या विचारांनी रामायण, महाभारत, भागवतादी

पुराणांतील बनावट भाकडकथांचा समाचार घेतला, तद्वतच डोणे मास्तरांनी फुलेमार्गाचे अनुकरण केल्याचे दिसून येते.

रामायण, भागवत आदी ग्रंथांतील कथांची रेवडी उडवीत असता महात्मा फुले यांनी शुद्ध बुद्धिवादी विचारधारेचे उपयोजन केलेले आहे. या कथांची चिकित्सा करत असता साधे-साधे प्रश्न उपस्थित करून त्या कथांवर विश्वास ठेवणाऱ्यांचा त्यांनी भ्रमनिरास केलेला आढळतो. 'सार्वजनिक सत्यधर्म' या पुस्तकात ते म्हणतात,

'कल्पित रामायणातील लोभी रावणास दहा मुखे, दहा नाके, वीस डोळे, वीस कान आणि वीस हात होते. परंतु त्यास एकच गुद्द्वार असून, दोन पाय मात्र होते. यावरून त्याने आपल्या दशमुखांनी खाल्लेले पदार्थ पचन होऊन एकाच गुद्द्वाराने बाहेर निघण्याची कशी काय योजना केली होती व त्याविषयी एकंदर सर्व सृष्टीक्रमात ताडून पाहता रावणाच्या शरीराच्या या रचनेविषयी मोठा चमत्कार वाटतो!' या ठिकाणी म. फुल्यांनी रावण म्हणजे सृष्टीचा एक चमत्कारच समजला पाहिजे, असे उपरोधिक उद्‌गार काढून या कथेतील खोटेपणा स्पष्ट केला आहे.

पुढे रामायणातील सीता स्वयंवराच्या कथेमधील अनेक मुद्द्यांविषयी म. फुले यांनी प्रश्नचिन्ह निर्माण केलेले आढळते. लहानपणी जानकी (सीता) परशुरामाच्या धनुष्याचा घोडा करून खेळत असता, जनकाच्या दरबारात आलेल्या परशुरामाने 'या धनुष्यावर जो बाण चढवील त्यास मात्र ही मुलगी द्या', असा सल्ला दिला. त्यानुसार पुढे जनकाने सर्व भारतवर्षातील राजेरजवाड्यांस सीतेच्या स्वयंवराचे आमंत्रण दिले. लंकेचा अधिपती रावणासही ते दिले गेले. नंतर स्वयंवरात परशुरामाचे हे धनुष्य उचलत असता तो अपयशी ठरून उरावर धनुष्य घेऊन पडला व त्याचा मोठा तेजोभंग झाला. नंतर काही काळाने राम वनवासात गेल्यावर रावणाने कपटनीतीने सीतेचे हरण करून तिला लंकेस नेले. या कथेच्या संदर्भात शंका उपस्थित करताना म. फुले म्हणतात, परशुरामाच्या धनुष्याचा घोडा करून खेळणाऱ्या लहानग्या जानकीस मोठेपणी एखाद्या कोकरासारखे सहज खांद्यावर टाकून पळण्यास रावण कसा समर्थ झाला? आणखी असे की जर रावण हा राक्षस जमातीतील होता, तर जनकराजाने या परजातीच्या रावणास आपल्या मुलीच्या स्वयंवराचे आमंत्रण कसे दिले? यावर पुढे भाष्य करताना म. फुले म्हणतात, "रामायणातील इतिहास हा त्या वेळच्या गप्पाड्या नाटक्यांनी

केवळ लोकांची मने रिझवण्याकरिता कल्पून रचिला असावा. या सर्वांत नीतीचा गंधसुद्धा नाही.''

डोणे मास्तरांनी रचलेला 'धार्मिक गुलामगिरी' हा दुसरा ग्रंथ म. फुल्यांच्या 'गुलामगिरी' या ग्रंथातील बंडखोर सामाजिक विचारांचा प्रसार करण्यासाठीच सिद्ध केला गेला होता, हे स्पष्ट आहे. ग्रंथाच्या प्रारंभीच म. फुल्यांना सद्‌गुरू संबोधून बहुजन समाजातील आबालवृद्धांचे ते जणू पितामहच आहेत, अशी स्तुती केली आहे. डोणे मास्तर म्हणतात :

श्रीसद्‌गुरू जोतीराव फुले। अबालवृद्ध ती मुले।
नाम गाता मन खुले। स्वहिता त्यागिले।
अती मती। हाती धरून उघड दावी मार्ग खुले।।
हीन दीन लीन शिरपेचवाले गाती। सभा डुले।।
बालका शब्दास कोपेल काय। आपुली माय।
तैसा धरा न्याय। सर्वास बोले।।

हिंदू धर्मातील अनेक पुराणकथांमधील भाकडपणा उघड करण्याचे व त्या द्वारे अज्ञ बहुजन समाजाला जागे करण्याचे प्रयत्न 'धार्मिक गुलामगिरी' या ग्रंथात डोणे मास्तरांनी जारी ठेवले आहेत. सदर ग्रंथातील भाषा ही म. फुल्यांच्या गुलामगिरी ग्रंथाच्या भाषेच्या वळणावर जाणारी आहे. ग्रंथांतर्गत 'ब्राह्मण हा गुरू नव्हेः' 'ब्रह्मदेवाचा जन्म कोणापासून?' 'वेदाची उत्पत्ती कोठूनी?' यासारखे प्रश्न उपस्थित करून भटशाहीने निर्माण केलेल्या धार्मिक गुलामगिरीचे खरे स्वरूप अज्ञ बहुजनांसमोर ठेवले आहे.

महार लोक हे तर मूळचे क्षत्रिय. ब्राह्मणांचे मोठे शत्रू म्हणून ते महाअरी. ब्राह्मणांनी त्यांना तुच्छ लेखून महार बनवले. डोणे मास्तर सांगतात–

ब्राह्मणांचे शत्रू धुरंधर।।
धर्माभिमानी बल सागर।।
महाअरी शब्द खरोखर।।
यासी विप्र म्हणती महार।।
ब्राह्मण लोक शिरजोर।।
म्हार म्हणून केले बाहेर।।
शिवु नका होईल बेजार।।
म्हणती विप्र हरामखोर।।

महार या शब्दाच्या व्युत्पत्तीची जी कथा म. फुल्यांनी आपल्या गुलामगिरीत

कथन केली आहे, तीच वेगळ्या शब्दांत व शैलीत डोणे मास्तरांनी मांडली आहे. म. जोतिराव फुले म्हणतात की, बळीचा पुत्र बाणासुर याच्या राज्यात जे मोठमोठे क्षत्रिय सरदार होते, ते ब्रह्माचे (ब्राह्मणांचा नेता) मोठे शत्रू होते. रणांगणी ते कंबरा बांधून लढत, म्हणून त्यांना 'महाअरी' असे संबोधले जाई. पुढे या शब्दाचा अपभ्रंश होऊन महार शब्द तयार झाला. म. जोतिराव म्हणतात, ''क्षत्रियाशिवाय जे लोक त्याच्या (ब्रह्माच्या) तावडीत सापडले होते तेवढ्यांचे मात्र त्याने सर्व हरण करून त्या सर्वांस केवळ सत्तेच्या मदाने क्षुद्र लोक (ज्याचा अपभ्रंश शूद्र होय) मानून (त्यांना) आपले दास केले.''

सारांश, डोणे मास्तरांचे वाङ्मय म्हणजे म. फुल्यांच्या सामाजिक गुलामगिरीच्या तत्त्वज्ञानाचा शाहूकालीन उत्तम आविष्कारच होता. अभ्यासकांना हे ज्ञातच आहे की केवळ डोणे मास्तरच नव्हे, तर १९व्या शतकातील तमाम सत्यशोधक विचारवंत, पत्रकार व नेते या सर्वांच्या उक्ती व कृतींवर म. फुल्यांच्या 'गुलामगिरी' या ग्रंथाचा मोठा प्रभाव पडलेला आहे.

डोणे मास्तरांचा तिसरा महत्त्वाचा ग्रंथ म्हणजे म. फुले व सावित्रीबाई यांचे जीवनकार्य वर्णन करणारा चरित्र ग्रंथ होय. 'ज्योतिर्विजय कथासागर' या ग्रंथात फुले दांपत्याचे जीवन कसे घडले, याचे कथन करीत असतानाच त्यांच्या जीवनकार्याचेही दर्शन त्यांनी घडविले आहे. त्या अर्थाने फुले चरित्राचा हा एक साधनग्रंथच आहे. म. फुले यांचे वर्णन करीत असता मास्तर म्हणतात :

जोतिबा पुण्यवान। तुकोबाचे औतार जाण।
मग कशाची पडे वाण। लोककार्या।
महासती सावित्रीबाई। सर्व काम पती सेवेपाई।
अर्ध्या वचनात राही।। त्यांच्या।।
सावित्रीबाई कशा होत्या?
सावित्रीबाई मनाच्या खुल्या। सुवेळी जन्मासी आल्या।
गंभीर वाणी भल्या। साक्षात देवी।।

हा चरित्र ग्रंथ 'श्री शाहू कृपे' आपण रचला असून 'घाटगे कुलदीपक श्री बापूराय' (म्हणजे शाहू महाराजांचे धाकटे बंधू बापूसाहेब) यांच्या चरणी अर्पण केल्याचे डोणे मास्तरांनी प्रत्येक अध्यायाच्या शेवटी नमूद केले आहे.

'सनगर जात्योत्पत्ति' या त्यांच्या आणखी एका ग्रंथात डोणे मास्तरांनी सनगर जातीची उत्पत्ती व वाटचाल सांगत असता मुळात ही जात क्षत्रिय असूनसुद्धा कालबाह्य चालीरीतींचा स्वीकार केल्यामुळे ती अधोगतीस गेली आहे, असे प्रतिपादले आहे. या ग्रंथाच्या प्रस्तावनेत त्यांनी इंग्रज राज्यकर्त्यांविषयी कृतज्ञता व्यक्त केली आहे. विद्येची द्वारे इंग्रजांनी शूद्रातिशूद्रांनाही खुली केल्याने, देशात जी अपूर्व सामाजिक क्रांती घडून येत आहे, तिचे वर्णन करताना त्यांनी म्हटले आहे : "चालू काळ सत्ययुग असून, सत्यवादी परमपूज्य दयाळू न्यायी आंग्ल प्रभू आमच्या सुदैवाने लाभले असल्याने व त्यांनी समान शासन छत्राखाली सर्व लेकुरे धरून विद्यादेवीचे मंदिर खुले करून विद्यामृताचे मुक्तद्वार ठेविले असल्याने, आंग्ल प्रतापरवी पूर्ण प्रकाशमान झालेला असल्याने आंधळ्यास दिसू लागल्याने पदार्थ पाहण्याची, बधिरात ऐकू येऊ लागल्याने श्रवण करण्याची, मुक्यास बोलणे येऊ लागल्यामुळे बोलण्याची साहजिकच इच्छा उत्पन्न होणार यात मुळी शंका नाही. याजबद्दल आम्ही आमच्या प्रभूचे आजन्म ऋणी आहे."

आमच्या प्रभूच्या पूर्ण कृपेचा व समान विद्यामृताचा फायदा घेऊन काही जातीतील लोक सुशिक्षित होऊन आपल्या जातीची सुधारणा करण्याचे काम झपाट्याने करीत आहेत व काही सत्यवादी लोक सत्यधर्माचे कार्य हाती घेऊन मागासलेल्या जातीत सुधारणा करण्याचे प्रयत्न जिवापाड करीत आहेत. यामुळे शिकलेला असो वा नसो पण प्रत्येकाला आपल्या जातीत सुधारणा व्हावी, आपली उन्नती व्हावी, खरा धर्म कळावा, अशी आवश्यकता वाटू लागली आहे.

अशा प्रकारचीच जिज्ञासा व आवश्यकता सनगर समाजातील डोणे मास्तरांच्या मित्रांना वाटल्यामुळे त्यांच्या आग्रहावरून आपण सनगर समाजाचा इतिहास लिहीत आहोत, अशी भूमिका त्यांनी मांडली आहे.

इंग्रज राज्यकर्त्यांमुळे विद्येची द्वारे मागासवर्गीयांसाठी खुली झाली आणि त्या द्वारातून मिळालेल्या विद्यामृतामुळे मूठभर का होईना, पण मागासवर्गीयांतील मंडळी शहाणी झाली. त्यांना ब्राह्मणशाहीने निर्माण केलेल्या गुलामगिरीचे स्वरूप कळू लागले, त्यातून त्यांच्या ठिकाणी या प्रस्थापित ब्राह्मणशाहीच्या विरोधात बंड पुकारण्याची महत्त्वाकांक्षा वाढीस लागली. हे सर्व इंग्रज राज्यकर्त्यांच्या उदार शैक्षणिक धोरणामुळे घडून आले. तेव्हा मागासवर्गीय समाजांनी त्यांच्याप्रती कृतज्ञतेने राहिले पाहिजे,

तेच आपले उद्धारकर्ते आहेत, ब्राह्मण वर्ग आपला उद्धार करणार नाही, ही म. फुल्यांचीच भूमिका डोणे मास्तरांनी येथे मांडली आहे. असे म्हटले तरी सरसहा सर्वच ब्राह्मण दुर्गुणी असतात असे नाही, तर त्यातही काही सज्जन (सुगुणी) ब्राह्मण असतात, असेही आपले प्रांजळ मत ते नोंदवताना दिसतात. ते म्हणतात :

तुलने से थोडे दावे। यावरुनी अनुभवाचे।
सकल शोधुनी। आपुल्या हृदयी।।
तैशी मानवजात एक। तयात ब्राह्मण धूर्त तरी।
सुगुणीही असती कैक। ब्राह्मणमाजी।।

डोणे मास्तरांचे शत्रुत्व ब्राह्मणशाहीशी होते; ब्राह्मण व्यक्तींशी नाही. ब्राह्मणांच्या ठिकाणी त्यांच्या आचार-विचारात असणाऱ्या ब्राह्मण्याचा त्यांना तिटकारा केला आहे. तेव्हा ब्राह्मणांच्या पुरोहितशाहीवर त्यांनी चढविलेले हल्ले वाचताना आपण मास्तरांची ही भूमिका सतत नजरेसमोर ठेवली पाहिजे.

कोल्हापुरात सत्यशोधक समाजाची स्थापना होण्यापूर्वीच डोणे मास्तर सत्यशोधक समाजाच्या तत्त्वज्ञानाकडे आकृष्ट झाले होते व त्याच्या प्रसारार्थ त्यांनी साहित्यनिर्मितीचा प्रारंभ केला होता, हे आपण पाहिलेच आहे. आता कोल्हापुरात सत्यशोधक समाजाची स्थापना झाल्यावर मास्तरांच्या साहित्यिक प्रतिभेला बहार आलेला दिसतो. विशेषतः स. १९११ ते १९१६ या शाहूकालात त्यांनी सत्यशोधक समाजाच्या कार्याचा प्रसार करण्यासाठी अहोरात्र कष्ट घेतल्याचे दिसून येते. त्या काळी आपले सर्व आयुष्य एखाद्या विवक्षित ध्येयाला वाहणारी माणसे उदयास येत असत आणि ती शेवटच्या श्वासापर्यंत आपले जीवित कर्तव्य मिशनरी वृत्तीने पार पाडत असत. अशा माणसांपैकी डोणे मास्तर एक होते. सत्यशोधक चळवळ अशा कार्यकर्त्यांच्या घामावर पोसली गेली होती, हे ऐतिहासिक वास्तव आपण ध्यानात घेतले पाहिजे.

◆

१४

शिवचरित्रकार डॉ. बाळकृष्ण : महाराष्ट्राचा प्रवक्ता

पंचगंगा नदीच्या तीरावर वसलेली करवीर (कोल्हापूर) नगरी म्हणजे अनेक स्त्री-पुरुष रत्नांची खाण आहे. अनेक पराक्रमी व कर्तबगार व्यक्ती या नगरीत उदयास आल्या. राजर्षी शाहू छत्रपतींच्या कारकिर्दीत तर कोल्हापूर हे अनेक कला व विद्या यांचे माहेरघर बनले. राष्ट्रीय कीर्तीचे कलावंत व मल्ल येथे निर्माण झाले. त्यांनी कोल्हापूरचेच नव्हे, तर महाराष्ट्राचे नाव आसेतुहिमाचल पोहोचविले. शाहू छत्रपती म्हणजे गुणीजनांचा चाहता राजा. त्यांच्या लोहचुंबकीय व्यक्तित्वाने महाराष्ट्रातील आणि देशातील अनेक गुणवान व्यक्तींना आकर्षित केले गेले. संगीताच्या क्षेत्रातील गौरीशंकर म्हणून मानले गेलेले अल्लादियाँ खानसाहेब आणि राजकारण-समाजकारण क्षेत्रात महाराष्ट्रात मोठी कर्तबगारी गाजवणारे ना. भास्करराव जाधव ही दोन ठळक उदाहरणे आहेत. या दोन्ही व्यक्ती काही मूळच्या कोल्हापूरच्या नाहीत. पण त्या शाहू महाराजांकडे आकृष्ट झाल्या आणि येथील समाजाशी एकरूप झाल्या. इतक्या की त्या कोल्हापूरच्याच म्हणून ओळखल्या जाऊ लागल्या.

कोल्हापूरकडे आकृष्ट होऊन 'कोल्हापुरी' होऊन जाण्याची कर्तबगार व्यक्तींची परंपरा पुढे राजाराम महाराजांच्या काळातही चालूच राहिली. ही परंपरा अद्यापही चालूच आहे. त्याचे अत्यंत ठळक उदाहरण म्हणजे प्रस्तुत चरित्रग्रंथाचे नायक नामवंत तत्त्वचिंतक व आर्यसमाजिस्ट, थोर शिक्षणतज्ज्ञ व इतिहासकार डॉ. बाळकृष्ण हे होत. मूळचे पंजाबचे पुत्र असणारे डॉ. बाळकृष्ण कोल्हापूरला आले आणि महाराष्ट्रपुत्र बनून कोल्हापूर भूषण

'डॉ. बाळकृष्ण : चरित्र, कार्य व आठवणी' या ग्रंथाची प्रस्तावना.

बनले. पंजाबइतकेच महाराष्ट्रावर प्रेम करणारा, रणजितसिंहाइतकीच शिवछत्रपतींची भक्ती करणारा हा 'पंजाबी' माणूस कोल्हापुरात अस्सल 'मराठा' बनला. कोल्हापूरकर बनून त्याने कोल्हापूरचे नाव भारतभरच नव्हे, तर युरोप, अमेरिका खंडांत पोहचविले. कोल्हापूरची माती आणि पंचगंगेचे पाणी यांच्यामध्ये असा काही ऐतिहासिक रासायनिक गुणधर्म आहे, की त्यांच्या संपर्कात येणारी प्रत्येक संवेदनशील व्यक्ती या भूमीवर प्रेम करू लागते; नव्हे या भूमीचीच 'पुत्र' बनून जाते. डॉ. बाळकृष्ण हे त्याचे ज्वलंत उदाहरण आहे.

लाहोरच्या दयानंद अँग्लो वैदिक कॉलेजमध्ये शिकत असतानाच डॉ. बाळकृष्ण हे आर्य समाजाच्या प्रभावाखाली आले. इतिहास व अर्थशास्त्र हे त्यांच्या आवडीचे विषय. या विषयात त्यांनी लाहोरच्याच गव्हर्नमेंट कॉलेजमधून एम. ए. पदवी पहिल्या क्रमांकाने प्राप्त केली. अत्यंत हुशार व सामाजिक कार्याची आवड असणारा तरुणांचा पुढारी म्हणून त्यांची ख्याती विद्यार्थिदशेतच झाली होती. याच काळात त्यांना प्रि. हंसराज, भाई परमानंद, पं. मदनमोहन मालवीय, ना. गोपाळकृष्ण गोखले इत्यादी मोठ्या व्यक्तींचा सहवास व संस्कार लाभले. त्यांना आर्य समाजाचे आकर्षण असल्यामुळे त्यांनी दयानंद कॉलेजमधील लठ्ठ पगाराच्या नोकरीकडे पाठ फिरवून स्वामी श्रद्धानंदांच्या कांगडी येथील गुरुकुलात प्रवेश केला आणि अल्पावधीत ते 'आचार्य' पदापर्यंत जाऊन पोहोचले.

पाश्चात्त्य शिक्षण पद्धतीपेक्षा आर्यसमाज प्रणित गुरुकुल शिक्षण पद्धतीच डॉ. बाळकृष्णांना अधिक प्रभावी वाटत होती. गुरुकुलातील मातृभाषेचे माध्यम, अध्यापक व विद्यार्थी यांचा निकटचा सहयोग, भारतवर्षाच्या प्राचीन संस्कृतीच्या अभ्यासास दिले गेलेले प्राधान्य, विद्यार्थ्यांच्या शारीरिक व आध्यात्मिक प्रगतीला दिलेले महत्त्व आणि विविध प्रकारच्या शास्त्रांच्या व उद्योगधंद्यांच्या अभ्यासाला खासकरून उत्तेजन या गुणवैशिष्ट्यांमुळे गुरुकुल पद्धतीचे शिक्षण हे श्रेष्ठ दर्जाचे शिक्षण आहे, अशी डॉक्टरसाहेबांची खात्री होती.

गुरुकुलात दहा वर्षांचा कालावधी व्यतीत केल्यावर डॉ. बाळकृष्ण यांनी इंग्लंडला प्रयाण करून लंडन युनिव्हर्सिटीची पीएच.डी. पदवी प्राप्त केली. इंग्लंडमध्ये त्यांनी वेद, उपनिषदे, भगवतगीता व्याख्याने व प्रवचने दिली. स्वामी दयानंद सरस्वतींचा पुण्यतिथी महोत्सव साजरा केला. एवढेच

नव्हे, इंग्लंडमधील शिक्षण पद्धती, शेती, दुग्धालये, पोल्ट्री फार्म, शेतकी प्रदर्शने, दफ्तरखाने आदी ठिकाणी भेटी देऊन त्यांचा बारकाईने अभ्यास केला. या अभ्यासाचा उपयोग त्यांना पुढच्या आयुष्यात झाला. १९२२ मध्ये ते भारतात परतले.

दरम्यान डॉ. बाळकृष्णांच्याच नव्हे, तर कोल्हापूरच्या संदर्भात एक महत्त्वाची घटना घडून आली होती ती म्हणजे, शाहू महाराजांनी कोल्हापूरचे राजाराम कॉलेज व राजाराम हायस्कूल या दोन संस्था उत्तर हिंदुस्थानातील संयुक्त प्रांताच्या आर्यसमाजाकडे सुपूर्त केल्या होत्या. त्या वेळी वाटाघाटीसाठी आलेल्या आर्यसमाजाकडील शिष्टमंडळात डॉ. बाळकृष्णांचा समावेश होता. त्यांच्या व्यक्तिमत्त्वाने महाराज इतके प्रभावित झाले की, त्यांनी त्यांना राजाराम कॉलेजचे प्राचार्यपद स्वीकारावे म्हणून सूचना केली. तथापि, डॉ. बाळकृष्णांचे इंग्लंडला जाण्याचे पूर्वनियोजित असल्याने, ते शक्य झाले नाही. त्यांच्याऐवजी नेपालसिंग यांना प्राचार्यपदी नेमले गेले. पण पुढे तीन वर्षांनी ब्रिटिश सरकारच्या सनदी सेवेत प्रि. नेपालसिंगांची निवड झाल्यावर डॉ. बाळकृष्णांची राजाराम कॉलेजचे प्राचार्य म्हणून आर्यसमाजाने नेमणूक केली. या नेमणुकीमागे शाहू महाराजांचा आग्रह कार्यरत असावा, असा तर्क करण्यास जागा आहे. ६ मे १९२२ रोजी महाराजांचे निधन झाले आणि केवळ आठवडाभराने म्हणजे दि. १५ मे रोजी डॉ. बाळकृष्ण कोल्हापुरात येऊन प्राचार्यपदी रुजू झाले.

खुद्द शाहू छत्रपतींची कारकीर्द डॉक्टरसाहेबांना अनुभवता आली नाही. शाहू छत्रपतींसारखा गुणग्राहक राजा व डॉ. बाळकृष्णांसारखा कल्पक शिक्षणतज्ज्ञ या दोहोंचा मिलाफ झाला असता तर... असा एक विचार शाहूचरित्रकारांच्या मनात डोकावून जातो हे खरे; पण पुढे राजाराम छत्रपतींनी डॉक्टरसाहेबांना जे प्रोत्साहन दिले ते पाहता, नूतन छत्रपतींनी आपल्या पित्याचा वारसा समर्थपणे पुढे चालविला, असाच कोणाही इतिहासाभ्यासकाचा अभिप्राय पडल्याशिवाय राहणार नाही. राजाराम महाराज व त्यांचे दिवाण सर रघुनाथराव सबनीस या दोघांनी डॉक्टरसाहेबांची राजाराम कॉलेजसाठीची प्रत्येक मागणी मोठ्या आनंदाने मान्य केल्याची इतिहासाची साक्ष आहे. स्वाभाविकच त्याचे सुपरिणाम लवकरच दिसू लागले. उदाहरणार्थ, अनेक विषयांचे ऑनर्स कोर्सेस सुरू झाले. त्यासाठी निवडक विद्वान प्राध्यापकांच्या नेमणुका करण्यात आल्या. सायन्स शाखा सुरू करण्यात आली. पदव्युत्तर

विभाग सुरू होऊन एम. ए., एम.एससी. पदव्या घेऊन दक्षिण महाराष्ट्रातील तरुण बाहेर पडू लागले. १९३१ मध्ये कॉलेजचा सुवर्ण महोत्सव झाला त्या वेळी राजाराम कॉलेज हे मुंबई इलाख्यातील एक अत्यंत दर्जेदार व नामांकित कॉलेज बनले होते. विद्यार्थिसंख्येच्या दृष्टीने ते सहाव्या क्रमांकावर, तर शिक्षणाच्या दृष्टीने ते पहिल्या तीनमध्ये होते. १९२२ मध्ये डॉक्टरसाहेब प्राचार्यपदी रुजू झाले त्या वेळी कॉलेजची विद्यार्थिसंख्या होती १७०. १९४० मध्ये जेव्हा त्यांचे निधन झाले, त्या वेळी विद्यार्थ्यांची संख्या ९२० पर्यंत पोहोचली होती. राजाराम कॉलेजच्या या सर्वांगीण प्रगतीचे व वैभवाचे खरे शिल्पकार होते डॉ. बाळकृष्ण व त्यांना उत्तेजन देणारे राजाराम छत्रपती!

डॉ. बाळकृष्ण हे एक आदर्श शिक्षक होते. पण आदर्श शिक्षक कोणास म्हणायचे? जो शिक्षक विद्यार्थ्यांची जडणघडण करण्याची, त्याचे शिक्षण पुरे करण्याची आपली नैतिक जबाबदारी आहे असे मानतो, तो खरा आदर्श शिक्षक होय. डॉ. बाळकृष्ण व त्यांच्यानंतर त्यांच्या पदावर आलेले बॅ. बाळासाहेब खर्डेकर हे अशा आदर्श शिक्षकांपैकी होते. गरिबीचे चटके खाणारे विद्यार्थी त्यांच्याकडे गेलेत अन् हिरमुसलेल्या तोंडाने परत आलेत, असे त्यांच्या बाबतीत कधीच घडले नाही! आपले कॉलेज, स्वतः आपण व आपले सर्व सहकारी हे या विद्यार्थ्यांसाठी आहोत, याचे सामाजिक भान या उभय प्राचार्यांच्या ठिकाणी पुरेपूर होते. याची साक्ष गेल्या पिढीतील अनेकांनी नोंदवून ठेवली आहे. प्राचार्य सी. आर. तावडे यांच्यासारख्या थोर शिक्षणतज्ज्ञाने म्हटले आहे की, डॉ. बाळकृष्णांमुळे गरीब विद्यार्थ्यांचे जीवन सुखाने जाई; ते अशा विद्यार्थ्यांचे एक उत्तम मित्रच असत. एका मोठ्या नामांकित कॉलेजचा प्राचार्य गरीब विद्यार्थ्यांचा मित्र असणे, ही बाब त्या काळातच नव्हे, तर आजही असामान्य मानली जाईल.

डॉ. बाळकृष्ण त्यांच्या विद्यार्थ्यांवर प्रेम करत होते, पण त्यांचे नसते लाड चालू देत नव्हते. प्राचार्यपदी रुजू झाल्यावर त्यांच्या दृष्टोत्पत्तीस एक बाब आली; ती म्हणजे, त्या आधीची दोन वर्षे कॉलेजचे स्नेहसंमेलन होऊ शकले नव्हते. कारण मोठे नाजूक होते. तो काळ ब्राह्मण-ब्राह्मणेतर चळवळीचा होता. उभय पक्षींच्या भावना तीव्र होत्या. स्नेहसंमेलन प्रसंगी सर्व विद्यार्थ्यांनी मिळून एकत्रित भोजन आयोजित करण्यावरून वाद निर्माण होऊन प्रकरण चिघळले होते. ब्राह्मण विद्यार्थी ब्राह्मणेतर विद्यार्थ्यांच्या पंगतीस बसावयास

नकार देत होते आणि ब्राह्मणेतर तर संयुक्त पंगतीचा आग्रह धरत होते. डॉक्टरसाहेबांसमोर जेव्हा हा वाद आला ,त्या वेळी त्यांनी ब्राह्मण्यग्रस्त विद्यार्थ्यांना खणखणीत इशारा दिला की, 'तुम्ही आलात तर तुमच्यासह, नाही आलात तर तुमच्याशिवाय भोजनाचा कार्यक्रम होईल.' आणि त्याप्रमाणे सर्व जातिधर्मांच्या मुलांचा एकत्रित भोजनाचा कार्यक्रम होऊन स्नेहसंमेलनही उत्साहाने साजरे झाले. डॉक्टरसाहेबांची ही कृती खऱ्या आर्यसमाजिस्ट कार्यकर्त्यांची होतीच, पण त्याहीपेक्षा ज्या सामाजिक न्यायाच्या तत्त्वासाठी राजर्षी शाहू महाराज हयातभर लढले, त्या सामाजिक न्यायाच्या तत्त्वाशी बांधिलकी सांगणारी होती.

राजाराम कॉलेजचे प्राचार्य या नात्याने डॉ. बाळकृष्णांचे कार्य अजोड राहिले होते, यात शंका नव्हती. पण राजाराम कॉलेजची सर्वांगीण प्रगती एवढ्यापुरतेच त्यांचे कार्य सीमित नव्हते. कोल्हापूर हे मुंबई इलाख्यातील मुंबई-पुणे या खालोखालचे एक शैक्षणिक केंद्र बनावे यासाठी त्यांचे प्रयत्न चालू असत. त्यांच्या कल्पनेतून व प्रयत्नांतून आणि राजाराम महाराजांच्या उत्तेजनातून कोल्हापुरात स. १९३३ मध्ये लॉ कॉलेजची व पुढच्याच वर्षी शिक्षकांना प्रशिक्षण देणाऱ्या टीचर्स कॉलेजची स्थापना केली गेली. त्या काळी फक्त मुंबई येथेच असे टीचर्स कॉलेज होते. याचा अर्थ असा आहे की, कोल्हापूरचे टीचर्स कॉलेज हे मुंबई इलाख्यातील दुसरे कॉलेज होते. अशा शैक्षणिक संस्थांच्या निर्मितीमुळे कोल्हापूर हे महाराष्ट्रातील एक महत्त्वाचे शैक्षणिक केंद्र बनले आणि त्याची शैक्षणिक क्षेत्रातील कीर्ती सीमापार होऊन दिल्ली-पंजाबपावेतो पोहोचली. परिणामी उत्तर हिंदुस्थानातून तरुणांचे जथे उच्च शिक्षणासाठी कोल्हापूरची वाट धरू लागले.

पण डॉ. बाळकृष्ण कोल्हापूरच्या एवढ्या प्रगतीवरच समाधानी नव्हते. त्यांना कोल्हापुरात बनारस हिंदू युनिव्हर्सिटीप्रमाणे शिवाजी युनिव्हर्सिटी स्थापन करून कोल्हापूरच्या शैक्षणिक प्रगतीच्या मंदिरावर कळस चढवायचा होता. आपल्या आयुष्याच्या शेवटच्या पर्वात ते शिवाजी युनिव्हर्सिटीच्या कल्पनेने इतके झपाटले होते की, कॉलेजच्या स्नेहसंमेलनाच्या प्रसंगी पाचारण केलेल्या प्रत्येक पाहुण्याच्या समोर ते या कल्पनेचा पुनरुच्चार केल्याशिवाय राहत नसत. काय होती त्यांची शिवाजी युनिव्हर्सिटीची कल्पना? त्यांचे चरित्रकार व त्यांच्यावरील स्मृतिग्रंथाचे संपादक मो. रा. वाळंबे यांनी ती स्पष्ट केली आहे. ती मुळातून पाहणे वाचकांसाठी उद्‌बोधक

ठरेल. ते लिहितात,

"शिवाजी युनिव्हर्सिटी' हे डॉक्टरसाहेबांचे एक गोड स्वप्न होते. त्याची कल्पना थोडक्यात अशी : कोल्हापूरच्या पूर्वेस दीड मैलावर पूना-बंगळुरू रस्त्याच्या समीप राजाराम तलावानजीक निसर्गवलयांकित अशी जवळ जवळ दीडशे एकर जमीन यासाठी राखून ठेवून तेथे राजाराम कॉलेजच्या आर्ट्स व सायन्सच्या शाखा, लॉ कॉलेज, टीचर्स कॉलेज, ओब्रायन टेक्निकल स्कूल व शेतकी शाळा या संस्था तेथे न्यायच्या. यालाच पुढे व्हेटर्नरी व मेडिकल कॉलेजची जोड द्यायची. वरील सध्याची कॉलेजे निरनिराळ्या विषयांची भर घालून वाढविता येण्यासारखी आहेत, ती वाढवायची. उदाहरणार्थ, राधानगरी येथील हायड्रो इलेक्ट्रिक स्कीम व ॲल्युमिनियमचा कारखाना सुरू झाल्यावर येथील सायन्स कॉलेजमध्ये खनिज वस्तुशास्त्र (Minerology) व भूगर्भशास्त्र (Geology) हे विषय शिकविले जावेत. हे विषय शिकविण्यासाठी व तेथील विद्यार्थ्यांना उमेदवार म्हणून घेण्यासाठी अंशतः आर्थिक झीज सोसण्यात वरील कारखान्यांच्या चालकांना आनंदच वाटेल. हायड्रो-इलेक्ट्रिक स्कीम सुरू होताच इलेक्ट्रिक इंजिनिअरिंगचा कोर्स सुरू करता येईल. ॲल्युमिनियम व हायड्रो इलेट्रिक स्कीममुळे उत्पन्न होणाऱ्या विजेच्या साहाय्याने कोल्हापुरात इतर धंद्यांची वाढ होऊन रेल्वेची वाढ होईल, त्यासाठी मेकॅनिकल इंजिनिअर्सची जरुरी भासेल म्हणून तीही शाखा उघडावी लागेल. उद्योगधंद्यांच्या वाढीमुळे कमर्शिअल स्कूल उघडणे सोईस्कर होईल. तसेच कोल्हापूर हे संगीत-चित्र-नाट्य-चित्रपट या कलांचे माहेरघर असल्यामुळे त्या कलांचे शिक्षण देण्यासाठी ॲकॅडमी ऑफ फाईन आर्ट्ससुद्धा स्थापन करावी लागेल. कोल्हापूरची मल्लविद्येबद्दलची बरीच ख्याती असल्यामुळे लष्करी शिक्षणाच्या खालोखाल शास्त्रशुद्ध शारीरिक शिक्षण जितक्या तरुण-तरुणींस देता येईल, तितक्यांना मिळायला हवे. यासाठी १) शारीरिक शिक्षण व मल्लविद्या आणि २) लष्करी शिक्षण यांच्या दोन शाळा उघडाव्या लागतील. या सर्व कॉलेजांची वसतिगृहे एकाच ठिकाणी बांधली गेली तर बनारस हिंदू विश्वविद्यालयाप्रमाणे कोल्हापूर शिवाजी विश्वविद्यालयास स्वरूप येईल.

कोल्हापूरचे छत्रपती, दक्षिण महाराष्ट्रातील संस्थानिक, जहागीरदार, उत्तर हिंदुस्थानातील मराठा संस्थानिक आणि महाराष्ट्रातील सर्वसामान्य जनता या सर्वांनी यथाशक्ती आर्थिक मदत केली तर हे आपले स्वप्न

साकार व्हायला फारसा अवकाश लागणार नाही, असे डॉक्टरसाहेबांना वाटत होते. त्यांच्या योजनेनुसार, छत्रपती राजाराम महाराजांनी आपला सक्रिय पाठिंबाही जाहीर केला होता. एवढेच नव्हे, तर महाराजांनी या नियोजित युनिव्हर्सिटीसाठी टेंबलाई मंदिराच्या परिसरात एक स्वतंत्र जागाही दिली होती. त्याही पुढे जाऊन त्यांनी युनिव्हर्सिटीच्या खर्चासाठी सात लाख रुपयांचे अनुदानही मंजूर केले होते.

डॉ. बाळकृष्ण यांच्या शिवाजी युनिव्हर्सिटीच्या कल्पनेवर एका थोर शिक्षणप्रसारकाचे उद्‌गार आज उपलब्ध आहेत. ते म्हणजे बहुजन समाजाचे उद्धारक कर्मवीर भाऊराव पाटील. कर्मवीरांनी म्हटले आहे :

"मराठी राज्याचे संस्थापक श्रीछत्रपती शिवाजी महाराज यांच्यासंबंधी त्यांच्या ठिकाणी परम आदर वसत होता; म्हणूनच त्यांनी त्यांच्या चरित्रपर मोठाले इंग्रजी अभूतपूर्व असे ग्रंथ अहोरात्र परिश्रम करून निर्माण केले. इतकेच नव्हे, तर कोल्हापूर येथे श्रीछत्रपती शिवाजी महाराजांचे चिरकाल स्मारक व्हावे म्हणून शिवाजी युनिव्हर्सिटी श्री छत्रपती राजाराम महाराज यांच्या साहाय्याने स्थापन करण्याची त्यांची अत्यंत महत्त्वाकांक्षा होती. ही युनिव्हर्सिटी स्थापन झाली असती, तर डॉ. बाळकृष्ण यांची शैक्षणिक कामगिरी परमोच्च कळसास जाऊन पोहोचली असती, पण ईश्वरी संकेत निराळा असल्याने, डॉक्टरसाहेबांची ती महत्त्वाकांक्षा श्री छत्रपती राजाराम महाराज व स्वतः त्यांच्यावर निर्घृण काळाने अकाली झडप घातल्याने अपूर्ण राहिली! असो, महाराष्ट्रामध्ये डॉ. बाळकृष्ण यांचा शिष्यगण अफाट आहे. त्याचप्रमाणे त्यांचे चाहतेही सर्वत्र विखुरलेले आहेत. तेव्हा या सर्वांनी त्यांची ही अपूर्ण महत्त्वाकांक्षा पूर्ण केल्यासच त्यांचे खरेखुरे स्मारक होणार आहे."

डॉ. बाळकृष्ण यांची शिवाजी विद्यापीठाची कल्पना पाहताना, त्यांच्या द्रष्टेपणाविषयी अचंबा वाटल्याशिवाय राहत नाही. त्यांच्या स्वप्नातील शिवाजी युनिव्हर्सिटीच्या जागेचे स्थान व आजच्या शिवाजी विद्यापीठाच्या जागेचे स्थान एकच असावे, हा केवढा विलक्षण योगायोग आहे, असे म्हणण्याऐवजी तो डॉक्टरसाहेबांच्या द्रष्टेपणातील प्रतिभेचा सुंदर आविष्कारच समजला पाहिजे. खरोखरच आजच्या शिवाजी विद्यापीठाचे आद्य संकल्पक डॉ. बाळकृष्ण असून, शिवाजी विद्यापीठ हेच त्यांचे खरेखुरे स्मारक आहे, या ऐतिहासिक सत्याचा आपण सर्वांनी अत्यंत कृतज्ञतेने स्वीकार करावयास हवा.

डॉक्टरसाहेबांचे दुसरे चिरंतन स्मारक म्हणजे त्यांनी निर्माण केलेले शिवछत्रपतींचे चार खंडांचे चरित्र. हे स्मारक मात्र त्यांच्या हयातीतच पूर्ण झाल्याचे समाधान त्यांना मिळाले. आर्य समाजाच्या गुरुकुलात प्रखर राष्ट्राभिमानाचे बाळकडू त्यांना मिळाले होते आणि महाराष्ट्रात आल्यावर शिवाजी महाराज अशा प्रखर राष्ट्रीयत्वाचा मध्ययुगातील महान उद्‌गाता आहे, अशी त्यांची भावना होऊन ते खऱ्या अर्थाने 'शिवभक्त' बनले. शिवछत्रपतींबद्दल त्यांना वाटणारा अभिमान अन्य अभ्यासकांमध्ये क्वचितच आढळेल, अशा प्रकारचा अभिप्राय व्यक्त करताना थोर इतिहासकार, रियासतकार सरदेसाईंनी म्हटले आहे, "शिवाजी महाराजांसंबंधाने एवढी निस्सीम भक्ती फारच थोड्या अभ्यासकांच्या ठिकाणी दिसून येते. शिवाजी महाराजांनी आपले जिणे सर्वस्वी राष्ट्रकाजास अर्पिले, त्याचप्रमाणे डॉ. बाळकृष्णांनी आपले एकंदर आयुष्य शिवाजी महाराजांचे साधार व विस्तृत चरित्र लिहिण्यात वेचले, यात बिलकूल संशय नाही. अहोरात्र त्यांच्या मनात एकच तळमळ वावरत होती, ती या शिवचरित्राची होय."

आपल्या आयुष्याच्या शेवटच्या पर्वात डॉक्टरसाहेबांना शिवचरित्र या एकाच विषयाचा ध्यास रात्रंदिन लागून राहिला होता. आयुष्यभर त्यांचा सांगाती राहिलेल्या दम्याने ते अनेकदा भयंकर अस्वस्थ होत; पण त्यातून थोडे बरे वाटले की, लिखाणाला सुरुवात करत. अंगात १०४ डिग्री ताप असला, तरी त्यांचे वाचन/लेखन चालूच असे. शेवटी शेवटी डॉक्टरांनी त्यांना वाचन-लेखनाची मना केली होती. त्यांचे चरित्रकार वाळंबे यांनी लिहिले आहे, "पण आपला 'शिवाजी' अपुरा राहील या भीतीस्तव डॉक्टरांच्या सूचनेलादेखील न जुमानता रात्री-अपरात्री उठून त्यांनी एखादे पान लिहून ठेवावे. 'शिवाजी' पुरा करायचा एकच ध्यास! ज्या दिवशी 'शिवाजी'चा शेवटचा परिच्छेद लिहिला, त्या वेळी त्यांना अत्यंत आनंद झाला. अंथरुणावर पडल्या पडल्या त्यांनी मिसेस बाळकृष्णांना सांगितले, 'आजपर्यंत केलेल्या श्रमांचे सार्थक झाले. एका मोठ्या जबाबदारीतून पार पडल्याचे समाधान आज मला झाले आहे.' काळ त्यांच्या या ग्रंथाच्या पूर्ततेची वाटच पाहत होता की काय कळत नाही. कारण तो ग्रंथ पुरा केल्याचा समाधानाचा सुस्कारा सोडल्यानंतर त्या ग्रंथाच्या 'सूची'चा फॉर्म छापेपर्यंतदेखील निर्घृण काळाला दम धरवला नाही. वाङ्‌मयतपस्येच्या कामी आपल्या प्रकृतीची त्यांनी जी हेळसांड केली, तिनेच त्यांना शेवटी दगा दिला."

आपल्या आयुष्याच्या एक तपाहून अधिक काल डॉ. बाळकृष्णांनी शिवचरित्राच्या निर्मितीसाठी खर्च केला. शिवछत्रपतींविषयी वाटणारा भक्तिभाव व त्यातून निर्माण झालेली त्यांची मिशनरी वृत्ती या गुणांच्या जोरावर त्यांनी दम्यासारख्या रोगाशी झुंज देत आपले जीवितकर्तव्य पुरे केले.

डॉ. बाळकृष्णांच्या शिवचरित्राचे प्रमुख गुणवैशिष्ट्य म्हणजे ते मुख्यतः डच, पोर्तुगीज, इंग्लिश, फ्रेंच आदी युरोपियन भाषांमधील कागदपत्रांवर आधारित आहे. विशेषतः हेग व बटव्हिया येथून त्यांनी खास तज्ज्ञांची नेमणूक करून डच साधने मिळविली. डच साधने मिळवून शिवचरित्रात मोलाची भर घालणारे ते पहिले इतिहासकार होत. अस्सल समकालीन साधनावर आधारित असे एकूण ४ खंडांचे, १६३० पृष्ठांचे बृहत शिवचरित्र ही डॉ. बाळकृष्णांची मराठी माणसास दिलेली अमोल अशी देणगी आहे. त्याबद्दल अवघा शिवप्रेमी महाराष्ट्र त्यांचा चिरकालीन ऋणी राहील.

शिवाजी युनिव्हर्सिटी व शिवचरित्र ही डॉ. बाळकृष्णांची दोन भव्यदिव्य स्वप्ने. एक अधुरे राहिले, तर एक त्यांच्या हयातीत साकार झाले. त्यांचे राजाराम कॉलेजमधील एक सहकारी डॉ. ए. सी. बोस यांनी अतिशय समर्पक शब्दांत त्यांच्या जीवितकार्याचे वर्णन केले आहे. ते म्हणतात :

"He was a man of noble aspirations and had dreamt great dreams. one of which was the founding of a "Shivaji University" at Kolhapur. Many of these dreams remained unfulfilled, though to him they had never appeared impracticable. But he had fulfilled one great task of his life- he had finished his magnum opus, "Shivaji the Great" and made himself immortal as an historian...Arya Samaj and Shivaji the most real of the greatest Aryan Kings, Kept him feverishly busy in the last weeks of his life and he died in harness, hardly thinking that the end was so near. I have no doubt that he had given to these noble pursuits more than he could afford. Like Dante's great epic, his historical epic - for such is 'Shivaji the Great' -was written with his life's blood; and like that of the martyrs of the Samaj, he allowed his life to be cut short in order that the cause should prevail."

इतिहास, अर्थशास्त्र, हिंदू तत्त्वज्ञान, आर्यसमाज इत्यादी अनेक विषयांतील डॉ. बाळकृष्णांचा अधिकार राष्ट्रीय व आंतरराष्ट्रीय स्तरावर मानला जात होता. असे असले तरी, महाराष्ट्रातील मराठी समाजास ते शिवचरित्रकार, मराठ्यांचे इतिहासकार म्हणूनच अधिक भावले होते. एक पंजाबी माणूस महाराष्ट्रात येतो काय आणि महाराष्ट्राला आपली कार्यभूमी मानून शिवछत्रपतींचा अनन्यसाधारण अभिमान धरतो काय; एवढेच नव्हे, आपल्या रक्ताचा प्रत्येक थेंब हा शिवचरित्रासाठी आटवितो काय, हे सर्वच मराठी माणसाला विलक्षण वाटत होते. त्यांचा महाराष्ट्राच्या इतिहासाबद्दलचा प्रखर अभिमान पाहून मराठी लोक दिपून गेले होते.

राजाराम कॉलेजचेच प्राध्यापक, डॉ. बाळकृष्णांचे सहकारी व मराठीचे थोर साहित्यिक प्रो. ना. सी. फडकेंचे उद्गार या ठिकाणी उद्धृत करण्यासारखे आहेत ते लिहितात,

''डॉ. बाळकृष्णांचा राष्ट्राभिमान अत्यंत जागृत होता व स्वदेशातल्या कल्याणाची विलक्षण कळकळ त्यांच्या ठिकाणी होती. विशेषतः मराठ्यांचा इतिहास, मराठ्यांचे पराक्रम, मराठ्यांचा देश आणि मराठ्यांचे भवितव्य याबद्दलची त्यांची निष्ठा आणि तळमळ अतिशय प्रखर होती आणि त्यांच्या कोणत्याही भाषणात एखादी विद्युल्लता मधूनमधून चमकावी, त्याप्रमाणे ती पुनःपुन्हा आपलं तेजस्वी स्वरूप प्रकट करीत असे.

शिवाजीसारखा थोर पुरुष जगात दुसरा झाला नाही, अशी त्यांची श्रद्धा होती व ती श्रद्धा ते एखाद्या भूषणाप्रमाणे मिरवीत असत. शिवाजीबद्दल लिहिताना अगर बोलताना ते सारा संयम झुगारून देत असत. १९३५च्या जून महिन्यात पुण्यास इतिहास शिक्षणाची जी परिषद भरली होती, तिच्या अध्यक्षपदावरून भाषण करताना ते म्हणाले,

"History is not impartial, but behind it sits the judge who sees, shapes, facts and decides. History is always written with an element of bias. National, International, religious, social, political prejudices and interests find their way into its pages. The history of the British rule in India written by an Imperialist and by a Congressite would be like poles apart in their view points. The history of the Treaty of Versailles, taught in French and German Schools would illustrate the point in abundant measue. Real history is not a chronicle or a narrative and the historian is not a mere tale-teller or a biographer, but a recorder, thinker and philosopher rolled into one!"

उपरोक्त मोजक्याच शब्दांत डॉ. बाळकृष्णांनी इतिहास म्हणजे काय, त्याचे स्वरूप कसे असते, या गोष्टींचा जो इतिहासलेखनशास्त्राच्या चौकटीत ऊहापोह केला आहे, तो त्यांच्या इतिहासाच्या आचार्यपदास शोभणारा आहे.

आर्य समाजाचा इतिहासाशी फार जवळचा संबंध होता. कारण आर्यधर्म, आर्यसंस्कृती, वेद वाङ्मय इ. आर्य समाजाच्या जिव्हाळ्याच्या बाबी इतिहासातूनच येत होत्या. राष्ट्राभिमान, राष्ट्रीयत्व, धर्माभिमान हीही तत्त्वे इतिहासाचेच वारसे म्हणून समाजाला मिळत असतात. तेव्हा डॉ. बाळकृष्णांसारखा आर्य समाजाचा आचार्य हा इतिहासाचाही आचार्य बनल्यास नवल नव्हते.

कोल्हापुरात आर्य समाज राजर्षी शाहू महाराज यांच्याच कारकिर्दीत स्थापन झालेला होता आणि तो शिक्षणप्रसार, समाजप्रबोधन, धर्मसुधारणा इत्यादी कार्ये करतही होता. पण त्याची खरी वाढ व प्रगती डॉ. बाळकृष्ण कोल्हापुरात आल्यावर झाली. आर्य समाजाचे केवळ पाचवीपर्यंत असणाऱ्या ए. व्ही. स्कूलचे त्यांनी पूर्ण हायस्कुलात रूपांतर करून त्यास 'श्री शाहू दयानंद फ्री हायस्कूल' असे नाव दिले. तीनशे विद्यार्थी या ठिकाणी मोफत शिकू लागले. विशेषतः त्यांना हिंदी भाषा व वैदिक धर्म यांचे शिक्षण दिले जाऊ लागले. याशिवाय आर्य समाजाच्या गुरुकुल, अनाथालय व मराठी शाळा अशा अनेक संस्था होत्या. त्याही डॉक्टरसाहेबांच्या मार्गदर्शनाखाली जोमाने वाढू लागल्या. आर्य समाज जातिभेद, त्यातून निर्माण झालेली उच्चनीचता मानत नव्हता. स्वाभाविकच गुरुकुलासारख्या वैदिक शाळेतून अस्पृश्य समाजातील मुलांनाही वेदविद्या शिकवली जात होती. राजर्षी शाहू छत्रपतींच्या विचार-आचाराशी सुसंगतच ही कृती होती. किंबहुना, आर्य समाजाच्या केवळ याच एका महत्त्वाच्या वैशिष्ट्यामुळे महाराज त्याकडे आकृष्ट झाले होते. शाळेत व गुरुकुलात असणाऱ्या अस्पृश्य मुलांची जिवापाड काळजी खुद्द डॉक्टरसाहेब घेत असत. एवढेच नव्हे, तर आर्यसमाजाचा दलित समाजात प्रसार व्हावा म्हणून त्यांनी त्या समाजातील

मुलांना आर्य समाजाचे प्रसारकही बनवले होते.

याही पुढे जाऊन डॉ. बाळकृष्णांनी मोठ्या धडाडीने द. महाराष्ट्रात धर्म शुद्धीकरणाची चळवळ चालविली होती. हिंदू धर्मातून बहिष्कृत होऊन अथवा बाटवाबाटवीच्या प्रकाराने मोठ्या प्रमाणावर लोक परधर्मात गेले होते. त्यांना स्वधर्मात पुन्हा यायची इच्छा असेल तर ती सुविधा हिंदू धर्माने ठेवलेली नव्हती. आर्य समाजाने अशा लोकांना शुद्धीकरणाच्या माध्यमातून पुन्हा हिंदू धर्मात प्रवेश करण्याची संधी उपलब्ध करून दिली होती. हे शुद्धीकरणाचे कार्य उत्तर हिंदुस्थानात स्वामी श्रद्धानंदांनी मोठ्या प्रमाणावर केले होते. हे कार्य करत असतानाच धर्मांध लोकांनी त्यांचा बळी घेतला होता.

महाराष्ट्रात हे कार्य डॉ. बाळकृष्णांनी केले. कोल्हापूर, सांगली, सातारा, रत्नागिरी, बेळगाव इत्यादी भागांत त्यांनी आपल्या हयातीत सुमारे पाच हजार परधर्मीय लोकांना शुद्ध करून आर्य धर्मात आणल्याची इतिहासात नोंद आहे. डॉ. बाळकृष्णांच्या निर्वाणानंतर कोल्हापुरातील आर्य समाजाची ही चळवळ मंदावत गेली आणि पुढे ती अस्तंगतही झाली.

आर्य समाजाचे अनुयायी, आचार्य म्हणून डॉ. बाळकृष्णांची जीवनपद्धती आदर्श होती. आर्य समाजाचे विशेषतः स्वामी दयानंदांचे तत्त्वज्ञान त्यांना वंद्य होते. पण याचा अर्थ ते या तत्त्वज्ञानाचे अंधभक्त झालेले नव्हते. स्वामीजींनी वेदाच्या सूक्तांचा अर्थ सांगितला आहे, तोच त्यांच्या अनुयायांनी स्वीकारला पाहिजे, अशा प्रकारची पुराणमतवादी प्रवृत्ती आर्य समाजात उत्पन्न झाल्याचे पाहून ते व्यथित होत असत. डॉक्टरसाहेब विचारस्वातंत्र्याला उच्च मानवी मूल्य मानत होते आणि म्हणूनच एके ठिकाणी त्यांनी निर्भीडपणे आपले मतप्रदर्शन करताना म्हटले आहे :

"The Arya Samaj has begun to suffer from conservatism and fanaticism. Some of its leaders are not ready to give freedom of thought to its scholars. Every word of Swami Dayanand is taken to be the truth. None is permitted to differ from the Swamiji in the interpretation of a Vedic verse..."

विचारस्वातंत्र्याचे भोक्तेपण या डॉ. बाळकृष्णांच्या व्यक्तिमत्त्वाच्या विलोभनीय पैलूचे उपरोक्त उद्गारात होते, यात शंका नाही.

डॉ. बाळकृष्णांनी आर्य समाजाचे केवळ राष्ट्रीय पातळीवरच नव्हे, तर

आंतरराष्ट्रीय पातळीवरही प्रतिनिधित्व केले. १८९३ मध्ये अमेरिकेतील शिकागो या ठिकाणी जागतिक सर्वधर्मपरिषद भरल्याचे व तेथे स्वामी विवेकानंद जाऊन त्यांनी ती परिषद जिंकल्याचे आपणा सर्वांना ज्ञात आहे. अशाच प्रकारची परिषद पुढे ४० वर्षांनी शिकागो याच ठिकाणी आयोजित केली गेली होती आणि त्यासाठी आर्य धर्माचे प्रतिनिधी म्हणून आर्य समाजाने डॉ. बाळकृष्णांची निवड केली होती. खरे तर हा डॉक्टरसाहेबांचा वैयक्तिक गौरव तर होताच, पण कोल्हापूरचे सुपुत्र म्हणून तो कोल्हापूर नगरीचाही अपूर्व असा गौरव होता. या गौरवास्पद घटनेची यथोचित दखल घेऊन छत्रपती राजाराम महाराजांनी त्यांना आठ महिन्यांची भर पगारी रजा तर मंजूर केलीच, शिवाय तो सर्व पगार एकरकमी त्यांच्या हातावर ठेवून त्यांना शुभेच्छा दिल्या!

शिकागोच्या परिषदेला सर्व जगातून दोन हजार प्रतिनिधी आले होते आणि निरनिराळ्या धर्मांच्या / पंथांच्या एकूण १८८ नेत्यांनी तिच्या व्यासपीठावरून व्याख्याने दिली. डॉ. बाळकृष्णांनी तेथे जमलेल्या प्रतिनिधींसमोर एकूण तीन व्याख्याने दिली. 'वैश्विक उत्क्रांतीचे हिंदू सिद्धान्त, भारताचे सांस्कृतिक योगदान व भारत-अमेरिका यांच्यामधील सांस्कृतिक बंध' या विषयांवर ही व्याख्याने झाली.

हिंदुस्थान, आर्य धर्म, आर्य संस्कृती आदींविषयी डॉक्टरसाहेबांना विलक्षण अभिमान होता. आध्यात्मिक क्षेत्रात आपण सर्व जगाचे नेतृत्व करू शकतो, असा त्यांना प्रचंड आत्मविश्वास होता. प्रो. ना. सी. फडके यांनी त्यांची ही भावना अचूक शब्दांत मांडली आहे :

"हिंदुस्थान देशाच्या सांस्कृतिक उच्चतेविषयी डॉ. बाळकृष्ण यांना अभिमानच नव्हे, तर विलक्षण गर्व होता. हिंदूंचा आर्य धर्म हा तात्त्विकदृष्ट्या पराकोटीचा धर्म असून, ख्रिस्ती, महंमदी आणि बुद्ध धर्म म्हणजे आर्य धर्माच्या गंगेतूनच निघालेल्या उपनद्या होत, असं त्यांना वाटे आणि धर्म व संस्कृतीच्या दृष्टीनं हिंदुस्थान देशच जगाच्या गुरुस्थानी आजपर्यंत होता व पुढेही राहिला पाहिजे, अशी त्यांची खात्री होती. अमेरिकेतल्या सर्वधर्मपरिषदेत ते १९३४ मध्ये गेले, तेव्हा परिषदेपुढील मुख्य भाषणाचा प्रारंभ त्यांनी केला तो असा की,

"The Indo-Aryans have been the colonizers and civilizers of the world."

आणि त्या भाषणाचा समारोप त्यांनी पुढील शब्दात केला,

"India has been the spiritual pastor of the world in the past and it is to be a spiritual guide in the future. Let us create living founts from which the immortal waters of Vedic spirituality will flow forever to queench the intellectual thirst of the American people!"

शिकागोची परिषद आटोपताच डॉक्टरसाहेबांनी अमेरिकन विद्यापीठांचे दौरे काढले. मिशिगन, कोलंबिया, हॉवर्ड, न्यू यॉर्क इत्यादी विद्यापीठे व अनेक संस्था यांना भेटी दिल्या व त्यांनी आर्य धर्म व आर्य संस्कृती यावर तेथे व्याख्याने देऊन अमेरिकन मंडळींवर त्यांचे श्रेष्ठत्व बिंबवले. हिंदी लोकांविषयीचे अमेरिकन लोकांचे गैरसमज दूर व्हावेत आणि आपल्या संस्कृतीचे उदात्त दर्शन त्यांना घडवावे, हा त्यांचा या दौऱ्यात मुख्य हेतू होता आणि तो हेतू सफलही झाला.

डॉ. बाळकृष्ण अमेरिकेहून इंग्लंडला आले. तेथे त्यांनी इंडिया ऑफिसमधून शिवपुत्र राजाराम महाराज यांच्या चरित्राची साधनसामग्री गोळा केली. पुढे त्यांनी हॉलंड, जर्मनी, स्वित्झर्लंड, इटली इत्यादी देशांना व तेथील प्रमुख शहरांना भेटी देऊन तेथील राजकीय, सामाजिक व औद्योगिक परिस्थितीचे व प्रगतीचे अवलोकन केले. त्यामुळे त्यांचे अनुभवविश्व अधिक समृद्ध झाले. मायदेशी परतल्यावर त्यांनी आपल्या अनेक व्याख्यानांतून व लेखांतून आपल्या देशबांधवांना या अनुभवविश्वाचे दर्शन घडवून आपला हा विदेश दौरा सार्थकी लावला.

राजर्षी शाहू छत्रपतींचे गुरू व कोल्हापूर संस्थानचे दिवाण सर रघुनाथराव सबनीस यांनी डॉ. बाळकृष्णांचे वर्णन 'खरा आर्य' असे केलेले आहे. ते म्हणतात की, 'डॉक्टरसाहेबांच्या ठिकाणी प्राचीन आर्य परंपरा व प्राचीन आर्यांचे सर्व स्वभावविशेष प्रकर्षाने वास करत होते. ते जन्मजात लढाऊ वृत्तीचे असल्याने त्यांना महाराष्ट्राची शौर्यशाली परंपरा व स्वराज्यसंस्थापक शिवाजी महाराज यांच्याबद्दल मोठा अभिमान वाटत असे.' सर सबनीस यांनी पुढे म्हटले आहे की, शिवाजी युनिव्हर्सिटीच्या संकल्पनेचा उगम त्यांच्या या महाराष्ट्राच्या व शिवाजी महाराजांच्या अभिमानातच होता.

डॉ. बाळकृष्ण हे जेवढे आर्य धर्माभिमानी होते, तितकेच ते महाराष्ट्राभिमानी होते. त्यांच्या विद्यार्थ्यांनी त्यांच्याविषयीच्या आठवणींत त्यांचे जे राष्ट्रवादी

व राष्ट्रप्रेमी विचार उद्‌धृत केले आहेत, त्यावरून त्यांचा पिंड कोणत्या राष्ट्रीय रसायनांनी तयार झाला होता, हे स्पष्ट होते. ते विद्यार्थ्यांना उपदेश करताना म्हणत,

"हिंदुस्थानातील प्रजा गुलाम म्हणून राहण्यास तयार नाही. आमचे राज्य आम्ही करण्यास समर्थ आहोत. ब्रिटिश सरकार हिंदुस्थानातील दुफळीचा फायदा घेऊन आम्हाला तुम्ही कर्तबगार नाही असे सांगते. हिंदुस्थानातील प्रत्येक व्यक्तीने आपल्या राष्ट्राला स्वातंत्र्य मिळवून देण्याचा शक्य तितका प्रयत्न केला पाहिजे. हिंदुस्थानचा राज्यकारभार हिंदुस्थानच्याच लोकांना लोकशाही तत्त्वावर (Democratic basis) चालवावयास मिळाला पाहिजे. जो विद्यार्थी आपल्या देशासाठी काहीच करीत नाही, तो मनुष्यच नव्हे."

डॉ. बाळकृष्ण कट्टर राष्ट्रवादी तर होतेच, पण केवळ तोच एक त्यांच्या व्यक्तित्वाचा पैलू नव्हता. आर्य धर्म व आर्य संस्कृतीचे प्रवक्ते, वैदिक तत्त्वज्ञानाचे भाष्यकार, हाडाचे अध्यापक, अनेक भाषांचे पंडित, इतिहास व अर्थशास्त्र या शास्त्रांचे अभ्यासक व लेखक, प्रभावी वक्ते, धर्मसुधारक, समाजप्रबोधक आदी अनेक पैलू डॉक्टरसाहेबांच्या व्यक्तिमत्त्वाचे होते. पण आम्हास, मराठी माणसांस, त्यांचा विलोभनीय वाटणारा पैलू म्हणजे त्यांनी महाराष्ट्रावर, शिवछत्रपतींवर केलेले निस्सीम प्रेम. डॉ. बाळकृष्ण हे परप्रांतीय आहेत, ही बाब मराठी माणूस विसरूनच गेला होता. ते आपल्यापैकीच एक आहेत, ही त्यांच्याविषयीची भावना ते मराठी माणसांच्या हृदयी विराजमान झाल्याची साक्ष होती. मराठी माणसांच्या मनीचा डॉक्टरसाहेबांविषयीचा भाव पुण्याचे रँगलर परांजपे यांच्या शब्दांत प्रतिबिंबित झालेला आहे. डॉक्टरसाहेबांच्या निर्वाणानंतर त्यांना श्रद्धांजली वाहताना रँगलरसाहेब म्हणाले होते : "In Doctor Balkrishna we have lost, not only a great Scholar and Educationist, but a great man, a great advocate of Maharashtra who had identified his being with the glory of Maharashtra."

रँगलरसाहेब म्हणजे महाराष्ट्रातील एक थोर शिक्षणतज्ज्ञ व सामजधुरीण. त्यांनी डॉ. बाळकृष्णांविषयी व्यक्त केलेली भावना ही अवघ्या महाराष्ट्राची कृतज्ञतेची साक्ष होती.

डॉ. बाळकृष्णांविषयीच्या कोल्हापूरकरांच्या भावना मात्र अधिक गहिऱ्या होत्या. त्यांना आपल्यातीलच एक ज्येष्ठ सुहृद गेल्याचे दुःख झाले. गेल्या

सुमारे दोन दशकांत कोल्हापुरात असा एक सांस्कृतिक वा सामाजिक कार्यक्रम झालेला नव्हता, की ज्यात डॉ. बाळकृष्णांचा सहभाग अध्यक्ष वा प्रमुख वक्ता म्हणून नव्हता. आधुनिक कोल्हापूरचा शैक्षणिक पाया राजर्षी शाहू छत्रपतींनी रचला. पण या पायावर भव्य इमारती उभ्या केल्या, त्यांचे सुपुत्र राजाराम छत्रपती यांनी आणि त्यांना या कार्यात खंबीर साथ मिळाली ती डॉ. बाळकृष्ण यांची. राजाराम छत्रपती व डॉ. बाळकृष्ण या दोघांमुळेच कोल्हापूर हे मुंबई इलाख्यातील एक अग्रगण्य शैक्षणिक केंद्र म्हणून ओळखले जाऊ लागले. बहुजन समाजातील तरुणांची तर ती शिक्षणपंढरीच झाली. राजाराम छत्रपती व डॉ. बाळकृष्ण या दोघांचीही एकाच वेळी सुरू झाली आणि योगायोग असा की, जवळजवळ एकाच वेळी समाप्त झाली. या काळात पश्चिम महाराष्ट्रातील बहुजन समाजाची एक उच्चविद्याविभूषित अशी तरुण पिढी याच कोल्हापुरातून निर्माण झाली की जिने पुढे स्वातंत्र्योत्तर काळात महाराष्ट्राचे राजकीय व सामाजिक नेतृत्व केले.

आधुनिक कोल्हापूरची जडणघडण करण्यात राजर्षी छत्रपतींचा सिंहाचा वाटा आहेच. तो कोणीही नाकबूल करणार नाही. पण त्यांच्या काळात व त्यांच्यानंतरच्या काळातही कोल्हापुरात अनेक थोर थोर व्यक्ती होऊन गेल्या की ज्यांनी कोल्हापूरच्या जडणघडणीत मोलाचे योगदान दिलेले आहे. अशा थोर थोर व्यक्तींमध्ये, कोल्हापूर नगरीच्या या शिल्पकारांच्या मांदियाळीत, डॉ. बाळकृष्ण यांना प्रथम श्रेणीचा सन्मान द्यायला हवा.

कोल्हापुरातील राजाराम कॉलेज व शिवाजी विद्यापीठ या दोन संस्था डॉ. बाळकृष्णांचे स्मरण भावी पिढ्यांना सतत देत राहतील आणि त्यांच्या शिवचरित्राचे स्मरण अवघा महाराष्ट्र पिढ्यान्‌पिढ्या करत राहील. शिवाजी विद्यापीठ व शिवचरित्र हीच डॉक्टरसाहेबांची महाराष्ट्रातील खरीखुरी स्मारके आहेत.

◆

१५

शिक्षणप्रसारक दिनकर मास्तर

दिनकर मास्तरांच्या चरित्राचे अवलोकन करताना असे वाटते की, गेल्या शतकाच्या पूर्वार्धात बहुजनांच्या उद्धाराच्या विचाराने भारावून गेलेली, फुले-शाहू यांच्या कार्यातून प्रेरणा घेतलेली, अशी जी एक पिढी महाराष्ट्रात उदयास आली, त्या पिढीचे ते अपत्य होते. या पिढीपैकी 'विजयी मराठा'कार श्रीपतराव शिंदे, बेळगावचे 'राष्ट्रवीर'कार श्यामराव देसाई, बाबूराव यादव, रावसा. डी. आर. भोसले. मामासाहेब मिणचेकर, दासराम अशा काही सामाजिक क्षेत्रात निरलसपणे कार्य करणाऱ्या व्यक्ती मागच्या पिढीच्या कोल्हापूरकरांना चांगल्या परिचित होत्या. या मंडळींनी स्वतःचा संसार फारसा केलाच नाही. बहुजनांचे संसार उभे राहावेत म्हणून त्यांनी तन-मन-धनाने समाजाची सेवा केली. दिनकर मास्तर अशा निरपेक्ष वृत्तीने काम करणाऱ्या कार्यकर्त्यांच्या पिढीतील होते.

महात्मा फुले यांनी विद्येची महती व अविद्येचे अनर्थ स्पष्ट करताना म्हटले होते :

विद्येविना मती गेली । मतीविना नीती गेली ।।
नीतीविना गती गेली । गतीविना वित्त गेले ।।
वित्ताविना शूद्र खचले । इतके अनर्थ एका अविद्येने केले ।।

या उक्तीनुसार बहुजनांतील अविद्येचा म्हणजे अडाणीपणाचा, मागासलेपणाचा आणि त्यातून उद्‌भवलेल्या दारिद्र्याचा व अंधश्रद्धाळूपणाचा नाश करण्याचे सामर्थ्य एकट्या शिक्षणातच आहे, या जाणिवेने शिक्षणाच्या

वसुधा पवारलिखित 'दिनकर मास्तर' या ग्रंथाची डॉ. जयसिंगराव पवारांनी लिहिलेली प्रस्तावना.

प्रसारासाठी ज्यांनी आपले सर्वस्व वाहिले, अशांपैकी दिनकर मास्तरांचे गुरू काळू मास्तर होते. काळू मास्तरांनी आपल्या गडहिंग्लजच्या प्राथमिक शाळेत त्या भागातील सुशिक्षितांची पहिली पिढी निर्माण केली. दिनकर मास्तर या पिढीपैकी एक होते. त्यांच्यासमोर काळू मास्तरांचा आदर्श होता.

काळू मास्तरांच्या शाळेतून व्हर्नाक्युलर फायनलची परीक्षा उत्तम प्रकारे पास झाल्यावर त्या काळच्या परिस्थितीत दिनकर मास्तरांना सरकार दरबारी कुठेही चांगली नोकरी मिळाली असती आणि त्यांना सुखाचे व स्वास्थ्याचे जीवन जगता आले असते. तो काळच असा होता की, व्हर्नाक्युलर फायनलची परीक्षा पास होणे, ही ग्रामीण भागातील माणसाची शिक्षणाच्या क्षेत्रातील मोठी कामगिरी समजली जायची; पण समोर चालून आलेल्या सुखवस्तू जीवनाच्या संधीकडे पाठ फिरवून दिनकर मास्तरांनी बहुजनांच्या उद्धाराचा वसा घेतला आणि १९१९ मध्येच आपल्या गावी नूल येथे रयतेच्या मुलांसाठी पहिली प्राथमिक शाळा काढली. त्या काळी प्राथमिक शाळा फक्त तालुक्याच्या गावी अथवरा तालुकासदृश मोठ्या गावीच असत. अशा शाळांत त्या त्या गावची व त्या गावच्या आसमंतातील मुले शिकत. बाकीच्या दूरदूरच्या गावाची मुले शिक्षणापासून वंचित राहत.

दिनकर मास्तरांची शाळा नूलच्या पंचक्रोशीतील पाच-दहा खेड्यांतील रयतेच्या अशा वंचित मुलांसाठी होती. या शाळेत आपल्या मुलांना त्यांच्या पालकांनी पाठवावे, म्हणून प्रथम पालकांचे प्रबोधन करावे लागे. अशा प्रकारे प्रयत्नांनी गोळा केलेल्या विद्यार्थ्यांना शिकवणे, हे मग पुढचे काम असे. या शाळेला आजच्यासारखी बंधने नव्हती. ती सकाळी दिवस उगवल्यासरशी सुरू होत असे व मध्यरात्रीपर्यंत चालत असे. शाळेत पहिली ते सातवीपर्यंतचे सर्व वर्ग व त्यावर दिनकर मास्तर हे एकच शिक्षक. मास्तर राहत होते, त्या वाड्याच्या सोप्यातच शाळा. म्हणजे मास्तर, विद्यार्थी, शाळा, घर-संसार सगळे एकात्मच झालेले! अशा शाळेची व अशा शाळामास्तरांची आज आपण कल्पनाही करू शकत नाही.

दिनकर मास्तरांच्या शाळेचे एक वैशिष्ट्य होते. ते म्हणजे त्या शाळेतून व्हर्नाक्युलर फायनलची परीक्षा पास झालेल्या विद्यार्थ्यांस प्राथमिक शिक्षक, तलाठी अथवा कारकुनाची नोकरी ते आपले वजन खर्ची घालून लावून देत असत. अशा प्रकारे विद्यार्थ्यांच्या कुटुंबीयांना शिक्षणाची फळे चाखावयास मिळत. खरे तर मास्तरांची ही 'विस्तारित सेवा' (Extention Service)

होती. त्यांच्या दृष्टीने ती फार आवश्यक होती. कारण त्यांना वाटे की, अशा प्रकारे शिकलेल्या मुलाचे कल्याण झाल्याचे खेड्यातील इतर मुलांच्या आई-बापानी पाहिले तर त्यांना आपली मुलेबाळे शाळेत पाठविण्यासाठी फारशा प्रबोधनाची आवश्यकता उरणार नाही.

दिनकर मास्तरांच्या शैक्षणिक सेवेच्या वाटचालीत त्यांनी तालुक्याच्या गावी, गडहिंग्लज येथे स्थापन केलेले 'शिवाजी वसतिगृह' हा फार महत्त्वाचा टप्पा होता. या बाबतीत राजर्षी शाहू छत्रपती व कर्मवीर भाऊराव पाटील यांचा आदर्श त्यांच्या समोर होता. खुद्द कर्मवीर अण्णांकडे साताऱ्यात जाऊन त्यांनी वसतिगृहाच्या संदर्भात चर्चाही केली होती आणि मार्गदर्शनही घेतले होते. शाहू महाराजांचे कार्य तर दीपस्तंभाप्रमाणे त्यांच्यासमोर होते. या दोन महापुरुषांच्या कार्यातून प्रेरणा घेऊन दिनकर मास्तरांनी आपल्या समविचारी सहकाऱ्यांनिशी गडहिंग्लज येथे तालुक्यातील गरीब रयतेच्या मुलांसाठी वसतिगृह सुरू केले. आतापर्यंत तालुक्याच्याच गावी असणाऱ्या एकमेव हायस्कूलमध्ये ज्यांची सोय गडहिंग्लजमध्ये होऊ शकते अशीच श्रीमंतांची अथवा मध्यमवर्गीयांची मुले शिकत होती. या वसतिगृहामध्ये दूरदूरच्या खेड्यांतील मुलांच्या राहण्या-जेवणाची सोय झाल्याने सामान्य गरीब रयतेची मुले हायस्कूलचे उच्च शिक्षण घेऊ शकली आणि त्यांपैकी अनेकांनी कोल्हापूरच्या राजाराम कॉलेजमध्ये प्रवेश मिळवून पुढचे उच्चतम शिक्षणही प्राप्त केले. अशी मुले पुढे मोठमोठ्या हुद्द्यांवर अधिकारी म्हणून जाऊन बसली. काहींनी शिक्षण, कृषी, सहकार, उद्योग आदी क्षेत्रांत चांगली कामगिरी करून दाखविली. त्यांनी आपल्या गावाचे व तालुक्याचे नाव उज्ज्वल केले, पण या सर्वांच्या प्रगतीच्या उगमस्थानी गडहिंग्लज मधील दिनकर मास्तरांनी चालविलेले, 'वसतिगृह' होते.

वसतिगृह सुरू करणे सोपे होते, पण वसतिगृह चालविणे ही सोपी गोष्ट नव्हती. मुलांच्या राहण्याच्या इमारतीपासून त्यांना जेवणासाठी लागणाऱ्या धान्यांपर्यंतची सर्व व्यवस्था लावणे, हे त्या काळी मोठ्या जिकिरीचे व कष्टांचे काम होते. त्यासाठी चालकाजवळ मिशनरी वृत्ती आवश्यक होती. दिनकर मास्तरांकडे मिशनऱ्यांप्रमाणे कार्य करण्याची जिद्द असल्यामुळे त्यांना हे शक्य झाले होते. त्यांनी गडहिंग्लजमधील सुखवस्तू व सधन कुटुंबात काही मुलांच्या दोन वेळच्या जेवणाची सोय केली. म्हणजे त्यांना 'वार' लावून दिले. पण सर्वच विद्यार्थ्यांची अशी सोय करणे शक्य नव्हते.

म्हणून त्यांनी हाती झोळी घेतली! वसतिगृहातील चार-दोन मुले हाताखाली शेतावरील खळ्यावर, घरात जाऊन त्यांना वसतिगृहातील मुलांसाठी धान्य देण्याची विनंती करीत. तिथंच एखादा शिक्षण अर्धवट टाकून बसलेला मुलगा आढळला, तर त्याच्या आई-बापाचे मन वळवून त्याला आपल्याबरोबर घेऊन त्यास वसतिगृहात पुढच्या शिक्षणासाठी दाखल करीत.

असे हे दिनकर मास्तरांचे कार्य म्हणजे शिक्षण प्रसाराच्या विचाराने झपाटलेल्या व्रतस्थ माणसाचे कार्य होते. साताऱ्याचे कर्मवीर भाऊराव पाटील, असेच कार्य सर्व महाराष्ट्रभर फिरून करीत होते. या व्रतस्थ माणसांनी स्वतःचा संसार केलाच नाही. अज्ञानी रयतेचा संसार उभा करणे, हेच आपले जीवितकर्तव्य मानले.

दिनकर मास्तरांचे कार्य फक्त शिक्षण क्षेत्रापुरतेच मर्यादित नव्हते. आपल्या गावचा व पंचक्रोशीचा सर्वांगीण विकास व्हावा, यासाठी त्यांची सतत धडपड चालू असे. नूल गावीचे पोलीस पाटील व नंतर इलाखा पंचायतीचे सदस्य म्हणून त्यांना जी प्रतिष्ठा प्राप्त झाली, त्याचा उपयोग त्यांनी स्वार्थासाठी कधीच केला नाही. ही प्रतिष्ठा त्यांनी गावच्या व भागाच्या उन्नतीसाठी खर्ची घातली. गावामध्ये पोस्ट ऑफिस, आठवडी बाजार सुरू करण्यापासून ते हिरण्यकेशी नदीवर पूल बांधण्यापर्यंत, दारूबंदी, अस्पृश्यता निवारण यांसारख्या चळवळी चालवण्यापासून ते स्वातंत्र्य चळवळीतील भूमिगत स्वातंत्र्यसैनिकांना गुप्तपणे साहाय्य करण्यापर्यंत दिनकर मास्तरांच्या कार्याचा विस्तार झालेला होता. त्या सर्वांचा परामर्श या प्रस्तावना लेखात घेणे शक्य नाही. प्रस्तुत स्मृतिग्रंथात अनेक लेखकांनी त्यांच्या या बहुआयामी व्यक्तिमत्त्वाचा अनेक अंगांनी वेध घेतलेलाच आहे. वाचकांना तो अधिक उद्‌बोधक ठरेल, अशी आशा आहे.

दिनकर मास्तर एक सामाजिक कार्यकर्ते म्हणून मोठे होतेच; पण त्याहून एक 'माणूस' म्हणून त्यांचे मोठेपण विलोभनीय होते. जातपात, धर्मपंथ, उच्च-नीच यांच्या भिंती त्यांच्या सामान्य माणसांवरील प्रेम करण्याच्या मार्गातील अडचणी ठरल्या नाहीत. मराठे, लिंगायत, मुसलमान, दलित हे सर्व आपलेच 'बांधव' आहेत, अशी त्यांची आंतरिक भावना असल्यामुळेच त्यांच्या हातून निरलसपणे समाजसेवा घडू शकली. लोकांच्या संकटकाळी, त्यांच्या सुखदुःखाच्या प्रसंगी आपण धावून गेले पाहिजे, ही एकच ऊर्मी त्यांनी हयातभर आपल्या हृदयात जोपासली. 'माणसा'वर प्रेम करणारा हा

असामान्य 'माणूस' शेवटपर्यंत आपल्या व्रतास जागला.

लोकांवर त्यांनी प्रेम केले, लोभ केला आणि लोकांनीही त्यांना भरभरून प्रेम दिले, लोभ केला. या लोकप्रेमासाठी, लोकलोभासाठी त्यांनी आपल्या आयुष्याचीही जबर किंमत दिली! दसऱ्याला सोने देण्यासाठी सारा गाव दिनकर मास्तरांच्या घरी लोटायचा, अशी कित्येक वर्षांची रीत होती. १९६० सालच्या दसऱ्याच्या सुमारास दिनकर मास्तरांना हार्नियाचा त्रास सुरू झाला. त्याचे गांभीर्य त्यांच्या लक्षात आले नाही. दसऱ्याला लोक सोने द्यायला येणार; आपण घरी असायलाच हवे, या भावनेने त्यांनी दुखणे अंगावर काढले. दसऱ्याला मास्तर लोकांना भेटले, पण ती भेट अखेरची ठरली. दुखणे विकोपाला गेले. कोल्हापूरला त्यांना उपचारासाठी आणले गेले, पण आता फार उशीर झाला होता. लोकलोभास्तव मास्तर थांबले, एक प्रकारे कळत नकळत त्यांनी आत्मघातच करून घेतला. त्यांचे असे जाणे आज चाळीस वर्षांनंतरही माझ्यासारख्या त्यांना न पाहिलेल्या व्यक्तीचेही मन व्यथित करणारे ठरते आहे. त्या काळात तर त्यांच्यावर प्रेम करणाऱ्या, लोभ ठेवणाऱ्या, आदर बाळगणाऱ्या लोकांना ते किती क्लेशदायक ठरले असेल, याची आपण कल्पना करू शकता.

◆

१६

क्रांतिसिंह नाना पाटील

मराठी समाजाची अनेक भलीबुरी वैशिष्ट्ये आहेत. क्षात्रपरंपरा, स्वाभिमान यांसारख्या चांगल्या गोष्टींचा वारसा आम्ही चालविला आहे. पण काही जुन्या सवयी आम्ही तशाच टिकवून धरल्या आहेत. त्यांपैकी एक म्हणजे आमच्या समाजसुधारकांची त्यांच्या हयातीत उपेक्षा करणे. महात्मा फुलेंपासून महर्षी विठ्ठल रामजी शिंदे यांच्यापर्यंतचा महाराष्ट्राचा इतिहास हेच सांगतो. फुले व शिंदे यांचे मोठेपण अथवा गोपाळ गणेश आगरकरांचा बुद्धिप्रामाण्यवाद व सुधारणा-विचार आज आम्हाला पटतो व आज त्याचे गोडवेही आम्ही गातो. पण त्यांच्या हयातीत मात्र त्यांची उपेक्षाच झाली. याच उपेक्षितांच्या मालिकेत क्रांतिसिंह नाना पाटीलही जाऊन बसले आहेत. त्यांचे जीवनचरित्र व कार्य आज प्रत्येक दिवशी अंधूक अंधूक होत चालले आहे. इतक्या वेगाने हे घडते आहे की, आजच्या पिढीला त्यांचे फक्त नावच माहीत आहे, तिच्या पुढच्या पिढीला कदाचित तेही माहीत असणार नाही!

असे म्हणतात की, मराठ्यांनी इतिहास घडविला; पण इतिहास लिहिला नाही! याउलट मोगलांनी इतिहास घडविलाही अन् लिहिलाही! औरंगजेब २६ वर्षे दक्षिणेत मराठ्यांशी लढत असता तो इतिहास घडवित होता अन् त्याच्या पदरी असलेले इतिहासकार तो लिहीतही होते. परिणामी आज मोगलांचा, म्हणजे आमच्या शत्रूचा, जेवढा इतिहास आम्हाला माहीत आहे, तेवढा आज आमच्या पूर्वजांचाही माहीत नाही. एवढेच नव्हे, तर आमचा म्हणून जो इतिहास आम्ही सांगतो तो बहुतांशी शत्रूंनी तयार केलेल्या साधनांवरच आधारलेला आहे! संताजी-धनाजीचे पराक्रम हे खरे

'क्रांतिसिंह नाना पाटील' या ग्रंथाची प्रस्तावना.

मोगलांनीच वर्णिलेले आहेत, आम्ही नाही! हीच परंपरा आम्ही आजचे मराठे चालवीत आहोत. आम्ही आजही इतिहास घडवीत आहोत, पण इतिहास लिहीत नाही! इतिहास ज्यांच्या आधारावर लिहिला जातो, अशा साधनांकडे आजही आम्ही दुर्लक्ष करीत आहोत. जो समाज इतिहासाकडे दुर्लक्ष करतो, तो एका मोठ्या सांस्कृतिक वारशास कायमचा मुकतो व त्याची भावी वाटचालही चाचपडत होते, हा सिद्धान्त आता सर्वमान्य झाला आहे.

क्रांतिसिंहांस दिवंगत होऊन फार काळ लोटलेला नाही. तरी पण त्यांच्या चरित्राची साधने दुर्मिळ होत चालली आहेत. त्यांच्या बरोबरीने काम केलेल्या व्यक्ती, समकालीन विचारवंत व त्यांना पाहिलेली पिढी आता अस्तमानाकडे कलली आहे. पण सुदैवाने त्यांचे अनेक सहकारी आज हयात आहेत. त्यांचे समकालीन विचारवंतही हयात आहेत. त्यांनी क्रांतिसिंहाचे जीवन व कार्य पाहिले आहे. त्याविषयी त्यांची अशी काही मते व विचार आहेत. त्यांना आताच ग्रंथित करणे आवश्यक आहे. हा क्षण सुटला की काळ आम्हास क्षमा करणार नाही.

म. फुल्यांचा वारसा

१८५७च्या बंडानंतर हिंदुस्थानात एक नवे आधुनिक युग उदयास येऊ लागले. युरोपियन शिक्षणाच्या प्रसाराने प्रथम वरिष्ठ वर्ग जागृत होऊ लागला आणि तो राजकीय जागृतीचे विचार मांडू लागला, त्या दृष्टीने त्याचे प्रयत्नही सुरू झाले. त्यातून राजकीय चळवळ उभी राहिली. तथापि, राजकीय चळवळीच्या बरोबरीने या देशात, विशेषतः महाराष्ट्रात, समाजसुधारणेचीही चळवळ उभी राहिली. इंग्रजी शिक्षणाच्या मुशीतून बाळशास्त्री जांभेकर, लोकहितवादी विष्णुशास्त्री पंडित, न्या. रानडे असे अनेक सुधारक समाजात निर्माण झाले. आपल्या लेखणीद्वारा ते सुधारणेचे विचार समाजात पेरू लागले. बालविवाह प्रतिबंध, विधवाविवाह, केशवपन प्रतिबंध, स्त्री शिक्षण यांसारख्या सुधारणांविषयींचे त्यांचे विचार वरिष्ठ वर्गापुरतेच मर्यादित होते. किंबहुना, त्यांचे हे विचार ज्यांना लिहिता-वाचता येत होते, अशा मोजक्या वरिष्ठ वर्गासाठीच होते. खेड्यापाड्यांतून पसरलेला, तसेच शहरातून विखुरलेला जो शेतकऱ्यांचा, अस्पृश्यांचा, दलितांचा लक्षावधी जीवांचा समाज हा तसाच अज्ञानात व दारिद्र्यात खितपत पडला होता. या

बहुजन समाजास सुधारणे म्हणजे एखाद्या तरफेने पृथ्वीगोल उचलण्याइतके बिकट व असाध्य काम वाटत होते. पण या असाध्य कामास प्रथम हात घातला तो महात्मा जोतिबा फुल्यांनी. म. फुल्यांची समाजसुधारणा ब्राह्मण गतभर्तृकापासून महारापर्यंतच्या दलित-पतितांसाठी होती. त्यात लक्षावधी गरीब, अडाणी व क्षूद्र मानले गेलेले शेतकरी होते, तसेच देहाची काष्ठे करणारे कामगार-कष्टकरीही होते. म. फुल्यांचे कार्य म्हणजे समाजात शतकानुशतके भिनलेल्या गुलामगिरीवर, अज्ञानावर व अंधश्रद्धेवर घणाघाती आघात करणारे कार्य होते. ब्राह्मणांच्या धार्मिक मक्तेदारीवर व दंभ-ढोंगावर त्यांनी केलेले प्रखर हल्ले कडू वाटत असले, तरी समाजपुरुषाच्या अंगात भिनलेला रोगच इतका दुर्धर होता, की अशा कडू औषधाचे डोसच परिणामकारक ठरणारे होते!

म. फुल्यांचा समाजसुधारणेचा वारसा कोल्हापूरच्या राजर्षी शाहू महाराजांनी पुढे चालविला. म. फुल्यांच्या सत्यशोधक चळवळीचे स्वरूप पुढे बदलत गेले व तिला ब्राह्मणेतर चळवळीचे रूप प्राप्त झाले. पण चळवळीचा मूळ हेतू ब्राह्मण मक्तेदारीविरुद्ध बंड व बहुजन समाजजागृती, हा नजरेआड झाला नाही. उलट सत्यशोधक तमाशांच्या द्वारा बहुजन समाजाला जागे करण्याची चळवळ वारणेपासून-नीरेपर्यंतच्या प्रदेशात अधिकच पसरली. ना. भास्करराव जाधव, केशवराव जेधे यांसारख्यांनी या चळवळीला वैचारिक नेतृत्व दिले, तर भाऊराव पाटील व नाना पाटील यांसारखे बहुजन समाजाचे उद्धारक याच चळवळीने उदयास आणले.

सत्यशोधक नाना पाटील

क्रांतिसिंह नाना पाटलांच्या सामाजिक कार्याची सुरुवात सत्यशोधक कार्यकर्त्यापासून झाली आहे. वारकरी संप्रदायाच्या घराण्यात जन्म घेतलेल्या नानांस जेव्हा संतांनी प्रतिपादन केलेली समता समाजात दिसेना, तेव्हा सत्यशोधक चळवळ म्हणजे ती समता स्थापन करण्याचे एक साधन आहे, असे वाटल्यास नवल नव्हते. समाजातील अज्ञान, विषमता, दारिद्र्य, पिळवणूक ही सर्वांनाच दिसत असते, अनेक जणांना त्याबद्दल दुःखही होते, पण त्यापलीकडे सहसा कोणी जात नाही. त्या पलीकडे जातो तो एखादाच भाऊराव, एखादाच नाना पाटील! त्यास केवळ दुःख होत नाही, तो केवळ गरिबांच्या वेदना पाहून नुसता कळवळत नाही, तर तो अन्यायाची

व पिळवणुकीची चीड उरात भरून सामाजिक बंडास उभा ठाकतो!

बारशाच्या दिवशीच गळ्यात पडलेली माळ, लहानपणापासूनच भजन-कीर्तनाचा नाद व रामायण-महाभारत इ. पुराणांचे वाचन या सर्वांमुळे नानांवर ईश्वरभक्तीचे संस्कार झाले हे खरे, पण त्यांचा पिंड ईश्वराचे भजन-पूजन करून केवळ आपल्याच आत्म्याचे कल्याण साधणारा नव्हता. ईश्वर दगडाच्या मूर्तीत नाही, तो लक्षावधी दलित-पतितांत आहे, असे प्रत्येक संत सांगून गेला; पण ईश्वरभक्तांनी त्याकडे सोयीस्कर पाठ फिरवून दगडांच्या मूर्तीकडेच तोंड केले व त्याच्याच पूजेत ते रमून गेले. नाना ईश्वरपूजनाच्या विरुद्ध नव्हते, ते विठ्ठलभक्त होते व पंढरीचे वारकरीही होते. पण त्यांच्या हृदयात समाजातील गरिबाबद्दलच्या कणवेचा सागर हेलावत होता. या गरिबांचा उद्धार ही ईश्वरभक्तीच आहे, ही त्यांची मनोधारणा होती. म्हणून जेव्हा बहुजन समाजाचे मनोरंजन करीत त्याच्या डोळ्यांत शहाणपणाचे अंजन घालण्याचे व त्याला जागा करण्याचे कार्य करणारे सत्यशोधक जलसे क्रांतिसिंहांनी प्रथम पाहिले, तेव्हा त्याकडे ते स्वाभाविकच आकृष्ट झाले, आपणही सत्यशोधक प्रचारक बनले!

भटभिक्षुक, सावकार व जमीनदार यांच्या पिळवणुकीविरुद्ध बंड हे या चळवळीचा एक कार्यक्रम होता. ब्राह्मण-भटांनी बहुजन समाजावर लादलेली धार्मिक व मानसिक गुलामगिरी फेकून द्या, हा म. जोतिबांचा संदेश होता. या संदेशानुसार ब्राह्मण पुरोहितांवर बहिष्कार टाकला जात होता. पुरोहिताशिवाय अथवा ब्राह्मणेतर पुरोहितांकडून लग्ने उरकून घ्या, असा प्रचार केला जात होता. लोकांची मने या सुधारणेकडे वळवली जात होती. क्रांतिसिंह त्यामध्ये होतेच. पण जेव्हा त्यांच्यावरच लग्नाचा प्रसंग आला, त्या वेळी त्यांनी या चळवळीत पुढचे पाऊल टाकले. स्वतःच्या लग्नात स्वतःच मंगलाष्टका म्हटल्या आणि आपले हे मुलखावेगळे लगीन साजरे केले! ब्राह्मण पुरोहिताशिवायच नव्हे, तर कोणत्याही जातीच्या पुरोहिताशिवाय लग्न घडू शकते, हेच त्यांना दाखवून द्यायचे होते. पण क्रांतिसिंह येथेच थांबले नाहीत. त्यांना अवतीभोवतीच्या समाजासमोर आणखी एक धडा घालून द्यायचा होता. तो म्हणजी स्त्रीशिक्षणाचा. त्यांचे आद्य गुरू म. फुले यांचा आदर्श त्यांच्यासमोर होता. त्यांनी जसे आपल्या पत्नीस लिहायला-वाचायला शिकवून सुज्ञ केले, तसे आपल्याही पत्नीस करायचे, असा ठाम निश्चय क्रांतिसिंहांनी केला व तो घरात जाहीरही केला! वडीलधाऱ्या मंडळींच्या

प्रखर विरोधावरही त्यांनी आत्मसंयमाने मात केली. पत्नीस साक्षर बनवले. तिचे ते प्रथम शिक्षक बनले! आणि जेव्हा तिला सत्यशोधक समाजाची पुस्तके चांगल्या तऱ्हेने वाचावयास येऊ लागले, त्याच वेळी हे गुरूशिष्याचे संबंध संपले व पती-पत्नीचे वैवाहिक संबंध सुरू झाले! ध्येयपूर्तीसाठी आत्मसंयमन याचा क्रांतिसिंहांच्या जीवनातील हा पहिला धडा होता. ही त्यांची तपश्चर्याच होती.

१९३०च्या सुमारास क्रांतिसिंह ब्राह्मणेतर चळवळीतून म. गांधींच्या राष्ट्रीय चळवळीकडे आले; पण त्यांनी सत्यशोधकी जीवनकार्याकडे पाठ फिरवली नाही, हे ध्यानात घेतले पाहिजे. सत्यशोधक चळवळ पुढे मृतप्राय झाली, तरी त्या चळवळीस अभिप्रेत असणारी समाजसुधारणा क्रांतिसिंह हयातभर करीत राहिले. या अर्थाने ते हयातभर सत्यशोधकीच राहिले, असे म्हटल्यास चुकीचे होणार नाही. पुढे स्वातंत्र्यचळवळीच्या ऐन धामधुमीत सातारा जिल्ह्यात क्रांतिसिंहांनी लोकप्रिय केलेला 'गांधी लग्न' प्रकार हा सत्यशोधक विचाराचे फलित आहे. या गांधी लग्नात वधू-वरांना खादीचे पोशाख घालून व गांधींच्या प्रतिमेला हार घालून विवाह साजरा केला जात असे. 'आमच्या पोटी जन्माला येणारे बालक स्वातंत्र्याच्या कामाला येईल,' अशी प्रतिज्ञा गांधींच्या प्रतिमेला साक्ष ठेवून घेतली जाई. ना मंडप, ना आरास, ना पंगत, ना वरात असे हे लग्न म्हणजे गरीब शेतकरी समाजाला वरदानच होते. लग्न हा मानवी जीवनातील मंगल क्षण. पण या क्षणासाठी लक्षावधी गरीब शेतकरी कर्जबाजारी होऊन गुलामगिरीचे जीवन जगत होते. लग्नाच्या खर्चासाठी प्रत्येक गावी अनेक शेतकऱ्यांनी सावकाराकडे १०-१० वर्षे जमिनी गहाण टाकल्या होत्या. काही गावेच्या गावे कर्जबाजारी होऊन सावकारी पाशात गेली होती. क्रांतिसिंह हे सर्व पाहत होते. यावर एकच उपाय म्हणजे शेतकरी जागा करणे, शहाणा करणे, गांधी लग्नाचा त्यास उपाय सांगून होणाऱ्या कर्जबाजारीपणापासून त्यास दूर ठेवणे. क्रांतिसिंहांनी अशी शेकडो गांधी लग्ने लावली! आपल्या बहिणीचे लग्न ८-९ रुपयांत केले. पण त्यासाठी हजारो लोकांना निमंत्रित केले गेले! अवतीभवतीचे लोक गाड्या जुंपून हे गांधी लग्न पाहावयास आले! पंगत-वरात नसणारे हे गांधी लग्न म्हणजे समाजसुधारणेचे प्रात्यक्षिकच होते. या लग्नातून प्रेरणा घेऊन अनेकांनी आपल्या मुला-मुलींची गांधी लग्ने केली. अशी लग्ने एकाच वेळी १०-१०, २०-२० पार पडत. क्रांतिसिंहांनी अशा लग्नास

यावे म्हणून आग्रह पडे, मग क्रांतिसिंहांना लग्नाच्या तारखा द्याव्या लागत आणि या तारखांप्रमाणे मंडळी मुहूर्त साधत असत! या लग्नात लाडू-पोळ्यांची मेजवानी नसली, तरी क्रांतिसिंहांच्या भाषणाची मेजवानी उपस्थितांना मिळे व या मेजवानीवर शेतकरी तृप्त होत! अशी लग्ने म्हणजे समाजप्रबोधनाचे मेळावेच असत. गांधी लग्नाच्या संदर्भात आणखी एक घटना नमूद करायला हवी की, क्रांतिसिंहांनी १९४८ मध्ये कुंडल येथे एक विधवविवाहही घडवून आणला होता. ग्रामीण भागात केलेल्या या विधवाविवाहास शेकडो कार्यकर्ते हजर होते!

क्रांतिसिंहांची समाजसुधारणा सर्वंकष समाजसुधारणा होती. त्यामध्ये शिक्षणप्रसार होता, अंधश्रद्धा व मूर्ख चालीरीतींवर हल्ले होते, अस्पृश्योद्धार होता, तसेच व्यसनमुक्तीही होती. सत्यशोधकी क्रांतिसिंहांनी तासगावच्या परिसरात ग्रामीण भागात प्रौढशिक्षणाच्या शाळाही चालविल्या होत्या. आस एकच होती की बळिराजा शहाणा झाला पाहिजे आणि तो शहाणा करण्याचे एक प्रभावी साधन म्हणजे शिक्षण- ज्ञान. या शिक्षणाची गंगा खेडोपाडी नेण्याचे कार्य पुढे क्रांतिसिंहांचे सहकारी कर्मवीर भाऊराव पाटलांनी केले. शिक्षणप्रसार हे त्यांनी आपले जीवित-कार्यच मानले. क्रांतिसिंह कर्मवीरांना सहकार्य देत राहिले. कर्मवीर व क्रांतिवीर यांचे कार्य एकमेकांस पूरकच होत गेले.

आतापर्यंत अनेक समाजसुधारकांनी समाजातील अंधश्रद्धा, भोळसटपणा, देवाच्या नावाखाली भोंदूगिरी, अनिष्ट चालीरीती यावर हल्ले चढविले आहेत. अगदी कडाडून प्रहार केले आहेत. पण हे सर्व ग्रंथांतून अथवा वर्तमानपत्राच्या रकान्यातून झाले. क्रांतिसिंहांचे प्रहार त्यांच्या प्रचंड सभांतून व्हायचे आणि या सभांना हजर असायचे ज्यांनी कधी आयुष्यत पुस्तक अथवा वर्तमानपत्र हाती धरले नव्हते असे हजारो शेतकरी व कष्टकरी माणसे. या हजारोंच्या समुदायासमोर क्रांतिसिंहांची भाषणे ३-३ तास चालत. शेतकऱ्यांच्या भाषेत, दैनंदिन जीवनातले दाखले देत, विनोद करीत करीत, जमलेल्या शेतकऱ्यांचे डोळे उघडण्याचे काम ते मोठ्या कुशलतेने करत. मग त्यात अंकलखोपच्या म्हसोबाच्या डोळ्यांच्या चोरीची कथा येई, तर गावातील मरीआईच्या गाड्याची झालेली कुचंबणा सांगितली जाई, कधी पंढरीतल्या धटिंगण बडव्यांची हातचलाखीची गंमत, तर कधी पिंडाला कावळा शिवतो, शिवत नाही, या अंधश्रद्धेची रेवडी, अशी

क्रांतिसिंहांची मुलूखमैदान तोफ एकसारखी धडाडत असे! शिवाशिव मानू नका, अस्पृश्यता हा मानवजातीचा कलंक आहे, हे अज्ञ जनतेला सरळ सांगून पटणारे नव्हते. क्रांतिसिंह हेच वेगळ्या शैलीत अज्ञ बांधवास पटवून देत : "अरं, म्हारं, मांगं, चांभारं, भंगी यास्नी लांब का ठेवता? ती घान काम करत्यात म्हणून? तुमचा सोताचा डावा हात सकाळी उठल्या उठल कसलं काम करतो? घानच नव्हं ते काम? त्येला तोडून वायलं ठिवता का? न्हाई? डावा हात घाण काम करतो, त्येला तुमी राख लावून, शाप धून काढता, त्याच हातावर मिसरी ठेवता. उजव्या हाताच्या बोटानं ती मिसरी दाताला लावता. खरं का न्हाई?"

पण समाजसुधारणा हे सतीचे वाण असते, याची क्रांतिसिंहांनाही कल्पना होती. सामाजिक क्रांती एका दिवसात नव्हेच, पण एका दशकातही पूर्ण होत नाही, याची त्यांना जाणीव होती. समाज-सुधारणेची गती ही नेहमीच मंद असते, म्हणून का आपण शांत बसायचे? समाजास जागे करण्याचे प्रयत्न अहोरात्र झालेच पाहिजेत, हा जगन्नाथाचा रथ ओढला गेलाच पाहिजे, हे प्रतिपादन करताना क्रांतिसिंह म्हणतात, "शेकडो-हजारो वर्षांचे संस्कार आणि जुन्या खोट्या समजुती नाहीशा करण्यासाठी समाजसुधारकांच्या शेकडो पिढ्या खर्ची पडल्या तरी पूर्ण यश मिळणे अवघडच. हा जगन्नाथाचा रथ ढकलत राहणे, एवढेच आमच्या हाती आहे. रथ तसूतसूने पुढे सरकेल किंवा घसरून परत अंगावरही येईल. आम्ही चिरडून जाऊ; पण प्रयत्न करीत राहणार; तेवढेच आमच्या हाती आहे."

काँग्रेसच्या झेंड्याखाली

सत्यशोधकी कार्यकर्ते असलेले क्रांतिसिंह १९३०च्या सुमारास म. गांधींच्या काँग्रेस चळवळीत सामील झाले. हा योगायोग नव्हता अथवा अपघातही नव्हता. ते क्रांतिसिंहांनी विचारपूर्वक उचललेले पाऊल होते. त्यांच्याप्रमाणेच केशवराव जेधे, म. शिंदे, भाऊराव पाटील, आत्माराम पाटील अशा अनेक सत्यशोधकी (अथवा ब्राह्मणेतर) चळवळीतील नेत्यांनी हाच निर्णय घेतला होता. या मंडळींच्या या निर्णयास म. गांधींचे नेतृत्व व त्यांचे तत्त्वज्ञान कारणीभूत होते. महात्माजींचा लढा हा केवळ राजकीय नव्हता, तर तो समाजसुधारणेचाही लढा होता. अस्पृश्यता-निवारण, साक्षरताप्रसार, व्यसनमुक्ती, स्वदेशी इत्यादी महात्माजींचा कार्यक्रम सत्यशोधक

चळवळीतील नेत्याना बहुजनांच्या उद्धाराचा वाटला, ही पहिली गोष्ट; अन दुसरी ही की, समाजाची प्रगती व सुधारणा ही राष्ट्रीय स्वातंत्र्याशिवाय होणार नाही. राजकीय स्वातंत्र्य हे सामाजिक सुधारणेस केवळ पूरक नव्हे, तर ते आवश्यक आहे, ही विचारसरणी या नेत्यांना मनोमन पटली. क्रांतिसिंहांपुरतेच बोलायचे झाले तर ते तलाठी असता १९२० सालची क्रांतिसिंहांची भेट व इंग्रजांची सत्ता मुळासकट उखडून कशी टाकता येईल यावरील त्यांच्याशी झालेली चर्चा यांचा उल्लेख केला आहे. खेड्यापाड्यातील वतनदार, जामीनदार, जहागीरदार, सावकार ही मंडळी समाजाचे शोषण करतात. त्यांच्या शोषणाविरुद्ध आंदोलन उभारायचे तर त्यांना ज्या इंग्रज राज्यकर्त्यांचा आश्रय आहे, त्यांच्या विरुद्धही आंदोलन उभारले पाहिजे, ही वैचारिक भूमिका क्रांतिसिंहांनी महाराष्ट्रातील काँग्रेसच्या चळवळीत प्रथम आणली, असे भाई जी. डी. लाड यांनी आपल्या लेखात म्हटले आहे, ते अगदी यथार्थ आहे.

क्रांतिसिंह स्वातंत्र्य चळवळीत उतरले ते घरादाराकडे पाठ फिरवून. त्या वेळी स्वातंत्र्य चळवळीत जाणे म्हणजे सोपी गोष्ट नव्हती. अटक, मारहाण, तुरुंगवास, घरादाराची जप्ती अशा प्रकारे अनेक संकटांना तोंड देण्याचे धैर्य असणारेच देशभक्त बनत. क्रांतिसिंहही एक दिवस असेच देशभक्त बनले. त्यांच्या कन्या सौ. हौशाताई त्याविषयीची आठवण सांगतात, "त्या वेळी आम्ही वाठारला राहत होतो. घरात मी, माझा ४/५ महिन्यांचा लहान भाऊ, आई व दादा (क्रांतिसिंह) असे चौघेजणच होतो. एक दिवस दादा 'चावडीवर जातो' असे सांगून घरातून बाहेर गेले, ते परत आलेच नाहीत. बाहेर पडताना त्यांनी धोतर, सदरा, कोट व डोक्याला फेटा असा पेहराव केला होता. थोड्या वेळाने गावचा कोतवाल त्यांचे कपडे घेऊन घरी आला. त्याने दादांचे कपडे आईच्या स्वाधीन केले व तिला सांगितले की, 'आण्णासाहेब, लुंगी लावून, टोपी, नेहरू शर्ट घालून व हातात तिरंगी झेंडा घेऊन कुठेतरी निघून गेले. माझी वाट पाहू नकोस असा त्यांनी तुम्हाला निरोप दिलाय." यानंतर क्रांतिसिंहावर संकटामागून संकटे कोसळली. एकुलता एक मुलगा वारला, पत्नी मार्गप्रतीक्षा करीत स्वर्गवासी झाली, त्यानंतर भावजय, वडील, आजी अशी रक्ताची माणसं एकामागून एक निघून गेली. नियतीनेचे क्रांतिसिंहाचे पाश तटातट तोडून टाकले. एकुलत्या मुलीची जबाबदारी आपल्या भावावर सोपवून क्रांतिसिंह देशासाठी फकीर

बनले. तलाठ्याची नोकरी यापूर्वीच गेली होती. आता देशाची चाकरी, हीच नोकरी बनली. म. गांधींच्या आदेशाने सत्याग्रह, अटक, तुरुंगवास, चक्की पिसणे, सुटका, पुन्हा सत्याग्रह, अटक असे चक्र सतत सुरू झाले. इस्लामपुरात पॅरोलच्या काळात दोन वेळच्या अन्नासही ते मोताद झाले. शेवटी हमाली केली. कपडे फाटले, मग पोत्याचे सदरे व हाफ पॅन्टा शिवल्या. देशासाठी खरेखुरे फकीर बनले, पोतेबुवा बनले.

काँग्रेसच्या लढ्यातील क्रांतिसिंहांचे प्रारंभीचे कार्य तर 'एकला चलो रे' असेच होते. उंच सावरीच्या काठीस तिरंगी झेंडा लावावा, तो खांद्यावर घेऊन एका गावात जावे, बालचमू जमवून 'म. गांधी की जय, भारतमाता की जय' अशा घोषणा द्याव्यात. देशभक्तीची गाणी म्हणत फेरी काढावी आणि शेवटी चावडीसमोर अगर मारुतीच्या देवळाच्या पटांगणात सभा घ्यावी, सभेला अध्यक्ष देवळातला देवच करावा आणि म्हणावे, "हे देवा, तूच आमच्या सभेचा अध्यक्ष समजून मी ही आज सभा सुरू करतो आहे. जर सरकारचे वॉरंट आले तर देवा तुलाच ते वॉरंट लागू दे." सभेची सुरुवात शड्डू ठोकून शिवाजीचा व महात्मा गांधींचा जयजयकार करून व्हायची आणि मग क्रांतिसिंहांनी छत्रपतींचा पराक्रम सांगावा, काँग्रेसचे धोरण व कार्यक्रम मांडावा. व्यवहाराच्या दोन गोष्टी सांगून व्यसनात बुडू नका, सावकारीत अडकू नका, खोट्या प्रतिष्ठा बाळगू नका, अशा कळकळीने हिताच्या चार गोष्टी सांगाव्यात.

राष्ट्रीय स्वातंत्र्याच्या चळवळीत भाग घेणारे अनेक कार्यकर्ते त्या काळातही होते. पण आंदोलन संपले की ते पुन्हा आपल्या संसाराला लागत व रमून जात ते पुन्हा आंदोलनाची हाक येईपर्यंत. क्रांतिसिंह त्यास अपवाद होते. १९३० मध्ये त्यांनी जी संसाराकडे पाठ फिरवली ती कायमचीच, हे त्यांच्या कार्याचे एक विशेष मानावे लागेल. तीस सालापर्यंत काँग्रेस ही काही पांढरपेशा मंडळींची राजकीय संघटना होती. शहराच्या बाहेर तिचा प्रभाव नव्हता की तिला फारसे कोणी अनुयायी नव्हते. पण तीस सालानंतर बहुजन समाजातील अनेक नेते काँग्रेसमध्ये आले व काँग्रेस खेड्यापाड्यांत गेली. क्रांतिसिंहांचा या काँग्रेस प्रसारात सिंहाचा वाटा होता. श्री. रा. ना. चव्हाण आपल्या लेखात तीस सालच्या क्रांतिसिंहाच्या वाईतील सभेचे वर्णन करताना म्हणतात, "त्या वेळी तमाम परिसर भरून गेला होता. वाई क्षेत्रात फार पूर्वीपासून काँग्रेसची शाखा होती; पण त्यात चिमूटभर शहरी

पांढरपेशे लोकच होते. ही क्षेत्रस्थ शाखा खेड्यापाड्यांत कोणासच फारशी माहिती नव्हती. आतापर्यंत नाना पाटलांच्या या सभेएवढी मोठी राष्ट्रीय सभा वाईत झालीच नव्हती. नाना पाटलांच्या सभेस शेतकरी, कष्टकरी, पांढरपेशे, राष्ट्रीय कार्यकर्ते, गांधीवादी अशी सर्व जनता जमली होती.''

८ ऑगस्ट ४२चा ठराव

जागतिक महायुद्ध सुरू होऊन इंग्लंडची दमछाक झाली होती. पण ते आपली हिंदुस्थानवरील पकड ढिली करावयास तयार नव्हते. जपानने महायुद्धात उडी घेऊन आग्नेय आशियातील प्रदेश काबीज करून हिंदुस्थानच्या रोखाने मुसंडी मारली होती. इंग्रजांच्या हिंदुस्थानी साम्राज्याला फार मोठा धोका निर्माण झाला होता. अशा आणीबाणीच्या प्रसंगी काँग्रेसने म. गांधींच्या नेतृत्वाखाली 'चले जाव' आंदोलनाचा निर्णय घेतला. ८ ऑगस्ट ४२ रोजी मुंबईच्या बैठकीत हिंदुस्थानातून आपली सत्ता लगेच काढून घेऊन त्यास स्वातंत्र्य देण्याचे इंग्रजांना आवाहन करण्यात आले. हिंदुस्थानला स्वातंत्र्य दिल्यास स्वतंत्र हिंदुस्थान आपली सारी शक्ती स्वातंत्र्यरक्षणासाठी खर्च करील; अन्यथा इंग्रज राज्यकर्त्यांविरुद्ध आम्हास संघर्ष करावा लागेल, असा इशाराही देण्यात आला. भावी लढा म. गांधींच्या नेतृत्वाखाली सुरू होणार होता. याप्रसंगी केलेल्या भाषणात महात्माजी म्हणाले होते, ''स्वराज्यासाठी आपणाला संघर्ष करावाच लागेल. ते काही आकाशातून पडणार नाही. आम्ही आवश्यक तो त्याग केला व आपली शक्ती दाखविली, तर ब्रिटिशांना आपले स्वातंत्र्य द्यावेच लागेल. मी तुम्हाला छोटा मंत्र देतो. हा मंत्र असा : आम्ही करू अथवा मरू (We shall do or die) आम्ही हिंदुस्थानला स्वतंत्र करू; अथवा स्वातंत्र्य मिळविताना मरून जाऊ. आता आम्ही गुलामगिरीत राहू शकत नाही. परमेश्वरासमोर प्रतिज्ञा करा व सदसद्विवेकबुद्धीस स्मरून निश्चय करा की, स्वातंत्र्य मिळेपर्यंत आम्ही विश्रांती घेणार नाही. स्वातंत्र्य मिळविण्यासाठी आम्ही आमचे बलिदान करावयास तयार राहू.''

पण काँग्रेसच्या या इशाऱ्याकडे लक्ष न देता हे आंदोलन दडपून टाकण्याचा इंग्रजांनी निश्चय केला होता. ठराव झाल्याच्या दुसऱ्या दिवशी पहाटे काँग्रेसच्या म. गांधी, पं. नेहरू, मौलाना आझाद, कृपलानी, असफअली इ. प्रमुख नेत्यांना अचानक पकडून सरकारने अज्ञातस्थळी बंदिवासात

टाकले. लोकांना हे समजताच सर्वत्र जोरदार निषेध मोर्चे निघाले, हरताळ पडले; पण पोलिसांनी हा असंतोषाचा उद्रेक हिंसाचाराने दडपून टाकला.

मुंबईच्या अधिवेशनाला साताराचीही काही मंडळी गेली होती. ती परतल्यावर त्यांनी सरकारच्या दडपशाहीचा निषेध करण्यासाठी प्रथम तालुका कचेरीवर मोर्चे काढले. लोकांचा उत्साह अमाप होता. आपल्या नेत्यास पकडल्याचा राग त्यांच्या मनात होता. परिणामी हजारोंच्या संख्येत कराड, तासगाव, इस्लामपूर, वडूज या तालुक्यांच्या गावी प्रचंड निषेधमोर्चे निघाले. कराड-तासगावचे मोर्चे यशस्वी झाले; पण वडू-इस्लामपूरच्या मोर्चेवाल्यांवर पोलिसांनी निर्घृण गोळीबार केला. अनेकांना गोळ्या घालून ठार केले. हजारोंचा निःशस्त्र समुदाय पोलीस गोळीबारासमोर हतबल ठरला. निष्पाप स्वातंत्र्यवीरांचे बलिदान घडले.

साताराची भूमिगत चळवळ

काँग्रेसच्या प्रथम श्रेणीचे नेते सरकारने तुरुंगात टाकले, 'चले जाव'चे उग्र आंदोलन सुरू होण्यापूर्वीच सरकारने कठोर कारवाई करून ते दडपून टाकले. हिंदुस्थानात ठिकठिकाणी त्याची तीव्र प्रतिक्रिया उमटली, पण लवकरच पोलिसी अत्याचाराने लोकांच्या प्रतिकाराचा आवाज बंद झाला. सातारमध्ये मात्र काही वेगळे घडले. इथेही मोर्चेवाल्यांवर गोळीबार झाले, चळवळीत पोलीसी दहशत निर्माण झाली; पण इथल्या कार्यकर्त्यांनी चळवळ जिवंत ठेवण्याचा निश्चय केला व तो पार पाडला.

पण चळवळ चालू ठेवायची म्हणजे कोणत्या कार्यक्रमावर ती चालू ठेवायची, कशी चालवायची, हे प्रश्न साताराच्या मंडळींसमोर होते. वरिष्ठ नेतृत्व तुरुंगात गेलेले, शांततापूर्ण निषेधमोर्च्यांना गोळीबाराने उत्तर मिळालेले आणि त्यातून सामान्य माणसाची विमनस्कता निर्माण झालेली. यातून मार्ग म्हणजे भूमिगत चळवळ सुरू करणे. सर्व बाजूंनी कोंडी झालेल्या स्वातंत्र्यवीरांना या मार्गाशिवाय दुसरा मार्ग दिसत नव्हता. त्यांनी महात्माजींच्या नावेच 'करेंगे या मरेंगे' या निश्चयाने लढा चालू ठेवला. सरकारी कचेऱ्यांवर व ठाण्यांवर हल्ले करणे, पोष्टांवर हल्ले करून लुटणे, सरकारी डाकबंगले, रेल्वे स्टेशने जाळणे, रेल्वेगाड्या उलथणे, तारा तोडणे अशा प्रकारांनी सरकारशी सशस्त्र पण भूमिगत प्रतिकार करणे, असे या चळवळीचे स्वरूप ठरू लागले. महात्माजींच्या अहिंसेच्या तत्त्वात हा कार्यक्रम बसणारा नव्हता

हे खरे, पण खुद्द महात्माजींना सरकारने अज्ञातवासात डांबलेले. अशा परिस्थितीत त्यांचा एकच आदेश साताराच्या कार्यकर्त्यांना स्मरत होता, 'करेंगे या मरेंगे'. स्वतःच स्वतःचे नेते व्हायचे व स्वतःच्या बुद्धीला पटेल त्याप्रकारे स्वातंत्र्याचा लढा चालू ठेवायचा. या वेळी मश्रुवालासारखे गांधींच्या तत्त्वज्ञानाचे काही टीकाकार पुढे झाले आणि त्यांनी चळवळीतील हिंसा-अहिंसावादाविषयी आपले मत प्रतिपादन केले. स्वातंत्र्यलढ्यातील अहिंसेचा अर्थ मानवाची हिंसा करणेची नाही एवढाच समजावयाचा, शत्रूच्या उपयोगी पडणारी त्याची निर्जीव साधने यांचा विध्वंस करणे, हे हिंसेत येत नाही. खुद्द महात्माजींनीही या लढ्याच्या वर्षभरापूर्वी जपान्यांच्या संभाव्य आक्रमणाच्या संदर्भात स्वसंरक्षणासाठी होणाऱ्या हिंसेचे समर्थन करणारी काही निश्चित विधाने केलेली होती. या सर्व पार्श्वभूमीवर साताराची भूमिगत चळवळ सुरू झाली. येथे हे नमूद केले पाहिजे की, सातारा जिल्ह्यात सर्व भूमिगतांचा मिळून असा एकच गट नव्हता. क्रांतिसिंह नाना पाटील, श्री. यशवंतराव चव्हाण, श्री. वसंतदादा पाटील, स्वामी रामानंद, श्री. बाबूराव चरणकर इत्यादी नेत्यांचे त्यांच्या सहकाऱ्यांसह एकूण नऊ गट भूमिगत कार्य करीत होते. प्रत्येक गट आपापल्या क्षेत्रात सरकारविरोधी चळवळ १९४६ सालापर्यंत करीतच राहिला. त्यांचे परस्परांशी सहकार्यही असे व ते परस्परांशी शिस्त व कार्यक्रम यांनी जोडले गेले होते. या सर्व भूमिगतांच्या नेतृत्वस्थानी असणाऱ्या नेत्यास 'डिक्टेटर' म्हटले जाई. प्रथम या पदावर श्री. यशवंतराव चव्हाण होते. नंतरच्या काळात कासेगावकर वैद्य ऊर्फ धन्वंतरी, श्री. नाथाजी लाड, किसन वीर हे डिक्टेटर होते. पण जनसामान्यांच्या पातळीवर क्रांतिसिंह नाना पाटील हे या चळवळीचे प्रतीक मानले गेले. गेल ओमवट म्हणतात, "१९४२च्या सुरुवातीला नाना पाटलांचे नाव इतके व्यापक प्रमाणावर पसरले होते व लोकप्रिय झाले होते की एखाद्या शाळकरी मुलाला पोलिसाने हटकल्यावर तोसुद्धा 'नाना पाटलांनी मला हे करायला सांगितले' असे उत्तर देई आणि म्हणूनच चळवळीच्या संपूर्ण काळात नाना पाटील हे लपून होते तरी 'साताराचे प्रतिसरकार' हे त्यांच्या नावाशी एकरूप झाले होते.

प्रतिसरकारची निर्मिती

भूमिगतांची सरकारविरोधी कृत्ये चालू असता त्यांच्यासमोर एक नवेच

संकट उभा राहिले. सातारा जिल्ह्यात दरोडेखोरांच्या अनेक टोळ्या त्या काळात होत्या. त्यांचा बंदोबस्त सरकारलाही करता आला नव्हता. या दरोडेखोरांनी आता 'म. गांधी की जय, नाना पाटील की जय' अशा घोषणा देऊन राजरोस दरोडे घालण्यास सुरुवात केली. रोज १०/२० दरोडे पडू लागले. स्वातंत्र्याची चळवळ व तिचे नेते क्रां. नाना पाटील हे बदनाम होऊ लागले. जनसामान्यांच्या मनात साशंकता निर्माण झाली. दरोड्यांनी त्रस्त झालेल्या जनतेने पोलिसांकडे जावे तर त्यांनी उलट सांगावे, 'जा की आता तुमच्या पांढऱ्या टोपीवाल्यांकडे.' जनता असहाय बनत होती. दरोडेखोरांनी 'कामेरी कोर्ट' व 'वाघोली कोर्ट' अशी कोर्टे स्थापून जनतेकडून राजरोस खंडण्या वसूल करण्याचा सपाटा लावला होता. दिवसाढवळ्या खून पडत होते. बायकांच्या अब्रूवर घाला घातला जात होता.

दरोडेखोर हे एक आव्हान होते. क्रांतिसिंह नाना पाटील व त्यांच्या सहकाऱ्यांनी ते स्वीकारले. स्वातंत्र्याचा लढा द्यायचा तर जनतेचा पाठिंबा हवा, तो मिळविण्यासाठी जनमानसातील आपले स्थान भक्कम हवे, निर्मळ हवे, जनतेला तिच्या जीवितवित्ताची हमी दिली पाहिजे, या भावनेतूनच प्रतिसरकार चळवळ साकार झाली. क्रांतिसिंह नाना पाटील या चळवळीचे दैवत बनले. प्रतिसरकारची स्थापना त्यांच्या नावे झाली. कविवर्य माडगूळकरांनी म्हटल्याप्रमाणे सिंहाला आयाळ लावावी लागत नाही. ती त्याच्या गळ्यात रुळतच असते. तसे क्रांतिसिंहाकडे या महान चळवळीचे नेतृत्व 'स्वयंमेवमृगेंद्रता' या न्यायाने चालून आले.

४३ सालच्या मध्यापासून प्रतिसरकार हळूहळू साकारू लागले. लवकरच त्यास स्वतःची शासनव्यवस्था निर्माण करण्याची क्षमता प्राप्त झाली. मिदनापूर, भागलपूर, बालिंगा इत्यादी हिंदुस्थानातील अनेक ठिकाणी ९ ऑगस्ट नंतर उठाव झाले, पण नंतर ते शांतही झाले. साताराच्या या प्रतिसरकारच्या उठावाचे तसे न होता तो दिवसेंदिवस अधिकच प्रखर होत गेला. सातारा जिल्ह्याच्या एका लहानशा भागात का होईना, पण ब्रिटिश साम्राज्याची सत्ता नष्ट होऊन स्वकीयांचे स्वराज्य स्थापले गेले, ही घटनाच मोठी अभूतपूर्व होती. खुद्द क्रांतिसिंह नाना पाटलांनी प्रतिसरकारची व्याख्या 'इंग्रजांची गुलामगिरी फेकून स्वतंत्र म्हणून वावरणाऱ्या भारतीयांचे सरकार' अशी केली आहे.

हे भारतीयांचे खरे स्वतंत्र सरकार होते. म्हणूनच ब्रिटिशांच्या डोळ्यांत

ते खुपत होते. एवढ्या प्रचंड सामर्थ्यांच्या ब्रिटिश साम्राज्य सत्तेस सातारच्या एका चिमुकल्या प्रतिसरकारने आव्हान द्यावे म्हणजे काय? ही गोष्ट ब्रिटनला अपमानास्पद वाटत होती म्हणूनच ब्रिटिश पार्लमेंटमध्ये सवाल उठत होता. 'साताऱ्यात ब्रिटिश सत्ता अस्तित्वात आहे काय,' या सवालास गिल्बर्टसारखे गोरे अधिकारी साताऱ्यात नंगानाच घालून, दडपशाही व अत्याचार करून, उत्तर देण्याचा केविलवाणा प्रयत्न करीत होते.

ग्रामराज्याचा प्रयोग

प्रतिसरकारने गावोगाव स्थापन केलेली ग्रामराज्ये म्हणजे प्रतिसरकार चळवळीचे प्रशासकीय स्वरूप होते. आपल्या प्रदेशातून इंग्रजांनी सत्ता नष्ट करायची तर आपली सत्ता निर्माण व्हायला हवी, आपले शासन निर्माण व्हायला हवे, या भूमिकेतूनच प्रतिसरकारची स्थापना झाली. गावोगावी यापूर्वीच राष्ट्र सेवा दले तयार झाली होती. जेथे नव्हती तेथे ती तयार केली गेली. शेकडो तरुण हाताशी धरून प्रत्येक गावी न्यायदान कमिट्या स्थापन करण्यात आल्या आणि त्यांच्या मदतीने ग्रामराज्याचा प्रयोग राबविण्यात आला. गावोगावचे गुंड, पोलिसांचे खबरे, जुलमी वतनदार व सरंजामदार व दरोडेखोर यांचा बंदोबस्त करण्यासाठी श्री. जी. डी. लाड यांच्या नेतृत्वाखाली तुफान सेना निर्माण केली गेली. या तुफान सेनेनेच दरोडेखोरांची एकेक टोळी वेचून नाहीशी केली. गुंडपुंडांना व पोलीस खबऱ्यांना पत्र्या लावल्या. जुलमी सावकारांच्या गाढवावरून धिंडी काढल्या. सरकारधार्जिण्या मंडळींच्या मनात तुफान सेनेने दहशत निर्माण केली, पण ग्रामराज्यातील सामान्य माणूस दरोडेखोर व गुंड यांच्या भीतीपासून मुक्त केला. जनतेला हे प्रतिसरकार प्रतिशासन देणारे, आपले सरकार वाटू लागले. गुंडांना पत्र्या लावणारे सरकार जनमानसात 'पत्रिसरकार' म्हणून जरी प्रसिद्ध झाले, तरी ते जनतेचे खरे 'प्रीती सरकार' बनले.

ग्रामराज्याच्या चौकटीत गावोगावी स्थापन झालेल्या न्यायदान कमिट्यांचे कार्य विशेष उल्लेखनीय होते. या कमिट्यांना अनेक गरीब, नाडलेल्या शेतकऱ्यांवरील अन्यायांचे निवारण करून न्याय दिला, स्त्रियांवर अत्याचार करणाऱ्यांना जबर शासन दिले, दारू गाळण्याचे व विक्रीचे उद्योग बंद पाडले, याशिवाय ग्रामराज्याने अनेक विधायक कार्यक्रम हाती घेऊन राबविले. ग्रामसफाई, खादीप्रसार, साक्षरताप्रसार, दारूबंदी, जुगारबंदी, हुंडाबंदी,

गांधीलग्न प्रचार, अस्पृश्यतानिवारण इत्यादी विधायक कार्यक्रमांनी ग्रामराज्य केवळ 'स्वराज्य' न राहता, 'सुराज्य' बनवले गेले. क्रांतिसिंह नाना पाटलांनी म्हटल्याप्रमाणे सातारच्या जागृत जनतेने स्वयंपूर्ण असा जो स्वावलंबनाचा मार्ग पत्करला, त्यातून ग्रामराज्याच्या प्रस्थापनेचा एक राजकीय सिद्धान्त हस्तगत झाला होता.''

प्रतिसरकारच्या यशाची मीमांसा

क्रांतिसिंह नाना पाटील यांच्या नेतृत्वाखाली सातारमधील प्रतिसरकारच्या अभूतपूर्व यशाची पार्श्वभूमी पश्चिम महाराष्ट्राच्या ऐतिहासिक व सामाजिक इतिहासात आहे. तीनशे वर्षांपूर्वी याच भूमीत सह्याद्रीच्या आश्रयाने गरीब मराठी माणसांना संघटित करून शिवाजी महराजांनी स्वराज्याचा प्रयोग यशस्वी केला होता. त्यांच्यानंतर याच भूमीत औरंगजेबाशी सतत २५-२६ वर्षे झुंज देऊन आपल्या स्वराज्याचे रक्षण मराठ्यांनी संताजी-धनाजींच्या नेतृत्वाखाली केले होते. क्रांतिसिंह नाना पाटील व त्यांचे सहकारी त्याच शिवरायांचे वंशज होते. शिवाजी महाराजांच्या व संताजी, धनाजीच्या तेजस्वी क्षात्रधर्माचा वारसा ४२च्या लढ्यातील प्रेरणा होता.

सातारच्या ज्या खोऱ्यातून शिवाजी महाराजांच्या स्वातंत्र्यलढ्याचे वारे खेळून गेले होते, त्याच खोऱ्यातून म. फुल्यांनी सुरू केलेले व राजर्षी शाहू महाराजांनी गतिमान केलेले सर्वंकष सामाजिक क्रांतीचे वादळवारे घुमत गेले होते, याचीही दखल घेतली पाहिजे. सत्यशोधक चळवळीने या भूमीतील सामान्य माणूस सामाजिक गुलामगिरीविरुद्ध बंड करून उठला होता. मुळात प्रस्थापितांविरुद्ध बंड करून उठणे, आपल्या अस्मितेची राखण करणे, हा या मातीचा गुणच होता. याच मातीतून ४२ मध्ये बंडखोर मनाची माणसे संधी मिळताच उसळून बाहेर पडली व त्यांनी इंग्रज राज्यकर्त्यांना आव्हान दिले.

प्रतिसरकार यशस्वी झाले याचे आणखी एक कारण, त्यास जनतेचे प्रेम, पाठिंबा व सहकार्य मिळाले. प्रतिसरकारच्या कार्यकर्त्यांनी पत्र्या लावल्या; पण त्या गुंडांना; गरिबांना नाही, खजिने लुटले; पण खासगी मालकीचे नाहीत, तर सरकारी मालकीचे. रेल्वेगाड्या उलथून टाकल्या; पण माणसांची एकही गाडी पाडली नाही. असे हे प्रतिसरकार जनतेचे सरकार बनले होते. जनतेचा पाठिंबा त्यास नसता तर ते उभेच राहू शकले नसते. तगू शकले

नसते. खुद्द क्रांतिसिंहांनी या जनतेच्या सहकार्याबद्दल म्हटले आहे, "सातारचा संग्राम म्हणून जो आज भारतवर्षात गाजला आहे, तो काही दहा-पाच व्यक्तींचा उठाव नव्हे, तर खेड्यापाड्यातील हजारो स्त्री-पुरुष, बाल-वृद्ध यांनी स्वतःचे रक्त आणि अश्रू देऊन चेतविलेला तो एक महान यज्ञ आहे. एका भूमिगत वीराच्या पाठीमागे किती लोकांचे प्रेम, त्याग आणि धैर्य असते, यांची तुम्हाला कल्पना आहे काय? जिवावरच्या प्रसंगात स्वतःचे प्राण देऊन सहकार्य करणारे हजारो तरुण साथीदार, वेळी-अवेळी- रात्री पोटच्या मुलांच्या किंवा पाठच्या भावाच्या प्रेमाने चूल पेटवून गरम भाकर-कांदा हाती देणाऱ्या झोपड्या-झोपड्यांतील शेकडो भगिनी, शाबासकीची पाठीवर थाप टाकून आशीर्वाद देणारे वृद्ध आणि ग्रामराज्याच्या संदेशाची साद घालीत गावोगाव हिंडणारे बालसैनिक या सर्वांच्या सामुदायिक तपस्येचा परिणाम म्हणजे सातारचा संग्राम आहे!" अशी प्रतिसरकारची चळवळ म्हणजे 'आपल्या स्वाभिमानाचे रक्षण करण्यासाठी स्वातंत्र्यप्रेमी जनतेने केलेला एक स्वयंस्फूर्तीचा उठाव होता. आपल्या देशाची इज्जत शंभर पटींनी वाढविणारा लढा होता.'

हा संग्राम योग्य की अयोग्य, अशी तात्त्विक चर्चा करणाऱ्या व हिंसा-अहिंसेच्या पोकळ गप्पा मारणाऱ्या महाभागांना क्रांतिसिंहांनी अतिशय मार्मिक उत्तर दिले आहे. "९ ऑगस्टच्या पहाटे देशातील सर्वश्रेष्ठ पुढारी एकाएकी आपल्यातून हिरावून नेल्यानंतर काहीच नाही, अशा समजुतीने जनता स्वस्थ बसली असती तर काय झाले असते. 'हा देश नादानांचा आहे' असे जग ओरडून म्हणाले असते आणि दीडशे वर्षांच्या गुलामगिरीने अगोदरच मानसिक दौर्बल्य आलेल्या या देशात एवढे विलक्षण हीनगंडत्व निर्माण झाले असते की ते नाहीसे करण्यासाठी आणखी एक शतकभर प्रयत्न करावे लागले असते. या झगड्याने स्वातंत्र्याच्या मार्गावर आम्ही निश्चितपणे चार पावले देशाला पुढे नेले आहे. जनतेमध्ये आत्मविश्वास निर्माण झाला आहे. देशाचा स्वाभिमान जतन झाला आहे. या संग्रामाने देशाचा आत्मा सुरक्षित ठेवला आहे!"

भूमिगत क्रांतिसिंह

येडेमच्छिंद्र गावचे 'सहकारी' नाना पाटील ४२च्या चळवळीने धारकरी बनवले. सत्यशोधक नाना जसे गांधीवादी राष्ट्रभक्त झाले, तसे गांधीवादी

नाना ४२च्या लढ्यात सशस्त्र भूमिगत क्रांतिकारक बनले. हे असे कसे घडले? गांधीवादी क्रांतिसिंह सातारच्या सशस्त्र लढ्याचे प्रणेते कसे बनले? याचे उत्तर म्हणजे क्रांतिसिंहांच्या लढ्याचे तंत्र एकच असे ठरलेले नव्हते. इंग्रजांशी लढताना जेव्हा गांधीवादी तत्त्वज्ञान निरुपयोगी आहे असे त्यांना वाटले, तेव्हा त्यांनी सशस्त्र क्रांतीचा मार्ग अनुसरला. श्री. जी. डी. लाड म्हणतात, "जंगल सत्याग्रहापासून वैयक्तिक सत्याग्रहापर्यंत सर्व लढातंत्रे नाना पाटलांनी अनुसरली. पण गांधीजींचीच लढासूत्रे त्यांनी अनुसरली असे नाहा; इंग्रजी सत्ता मानायची नाही हे सूत्र धरून त्या सत्तेविरोधी स्वतःच्या लढातंत्रानेही जायचे, हा त्यांचा मार्ग होता. इंग्रजी सत्ता हाच मुळी भारतावर अत्याचार होता, त्या सत्तेला विरोध करण्यासाठी वापरलेले कोणतेही लढातंत्र हे सदाचारातच मोडते, असा विचार त्यांच्या प्रत्येक कृतीतून व्यक्त होत होता."

भूमिगत क्रांतिसिंहाचे जीवन म्हणजे एखाद्या अद्‌भुत कादंबरीचा विषय ठरावा असे आहे. पूर्वी शिवाजी महाराजांविषयी स्वकीय व परकीय लोकांत ज्या अद्‌भुत दंतकथा प्रसारित झाल्या होत्या, तशा क्रांतिसिंहाच्या भूमिगत अवस्थेतील कामगिरीबद्दल प्रसृत झाल्या. तशी अद्‌भुत कामगिरीही त्यांनी करून दाखविली होती. ४२च्या लढ्यात सतत ४४ महिने ते भूमिगत राहिले. पोलिसांनी जंगजंग पछाडले, पाच हजारांचे इनाम जाहीर केले, गोळीवॉरंट काढले, सातारच्या गिलबर्ट डी. एस. पी. ने आकाश-पाताळ एक केले, पण क्रातिसिंह सापडले नाहीत. शिवाजीराजांप्रमाणे अनेक क्लृप्त्या करून त्यांनी शत्रूला चकविले. अनेक वेळा पोलीस अगदी त्यांच्याजवळ पोहचत, पण प्रत्येक वेळी ते त्यांना गुंगारा देण्यात यशस्वी झाले. भूमिगत अवस्थेतही कार्यकर्त्यांच्या शिबिरांना ते मार्गदर्शन करीत. एवढेच नव्हे, तर त्यांच्या जाहीर सभा होत. अगदी पोलिसांच्या समोर! ते त्यांची रेवडी उडवीत; पण हजारोंच्या सभेत क्रांतिसिंहास पकडण्याची पोलिसांची छाती नव्हती. क्रांतिसिंहांची सभा आज इथे तर उद्या २५ मैलांवर, तर परवा आणखी २५ मैलांवर कुठे तरी असायची. शेवटपर्यंत क्रांतिसिंह-पोलीस हा पाठशिवणीचा खेळ चालला होता.

क्रांतिसिंह या प्रदीर्घ भूमिगत अवस्थेत पोलिसांच्या हाती पडले नाहीत, याचे श्रेय त्यांच्या सुरक्षिततेची काळजी घेणाऱ्या त्यांच्या सहकाऱ्यांना तर आहेच, पण त्याहीपेक्षा अधिक जनतेला आहे. लोकांना वाटायचे, की नाना

पाटील आपल्या घरचाच माणूस आहे. अगदी शेतकऱ्यांपासून वडारापर्यंत सर्वांची त्यांच्याबद्दल ही आपुलकीची भावना होती. देशासाठी तळहातावर शिर घेऊन लढणाऱ्या नाना पाटलांबद्दल लोकांच्या मनात आदर, प्रेम व आत्मविश्वास होता. इतका की पोलिसांच्या पाठलागातून सोडविण्यासाठी एका शेतकरी बांधवाने आपल्या घरी त्यांना आसरा दिला. एवढेच नव्हे, तर आपल्या अंथरुणात आपल्या बायकोच्या शेजारी झोपविले. बाहेर येऊन तो पहारा करीत बसला! जनतेचा एवढा विश्वास जो कमवितो तो पकडला जाणेच शक्य नव्हते!

भूमिगत क्रांतिसिंह हे साताराच्या प्रतिसरकार चळवळीचे प्रतीक होते. श्री. यशवंतराव चव्हाणांनी म्हटल्याप्रमाणे, ''सातारा येथील चळवळीचे नाव देशात सर्व ठिकाणी पोहोचले ते नाना पाटील यांच्यामुळेच.'' अगदी काशीच्या पंड्यांपर्यंत जाऊन ते पोहोचले होते. म्हणून तर भोळ्या यात्रेकरूंना लुबाडण्याचा धंदा करणाऱ्या पंड्यास दक्षिणा देताना साताराच्या एका कार्यकर्त्याने नाना पाटलांचे नाव सांगताच त्यानं दक्षिणा तर घेतली नाहीच, पण 'नाना पाटलांस माझा नमस्कार सांगा' असे विनविण्याची त्याच्यावर पाळी आली! असा विलक्षण दरारा क्रांतिसिंहांनी सर्वत्र निर्माण केला होता. चळवळ क्रांतिसिंहांच्या नावाने चालली होती आणि म्हणूनच ते कोणत्याही परिस्थितीत पोलिसांच्या हाती लागता उपयोगी नव्हते. कारण त्यामुळे चळवळीचा प्राणच नष्ट झाला असता. जनसामान्यांचे नीतिधैर्य नष्ट झाले असते, म्हणून ऐन चळवळीत त्यांना कित्येक महिने अत्यंत गुप्तपणे राहावे लागले. अशा परिस्थितीत आपणास मृत्यू आला तर तो जाहीर न करता आपणास गुप्तपणे पुरून टाकावे, अशी सतत ताकीदही त्यांनी आपल्या जवळच्या सहकाऱ्यांना दिली होती.

स्वातंत्र्योत्तर भ्रमनिरास

स्वातंत्र्य जवळ आले. मुंबई प्रांताच्या निवडणुका झाल्या. आपले स्वकीय सरकार स्थापन झाले. त्यांनी भूमिगतांवरील वॉरंट रद्द केली. क्रांतिसिंह नाना पाटील आपल्या सहकाऱ्यांसह मे ४६ मध्ये प्रकट झाले. क्रांतिसिंहांचे महाराष्ट्रात सर्वत्र भव्यदिव्य सत्कार झाले. असे देवदुर्लभ सत्कार पूर्वी कधी झाले नाहीत! तद्नंतरही झाले नाहीत! जनतेच्या उत्साहाला उधाण आले होते. मुंबईला तर चौपाटीवर ६/७ लाखांचा समुदाय सत्कारासाठी

जमला होता.

क्रांतिसिंहांना आपल्या कामाची पावती मिळाल्याचा आनंद झाला. आता स्वातंत्र्य आले की गरिबांचं-शेतकरी-कष्टकऱ्यांचे राज्य येणार हे क्रांतिसिंहांचे गणित होते. का येऊ नये? स्वातंत्र्याचा खरा अर्थ तोच होता. ठिकठिकाणच्या सत्काराला उत्तर देताना ते सांगत होते, "शेतकरी-कामकरी राज्याची स्थापना करून जो अंतिम विजय आपण मिळवावयाचा आहे, त्याची ही सुरुवात आहे." ज्या काँग्रेसने देशास स्वातंत्र्य मिळवून दिले त्या काँग्रेसबद्दल त्यांना जबर आत्मविश्वास होता की, काँग्रेस ही नुसते ठराव करून ते दप्तरात बांधून बसणारी संस्था नाही; बोलल्याप्रमाणे ती आपल्या अंगात आहे नाही ती शक्ती पणाला लावून कृती करते, असा आजपर्यंतचा तिचा इतिहास आहे. आणि म्हणूनच काँग्रेसच्या झेंड्याखाली परमेश्वराने आपणास मरण द्यावे, अशी त्यांची प्रार्थना होती! याच भावनेपोटी दिल्लीला आचार्य कृपलानींना भेटावयास गेले असता आचार्यांना त्यांनी विचारले होते, "आपला भारत स्वतंत्र झाला, आता गरिबांचे राज्य येईल का?" आचार्यांचे उत्तर होते, "जगात कुठेच गरिबांचे राज्य झालेले नाही आणि होणार नाही! त्यांचे नाव घ्यायचे व राज्य करावयाचे!" हे उत्तर कटू होते, पण सत्य होते! क्रांतिसिंहांच्या स्वप्नास गेलेला पहिला तडा कदाचित हा असावा!

आणि मग स्वात्रंत्र्योत्तर काळात तड्यावर तडे व धक्क्यांवर धक्के बसत गेले. स्वातंत्र्यपूर्व काळातील राजकारण हे स्वराज्यासाठी, स्वातंत्र्यासाठी, स्वार्थत्यागाने करायचे होते, आता राजकारण हे सत्ताकाण बनले होते. सत्ताकारणात स्वातंत्र्य मिळविण्याचा प्रश्न नव्हता, मिळालेले स्वातंत्र्याचे अधिकार राबविण्याचा प्रश्न होता. ज्या काँग्रेसने स्वातंत्र्यपूर्व काळात शेतकरी, कष्टकऱ्यांच्या भल्याचे ठराव केले ती काँग्रेस आता पूर्वीची राहिली नव्हती. क्रांतिसिंह तिचे बदलणारे स्वरूप थोपवू शकत नव्हते. ते हतबल झाले, निराश झाले. त्यांच्याप्रमाणेच केशवराव जाधव, शंकरराव मोरे, माधवराव बागल, तुळशीदास जाधव इत्यादी बहुजन समाजातील काँग्रेस नेत्यांचा भ्रमनिरास झाला होता. या मंडळींनी शेतकरी-कामगारांच्या राज्याचे स्वप्न साकार करण्यासाठी शेतकरी-कामगार हा मार्क्सवादी तत्त्वज्ञानावर उभारलेला नवा पक्ष स्थापन केला. हा खराखुरा बहुजन समाजाचा, शेतकरी-कष्टकरी यांच्या हितासाठीच झटणारा, मार्क्सवादी पक्ष बनला होता. क्रांतिसिंहांनी

काँग्रेसचा त्याग करून या नव्या क्रांतिकारी पक्षात मोठ्या उमेदीने प्रवेश केला. पण तात्त्विक वादावादी व पक्षांतर्गत संघर्षातून १९५२ मधील निवडणुकीतील प्रचंड अपयश यांनी हा पक्ष ढासळून गेला. जेधे, मोरे, बागल, जाधव यांसारखे मातब्बर नेते पुन्हा काँग्रेसमध्ये गेले. क्रांतिसिंहांची मानसिक व वैचारिक कुचंबणा होऊ लागली. शेतकरी-कामगार पक्ष काळाची नवी आव्हाने पेलू शकेल, ही त्यांची आशा मावळू लागली. शेतकरी-कष्टकरी राज्याकडे जाण्यासाठी क्रांतिसिंहांनी काँग्रेसबाहेर आपले पाऊल टाकले होते. ते परत काँग्रेसमध्ये जाणे शक्य नव्हते. कारण काँग्रेस तीच होती. तिच्याकडे परत जावे असा तिच्यात बदल झाला नव्हता. त्यांच्या दृष्टीने काँग्रेसही भांडवलदारांची पाठराखण करणारी संस्था बनली होती. ज्या काँग्रेसवर त्यांनी मातृवत प्रेम केले तिच्या हातून शेतकरी-कष्टकऱ्यांचे राज्य निर्माण होईल, ही त्यांची आकांक्षा विफल ठरली होती. याच वैफल्यग्रस्त मानसिक अवस्थेतून क्रांतिसिंहांचा शेतकरी-कामगार पक्ष, नवनवीन संघटना, कामगार-किसान पक्ष अशा टप्प्यांतून पुढे प्रवास होत राहिला. अन् ते कम्युनिस्ट पक्षाच्या गोटात घेऊन स्थिरावले (१९५३).

साम्यवादाकडे : कम्युनिस्ट पक्षात

ज्या काँग्रेसने स्वातंत्र्यसंग्राम करून देशाला स्वातंत्र्य मिळवून दिले, तिच्याकडून अपेक्षिलेले शेतकरी-कामगारांचे राज्य साकार होऊ शकत नाही, अशी स्पष्ट कल्पना आल्यानंतरच क्रांतिसिंहांचा हा डाव्या पक्षांतून साम्यवादी पक्षाकडे प्रवास झाला. या काळात क्रांतिसिंहांनी बरेच वैचारिक मंथन केले. मार्क्स-लेनिनवादाचा अभ्यास केला, चिंतन केले आणि शेवटी त्यांनी साम्यवादाचा स्वीकार करून कम्युनिस्ट पक्षात प्रवेश केला. क्रांतिसिंहांना आत्मा, श्रद्धा व माया यांच्या अध्यात्मापेक्षा कार्ल मार्क्सचे भाकरीचे अध्यात्म अधिक जवळचे वाटले. ते म्हणतात, "ऋषीमुनींना मी जरूर प्रणाम करतो; पण आम्हा सामान्य माणसांना अध्यात्मबिध्यात्म काही कळत नाही. आम्हाला कळते ते भाकरीचे अध्यात्म आणि ते सांगणारा ऋषी कार्ल मार्क्स झाला म्हणून मी कट्टर काँग्रेसवादी असूनसुद्धा कार्ल मार्क्सच्या वेदाचा अभ्यास करीत आहे. कार्ल मार्क्स माझ्या हृदयाला सारखा आव्हान देत असतो." आणि म्हणूनच कार्ल मार्क्सच्या ग्रंथांना त्यांनी वेदांइतकेच पूज्य मानले. साम्यवादाशिवाय श्रीमंत-कंगाल यांच्यामधील

दरी नष्ट होणार नाही, अशी त्यांची अढळ श्रद्धा बनली. त्यासाठी कार्ल मार्क्सने प्रतिपादलेला वर्गीय लढा हेच रामबाण औषध आहे, असे त्यांना वाटत होते.

क्रांतिसिंहाच्या संपूर्ण जीवनकार्याकडे बारकाईने पाहिले तर त्यांना शेवटी साम्यवादाची दीक्षा का घेतली याचे उत्तरही सहज सापडते. गरीब शेतकरी व कष्टकरी यांच्यावरील शतकानुशतकाची राजकीय सामाजिक, आर्थिक व मानसिक गुलामगिरी नष्ट करण्याकरता व त्यांचे जीवन सुखी करण्यासाठी धडपडणे हे क्रांतिसिंहाच्या सर्व जीवनकार्याचे मूळ सूत्र होते. खुद्द क्रांतिसिंहांनी म्हटले आहे, "मी मार्क्स-लेनिन-स्टॅलिनच्या मार्गाकडे वळलो. पण माझी आंतरिक तळमळ एकच होती, ती म्हणजे गोरगरिबांना सुखाचे दोन दिवस व घास मिळावेत."

कम्युनिस्टांच्या जागतिक क्रांती घडवून आणण्याच्या स्वप्नाने क्रांतिसिंहांना भुरळ पाडली असे म्हणता येणार नाही. कारण क्रांतिसिंहांच्याच नव्हे, जागतिक राजकीय विचारवंतांच्या दृष्टिकोनातून असे स्वप्न फारच दूर आहे! क्रांतिसिंह जे भारतीय कम्युनिस्ट पक्षाकडे वळले, ते त्यांना तो पक्ष अखिल भारतीय पातळीवर शेतकरी-कष्टकरी यांच्या हितासाठी झटणारा एक प्रभावी साधन वाटला म्हणून. पण एकदा या पक्षाला त्यांनी आपली निष्ठा वाहिल्यावर शेवटपर्यंत त्याच निष्ठेने ते राहिले. त्यांना अनेक प्रलोभने दाखविली गेली, पण अशा प्रलोभनांस बळी पडणारा हा नरसिंह नव्हता. आपण ध्येयसिद्धीकडे जाणाऱ्या मार्गावर जंक्शन-जंक्शनावर गाड्या बदलल्या; पण ही गाडी मात्र ध्येयमंदिराकडे निश्चित पोहोचणार, असा प्रबळ आत्मविश्वास त्यांच्या ठायी शेवटपर्यंत होता.

हीच एक आस

आपल्या एका कार्यकर्त्याजवळ क्रांतिसिंहांनी आपली शेवटची इच्छा बोलून दाखविली होती, "आण एक आस हाय, स्वराज्य आलंय, पण सुराज्य यासाठी धडपडा जीवात जीव असेपर्यंत!" याच आसेपोटी ते हयातभर झगडले. संघर्ष करीत राहिले. ४७च्या स्वातंत्र्याला क्रांतिसिंह खरे स्वातंत्र्य मानायला तयारच नव्हते. ते म्हणायचे, "खरं स्वातंत्र्य तेव्हाच आलं असं आपण समजू, जेव्हा शेतकऱ्यांना व मजुरांना सर्व सुखं मिळतील." आपण कोणी महान आहोत, महात्मा आहोत, असा क्रांतिसिंहांचा मुळीच

दावा नव्हता. “नाना पाटील म्हणजे काळाच्या विशाल सागरावरील एक क्षणभंगुर लाट आहे. ती केव्हातरी नष्ट होणारच. पण त्या लाटेमुळे एखाद्या जरी श्रमजीवी माणसाच्या जीवनास थोडे जरी सौख्य व सौभाग्य आले तरी मी स्वतःच धन्य समजेन,” ही त्यांची आंतरिक श्रद्धा होती आणि म्हणूनच त्यांच्या निधनानंतर श्रद्धांजली वाहताना ‘दै. सकाळ’ने ‘त्यांनी अनेक पक्ष बदलले, पण गरिबाचा पक्ष कधी सोडला नाही’, असे म्हटले आहे, ते त्यांच्या जीवनकार्याचे अचूक मूल्यमापन आहे, असे वाटते.

क्रांतिसिंह शेतकऱ्यांतून निर्माण झाले व अखेरपर्यंत मनाने शेतकरीच राहिले. शेतकऱ्यांच्या हितासाठी अखेरपर्यंत ते झगडत राहिले. शेतमालाला भाव बांधून दिल्याशिवाय, त्यांच्यावरील कर्जे माफ केल्याशिवाय, बळिराजा सुखी होणार नाही, अशी त्यांची भूमिका होती. ही भूमिका गावातील चावडीसमोरच्या चौकापासून संसदेच्या व्यासपीठापर्यंत हजारो सभांतून त्यांनी मांडली, पटवून दिली, त्यासाठी अखंड जनजागरण केले आणि शेतकऱ्यांस ‘जागे व्हा, तुमचे भले तुम्हालाच करावे लागेल’ असे तळमळून बजावले. त्यांच्या शेवटच्या भाषणातही ते शेतकऱ्यांना म्हणाले होते, “कुठला परमेश्वर आता खाली येऊन तुमचे कल्याण करील हे विसरा.” शेतकऱ्यांची लढाई शेतकऱ्यांनीच खेळली पाहिजे. तोच जागा होऊन शहाणा बनून लढ्यात खंबीरपणे उभा राहिला पाहिजे. तो तसा उभा राहावा ही क्रांतिसिंहांची आंतरिक तळमळ होती. त्यासाठी ते शेतकऱ्यास सांगत होते की “तुमच्या न्याय्य हक्कांसाठी सरकारबरोबर भांडलं पाहिजे. हे आपलं सरकार आहे! सरकारला निवडून देणारे आम्ही आहोत तर मग सरकार हे का करू शकणार नाही?”

अनेक लढ्यांचे नेतृत्व

स्वातंत्र्योत्तर काळात क्रांतिसिंह नाना पाटलांनी दिलेल्या लढ्यांची नुसती यादी पाहिली तरी असे वाटते, की हा नेता आयुष्यभर अन्याय पीडितांसाठी प्रस्थापितांविरुद्ध लढतच राहिला. गिरणी कामगार, माथाडी कामगार, गोदी कामगार, साखर कामगार, रेल्वे कामगार यांचे लढे, खंडकरी शेतकऱ्यांचे लढे, शेतमजूर व भूमिहिनांचे लढे, आदिवासींचे लढे, अशा अनेक लढ्यांचे त्यांनी नेतृत्व केले. या लढ्यातील क्रांतिसिंहांचा सहभाग हा स्वतंत्र संशोधनाचा विषय होऊ शकेल. १९५४ मध्ये क्रांतिसिंह अखिल

भारतीय किसान सभेचे अध्यक्ष झाले व त्या पदावरून सर्व देशाचा दौरा करून देशभराच्या शेतकऱ्यांची व कष्टकऱ्यांची अवस्था अवलोकन केली. महाराष्ट्रातला शेतकरी, कष्टकऱ्यांप्रमाणेच इतर प्रांतातही त्यांची तीच अवस्था होती. पुढच्या वर्षी ते रशिया आदी साम्यवादी देशांच्या दौऱ्यावर गेले. तेथील शेतकरी-कामगारांची सुबत्ता व सुखी जीवन पाहून ते भारावून गेले. तेथील शेतकरी-कामगार राज्याचे जे विलोभनीय स्वप्न त्यांनी हयातभर उरी बाळगले होत, ते तिथे साकार झाले आहे, असे त्यांना वाटले. या दौऱ्याने क्रांतिसिंहाचा साम्यवादावरील विश्वास अधिक दृढ केला असावा.

राजकीय आघाडीवर क्रांतिसिंहांनी संयुक्त महाराष्ट्र चळवळ, गोवामुक्ती लढा व सीमा लढा अशा तीन लढ्यांत मोठी अविस्मरणीय कामगिरी केली. संयुक्त महाराष्ट्र चळवळीत तर त्यांनी आपल्या खास ढंगाच्या वक्तृत्वाने सर्व महाराष्ट्र ढवळून काढला. सामान्य मराठी माणूस लढ्यास उद्युक्त केला. याच प्रश्नावर त्यांनी लोकसभेत मराठीत भाषण करून तिथेही हा प्रश्न धसास लावला व सर्व देशाचे लक्ष वेधून घेतले. संसदेत मराठीत बोलणारा हा पहिला खासदार. ज्ञानेश्वर-तुकारामांची मराठी क्रांतिसिंहांनी संसदेच्या व्यासपीठावर अशी सुप्रतिष्ठित केली.

अशा अनेक लढ्यांचे नेतृत्व करीत असता सरकारने क्रांतिसिंहांना अनेक वेळा तुरुंगात घातले. स्वातंत्र्यपूर्व काळात इंग्रज राज्यकर्त्यांशी संघर्ष करीत असता ते कारावासात गेले होतेच; आता स्वातंत्र्योत्तर काळातही स्वकीय राज्यकर्त्यांनी त्यांना वेळोवेळी तुरुंगात घातले. पण यात विशेष आश्चर्य नव्हते. कारण स्वातंत्र्याबरोबर क्रांतिसिंहाचा प्रस्थापितांविरुद्धचा संघर्ष संपला नव्हता, नव्हे, तो अधिकच तीव्र बनत गेला होता. परिणामी मंत्रिपदाऐवजी कारावास, ही अटळ गोष्ट होती!

आयुष्याच्या अखेरच्या ५/६ वर्षांत त्यांच्या शरीराने त्यांना साथ दिली नाही. या काळात सक्रिय राजकारणापासून ते दूर झाले. शेवटी तर मधुमेहाच्या व्याधीमुळे त्यांना एक पाय गमवावा लागला. शरपंजरी पडलेल्या भीष्माचार्यांप्रमाणे त्यांची स्थिती झाली. पण शेवटपर्यंत त्यांच्यातील बंडखोर स्वातंत्र्यवीर जागा होता. याची प्रचिती आणीबाणीत त्यांनी केलेल्या, तब्बल सहा वर्षांच्या राजकीय संन्यासानंतरच्या एका समारंभात केलेल्या, एका भाषणात येते. व्याजोक्ती, उपरोध व विनोद या शस्त्रांनी या स्वातंत्र्यवीराने ऐन आणीबाणीतही सरकारवर कडाडून हल्ला चढविला होता. आपल्या

राज्यात शेतकरी, कष्टकरी सुखी करण्याची पावले सरकारला उचलायला भाग पाडली पाहिजेत, हे सांगताना आपल्या शेतकरी बांधवांना ते म्हणतात, "हे सगळं बदलायला पाहिजे आपल्या राज्यात. नाहीतर मग आपलं राज्य कसलं ! आणि तुम्ही भिऊ नका; इंग्रजी राज्य असताना आपण बोललो, अन् आता आपल्याच राज्यात आपल्याला बोलायची बंदी झाली तर हे राज्य कोणाचे आहे? अरे, दुसऱ्याच्या पुढे मागताना बंदी का? आई-वडिलांच्यापुढे भाकरी मागताना बंदी झाली तर हे कुणाचे आईबाप? अन् हा पोरगा तर कुणाचा?" हीच चीड आणीबाणीत क्रांतिसिंहांना भेटावयास आलेल्या व आणीबाणीवर त्यांचे मत विचारणाऱ्या एका काँग्रेस पुढाऱ्यास मिळालेल्या उत्तरातही दिसून येते. "आम्ही जे स्वातंत्र्य मागत होतो, ते मिळाल्यावर आमच्या अपेक्षा होत्या त्या तर पूर्ण झाल्या नाहीतच. आमच्या शेतकऱ्यास-कष्टकऱ्यास किंमत आली तर नाहीच; पण निदान या स्वातंत्र्यात आम्हाला बोलायला स्वातंत्र्य असेल अशी आमची समजूत होती, तीसुद्धा फोल ठरली! आम्हाला तुम्ही आज मुसकं घातलं आहे!"

असा वक्ता होणे नाही!

क्रांतिसिंह नाना पाटील यांचे वक्तृत्व म्हणजे मराठी समाजजीवनातील एक अमोल अलंकार होता. हजारोंच्या सभेत शड्डू मारून छत्रपती शिवाजी महाराजांच्या जयजयकार करीत व्यासपीठावर येणारा नाना पाटील हा एकमेव वक्ता होऊन गेला. २५/२५, ३०/३० हजारांचा समुदाय त्यांच्या या एंट्रीने भारावून जात असे! लाखाची सभाही ते सहजासहजी काबीज करीत असत! अशा प्रचंड सभा ३/३, ४/४ तास चालत. श्रोतृसमुदाय मंत्रमुग्ध होऊन त्यांना ऐकत राही. अशा सभा व असा वक्ता यापूर्वी कधी झाला नव्हता व त्यांनतरही झाला नाही.

क्रांतिसिंह बोलत ते शाब्दिक कसरतीचे बौद्धिक नसे. त्यांचे बोल हृदयातून, अंतःकरणातून येत. ते बोलत ते शेतकऱ्यांच्या, शेतमजुरांच्या, सामान्यांच्या भाषेत, त्यांच्या वेदनेनेच बोलत. त्यामुळे क्रांतिसिंह आपलीच वेदना, आपलेच दुःख, बोलून दाखवीत आहेत, असे लोकांना वाटे. क्रांतिसिंह व लोक यामधील अंतर केव्हाच नष्ट होई आणि क्रांतिसिंह व लोक मनानं एक होऊन जात, हेच क्रांतिसिंहांच्या असामान्य वक्तृत्वाचे खरे रहस्य आहे.

समोर बसलेल्या प्रचंड जनसमुदायास आपल्या पहिल्याच एक-दोन वाक्यांत क्रांतिसिंह कसे जिंकीत असत, हे शनिवारवाड्यासमोरच्या एका सभेच्या उदाहरणावरून दिसून येईल. 'हा नाना पाटील, येड्याचा रेडा, तुमच्यापुढे बोलत आहे! (प्रचंड हशा व टाळ्या) जसा ज्ञानेश्वरांनी रेड्याच्या तोंडून वेद वदविला, तसा महात्मा गांधी स्वातंत्र्याचा वेद या येडे गावच्या रेड्याकडून वदवीत आहेत!'' (प्रचंड टाळ्या)

अनेक वक्त्यांची भाषणे असणाऱ्या सभेत संयोजक क्रांतिसिंहांना शेवटी बोलायला लावत. कारण लोक नाना पाटलांची सभा म्हणून उत्सुकतेने आलेले असत. त्यांचा रस नाना पाटलांत असे. अशा वेळी शेवटी क्रांतिसिंह आपल्या भाषणाची सुरुवात अशी करीत. ''पूर्वीच्या वक्त्यांनी मळणी केली आहे, खळ्यातील रास निघाली आहे! आता कणसाच्या फक्त पिश्या राहिल्यात! त्या बडविण्याचे काम माझ्याकडे आले आहे. बघू या काही जोंधळे मिळतात काय!''

दैनंदिन व्यवहारातील उदाहरणे, शेतकरी जीवनातील दाखले देऊन क्रांतिसिंह आपला मुद्दा लोकांच्या मनात पक्का बिंबवून टाकीत. मग त्यांच्या भाषणाच्या ओघात ओझं डोक्यावर घेऊन घोड्यावर बसणारा दीडशहाणा येई, मोटेचं औत येई, अडतासे येत, तांदूळ खाणारं बकरं येई, अशा बऱ्याच गोष्टी येत. लोक क्रांतिसिंहांच्या दाखल्यावर, सांगण्याच्या ढबीवर, खळखळून हसून प्रतिसाद देत. त्यांचा विनोद हा खास वेगळ्या शैलीचा विनोद होता. तो समाजप्रबोधनाचे प्रभावी हत्यार होता. तो लोकांना हसवत हसवत अंतर्मुख करीत असे! साधी साधी वाक्यं विशिष्ट ढबीत उच्चारून क्रांतिसिंह सभेला खळखळून हसवून सोडीत, पण त्याचबरोबर समाजप्रबोधनाचा हेतू सहजगत्या साध्य करीत. आपल्या सरकारच्या बोलघेवडेपणावर व पोकळ आश्वासने देण्याचे सवयीवर हल्ला चढविताना ते म्हणत, ''आता आमचं सरकार हाय. चांगलं हाय सरकार. सरकारबद्दल मला काय म्हणायचं न्हाय! सरकार चांगलं हाय! पण...पण हाय त्येच्यात (हशा) काय पण हाय सांगा? पण दुसरा तिसरा काय न्हाय. बोललं ते करीत न्हाय! (हंशा व टाळ्या) लिहून ठेवतंय! लिहून ठेवतंय! (हशा) इतकं लिहून ठेवतंय की, गाडाबर लिहून ठेवतंय! (हशा) अन् पयलं काय लिहिलंय हे पुढच्याला कळंना व पुढच्याच मागल्याला कळंना! (हशा) असलं लिहतंय! असलं लिहितंय! आम्ही म्हणतोय, इतकं लिहू नका!

कशाला कागद नासता? लय म्हाग झालेती! (हशा) थोडं लिहा! थोडं लिहा, पण काम चांगलं करा! ''

क्रांतिसिंहांच्या वक्तृत्वासंबंधी आणखी गोष्ट लक्षात घ्यावयास हवी. तो म्हणजे त्यांचा अभ्यासूपणा. ज्या विषयावर आपणाला बोलायचे असेल त्याच्यावर ते कष्ट घेत असत. टिपणे काढीत असत. मग तो विषय ग्रामीण सहकारी संस्था असो, संयुक्त महाराष्ट्राची निर्मिती असो. प्रवासातसुद्धा त्यांचे ग्रंथांचे व वृत्तपत्रांचे वाचन सुरू असे. वृत्तपत्रांची हवी ती कात्रणे काढून ती भर सभेत वाचून दाखवून प्रतिपक्षावर हल्ला करणे, ही तर क्रांतिसिंहांची नेहमीची पद्धत असे. भांडवलदारांच्याच वर्तमानपत्रांतील कात्रणे वाचून दाखवून भांडवलशाहीवर ते हल्ला करीत आणि शेवटी म्हणत, ''मी हे काही पदरचं सांगत नाही. तुका म्हणे तसे हा पेपर म्हणे हा त्यांचाच पेपर सांगतोय बघा!''

क्रांतिसिंह- एक माणूस

देशभक्ती, गरिबांबद्दल कणव, स्वार्थत्यागी वृत्ती, साधेपणा, मनाचा मोठेपणा, नम्रता, श्रद्धाळूपणा असे क्रांतिसिंहाच्या व्यक्तिमत्त्वाचे अनेक विलोभनीय पैलू होते. ४२च्या लढ्याचा हा प्रतिसरकारचा अध्वर्यू, गुंडांच्या व दरोडेखोरांच्या हृदयात धडकी भरविणारा हा क्रांतिकारक अंतःकरणाने श्रद्धाळू व विनम्र होता. प्रतिसरकार चळवळीने देशभर कीर्ती लाभूनही त्यास अहंपणा वाटला नाही; अथवा केल्या कार्याचे सर्व श्रेय आपणच घ्यावे, ही स्वार्थी भावना त्यांच्या मनास शिवली नाही. ४२च्या प्रतिसरकार चळवळीत आपल्या सहकाऱ्यांचा व असंख्य बंधू-भगिनींचा मोठा वाटा आहे, असे त्यांनी अनेक ठिकाणी आवर्जून म्हटले आहे. माझे कार्यकर्ते, सहकारी म्हणजे माझी मुलेबाळे आहेत. ती शेतीभाती करतात, उत्पन्न काढतात, करणारी तीच आहेत; मी फक्त नावाचा खातेदार आहे!''

क्रांतिसिंहांच्या ठिकाणी साधुसंतासारखी विरक्ती होती. स्वतःच्या संसाराकडे पाठ फिरवून त्यांनी असंख्य शेतकरी-कष्टकऱ्यांचे संसार सुखी करण्याचा उद्योग केला. घर नाही, जमीन नाही, बँक बॅलन्स नाही, काहीच नाही. एवढेच नव्हे, तर एवढी देशसेवा केली म्हणून एखादे मंत्रिपद नाही अथवा मानसन्मानाची जागा नाही; पण त्याबद्दल त्यांना खेद नव्हता. ते म्हणत, ''मी कसली अपेक्षा बाळगून या कार्यात पडलोच नव्हतो, तर मला

अपेक्षाभंगाचं दुःख व्हावं कसं? देशाकरिता थोडं फार कार्य करण्याची नियतीनं संधी दिली, यातच मी कृतार्थ आहे! म्हणूनच बॅ. पी. जी. पाटील यांनी क्रांतिसिंह मिशन हॉस्पिटलमधील एक लहान खोलीत असता विचारलं, "अण्णा, जागा लई लहान हाई नाही का?" त्यावर क्रांतिसिंहांचे उद्‌गार मोठे मार्मिक आहेत. "आपल्या मालकीची एवढी तरी जागा या पृथ्वीवर मला कुठाय? ना गावात घर, ना रानात श्यात. आंग टेकायपुरती जागा मिळाली तरी माणसानं समाधान मानावं बघा. आणि न्हाईतरी डोळे मिटल्यावर माणसाला किती जागा लागते ती?"

सरकारवर साक्षीपुराव्यानिशी कडाडून हल्ला करणारे क्रांतिसिंह निवडणुकीतील आपल्या प्रतिस्पर्ध्यांविषयी आदरानेच बोलत असत. त्यांचा कधी उपमर्द करीत असत. ५७च्या निवडणुकीत संयुक्त महाराष्ट्राच्या ऐन चळवळीत श्री. दादासाहेब अळतेकरांविरुद्ध निवडणूक लढवीत असता ते विनोदाने म्हणत, "ही कौरव-पांडवांची लढाई हाय, मी हाय पांडवांकडं आणि दादा हाईत कौरवांकडं! आम्ही कुणालाबी मारलं तर आमचा आत्मा अमर हाय!" असा हा नेता दौऱ्यावर असे तेव्हा त्यांच्या दौऱ्यांचे वृत्तान्त पाठविणाऱ्या सरकारी माणसांच्या व पोलिसांच्या व्यवस्थेची न चुकता चौकशी करीत असे. पोलीस झाले म्हणून काय झाले? ते बिचारे नोकर. त्यांना त्यांचे काम करायलाच हवे. माणूस म्हणून आपण त्यांच्या खाण्या-जेवणाची व्यवस्था बघायला पाहिजे, ही क्रांतिसिंहांची भावना असे. ते त्यांना म्हणत, "अहो, तुमी-आमी भाऊभाऊ, तुमचा धंदा येगळा. आमचा धंदा येगळा. पण सोय नसली तर सांगा मला. मी हाईच की..."

क्रांतिसिंहांजवळ मनाचा मोठेपणा होता. मी मोठा नेता, माझी चूक मी कशी कबूल करणार हा गर्व त्यांना कधीच नव्हता. संयुक्त महाराष्ट्राच्या चळवळीत सांगलीस त्यांचे भाषण होते. संयोजक त्यांचे एके काळचे सहकारीच होते. भाषणासाठी क्रांतिसिंह सांगलीस आले; पण संयुक्त महाराष्ट्र समितीच्या कार्यालयात न उतरता दुसरीकडेच उतरले. "आम्ही तुम्हाला बोलावले असता तुम्ही दुसरीकडे कसे उतरलात?" असे कार्यकर्त्याने विचारताच त्यांनी आपली चूक प्रांजळपणे कबूल केली. एवढेच नव्हे, तर ते स्वतः आपणहून आपली वळकटी घेऊन संयुक्त महाराष्ट्र समितीच्या कार्यालयात हजर झाले!

क्रांतिसिंहांनी आयुष्याची शेवटची वर्षे पंढरपूरच्या रामबाग आश्रमात

ईश्वर चिंतनात घालविली. त्यांचे दर्शन घ्यायला अनेक शेतकरी स्त्री-पुरुष येत. त्यांनी क्रांतिसिंहांना भूमिगत असताना जिवापाड सांभाळलेले असायचे. अशांना त्यांच्या ऋणाची फेड म्हणून कुणास घोंगडी, कुणास साडी-चोळी अशी भेट ते देत अन् वर म्हणत, ''ही रामाने भेट म्हणून तुम्हास दिलीय. घेऊन जावा!''

पंढरीत हा वारकरी जाऊन आयुष्याचे शेवटचे पर्व व्यतीत करीत होता; पण ध्यान करीत होता प्रभू रामचंद्रांचे! त्यांना वाटायचे की शतकानुशतके गरिबांवर अत्याचार होतो आहे अन् हा विठुराणा कंबरेवर हात ठेवून उभाच आहे. निश्चल आहे. काही करीत नाही. प्रभू रामचंद्राचे तसे नाही. तो दुष्टांचा संहारक आहे व दीनांचा कैवारी आहे. आयुष्यभर आपण जी आस धरली त्या आसेला साजेसे हे प्रभू रामचंद्रांचे दैवत आहे. म्हणून विठोबापेक्षा प्रभू रामचंद्र त्यांना अधिक प्रिय वाटत होता.

क्रांतिसिंहांचे इतिहासातील स्थान

क्रांतिसिंहांनी आपल्या सार्वजनिक जीवनाची सुरुवात सत्यशोधकी प्रचारक म्हणून केली व अखेर ते कार्ल मार्क्सच्या साम्यवादी गोटात विश्रांतीस गेले. महाराष्ट्रातील या थोर नेत्याचे चरित्र व जीवनाची वाटचाल मोठी अभ्यासनीय आहे. जीवनाच्या वाटचालीत अमुक एका तत्त्वप्रणालीशी त्यांनी बांधिलकी स्वीकारलेली होती असे दिसत नाही. म्हणूनच सत्यशोधकी नाना पाटील गांधीवादी सत्याग्रही बनले, गांधीवादी सत्याग्रहीचे सशस्त्र क्रांतिकारक बनले व पुढे साम्यवादी विचाराचे पाईक झाले. वरवर पाहता हा प्रवास म्हणजे विसंगती वाटते. पण या विसंगतीच्या आत खोलवर सुसंगती होती. क्रांतिसिंहांच्या कार्याची अंतःप्रेरणा पूर्वी जी होती, तोच अखेरपर्यंत राहिली. समाजातील दुःखी, कष्टी, पीडित, दलितपतित, शेतकरी-कष्टकरी, अस्पृश्य व आदिवासी असा जो लक्षावधी खालचा समाज आहे, त्याचा अभ्युदय घडवून आणणे, हीच ती प्रेरणा होती. आणि ही त्यांची प्रेरणा त्यांनी अनेक पक्ष बदलले, आंदोलनाची साधने बदलली म्हणून नजरेआड झाली होती, असे दिसत नाही. या अर्थाने महाराष्ट्रात म. फुले व राजर्षी शाहू महाराज यांनी सुरू केलेल्या समाजसुधारणेच्या विचारांचे क्रांतिसिंह हे वारसदार होते. नव्हे, त्यांची सुधारणा पुढे नेण्याच्या चळवळीतील ते मानकरी होते.

क्रांतिसिंहांपूर्वी महाराष्ट्रात आधी राजकीय सुधारणा की आधी सामाजिक सुधारणा, हा वाद मोठा गाजला होता. पण क्रांतिसिंहांनी या दोन्हीही सुधारणा महत्त्वाच्या मानल्या. किंबहुना, प्रौढ साक्षरता प्रसार यांसारख्या एखाद दुसऱ्या समाजसुधाराणा मोहिमेत आयुष्यभर गुंतून राहण्यास नकार देऊन देशभर प्रज्वलित झालेल्या स्वातंत्र्य संगराकडे त्यांनी धाव घेतली. याचे कारण त्यांचा पिंडच बंडखोर क्रांतिकारकाचा होता. साक्षरता प्रसाराचे महत्त्व त्यांच्या लेखी कमी होते असे नाही, पण त्याहीपेक्षा देशाची गुलामगिरी घालवून स्वातंत्र्य पैदा करण्याची चळवळ त्यांना अधिक महत्त्वाची वाटली. पण त्याचा असाही अर्थ नव्हता की, त्यांनी समाजसुधारणेकडे पाठ फिरवली होती. उलट प्रतिसरकारचा राजकीय प्रयोग राबवीत असता त्यांनी जे ग्रामराज्य स्थापन केले होते, ते ग्रामराज्य म्हणजे अस्पृश्यता निवारणापासून हुंडाबंदीपर्यंतच्या अनेक सामाजिक सुधारणा अमलात आणणारा तो महान प्रयोग होता!

तथापि, क्रांतिसिंहांना जी कीर्ती मिळाली, ती समाजसुधारकापेक्षा ते साताराच्या क्रांतिकारकांचे सेनापती व प्रतिसरकारचे संस्थापक बनले म्हणून मिळाली, हे मान्य करावयास हवे. यात अस्वाभाविक काही होते असेही नाही. इतिहासाकडे नजर फेकल्यास असे दिसते की, ज्यांनी समाजसुधारणेचे व्रत घेतले, ते त्यांच्या हयातीत उपेक्षितच राहिले; पण ज्यांनी राजकीय चळवळी केल्या, त्यांची नावे मात्र देशाच्या कानाकोपऱ्यात पोहोचली. क्रांतिसिंहांच्या ४२च्या लढ्याच्या बाबतीतही हाच संदर्भ लागू आहे.

४२च्या प्रतिसरकार चळवळीने क्रांतिसिंहांचे नाव महाराष्ट्रातच नव्हे, तर देशभर केले. त्यांच्या भूमिगत अवस्थेतील शौर्याच्या व धाडसाच्या गाथा आजही महाराष्ट्रात मोठ्या रसिकतेने सांगितल्या जातात. क्रांतिसिंहाच्या ४२च्या संग्रामाकडे पाहून अनेक समकालीनांना ३०० वर्षांपूर्वी शिवाजी महाराजांनी गनिमी काव्याने केलेला स्वातंत्र्य संग्राम आठवत होता. ज्या मातीने शिवरायास जन्म दिला, त्याच मातीत क्रांतिसिंह जन्मले होते. शिवरायाने जसे अफाट मोगली सत्तेला आव्हान दिले, तसे क्रांतिसिंहांनीही अफाट ब्रिटिश साम्राज्यसत्तेला आव्हान दिले, असे महाराष्ट्रातील जनतेला वाटले, तर काही नवल नव्हते.

काहींनी क्रांतिसिंहांच्या प्रतिसरकार कार्याची तुलना देशाबाहेर पडून लष्करी संघर्ष करणाऱ्या नेताजी सुभाषचंद्रांशी केली आहे. नेताजींनी देशाबाहेर

आझाद हिंद फौज उभारून स्वातंत्र्यसंग्राम केला, तर क्रांतिसिंहांनी देशांतर्गत प्रतिसरकार स्थापून स्वातंत्र्यसंग्राम केला. दोघा राष्ट्रभक्तांची प्रेरणा एकच होती.

ज्ञानेश्वरांचे वैराग्य व तुकारामाची निःस्पृहता ही जशी क्रांतिसिंहांच्या रोमारोमात होती, तशी शिवरायांचे क्षात्रतेज व म. फुल्यांची बंडखोरी, हीही त्यांच्या रक्तात भिनली होती. अशा प्रकारे क्रांतिसिंहाच्या व्यक्तिमत्त्वाचे अनेक पैलू होते. या पैलूंच्या सुरेख मिश्रणामुळेच आचार्य अत्रे यांनाही क्रांतिसिंहांना 'सातारच्या मुशीत तयार झालेले अद्‌भुत रसायन' असे म्हणावेसे वाटले. तर भगतसिंगांच्या बंधूस, सरदार कुलतारसिंहास, ते 'महान संत' वाटले!

◆

१७

कॉम्रेड गोविंदराव पानसरे : साहित्य व विचार

कॉम्रेड गोविंदराव पानसरे हे एक आघाडीचे विचारवंत म्हणून, तसेच एक लढाऊ कामगार नेते म्हणून अवघ्या महाराष्ट्रास परिचित होते. पण, एवढीच त्यांची ओळख पुरेशी नाही. ते एक निष्णात वकील होते, पट्टीचे वक्ते होते, इतिहासाचे अभ्यासक होते, तळमळीचे कार्यकर्ते होते, शोषितांचे कैवारी होते, समाज शहाणा व्हावा, जागा व्हावा, त्यास आत्मभान यावे, यासाठी सतत वाणी व लेखणी यांच्या द्वारा कार्यरत असणारे प्रबोधनकारही होते.

गेल्या ५०/६० वर्षांत महाराष्ट्रातील असे एकही आंदोलन नसेल, की ज्यात कॉ. पानसरे यांचा सहभाग नसेल. मग ते संयुक्त महाराष्ट्राचे आंदोलन असो वा मंडल आयोगाचे आंदोलन असो. खुद्द कोल्हापुरात अनेक आंदोलने त्यांच्या प्रेरणेने अथवा पुढाकाराखाली झाली. उदाहरणार्थ भोंदू तोडकर महाराजाविरुद्धचे आंदोलन, विश्वशांती यज्ञविरोधी आंदोलन, अशा अनेक आंदोलनांची नावे सांगता येतील. अशी आंदोलने चालवीत असता, समाजप्रबोधन हे त्यांचे मुख्य उद्दिष्ट असे आणि म्हणूनच मोर्चे, निदर्शने, घेराव, उपोषण, हरताळ, सभा-परिषदा यांबरोबरच ते त्या त्या आंदोलनाच्या भूमिकेविषियी लिहीत गेले. लेखरूपाने, पुस्तिकांच्या रूपाने त्यांनी समाजाला सातत्याने जागे करण्याचा प्रयत्न केला. काहींना कॉ. पानसरे यांचे असे साहित्य प्रासंगिक स्वरूपाचे वाटण्याचा संभव आहे. ते तसे वरवर प्रासंगिक वाटले, तरी ते ज्या समाजप्रबोधनाच्या हेतूंनी तयार केले गेले आहे, ते हेतू जोवर समाजाकडून साध्य होत नाहीत, तोवर ते समाजाकडून पुनःपुन्हा

'कॉम्रेड गोविंद पानसरे समग्र साहित्य' या ग्रंथाची प्रस्तावना.

वाचले जाण्याची, त्यावर विचार करण्याची गरज आहे. उदाहरणार्थ, तोडकर महाराजांच्या विरोधात झालेल्या आंदोलनात त्यांनी लिहिलेला लेख केवळ प्रासंगिक कसा म्हणता येईल? जोवर समाजात अंधश्रद्धा पसरवणारे आणि त्यांच्या आधारे लोकांना फसवणारे 'महाराज', 'बाबा' आहेत, तोवर या लेखाची उपयुक्तता आहेच आहे. समाजातील केवळ अडाणीच नव्हे, सुशिक्षित लोकांना शहाणे करणारा हा लेख आहे.

कॉ. पानसरे स्वतः एक कम्युनिस्ट नेते, म्हणजे राजकारणी असूनही त्यांच्या लिखाणाचे एकूणच विषय सामाजिक होते, हे या ठिकाणी विशेषत्वाने नोंदवले पाहिजे. मंडल आयोग, मुस्लीम समाज व त्याचे तथाकथित लाड, धर्म-वर्ण-जात, ब्राह्मण व ब्राह्मण्य, शेती व शेतकरी, कामगार असे या विषयांचे स्वरूप आहे. कॉ. पानसरे यांनी शिवाजी महाराजांवर आणि राजर्षी शाहू छत्रपतींवरही लिहिले होते. पण, ते करत असताना, त्यांची भूमिका चरित्रकाराची वा इतिहासकाराची नाही. शिवछत्रपती किंवा राजर्षी शाहू राजे असूनही लोकशाहीच्या युगात त्यांच्या नावाचा जयजयकार का होतो आहे, याचे रहस्य उलगडून दाखवीत असता, या दोन महापुरुषांची चरित्रे आजही आपणास कशी उद्‌बोधक आणि मार्गदर्शक ठरू शकतात, याचा त्यांनी पानोपानी ऊहापोह केला आहे. दुसऱ्या शब्दांत त्यांनी शिवछत्रपतींचा व शाहू चरित्राचा वर्तमानाशी संदर्भ काय असू शकतो, याचीच चर्चा केली होती.

कॉ. पानसरे यांच्या साहित्याची जुळवाजुळव करत असतानाच, त्यांचा 'मार्क्सवादाची तोंडओळख' हा ग्रंथ हाती पडला. (तो अगदी परवाच, म्हणजे ऑक्टोबर २०१० मध्ये प्रकाशित झाला आहे.) मराठी भाषेत मार्क्सवादावर भरपूर लिखाण झाले असले, तरीसुद्धा सोप्या भाषेत मार्क्सवाद सांगणाऱ्या पुस्तकाची गरज होती; विशेषतः प्रथमच मार्क्सवाद समजावून घेऊ इच्छिणाऱ्यांसाठी अशा पुस्तकाची गरज होती, असे जे लेखकाने प्रस्तावनेत म्हटले आहे, ते खरे आहे. हे पुस्तक केवळ कम्युनिस्ट होऊ पाहणाऱ्या कार्यकर्त्यांसाठी नाही, तर ज्याला समाजकारणाविषयी आस्था आहे, ज्याला समाजातील बहुविध स्वरूपांच्या समस्या समजून घ्यायच्या असतील, अशा सर्वच जिज्ञासू लोकांसाठी ते लिहिले गेले आहे. ज्या कोणाला समाजकारण करायचे असेल, त्याने एकदा तरी 'मार्क्स' वाचला पाहिजे, याविषयी दुमत होण्याचे कारण नाही. कॉ. पानसरे अशा लोकांसाठी

एक सुवर्णसंधी उपलब्ध करून देत होते.

कॉ. पानसरे यांच्या साहित्याचे अभ्यासाच्या सोयीसाठी आम्ही एकूण सहा विभाग करण्याचे योजिले आहे. ते असे :

१. विभाग एक : मंडल आयोग, मुस्लीम समाज व सच्चर समिती इत्यादी
२. विभाग दोन : धर्म, जात, वर्ग, अंधश्रद्धा, परिवर्तनवादी इत्यादी
३. विभाग तीन : इतिहास व त्याचा अन्वय - छ. शिवाजी महाराज व राजर्षी शाहू छत्रपती
४. विभाग चार : शेती, शेतकरी, डंकेल प्रस्ताव, कामगार इत्यादी
५. विभाग पाच : मार्क्सवाद
६. विभाग सहा : संकीर्ण - वृत्तपत्रे, रुपयाचे अवमूल्यन, काश्मीर, पंचायत राज्य, भोवताल इत्यादी

अर्थात, हे विभाग म्हणजे विषयांची काटेकोर विभागणी आहे, असे मात्र म्हणता येणार नाही. कारण, काही विषय असे आहेत की, ते एकमेकांत मिसळून जातात किंवा ते एकमेकांपासून फारसे अलग करता येत नाहीत. उदाहरणार्थ, मागासवर्गीय जाती, ब्राह्मण/मराठे या वरिष्ठ जाती हे विषय मंडल आयोगाची चर्चा करतानाही येतात आणि धर्म, जात, वर्ण यांची चिकित्सा करतानाही टाळता येत नाहीत. तेव्हा काही प्रसंगी त्यांची पुनरुक्ती होते. प्रस्तुत ग्रंथात अंतर्भूत झालेले लेख अथवा पुस्तिका या एकाच प्रसंगी अथवा एकाच कालखंडात लिहिल्या गेल्या नसल्याने, विषयाची मांडणी करताना काही मुद्द्यांची पुनरुक्ती होणे, अपरिहार्यच नव्हे, तर आवश्यकही होते, असे जे लेखकाने एका ठिकाणी म्हटले आहे, त्यास वाचवक वर्ग सहमत होईल यात शंका नाही.

१

पहिल्या विभागात कॉ. पानसरे यांच्या १) मंडल आयोग आणि राखीव जागांचा प्रश्न २) अजून न स्वीकारलेला मंडल आयोग ३) मंडल आयोग आणि मागासलेले मुस्लीम ४) मुस्लिमांचे लाड आणि सच्चर समिती आणि मागासलेले मुस्लीम अशा चार पुस्तिकांचा समावेश होतो.

मंडल आयोगाची चर्चा करण्यापूर्वी त्याची पार्श्वभूमी सांगून आयोगाने आपल्या निष्कर्षासाठी तीन प्रकारचे निकष लावल्याचे कॉ. पानसरे सांगतात.

सामाजिक, शैक्षणिक व आर्थिक असे ते तीन स्वरूपांचे निकष होते. हे निकष लावून मागासलेपणा ठरविण्यासाठी 'जात' हा घटक मानला गेला आहे. तसेच, उच्च न्यायालयाच्या एका निर्णयानुसार 'जात' हासुद्धा एक 'वर्ग'च मानला आहे.

जातिव्यवस्था हे हिंदू धर्माचे व्यवच्छेदक लक्षण आहे. खरे तर इस्लाम, ख्रिस्ती आदी धर्मात मुळात जाती नाहीत; परंतु भारतामधील जातिव्यवस्थेचा प्रभाव या धर्मीयांवर पडून त्यांच्यामध्येही जातींची, उच्चनीचतेची उतरंड तयार झाली आहे. हिंदूंमधील ज्या मागासलेल्या जाती उदा. धोबी, तेली, दर्जी इ. धर्मांतर करून दुसऱ्या धर्मात गेल्या, तिथेही त्या त्यांच्या पूर्वीच्याच जातीवरून ओळखल्या जाऊ लागल्या. म्हणजे त्यांच्या सामाजिक दर्जात काहीच फरक न पडता, त्या मागासलेल्याच राहिल्या. मंडल आयोगाने मागासलेल्या जातींना २७ टक्के राखीव जागा देताना, इतर धर्मातील मागासलेल्या जातींचा अंतर्भाव केला आहे, याची आवर्जून नोंद करीत कॉ. पानसरे आयोगाच्या महत्त्वाच्या शिफारशींचा परामर्श घेताना दिसतात.

मंडल आयोगाने मागासलेल्या जातींना सरकारी नोकऱ्यांत व शिक्षण संस्थांत २७ टक्के जागा राखीव म्हणून दिल्या आहेत, एवढीच सर्वसाधारणपणे सामान्य लोकांना माहिती असते. वास्तवात आयोगाने मागासलेल्या समाजाच्या प्रगतीसाठी कितीतरी महत्त्वाच्या शिफारशी केल्या आहेत. उदाहरणार्थ, शैक्षणिक शिफारशींमध्ये मागासवर्गीय जातींच्या विद्यार्थ्यांसाठी रेसिडेन्शियल स्कूल्स, सरकारी मोफत वसतिगृहे, धंदेशिक्षणाची खास व्यवस्था, एवढेच नव्हे, तर राखीव जागांवर प्रवेश घेतलेल्या विद्यार्थ्यांसाठी 'नियमित शिक्षणाखेरीज खास वर्ग चालवून त्यांना इतर विद्यार्थ्यांबरोबर' आणण्यासाठी स्वतंत्र सुविधा निर्माण करण्याच्या अनेक शिफारशींचा समावेश आहे. याशिवाय, उद्योगधंद्याच्या क्षेत्रातही मागासवर्गीयांच्या मदतीच्या शिफारशी केल्या गेल्या आहेत. मागासवर्गीयांच्या हितसंबंधांचे रक्षण करण्यासाठी केंद्राने व राज्यांनी स्वतंत्र खाते निर्माण करावे, असेही म्हटले आहे. या सर्वांची माहिती देऊन कॉ. पानसरे यांनी शेवटी 'सर्व मागासवर्गीयांच्या प्रगतीकरिता उत्पादनसंबंधात मूलभूत बदल करणे, हे एकमेव सर्वांत महत्त्वाचे पाऊल ठरणार आहे,' असा आयोगाचा अभिप्राय अधोरेखित केलेला आहे.

भारतासारख्या कृषिप्रधान देशात उत्पादनाचे मुख्य साधन म्हणजे शेतजमीन. केरळ, कर्नाटक, बंगालसारख्या राज्यांनी जमीनधारणेच्या पुनर्रचनेचे जसे

कायदे अमलात आणले आहेत, तशा पुरोगामी कायद्यांची निर्मिती व काटेकोर अंमलबजावणी करावी, ही आयोगाची शिफारस कॉ. पानसरे यांच्या मते सर्वांत महत्त्वाची व मूलगामी स्वरूपाची आहे. आयोगाच्या शिफारशींप्रमाणे सरकारने खरोखरीच तसे कायदे करून, त्यांची प्रामाणिकपणे अंमलबजावणी केली, तर ती एक प्रकारची देशातील सामाजिक व आर्थिक क्रांतीच ठरेल.

कॉ. पानसरे यांच्या मंडल आयोगावरील पुस्तिकांचा मुख्य उद्देश त्या आयोगाची भूमिका विशद करून सांगणे हा तर आहेच, शिवाय या आयोगाच्या अंमलबजावणीस ज्या वरिष्ठ वर्णांनी अथवा जातींनी जो विरोध केला, त्याविरुद्ध जे हिंसात्मक आंदोलनही चालविले गेले, त्यामागील वावदूकपणा, जातिस्वार्थ, वर्णवर्चस्ववादी वृत्ती इत्यादी बाबी उघड्या पाडणे, हाही एक महत्त्वाचा उद्देश आहे. वरिष्ठ जातींनी आयोगाच्या शिफारशींना घेतलेल्या आक्षेपांना कॉ. पानसरे यांनी अतिशय मार्मिकपणे उत्तरे दिलेली आहेत.

या देशातील दारिद्र्य ही राष्ट्रीय समस्या असून, ती दूर करण्याचे सरकारचे प्रयत्न चालू असतातच. अशा प्रयत्नांतून मागासवर्गीयांचे दारिद्र्य एकूण देशाच्या दारिद्र्याबरोबर अस्तास जाईलच, तेव्हा मागासवर्गीय जातींच्या दारिद्र्य निर्मूलनासाठी खास काही वेगळे प्रयत्न करण्याची गरजच काय, असे वरिष्ठ जातीचे लोक साळसूदपणे विचारत असतात.

या प्रश्नास उत्तरे देताना कॉ. पानसरे म्हणतात, "प्रत्येक दरिद्री माणूस हा शैक्षणिक व सामाजिकदृष्ट्या मागासलेला असतोच, असे नाही. आर्थिकदृष्ट्या मागासलेल्या विभागात सामाजिक व शैक्षणिकदृष्ट्या मागास नसलेले विभाग आहेत व असू शकतात; परंतु सामाजिक व शैक्षणिकदृष्ट्या मागास असलेल्या विभागात दारिद्र्य भयानक व सर्वदूर पसरलेले आहे, असे दिसते. या विभागातील मागासलेपणा नाहीसा करण्याच्या प्रयत्नाला अग्रक्रम देण्याची गरज आहे व म्हणूनच इतर मागासवर्गाच्या प्रगतीसाठी खास तरतुदी करण्याची गरज आहे."

आतापर्यंत उच्चवर्णीयांसाठी सामाजिक क्षेत्रात राखीव जागा ठेवल्या गेल्या नव्हत्या काय? असा एक महत्त्वाचा प्रश्न कॉ. पानसरे उठविताना दिसतात. या संदर्भात त्यांनी म्हटले आहे, "राखीव जागांना विरोध करणाऱ्यांनी आणखी एक गोष्ट लक्षात घेणे जरूर आहे. हिंदूधर्मात ज्ञानग्रहणाच्या

क्षेत्रात, राज्य करण्याच्या क्षेत्रात, संपत्ती मिळविण्याच्या क्षेत्रात पूर्वीपासूनच राखीव जागा नाहीत काय? उच्चवर्णीयांनीच फक्त ज्ञान मिळवावे, असा कायदा पूर्वी नव्हता काय? ते संपूर्ण क्षेत्र त्यांच्यासाठी पूर्वी राखीव नव्हते काय? या राखीव क्षेत्रात कुणी घुसला, तर त्याला महाभयानक शिक्षा तेव्हाचे राज्यकर्ते करीत नव्हते काय? तप केले म्हणून शूद्र शंबुकाची मान प्रभू रामचंद्राने छाटल्याची गोष्ट रामायणात नमूद आहेच. आदिवासी एकलव्य धनुर्विद्या शिकला म्हणून त्याचा अंगठा छाटल्याची महाभारतातील कथा तेव्हाच्या 'राखीव' क्षेत्राचा स्पष्ट पुरावा नाही काय? मनुस्मृतीचे कायदे काय सांगतात? शिक्षणाच्या क्षेत्रात काही 'राखीव जागाच' नव्हे, तर संपूर्ण क्षेत्रच पूर्वी राखीव होते. तेव्हा ते उच्चवर्णीयांना होते. आता मागासलेल्या जातिजमातींना काही टक्के जागा राखीव ठेवल्या, तर त्याविरुद्ध आकांडतांडव का?''

आजसुद्धा श्रीमंत वर्गासाठी शिक्षणाच्या क्षेत्रात राखीव जागा नाहीत काय? वैद्यकीय/अभियांत्रिक महाविद्यालयांतील व्यवस्थापन समितीकडे असणाऱ्या १० टक्के जागा कोणाला मिळतात? एवढेच नव्हे, तर विनाअनुदान महाविद्यालयांतील खुल्या जागाही कोणाला मिळतात? जो भरमसाट फी देऊ शकतो, राहण्या-जेवणाचा स्वतंत्र खर्च करू शकतो, अशाच श्रीमंतांच्या पाल्यांना मिळतात! असे प्रतिपादन करत कॉ. पानसरे पुढे म्हणतात, ''श्रीमंतांना राखीव जागा ठेवतात, त्याला विरोध नाही. मागासलेल्यांसाठी त्या ठेवल्या, तर त्यांना मात्र विरोध; हे काय आहे?''

शासकीय नोकऱ्यांत मागासवर्गीयांना राखीव जागा ठेवल्यास प्रशासनाची गुणवत्ता खालावेल, असा एक आक्षेप घेतला जातो. त्याचा जोरदार प्रतिवाद कॉ. पानसरे यांनी केला आहे :

''सध्या शासकीय व इतर नोकऱ्यांतील उच्चपदस्थ नोकर वर्ग हा जवळजवळ सर्व वरिष्ठ वर्णातून आलेला आहे. अशा या उच्चपदस्थ सवर्ण नोकरांचे प्रशासन मोठे गुणवान, कार्यक्षम, स्वच्छ, भ्रष्टाचारापासून अलिप्त, प्रामाणिक आणि सचोटीचे आहे असे कुणीतरी म्हणू शकेल काय?... याचा अर्थ इतर मागासवर्गीयांतील नोकर अधिक चांगले, अधिक गुणवान अगर अधिक कार्यक्षम निघतील, असा नाही. आजवरच्या परंपरेमुळे, मागासलेपणामुळे, अनुभव नसल्यामुळे कदाचित ते किंचित कमी कार्यक्षम निघतील; परंतु त्यांना समाजात प्रचंड बहुसंख्येने असलेल्यांची दुःखे व

अडचणी लवकर व चांगल्या समजण्याची शक्यता आहे. त्यांच्या अडचणी दूर करण्यासाठी ते कदाचित अधिक चांगले काम करतील.''

अशाच प्रकारे मागासवर्गीय विद्यार्थ्यांना कमी गुणांवर डॉक्टर होऊ दिले, तर त्यांचे रोगी पटापट मरतील; इंजिनिअर होऊ दिले, तर इमारती, पूल कोसळतील; रस्ते खचतील अशी अतिरेकी विधाने करणाऱ्या मंडळींना कॉ. पानसरे त्यांच्याच शब्दांत उत्तर देतात : ''आजवर जे रोगी मेले ते सवर्ण डॉक्टर असतानाच मेले. आजवर पडलेल्या इमारती आणि फुटलेली धरणे मागासवर्गीय इंजिनिअरांनी बांधलेली नव्हती!''

आमच्या पूर्वजांनी इतरांवर मागासलेपणा लादला असेल, तर आज आम्ही त्याची किंमत का द्यावी? एका जुन्या अन्यायाचे निवारण करत असता, हा दुसरा नवा अन्याय आमच्यावर का? ब्राह्मण अथवा मराठा कुटुंबात जन्मास येणे, हे पाप आहे काय? असे प्रश्न वरिष्ठ जातींतील तरुण मंडळी राखीव जागांच्या पुरस्कर्त्यांना नेहमी विचारत असतात. त्यांच्या या प्रश्नांचे उत्तर देताना कॉ. पानसरे त्यांच्या वरिष्ठ जातीत जन्माला येण्याचे कोणकोणते फायदे त्यांना मिळत असतात, याचे विवरण तर्कशुद्ध पद्धतीने करतात :

''वरील युक्तिवादात बिगर मागास (सवर्ण हिंदू वा इतर) कुटुंबात जन्मल्यामुळे होणाऱ्या अगदी जुजबी गैरफायद्यांवरच फक्त बोट ठेवले आहे; परंतु सवर्ण कुटुंबात वाढल्यामुळे मिळणारा शिक्षणाचा, प्रतिष्ठेचा, आकांक्षा निर्माण करण्यासाठी जोपासल्या जाणाऱ्या कौटुंबिक वातावरणाचा, घरून मिळणाऱ्या आर्थिक पाठबळाचा वारसा सोयीस्करपणे विसरला जातो. पूर्वजांकडून मिळणाऱ्या फायद्याचा स्वीकार केला जातो आहे. एखाद्या ब्राह्मण विद्यार्थ्याच्या लायकीत त्याचा वैयक्तिक प्रयत्नांचा वाटा असतो; पण त्याच्या यशात त्याहीपेक्षा, शेकडो वर्षांच्या शिक्षणासाठी अनुकूल अशा कौटुंबिक वातावरणाचा वारसा अधिक महत्त्वाचा आहे, हे लक्षात न घेता 'पूर्वजांनी अन्याय केला त्याला मी का जबाबदार' असे म्हणणे तर्काला धरून नाही.''

राखीव जागांमुळे जातिव्यवस्था अधिकच घट्ट होईल, असाही एक युक्तिवाद केला जातो. खरे तर हा फसवा युक्तिवाद आहे. राखीव जागांच्या सुविधांमुळे जेव्हा भंग्याचा मुलगा इंजिनिअर, डॉक्टर वा प्राध्यापक होतो, तेव्हा जातिव्यवस्थेलाच ते आव्हान दिले जाते, ती कोसळवून टाकण्याच्या

प्रक्रियेस गती मिळत असते. एक प्रकारे जातिपातींचा 'भौतिक आधार'च ढिला केला जातो. यातूनच मासवर्गीयांची अन्यायाविरुद्ध बंड करण्याची ऊर्मी वाढत जाते आणि मग ते त्यांची एकजूट करून त्यांच्यावर लादलेले पारंपरिक व्यवसाय नाकारतात. वरिष्ठवर्णीय मंडळी यास 'मागासलेल्यांचा जातीयवाद', असे म्हणतात. पण, या जातीयवादास कॉ. पानसरे यांनी 'संरक्षणात्मक जातीयवाद', असे संबोधले आहे. मागासलेल्यांचा जातीयवाद हा दुसऱ्यावर अन्याय करणारा नसून, त्यांच्यावर होणाऱ्या अन्यायांचा प्रतिकार करणारा असतो किंवा त्यांच्या न्याय्य हक्कांचे संरक्षण करण्यासाठी असतो, असे त्यांना सांगायचे आहे. अशा संरक्षणात्मक जातीयवादातील 'अपुरेपणा'ची त्यांना जाणीव असून, त्याने अधिक व्यापक पातळी गाठायला हवी, अशी अपेक्षाही ते व्यक्त करताना दिसतात.

राखीव जागांसाठी जात ही कसोटी न मानता, आर्थिक मागासलेपणा ही कसोटी मानली जावी, अशी आग्रहाची मागणी वरिष्ठ जातीच्या संघटना व त्यांचे पुढारी करत असतात. हा एक महत्त्वाचा आक्षेप असून, वरवर पाहता तो योग्यही वाटतो, असे कॉ. पानसरे मान्य करतात. पण, लगेच त्यास पुस्ती जोडतात की, सर्व मागासवर्गीय आर्थिकदृष्ट्या मागासलेले असतात हे खरे; पण आर्थिकदृष्ट्या मागासलेले सर्व जण सामाजिकदृष्ट्या मागासलेले असतातच, असे नाही. आपला मुद्दा अधिक स्पष्ट करताना कॉ. पानसरे म्हणतात,

"दरिद्री ब्राह्मणाचा किंवा क्षत्रियाचा मुलगा आणि दरिद्री दलिताचा मुलगा हे दोघेही आर्थिकदृष्ट्या मासलेले असले, तरी ते दोघेही सामाजिक व शैक्षणिकदृष्ट्या मागासलेले असत नाहीत. दोघांना एकाच गटात घातले, तर मुळात अपुऱ्या असलेल्या संधी कुणाला मिळतील? शिक्षणाच्या परंपरेचा, कौटुंबिक वातावरणाचा लाभ दरिद्री ब्राह्मणाला किंवा क्षत्रियाला मिळेल; दरिद्री दलिताला नाही.

ओळखीपाळखी, नातीगोती, लागेबांधे व वशिला त्या ब्राह्मणालाच मिळेल व तोच नोकरी मिळवू शकेल. दलिताला खास राखीव जागा ठेवली नाही, तर त्याला ती कधीच मिळणार नाही. केवळ दारिद्र्याच्या निकषावर राखीव जागा ठेवल्याने शिक्षणातली व नोकऱ्यांतील मक्तेदारी मुळीच जाणार नाही."

मंडल आयोगाच्या संदर्भात कॉ. पानसरे यांनी समतेच्या तत्त्वाचा

चांगला ऊहापोह केला आहे. आपली राज्यघटना सांगते की, सर्वांना समतेने वागविले पाहिजे, मग तो कोणत्याही धर्माचा, जातीचा, भाषेचा अथवा लिंगाचा असो. असे असता, केवळ जातीच्या आधारावर मागासवर्गीयांना खास सवलत कशासाठी? ८० टक्के गुण असलेल्या ब्राह्मणास वैद्यकीय शिक्षणाला प्रवेश नाही; पण ६० टक्के गुण मिळवणाऱ्या मागासवर्गीयास मात्र प्रवेश. ही कोणती समता? असा प्रश्न उपस्थित करणाऱ्यांना कॉ. पानसरे सांगतात की, समतेचे तत्त्व म्हणजे काय, हे मुळातून समजावून घेतले पाहिजे. ज्या समाजात समानता (समता) आहे, त्या समाजातील सर्वांना समान संधी देणे योग्य होईल; पण ज्या समाजात समानता नाही, तेथे सर्वांना सारखी संधी दिली, तर काय होईल? मुळातील असमानता तशीच राहील, अथवा वाढेलही!

आपला मुद्दा अधिक स्पष्ट करताना कॉ. पानसरे म्हणतात, " 'समानतेने वागविणे' हे तत्त्व महत्त्वाचे की, 'समता प्रस्थापित करणे' हे महत्त्वाचे? समता प्रस्थापित करणे हे ध्येय आहे की, समान संधी देणे हे ध्येय आहे? समाजशास्त्राचा सर्वमान्य सिद्धान्त आहे की, समान समाजातच समान संधीचे तत्त्व उपयोगी पडते. असमानांना समान वागणूक देणे म्हणजे असमानता कायमची टिकवून ठेवणे होय."

या ठिकाणी शाहू महाराजांच्या चरित्रातील एका आठवणीचे स्मरण होते. भाई माधवराव बागलांनी आपल्या 'शाहू महाराजांच्या आठवणी' या पुस्तकात ही आठवण दिलेली आहे. महाराजांचे एक स्नेही, सांगलीचे प्रसिद्ध वकील गणपतराव अभ्यंकर एका भेटीत महाराजांना म्हणाले, "महाराज, तुम्ही जात पाहून स्कॉलरशिप्स देता, हे काही बरे नव्हे! लायकी पाहूनच स्कॉलरशिप्स किंवा नोकऱ्या दिल्या पाहिजेत."

भाई बागल पुढे सांगतात, "महाराजांनी काहीच उत्तर दिले नाही. अभ्यंकर महाराजांच्या गाडीतच होते. त्यांनी आपला रथ घोड्याचे थट्टीकडे नेला. चंदी देण्याचीच ती वेळ होती. त्यांनी चंदी आणायला सांगितली व सर्व चंदी (हरभरे) एका जाजमावर टाकली. त्याबरोबर सारी घोडी धावून आली. दांडगी, सशक्त, तल्लख होती ती पुढे झाली व सर्व हरभरे त्यांनीच फस्त केले. लंगडी, अशक्त, रोगी होती ती मागे राहिली. त्यांना पुढे येता येईना. त्यामुळे त्यांना काहीच मिळाले नाही.

हे दाखवून महाराज अभ्यंकरांना म्हणाले, "पाहिलेत अभ्यंकर, जी

हुशार, सशक्त आणि लायक त्यांनीच सर्व हरभरे फस्त केले. ज्यांना खरोखरी जरुरी होती ती घोडी मागेच राहिली; म्हणून त्यांना तोबऱ्यातून चारावं लागतं. तसं चारलं नाही, तर त्यांना काहीच मिळणार नाही. मग आता तुम्हीच सांगा, मागे पडलेल्या समाजाला पुढे आणण्याकरता जादा सवलती नकोत का द्यायला?''

अभ्यंकरांना काही उत्तर देता आलं नाही. ते म्हणाले, ''तुमचं म्हणणं बरोबर आहे महाराज.'' (शाहू महाराजांच्या आठवणी : संपा. भाई माधवराव बागल, दु. आवृत्ती, २००४, पृ. ५०)

सर्व प्रजाजनांना समतेने वागविणे हे तत्त्व वरवर योग्य वाटले, तरी ते सर्वच प्रसंगी सामाजिक न्यायाचे नसते. या तत्त्वाप्रमाणे राज्य करायचे, तर जे अगोदरच बलदंड आहेत, ते अधिक बलदंड होतील व जे अगोदरच कमजोर असतील, ते अधिक कमजोर होतील आणि म्हणून समानतेने वागविण्याच्या तत्त्वापेक्षा समानता निर्माण करण्याचे तत्त्व महत्त्वाचे होय, हे कोणाही सुज्ञ मनुष्यास मान्य करावे लागेल. राजर्षी शाहू छत्रपतींनी या दुसऱ्या तत्त्वानुसार राज्यकारभार केला. तेव्हा त्यांच्यावर पक्षपातीपणाचाही आरोप आला. या आरोपास उत्तर देताना त्यांनी आपल्या भाषणात एका ठिकाणी म्हटले आहे :

''मागे पडलेल्यांना अशा प्रकारे पुढे येण्यास उत्तेजन देणे, हे माझे कर्तव्य आहे, असे मी जाणतो व त्याप्रमाणे हीन स्थितीतील लोकांना वर काढण्यास मी हातभार लावीत असतो. वयात आलेल्या व आपले हिताहित कळणाऱ्या मुलांकडे आईबापास लक्ष देण्याची जरुरी नसते; पण, जी अज्ञान आहेत, ज्यांस चालता येत नाही, ज्यांस धड उभेही राहता येत नाही, त्यांची काळजी आई-बापास जास्त घ्यावी लागते. कोणास हाताचा आधार द्यावा लागतो व कोणास उचलूनही घ्यावे लागते. असे करणारे आई-बाप योग्य तऱ्हेने आपले कर्तव्य बजावितात, असे होते. सर्व मुलांस सारखे वागवीत नसल्याने ते मुलामुलांत पक्षपात करतात, असा त्यांचेवर अरोप करणे हे असमंजसपणाचे होईल. हेच तत्त्व लक्षात घेऊन मी अगदी निकृष्ट स्थितीत असलेल्या जातींस जास्तच जास्त उत्तेजन देत आहे. त्यांना नोकऱ्या सढळ हाताने दिल्या जात आहेत व वकिलीच्या सनदाही त्यांना देऊन त्यांचे शिक्षण, दर्जा व महत्त्व वाढविण्यात येत आहे.'' (राजर्षी श्री शाहू महाराजांची भाषणे : संपा. भवानराव जाधव, १९७१, पृ. ७१)

मंडल आयोग व मागासलेल्या जाती यांविषयी चर्चा करत असता, कॉ. पानसरे यांनी एक अत्यंत महत्त्वाच्या मुद्द्याला स्पर्श केला आहे. तो असा की, मागासवर्गीयांमध्ये 'काही पुढारलेली कुटुंबे' असतात आणि या पुढे असलेल्या कुटुंबांनाच राखीव जागांचा लाभ मिळतो आणि पुनःपुन्हा त्यांनाच मिळत राहतो. वंजारा जमातीचे माजी मुख्यमंत्री दिवंगत वसंतराव नाईक यांच्या कुटुंबाचे उदाहरण त्यांनी दिले आहे. शैक्षणिकदृष्ट्या किंवा आर्थिकदृष्ट्या नाईक कुटुंब मागासलेले ठरत नाही. मंडल आयोगाचे सर्व निकष त्यांना लावले, तरी ते मागासलेले ठरत नाहीत. अशा परिस्थितीत अशा पुढारलेल्या कुटुंबांना राखीव जागांच्या सवलतीतून वगळले पाहिजे आणि त्या जागा त्या जातीच्याच अधिक मागासलेल्या जातीस दिल्या पाहिजेत; खरे म्हणजे अशा कुटुंबांनी अथवा व्यक्तींनी राखीव जागांच्या सवलती त्यांच्या जातीच्या व्यापक हितासाठी आपणहून सोडून दिल्या पाहिजेत, असा स्पष्ट अभिप्राय कॉ. पानसरे यांनी दिला आहे.

नाहीतर शाहू महाराजांच्या थट्टीतील घोड्यांच्या गोष्टीसारखे होणार. जी घोडी सशक्त तीच पुढे होऊन मिळालेली चंदी फस्त करणार आणि अशक्त घोडी उपाशीच राहणार. असे होऊ नये यासाठी मागासवर्गातीलच विचारवंत, नेते व कार्यकर्ते यांनी एकत्र येऊन मागासवर्गीयांच्या व्यापक हितासाठी काही निर्णय घेतले पाहिजेत.

कॉ. पानसरे यांच्या मंडल आयोगावरील पुस्तिकांचे महत्त्व काय? त्यांनी एका ठिकाणी म्हटले आहे की, खुद्द ज्यांना त्याचा लाभ होणार आहे, त्या मागासवर्गीय समाजालाही या आयोगाच्या शिफारशी फारशा माहीत नाहीत; किंबहुना नोकरीतील राखीव जागांच्या तरतुदीपलीकडे त्यांना काही माहीत नाही. कॉ. पानसरे यांच्या मंडल आयोगावरील या पुस्तिका या मागासवर्गीय समाजाचेही प्रबोधन करणाऱ्या आहेत. महाराष्ट्रातील प्रत्येक सामाजिक कार्यकर्त्याने त्या वाचल्या पाहिजेत आणि मंडल आयोगाविषयीचे गैरसमज दूर करण्याचे आपल्या परीने प्रयत्न करायला हवेत. खुद्द मागासवर्गीय समाजाने एकजूट स्थापून, आयोगाच्या इतर शिफारशींची अंमलबजावणी राज्यकर्त्यांकडून करून घेण्यासाठी संघर्ष केले पाहिजेत, हाच कॉ. पानसरे यांच्या लिखाणाचा त्यांना संदेश आहे.

या पहिल्या विभागातच कॉ. पानसरे यांच्या मुस्लीम समाजाविषयीच्या 'मुस्लिमांचे लाड' व 'सच्चर समिती आणि मागासलेले मुस्लीम', अशा

दोन महत्त्वाच्या पुस्तिका आहेत. 'मुस्लिमांचे लाड' ही पुस्तिका मुख्यतः बिगर मुस्लीम समाजाचे मुस्लीम समाजाविषयी जे समजगैरसमज आहेत, ते दूर व्हावेत या उद्देशाने लिहिली गेली आहे; तर दुसरी सच्चर समितीवरील पुस्तिका प्रामुख्याने मुस्लीम समाजाच्या प्रबोधनासाठी तयार केली गेली आहे. अर्थात् दुसऱ्या पुस्तिकेने बिगर मुस्लीम समाजाचेही प्रबोधन होणार आहेच. तसे ते व्हावे, हा लेखकाचा उद्देशही अनेक ठिकाणी दिसून येतो.

कॉ. पानसरे यांनी 'मुस्लिमांचे लाड' या पुस्तिकेची सुरुवातच मुळी हिंदू-मुस्लीम दंगलीच्या, विशेषतः गुजरातमधील दंगलीच्या निर्देशाने केली आहे. गुजरातमध्ये संघ परिवाराने गोध्रा प्रकरण पुढे करून, सत्तेच्या साहाय्याने तेथील मुस्लिमांचे 'योजनापूर्वक, हेतूपूर्वक हत्याकांड' केल्याचे सांगून त्यांनी पुढे म्हटले आहे, "गुजरात प्रकरण हे संघ परिवाराचे हुकूमशाहीच्या दिशेने टाकलेले पाऊल आहे. हे प्रकरण म्हणजे भारताच्या धर्मनिरपेक्षतेला आव्हान तर आहेच; परंतु तेवढेच नाही, ते भारतीय लोकशाहीला आव्हान आहे."

गुजरात प्रकरणात मुस्लिमांवर हल्ले करण्यात मोठ्या प्रमाणात आदिवासी व दलित समाज सहभागी झाल्याचे विदारक सत्य कॉ. पानसरे यांनी मांडून, त्यांना चिथावण्याची संघ परिवाराची ही चाल असल्याचे त्यांनी म्हटले आहे. पण, एवढ्या मोठ्या प्रमाणावर आदिवासी व दलित समाज अशा चिथावणीस तरी का बळी पडावा? एवढेच नव्हे, तर 'मशीद पाडली ते बरेच झाले. निदान फारसे वाईट काही झाले नाही. त्यांना धडा शिकवायलाच हवा', असे वाटणाऱ्या लोकांची म्हणजे हिंदूंची संख्या खूप मोठी आहे. या लोकांनी प्रत्यक्ष दंगलीत भाग घेतला नसेल; पण दंगलखोरांविषयी त्यांना सहानुभूती होती. अशी सहानुभूती दंगलखोरांना दंगल घडविण्यास मदत करते. तेव्हा असे का व्हावे? असे प्रश्न उपस्थित करून कॉ. पानसरे या प्रश्नांच्या मुळाशी जाण्याचा प्रयत्न करतात. समाजातील बहुसंख्य हिंदूंना असे वाटते की, भारतात राज्यकर्ते मुस्लिमांचे लाड करत आले आहेत; मुस्लिमांचे लाड करणे म्हणजे हिंदूंवर अन्याय करणे आहे; मतासाठी हे लाड केले जातात; हे बंद व्हायला हवे.

अर्थात, हा गैरसमज आहे. पण, हिंदुत्ववादी प्रचारक तो बहुसंख्य हिंदूंच्या मनात घट्ट करण्यास कारणीभूत आहेत. केवळ मुस्लिमांचे लाड केले जातात, एवढाच ते प्रचार करत नाहीत, तर त्या अनुषंगाने 'मुस्लिमांची लोकसंख्या खूप वेगाने वाढते आहे. त्यावर बंधन नाही; हिंदूंवर मात्र बंधन

आहे', असाही प्रचार ते करतात. हिंदूंसाठी 'हम दो - हमारे दो' हे सूत्र, तर मुस्लिमांसाठी 'वो पाँच - उनके पचास', असे सूत्र असल्याचे सांगून लवकरच भारतात मुस्लीम बहुसंख्य होऊन, त्याचा पाकिस्तान होणार, अशी भीतीही ते घालतात!

सर्वसामान्य हिंदू या प्रश्नाच्या खोलात जात नाही. शिरगणतींचा अभ्यास करून सत्य शोधणे त्याला शक्य होत नाही. ते काम कॉ. पानसरे यांनी केले आहे. मुस्लिमांचा लोकसंख्यावाढीचा दर हिंदूंच्यापेक्षा फक्त ०.०४ टक्के जास्त आहे आणि हा इतका नगण्य आहे की, मुस्लिमांची संख्या हिंदूंच्या संख्येहून जास्त होण्यास शेकडो वर्षे लागतील!

केवळ मुस्लिमांची लोकसंख्या वाढते आहे असे नाही; तर सर्व देशाचीच लोकसंख्या भयावह गतीने वाढते आहे आणि तिला जरूर आळा घातला पाहिजे. ही एक राष्ट्रीय समस्या आहे. तथापि, ती कोणा एका धर्मीयांची अथवा जातीची नाही, असे प्रतिपादन करून कॉ. पानसरे पुढे विचारतात की, धर्म आणि लोकसंख्या यांचा परस्परसंबंध आहे काय? मुस्लिमांच्या संख्यावाढीशी त्यांच्या धर्माचा संबंध आहे काय? आणि मग संख्यावाढीच्या खऱ्या कारणांचा ते शोध घेतात :

"लोकसंख्याशास्त्राचा आणि विशेषतः लोकसंख्यावाढीचा अभ्यास केलेल्या सर्व जाणकारांची मते काय आहेत? हे जाणकार असे सांगतात की, धर्मापेक्षा 'मागासलेपणाचा' लोकसंख्यावाढीशी संबंध आहे. 'शिक्षणाचा' लोकसंख्यावाढीशी संबंध आहे. 'दारिद्र्याचा' लोकसंख्या वाढीशी संबंध आहे. 'शहरी' की 'ग्रामीण' याचा लोकसंख्यावाढीशी संबंध आहे.

जे मागासलेले आहेत, त्यांची लोकसंख्या जास्त वाढते; मग ते हिंदू असोत नाहीतर मुस्लीम असोत. जे अशिक्षित किंवा अल्पशिक्षित आहेत, त्यांच्यात लोकसंख्या जास्त वाढते. मग ते कोणत्याही धर्माचे असोत. जे दरिद्री आहेत, त्यांच्या घरी जास्त मुले असतात. हिंदूतही आणि मुस्लिमांमध्येही हेच दिसते.

एकूण हिंदूंपेक्षा एकूण मुस्लीम जास्त मागासलेले आहेत. हिंदूंपेक्षा मुस्लिमांत अशिक्षितपणा व अल्पशिक्षितपणा जास्त आहे. देशातील एकूण हिंदूंपेक्षा एकूण मुस्लीम जास्त दरिद्री आहेत, दारिद्र्यरेषेखाली आहेत. मुसलमानांत हिंदूंपेक्षा दारिद्र्याचे प्रमाण जास्त आहे. त्यामुळेही मुसलमानांची लोकसंख्या हिंदूंच्या प्रमाणात अधिक वाढते.

धर्मश्रद्धेबरोबरच मागासलेपणा, अशिक्षितपणा आणि दारिद्र्य यांमुळे मुस्लिमांच्या लोकसंख्यवाढीचा दर जास्त आहे. लोकसंख्यावाढीत 'धर्म' हा एकमेव किंवा मुख्य घटक नाही.''

लोकसंख्येची वाढ रोखण्यासाठी जरूर पडेल तर कायद्याचा आधार घ्यावा; आणि येत असतील, तर त्या श्रद्धेचाही मुलाहिजा कोणी ठेवता कामा नये, असे रोखठोक विधान करून कॉ. पानसरे यांनी म्हटले आहे की, देशहितापेक्षा, समाजहितापेक्षा धर्मश्रद्धा श्रेष्ठ समजता कामा नये. देशापेक्षा धर्म मोठा समजता कामा नये; समाजासाठी धर्म असतो; धर्मासाठी समाज नसतो!

मुस्लिमांस चार-चार बायका करण्यास परवानगी; पण हिंदूंस मात्र दोन बायकाही करण्यास बंदी, हे मुस्लिमांचे लाड व हिंदूंवर अन्याय नाही काय? असा एक लोकप्रिय समज हिंदुत्ववाद्यांनी हिंदूंमध्ये पसरवला आहे आणि मग अशा चार चार बायका केल्यामुळे साहजिकच त्यांची लोकसंख्या प्रमाणापेक्षा वाढत जात आहे, असा त्या पुढचा त्यांचा आक्षेप आहे.

या आक्षेपांना कॉ. पानसरे यांनी मोठे अभ्यासपूर्वक उत्तर दिले आहे. एक तर कुराणाने मुस्लिमांना सरसहा चार बायका करण्याची परवानगी दिलेली नाही; दुसरी बायको करायची असेल, तर पहिलीची संमती घेतली पाहिजे, असे बंधनही घातले आहे. पण, चार चार बायकांचा प्रश्न बाजूस ठेवला, तरी त्यामुळे लोकसंख्यावाढ खरोखर होते काय, या प्रश्नाचा समाचार घेताना कॉ. पानसरे यांनी एकूण समाजात स्त्रियांची संख्या पुरुषांहून कमी असल्याची शिरगणतीची आकडेवारीच सादर करून लोकसंख्यावाढीचे एक महत्त्वाचे वास्तव वाचकांसमोर मांडले आहे. ते असे :

''एक पुरुष किती स्त्रियांबरोबर लग्न करतो, यावर एकूण लोकसंख्या अवलंबून असू शकत नाही, तर समाजात एकूण स्त्रिया किती आहेत यावर लोकसंख्यावाढ अवलंबून असते. मुले स्त्रियांना होतात. एका पुरुषापासून एका स्त्रीला मुले होतील किंवा एका पुरुषापासून अनेक स्त्रियांना मुले होतील. मूळ मुद्दा स्त्रियांच्या संख्येचा असतो व आहे. खरे म्हणजे चार स्त्रियांना चार वेगवेगळ्या पुरुषांपासून मुले झाली, तर त्यांची संख्या जास्त असण्याची शक्यता आहे. चार स्त्रियांना एकाच पुरुषापासून मुले व्हायची, तर ती संख्या तुलनेने कमी असेल.''

मुस्लीम कुटुंबनियोजन करत नाहीत, ही हिंदूंमध्ये पसरलेली भावना

आहे, तर कुटुंबनियोजनास कुराणाचा विरोध आहे, हा मुस्लिमांचा सार्वत्रिक गैरसमज आहे. इस्लाम धर्माच्या अभ्यासकांचे दाखले देत कॉ. पानसरे यांनी स्पष्ट केले की, कुराणाचा किंवा इस्लाम धर्माचा कुटुंबनियोजनास मुळीच विरोध नाही. उलट, कुटुंबनियोजन करावे, असे अनेक ठिकाणी सांगितले आहे. कुराणात, महंमद पैगंबरांच्या वचनांत आणि प्रत्यक्ष कृत्यांत कुटुंबनियोजनास पाठिंबा आहे.

तथापि, मुस्लीम समाजासाठी अतिउपयुक्त असलेली ही कुराणातील मार्गदर्शक माहिती मुल्ला-मौलवी सांगत नाहीत. सामान्य मुसलमान अडाणी आहे. अशिक्षित आहे. तो कुराण वाचू शकत नाही आणि मुल्ला-मौलवी त्यांचे भौतिक जीवन कसे सुखी होईल, हे शिकवत नाहीत, असे कॉ. पानसरे यांचे म्हणणे आहे; आणि ते चुकीचे आहे, असे म्हणता येणार नाही. जे सुशिक्षित मुस्लीम आहेत, त्यांच्यात कुटुंबनियोजनाचे प्रमाण जास्त आहे, ही वस्तुस्थिती कशाची द्योतक आहे? शिक्षणाचा जेवढा अधिक प्रसार, तेवढा कुटुंबनियोजनाचाही अधिक प्रसार, हे स्पष्ट आहे.

यानंतर कॉ. पानसरे यांनी मुस्लिमांच्या संदर्भात समान नागरी कायद्याची सविस्तर चर्चा केली आहे, तिचा विस्तारभयास्तव सखोल परामर्श घेता येणार नसला, तरी सामान्य माणसास माहीत असण्याची शक्यता नसणाऱ्या अनेक महत्त्वाच्या बाबी त्यांनी पुढे आणल्या आहेत. उदाहणार्थ : १) सर्व हिंदूंचाही एकच कायदा पूर्वीही नव्हता, आणि आजही तो नाही. भारताच्या काही भागांत हिंदूंचा वारसकायदा हा वेगवेगळा आहे. २) भारतात असणाऱ्या एकूण कायद्यांपैकी ९५ टक्के कायदे हे सर्व धर्मीयांना समानच आहेत. लग्न, वारसाहक्क व तत्संबंधी बाबी एवढ्यासाठीचे ५ टक्के कायदे असमान किंवा वेगवेगळे आहेत. ३) 'लग्ना'च्या संदर्भात फक्त मुस्लिमांचेच वेगळे कायदे आहेत असे नाही; पारशी व ख्रिश्चन समाजाचेही आपले वेगवेगळे कायदे आहेत. ४) हिंदूंच्यासाठीदेखील लग्न, घटस्फोट इत्यादी बाबींसंबंधी सर्व जातिजमातींसाठी एकच कायदा नाही. ५) भारतात व अन्यत्रही धर्मावर आधारित असणारे अनेक कायदे ब्रिटिश राज्यकर्त्यांनी बदलले आहेत. त्यात हिंदू व इस्लाम अशा दोन्ही धर्मांचे कायदे बदलले आहेत. ६) मुस्लीम बहुसंख्य असणारी एकूण ६६ राष्ट्रे जगात आहेत. या सर्व राष्ट्रांतील कायदे समान नाहीत. ७) शरियतचा कायदा अपरिवर्तनीयच आहे, असेही नाही इत्यादी.

कॉ. पानसरे यांची ही पुस्तिका काळजीपूर्वक वाचली, तर हिंदूंमधील अनेकांचे मुस्लीम समाजाविषयीचे गैरसमज दूर होतील. समान नागरी कायदा भारतात आणणे, ही तशी सहजसाध्य गोष्ट नाही. भारतात समान नागरी कायदा अंमलात आणा, असे म्हणणाऱ्या हिंदुत्ववाद्यांचे सरकार जेव्हा सत्तेवर आले, तेव्हा त्यांनासुद्धा ती गोष्ट साध्य झालेली नाही. किंबहुना, सरसंघचालक श्री. गोळवलकर गुरुजी यांनीही समान नागरी कायद्याला विरोधच केलेला होता, हे कॉ. पानसरे यांचे पुराव्यावर आधारलेले विधान वाचून सामान्य वाचक चकित झाल्याशिवाय राहणार नाही!

भारत एक राष्ट्र म्हणून त्यास समान नागरी कायद्याची आज ना उद्या गरज पुरी करावीच लागेल. पण, समान नागरी कायद्याच्या नावाखाली कोणा एका धर्माचा कायदा दुसऱ्या धर्मीयांवर लादता येणार नाही. हिंदूंचा मुस्लिमांवर अगर मुस्लिमांचा हिंदूंवर कायदा लादता येणार नाही. तथापि, घटनेच्या मार्गदर्शक तत्त्वांमध्ये समान नागरी कायद्याचे तत्त्व घातलेले आहे. सर्व जातिधर्माच्या लोकांनी त्या दृष्टीने प्रयत्न करावेत, असे घटनाकारांना अभिप्रेत आहे.

या सर्व चर्चेच्या शेवटी कॉ. पानसरे यांनी एक आशावाद प्रकट केला आहे : समान नागरी कायदा आणणे ही गोष्ट अवघड आहे; पण अशक्य नाही. एका दमात सर्व शक्य नसेल, तर त्या दिशेने हळूहळू; पण निश्चित वाटचाल केली पाहिजे. विज्ञान, लोकशाही, मानवता व स्त्री-पुरुष समता यावर आधारलेला हा समान नागरी कायदा असायला हवा.

कॉ. पानसरे यांची 'सच्चर समिती आणि मागासलेले मुस्लीम' ही दुसरी पुस्तिका पहिल्या पुस्तिकेहून अधिक महत्त्वाची आहे. या पुस्तिकेत सच्चर समितीच्या अहवालाचे थोडक्यात; पण सर्व बाजूंनी दर्शन घडविण्याचा प्रयत्न कॉ. पानसरे यांनी केला आहे. आपल्या देशात मुस्लिमांची संख्या १५ कोटींच्या घरात आहे. एवढ्या मोठ्या प्रमाणावर लोकसंख्या असलेल्या 'अल्पसंख्य' समाजाच्या अनेक समस्या आहेत. पण, त्यात प्रमुख आहे त्याचे मागासलेपण. भारत सरकारने स्थापन केलेल्या सच्चर समितीने या समाजाच्या सामाजिक, आर्थिक व शैक्षणिक स्थितीचा अभ्यास करून, त्यांच्या मागासलेपणाच्या मुळापर्यंत जाऊन सत्यशोधन केले आहे आणि मग हे मागासलेपण दूर करण्याच्या उपाययोजनाही सुचविल्या आहेत.

मुस्लिमांमधील मागासलेपण निश्चित करण्यासाठी मंडल आयोगाप्रमाणे

सच्चर समितीनेही 'जात' हा घटक महत्त्वाचा मानला आहे. वास्तविक इस्लाम धर्मात हिंदू धर्माप्रमाणे वर्ण अथवा जात हे प्रकार नाहीत. पण, भारतीय मुस्लिमांपैकी ९५ टक्के मुस्लीम हे धर्मांतरित मुस्लीम असून, धर्मांतर झाले तरी त्यांना चिकटलेली जात इस्लामचा स्वीकार केल्यानंतर निखळून पडली नाही. त्यामुळे हिंदूंमधील जातिव्यवस्था धर्मांतरित मुस्लिमांमध्येही निर्माण झाली. मंडल आयोगाने व्यवसायांवर आधारित असणाऱ्या ज्या जाती मागासलेल्या म्हणून जाहीर केल्या आहेत, तेच व्यवसाय करणाऱ्या मुस्लिमांमधील जाती सच्चर समितीने 'मागासलेल्या' मानल्या आहेत.

मंडल आयोगाने देशातील एकूण ३७४३ जातींना इतर मागासलेले (ओ.बी.सी.) म्हणून घोषित केले आहे. यांपैकी ८४ जाती मुस्लीम समाजातील आहेत. त्यात कारागिरी करणाऱ्या मध्यम जातींचा (अजलफ) आणि पूर्वी जे हिंदूधर्मात अस्पृश्य समजले गेले, अशा धर्मांतरित मुस्लीम जातींचा (अरझल) समावेश होतो. देशातील हिंदू, ख्रिश्चन, शीख या धर्मांतील एकूण मागासलेल्या जातींमध्ये मुस्लीम मागासलेल्या जाती अधिक मागासलेल्या आहेत; त्यातही पुन्हा 'अरझल' तर त्याहून अधिक मागासलेले आहेत, असा सच्चर समितीचा निष्कर्ष आहे.

आता हे मागासलेपण शैक्षणिक क्षेत्रात कसे आहे, याची चर्चा करताना सच्चर समितीने दाखवून दिले आहे की, देशातील बहुसंख्य हिंदूंपेक्षा, एवढेच नव्हे, तर मुस्लिमेतर अल्पसंख्य समाजांपेक्षाही मुस्लिमांचे साक्षरतेचे प्रमाण कमी आहे (हिंदू : ८०.५ टक्के, मुस्लिमेतर : ७५.२ टक्के, मुस्लीम : ५९.९ टक्के). मुस्लिमेतर ओ.बी.सी.पेक्षा मुस्लीम ओ.बी.सी. शिक्षणात मागासलेले आहेत.

शैक्षणिक मागासलेपणाप्रमाणेच आर्थिक मागासलेपणाविषयीचा सच्चर समितीचा निष्कर्ष आहे. एकूण भारतीयांच्या सरासरीपेक्षा मुस्लिमांचे आर्थिक मागासलेपण जास्त आहे. ख्रिश्चन, शीख इ. अल्पसंख्यांकापेक्षाही मुस्लिमांचे मागासलेपण अधिक आहे. एकूण लोकसंख्येत काम करणाऱ्यांचे प्रमाण पाहिले, तर हिंदूंमध्ये ते ६८.८ टक्के आहे, तर मुस्लिमांमध्ये ते ५४.९ टक्के आहे. मुस्लिमेतर मागासलेल्या जातींपेक्षा ते कमी आहे. स्वाभाविकच मुस्लिमांतील बेरोजगारांचे प्रमाण जास्त आहे. संघटित क्षेत्रातील नोकऱ्यांतही मुस्लीम फार मागे आहेत. पण, असंघटित क्षेत्रात मात्र त्यांची संख्या

तुलनात्मक जास्त आहे.

स्वयंरोजगार क्षेत्रात (ज्यामध्ये अनेक प्रकारची कारागिरी येते), मुस्लिमांचे प्रमाण जादा आहे. पण, या क्षेत्रात चढउतार खूप असतात. कशाचीच शाश्वती नसते. कामाचे तासही अधिक असतात. मुस्लिमांचे आर्थिक मागासलेपण दूर करायचे असेल, तर त्यांच्या कारागिरीपणाला वाव देणारे व्यावसायिक शिक्षण त्यांना दिले पाहिजे, तसेच सुलभ व स्वस्त असा कर्जपुरवठा केला गेला पाहिजे, असा अभिप्राय सच्चर समितीने नोंदवला आहे.

सरकारी नोकऱ्यांतही मुस्लिमांचे मागासलेपण कोणाही सामाजिक भान असणाऱ्या व्यक्तीस अस्वस्थ करणारे आहे. सरकारी नोकऱ्यांत मुस्लिमांचे प्रमाण फक्त ५ टक्के आहे. केंद्र सरकारच्या मालकीच्या उद्योगात ३.३ टक्के आहे, भारतीय प्रशासन सेवेत (IAS) ३ टक्के, तर भारतीय परदेश सेवेत (IFS) १.८ टक्के व भारतीय पोलिससेवेत (IPS) ४ टक्के इतके आहे.

मुस्लिमांच्या या एकूण मागासलेपणावर टिपणी करताना कॉ. पानसरे यांनी त्याची कारणमीमांसा केलेली आहे :

"कोणत्याही बाजूने तपासले, तरी मुस्लिमांचे प्रमाण कमी आहे. अर्थात, याला मुस्लीम समाजही जबाबदार आहे. मुस्लीम नेतृत्वही जबाबदार आहे. मुस्लिमांतील शिक्षितांनी, वरिष्ठ वर्गीयांनी आणि सामाजिकदृष्ट्या वरिष्ठ थरातील मुस्लिमांनी मुस्लीम समाजाच्या शिक्षणाकडे आणि प्रगतीकडे लक्ष दिले नाही, हेही एक महत्त्वाचे कारण आहे.

नको त्या प्रश्नांना अवास्तव महत्त्व देणे, जुन्या परंपरांना कवटाळून बसणे या मुस्लिमांतील प्रवृत्तीही कारणीभूत आहेत."

मंडल आयोगाप्रमाणे सच्चर समितीने आपल्या अहवालात राज्यकर्त्यांना काही महत्त्वाच्या निश्चित अशा मार्गदर्शक शिफारशी व सूचना केलेल्या आहेत : १) मुस्लिमांविषयी विश्वासार्ह आकडेवारी उपलब्ध होण्यासाठी एक नॅशनल डाटा बँक स्थापन करावी. २) सर्व अल्पसंख्य समाजांच्या वंचिततेबाबत आणि पक्षपातीपणाच्या तक्रारी दूर करण्याचा अधिकार असणारा आयोग स्थापन करावा. ३) मुस्लिमांविषयी द्वेष निर्माण करणारे प्रत्यक्ष, अप्रत्यक्ष उल्लेख क्रमिक पुस्तकांत आढळतात, प्रसारमाध्यमेही असे काम करतात; यांवर नियंत्रण बसवण्याची कायमस्वरूपी यंत्रणा तयार करण्यात यावी. ४) सर्व प्रकारच्या अल्पसंख्याक मुला-मुलींसाठी अल्पदरात वसतिगृहांची

सुविधा निर्माण करावी. ५) मदरशांमधील शिक्षणाची सांगड उच्च माध्यमिक शिक्षणाशी घातली गेली पाहिजे. ६) बँकांनी अल्पदरात मुस्लिमांना कर्जपुरवठा करावयास हवा, इत्यादी.

आपल्या पुस्तिकेत सच्चर समितीच्या अहवालाची सविस्तर चर्चा व मांडणी करून झाल्यावर कॉ. पानसरे यांनी आपल्या मुस्लीम बांधवांसाठी, त्यांचे मागासलेपण संपवण्यासाठी, काही 'युक्तीच्या चार गोष्टी' सांगितल्या आहेत. ते म्हणतात, ''याकरिता मुस्लिमांतील मागासलेल्या वर्गांनी एकजूट केली पाहिजे. समजावून घेतले पाहिजे. आपले मागासलेपण दूर व्हावे म्हणून सरकारविरुद्ध आणि एकूण अर्थव्यवस्था व समाजव्यवस्था यांविरुद्ध संघर्ष केला पाहिजे. केवळ मागून कुणीच काही देत नसते. या समाजव्यवस्थेत आजवर कुणालाही, काहीही केवळ मागून मिळालेले नाही. ज्यांना जे काही थोडेफार मिळाले, ते त्यांनी संघर्ष करून मिळविलेले आहे.

सरकार आणि समाजव्यवस्था याविरुद्ध एकजुटीने आणि जाणतेपणाने संघर्ष केलाच पाहिजे; परंतु केवळ तेवढेच करून भागणार नाही. एकूण मुस्लीम समाजाने स्वतःही काही केले पाहिजे. शिक्षण संस्था काढल्या पाहिजेत. मुस्लिमांना अधिक मशिदींची कमी गरज आहे; शिक्षण संस्थांची गरज जास्त आहे. मुस्लिमांतील त्यातल्या त्यात बऱ्या स्थितीत असणाऱ्यांनी स्वतःपुरते न पाहता, आपल्या समाजातील मागासलेल्यांचे मागासलेपण दूर करण्यासाठी प्रयत्न केले पाहिजेत. समाजाने केले पाहिजेत, मागासवर्गाने केले पाहिजेत. सरकारला करायला भाग पाडले पाहिजे.

१५ कोटी लोकसंख्या मागास ठेवून देश महासत्ता बनू शकणार नाही. मुस्लिमांना मागासलेले ठेवून देश महासत्ता बनू शकणार नाही. मुस्लिमांचे मागासलेपण दूर करणे ही केवळ मुस्लिमांची गरज नाही; ती संपूर्ण देशाची गरज आहे. केवळ मुस्लिमांची जबाबदारी नाही; संपूर्ण भारतीय समाजाची ती जबाबदारी आहे.''

मुस्लीम बांधवांसाठी याहून अधिक हिताचा सल्ला अन्य कोणता असू शकेल? पण, कॉ. पानसरे येथेच थांबत नाहीत. यापुढे जाऊन ते मुस्लिमांना त्यांची मानसिकताच बदलायला सांगतात. मागासलेल्या वर्गास त्यांच्या मागासलेपणाची जाणीव करून द्यायला हवी. त्यासाठी आपण किती मागासलेले आहोत, याचे ज्ञान करून दिले पाहिजे. सच्चर समितीने असे ज्ञान निर्माण केले आहे. पण, कॉ. पानसरे म्हणतात, ''नुसते ज्ञान असून काय उपयोग?

जगातील सर्व मागासलेल्या वर्गांचा, सर्व शोषितांचा सर्वश्रेष्ठ गुरू कार्ल मार्क्सने सांगून ठेवले आहे की, शहाण्या लोकांनी जगाचा अर्थ सांगितला आहे. मुद्दा आहे तो हे जग बदलण्याचा आहे. सच्चर समितीने मुस्लिमांचे मागासलेपण दाखवून दिले आहे. मुद्दा आहे तो हे मागासलेपण दूर करण्याचा... सच्चर समितीचा अहवाल हे एक हत्यार आहे. या हत्याराच्या आधारे मुस्लिमांतील मागासवर्गीय विभागाच्या हितासाठी व्यापक एकजुटीचा संघर्ष उभा राहू शकतो.

"तथापि, हे लक्षात ठेवावे की, कोणतेही हत्यार कितीही उत्तम असले, तरी हत्यार स्वतः काहीच करत नसते. हत्यार वापरणारे असावे लागतात. वापरणाऱ्यांना हत्याराची माहिती असावी लागते; मग हत्यार उपयुक्त ठरते.

"मुद्दा आहे तो केवळ हत्याराचा नाही, हे हत्यार वापरू शकणाऱ्यांचा आहे. मुद्दा केवळ वास्तव समजावून घेण्याचा नाही, मुद्दा आहे तो नको असलेले वास्तव बदलण्याचा आहे."

शेवटी कॉ. पानसरे यांनी मुस्लिमांविषयीच्या एका महत्त्वाच्या समस्येला हात घातला आहे. ती म्हणजे भारतीय मुस्लिमांमध्ये सर्वत्र आढळणारी एक प्रकारची अलगतेची भावना. आपणास सर्व ठिकाणी पक्षपातीपणानेच वागविले जाते, अशी त्यांच्या ठिकाणी जी प्रबळ भावना आहे, त्यातून ही मानसिकता निर्माण झालेली आहे. अशा प्रकारची भावना ही देशहिताची तर नाहीच; पण मुस्लिमांच्या हिताचीही नाही, असे कॉ. पानसरे यांचे मत आहे. त्यासाठी हिंदू व मुस्लीम अशा दोन्ही समाजांनी प्रयत्न केले पाहिजेत. हिंदू समाजात मुस्लिमांचा द्वेष न करणारे अनेक विभाग आहेत, ते मुस्लिमांचे मित्र बनू शकतात. तसेच, संकटसमयी अनेक हिंदू मुस्लिमांच्या मदतीला धावून जातात, याचे भान मुस्लीम समाजाने ठेवले पाहिजे, असेही ते म्हणतात.

सर्वांत शेवटी कॉ. पानसरे यांनी मुस्लीम समाजाला त्यांच्या हिताचा एक अत्यंत महत्त्वाचा सल्ला दिला आहे. तो म्हणजे मुस्लिमांनी धर्माच्या आधारावर बनवलेल्या पक्षांच्या वा संघटनांच्या आहारी न जाता, देशातील सर्व धर्मांत असणाऱ्या मागासवर्गीय समाजाशी एकजूट करावी. अशी व्यापक एकजूट त्यांच्या व देशाच्याही हिताची ठरणार आहे. तसेच, देशातील कम्युनिस्ट, समाजवादी, काँग्रेस असे धर्मनिरपेक्षतावादी राजकीय

पक्षही त्यांची मित्रशक्ती आहेत, बनू शकतात, याचेही भान ठेवून आपल्या प्रगतीची कास धरावी.

२

दुसऱ्या विभागात कॉ. पानसरे यांच्या लेखांचा समावेश केलेला आहे. कॉ. पानसरे यांनी हे लेख वेळोवेळी लिहिलेले असून, त्यात धर्म, जात, वर्ग, सामाजिक न्याय, ब्राह्मण्य, ब्राह्मण-ब्राह्मणेतर वाद, बहुजनवाद, भूमिहीनांचे आंदोलन, अंधश्रद्धा, बुवाबाजी असे अनेक सामाजिक विषय येऊन जातात. या सर्वांचाच परामर्श येथे घेता येणार नाही. तथापि, कॉ. पानसरे यांनी या विषयांच्या निमित्ताने जे समाजचिंतन केले आहे, त्यातून समाजाच्या मार्गदर्शनाचे जे विचार प्रगट झाले आहेत, त्याची मात्र जरूर दखल घेतली पाहिजे.

'धर्माविषयी मार्क्सवादाची भूमिका' या लेखात या भूमिकेची चिकित्सा करताना प्रतिगाम्यांशी संघर्ष करताना पुरोगामी चळवळीतील कार्यकर्त्यांनी, नेत्यांनी व विचारवंतानी कोणती रणनीती आखली पाहिजे, याचे मार्गदर्शन केलेले आढळते. त्यांच्या मते प्रतिगामी शक्तींचे सामर्थ्य मोठे आहे असे नाही, तर पुरोगाम्यांमध्ये एकजूट नसल्याने, त्यांच्या दौर्बल्यामुळे प्रतिगाम्यांशी लढताना अपेक्षित यश मिळत नाही. परिणामी, धर्माच्या आधारे राजकारण करणाऱ्या शक्ती संघटित होऊन, आपणच खरे 'सेक्युलर' आणि पुरोगाम्यांना 'नकली सेक्युलर' म्हणू लागले आहेत. खरे तर त्यांना लोकशाही गुंडाळून ठेवून 'ठोकशाही' म्हणजेच हुकूमशाही आणावयाची आहे. या पार्श्वभूमीवर प्रतिगाम्यांशी लढताना कोणाकोणास बरोबर घ्यावे, याचे मार्गदर्शन करताना कॉ. पानसरे म्हणतात, "कार्ल मार्क्स, लोहिया, आचार्य जावडेकर, म. फुले, आंबेडकर, शाहू, तुकाराम, गाडगेबाबा, तुकडोजी, साने गुरुजी, तसेच सुफीसंत या सर्वांचे अनुयायी हे या कार्यात बरोबर घ्यायला हवेत. कुणी कुणाला बरेबर घ्यायचे या वादात न पडता, सर्वांनी एकत्र यायला हवे. या सर्वांच्या भूमिका एक असणार नाहीत, हे स्पष्टच आहे. पण, तशा त्या एकच असण्याची आज गरज नाही. धर्मद्वेष्ट्या राजकारणास/समाजकारणास/संस्कृतीस विरोध आणि बहुजनांच्या सर्व प्रकारच्या हिताची बांधीलकी, एवढा पाया तूर्त पुरेसा आहे. या शक्तीत जास्त पुरोगामी आणि खरा पुरोगामी कोण, याचा विचार काही वर्षे केला नाही तरी चालेल; नव्हे तूर्त

करूच नये. डावे कोण... पुरोगामी कोण... लोकशाहीवादी कोण... धर्मनिरपेक्ष कोण... या आघाडीचे स्वरूप काय... याचे नाव काय... या चर्चा मागाहून केल्या तरी चालतील; नंतर त्या कराव्याच लागतील. पण, नंतरचे नंतर पाहावे. तूर्त 'संयुक्त' पुरे ठरेल. आपल्या मनातले, विचारांतले पूर्वनिश्चित 'शिक्के' मारण्याचे कार्य, नंतर हवे तर करू.''

या संदर्भात कॉ. पानसरे यांनी लेनिनची एक आठवण उदधृत केली आहे. लेनिनला एकदा विचारले गेले की, समाजवादी पक्षांनी आस्तिक लोकांना सभासद करून घ्यावे काय? यावर लेनिने दिलेले उत्तर पुरोगामी चळवळी चालवणाऱ्यांनी लक्षात ठेवण्यासारखे आहे. तो म्हणाला की, आमच्या पक्षाचे तत्त्वज्ञान निरीश्वरवादी आहे; पण आमचा पक्ष आस्तिक-नास्तिकवादाची चर्चा करण्यासाठी निर्माण झाला नसून, शोषित जनतेला नवजीवनाच्या लढ्याचा मार्ग दाखविण्यासाठी निर्माण झाला आहे.

क्रांतीचे आपले मुख्य लक्ष्य एकदा ठरले, की त्याकडे वाटचाल करण्यासाठी ज्यांचे ज्यांचे म्हणून साहाय्य/सहकार्य मिळेल, ते घेतले पाहिजे; नव्हे ती आपली रणनीती असली पाहिजे. असे हे साधे, सोपे; पण आचरण्यास कठीण असे सामाजिक सूत्र आहे.

कॉ. पानसरे यांची ही रणनीती म्हणजे 'दुसऱ्या सांगे तत्त्वज्ञान...' या म्हणीप्रमाणे नाही. कोल्हापुरातील सर्व पुरोगामी चळवळी ते या रणनीतीनुसार चालवितात. काही दिवसांपूर्वी कोल्हापुरात 'विश्वशांती यज्ञविरोधी' मोठे प्रदीर्घ आंदोलन झाले. सारे पुरोगामी पक्ष व संघटना त्यात सामील झाल्या होत्या. कोल्हापूरचे विद्यमान छत्रपती खुद्द शाहू महाराजांची या आंदोलनास सहानुभूती असल्याचे मी जेव्हा त्यांना सांगितले, त्या वेळी त्यांना भेटण्यासाठी माझ्याबरोबर ते नव्या राजवाड्यावर आले आणि त्यांना आंदोलनात सहभागी होण्याची विनंती केली. त्या दिवशी सायंकाळी बिंदू चौकात झालेल्या प्रचंड सभेत छत्रपतींनी उपस्थित राहून विश्वशांती यज्ञवाल्यांवर टीका करून पुरोगामी चळवळीस आपला पाठिंबा जाहीर केला. त्यामुळे आमच्या यज्ञविरोधी आंदोलनाची धार अधिकच तेज झाली. आमची नैतिक पातळी उंचावली. खरोखरच आमच्या आंदोलनात राजापासून रंकापर्यंत सहभागी झाल्याचे चित्र उभे राहिले.

राजेशाहीचे वारसदार असणाऱ्या शाहू महाराजांना राजेशाही, सरंजामशाही अशा गोष्टींना आयुष्यभर विरोध करणारे हाडाचे कम्युनिस्ट कॉ. पानसरे

भेटतात, यामागील रणनीतीचे सूत्र अधिक स्पष्ट करायला पाहिजे, असे नाही! कॉ. पानसरेंच्या सामाजिक रणनीतीचा हा विजय होता.

कॉ. पानसरे यांचा 'साहित्याचे प्रयोजन काय?' हा या संग्रहातील दुसरा लेख अत्यंत महत्त्वाचा आहे. सत्यशोधक साहित्य संमेलनाच्या उद्घाटनप्रसंगी त्यांनी केलेले हे भाषण आहे. त्यामध्ये म. फुलेप्रणीत सत्यशोधक साह्याच्या भूमिकेची चर्चा करत असता, त्यांनी सत्यशोधक चळवळीच्या तत्त्वज्ञानाची व त्यानंतर उद्‌भवलेल्या ब्राह्मणेतर चळवळीची मूलगामी मीमांसा केली आहे. एका अर्थाने महाराष्ट्रातील बहुजनवादी चळवळीची ही चिकित्साच आहे. म. फुले यांचा सत्यशोधकी वारसा सांगणाऱ्या प्रत्येक कार्यकर्त्यांने हा लेख वाचून त्यावर चिंतन करावयास हवे.

आपल्या साहित्याचे प्रयोजन काय असावे, असा प्रश्न म. फुले व त्यांच्या अनुयायांना पडला नाही, असे सांगून कॉ. पानसरे प्रारंभीच सत्यशोधक साहित्याच्या स्वरूपाचे वर्णन करतात : "त्यांचा विचार रोखठोक होता, त्यांचा उच्चार रोखठोक होता, त्यांचा व्यवहार रोखठोक होता म्हणूनच त्यांचे लिखाणही रोकठोक होते. प्रस्थापितांना ते रांगडे वाटले, ओबडधोबड वाटले, उद्धटपणाचे वाटले, शिवीगाळ करणारे वाटले; त्यांना ते तसे वाटणे स्वाभाविकच होते. आवश्यकही होते. कारण ते त्यांच्याविरुद्ध होते. त्यांच्या हितसंबंधांविरुद्ध होते. ज्यांच्या हितासाठी सत्यशोधकांचा विचार होता, ज्यांच्यासाठी त्यांचा उच्चार व आचार होता, त्यांना कसे वाटले, हे महत्त्वाचे आहे. त्यांना ते आपले वाटले, यातच सर्व काही आले."

सत्यशोधकांच्या मनात एक पक्का समज होता, तो म्हणजे मूठभर हितसंबंधीयांनी आपल्यावर गुलामगिरीच्या परंपरा लादलेल्या आहेत, त्या बहुजनांनी झुगारून दिल्या पाहिजेत. त्यासाठी कठोर संघर्ष केला पाहिजे. हा संघर्ष करता करता बहुजनांना जागे करण्यासाठी लेखणीची धार तिखट करणे गरजेचे होते. कॉ. पानसरे म्हणतात : "हा हितसंबंधांचा संघर्ष आहे. हितसंबंधाचे सर्व संघर्ष चिकाटीने, नेटाने आणि सातत्याने लढावे लागतात. त्यासाठी बहुजनांना सिद्ध करणे, हे सत्यशोधकांच्या साहित्याचे प्रयोजन होते. बहुजनांतला न्यूनगंड नाहीसा करणे, गुलामी वृत्ती नाहीशी करणें, आत्मभान चेतवणे, स्वाभिमान जागृत करणे, ही गरज होती. त्यासाठी सत्यशाोधकांचे लिखाण हे हत्यार होते. कठोर संघर्षासाठी हे हत्यार धारदार असणे जरूर होते. दयामाया आणि तथाकथित सभ्यता-शिष्टाचार पाळून

चालणार नव्हते. ज्यांनी बहुजनांना कधी दयामाया दाखविली नाही, त्यांच्याबद्दल दयामाया दाखविणे, वेडगळपणाचे ठरले असते. आशयात आणि शैलीत संतुलन किंवा समन्वय ठेवून भागणार नव्हते. तडजोड करून चालणार नव्हते.''

कॉ. पानसरे यांनी सत्यशोधक साहित्याच्या स्वरूपाचे अचूक रसग्रहण केलेले आहे. 'काय सांगायचे' याचा 'कसे सांगायचे' याच्याशी संबंध असतो आणि दोहोंचा 'कुणाला सांगायचे' याच्याशी संबंध असतो, अशी त्रिसूत्री त्यांनी सत्यशाोधक साहित्याला लावली आहे. बहुजनावर लादलेली गुलामगिरी उद्ध्वस्त करणे, हा सत्यशोधकांचा हेतू स्पष्ट असल्याने, 'काय सांगायचे' हे निश्चित होते; जे सांगायचे ते परंपरा उद्ध्वस्त करणारे असल्याने, दगड फोडणाऱ्या सुतळीसारख्या हत्याराचीच गरज होती. त्यामुळे 'कसे सांगायचे' हेही ठरले होते आणि ज्यांच्यावर गुलामी लादली गेली आहे, अशा लोकांसाठी त्यांना सांगायचे होते, म्हणजे 'कोणाला सांगायचे' हेही स्पष्ट होते.

कॉ. पानसरे म्हणतात, ''म. फुले आणि सच्च्या सत्यशोधकांना 'शूद्रातिशूद्रांशी' बोलायचे होते. 'शेटजी-भटजीं'शी बोलायचे नव्हते. त्यामुळे त्यांची भाषा शूद्रातिशूद्रांची होती. म्हणजे ती वाईट होती, असे मुळीच नाही.''

पुरोहितशाहीने लादलेल्या शोषणाच्या परंपरा म. फुल्यांना उद्ध्वस्त करायच्या होत्या; हे एक प्रकारचे मूर्तिभंजनच होते; पण फुल्यांना तिथेच थांबायचे नव्हते. त्यांना शोषणरहित नवसमाजाची निर्मिती करायची होती; पण त्या दिशेने फार कमी पावले टाकली गेली. म. फुल्यांचे पुढच्या पिढीतील अनुयायी त्यांच्या भूमिकेपासून दूर गेले, अशी खंत कॉ. पानसरे व्यक्त करतात : ''जोतिरावांची मूर्तिभंजकाची भूमिका जेवढी प्रचारली गेली, त्याच्या तुलनेत त्यांच्या या विधायक भूमिकेचा प्रचार मात्र फारच कमी झाला. अर्थात त्याला जोतिबा जबाबदार नाहीत. त्यांच्या निधनानंतर महाराष्ट्रातील सत्यशोधक चळवळीचे रूपांतर ब्राह्मण-ब्राह्मणेतर वादात झाले. आणि तेच चालू राहिले. बिघडत गेले.

ब्राह्मणेतर, मराठेतर, दलितेतर असा 'इतर वाद' जोर धरून राहिला आणि जोतिरावांची विश्वकुटुंब वादाची भूमिका मागे पडली. तर्कतीर्थांनी लिहिले त्याप्रमाणे ''सत्यशोधक चळवळीचा विपर्यास म्हणजे ब्राह्मण-

ब्राह्मणेतर चळवळ होय.''

''ख्रिस्त महंमद मांग ब्राह्मणाशी ॥ पोटाशी धरी बंधू परि ॥''

या महात्मा फुले यांच्या शिकवणुकीकडे दुर्लक्ष झाले. त्यांच्या या उपदेशात 'ब्राह्मण' समाविष्ट आहेत, याकडे दुर्लक्ष झाले.''

पुढे कॉ. पानसरे यांनी म्हटले आहे, की म. फुले यांचे समाजकारण 'ब्राह्मणेतर' असे कधीच नव्हते; त्यांच्या कार्यात मदत करणाऱ्या सहकाऱ्यांत 'ब्राह्मण्य' सोडलेले अथवा 'ब्राह्मण्य' सोडण्याचा प्रयत्न करणारे ब्राह्मण होते. पुढे ब्राह्मणेतर चळवळ उदयास येऊन हा म. फुले यांच्या भूमिकेचा विपर्यास झाला. ब्राह्मणेतर चळवळीच्या राजकारणाच्या काळात मराठ्यांनी 'मधल्या व मागास जातींना' बरोबर घेऊन ब्राह्मण वर्गाशी संघर्ष केला. ब्राह्मण सोडून इतरांची बेरीज केली. पुढे हेच मराठे पुढारी ब्राह्मणासारखे वागू लागले. आपल्याच पोळीवर तूप वाढून घेऊ लागले. मधल्या व मागास जातींना पोळीच नव्हे तर भाकरीही मिळाली नाही. पुढे या मधल्या व मागास जातींनी आपला सवता सुभा थाटला. ब्राह्मण-मराठे सोडून इतरांना एकत्र केले. सत्तेत वाटा मागितला. जमेल तेवढा मिळवला. मग हे नेतेच ब्राह्मणांसारखे वागू लागले. ब्राह्मणशाहीशी दोस्ती करू लागले! त्यांचा समाज जेथे होता तेथेच राहिला.

म. फुले यांनी सुरू केलेल्या सामाजिक चळवळीचा अशा प्रकारचा शोकजनक क्रम सांगून हे सर्व 'ब्राह्मण्य' या महाभयंकर संसर्गजन्य रोगामुळे घडले, असा निष्कर्ष कॉ. पानसरे काढतात. जरी या रोगाची उत्पत्ती व प्रसार ब्राह्मण वर्णात/जातीत मोठ्या प्रमाणावर झाला असला तरी मराठ्यांतही हा रोग पसरल्याचे एवढेच नव्हे तर तो मधल्या जातीत (ओ.बी.सी.) आणि दलित जातीतही फैलावल्याचे ते सांगतात : ''आपल्या जातीतील, आपल्या नात्यातील, आपल्यापेक्षा खालच्या जातीतील लोकांना तुच्छतेने वागवणे, दुय्यम लेखणे, कमी लेखणे, विषमतेने वागणे, ही ब्राह्मण्य रोगाची लक्षणे दलितांतील अनेक नेत्यांतही दिसू लागली आहेत.

''ब्राह्मणात ब्राह्मण आहेतच; मराठ्यांतही ब्राह्मण आहेत. मधल्या जातीतही ब्राह्मण आहेत. दलितांतही ब्राह्मण आहेत आणि ही नवब्राह्मणांची जमात वाढते आहे.''

प्रस्तुतच्या लेखात व त्यानंतरच्या लेखांतही कॉ. पानसरे यांनी 'ब्राह्मण्य' या संकल्पनेची बरीच चर्चा केलेली आहे. म. फुले, राजर्षी शाहू छत्रपती,

तसेच डॉ. आंबेडकर या बहुजनांच्या नेत्यांनी आपल्या हाती घेतलेल्या कार्यात 'ब्राह्मण' हा शत्रू मानला नाही, 'ब्राह्मण्य' शत्रू मानले. या तिघांचे अनेक सहकारी ब्राह्मण होते. ब्राह्मण्य सोडलेले ब्राह्मण होते.

कॉ. पानसरे लिहितात, ''महात्मा फुल्यांनी आपल्या लिखाणात बहुतेक ठिकाणी ब्राह्मण हा शब्द न योजना सातत्याने 'भटजी' हा शब्द वापरला आणि तो शेटजी-भटजी असा योजूनच वापरला. शेटजी व भटजी हे व्यवसायसूचक शब्द आहेत. ज्यांना 'पोटाशी धरावे' असे त्यांनी सांगितले, त्यात ब्राह्मण आहेत. म. फुल्यांच्या रणनीतीत विश्वकुटुंबवाद आहे. जन्माधिष्ठित जातीआधारे वजाबाकी करण्याची रणनीती नाही. बेरजेची रणनीती आहे.''

डॉ. आंबेडकरांनीही आपल्या चळवळीच्या व्यवहारात 'ब्राह्मणशाही' व 'भांडवलशाही' हे आपले दोन मुख्य शत्रू असल्याचे अनेकदा म्हटले आहे, याचाही दाखला कॉ. पानसरे यांनी ठिकठिकाणी दिला आहे. डॉ. आंबेडकरांनी 'ब्राह्मणशाही' हा शब्द विचारपूर्वक योजल्याचे आणि ब्राह्मणशाही व ब्राह्मण या दोन्ही शब्दांचे अर्थही वेगवेगळे असल्याचे त्यांनी म्हटले आहे - ''ब्राह्मणशाही आणि ब्राह्मण एक नव्हे, एक तत्त्व आहे. एक जात आहे. ब्राह्मण जातीतच ब्राह्मणशाही जास्त आहे, हे स्पष्ट आहे; परंतु म्हणून दोन्ही एक नव्हे. चवदार तळ्याच्या समता संघर्षात 'ब्राह्मण्य' सोडलेले किंवा ब्राह्मण्यशाहीत समाविष्ट होऊ न शकणारे; परंतु जातीने ब्राह्मण असलेले लोक सहभागी होते. डॉ. आंबेडकरांच्या सहकाऱ्यांत जन्माने व जातीने ब्राह्मण असलेले कार्यकर्ते होते, हे सत्य लक्षात असू द्यावे. गंगाधरपंत सहस्त्रबुद्धे होते. टिपणीस होते. अनंतराव चित्रे होते. प्रा. चिटणीस होते. आणखीन काही होते.''

म. फुले व डॉ. आंबेडकर यांचेच नव्हे तर राजर्षी शाहू छत्रपतींचेही अनेक सहकारी ब्राह्मण असल्याचे कॉ. पानसरे सांगतात, ''राजर्षी शाहू महाराजांना त्यांच्या इनामावर जगणारा राजोपाध्ये वैदिक मंत्राने संस्कार न करता पौराणिक मंत्राने संस्कार करतो आहे आणि शाहू महाराज हे क्षत्रिय राजे असल्याने त्यांना वेदोक्तांचा अधिकार आहे, असे सांगणारे राजारामशास्त्री भागवत हे ब्राह्मणच होते. राजर्षींच्या सहकाऱ्यांत अनेक ब्राह्मण होते. वा. द. तोफखाने होते, दीक्षित होते, आर. बी. शिरगावकर होते. २६ जुलै, १९०२ रोजी पन्नास टक्के राखीव जागा निश्चित करणारा हुकूम महाराजांचे खासी कारभारी नागेश पांडुरंग भिडे हे ब्राह्मणच होते. महाराजांचे राजगुरू

रघुनाथ पंडित महाराज ब्राह्मण होते. त्यांची इतकी मैत्री होती की, मृत्यूनंतरसुद्धा दोघांची समाधी एकत्र असावी, असा आदेश महाराजांनी देऊन ठेवला होता.''

ब्राह्मण जातीला नव्हे, तर ब्राह्मण्याला विरोध असला पाहिजे, ब्राह्मण्य सोडलेले ब्राह्मण पुरोगामी चळवळीत आपले साथीदार होऊ शकतात, त्यांना साथीदार म्हणून घ्यायला हवे, तसे न करण्यात आपण सामाजिक रणनीतीची चूक करीत आहोत, असा परखड सल्ला बहुजन समाजाच्या संघटनांना देणारे महाराष्ट्रात फार मोजकेच विचारवंत व नेते होते. अशांपैकी एक कॉ. पानसरे हे एक आघाडीचे विचारवंत होते. खरे तर हेच त्यांच्या सांप्रत काळच्या समाजकारणातील आगळेपण आहे.

प्रस्तुत विभागात 'बहुजनवादा'वर दोन लेख आहेत. 'बहुजनवाद' म्हणजे काय, याची चर्चा करत असता, कर्मवीर विठ्ठल रामजी शिंदे यांनी 'ब्राह्मणेतर' ही संकल्पना न स्वीकारता, त्याऐवजी 'बहुजन' ही संज्ञा स्वीकारली होती. कर्मवीरांनी 'बहुजना'ची व्याख्या अशी दिली होती : ''हिंदुस्थानातील एकंदर लोकसंख्येचे केवळ राजकीयदृष्ट्या दोन मुख्य भाग पडत आहेत; ते हे की, एक विद्याबळ, द्रव्यबळ आणि अधिकारबळाने पुढारलेला वर्ग आणि दुसरा यातील कोणतेही बळ अंगी नसल्यामुळे नाइलाजाने मागासलेला वर्ग किंवा बहुजन समाज.''

कर्मवीरांनी या बहुसमाजाच्या व्याप्तीत पुढे शेतकरी, शिपाई, शिक्षक, दुकानदार, मजूर, अस्पृश्य व स्त्रिया असे आठ वर्ग घातले असून, जमीनदार, जहागीरदार, सरदार, सोवळेशास्त्री, पुरोहित, सावकार इत्यादी सामाजिक व आर्थिकदृष्ट्या वरिष्ठ व बलिष्ठ वर्गांना त्यातून वजा केलेले आहे.

कर्मवीरांच्या बहुजनवादावर टिप्पणी करत असता, कॉ. पानसरे यांनी म्हटले आहे : ''कर्मवीर शिंदे यांची विभागणी स्पष्ट आहे. ती केवळ वर्णावर आधारलेली नाही. केवळ जातीवर आधारलेली नाही. ती 'विद्याबळ, द्रव्यबळ आणि अधिकारबळ' यावर आधारलेली आहे. मागासलेल्या जातींना यातले कोणतेही बळ नसते, हे स्पष्ट आहे; परंतु मागासलेल्या म्हणून ज्यांना समजले जात नाही किंवा ज्यांना पुढारलेल्या जाती असे समजण्यात येते, त्या जातींतही विद्याबळ नसलेले, द्रव्यबळ नसलेले आणि अधिकार बळ नसलेले असतात आणि तेसुद्धा कर्मवीर शिंदे यांच्या 'बहुजन' या

संकल्पनेत येतात, हे महत्त्वाचे आहे. तेव्हा व आता मागासलेल्या समजत असलेल्या जातींतही विद्याबळ, द्रव्यबळ आणि अधिकारबळ येत आहे. कमी-जास्त प्रमाणात आले आहे. असे बळ प्राप्त झालेले विभाग कर्मवीर विठ्ठल रामजी शिंदे यांच्या बहुजन संकल्पनेत येत नाहीत, हे नीट लक्षात घ्यावे. याच कारणांनी त्यांनी 'ब्राह्मणेतर' असे नाव घेण्यास स्पष्ट विरोध केला.''

आज महाराष्ट्रात जवळजवळ प्रत्येक जातीची संघटना तयार झाली आहे. कॉ. पानसरे यांच्या मते त्यांनी आपापल्या क्षमतेनुसार गोंडस व फसवी नावे धारण केली असली तरी त्यांची आतली जात स्पष्ट दिसत असते. अशा संघटना चालविणाऱ्या मंडळींसमोर कॉ. पानसरे यांनी कर्मवीरांची बहुजनवादाची संकल्पना ठेवली आहे आणि आवाहन केले आहे : ''आजही बहुजन पक्ष, बहुजन, ब्राह्मणेतर, मराठेतर यांच्याबरोबरच जातीनिहाय राजकीय संघटना उभ्या राहत आहेत आणि जुन्या जात-जाणिवांच्या आधारे निवडणुकांत बळ व्यक्त करीत आहेत. हितसंबंधांच्या आधारे समाजाची विभागणी करण्याऐवजी जात व धर्माच्या आधारे समाज विभागत आहेत आणि म. फुल्यांचे नावे घेत आहेत; डॉ. आंबेडकरांचे नाव घेत आहेत. त्यांनी कर्मवीर विठ्ठल रामजी शिंदे यांची बहुजन संकल्पना विचारात घ्यावी. त्यांची संकल्पना योग्य वाटत नसेल तर ती नाकारावी. विचाराने नाकारावी. अनुभवाआधारे नाकारावी. कर्मवीर विठ्ठल रामजी शिंदे यांच्याकडे दुर्लक्ष करून किंवा अनुल्लेखाने व्यवहार करू नये. ते बहुजनांच्या हिताचे ठरणार नाही. कित्येक जाणकार फुले-शाहू-आंबेडकर या नामावलीत शिंद्यांच्या नावाचा समावेश करीत नाहीत; हा त्यांच्यावर अन्याय आहे.''

कर्मवीर विठ्ठल रामजी शिंदे हे आपल्या हयातीत उपेक्षित राहिलेच; पण त्यांच्यानंतरही ज्या बहुजनांच्या उद्धारासाठी त्यांनी संपूर्ण आयुष्य वाहिले त्यांच्याकडून व बहुजनवादी विचारवंतांकडूनही ते उपेक्षित राहावेत, ही महाराष्ट्राच्या समाजकारणातील एक शोकांतिका मानायला हवी.

३

'इतिहास व त्याचा अन्वय' या तिसऱ्या विभागात 'शिवाजी कोण होता?' आणि 'राजर्षी शाहू : वसा आणि वारसा' अशा इतिहासावरच्या दोन महत्त्वाच्या पुस्तिका येतात. 'शिवाजी कोण होता?' ही पुस्तिका तर

इतकी लोकप्रिय झाली आहे, की तिच्या तीन-तीन/चार-चार हजारांच्या पंचवीस आवृत्त्या गेल्या बावीस वर्षांत प्रसिद्ध झाल्या आहेत. येथून पुढेही त्या होत राहतील, यात शंका नाही. कॉ. पानसरे यांची महाराष्ट्रात सुदूर पोहोचलेली व सर्वांत लोकप्रिय झालेली ही पुस्तिका आहे.

आमच्या मते या पुस्तिकेच्या अफाट लोकप्रियतेची चार कारणे आहेत :

१. महाराष्ट्राचे आराध्य दैवत असणारे शिवछत्रपती हा पुस्तिकेचा विषय.

२. शिवछत्रपतींच्या कामगिरीचे लेखकाने उलगडून दाखविलेले रहस्य.

३. या कामगिरीचा वर्तमानाशी असणारा अन्वय.

४. लेखकाची प्रासादिक भाषाशैली.

एकूण पाच प्रकरणात कॉ. पानसरे यांनी शिवाजी महाराजांच्या कामगिरीचा वेध घेतला आहे. सरंजामशाही, तसेच राजेशाही ही आता कालबाह्य समाजरचना झाली असता, आता लोकशाहीच्या युगात आपण शिवाजी राजाचा उदोउदो का करतो, आपल्या देशात हजारो राजेरजवाडे होऊन गेले तरी शिवाजी राजाचीच जयंती एवढ्या मोठ्या प्रमाणावर का साजरी होते, असे त्याचे कोणते वेगळेपण आहे, असे प्रश्न त्यांनी प्रारंभीच उपस्थित केले आहेत आणि मग त्यांनी एका वाक्यातच त्याचे उत्तर दिले आहे. ते असे : ''शिवाजीचे कार्य व शिवाजीचे राज्य त्या राज्यात राहणाऱ्या सर्वसामान्य माणसाला- रयतेला आपले वाटत होते.'' या त्यांच्या विधानाच्या पुष्टीसाठी त्यांनी शिवा काशीद (न्हावी), बाजीप्रभू, मदारी मेहतर, हिरोजी फर्जंद अशा अनेक सामान्य स्तरांतून आलेल्यांची उदाहरणे दिलेली आहेत; पण तरीसुद्धा सामान्य माणसाला, सामान्य रयतेला शिवाजी राजाच्या राज्याबद्दल आत्मीयता, प्रेम का वाटावे, याचा शोध कॉ. पानसरे यांनी पुढे घेतला आहे. शिवाजी महाराजांच्या पूर्वीच्या राजवटी आणि शिवशाहीची राजवट यात नेमका फरक सांगताना ते म्हणतात :

''राजाचा आणि रयतेचा संबंध नव्हता. राजाच्या धर्मामुळे रयतेच्या जीवनात फरक पडत नव्हता. राज्य बदलले तरी जुनीच राज्ययंत्रणा ते राज्य राबवित होती व प्रजेला नागवीत होती. वतनदाराने रयतेला छळले, लुटले, नागवले तरी राजाला पर्वा नव्हती. जोवर त्याचा वसूल वतनदार आणून देत होते तोवर ते रयतेशी कसा व्यवहार करतात याच्याशी राजाला कर्तव्य नसे.

शिवाजीचे कार्य सुरू झाले. शिवाजीचे राज्य आले आणि एकदम बदल झाला. राजा आणि रयत यांचा संबंध आला. राजा रयतेला दिसू लागला, भेटू लागला, त्यांची विचारपूस करू लागला, त्यांचा छळ होऊ नये म्हणून दक्ष राहू लागला. त्यांना मदत व्हावी म्हणून राज्य चालवू लागला. जहागिरदार - देशमुख - वतनदार - पाटील - कुलकर्णी यांच्या बेलगाम व्यवहाराला लगाम घालू लागला. वतनदार हे मालक नाहीत, तर राज्याचे नोकर आहेत, असे शिवाजी सांगू लागला व त्याप्रमाणे रयतेला अनुभव येऊ लागला. वतनदारांच्या व्यवहारावर राजाचे नियंत्रण आले. त्यांनी कसे वागावे व कसे वागू नये याचे नियम झाले.

वतनदार राज्याच्या नियमाविरुद्ध वागू लागले, रयतेला छळू लागले व अत्याचार करू लागले, तर त्यांच्याविरुद्ध रयतेला दाद मागण्याचे धाडस आले. कारण रयतेने केलेल्या तक्रारींची चौकशी होऊन प्रसंगी मुजोर वतनदारांना जरब बसेल, अशी कठोर शिक्षा होऊ लागली.

शिवाजीच्या रयतेला हे सारेच नवे होते. कुठे घडत नव्हते असे होते. त्यांना फरक जाणवत होता व राजाकडे व राजाच्या कार्याकडे पाहण्याचा त्यांचा दृष्टिकोण बदलत होता. राजा व राज्यकार्य त्यांना आपले वाटू लागले होते.''

दुसऱ्या प्रकरणात कॉ. पानसरे यांनी शिवाजी महाराजांनी रयतेच्या कल्याणाची धोरणे कशी राबवली, याची चर्चा केली आहे. त्यामध्ये वतनदारांच्या कचाट्यातून, जुलूमजबरदस्तीतून रयतेची सुटका कशी केली; रयतेच्या जमिनीची मोजणी करून शेतसारा कसा निश्चित केला, तो वसूल करण्याची पद्धती कशी ठरविली गेली. रयतेच्या भाजीच्या देठासही हात लावता कामा नये, असे सक्त हुकूम मुलकी अधिकाऱ्यांना व लष्करातील सैनिकांना कसे दिले गेले होते, स्त्रियांच्या अब्रूवर घाला घालणाऱ्या मुजोर वतनदारांना व अधिकाऱ्यांना कठोर शिक्षा कशा फर्मावल्या गेल्या; गुलामांच्या खरेदी-विक्रीस कशी बंदी घातली गेली होती; स्वराज्यातील व्यापार-उद्योगाच्या वाढीसाठी कोणकोणत्या संरक्षणात्मक उपाययोजना आखल्या गेल्या होत्या; स्वराज्याच्या राज्यकारभारात मराठीला प्राधान्य कसे दिले; अशा नानाविध सुधारणांची चर्चा करत असता, आज लोकशाहीच्या युगात आपल्या देशात शिवाजी महाराजांच्या या सुधारणांप्रमाणे आपण वागतो का, असा सवाल कॉ. पानसरे पानोपानी विचारताना दिसतात.

आपल्या गावातील रयतेच्या मुलीवर अत्याचार करणाऱ्या रांझ्याच्या पाटलाला हात-पाय तोडण्याची शिक्षा दिल्याची कथा सांगून कॉ. पानसरे त्यावर टिप्पणी करताना म्हणतात : "आजही गोरगरीब रयतेच्या लेकी-सुनांवर खेडोपाडी अन शहरांतसुद्धा अत्याचार अन् बलात्कार होतात; पण शिवाजीचा वारसा सांगणारे अन् उठल्यासुटल्या शिवाजीच्या नावाचा जयघोष करणारे आज काय करतात? अत्याचार करणाऱ्याला शिक्षा होतात का? हात-पाय तोडायचे सोडा, कोर्टात केस तरी होते का? की अत्याचार करणारा जितका मोठा 'वतनदार', जितका मोठा 'मालदार' तितक्या लवकर त्याची सुटका होते? का अटकच होत नाही? लोकशाहीतसुद्धा शिवाजी आठवतो तो यामुळे- आठवावा तो यासाठी.

स्वतःच्या नातेवाइकांना अन् अधिकाऱ्यांच्या पापावर पांघरूण घालून पुन्हा वर कुणी शिवाजीचं नाव घ्यायला लागला तर त्या शिवाजीची आठवण करून त्याला जाब विचारायला पाहिजे; शिवाजी आठवावा तो यासाठी."

कॉ. पानसरे यांच्या लिखाणात वर्तमानाशी अन्वय आहे, तो असा.

१७व्या शतकातील राजांची, सरदारांची सैन्ये लुटीवर जगत. ती लुटारूंची सैन्ये होती. शिवाजी राजाचे सैन्य हे शेतकऱ्यांचे सैन्य होते. शेतीभाती करणाऱ्या रयतेचे सैन्य होते. ते नुसते पराक्रमी नव्हते, तर नीतिमानही होते, हा मुद्दा मांडताना कॉ. पानसरे म्हणतात, "शिवाजी महाराजांचे स्वतःचे शुद्ध चारित्र्य, जाणीवपूर्वक हेतू मनाशी बाळगून दिलेल्या स्पष्ट आज्ञा, आज्ञेचा भंग करणाऱ्यांना जरब बसेल अशा शिक्षा, उत्पादक शेतकऱ्यांमधूनच केलेली सैन्याची रचना, शिपायांचा शेतीशी व कष्टांशी जिवंत संबंध, रोख पगार देण्याची रीत आणि सर्वांत महत्त्वाचे म्हणजे अन्यायाचा व लुटींचा प्रतिकार करण्याच्या हेतूने सुरू केलेले कार्य, यामुळे शिवाजीचे सैन्य आणि इतर राजांचे सैन्य यांत फरक होता. महाराष्ट्रातील सामान्य रयतेला शिवाजी महाराजांचे सैन्य हे लुटारू सैन्य वाटत नव्हते, तर लूट थांबवायला निघालेले संरक्षक सैन्य वाटत होते. रयत सैन्याला साहाय्य करीत होती आणि सैन्य रयतेला वाचवीत होते."

तिसऱ्या प्रकरणात कॉ. पानसरे यांनी शिवाजी महाराजांच्या धार्मिक दृष्टिकोनाची चर्चाचिकित्सा केली आहे. प्रारंभी त्यांनी महाराजांची जनमानसातील एकूण प्रतिमा कशी आहे, याचे रेखाटन केले आहे : 'शिवाजी हा मुसलमानांच्या

विरुद्ध होता... त्याचे जीवितकार्य मुसलमान धर्माचा प्रतिकार करणे हे होते. तो हिंदूधर्मरक्षक होता... गोब्राह्मण प्रतिपालक होता... शिवाजीचे युद्ध हे धर्मयुद्ध होते... तो परमेश्वराचा अवतार होता' इत्यादी.

ऐतिहासिक वस्तुस्थिती वेगळीच असल्याचे कॉ. पानसरे निदर्शनास आणतात. 'शिवाजी हा हिंदू होता किंवा तो हिंदू धर्मरक्षक होता, म्हणून तो यशस्वी झाला असे म्हणावे, तर पृथ्वीराज चौहान किंवा राणा प्रताप हे का यशस्वी झाले नाहीत? धर्मयुद्ध म्हणावे तर एक जण त्यात यशस्वी होतो आणि दुसऱ्या दोघांना पराजित का व्हावे लागते?' असे निरुत्तर करणारे प्रश्न कॉ. पानसरे उपस्थित करतात.

शिवाजी महाराजांचे सरदार व सैन्य हे फक्त हिंदू धर्माचे नव्हते; त्यात मुस्लीम धर्मीयांचाही भरणा होता, हे कॉ. पानसरे अनेक उदाहरणे देऊन स्पष्ट करतात. दौलतखान, काजी हैदर, सिद्दी हिलाल, नूरखान बेग अशी कितीतरी उदाहरणे आहेत. मुस्लीम सुलतानांच्या सैन्यातही कित्येक हिंदू सरदार व सैनिक असत. खुद्द महाराजांचे वडील आदिलशाहीचे सरदार होते. मिर्जा राजा जयसिंग औरंगजेबनिष्ठ होता. अनेक हिंदू सरदार सुलताननिष्ठ होते, तर अनेक मुस्लीम अधिकारी शिवाजीनिष्ठ होते, असे प्रतिपादून कॉ. पानसरे यांनी आपला निष्कर्ष वाचकांसमोर ठेवला आहे. "धर्माचा प्रश्न मुख्य नव्हता; राज्याचा प्रश्न मुख्य होता. धर्म मुख्य नव्हता; राज्य मुख्य होते. धर्मनिष्ठा मुख्य नव्हती; राज्यनिष्ठा व स्वामिनिष्ठा मुख्य होती."

शिवाजीराजा इस्लामच्या विरुद्ध होता काय? तो मुस्लीम धर्माचा द्वेष करीत होता काय? कॉ. पानसरे म्हणतात, की इतिहासाशी इमान राखून बोलायचे तर या प्रश्नांची उत्तरे 'नाही' अशी आहेत. या संदर्भात औरंगजेबाचा चरित्रकार व शिवाजीराजाचा कट्टर शत्रू खाफीखान याचे प्रसिद्ध विधान कॉ. पानसरे यांनी उद्धृत केले आहे : "शिवाजीने सैनिकांकरिता असा सक्त नियम केला होता, की सैनिक ज्या ज्या ठिकाणी लूट करण्यास जातील, तेथे तेथे त्यांनी मशिदीस, कुराण ग्रंथास अथवा कोणत्याही स्त्रीस तोशीस अगर त्रास देता कामा नये. जर एखादा कुराणाचा ग्रंथ हाती आला, तर त्याबद्दल पूज्यभाव दाखवून तो आपल्या मुसलमान नोकरांच्या स्वाधीन करीत असे. केव्हाही हिंदू किंवा मुस्लीम स्त्रिया हाती सापडल्यास व त्यांचे रक्षण करण्यास कोणी जवळ नसल्यास त्यांचे नातलग त्यांची सुटका करण्यास येईपर्यंत शिवाजी स्वतः त्यांची काळजी घेत असे."

खाफीखानाचे हे विधानच एवढे स्वयंस्पष्ट व स्वयंसिद्ध आहे, की त्यावर काही भाष्य करण्याची आवश्यकता नाही. खाफीखान हा औरंगजेब व शिवाजी महाराज या दोघांचाही समकालीन आहे. दक्षिणेतील मोगल-मराठा युद्धाचा साक्षीदार आहे.

यानंतर कॉ. पानसरे यांनी शिवाजी महाराजांनी औरंगजेबाला जिझिया कराच्या संदर्भात जे निषेधपत्र लिहिले होते, त्याचा परामर्ष घेतला आहे. त्यात महाराजांनी म्हटले होते, की हिंदू व मुस्लीम हे दोन्ही धर्माचे रंग वेगवेगळे असले तरी ते एकाच ईश्वराने निर्माण केले आहेत. कुराणाच्या लेखी हिंदू व मुसलमान वेगवेगळे नाहीत. ईश्वर हा फक्त मुसलमानांचा आहे, असे कुराणात म्हटलेले नाही.

शेवटी महाराजांच्या धार्मिक धोरणाचा समारोप करताना कॉ. पानसरे यांनी म्हटले आहे : ''शिवाजीचा काळ लक्षात घेता, शिवाजीचे हे धोरण व त्याचे विचार अनन्यसाधारण असेच आहेत. आपल्या धर्माइतकाच इतरांचा धर्महीे श्रेष्ठ व उच्च आहे आणि उपासना पद्धती वेगवेगळ्या असल्या तरी त्याचा उद्देश एकच आहे, हे महत्त्वाचे तत्त्व शिवाजीने मांडले. शिवाजी हा धार्मिक राजा होता. तो हिंदू धर्माचा अभिमानी होता; पण त्याचा हिंदू धर्माचा अभिमान इतर धर्मीयांच्या द्वेषावर आधारलेला नव्हता. मुसलमानांचा द्वेष केल्याशिवाय आपणास श्रेष्ठ हिंदू बनता येत नाही, असे त्याला कधीच वाटले नाही.''

चौथ्या प्रकरणात शिवाजी महाराजांच्या तथाकथित 'गोब्राह्मण प्रतिपालक' या बिरुदावलीची चर्चा केली गेली आहे. महाराजांनी कोठेही स्वतःला अशी बिरुदावली लावली नाही. महाराजांचे राज्य हे ब्राह्मणांच्या प्रतिपालनासाठी असते, तर मिर्झा राजा जयसिंगला विजय मिळावा म्हणून ब्राह्मणांनी कोटीचंडी यज्ञ केला नसता, अथवा रायगडावरील राज्याभिषेकालाही विरोध केला नसता; पण यावरून कोणी असा निष्कर्ष काढला, की महाराष्ट्रातील सर्व ब्राह्मण शिवाजी राजाच्या विरोधात होते, तर तो चुकीचा ठरेल, असे कॉ. पानसरे म्हणतात. कारण महाराजांचे सात प्रधान व अनेक अधिकारी ब्राह्मणच होते. तेव्हा प्रश्न केवळ ब्राह्मणांचा नसून, तो सनातन चातुर्वर्ण्य धर्माचा होता. त्या काळाच्या मर्यादांचा होता. राज्याभिषेकाचा धार्मिक विधी, त्याप्रसंगी मुंज व राण्यांशी पुन्हा विवाह वगैरे गोष्टी या मर्यादांच्या निदर्शक होत, असे मत व्यक्त करून कॉ. पानसरे यांनी ''शिवाजीचे राज्य

धर्मनिरपेक्ष होते... शिवाजी खरा समाजवादी होता.'' ही विधाने हास्यास्पद ठरविली आहेत. त्यांच्या दृष्टिकोनातून ''सरंजामी समाजरचनेच्या काळात स्वतः एक राजा असलेला शिवाजी धर्मनिरपेक्ष असणे शक्य नव्हते, समाजवादीही असणे शक्य नव्हते. शिवाजी त्याच्या समकालिनांपेक्षा किती लांब पल्ल्याचा विचार करी, हे महत्त्वाचे. त्या परिस्थितीतही त्याने किती प्रगतिशील पावले उचलली. राजा असूनही रयतेची कशी कदर केली, हे महत्त्वाचे.''

सर्वांत शेवटी कॉ. पानसरे यांनी शिवचरित्राचा विपर्यास कसा केला जातो, म्हणजे समाजकारणी व राजकारणी लोक शिवाजी महाराजांच्या नावाचा आपल्या स्वार्थासाठी कसा गैरवापर करतात, या विषयाची चर्चा केली आहे. खरे तर या प्रकरणात शिवचरित्राचा एक अभ्यासक याऐवजी एक तळमळीचा सामाजिक कार्यकर्ता, प्रबोधनवादी विचारवंत म्हणूनच कॉ. पानसरे अधिक प्रकर्षाने पुढे येतात. तीनशे वर्षांपूर्वी होऊन गेलेल्या शिवाजी राजाच्या चरित्राचा आजच्या वर्तमानाशी अन्वय का आहे आणि तो कसा असावा, याचे त्यांनी समाजात मार्गदर्शन केले आहे. हे करीत असता काही ठिकाणी त्यांची लेखणी तिखट तसेच उपरोधक वळणे घेते :

''शिवाजी माणूस होता. चांगला माणूस होता. थोर माणूस होता. हुशार व दूरदृष्टीचा माणूस होता. नीतिमान आणि व्यवहारी माणूस होता. शूर लढवय्या आणि कुशल संघटक होता; पण माणूस होता. देव नव्हता. अवतार नव्हता.

शिवाजीचा देव केला म्हणजे काय होतं? देव केला की मग शिवाजीसारखं वागण्याची आपणावर जबाबदारी राहत नाही. 'शिवाजीसारखं वागा', 'रयतेला सतावू नका', 'बलात्कार करणाऱ्यांना पाठीशी घालू नका', 'रयतेच्या भाजीच्या देठाला हात लावू नाका', 'स्वतःच्या धर्मावर श्रद्धा ठेवा, पण परधर्माचा द्वेष शिकवू नका' असं सांगितलं, तर सरळ उत्तर येतं ''तो शिवाजी कुठं; आपण कुठं! तो देवाचा अवतार आणि आपण माणूस, आपल्याला ते कसं जमणार? आपण आपलं असंच वागायचं.''

''देव असल्यामुळे वर्षातून एकदा शिवाजी महाराज की जय म्हणायचं, जयंती करायची, वर्गणी गोळा करायची, थोडी खर्चायची, थोडी खायची, जमलं तर थोडी खर्चायची अन् जास्त खायची, कपाळाला अष्टगंध लावायचा, गुलाल उधळायचा की काम झालं. शिवभक्त म्हणवून घ्यायला आपण

रिकामे झालो, शिवाजीसारखं वागायची आपल्यावर जबाबदारी नाही.

"शिवाजी महाराजांसारखे थोर पुरुष ही सामान्यजनांची श्रद्धेची व आदराची स्थाने असतात. समाजातील प्रस्थापित 'टगे' लोक हे अचूक हेरतात आणि या थोर माहात्म्यांच्या प्रतिमा उचलून त्या आपल्या स्वार्थासाठी विकृत करतात व त्याचा गाभाच गारद करून टाकतात," असे प्रतिपादून कॉ. पानसरे शिवाजी महाराजाबरोबर ज्ञानेश्वर, तुकाराम, म. गांधी यांच्या प्रतिमा कशा विकृत केल्या गेल्या याची उदाहरणे देतात. ज्ञानेश्वरांना वाळीत टाकणाऱ्यांच्या वारसदारांनी ज्ञानेश्वरासारखा थोर पुरुष झालाच नाही, असा पुकारा एका बाजूवर करून दुसऱ्या बाजूवर सामान्यजनांना शिक्षणाचा हक्क, म्हणजे शहाणं होण्याचा हक्क नाकारला! तुकारामाची गाथा बुडविणाऱ्या आणि त्याला सदेह वैकुंठाला धाडणाऱ्या (?) मंबाजीच्या वारसदारांनी त्यांच्या अभंगात 'फुसके' अभंग घुसडून त्यांची पुरोगामी प्रतिमा दडविण्याचा प्रयत्न केला! एवढेच नव्हे तर म. गांधींचा ज्यांनी खून केला, त्याचे वारसदार आता 'आम्ही गांधीवादी समाजवादी आहोत' असे सांगू लागले आहेत! कॉ. पानसरे म्हणतात, "खून करूनही म. गांधी संपत नाहीत, असे दिसले म्हणून मग हे स्वतः गांधीवादी बनून गांधीला संपवायला निघालेत. दुसरे काय?"

कॉ. पानसरे यांना हिंदू-मुस्लीम दंग्यात शिवाजी महाराजांच्या प्रतिमेच्या गैरवापराचाही मुद्दा हाताळला आहे. परवा द. महाराष्ट्रात अफझलखान वधाच्या पोस्टरवरून झालेली हिंदू-मुस्लीम दंगल वाचकांच्या स्मरणात असेलच. या संदर्भात कॉ. पानसरे लिहितात, "आज शिवाजीच्या नावानं आणि शिवाजीच्या जयघोषात हिंदू-मुसलमान दंगे होत आहेत. या धर्मांधांना सांगायला हवे की, शिवाजी धर्मांध नव्हता. तो हिंदू धर्मावर श्रद्धा ठेवत होता; पण मुसलमान धर्माचा द्वेष करत नव्हता. श्रद्धावान होता; पण अंधश्रद्ध नव्हता."

हिंदू-मुस्लीम दंग्यांसाठी कॉ. पानसरे यांनी केवळ हिंदूंना जबाबदार धरले आहे असे नाही; त्यांनी धर्मांध मुस्लिमांनाही फटकारले आहे. मुस्लिमांपैकी काही जण आपणास शहेनशहाचे वारसदार समजतात. म्हणजे राज्यकर्त्या जमातीचे वारसदार समजतात. अशांना कॉ. पानसरे विचारतात, की शिवाजी राजाचे राज्य हे फक्त हिंदूंसाठी नव्हते, ते महाराष्ट्रातील मुसलमानांसाठीही होते; त्याचे 'स्वराज्य' स्थापण्यासाठी मुसलमानांचेही प्राण खर्ची पडले

होते. मग महाराष्ट्रातील मुसलमानांनी 'शिवाजी' आपला मानला पाहिजे की नको? की औरंगजेब तेवढा तुमचा पूर्वज आणि मदारी मेहतर कुणीच नव्हे का? आरमारातील दौलतखान, प्रशासनातील काजी हैदर तुमचे कुणीच नाहीत काय?

शिवाजी महाराजांनी नवी वतने कोणाला दिली नाहीत. जुन्या वतनदारांची वतने बरखास्त करून सरकारजमा केली आणि वतनदारांची रयतेवरील पकड नाहीशी केली. रयतेस मुक्त केले. त्यामुळे रयत सुखासमाधानाने नांदू लागली. रयतेला महाराजांचे राज्य आपले वाटू लागले. आज शिवभक्तांनी आपल्या राज्यात नवनवीन वतने निर्माण केली आहेत. हे शिवभक्त नव्या वतनदारांना सांगत असतात 'तुमच्या वतनात तुम्ही हवं ते करा. रयतेला हवे तसे लुटा, आमचे राज्य चालवायला आम्हाला मदत करा म्हणजे झाले!' कॉ. पानसरे यांनी जिल्हा परिषदा, म्युनिसिपालट्या, कॉर्पोरेशन्स, मोठमोठ्या सहकारी संस्था, साखर कारखाने, आमदारक्या, खासदारक्या या वतनदाऱ्याच मानल्या आहेत. त्या वंशपरंपरागत दिल्या-घेतल्या जात आहेत!

कॉ. पानसरे यांनी अशा वतनदाऱ्यांमधील आधुनिक वतनदारांच्या वर्तनाचा पंचनामा अतिशय परखड भाषेत केला आहे. तो उतारा देऊनच या गाजलेल्या पुस्तिकेच्या समालोचनाचा समारोप करू या.

लोकशाहीत सत्तेचे विकेंद्रीकरण हवेच, त्याला विरोध कुणी करणार नाही; पण विकेंद्रीकरण म्हणजे वतनदारी नव्हे. शिवाजीच्या काळात वतनदार जसे जनतेला छळत, त्याहून हे नवे वतनदार जास्त छळतात. साखरसम्राटाविरुद्ध कुणी एखादा रयत गेला, तर तो संपलाच. त्याला कर्ज मिळत नाही, खत मिळत नाही, त्याचा ऊस जात नाही. २ वर्षांत तो बरबाद होतो अन् एक बरबाद झाला की दुसरे १० धजत नाहीत अन् वतनदारांचं वतन घट्ट होतं.

रयतेच्या पोरीबाळींवर या नव्या वतनदारांचा डोळा आहे की नाही? बलात्कार होताहेत की नाही? रयतेच्या भाजीच्या देठालासुद्धा हात लावू नका म्हणून शिकवून गेलेल्या शिवाजीच्या महाराष्ट्रात या नव्या राजांची, सरदारांची अन् वतनदारांची सरबराई करण्याला रयत रंजीस येते की नाही?

आणि हे सारं शिवाजी महाराज की जय म्हणत सुरू असतं, हे अगदीच भयानक. शिवाजी हे सारं पाहायला असता तर? त्यानं काय केलं

असतं? तो नाही हे खरं आहे. तो स्वतः येणार नाही हेसुद्धा तितकंच खरं आहे; पण त्याची शिकवण आहे ना? त्याची शिकवण अंगी आणून नव्या वतनदाऱ्यांवर प्रहार करणं, हेच खरं शिवाजीचं स्मरण करणं होय.

खरोखरच शिवचरित्रातून प्रेरणा घेऊन महाराष्ट्रातील रयत या वतनदाऱ्यांवर प्रहार करील काय?

या विभागातील दुसरी पुस्तिका आहे 'राजर्षी शाहू : वसा आणि वारसा'. शाहू महाराजांचा नेमका वसा कोणता आहे, वारसा कोणता आहे, याची चर्चा कॉ. पानसरे यांनी केली असून, महाराजांची प्रत्येक क्षेत्रातील कामगिरी सांगत त्याची वर्तमानाशी सांगड घातली आहे.

अगदी प्रारंभीच शाहू महाराजांच्या कार्याचा गौरव करीत असता कॉ. पानसरे यांनी म्हटले आहे, की ज्यांनी इतिहास घडविला आणि जे आजच्या वर्तमानातही शिल्लक आहेत व जे भविष्यकाळ घडवितानाही प्रेरणादायी ठरणार आहेत असे दोनच राजे होऊन गेले, ते म्हणजे छ. शिवाजी महाराज व राजर्षी शाहू छत्रपती. राजे असूनही त्यांनी रयतेचा विचार प्रथम केला. त्यांच्या प्रत्येक व्यवहारात रयत केंद्रस्थानी राहिली; आणि रयतेच्या कल्याणासाठीच त्यांनी वरिष्ठ वर्णाशी संघर्ष केला. हेच त्यांच्या असामान्यत्वाचे रहस्य असल्याचे त्यांनी म्हटले आहे. याविषयी कोणाचे दुमत असण्याचे कारण नाही.

आजही रयत दुबळीच आहे. पीडित-शोषित आहे, वरच्या वर्णाची व वर्गाची मंडळी खालच्या वर्णाचे व वर्गाचे शोषण करत आहेत आणि म्हणूनच कॉ. पानसरे यांच्या मते शाहू महाराजांचा विचार व त्यांचा व्यवहार आजही मार्गदर्शक आहे.

प्रस्तुत पुस्तिकेत कॉ. पानसरे यांनी शाहू महाराजांची आरक्षणनीती व जातिभेदासंबंधीचे विचार, भटके-विमुक्तांना समाजाच्या मुख्य प्रवाहात आणण्यासाठी केलेले प्रयत्न, स्त्रियांच्या मुक्तीचे व संरक्षणाचे कायदे, शिक्षणप्रसारासाठी केलेल्या उपाययोजना, देशाच्या स्वातंत्र्यचळवळीविषयी असलेली भूमिका, वेदोक्त प्रकरणाची सामाजिक फलश्रुती, शेती, उद्योगधंदे व व्यापार यांना प्रोत्साहन, कामगारांविषयीची भूमिका, धार्मिक दृष्टिकोन, अशा अनेक विषयांना स्पर्श केला आहे. त्या सर्वांचाच परामर्श येथे स्थलमर्यादेमुळे घेता येणार नाही. तथापि त्यांच्या सुधारणांविषयी त्यांनी जागोजागी केलेले जे भाष्य आहे, त्याची नोंद मात्र घेणे आवश्यक आहे.

जातिभेद ही समाजात समता निर्माण करण्याच्या मार्गातील मुख्य धोंड आहे, असे शाहू महाराजांचे मत होते. महाराज निरनिराळ्या जातींना त्यांच्या प्रगतीसाठी मदत करत होते; पण त्याच वेळी जातिभेद तीव्र होऊ नयेत याची काळजी घेत होते. त्या काळात जाती परिषदा भरत. अशा परिषदांना महाराज जातही असत; पण तेथे जाऊन "जातिभेद पाळणे पाप आहे, देशोन्नतीच्या मार्गात हा अडथळा आहे, ही पक्की जाणीव ठेवून जाती परिषदा भरवा," अशा प्रकारची समज त्या जातीच्या पुढाऱ्यांना देत असत. यावर भाष्य करताना कॉ. पानसरे यांनी म्हटले आहे, "हा महाराजांचा सर्वंकष विचार आजही उपयुक्त आहे. मागासांचा कैवार घेण्याच्या नावाखाली जातिभेद घट्ट करण्याचे कार्य करू नका, ही महाराजांची शिकवण आजतर जास्तच आवश्यक वाटू लागली आहे." आजकाल समाजात बहुतेक प्रत्येक जातीच्या संस्था व संघटना स्थापन झालेल्या दिसतात. त्यातून जात्याभिमान वाढतो आहे की कमी होऊन जातिभेद कमी कमी होत जातो आहे, हा एक संशोधनाचा विषय आहे!

महाराजांनी फासेपारध्यासारख्या गुन्हेगार जातींना पोटाशी धरले, त्यांना नोकऱ्या, उद्योग देऊन समाजाच्या मुख्य प्रवाहात आणण्याचे प्रयत्न केले; जन्मजात गुन्हेगार मानले गेलेल्या जातींची हजेरी पद्धत रद्द केली, पुनर्विवाह कायदा, घटस्फोट कायदा, आंतरजातीय-आंतरधर्मीय विवाह कायदा, मुरळी प्रतिबंधक कायदा, घरच्यांकडून होणाऱ्या छळवणुकीस प्रतिबंध करणारा कायदा, असे स्त्री वर्गाच्या स्वातंत्र्याचे व संरक्षणाचे अनेक कायदे केले. या सर्व सुधारणांचे वर्णन करताना कॉ. पानसरे यांनी म्हटले आहे : 'महाराज हे 'विचारवंत' होते की 'कार्यकर्ते' होते, असाच कुणी प्रश्न केला आणि दोहोंपैकी एक सांगा, असा आग्रह धरला, तर शाहू महाराज म्हणजे एक 'कार्यकर्ते राजा' होते असेच म्हणावे लागेल.'

शाहू महाराजांचे शैक्षणिक कार्य सांगत असता कॉ. पानसरे यांनी त्यांनी आपल्या राज्यात केलेले सक्तीचे मोफत शिक्षण, सर्व जातींसाठी केलेली वसतिगृहांची निर्मिती, दलितांना व स्त्रियांना शिक्षण मिळावे यासाठी केलेल्या उपाययोजन, या सर्वांचा ऊहापोह केला आहे. मागासलेल्या समाजाला शिक्षणाच्या सुविधा निर्माण करून, त्याला शहाणे करण्याचे शाहू महाराजांचे दिवस आता इतिहासजमा झाले आहेत, याची खंत कॉ. पानसरे यांना वाटते आहे. शाहूकाळात वरिष्ठ वर्णाने मागासलेल्या समाजाला शिक्षणबंदी

केली होती. आता नवी बंदी येते आहे. नव्हे आलेली आहे. लेखक म्हणतो, ''शिक्षणाचे खासगीकरण याचा अर्थ स्पष्ट आहे. ज्याला शक्य असेल त्याला, परवडेल त्याने शिकावे, इतरांनी घरात बसावे. उच्च शिक्षणाचे सोडाच; पण आता माँटेसरीत प्रवेश मिळवायलाही देणग्या द्याव्या लागतात. हे सारे शाहू महाराजांच्या शैक्षणिक भूमिकेच्या विरोधात आहे आणि हे करणारे शाहू महाराजांचा जयजयकार करतात!''

शाहू महाराज हे ब्रिटिश सार्वभौम सत्तेच्या वर्चस्वाखालचे एक संस्थानिक होते. एक राजा या नात्याने त्यांना आपल्या संस्थानात शांतता व सुव्यवस्था राखणे हे त्यांचे प्रथम कर्तव्य होते. या पार्श्वभूमीवर त्यांच्या संस्थानात ब्राह्मण दहशतवाद्यांनी हिंसक कृत्ये करून त्यांना गोत्यात आणण्याचीच नव्हे तर त्यांना या जगातून नाहीसे करण्याचीही कटकारस्थाने केली होती. या दहशतवाद्यांच्या कारवाया ब्रिटिश सरकारच्या विरोधातही चालू असत. स्वाभाविकच शाहू महाराजांना ब्रिटिशांचे सहकार्य घेऊन आपल्या राज्यातील दहशतवाद्यांचा कठोर बंदोबस्त करावा लागला. हे दहशतवादी स्वतःला सशस्त्र क्रांतिकारक समजत असल्याने व त्यांना लो. टिळकांचा आशीर्वाद असल्याने, त्यांनी महाराजांची प्रतिमा स्वातंत्र्य चळवळीला, म्हणजे स्वराज्याला विरोध करणारा राजा, असा प्रचार करून मलिन केली होती. शेवटी शेवटी तर त्यांच्यावर 'स्वराज्यद्रोही छत्रपती' अशा प्रकारचा आरोप केसरीने केला होता.

या संदर्भात कॉ. पानसरे यांनी शाहू महाराजांच्या काळात म्हणजे १९२१-२२च्या काळात स्वातंत्र्य चळवळीचे अग्रणी म. गांधी व पं. नेहरू यांची देशाच्या संपूर्ण स्वातंत्र्याला विरोध करणारी मते उद्धृत केली आहेत; पण त्यांना कुणी 'स्वराज्यद्रोही' मानत नाही! कारण तो काळ संपूर्ण स्वातंत्र्याच्या मागणीस अनुकूल नव्हता. इतिहासाच्या अभ्यासकांनी स्थल-कालाचे व व्यक्तीच्या मर्यादांचे भान ठेवूनच भूमिका तपासल्या पाहिजेत, असा कॉ. पानसरे यांचा आग्रह आहे व तो रास्तही आहे.

खरे म्हणजे महाराज स्वराज्याच्या विरोधात नव्हतेच. फक्त तत्कालीन परिस्थितीत स्वराज्य मिळाले, तर ते वरिष्ठ जातीच्याच पदरात पडेल, अशी भीती त्यांना वाटत होती. ते म्हणतात, ''जर हल्लीची जातिव्यवस्था कायम राहिली, तर ज्या रीतीने हल्ली सुराज्याचा अर्थ समजला जातो, ते स्वराज्य म्हणजे मूठभर लोकांच्या हातात सत्ता जाणे, हे होय. याचा अर्थ मी

स्वराज्याच्या चळवळीच्या विरुद्ध आहे असे समजावयाचे नाही, हे मी पुन्हा एकवार सांगतो. आम्हास स्वराज्य पाहिजेच.'' परंतु महाराजांच्या या भूमिकेकडे दुर्लक्ष करून त्यांनी ब्राह्मण दहशतवाद्यांना केलेल्या कठोर शिक्षांमुळे भान सुटून केसरीकार न. चि. केळकरांनी त्यांना 'स्वराज्यद्रोही' म्हणून देशाचे गुन्हेगार ठरविण्याचा प्रयत्न केला!

तथापि ३ टक्के वरिष्ठ वर्गाच्या स्वराज्याच्या अधिकारासाठी लढणारे आणि ९७ टक्क्यांना माणुसकीचे व समतेचे हक्क नाकारणारे खरे गुन्हेगार, की ९७ टक्के लोकांच्या स्वातंत्र्यासाठी व सामाजिक न्यायासाठी संघर्ष करणारे खरे गुन्हेगार, याचा निर्णय आता इतिहासानेच दिला आहे.

राजर्षी शाहू छत्रपतींनी स. १९१८ मध्ये मुंबईत कामगारांच्या मेळाव्यात दोन भाषणे करून कामगारांचे ऐक्य व संघटन याविषयी जे विचार व्यक्त केले आहेत, त्याचा मोठ्या गौरवाने परामर्श कॉ. पानसरे यांनी घेतला आहे. महाराज एका भाषणात म्हणाले होते - "मुंबई शहर हे व्यापार व उद्योगधंदा या बाबतीत प्रसिद्ध आहे. धनिकांचे भांडवल व कारखानदारांचे व्यवस्थापनचातुर्य यावरच हा व्यापार व उद्योगधंदा अवलंबून आहे, अशी आजपर्यंत समजूत होती. पाश्चात्त्य देशात भांडवलवाले व मजूर असे दोन वर्ग आहेत. तिकडेही भांडवलदार लोकांची मजूरदार लोकांवर बेसुमार सत्ता चाले; पण आता मजूरदार लोकांनी आपले संघ बनविले आहेत. गवताच्या एकेका काडीची ताकद जास्त नसते; पण अशा अनेक काड्यांचा वेठ वळला तर त्याने हत्तीलाही बांधता येईल.'' त्यानंतर महाराज पुढे म्हणतात, "इंग्लंडला मजूरदारांनी आपल्या उन्नतीकरिता आपले संघ स्थापून स्वावलंबनाचे मार्ग स्वीकारले. त्याप्रमाणे आपण आपले सुव्यवस्थित संघ स्थापन केले पाहिजेत.''

महाराजांच्या या विचारांवर भाष्य करताना कॉ. पानसरे यांनी म्हटले आहे : "महाराजांच्या या भाषणातून काही मुद्दे त्यांनी स्पष्टपणे मांडले आहेत. कारखानदारीत 'धनिक' आणि 'कारखानदार' यांच्या 'भांडवल' आणि 'व्यवस्थापनचातुर्य' याबरोबरच कामगारांचे 'श्रम' महत्त्वाचे असतात, असे त्यांनी सूचित केले आहे.

पाश्चात्त्य देशांत 'भांडवलदार' आणि 'कामगार' असे दोन वर्ग आहेत, हे स्पष्टपणे नोंदवून त्यांच्या हितसंबंधातील विरोध सूचित केला आहे आणि भांडवलदारांच्या 'बेसुमार' सत्तेस विरोध करण्यासाठी कामगारांनी संघ स्थापून

या सत्तेस अटकाव केला आहे, असे सांगितले आहे.

एक संस्थानिक कामगारांना संघटित व्हायला सांगत होता, हे नीट लक्षात घ्यावे.''

विशेष म्हणजे महाराजांनी आपल्या भाषणात पाश्चात्त्य देशात 'भांडवलवाले' व 'मजूर' या पक्षात संघर्ष होऊन मजूर पक्ष सत्तारूढ होत असल्याचा उल्लेख केला आहे. याहून विशेष म्हणजे रशिया व जर्मनी या देशांतील निरंकुश राजेशाही बरखास्त झाली असून, तेथे मजूर पक्षाच्या म्हणजे कामगारांच्या नेतृत्वाखाली प्रजासत्ताक राज्ये स्थापन झाल्याचाही उल्लेख करून आता ''इंग्लंडातही मजूर पक्षाचा जोर जास्त वाढत आहे. हॉलंड वगैरे तटस्थ (युद्धात तटस्थ) राष्ट्रांवरही या लाटेचा परिणाम झाल्याशिवाय राहत नाही. वयात आलेल्या प्रत्येक माणसास मत देण्याचा अधिकार मिळाला म्हणजे बहुजन समाजाच्या मताप्रमाणेच कारभार चालला पाहिजे. अल्पसंख्याकांची सत्ता कमी होणारच आणि आपणही असे अधिकार मिळविले पाहिजेत व त्याकरिता स्वार्थत्यागपूर्वक प्रयत्न सतत नेटाने केले पाहिजेत...'' असे म्हटले आहे.

यावर टिप्पणी करताना कॉ. पानसरे म्हणतात, ''या भाषणाचा अर्थ स्पष्ट आहे. रशियात आणि इतरत्र जे घडले त्याचे महाराजांनी स्वागत केले आणि तसे भारतात घडावे म्हणून प्रयत्न करण्याचे आवाहन केले आहे.''

पाश्चात्त्य देशांत कामगारसत्तेच्या वाढणाऱ्या प्रभावाचा, विशेषतः रशिया व जर्मनी या ठिकाणी कामगारक्रांती होऊन तेथे स्थापन झालेल्या प्रजासत्ताक राज्यांचा गौरव करून आपणही संघटित होऊन अशी सत्ता मिळविण्यासाठी 'स्वार्थत्यागपूर्वक सतत नेटाने प्रयत्न केले पाहिजेत' असा संदेश देणारा त्या काळातील भारतातील हा पहिला संस्थानिक होता. ज्या वेळी भारतात कामगारांची अखिल भारतीय पातळीवरची (आयटक) संघटना स्थापनही झाली नव्हती; कम्युनिस्ट पक्षाची स्थापना तर फारच दूर होती, त्या वेळी हा कोल्हापूरचा राजा कामगारांपुढे त्यांच्या सत्तेच्या राज्याचे स्वप्न ठेवत होता, ही मोठी कौतुकाची गोष्ट मानावयास पाहिजे. थोर पुरुषांच्या ठिकाणी भविष्याचा अचूक वेध घेण्याची दृष्टी व क्षमता असते, ती अशी.

शाहू महाराजांच्या चरित्रात 'वेदोक्त' प्रकरण मोठे वादळी ठरले. त्यांनी वेदोक्ताच्या हक्काचा आग्रह धरून ब्रह्मवर्गाशी संघर्ष केला आणि शेवटी त्यास नमवून तो हक्क प्राप्त करून घेतला. कॉ. पानसरे यांनी या 'वेदोक्त'

प्रकरणाचा सामाजिक फलश्रुतीची चर्चा करत असता म्हटले आहे - "म. फुले आणि सत्यशोधक समाजाच्या प्रेरणांना आणि कार्यास शाहू महाराजांनी सतत मदत केली. त्या कार्याचा, म. फुल्यांचा, त्यांच्या प्रेरणांचा महाराजांनी सतत पुरस्कार केला; परंतु या वेदोक्त प्रकरणात म. फुल्यांच्या प्रेरणांचा आणि त्यांच्या शिकवणुकीचाही अभावितपणे पराभव झाला. महाराजांच्या मर्यादा स्पष्ट झाल्या."

महाराजांनी वेदोक्ताचा अधिकार प्राप्त करून घेतला म्हणजे नेमके काय घडले? वर्णवर्चस्वाच्या, उच्च-नीचतेच्या उतरंडीत वरचे स्थान मिळाले; परंतु त्या उतरंडीस मान्यता दिल्यासारखे झाले. समतेचा पुरस्कार करणाऱ्या शाहू महाराजांकडून वेदाचे व उतरंडीचे अभावितपणे आणि अप्रत्यक्षपणे समर्थन झाले.

यानंतर शाहू महाराजांनी वैदिक स्कूल काढले. ब्राह्मणेतरांना वेदाचे मंत्र शिकविले आणि ब्राह्मण पुरोहिताच्या जागी ब्राह्मणेतर पुरोहित आले. पुरोहितशाहीच नको ही म. फुल्यांची भूमिका दुर्लक्षिली गेली. ब्राह्मण वर्चस्वाला तडाखा बसला. परंतु पुरोहितशाहीवरचा तडाखा कमी झाला. नंतर महाराजांनी क्षात्र जगद्गुरू पीठ स्थापन केले. मराठ्यांतील जगद्गुरू निर्माण केला. ही कृतीसुद्धा म. फुल्यांच्या शिकवणुकीच्या विसंगत आणि विरोधी अशीच आहे."

वेदोक्ताची फलश्रुती सांगताना कॉ. पानसरे यांनी काही बाबी गृहीत धरल्या आहेत, असे दिसते. त्यांच्या पहिल्या विधानावरून शाहू महाराज हे म. फुल्यांचे सत्यशोधकी अनुयायी होते, असे ध्वनित होते. म. फुल्यांच्या कार्याचा व प्रेरणांचा (विचार?) त्यांनी जरूर पुरस्कार केला; पण त्यांची अंमलबजावणी करताना त्यांनी म. फुल्यांची कार्यपद्धती स्वीकारलेली नाही. खरे म्हणजे फुले-शाहू-आंबेडकर या त्रयीचा शूद्रातिशूद्रांचा उद्धार करण्याचा विचार एकच होता; पण कार्यपद्धती सारखीच होती, असे म्हणता येणार नाही. हे तिन्ही महापुरुष स्वयंभू आहेत. त्यांचे तत्त्वज्ञान एक असले, तरी त्यांचे कार्य स्थलकाल - व्यक्तीसापेक्ष राहिले आहे. या सर्वांचा साचा एक नाही. तशी अपेक्षा करणेही बरोबर नाही.

तेव्हा वेदोक्ताच्या आग्रहामुळे म. फुल्यांच्या शिकवणुकीचा पराभव झाला अथवा वर्णवर्चस्वाच्या, उच्च-नीचतेच्या उतरंडीचे समर्थन झाले असे म्हणता येणार नाही. डॉ. आंबेडकरांनी नाशिकच्या काळाराम मंदिरात

प्रवेश करण्याचा सत्याग्रह केला, तो काही रामाबद्दल वाटणाऱ्या प्रेमापोटी अथवा श्रद्धेपोटी नाही, तर हिंदू समाजाचा एक घटक या नात्याने हिंदू धर्माच्या मंदिरात प्रवेश करण्याचा त्यांचा जन्मजात हक्क होता, तो हक्क वरिष्ठ वर्ण नाकारत होते, त्या अन्यायाविरुद्धचा तो लढा होता, रामाच्या भक्तीचा लढा नव्हता. या दृष्टीनेच महाराजांच्या वेदोक्ताच्या आग्रहाकडे पाहिले पाहिजे. वेदोक्तामुळे स्वर्गप्राप्ती होईल, असा धर्मभोळेपणा त्यांच्याजवळ नव्हता. खरे तर वेदोक्ताच्या मंत्राला ते बाराखडीच्या उच्चारइतकेही महत्त्व देत नव्हते, याविषयीचा समकालीन पुरावा उपलब्ध आहे.

ब्राह्मण पुरोहितांऐवजी महाराजांनी ब्राह्मणेतर (मराठे) पुरोहित आणले. यामध्ये पुरोहितशाहीच नको, ही म. फुल्यांची भूमिका दुर्लक्षली गेली, असा कॉ. पानसरे यांचा दुसरा मुद्दा आहे. खरे म्हणजे म. फुल्यांनी शूद्रातिशूद्रांचे शोषण करणारा, देव व माणूस यांच्यात दलाली करणारा, वर्ण-वर्चस्ववादी ब्राह्मण पुरोहित नाकारला. ब्राह्मण पुरोहित नको, मग शूद्रातिशूद्रांचे लग्नादी विधी कोण करणार? त्याला काही पर्याय तर दिलाच पाहिजे. नवे पूजाविधी दिले पाहिजेत. ही गरज ओळखून म. फुल्यांनी 'सत्यशोधक समाजोक्त मंगलाष्टकासह सर्व पूजाविधी' तयार केले होते. या मंगलाष्टका किंवा विधी शूद्रातिशूद्रांपैकीच कुणीतरी चारदोन बुके शिकलेल्या माणसाने पुढे होऊन करायचे होते. असे काम करणाऱ्या पुरोहिताची (उपाध्यायाची) गरज म. फुल्यांनाही भासली होती. याला समकालीन कृष्णाजी अर्जुन केळुसकर यांनी लिहिलेल्या माधवराव रोकडे चरित्रातील म. फुल्यांच्याच विधानाचा पुरावा आहे. त्यात म. फुल्यांनी "ब्राह्मण उपाध्यायांच्या ऐवजी आपले उपाध्याय झाले पाहिजेत" असे प्रतिपादन केले आहे. म. फुल्यांचा हा उद्‌गार सर्वसामान्यांचे लग्नादी विधी चालले पाहिजेत, तेही सत्यशोधक पद्धतीने चालले पाहिजेत, या व्यवहारनीतीत बसणारा होता.

म. फुल्यांची ही व्यवहारनीती आपण मान्य केली, की शाहू महाराजांनी ब्राह्मण पुरोहित नाकारून मराठा पुरोहित का निर्माण केले, याचे कोडे उलगडण्यास सोपे होते. हेच सूत्र महाराजांच्या क्षात्रजगद्‌गुरूपदाच्या निर्मितीच्या मागे होते. तसे करण्यात विषमतेचा पुरस्कार करणाऱ्या शंकराचार्यांचे 'धार्मिक जू फेकून देऊन त्याच्या धार्मिक प्रभावापासून मुक्त' होण्यासाठी त्यांनी 'क्षात्रजगद्‌गुरू' निर्माण केला होता. अशा प्रकारची क्षात्रजगद्‌गुरूपदाची निर्मिती म. फुल्यांच्या शिकवणुकीशी 'विसंगत' व 'विरोधी' जरी वाटत

असली तरी महाराजांचा तो एक स्वतंत्र सामाजिक प्रयोग होता आणि त्यासाठी त्यांनी सत्यशोधकी साच्या स्वीकारलेला नव्हता, हेही आपण ध्यानी घेतले पाहिजे. (या विषयावरील अधिक चर्चेसाठी प्रस्तुत संपादकाचा 'राजर्षी शाहू स्मारक ग्रंथ' पाहावा : पृ. १३९-१६४. येथे अधिक खोलात जाण्यास अवकाश नाही.)

४

चौथ्या विभागात 'डंकेल प्रस्तावा'वरील एक स्वतंत्र लेक, 'सरकारचे परधार्जिणे शेतीधोरण' नावाचा सहा लेखांचा संग्रह, तसेच चार लेख असलेली 'जागतिकीकरण आणि शेतकऱ्यांचे प्रश्न' ही पुस्तिका व शेवटी 'काही कामगार कायद्यांची तोंडओळख' ही आणखी एक पुस्तिका, असे साहित्य आहे.

यातील बहुसंख्य लेख स. १९८९-९० नंतर खासगीकरण, उदारीकरण व जागतिकीकरण (खाउजा धोरण) यांचे जे नवे पर्व सुरू झाले, त्याचा वेध घेणारे आणि या पर्वाचा कृषी क्षेत्रावर व शेतकऱ्यांच्या जीवनावर होणाऱ्या परिणामांची चर्चा करणारे आहेत. हे लेख सर्वसाधारणपणे स. २००० व स. २००५ च्या सुमारास लिहिले गेले असल्यामुळे, त्यातील आकडेवारी ही त्या त्या कालातील आहे. आज ती कालबाह्य झाली असली तरी भारतीय शेती व शेतकरी यांच्या संदर्भातील लेखकाने केलेली निरीक्षणे व काढलेले निष्कर्ष हे थोडेफार आजच्या परिस्थितीतही फारसे बदललेले नाहीत.

'गॅट' ही पूर्वी आंतरराष्ट्रीय स्तरावरील व्यापारी संघटना होती. ९४ मध्ये त्यामध्ये 'शेती' हाही विषय समाविष्ट करण्यात आला. भारतासह १३७ देशांचा हा गॅट करार झाला. या कराराने सभासद राष्ट्राच्या अंतर्गत व्यवहारावर, म्हणजे एकप्रकारे त्याच्या स्वातंत्र्यावरच बंधने घातली गेली आहेत. सभासद राष्ट्राने त्याच्या अंतर्गत व्यवहारात काय करावे व काय करू नये, हे या कराराने निश्चित केल्याचे सांगून कॉ. पानसरे म्हणतात, "संबंधित कायदे कसे असावेत, करांचे दर व पद्धत कशी असावी, देशांतर्गत व्यवहारातसुद्धा किमती काय असाव्यात, सबसिडी द्यावी की देऊ नये, दिली तर किती द्यावी, स्वस्त धान्याच्या दुकानातील धान्याचे दर काय असावेत? वीज, पाणी, वाहतूक सेवा इत्यादींचे दर काय असावेत... इत्यादी अनेक अंतर्गत व्यवहाराच्या बाबीसुद्धा या कराराने ठरवून दिल्या

आहेत.'' कॉ. पानसरे यांच्या मताने भारतासारख्या देशाला अगतिक करून 'परतंत्र' लादणारे हे जागतिकीकरण आहे; ही जागतिक सहकार्य व्यवस्था नसून, जागतिक शोषण व्यवस्था आहे. जागतिकीकरणाचे प्रमुख वैशिष्ट्य म्हणजे 'खुल्या स्पर्धेची बाजारी अर्थव्यवस्था.' गॅटमधील सर्वच देश समान दर्जाच्या आर्थिक शक्तीचे नाहीत. काही प्रगत, काही मध्यम, तर काही अगदी मागासलेले. अशा स्थितीत प्रगत अशा अमेरिकन अथवा जपानी शेतकऱ्यांशी मागासलेल्या भारतीय शेतकऱ्यांची खुली स्पर्धा लावल्यास काय होणार? असमान स्पर्धकांत विजय कोणाचा होणार व पराभूत कोण होणार, हे ठरलेले आहे.

कॉ. पानसरे म्हणतात, ''हा आता अंदाजाचा प्रश्न राहिलेला नाही. जागतिकीकरणामुळे जे प्रत्यक्ष घडते आहे, त्याचा अनुभव आला आहे. प्रगत भांडवली देशांतील शेतीवर त्या देशांतील ८ ते १० टक्के लोकसंख्या अवलंबून आहे. भारतासारख्या देशात ७० टक्के लोकसंख्या शेतीवर अवलंबून आहे. या दोन देशांतील शेतीच्या स्पर्धेच्या परिणामी भारतीय शेतीची धूळधाण होणारे असे अनुभव सांगतो. अमेरिकेतील शेती करणाऱ्या कंपन्यांच्या मालकीची शेकडो-हजार एकर जमीन आहे. अमेरिकन 'अल्पभूधारक' शेतकरीदेखील शेकडो, हजारो एकरांचा मालक आहे. भारतातील अल्पभूधारकाकडे अर्धा एकर जमीन आहे. त्याने शेतात औत घालून एका बाजूकडून दुसऱ्या बाजूपर्यंत नेले तर ते औत परत आणायला त्याला शेजारच्या शेतातून परतावे लागते. हजारो एकर जमिनीच्या मालक असलेल्या अमेरिकन शेती कंपन्या आणि अर्धा एकर जमिनीचा मालक असलेला भारतीय शेतकरी यांची 'खुली स्पर्धा'' लावली, तर काय होईल? अनुभव असे सांगतो की, भारतीय शेतकऱ्यांना आत्महत्या कराव्या लागतील.''

सर्वांत जास्त आपल्या महाराष्ट्रात, विशेषतः विदर्भात, शेतकऱ्यांच्या आत्महत्या झाल्या आहेत. पूर्वी ब्रिटिशांची साम्राज्यवादी शोषणव्यवस्था होती; गावोगावी सावकार होते, ते शेतकऱ्यांना लुटत होते; पण त्याही परिस्थितीत शेतकरी आत्महत्या करत नव्हता. आज तो खाउजाच्या काळात करतो आहे. मोठ्या संख्येने करतो आहे. याचे उत्तरदायित्व 'खाउजा'वर नाही काय? (खा = खासगीकरण, उ = उदारीकरण व जा = जागतिकीकरण).

कमाल जमीनधारणा कायदा आजही आहे. पुस्तकात आहे. प्रत्यक्षात त्यात हवा तो बदल करून शेतकऱ्यांची हजारो एकर जमीन भांडवलदारांच्या

कंपन्यांना दिली जाते आहे. काही ठिकाणी शेतकऱ्यांना एकरी भरमसाट दर देऊन, तर काही ठिकाणी सक्तीने शेती करणाऱ्या शेतकऱ्यांनाच भूमिहीन बनवले जाते आहे. सेझच्या गोंडस नावाखाली भांडवलदारांच्या घशात गरीब शेतकऱ्यांची पिढ्यान्‌पिढ्या त्याला पोसणारी जमीन अलगद जाते आहे. शेतकरी उद्‌ध्वस्त होत आहे. कॉ. पानसरे यांनी म्हटले आहे, की परकीय दडपणाखाली स्वीकारलेल्या या नव्या आर्थिक धोरणाचे (खाउजा) हे परिणाम आहेत; हा नव्या प्रकारचा वसाहतवाद आहे. नववसाहतवाद आहे.

सहकार व्यवस्था 'खाउजा'पुढे तग धरू शकत नाही. आजच महाराष्ट्रातील शेकडो सहकारी कारखाने, विशेषतः साखर कारखाने बंद पडले आहेत. जे बंद पडतात, जे खासगी कंपन्यांकडून, भांडवलदारांकडून गिळंकृत केले जातात. आज हे देशी भांडवलदार आहेत. उद्या परदेशी भांडवलदारांना येऊ दिले, तर महाराष्ट्रातील कारखान्यांची काय गत होईल? 'खाउजा'च्या या काळात तसे होणारच नाही, असे नाही. शीतपेये तयार करणाऱ्या अनेक कंपन्या भारतात होत्या. 'खाउजा'ने पेप्सी व कोकाकोला यांना मुक्त द्वार दिल्यावर त्यांनी आपल्या देशी कंपन्या खाऊन टाकल्या! आज शीतपेयाच्या क्षेत्रात त्यांचीच मक्तेदारी आहे. दुधापेक्षाही महाग दराने ते 'निरुपयोगीच नव्हे तर उपद्रवकारी पेय' धुमधडाक्याने विकताहेत.

देशी कंपन्यांची पेये गेली. आता परदेशी सफरचंद, वाटाणे, नारळ, लसूण आपले हातपाय पसरायला लागले आहेत. खेड्यापाड्यातही त्यांचे अस्तित्व जाणवू लागले आहे. पुढच्या मोठ्या अरिष्टाची ही नांदी तर नव्हे?

याच विभागात शेवटी 'काही कामगार कायद्याची तोंडओळख' ही पुस्तिका दिलेली आहे. कॉ. पानसरे यांनी या पुस्तिकेच्या प्रास्ताविकात म्हटल्याप्रमाणे ग्रामीण भागात कामगार संघटनांत काम करणाऱ्या अल्पशिक्षित कार्यकर्त्यांना काही कामगार कायद्यांची तोंडओळख व्हावी, हा या पुस्तिकेचा हेतू आहे आणि हेतू चांगल्याप्रमाणे सिद्धीस गेल्याचे पुस्तिका वाचल्यानंतर लक्षात येते. या पुस्तिकेत १) किमान वेतन कायदा २) ग्रॅच्युईटीसंबंधीचा कायदा ३) औद्योगिक कलह कायदा ४) मातृत्वाच्या लाभासंबंधीचा कायदा ५) अपघात-नुकसान भरपाईसंबंधीचा कायदा ६) युनियन मान्यता व अनुचित आचारबंदी कायदा ७) वेतन देण्यासंबंधीचा कायदा आणि ८) कंत्राटी कामगार पद्धतीचा कायदा. अशा महत्त्वाच्या कायद्यांचा समावेश आहे.

कामगार नसलेल्या सामान्य वाचकासही ही पुस्तिका वाचताना त्याच्या सामान्य ज्ञानात भर पडून त्याचे प्रबोधन होईल, अशा सोप्या भाषेत या कायद्यांची तोंडओळख कॉ. पानसरे यांनी करून दिलेली आहे. प्रत्येक शिक्षित कामगाराने तर ही पुस्तिका वाचायलाच हवी. एवढ्यासाठीच की त्याचे न्याय्य हक्क कोणते आहेत, हे तरी निदान त्याला माहीत असायला हवेत.

आपल्या प्रास्ताविकात कॉ. पानसरे यांनी म्हटले आहे की, कामगारांनी वेळोवेळी तीव्र संघर्ष करून सरकारला काही कायदे करावयास भाग पाडले आहे; आज दिसणारे कायदे हे कामगार चळवळीची कमाई आहेत. आजवरचे भारतातील किंवा महाराष्ट्रातील कोणतेच सरकार कामगार-कष्टकऱ्यांचे नव्हते; ते शोषक वर्गाचेच होत. स्वाभाविकच त्यांनी केलेल्या कायद्यांत त्यांनी अनेक पळवाटा ठेवल्या आहेत. एका हाताने अधिकार दिला आणि चार हातांनी काढून घेतला, अशीच अवस्था आहे. पुढे त्यांनी म्हटले आहे, "अनेक कामगार कायद्यांत कायद्याचे उल्लंघन केल्यास मालकांना तुरुंगवासाची शिक्षा सांगितली आहे; परंतु आजवर एकाही मालकाला कामगारांचे हक्क डावलले म्हणून शिक्षा झालेली नाही. एवढे एक सत्य कामगार कायद्याच्या मर्यादा व स्वरूप सांगण्यास पुरेसे आहे."

आपली ही पुस्तिका म्हणजे चालायला न शिकलेल्या मुलाला दिलेल्या पांगुळगाड्यासारखी किंवा अधू पायाच्या माणसाला त्याच्या पायात सामर्थ्य येईपर्यंत डॉक्टरांनी दिलेल्या कुबड्यांसारखी आहे. पायात सामर्थ्य आले, की पांगुळगाडा काय अगर कुबड्या काय फेकून द्याव्या लागतात. ग्रामीण भागात आज कामगार वर्ग संघटित होत आहे. त्याचे संघटन बाल्यावस्थेत आहे. आज त्याला या पांगुळगाड्याची गरज आहे; पण लवकरच स्वसामर्थ्याच्या जोरावर त्यांच्या संघटना शक्तिशाली झाल्यावर या पांगुळगाड्याची त्यांना गरज भासणार नाही, असा आशावाद कॉ. पानसरे यांनी व्यक्त केला आहे.

५

कॉ. पानसरे यांचे नुकतेच प्रसिद्ध झालेले 'मार्क्सवादाची तोंडओळख' हे पुस्तक पाचव्या विभागात आहे. आपल्या छोटेखानी प्रस्तावनेत कॉ. पानसरे यांनी मार्क्सवादाच्या अभ्यासाच्या आवश्यकतेविषयी आपली भूमिका स्पष्ट केली आहे. सोव्हिएत युनियनचे पतन झाले आणि मार्क्सवादाच्या

विरोधकांनी 'मार्क्सवाद संपल्या'चा, 'समाजवाद संपल्या'एकच हलकल्लोळ केला. काही जणांना वाटले, की हा 'इतिहासाचाच शेवट' झाला, तर काहींना वाटले, की हा 'तत्त्वज्ञानाचाच शेवट' झाला. आता जगाचे सर्व प्रश्न तंत्रज्ञानच सोडविणार आहे!

पण कॉ. पानसरे सांगतात, की २००५ मध्ये अमेरिकेवर प्रचंड मंदीचे संकट कोसळले आणि आजवर जे मार्क्सविरोधक 'सरकारने अर्थव्यवस्थेत हस्तक्षेप करू नये' असे सांगत होते, त्यांनाच अर्थव्यवस्था वाचविण्यासाठी सरकारला साकडे घालावे लागले. अमेरिकन सरकारने अब्जावधी डॉलर्सचा खजिना त्यांची अर्थव्यवस्था सावरण्यासाठी खुला केला.

भांडवलशाही अर्थव्यवस्थेत अशा प्रकारे मंदीच्या लाटा वरचेवर येतच असतात, असे १९व्या शतकात प्रतिपादणाऱ्या मार्क्सची आठवण आता पुन्हा एकदा जगातील विचारवंतांना, तसेच सामान्य माणसांना होऊ लागली. परिणामी सर्व जगात मार्क्सवादाचा अभ्यास पुन्हा नव्याने सुरू झाला. खुद्द रशियात मार्क्सची लोकप्रियता पुन्हा उसळून वर येऊ लागली.

या पार्श्वभूमीवर कॉ. पानसरे यांनी मराठी युवक-युवतींसाठी, विशेषतः ज्यांना प्रथमच मार्क्सवाद समजून घेण्याची जिज्ञासा आहे, अशा अभ्यासकांसाठी हे पुस्तक लिहिले आहे. मार्क्सवाद हा तसा क्लिष्ट विषय आहे; पण तो त्यांनी आपल्या नेहमीच्या सोप्या भाषाशैलीत वाचकांसमोर मांडला आहे. स्थलकालाच्या मर्यादांमुळे कॉ. पानसरे यांनी मार्क्सवादातील विशद केलेल्या सर्वच संकल्पनांचा विचार करता येणार नाही; पण तरीसुद्धा मार्क्सवादातील राज्य संस्था (शासन व्यवस्था), धर्म आणि वर्ग/जात या प्रमुख संकल्पनांना आपण स्पर्श करत आहोत.

प्रस्थापित राज्यशास्त्राचे विचारवंत सांगतात, की राज्य संस्था अथवा शासन व्यवस्था ही राज्यात तटस्थ असते. त्रयस्थाची भूमिका करते. मार्क्सवादाला हे मान्य नाही. शासन व्यवस्था ही तटस्थ अथवा त्रयस्थ तर नसतेच; पण पक्षपाती जरूर असते. कारण ती समाजातील प्रस्थापित वर्गाने तयार केलेली असते. स्वाभाविकच प्रस्थापित वर्गाच्या हितसंबंधांचे संरक्षण करण्यास ती बांधील असते; पण आपण निःपक्षपाती आहोत, तटस्थ आहोत, असे मात्र ती भासवीत असते. शासन व्यवस्थेचेही एक तत्त्वज्ञान असते. राज्यात सुव्यवस्था राखणे, हे या तत्त्वज्ञानाचे मुख्य उद्दिष्ट असते. सुव्यवस्था राखणे म्हणजे काय? तर अस्तित्वात असलेली समाज

व्यवस्था टिकवणे. म्हणजे श्रीमंताची श्रीमंती, गरिबांची गरिबी आहे तशी राखणे. ज्याच्याकडे जे आहे ते त्याच्याकडे राहू देणे. आहे ते मोडायचे नाही. असे हे शासनव्यवस्थेचे, म्हणजे प्रस्थापितांचे, म्हणजे शोषकांचे तत्त्वज्ञान आहे.

चांगली शासनव्यवस्था असेल, तर त्यासाठीसुद्धा तत्त्वज्ञानाची गरज आहे. कॉ. पानसरे म्हणतात, "तत्त्वज्ञानाची गरज कोणाला आहे? ज्याला हे बदलावयाचं आहे, त्याला त्याची गरज जास्त आहे. हाच कळीचा मुद्दा आहे. प्रस्थापित शोषकांच्या तत्त्वज्ञानाचा मुकाबला करण्यासाठी शोषितांना (आपल्या) तत्त्वज्ञानाची गरज असते."

जगाची प्रत्येक गोष्ट बदलत असते. शासन संस्थाही बदलत असतात. नव्हे त्या येथून पुढेही बदलणार आहेतच; तेव्हा शोषितांनी संघटित होऊन शोषकांची शासन संस्था बदलून आपली शासन संस्था आणायला हवी, असे मार्क्सवाद सांगतो. आता अशा प्रकारची आपली शासन संस्था आणायची, म्हणजे दुसऱ्या शब्दांत समाजवादी क्रांती घडवून आणायची, तर 'शत्रू-मित्र विवेक रणनीती'चा स्वीकार करायला हवा. नवी व्यूहरचना करायला हवी. सामाजिक आंदोलनाच्या संदर्भात अशा रणनीतीची चर्चा आपण मागे केलेलीच आहे. कॉ. पानसरे यांच्या मते कॉ. लेनिन हा या रणनीतीचा मोठा पुरस्कर्ता होता. त्याने याच रणनीतीचा वापर करून रशियात क्रांती घडवून आणली. या रणनीतीची व्यूहरचना करत असता, आधी आपले शत्रू कोण आणि मित्र कोण, हे त्याने ठरविले. मग शत्रूंचे वर्गीकरण केले. मुख्य शत्रू, दुय्यम शत्रू वगैरे. नंतर शत्रूंमधील फाटाफुटीचा त्याने विचार करून, त्याचा फायदा उठविला आणि क्रांती यशस्वी करून दाखविली.

शोषितांना स्वतःची शासनव्यवस्था आणायची असेल, तर कॉ. लेनिनच्या रणनीतीच्या मार्गाने जावे लागेल, हा कॉ. पानसरे यांच्या लिखाणाचा मथितार्थ आहे.

'धर्म' या संकल्पनेवर कॉ. पानसरे यांनी स्वतंत्र प्रकरण लिहिले आहे. त्यात मार्क्सवादाच्या दृष्टिकोनातून 'धर्मा'ची चिकित्सा केली आहे. मार्क्सच्या मते धर्म हा दुबळ्या माणसाला भ्रामक, आभासात्मक सुख देतो. अशा सुखाची त्याला गरज असते. धर्मासंबंधी मार्क्सचा प्रसिद्ध उद्‍गार असा आहे :

"धर्माच्या रूपाने व्यक्त होणारे दुःख हे एकाच वेळी खऱ्या दुःखाचे प्रकट रूप असते आणि त्याच वेळी तो खऱ्या दुःखाचा निषेधही असतो. धर्म हा दबलेल्यांचा, दीनदुबळ्यांचा आवाज असतो. धर्म हृदयशून्य जगाचे हृदय असते. धर्म हा निरुत्साही परिस्थितीतला उत्साह आहे. धर्म लोकांची अफू आहे. खरं सुख न देता तो अफूसारखी गुंगी देतो. सुखाचा केवळ आभास असणारा धर्म नाहीसा करणे म्हणजे खऱ्या सुखाची मागणी करणे आहे. आभास सोडून देण्याची मागणी करणे म्हणजे ज्या परिस्थितीमुळे अशा आभासाची गरज भासते, तीच नाहीशी करण्याची मागणी करणे."

नुसते 'धर्म ही भ्रामक कल्पना आहे, ती सोडून द्यावी,' असे सांगून लोक धर्म सोडणार नाहीत. कारण दुःखामध्ये धर्म त्यांना आधार देतो. खरोखर त्यांनी धर्माला सोडावे, असे तुम्हाला वाटत असेल, तर धर्माची आवश्यकता ज्या परिस्थितीमुळे त्यांना वाटते, ती परिस्थितीच बदलली पाहिजे आणि त्यांचे दुःख नाहीसे करणारी, त्यांच्या भौतिक गरजा भागविणारी परिस्थिती निर्माण केली पाहिजे; पण अशी परिस्थिती निर्माण झाली तरी सामान्य माणसाच्या डोक्यातील धर्म व देव पूर्णपणे जाईलच, असे नाही. यावर भाष्य करताना कॉ. पानसरे यांनी म्हटले आहे : "मार्क्सने सांगितल्याप्रमाणे ज्या परिस्थितीमुळे माणसाला धर्म लागतो, देव लागतो ती परिस्थिती बदला; पण परिस्थिती बदलली म्हणजे देव आपसूकपणे नाहीसा होईल असे नाही... परिस्थिती बदलल्यानंतरसुद्धा अगोदरचा शिल्लक राहिलेला देव पुन्हा वर येण्याची शक्यता असते. त्यासाठी तुम्हाला देव नाही, हे सांगण्याचे काम सतत करावे लागेल; पण फक्त देव नाही हे सांगून काम संपणार नाही, तर माणसाचं दुबळेपण नाहीसं केलं पाहिजे."

शेवटच्या प्रकरणात कॉ. पानसरे यांनी 'जात' व 'वर्ग' या दोन संकल्पनांचा अर्थ व स्वरूप यांची चर्चा करून 'जातजाणीव' व 'वर्गजाणीव' यांचे समाजातील स्थान स्पष्ट केले आहे. या दोन जाणिवांपैकी जात जाणीव पक्की रुजलेली आहे. प्राचीन काळापासून समाजाच्या हाडीमासी भिनली आहे. त्या मानाने वर्गजाणीव ही आधुनिक काळातील असून, ती म्हणावी तेवढी पक्की नाही. किंबहुना काही ठिकाणी ती अभावानेच आहे. खरे म्हणजे समाजातील जातजाणीव कमी कमी व्हायला पाहिजे, त्याचबरोबर वर्गजाणीव अधिकाधिक वाढायला हवी; पण हे संघर्षाशिवाय होणार नाही. कॉ. पानसरे म्हणतात, "संघर्ष ही एक अत्यावश्यक गोष्ट आहे. विनासंघर्ष

भौतिक परिस्थिती बदलणार नाही. जाणिवा बदलण्यासाठी स्वतःच संघर्ष करावे लागतील. कलेच्या, प्रचाराच्या, प्रबोधनाच्या माध्यमातून हे करावे लागते... सर्व शोषितांच्या जाणिवांच्या वर्गजाणिवा तयार करणे, हे आपल्या चळवळीपुढचे, परिवर्तनवाद्यांपुढचे, अतिमहत्त्वाचे आव्हान आहे.''

जातजाणिवेचे सामर्थ्य लक्षात घेतले पाहिजे. आपल्या लोकशाही पद्धतीत जे मतदान होते, त्यात जातजाणिवेचे प्राबल्य असते. वर्गजाणिवेने फार कमी मतदान होते आणि ही जातजाणीव कमी कमी होण्याऐवजी वाढतानाच दिसते आहे. या प्रवृत्तीशी संघर्ष करायला हवा; पण हा संघर्ष करताना जातजाणिवेवर संघटित झालेले आणि वर्गजाणिवेवर संघटित झालेले अशा दोहोंनी संयुक्त आंदोलने करण्याची रणनीती कॉ. पानसरे सुचवितात. ते म्हणतात, ''वर्गजाणीव आणि जातजाणीव, वर्ग आणि जात यांच्या संयुक्त आंदोलनाशिवाय हा प्रश्न सुटणार नाही. जातींचे पुढारीपण करणाऱ्यांनी वर्गीय प्रश्न घेऊन आंदोलने केली पाहिजेत. जातींच्या आधारे संघटित होणाऱ्या लोकांनी वर्गीय प्रश्न हाती घेतले पाहिजेत. कारण जे वर्गीय प्रश्न आहेत, ते सगळ्या खालच्या जातींच्या लोकांचेच आहेत... त्याचप्रमाणे वर्गीय प्रश्नांवर संघर्ष करणाऱ्या राजकीय पक्षांनी व संघटनांनी जातीच्या प्रश्नांवर संघर्ष केले पाहिजेत. जातींवरील अत्याचाराचे प्रश्न वर्गीय संघटनांनी लावून धरले पाहिजेत... तरच वर्गीय जाणिवा व जात जाणिवा एकत्र करता येतील आणि जातिवर्गअंतासाठी संघर्ष उभे करता येतील.''

'जातिव्यवस्था' हे प्रकरण फक्त भारतातच आहे. भारतातील केवळ हिंदूच नव्हे तर मुस्लीम, ख्रिश्चन, जैन, शीख अशा सर्व धर्मांत आहे. भारतात ज्याला वर्गीय संघर्ष करायचा असेल त्याला जातजाणिवांची दखल घ्यावीच लागेल, नव्हे त्यांच्या संघटनांना बरोबर घेऊनच सामाजिक न्यायाचे व जातिअंताचे लढे करावे लागतील, असाच शेवटी कॉ. पानसरे यांच्या प्रतिपादनाचा निष्कर्ष काढावा लागेल.

६

शेवटचा विभाग कॉ. पानसरे यांच्या संकीर्ण साहित्याचा आहे. त्यामध्ये वृत्तपत्रांच्या कायद्यापासून काश्मीरच्या ३७०व्या कलमापर्यंतचे अनेक संकीर्ण विषय येतात. काही विषय सामाजिक प्रश्नांशी संबंधित आहेत; तर काही राष्ट्रीय स्वरूपाचे. विषय कोणताही असला तरी तो सामान्य माणसालाही

समजावा, त्यावर त्याचे प्रबोधन व्हावे, अशा हेतूने या विषयांचे लेखन झाले आहे.

'दै. तरुण भारत'च्या संपादकीय कर्मचाऱ्यांसमोर कॉ. पानसरे यांनी काही वर्षांपूर्वी वर्तमानपत्रासंबंधीच्या कायद्यांवर जी व्याख्याने दिली, ती पुढे पुस्तिकेच्या रूपाने प्रसिद्ध झाली. त्यात प्रारंभीच कॉ. पानसरे यांनी म्हटले आहे, की छापलेला मजकूर खराच असतो, असा समाजात एक व्यापक समज आहे, त्यामुळे वृत्तपत्रांवर व पत्रकारांवर फार मोठी जबाबदारी येऊन पडते. अशा परिस्थितीत पत्रकारांना वृत्तपत्रांसंबंधीचे कायदे, विशेषतः वृत्तपत्रीय स्वातंत्र्याचा कायदा, बदनामीसंबंधीचा कायदा, कोर्टाच्या अवमानासंबंधीचा कायदा असे महत्त्वाचे कायदे जरूर माहीत असायला हवेत. भारताच्या राज्यघटनेत वृत्तपत्रीय स्वातंत्र्याची वेगळी नोंद केलेली नाही. अभिव्यक्तिस्वातंत्र्याच्या मूलभूत हक्कातच त्याचा समावेश केला गेला आहे. हे स्वातंत्र्य लोकसभेला अथवा विधानसभेला काढून घेता येत नाही. तथापि देशाचे सार्वभौमत्व, एकात्मता, संरक्षण, सुव्यवस्था, सभ्यता, नैतिकता आदी बाबींना धक्का पाहोचू नये, अशी खबरदारी घेऊनच या स्वातंत्र्याचा उपभोग घ्यायचा असतो, अशीही घटनेच्या १९(२) या कलमाने मर्यादा घातली आहे.

कॉ. पानसरे यांनी वृत्तपत्र व्यवसायात वावरणाऱ्यांच्या माहितीसाठी अनेक कायदे सारांशाने सांगितले आहेत. त्यांच्या खोलात जाण्याची येथे गरज नाही. तथापि त्यांनी लोकशाहीच्या युगात वृत्तपत्रे व पत्रकार यांच्या बाबत एक सामाजिक कार्यकर्ता म्हणून जी अपेक्षा व्यक्त केली आहे, ती फार महत्त्वाची आहे. त्यांनी म्हटले आहे : "कायदे मंडळ, कार्यकारी मंडळ आणि न्याय मंडळ यांच्याबरोबरीचे स्थान प्रसारमाध्यमांना आहे. यावरून लोकशाहीतील प्रसारमाध्यमांचे महत्त्व लक्षात येते. भारतीय राज्यघटनेने या तिन्ही मंडळांच्या अधिकारात स्पष्ट विभागणी केलेली आहे आणि त्यात संतुलन ठेवले आहे. या तिन्ही मंडळांसंबंधी घालून दिलेल्या मर्यादांच्या चौकटीत प्रसारमाध्यमांना आपली मते व्यक्त करता येतात, टीका-टिप्पणी करता येते, बातम्या देता येतात. प्रसारमाध्यमांनी म्हणूनच लोकशाहीच्या रक्षणासाठी आपली जबाबदारी निर्भयपणे, जबाबदारीने आणि कर्तव्यबुद्धीने पार पाडली पाहिजे. पत्रकारिता हा धंदा किंवा नोकरी (बिझनेस किंवा एम्प्लॉयमेंट) न समजता 'व्यवसाय' समजून व्यवहार करायला हवा. तसे

करता येणे शक्य व्हावे म्हणून घटनेने वृत्तपत्रस्वातंत्र्याचा मूलभूत हक्क दिलेला आहे.

आपल्या स्वातंत्र्याचा उपभोग घेताना किंवा वापर करताना इतरांच्या हक्कांवर आपण अतिक्रमण करू नये, याची दक्षता घ्यावी, अशी अपेक्षा आहे. वृत्तपत्र किंवा पत्रकारितेची भूमिका माहितीच्या प्रसारकाची, प्रबोधकाची आणि शिक्षकाची असायला हवी.

स्वतःच्या अभिव्यक्तिस्वातंत्र्याचे रक्षण करीत असतानाच नागरिकांच्या विशेषतः सामान्य नागरिकांच्या अभिव्यक्तिस्वातंत्र्याचे संरक्षण करण्याची जबाबदारी प्रसारमाध्यमांनी पार पाडावी, अशी अपेक्षा आहे. याचसाठी प्रसारमाध्यमांना लोकशाहीचा चौथा खांब असे म्हटले आहे.

समाजात चांगले-वाईट सर्वच घडत असते. ते केवळ आरशासारखे जसे आहे, तसेच प्रतिबिंबित करून लोकशाहीचे रक्षण व विकास होत नाही. त्याकरिता सारासार विवेक ठेवून कमी-अधिक प्रमाणात चांगल्या-वाइटाचा विवेक ठेवून सुयोग्य सादरीकरण करण्याचे प्रसारमाध्यमांचे कर्तव्य आहे.''

पत्रकाराने समाजाचा प्रबोधक व शिक्षक बनायला हवे; स्वतः अभिव्यक्तिस्वातंत्र्याबद्दल जागरूक असायला हवेच, पण हे करत असता इतरांच्या हक्कावर अतिक्रमण होता कामा नये, पत्रकारितेत विवेकाची साथ सतत असली पाहिजे, असा सल्ला कॉ. पानसरे देतात. सध्या मीडियामध्ये जी जीवघेणी स्पर्धा चालू आहे, त्यामध्ये अनेकदा विवेकाची साथ सुटली जाते, सोडली जाते. त्या पार्श्वभूमीवर कॉ. पानसरे यांचा हा मौलिक सल्ला पत्रकारांनी गांभीर्याने घेणे आवश्यक आहे. त्यात त्यांची विश्वासार्हता आणि समाजाचे हित सामावलेले आहे.

'रुपयाचे अवमूल्यन' ही पुस्तिका स. १९९१ मध्ये रुपयाचे जे २२ टक्के अवमूल्यन झाले, त्या पार्श्वभूमीवर लिहिली आहे. अवमूल्यन म्हणजे काय, ते केल्याने देशाच्या आयात-निर्यातीवर काय परिणाम होतो, सरकार म्हणते त्याप्रमाणे खरोखरच आपली आयात कमी होणार आहे आणि निर्यात वाढणार आहे काय? अशा अनेक प्रश्नांची उत्तरे वाचत असता, सामान्य माणसाचे चांगले आर्थिक प्रबोधन होऊन जाते. आज जरी ही चर्चा कालबाह्य झालेली असली तरी, जेव्हा आपल्या रुपयाचे अवमूल्यन होते, त्या वेळी आपला आंतरराष्ट्रीय अर्थव्यवहारात आतबट्ट्याचा सौदा कसा

होता, यासंबंधीची कॉ. पानसरे यांनी दिलेली माहिती मोठी उद्‌बोधक वाटते. अवमूल्यनाला पर्यायी अर्थनीती पश्चिम बंगालच्या डाव्या आघाडीच्या सरकारने सुचविली होती. त्याचीही टिप्पणी कॉ. पानसरे यांनी सोबत जोडली आहे. तिचाही उपयोग 'अवमूल्यनाचा' अभ्यास करणाऱ्या विद्यार्थ्याला खचितच होईल.

'काश्मीरबाबतच्या ३७०व्या कलमाची कुळकथा' या पुस्तिकेत कॉ. पानसरे यांनी प्रारंभी काश्मीर प्रश्नाचा मुळापासूनचा इतिहास कथन करून आपल्या घटनेचे ३७०वे कलम कोणत्या परिस्थितीत निर्माण केले, ते सांगितले आहे. काश्मीर नरेश राजा हरिसिंग यांनी भारत सरकारशी केलेला सामिलीकरणाच्या कराराच्या अटी स्वीकारूनच ३७०व्या कलमात तरतुदी करण्यात आल्या होत्या. या तरतुदी 'तात्पुरत्या व खास' होत्या. या तरतुदींशी विसंगत असे कायदे केंद्र सरकारने करू नयेत, असे या कलमात म्हटले आहे. पुढे १९५६ मध्ये काश्मिरी जनतेच्या लोकनियुक्त प्रतिनिधींनी भारतात 'कायमचे' सामील होण्याचा निर्णय घेतल्यावर ही सामिलीकरणाची प्रक्रिया पूर्ण झाली.

कॉ. पानसरे म्हणतात, की आता ज्या 'खास तरतुदी' विषयी भारतामधली भाजपसारखे काही पक्ष मोठा गवगवा करून त्याचे राजकारण करतात, ते हे सांगत नाहीत, की खास तरतुदी असणारे काश्मीर हेच केवळ एक राज्य नसून ,नागालँड, आसाम, सिक्कीम एवढेच नव्हे तर महाराष्ट्र व गुजरात अशी आणखी बरीच राज्ये आहेत. या राज्यांसाठी आपल्या राज्यघटनेत खास तरतुदी आहेत. तसेच जम्मू-काश्मीरचा भूप्रदेश हा भारताचा एक अविभाज्य भाग आहे व तेथील नागरिक हे भारतीय नागरिक आहेत, या मर्यादेतच ३७०व्या कलमाचे खास अधिकार आहेत, हेही लक्षात घेतले पाहिजे आणि सर्वांत महत्त्वाचे म्हणजे कालौघात केंद्र सरकारने व जम्मू-काश्मीरच्या लोकप्रतिनिधींच्या संमतीने आता या खास तरतुदी वेळोवेळी इतक्या दुरुस्त करत आणल्या आहेत, की मूळच्या 'खास तरतुदी'मधील आता 'फारच थोडे आणि तुलनात्मक दृष्ट्या कमी महत्त्वाचे' असे आता शिल्लक उरलेले आहे.

कॉ. पानसरे यांनी या तरतुदी केव्हा व कशा दुरुस्त करण्यात आल्या आहेत, याची यादीच दिली आहे. त्या वाचल्या की लक्षात येते, की जम्मू-काश्मीरचे राज्य भारताच्या इतर घटक राज्यांसारखेच बनले आहे. आता हे

खरे, की जम्मू-काश्मीरमध्ये कायम रहिवाशांशिवाय इतर नागरिकांना मालमत्ता खरेदी करता येत नाही. तथापि ही बाब काही 'खास तरतुदी'मधील नाही. सामिलीकरणापूर्वीच्या राजा हरिसिंगानी केलेल्या स. १९३८च्या कायद्यान्वयेच ती अस्तित्वात आलेली आहे; पण ती जम्मू-काश्मीरच्या नागरिकांच्या हिताचीच आहे. अशा प्रकारे राज्याबाहेरच्या कुणाही व्यक्तीस मालमत्ता खरेदी करता येणार नाही, असा कायदा हिमाचल प्रदेशातही आहे. कॉ. पानसरे म्हणतात, "तिथला हा कायदा रद्द करण्याची मागणी भाजप करीत नाही. या राज्यात भाजपचे सरकार येऊन गेले. त्यांचाच मुख्यमंत्री तेव्हा होता. तरीही मग या राज्यात हा कायदा अजून तसाच का? भाजप वा दुसऱ्याही कुणी तो रद्द करायची मागणी का केली नाही वा करीत नाहीत? काश्मीरला एक न्याय आणि हिमाचल प्रदेशाला वेगळा न्याय असे का?"

खरे म्हणजे काश्मीरमधील दरिद्री शेतकऱ्यांच्या व गरीब शहरी रहिवाशांच्या हिताच्या रक्षणासाठी ही तरतूद आहे. इतर राज्यातील धनदांडग्यांनी तिथे जाऊन पैशाच्या जोरावर काश्मिरी लोकांनाच भूमिहीन बनवू नये, यासाठी ही तरतूद आहे; पण ही तरतूदच काढून टाकावी, अशी चुकीची मागणी करून खरे म्हणजे हिंदुत्ववादी तेथील अतिरेक्यांच्या हातात एक कोलीतच देत असतात. कॉ. पानसरे यांच्या मते हिंदुत्ववादी अशी मागणी करून काश्मीरमधील अतिरेकी फुटीरांना मदतच करतात.

महाराष्ट्रातही बिगर शेतकरी व्यक्तीस शेतजमीन खरेदी करता येत नाही; त्यामुळे बॉलिवूडच्या अनेक गरीब बिचाऱ्या नटनट्यांचे शेतकरी बनण्याचे स्वप्न पुरे होऊ शकत नाही, हेही या संदर्भात लक्षात असू द्यावे.

समाजातील आणखी दोन-तीन विषयांना स्पर्श करून आपण या प्रस्तावनेचा समारोप करणार आहोत. २००३ मध्ये जेम्स लेन या अमेरिकी लेखकाने Shivaji - Hindu King in Islamic India नावाचे पुस्तक लिहून त्यात राजमाता जिजाबाईंचे व शिवाजी महाराजांचे चारित्र्यहनन केले आणि मग त्यावरून महाराष्ट्रात शिवभक्तांचे अनेक उद्रेक झाले. पुण्याच्या भांडारकर इन्स्टिट्यूटवर संभाजी ब्रिगेडने केलेला हल्ला हा असाच उद्रेक होता. या सर्वच प्रकारावर वृत्तपत्रांतून अनेक विचारवंतांच्या प्रतिक्रिया व्यक्त झाल्या. या सर्व एकत्रित करून कॉ. पानसरे यांनी 'शिवजन्म : कुचाळकी ब्रिगेड आणि संभाजी ब्रिगेड' अशी पुस्तिका प्रकाशित केली. त्या पुस्तिकेला त्यांनी जी छोटेखानी प्रस्तावना लिहिली आहे, तिचा समावेश

प्रस्तुत ग्रंथात केला आहे.

ज्या पुण्यातील ब्राह्मण जमातवाद्यांनी जेम्स लेनच्या कानात हे विष घातले, त्यांना 'कुचाळकी ब्रिगेड' ही संज्ञा कॉ. पानसरे यांनी दिली आहे आणि ती अतिशय समर्पक आहे. अशी कुचाळकी ब्रिगेड ही महाराष्ट्राला काही नवी गोष्ट नाही. राजर्षी शाहू छत्रपतींचे चारित्र्यहनन करणारी अशी कुचाळकी ब्रिगेड खुद्द कोल्हापुरात कटकारस्थाने करत होती आणि अशा अनेक कुचाळक्या ब्रिगेडस त्या काळी महाराष्ट्रात उत्पन्न झाल्या होत्या. अगदी गव्हर्नर जनरलपर्यंत त्यांच्या कुचाळक्या गेल्या होत्या. त्यातून तावूनसुलाखून छत्रपती बाहेर पडले. कुचाळक्या करणाऱ्यांची नावेही आज कुणास माहीत नाहीत; पण शाहू महाराज मात्र इतिहासाच्याच नव्हे तर मराठी लोकांच्या हृदयात विराजमान झाले आहेत.

जेम्स लेन/भांडारकर प्रकरणावर भाष्य करताना कॉ. पानसरे यांनी म्हटले आहे, की इतिहासाच्या विकृतीकरणाविरुद्धचा संघर्ष व्हावाच लागतो. कुचाळक्याशी संघर्ष करावाच लागतो आणि केलाच पाहिजे; पण अशा कुचाळक्यांशी लढा देताना पुरोगामी शक्तींनी काही पथ्ये पाळली पाहिजेत, असे ते म्हणतात : "प्रतिगाम्यांच्या कार्यक्रम पत्रिकेवर प्रतिक्रियात्मक कृती करून पुरोगामी शक्ती बलवान होत नाहीत. पुरोगाम्यांनी रोजी-रोटीचे प्रश्न लढवूनच जमातवादाचा पराभव होऊ शकतो. मुख्य संघर्ष कोणता आणि दुय्यम संघर्ष कोणता, याचे भान ठेवूनच संघर्ष केले पाहिजेत. कायमचा संघर्ष कोणता आणि तात्पुरता संघर्ष कोणता, हे ठरविले पाहिजे. अंतिम ध्येयाकरिता करावयाच्या संघर्षासाठीच्या जाणिवा तात्कालिक संघर्षामुळे बोथट होणार नाहीत, याची दक्षता घेतली पाहिजे."

स. २००५-०६च्या दरम्यान कॉ. पानसरे यांनी दै. लोकमतच्या 'मंथन' पुरवणीत 'भोवताल' नावाच्या सदरात समाजातील अनेक विषयांवर लेख लिहिले. त्यांतील बहुतांश लेख भारतीय शेतकरी व त्याच्या समस्या या विषयावर असले तरी दोन लेख समाजातील संवेदनशील विषयांवर आहेत. त्यांतील पहिला आहे 'गरोदर बालिका'. 'रॉयटर' या वृत्तसंस्थेने प्रसिद्ध केलेल्या अहवालात म्हटले होते, की युरोपात १२ ते १६ या वयोगटातील मुला-मुलींच्या संभोगाचे प्रमाण वाढते आहे. अमेरिकेत तर त्याचे प्रमाण युरोपपेक्षा २२० टक्क्यांनी जास्त आहे! तसेच १३ ते १६ या वयोगटातील मुली गरोदर राहण्याचे अमेरिकेतील प्रमाण युरोपपेक्षा ३

ते १० पट अधिक आहे!

या अहवालाने अस्वस्थ झालेल्या कॉ. पानसरे यांनी या समस्येच्या मुळापर्यंत शोध घेण्याचा प्रयत्न केला आहे. त्यांच्या मते, हा सर्व बाजारी संस्कृतीचा परिणाम आहे. आता ज्ञान, विज्ञान, संस्कृती, धर्म, सौंदर्य एवढेच नव्हे तर कलावंत व विचारवंतसुद्धा बाजारी वस्तू बनवले गेलेत. या बाजारी वस्तूंचा पाया बाजारी संस्कृती आहे; आणि या बाजारी संस्कृतीचा पाया बाजारी अर्थव्यवस्था आहे! त्यामुळे बाजारी समाजव्यवस्था, बाजारी लोकशाही, विकाऊ लोकप्रनिधी, असे चित्र सर्वत्र दिसू लागगले आहे. स्त्री-पुरुष संबंधांचेही आता असेच बाजारीकरण झाले आहे. प्रत्येक चांगल्या गोष्टीचा आता बाजार मांडला गेला आहे. ही आहे अमेरिकन भांडवली साम्राज्यशाही.

विज्ञान आणि तंत्रज्ञानाने आधुनिकता, समृद्धी व सुख या गोष्टी आणल्या खऱ्या; पण जगात माणुसकीच्या तत्त्वज्ञानाची कास सोडली जाते आहे, ही खंत व्यक्त करताना कॉ. पानसरे म्हणतात, की मानवाच्या विकासात माणसाचे माणूसपण टिकविण्याची कामगिरी तत्त्वज्ञान करते. अमेरिकेचे तत्त्वज्ञान हे वर्चस्ववादी व शोषक तत्त्वज्ञान आहे. बाजारी अर्थव्यवस्थेचे आहे. आपण त्याचे अंधानुकरण केले तर 'अमेरिकन बालिकांप्रमाणे भारतीय बालिकाही गरोदर राहू लागतील आणि स्वतःचे व पुढच्या पिढ्यांचे वाटोळे करतील.'

दुसरा लेख समाजात वाढत चाललेल्या भ्रूणहत्येवर आहे. 'यांची हत्या करतो कोण?' असा सवाल कॉ. पानसरे यांनी उठवला आहे. समाजातील दर हजारी स्त्रियांचे प्रमाण कमी-कमी होत चालले आहे. स्त्रीहून पुरुष श्रेष्ठ ही शेकडो वर्षांची पुरुषप्रधान समाजाची मानसिकता त्या मागे आहे, हे उघड आहे. ज्ञान, विज्ञान, तंत्रज्ञान तर हवेच; पण त्यांनी सर्व प्रश्न सुटत नाहीत; त्यासाठी तत्त्वज्ञानाची गरज असते, असे कॉ. पानसरे यांनी म्हटले आहे. इथे तत्त्वज्ञान म्हणजे स्त्री-पुरुष समानतेचे तत्त्वज्ञान, त्यांना अभिप्रेत आहे.

अज्ञान व दारिद्र्य यामुळे भ्रूणहत्येचे प्रमाण वाढते आहे, असे म्हणावे तर सांगलीसारख्या सधन व साक्षर असलेल्या जिल्ह्यात स्त्रियांचे दर हजारी प्रमाण तुलनात्मकदृष्ट्या अगदी कमी म्हणजे केवळ ८५० असे आहे. प्रश्न भौतिक प्रगतीचा, वैज्ञानिक प्रगतीचा नाही; प्रश्न वैज्ञानिक दृष्टिकोनाचा

आहे. कारगाड्या, मोबाईल, कॉम्प्युटर्स आम्ही दररोजच्या जीवनात वापरतो; पण आमचा दृष्टिकोन मात्र आम्ही जुनाटच ठेवला आहे. मध्ययुगीन आहे.

भ्रूणहत्येस तसेच गर्भलिंग तपासणीस कायद्याने बंदी आहे. बंदी मोडणाऱ्यास कडक शिक्षेची तरतूदही आहे. अधूनमधून एखाद्या शहरात एखादा डॉक्टर पकडला गेल्याच्या बातम्याही वर्तमानपत्रांत झळकतात. गुन्हे दाखल होतात. पुढे काय होते? किती डॉक्टरांना शिक्षा होतात? आजपर्यंत किती डॉक्टर तुरुंगात गेले? तुरुंगवास सोडा, किती डॉक्टरांचे वैद्यकीय परवाने रद्द झाले? असे दिसते, की कायदा आहे; पण त्यात पळवाटाही ठेवल्या आहेत. शिवाय त्यासोबत भ्रष्टाचाराचे मार्गही आहेतच. समाज संवेदनशील नाही. गंभीर नाही. अशा परिस्थितीत समाजातील विचारवंत, सामाजिक संघटना यांनी पुढे होऊन समाजाचे प्रबोधन करून त्याचा स्त्रीवर्गाकडे बघण्याचा दृष्टिकोनच बदलून टाकला पाहिजे. कॉ. पानसरे यांनी यावर अचूकपणे बोट ठेवून म्हटले आहे, "समाजाचा दृष्टिकोन बदलणे, हाच मुख्य मुद्दा आहे. समाज पुरुषप्रधान आहे. त्याचा दृष्टिकोन हा पुरुषप्रधान आहे. तो बदलण्यास स्त्रियांनीच पुढे यायला हवे."

कॉ. पानसरे यांच्या विधानातील शेवटचे वाक्य फार महत्त्वाचे आहे. स्त्री-पुरुष समानतेसाठी आता स्त्रियांनीच पुढे व्हायला हवे. आपला उद्धार कोणी पुरुष करतील, या आशेवर त्यांनी मागे राहू नये. स्त्रिया आता जागृत झाल्या आहेत. आमच्या कोल्हापूर जिल्ह्यात स्त्रीशक्तीने अनेक गावांत दारूच्या बाटल्या आडव्या केल्या आहेत! जे शासनाला जमले नाही, जे पुरुषांना जमले नाही, ते त्यांनी घडवून आणले. पुरुषांच्या कल्याणासाठी त्या दारूची बाटली 'आडवी' करू शकतात, तर त्यांच्या स्वतःच्या कल्याणासाठी, त्यांच्या मुलीबाळींच्या कल्याणासाठी त्यांच्या नातीबाळींच्या कल्याणासाठी नव्हे, तर त्यांच्या जिवासाठी त्या लोभी डॉक्टरांची दुकाने उद्ध्वस्त करू शकणार नाहीत काय? त्या अशा डॉक्टरांना अद्दल घडविण्यासाठी रणचंडिका बनू शकणार नाहीत काय? तीनशे वर्षांपूर्वी याच महाराष्ट्रातील एका राणीने महाराणी ताराबाईने, दिल्लीपती औरंगजेबाशी लढा देऊन त्यास नमवले होते; महाराष्ट्राच्या भूमीतच त्याला दफनभूमी शोधायला लावली होती. मराठी भगिनी या आता त्या ताराराणीच्या वारसदार बनू शकणार नाहीत काय? तशा त्या बनल्या तर कॉ. पानसरे यांना सर्वांत जास्त आनंद झाला असता, कारण ते स्वतः स्त्री-पुरुष समतेचे पुरस्कर्ते व

स्त्रीच्या हक्कांचे कैवारी होते.

गेल्या ४०-५० वर्षांत कॉ. पानसरे यांनी समाजहिताच्या प्रश्नांवर अनेक आंदोलने केली. काही त्यांनी सुरू केली होती, तर काही इतरांनी सुरू केली होती. त्यात ते सहभागी झाले. त्यांच्यासारख्या अनेकांनी आतापर्यंत अनेक आंदोलने चालवली आहेत; पण त्यांपैकी फार थोड्यांनी हातात लेखणी घेऊन त्या त्या आंदोलनांविषयी समाजजागृती करण्याचा, प्रबोधन करण्याचा प्रयत्न केलेला दिसतो. कॉ. पानसरे अशांपैकी एक होते. मुळात ते जसे हाडाचे कार्यकर्ते होते, तसे ते विचारवंतही होते. त्यांच्यातील कार्यकर्ता अधिक मोठा की विचारवंत, या प्रश्नाचे अचूक उत्तर देता येणार नाही; पण त्यांच्यातील कार्यकर्त्याला, त्यांच्यातील विचारवंताची मोलाची साथ लाभली होती, एवढे मात्र खरे. म्हणून तर त्यांना समाजात आगळे स्थान लाभले होते.

आणखी एक गोष्ट कॉ. पानसरे यांच्याविषयी सांगितली पाहिजे. ती म्हणजे ते केवळ कार्यकर्ते किंवा विचारवंत नव्हते, तर ते एक प्रबोधनकार होते. कार्यकर्ता जरी विचारवंत असला तरी तो प्रबोधनकार असेलच असे नाही. कॉ. पानसरे या बाबतीत हा अपवाद आहे. कार्यकर्तो, विचारवंत व प्रबोधनकार अशा तिन्ही भूमिका एकाच वेळी ते जगत होते. म्हणूनच ते मंडल आयोगाच्या आंदोलनात सहभागी होत असताना ते आयोगाच्या शिफारशींचा अभ्यास करून आपल्या वाणीने व लेखणीने सर्व महाराष्ट्रभर जनजागरण करताना दिसतात. केवळ मंडल आयोगच नव्हे तर जे जे मागासलेले आहेत, जे जे दरिद्री व अज्ञानी आहेत, जे जे शोषित आहेत, त्या सर्वांच्या प्रश्नांवर पोटतिडिकीने त्यांनी लिहिलेले आढळते. मग ते मुस्लीम असतील, ओ.बी.सी. असतील, भूमिहीन असतील, शेतकरी असतील अगर स्त्रिया असतील. या सर्वांनी मिळून त्यांच्या त्यांच्या पातळीवर संघटन तर केलेच पाहिजे; पण त्यांच्या जातीशिवाय, त्यांच्या वर्गाशिवाय देशात शोषितांच्या अनेक जाती, अनेक वर्ग अस्तित्वात आहेत, याची जाणीव त्यांनी ठेवावी आणि सर्व शोषितांची मिळून व्यापक एकजूट घडवून प्रस्थापितांच्या विरुद्ध संघर्ष करावा, लढा द्यावा आणि शोषणरहित समाजनिर्मितीच्या ध्येयाकडे वाटचाल करावी, असा संदेश ते आपल्या प्रत्येक व्याख्यानातून, प्रत्येक लेखातून, प्रत्येक पुस्तिकेतून देत होते.

कॉ. पानसरे यांचा कोणताही लेख घ्या, कोणतीही पुस्तिका घ्या,

त्यांची ही समाजप्रबोधकाची भूमिका तुम्हाला पानापानावर उमटलेली दिसेल. किंबहुना त्यांच्या सर्व लिखाणाचा मूळ हेतूच प्रबोधनाचा, म्हणजे समाजाला शहाणे करण्याचा आहे. मग कॉ. पानसरे यांनी सांगितल्याप्रमाणे समाज शहाणा झाला का... भ्रूणहत्या थांबल्या का... स्त्री-पुरुष समानता स्थापन झाली का... मागासलेल्या जातीत जे 'ब्राह्मण्य' निर्माण झाले आहे, होत आहे, ते थांबले का... मागासलेल्या जातींचे व्यापक संघटन झाले का... मुस्लीम बांधवांविषयीचे हिंदू बांधवांचे गैरसमज दूर झाले का... एकूण समाजातील सर्व शोषितांचे ऐक्य साधले गेले आहे काय... या सर्व प्रश्नांची उत्तर नकारार्थी असतील, तर कॉ. पानसरे यांचे साहित्य कालबाह्य झालेले नाही, वर्तमानात त्याचे आजही वाचन व्हायला पाहिजे, नव्हे पुनःपुन्हा वाचले जाऊन त्याची नव्या पिढीकडून उजळणी व्हायला पाहिजे, असे आम्हास प्रामाणिकपणे वाटते.

◆

१८

राजर्षी शाहू छत्रपती : एक समाजक्रांतिकारी राजा

छत्रपती शिवाजी महाराजांनी महाराष्ट्रात, सह्याद्रीच्या पर्वतमय प्रदेशात काटक मावळ्यांच्या व गडकोटांच्या मदतीने हिंदवी स्वराज्याची स्थापना केली. हिंदवी स्वराज्य म्हणजे केवळ हिंदूंचे राज्य नव्हते. शिवाजी महाराजांचे स्वराज्य हे सर्व जातिधर्माच्या लोकांचे राज्य होते. त्यामध्ये जसे हिंदू होते, तसे मुसलमानही होते. त्याचप्रमाणे ब्राह्मण, मराठे, प्रभू, शेणवी, बेरड (रामोशी), कोळी, भंडारी, धनगर, महार इत्यादी अनेक जातिजमातीही होत्या. हे सर्व जण भूमिपुत्रही होते. म्हणून हिंदवी स्वराज्य हे अशा भूमिपुत्रांचे राज्य होते... शिवाजी महाराजांनी त्यांच्या ठिकाणी स्वातंत्र्यप्रेम व स्वातंत्र्यनिष्ठा निर्माण केली. मातृभूमीच्या स्वातंत्र्यासाठी प्रसंगी आत्मबलिदान करण्याची जिद्द उत्पन्न केली. महाराजांच्या या कामगिरीमुळे उत्तरेतील बुंदेलखंडाच्या छत्रसाल बुंदेला यासारख्या अनेक स्वातंत्र्ययोद्ध्यांना स्वातंत्र्याची प्रेरणा मिळाली.

शिवाजी महाराजांनंतर अवघ्या ५० वर्षांत त्यांच्या अनुयायांनी नर्मदा पार करून दिल्लीवर धडक दिली आणि लवकरच दिल्लीचा बादशहा त्यांनी आपल्या ताब्यात आणला. पुढे जेव्हा अफगाणिस्तानातून अहमदशहा अब्दालीने हिंदुस्थानवर स्वारी केली, तेव्हा त्याला प्रतिकार करत असता, हजारो मराठ्यांनी पानिपतवर केलेला संघर्ष हा केवळ त्यांच्या स्वार्थासाठी नव्हता, तर तो देशावर आक्रमण करणाऱ्या परक्या शत्रूच्या निर्दालनासाठी होता. मराठ्यांच्या या संघर्षाच्या मागे हिंदवी स्वराज्य संस्थापक शिवाजी महाराजांनी स्वातंत्र्याची प्रेरणा उभी होती. पुढे आधुनिक युगात ही प्रेरणा

'राजर्षी शाहू छत्रपती : एक समाजक्रांतिकारक राजा' या ग्रंथांची प्रस्तावना.

ब्रिटिश साम्राज्यवाद्यांशी लढतानाही उपयोगी ठरली. आपल्या देशाच्या स्वातंत्र्यलढ्यात सशस्त्र क्रांतिकारकांनी तर शिवाजी महाराजांना आपले दैवतच मानले होते.

हे सर्व या ठिकाणी खास नमूद करण्याचे प्रयोजन असे की, राजर्षी शाहू छत्रपती महाराज हे हिंदवी स्वराज्य संस्थापक छत्रपती शिवाजी महाराजांचे वंशज होते. शिवाजी महाराजांच्या निधनानंतर काही काळाने त्यांच्या वंशजांच्या सातारा व कोल्हापूर अशा दोन गाद्या तयार झाल्या. कोल्हापूरचे राज्य महाराजांची धाकटी सून महाराणी ताराबाई हिने स्थापन केले होते. या राज्याच्या गादीवरच पुढे शाहू महाराज स. १८८४ मध्ये आले. स. १८९४ मध्ये त्यांना राज्याधिकार प्राप्त झाला. १९२२ मध्ये त्यांचे निधन झाले. आपल्या कारकिर्दीच्या केवळ २८ वर्षांत त्यांनी युगप्रवर्तक कार्य केले.

काळ खूप बदललेला होता. शाहू छत्रपतींचे पूर्वज शिवाजी महाराज यांचा काळ आता राहिलेला नव्हता. ब्रिटिशांनी सर्व हिंदुस्थान काबीज केला होता. त्यांच्याविरुद्धचा शेवटचा सशस्त्र उठाव १८५७ मध्ये झाला. पण तो अपयशी ठरला. ब्रिटिश विजयी झाल; पण ते अधिक शहाणे झाले. हिंदी जनतेवरील राजे लोकांचा प्रभाव लक्षात घेता, त्यांच्या स्थानांना व हक्कांना धक्का न लावण्याचे पण त्याचबरोबर त्यांना लष्करीदृष्ट्या दुबळे ठेवून त्यांच्यावर आपले पूर्ण वर्चस्व स्थापन करण्याचे धोरण ब्रिटिशांनी मुत्सद्देगिरीने स्वीकारले. आता ब्रिटिश सत्तेशी नमते घेऊनच वागले पाहिजे, ही वस्तुस्थिती हतबल झालेल्या राजांच्यासुद्धा लक्षात आली. हिंदुस्थानात असे सुमारे ६०० राजे होते. त्यांच्याशी ब्रिटिशांशी झालेले करार हे एकाच स्वरूपाचे नसले, तरी सर्वांच्या बाबतीत एक गोष्ट समान होती, ती म्हणजे त्या सर्वांनी ब्रिटिशांचे सार्वभौमत्व स्वीकारले होते आणि त्याच्या मोबदल्यात त्यांना आपल्या राज्याचा कारभार करण्याचे स्वातंत्र्य मिळाले होते. अर्थात, या स्वातंत्र्यावरही बऱ्याच मर्यादा ब्रिटिशांनी घातलेल्या होत्या. या राज्यांच्या लहानसहानशा व्यवहारांवरही ते लक्ष ठेवून असत. एवढेच नव्हे, तर हिंदुस्थानातील कोणत्याही राजास पदच्युत करण्याच्या त्यांच्या सार्वभौम अधिकाराचे प्रदर्शन करण्याची ते एकही संधी दवडत नसत.

त्या काळी हिंदुस्थान दोन राजकीय भागात विभागला होता. ब्रिटिशांनी प्रदेश जिंकून तेथे त्यांची राजवट स्थापन केलेला British India आणि तो

सोडून राहिलेला हिंदी राजांचा Indian India. अशा प्रकारे 'ब्रिटिशांचा हिंदुस्थान' व 'हिंदी राजांचा हिंदुस्थान' असे दोन स्वतंत्र भाग निर्माण झाले होते. असे जरी असले, तरी हे दोन्ही हिंदुस्थान ब्रिटिश साम्राज्यसत्तेखालीच होते. दुसऱ्या शब्दांत बलुचिस्तानपासून आसामपर्यंत व काश्मीरपासून कन्याकुमारीपर्यंत ब्रिटिशांचे साम्राज्य पसरलेले होते. ब्रिटन ही जगातील पहिल्या क्रमांकाची साम्राज्यसत्ता बनून राहिली होती. ब्रिटिशांच्या साम्राज्यावर सूर्य मावळत नसतो, असे म्हटले जाई आणि ते शब्दशः खरेही होते.

या पार्श्वभूमीवर ब्रिटिशांची हिंदी राजांपासून काय अपेक्षा होती? या राजांनी ब्रिटिश साम्राज्यसत्तेशी एकनिष्ठ राहून आपल्या राज्यात शांतता व सुव्यवस्था राखावी, एवढीच त्यांची माफक अपेक्षा होती. तसेच, त्यांच्या प्रजाजनांवर त्यांनी अन्याय-अत्याचार करू नयेत, याबद्दल ब्रिटिश दक्ष होते. हिंदी राजांनी प्रजाजनांच्या कल्याणाची धोरणे राबवावीत, असे त्यांचे सांगणे असे. पण, कितीही झाले तरी ते परकीय राज्यकर्ते होते. त्यांना हिंदी लोकांविषयी कलकळ असण्याचे कारण नव्हते. कारण, हिंदी समाजात जागृती होऊन मोठमोठ्या सुधारणा घडून आल्या, तर हिंदुस्थानातील ब्रिटिश साम्राज्यास धोकाच निर्माण होणार होता. असा धोका ब्रिटिश मुलखात इंग्रजी शिक्षणाने जागृत झालेल्या सुशिक्षित वर्गाने उत्पन्न केल्याचे हे अनुभवत होते. या मूठभर पुढारलेल्या वर्गाने आपल्या राजकीय हक्कांसाठी चळवळ सुरू केली होती. अशा पार्श्वभूमीवर हिंदी राजांच्या प्रजाजनांनी त्यांच्याविरुद्ध बंड करून उठू नये इतपत त्यांनी दक्षता घेतली की पुरे, बाकीचा त्यांचा वेळ व संपत्ती त्यांनी चैनविलासात घालवण्यास ब्रिटिशांची काहीच हरकत नव्हती.

हिंदुस्थानातील शेकडो राजे ब्रिटिशांच्या या अपेक्षेप्रमाणे वागत होते. राजेशाहीच्या विलासाचे उपभोग घेण्यातच त्यांना धन्यता वाटत होती. पण, त्यातही काही अपवादात्मक राजे होऊन गेले. बडोदा, कोल्हापूर, म्हैसूर, त्रावणकोर, बिकानेर अशा काही मोजक्याच राज्यांत असे काही कर्तबगार राजे होऊन गेले की, त्यांनी आपल्या राज्यात केलेल्या सुधारणा, ब्रिटिशांनी आपल्या राज्यातही केलेल्या नव्हत्या. अगदी उदाहरणच सांगायचे झाले तर प्राथमिक शिक्षणाचे देता येईल. बडोद्याचे महाराजा सयाजीराव गायकवाड व कोल्हापूरचे राजर्षी शाहू छत्रपती महाराज यांनी आपल्या राज्यात प्राथमिक शिक्षण मोफत व सक्तीचे केले होते. ब्रिटिश राज्यकर्तेही

आपल्या मुलखात ही सुधारणा करू शकलेले नव्हते.

शाहू छत्रपतींनी तर या अशा सुधारणांच्याही पलीकडे झेप घेतली. ही झेप त्यांच्या काळालाही मागे टाकणारी आणि भविष्याचा अचूक वेध घेणारी होती. Prophets are always ahead of their times या ऐतिहासिक सत्यास त्यांच्या कामगिरीने सिद्ध केलेले होते. शाहू छत्रपतींनी आपल्या प्रजाजनांस मानवी स्वातंत्र्य, समता व बंधुत्व या तत्त्वत्रयीच्या पायावर उभे असलेले सामाजिक न्यायाचे हक्क बहाल केले. सामाजिक न्यायाची संकल्पना ही तशी अलीकडील आहे. आज भारतातील लोकशाहीवादी राज्यकर्त्यांचा तो परवलीचा शब्द झाला आहे. पण, ज्या काळी हा शब्दही फारसा प्रचलित नव्हता, त्या वेळी कोल्हापूरच्या या राजाने सामाजिक न्यायाची केवळ घोषणा नव्हे, तर त्याची खंबीर अंमलबजावणी केली. या अंमलबजावणीतील वानगीदाखल एकच उपक्रम येथे नमूद केला, तर प्रस्तुतचा मुद्दा अधिक स्पष्ट होईल.

जोपर्यंत राज्याच्या प्रशासनात मागासवर्गीयांना (Backward Classes) स्थान मिळत नाही, तोपर्यंत त्यांना उच्च शिक्षणाची गोडी लागणार नाही. तसेच त्यांचा सामाजिक स्तरही उंचावणार नाही, हे जाणून शाहू छत्रपतींनी १९०२ मध्येच आपल्या राज्यातील सरकारी नोकऱ्यांत मागासवर्गीयांसाठी ५० टक्के आरक्षण ठेवल्याचा जाहीरनामा काढला. हिंदुस्थानच्या इतिहासात राज्यकर्त्याने मागासवर्गीयांसाठी ठेवले गेलेले हे पहिले आरक्षण होते. अशा प्रकारची कामगिरी हिंदुस्थानातील आतापर्यंतच्या कोणाही राज्यकर्त्याने केलेली नव्हती. दुसऱ्या शब्दांत शाहू छत्रपती हे भारतीय आरक्षण धोरणाचे जनक होते. पुढे डॉ. बाबासाहेब आंबेडकरांनी भारताच्या राज्यघटनेत अनुसूचित मागासवर्गीय जातिजमातींसाठी आरक्षण ठेवले. त्याचे मूळ शाहू छत्रपतींच्या १९०२च्या या जाहीरनाम्यात होते. अशी सामाजिक न्याय प्रस्थापित करणारी अनेक पावले त्यांनी उचलली, ती सर्वच येथे विस्तारभयास्तव देता येत नाहीत.

अशा प्रकारे सामाजिक समतेची, सामाजिक न्यायाची शाहू छत्रपतींनी केवळ भाषा केली नाही, तर त्याबाबत प्रत्यक्ष कृती केली, हे लक्षात घेतले पाहिजे. सर्व हिंदुस्थान ब्रिटिश साम्राज्यसत्तेच्या वरवंट्याखाली भरडला जात असता आणि बहुतांशी हिंदी राजेशाह्या मध्ययुगीन वैभवी परंपरांतच समाधान मानत असता, हा कोल्हापूरचा राजा आधुनिक युगाचा अशा

प्रकारे प्रेषित बनून राहिला होता.

खरे म्हणजे राजेशाहीपेक्षा लोकशाही ही श्रेष्ठ आहे, हे आता सर्वमान्य आहे. राजेशाहीमध्ये राजाला महत्त्व असते, तो केंद्रस्थानी असतो. लोकशाहीमध्ये लोकांना महत्त्व असते; ते केंद्रस्थानी असतात. आपण लोकशाहीचे भोक्ते असूनही सम्राट अशोकाचा, छत्रपती शिवाजींचा अथवा शाहू छत्रपतींचा जयजयकार करतो, याचे कारण त्यांनी आपल्या राजेशाहीत राजाला म्हणजे स्वतःला महत्त्व न देता, लोकांना महत्त्व दिले. लोकांना केंद्रस्थानी ठेवून त्यांनी राज्याचा कारभार केला. राजा म्हणजे उपभोगशून्य स्वामी ही संकल्पना त्यांनी केवळ घोषित न करता, अमलात आणली. त्यांना मिळालेला राज्याधिकार, राज्यसंपदा त्यांनी जनतेच्या उद्धारासाठी, कल्याणासाठी वापरली. शाहू छत्रपतींच्या चरित्राकडे पाहिले की आम्हास उमजते, की त्यांनी आपली सर्व राजसत्ता व राजवैभव लोकांच्या, रयतेच्या उन्नतीसाठी खर्ची घातले म्हणूनच त्यांना 'लोकराजा' म्हणून गौरवले जाते.

स्वातंत्र्यानंतर आपण प्रजातंत्र निर्माण केले, म्हणजे लोकशाही स्थापन केली, हे खरे, पण ही लोकशाही राजकीय लोकशाही होती. ती राजकीय हक्कांवर आधारित होती. पण ती परिपूर्ण होऊ शकत नाही. आणखी एक प्रकारची लोकशाही आपणास निर्माण करावयाची होती. ही लोकशाही सामाजिक समता व सामाजिक न्याय या दोन तत्त्वांवर आधारित असते. म. फुले, राजर्षी शाहू व डॉ. आंबेडकर हे तीन महात्मे या तत्त्वांसाठी म्हणजे सामाजिक लोकशाही स्थापन करण्यासाठी झगडले. माणसा-माणसांमधील सर्व प्रकारचे उच्चनीचतेचे भेद नष्ट होऊन सर्वांना विकासाची समान संधी मिळावी, यासाठी त्यांचा संघर्ष होता. विशेष म्हणजे हा संघर्ष त्यांना ब्रिटिशांशी करावा न लागता तो स्वकीयांशी करावा लागला! ब्रिटिशांकडून देशाच्या स्वातंत्र्याचे हक्क मागणारी ही स्वकीय उच्चवर्णीय मंडळी आपल्याच बांधवांना सामाजिक स्वातंत्र्याचे हक्क नाकारीत होती! महाराष्ट्रात फुले-शाहू-आंबेडकर या त्रयीचा लढा अथवा महाराष्ट्राबाहेर पेरियार रामस्वामी, श्रीगोपाळ गुरू यांसारख्या महात्म्यांचा लढा हा सामाजिक लोकशाहीसाठी होता आणि म्हणूनच डॉ. आंबेडकरांनी शाहू छत्रपतींना लिहिलेल्या एका पत्रात त्यांच्या जीवितकार्याचा गौरव करताना म्हटले होते, आपण हिंदुस्थानातील सामाजिक लोकशाहीच्या चळवळीचे एक आधारस्तंभ आहात! (Pillar of Social Democracy)

संत महात्म्यांच्या जीवनाचे एक महत्त्वाचे अंग म्हणजे त्यांच्या कथनी आणि करणी यांमध्ये फरक असत नाही. ते जे बोलतात, तसे ते चालतात. अस्पृश्यता पाळणे हा मानवतेविरुद्धचा गुन्हा आहे, तो कलंक आहे, असे केवळ सांगून शाहू छत्रपती थांबले नाहीत, तर त्यांनी आपल्या राज्यात सार्वजनिक ठिकाणी अस्पृश्यता पाळण्यास मज्जाव करणारे तीन जाहीरनामे काढले. एवढेच नव्हे, तर अस्पृश्यांना त्यांनी आपले अंगरक्षक, हुजरे, माहूत, कार ड्रायव्हर, शिकारीतील सोबती म्हणून खासगी सेवेतही घेतले. काहींना पोलीस, तर काहींना सनदी वकील बनवले. यापुढे जाऊन त्यांनी अस्पृश्यांच्या हातच्या अन्नोदकांचा जाहीर स्वीकार करून, 'बोले तैसा चाले' या तत्त्वाची समाजाला प्रचिती आणून दिली. महार समाजातील गंगाराम कांबळे यास त्यांनी राजरस्त्यावर हॉटेल काढून दिले. गंगारामच्या हॉटेलात तर ते स्वतः चहा प्यायलेच, पण आपल्या घोडागाडीतील ब्राह्मण व मराठे या सोबत्यांनाही त्याची लज्जत त्यांनी चाखावयास दिली! राजाचा हुकूम कोण मोडणार? शाहू छत्रपतींनी आपला राजेशाहीचा अधिकार दलितांच्या उद्धारासाठी वापरला तो असा. नागपूरच्या बहिष्कृत (अस्पृश्य) समाजाच्या परिषदेस ते जेव्हा गेले, तेव्हा तेथील वर्णवर्चस्ववाद्यांनी त्यांचा निषेध करण्यासाठी 'धेडोंका राजा' म्हणून भित्तिपत्रके लावली, तेव्हा समस्त दलित समाज संतप्त झाला. त्या वेळी ते म्हणाले होते, "अरे, हा तर माझा गौरवच आहे!" आणि म्हणूनच महाराजांचे निधन झाले त्या वेळी डॉ. आंबेडकर म्हणाले होते, "शाहू महाराजांसारखा सखा अस्पृश्यांना पूर्वी लाभला नव्हता व पुढे लाभेल की नाही, याबद्दल आम्हास शंका आहे."

अस्पृश्यता हे जातिभेदाचेच किळसवाणे स्वरूप होते. जातिभेद हिंदू धर्माचे व समाजाचे व्यवच्छेदक लक्षण मानले जाते. हाडीमासी खिळलेली ही जातिव्यवस्था जोपर्यंत नष्ट होत नाही, तोपर्यंत खरी सामाजिक समता व न्याय प्रस्थापित होऊ शकत नाही, अशी शाहू छत्रपतींची भावना होती. म्हणून त्यांनी आयुष्यभर जातिभेदाशी तीव्र संगर केला. त्यासाठी त्यांनी समाजप्रबोधन, शिक्षणाचा प्रसार, सरकारी नोकऱ्यांत मागासवर्गीयांना प्राधान्य यांसारखी हत्यारे तर वापरलीच, पण त्यांचे सर्वांत प्रभावी हत्यार होते 'आंतरजातीय विवाह'. हिंदू समाजातील प्रत्येक जात खालच्या जातीस हीन व तुच्छ लेखत असताना आंतरजातीय विवाहाचा पुरस्कार करणे, ही त्या काळी सामान्य गोष्ट नव्हती. पण शाहू छत्रपतींनी त्याचा केवळ पुरस्कारच

नव्हे, तर अंमलबजावणीही केली. खुद्द आपल्या भगिनीचा विवाह इंदूरच्या होळकर (धनगर) घराण्यात घडवून त्यांनी 'बोले तैसा चाले' या तत्त्वाची प्रचिती समाजाला आणून दिली.

या पार्श्वभूमीवर समाजात स्वतःला उच्चवर्णीय समजणाऱ्या लोकांनी आपली मानसिकता २१व्या शतकात तरी बदलावयास हवी. मनुष्य हासुद्धा प्राणीच आहे आणि त्याची एकच जात म्हणजे त्याचे मनुष्यत्व. ते सोडून बाकीच्या सर्व जातीपाती अथवा भेद हे मानवनिर्मित आहेत. ते खरे नाहीत. ही शाहू महाराजांची भूमिका आम्ही जेवढ्या लवकर स्वीकारू, तेवढ्या लवकर आमच्या देशाची राष्ट्रीय एकात्मता बळकट होणार आहे. परिणामी, देश बळकट होणार आहे.

म. फुले यांच्याप्रमाणे राजर्षी शाहूंनी विद्या, संपत्ती व सामाजिक प्रतिष्ठा यांना वंचित झालेल्या सर्व मासवर्गीयांचा, शूद्रातिशूद्रांचा कैवार घेतला. त्यामध्ये शेतकरी, बलुते-अलुते, अस्पृश्य, भटके-विमुक्त यांच्याबरोबर स्त्री वर्गाचाही समावेश होता. हिंदू धर्मशास्त्रकारांनी समस्त स्त्री वर्गास शूद्रांमध्येच ढकलले होते. अशा स्त्री वर्गासाठी शाहू महाराजांनी आपल्या राज्यात विधवापुनर्विवाह कायदा, आंतरजातीय विवाह कायदा, घटस्फोटाचा व वारसाहक्काचा कायदा, देवदासी प्रथा-प्रतिबंध कायदा यांसारखे पुरोगामी कायदे तर केलेच, पण त्याहीपेक्षा अत्यंत महत्त्वाचा, कोणाच्याही ध्यानीमनी न आलेल्या स्त्रियांच्या संरक्षणाचा कायदा त्यांनी अमलात आणला. तो म्हणजे, स्त्रियांवर अत्याचार करणाऱ्या तिच्या कुटुंबीयांच्या 'क्रूरपणा वर्तनास प्रतिबंध करणारा कायदा'. अशा प्रकारचा कायदा त्या काळात अखिल हिंदुस्थानात, संस्थानी मुलखात तसेच ब्रिटिश मुलखात, कोणाही राज्यकर्त्याने केलेला नव्हता. कोणा शासकास अशा एखाद्या कायद्याची समाजाला गरज आहे, असेही वाटत नव्हते. शाहू महाराजांना ती गरज भासली. स्त्रियांवर प्रत्यही हेणाऱ्या अत्याचारांनी या थोर महात्म्याचे हृदय कळवळले आणि मग त्याने आपला राजदंड अत्याचारखोरांवर उगारला. हे घडले इ. १९१९मध्ये. पुढे आपल्या देशाला स्वातंत्र्य मिळाले. लोकशाही शासन आले, पण स्त्रियांवरील अत्याचारांना प्रतिबंध करणारा कायदा करण्यास आम्हास २००५ सालापर्यंत थांबावे लागले. २००६ मध्ये हा कायदा अमलात आणला गेला. आज किती जणांना माहीत आहे की, असा कायदा शाहू छत्रपतींनी तत्पूर्वी ८५ वर्षे आधी केला होता? असा एक अत्यंत पुरोगामी कायदा

करणारा राजा भारतवर्षात होऊन गेला, ही आम्हा भारतीयांना भूषणास्पद गोष्ट आहे.

परंतु यावरच आपण समाधान मानणे इष्ट नाही. आजमितीस देशात अनेक कुटुंबातील असहाय स्त्रिया अत्याचाराच्या वरवंट्याखाली चिरडल्या जात आहेत. अनेक जणी आत्मदहन करून स्वतःची सुटका करताहेत, तर अनेक जणींना जाळून मुक्ती दिली जात आहे. हे सर्व सुसंस्कृत समाजाला कलंकित करणारे आहे. याशिवाय स्त्रियांवर अत्याचार करण्याचे अनेक मार्ग व प्रकार असतात. त्या सर्वांचा प्रतिकार करून स्त्रियांना संरक्षण देणारा कायदा भारतीय संसदेने आता अस्तित्वात आणला आहे, याची जाणीव स्त्री वर्गात निर्माण करण्याची नैतिक जबाबदारी सामाजिक कार्यकर्त्यांची व स्त्री संघटनांची आहे. ती त्यांनी पार पाडली, तर शाहू छत्रपतींचे उत्तरदायित्व आपल्या समाजाने निभावले, असे म्हणता येईल.

याशिवाय शाहू छत्रपतींनी आपल्या कारकिर्दीत अनेक पुरोगामी पावले उचलली. त्यामध्ये प्रामुख्याने सार्वत्रिक पाटबंधारे धोरणाचा जाहीरनामा, देशातील त्या काळचा सर्वांत मोठा राधानगरी धरणाचा प्रकल्प, शेतीतील विविध अभिनव प्रयोग, मुंबईच्या व्यापारी मक्तेदारी आव्हान म्हणून स्थानिक व्यापार व उद्योगधंदे यांना प्रोत्साहन, मोफत व सक्तीच्या प्राथमिक शिक्षणाची अंमलबजावणी, संगीत, नाट्य, चित्रकला, शिल्प, मल्लविद्या, साठमारी, मृगया इत्यादी अनेक कलांना व विद्यांना राजाश्रय, हिंदू-मुस्लीम ऐक्याचा पुरस्कार अशा अनेक बाबींचा समावेश होतो. या सर्वांचा वर्तमानाच्या अनुषंगाने परामर्श होणे, विस्तारभयास्तव येथे शक्य नाही. तथापि, त्यातील एक दोन मुद्द्यांची येथे आवर्जून नोंद करावयास हवी.

त्यांतील पहिला मुद्दा मोफत आणि सक्तीच्या प्राथमिक शिक्षणाचा आहे. म. फुले व राजर्षी शाहू यांनी शिक्षण ही सर्व सुधारणांची गुरुकिल्ली मानली म्हणून फुल्यांनी १८६२ मध्ये हंटर कमिशनसमोर किमान १२ वर्षांपर्यंतच्या मुलांना प्राथमिक शिक्षण मोफत देऊन, त्याची सक्ती करावी, अशी मागणी केली होती. पुढे शाहू छत्रपतींनी आपल्या राज्यात १९१७ मध्ये मोफत व सक्तीच्या प्राथमिक शिक्षणाचा कायदा अमलात आणला. जे काम महाराजांनी ९० वर्षांपूर्वी करून दाखवले, त्याची आपण देशाला स्वातंत्र्य मिळून ६० वर्षे झाली तरी प्रभावीरीत्या अंमलबजावणी करू शकलेलो नाही. अशी अंमलबजावणी करणे म्हणजे शाहूरायांचा खरा

जयजयकार करणे, असे आम्ही मानतो.

दुसरा मुद्दा हिंदू-मुस्लीम ऐक्याचा. १८९३ मध्ये मुंबईत पहिली हिंदू-मुस्लीम दंगल झाली. शाहू छत्रपतींना पुढच्याच वर्षी १८९४ मध्ये राज्याधिकार मिळाला. त्यानिमित्त पुण्यात झालेल्या एका सत्कार समारंभात त्यांनी हिंदू-मुस्लीम ऐक्याचा पुरस्कार केलेला दिसतो. पुढे त्यांनी आपल्या कारकिर्दीत मुस्लीम समाजाच्या उन्नतीसाठी खास पावले उचललेली दिसतात. मुस्लीम बोर्डिंगची स्थापना आणि कुराणाचे मराठी भाषांतर, ही त्यांपैकी काही पावले होत. हिंदू काय, मुस्लीम काय, जैन काय, आपण सर्व एकाच हिंदी राष्ट्राचे घटकावयव असून, समसमान अधिकार असणारी भावंडे आहोत, असा राष्ट्रीय विचार त्यांनी अनेक सभा-परिषदांमधून मांडलेला आढळतो. एका ठिकाणी ते म्हणतात, "आम्ही सर्व हिंदी आहोत, बंधू आहोत. हिंदी प्रजाजन कोणत्याही वर्णाचे असोत, कोणत्याही धर्माचे असोत, ते सर्वप्रथम हिंदी आहेत. व्यक्तीच्या दृष्टीने धर्म ही बाब महत्त्वाची असेल, पण राष्ट्राच्या बाबतीत ती केव्हाही आड येता कामा नये. या दृष्टीने धर्म ही बाब फारच कमी महत्त्वाची आहे, असे मला वाटते. 'धर्म' या शब्दाची थोडक्यात व्याख्या देवाजवळ पोहोचण्याचा माग, अशी करता येईल. उदा. मुंबईसारख्या शहरात जाण्यासाठी वेगवेगळ्या बाजूंनी मार्ग आहेत, परंतु लोकांना कमी श्रमांत व लवकर पोहोचायचे असते; त्याचप्रमाणे निरनिराळ्या देशात व विविध परिस्थितीत उत्पन्न झालेल्या धर्मांचाही तोच उद्देश असतो. त्यामुळे निरनिराळे धर्म पाळून ईश्वराजवळ पोहोचू इच्छिणाऱ्या लोकांनी परस्परांचा द्वेष का करावा?"

शाहू छत्रपतींचे हे विचार राष्ट्र घडविणारे, तसेच राष्ट्र टिकवणारे आहेत. प्रेमाने प्रेम वाढते, द्वेषाने द्वेष वाढतो, असाही मानवतावादी संदेश त्यांनी आपल्या उक्ती आणि कृतीतून दिलेला आहे. आज भारतालाच नव्हे, तर सर्व जगाला सर्वांत मोठा धोका धर्मांधतेतून निर्माण झालेल्या दहशतवादाचा आहे. जातिद्वेष, वर्णद्वेष, धर्मद्वेष, प्रांतद्वेष अशा अनेक द्वेषांनी भारतीय समाज ग्रस्त झालेला असताना, शाहू छत्रपतींचे विचार अखिल भारतीयांना मार्गदर्शक व दिलासा देणारे ठरू शकतात.

अशा प्रकारे शाहू छत्रपतींचे समाजक्रांतीचे, तसेच देशभक्तीचे विचार काळाच्या कसोटीस उतरलेले आढळतात. त्यांच्या हयातीत त्यांच्या विचारांची वरिष्ठ वर्गाने हेटाळणी केली, तर तथाकथित विचारवंतांनी उपेक्षा केली.

एवढेच नव्हे, तर सामाजिक स्वातंत्र्याचा विचार मांडणाऱ्या या विभूतीवर 'स्वजनद्रोहा'चा 'स्वराज्यद्रोहा'चाही आरोप करण्यात या विचारवंतांना विवेक पारखा झाला. त्या काळी राजकीय स्वातंत्र्याच्या चळवळीचे धुरीणत्व करणाऱ्या थोर थोर देशभक्तांनाही सामाजिक स्वातंत्र्याची चळवळ ही राष्ट्रीय मुक्तीची चळवळ वाटत नव्हती. या त्यांच्या मानसिकतेमुळेच अस्पृश्यतेचा निषेध करणारा साधा ठरावसुद्धा काँग्रेससारख्या राष्ट्रीय संघटनेच्या व्यासपीठावर कित्येक वर्षे पास होऊ शकला नव्हता. देश पारतंत्र्यात असल्याने राजकीय स्वातंत्र्याची निकड ज्या मंडळींना अधिक वाटत होती, त्यांनी आपल्याच देशबांधवांच्या सामाजिक गुलामगिरीच्या बेड्या तोडण्यास देशाच्या राजकीय स्वातंत्र्यदिनाच्या मुहूर्ताची वाट पाहावी, ही बाब दुर्दैवी होती.

या पार्श्वभूमीवर शाहू महाराजांच्या विचारांची उपेक्षा होणे, यात नवल नव्हते, पण आज स्वातंत्र्य मिळून ६० वर्षांहून अधिक काळ लोटला तरी या विचारांची अंमलबजावणी जशी व्हायला हवी, तशी होत नाही, ही खरी शोकांतिका आहे. याचा असा अर्थ होता की, उपरोक्त विचार जेवढे शेपाऊणशे वर्षांपूर्वी सत्य आणि निकडीचे होते, तसे ते आजही आहेत. आणि आजच्या ग्रामीण भागातील स्त्रिया, भूमिहीन, शेतकरी, मोलमजुरी करणारे कष्टकरी आणि दलित समाज यांच्या प्रश्नाकडे डोळस नजरेने पाहिल्यास या विचारांची लढाई आणखी बराच काळ करावी लागेल, या वस्तुस्थितीचे दर्शन झाल्याशिवाय राहत नाही. ही लढाई जिंकली जाईपर्यंत शाहूराजांचा विचार सतत आम्हा सर्व भारतवासींना प्रेरणादायी व मार्गदर्शक ठरणार आहे.

◆

१९

श्री शाहूचरितम् : राजर्षींचे संस्कृत चरित्र

राजर्षी शाहू छत्रपती महाराज यांचे संस्कृतमधील पहिले व एकमेव चरित्र, 'श्रीशाहूचरितम्'. करवीर संस्थानचे प्रजाजन व संस्कृतचे गाढे पंडित कै. वासुदेव आत्माराम लाटकरशास्त्री यांनी राजाराम छत्रपतींच्या काळात १९३९ मध्ये प्रकाशित केले. त्या काळी महाराष्ट्रातील विद्वानांनी या चरित्रग्रंथातील अभिजात भाषाशैलीचे मोठे कौतुक केले असले, तरी शाहूचरित्राचा एक ऐतिहासिक साधनग्रंथ म्हणून हा चरित्रग्रंथ शाहूप्रेमींकडूनच नव्हे, तर शाहूचरित्राभ्यासकांकडूनही उपेक्षित राहिला. चालू पिढीला तर राजर्षी शाहू छत्रपतींचे सुमारे ७० वर्षांपूर्वी असे एखादे संस्कृतमधील चरित्र रचले गेले होते, याची पुसटशीही कल्पना नाही. कालौघात हा ग्रंथ दुर्मिळ झाला, हे त्याचे पहिले कारण. आणि मुळात हा ग्रंथ संस्कृतमध्ये असल्याने संस्कृत जाणकाराशिवाय त्याची गोडी कोणाला चाखता येत नव्हती, हे दुसरे कारण, असे समजल्यावाचून अन्य काही पर्याय या ग्रंथाच्या उपेक्षेला होता, असे वाटत नाही.

राजर्षी शाहू छत्रपती आणि त्यांचा काळ या विषयावरील ऐतिहासिक कागदपत्राचा शोध घेणे व ती शास्त्रशुद्ध पद्धतीने प्रकाशित करणे; तसेच महाराष्ट्राच्या इतिहासाची विशेषतः सामाजिक चळवळींच्या इतिहासाचीं-साधने एकत्रित करणे, जतन करणे, त्यांचे पुनःसंपादन करून इतिहासाच्या अभ्यासकांना व इतिहासप्रेमींना उपलब्ध करून देणे आणि अशा प्रकारे महाराष्ट्राच्या इतिहासातील उपेक्षित दालनांवर अधिकाधिक प्रकाश टाकणे,

---

कै. लाटकरशास्त्रीकृत 'श्री शाहूचरितम्' (श्री शाहूंचे चरित्र) या ग्रंथास डॉ. जयसिंगराव पवारांनी लिहिलेली प्रस्तावना.

या उद्दिष्टांनी शिवाजी विद्यापीठाचे संस्थापक कुलगुरू व थोर इतिहाससंशोधक डॉ. अप्पासाहेब पवार यांनी 'शाहू संशोधन केंद्रा'ची स्थापना केली; आणि महाराष्ट्राच्या सामाजिक इतिहासाची अनेक दुर्मिळ साधने एकत्र आणली. एवढेच नव्हे, तर त्यातील राजर्षी शाहू छत्रपती यांच्या जीवनकार्याशी निगडित असणारी कागदपत्रे 'Rajarshi Shahu Chhatrapati Papers' या नावाने एकूण ९ खंडांत खुद्द डॉ. अप्पासाहेब पवार यांनी आणि त्यांच्यानंतर डॉ. विलास संगवे आणि डॉ. भाऊसाहेब खणे यांनी संपादित केली, याची कल्पना सुज्ञ वाचकांना आहेच.

शाहूचरित्राची साधने प्रकाशित करण्याची शाहू संशोधन केंद्राची संशोधनात्मक परंपरा चालूच आहे. त्या दृष्टीने शाहूकाळातील कागदपत्रांचा व साधनांचा मागोवा घेण्याचे अनेक उपक्रम सुरू आहेत. त्यांपैकी एक उपक्रम म्हणजे शाहू छत्रपतींचे आद्य चरित्रग्रंथ पुनःप्रकाशित करणे, हा होय. प्रस्तुत संस्कृत चरित्रग्रंथाबरोबरच दिवाणबहाद्दूर प्रो. अण्णासाहेब लठ्ठे यांचे मराठीतील शाहूचरित्रही आम्ही संपादित करून पुनःप्रकाशित करत आहोत. हे दोन्ही ग्रंथ शाहू समकालीन लेखकांकडून रचले गेले असून, या दोन्ही लेखकांनी राजर्षी शाहू छत्रपतींची कारकीर्द पाहिलेली, अनुभवलेली होती. त्या दृष्टीने त्यांच्या ग्रंथांचे मोल इतिहासाभ्यासकांच्या नजरेत महत्त्वाचे ठरते.

चरित्रलेखक या नात्याने आपण आपल्या चरित्रनायकाचे चरित्र रेखाटण्यास का उद्युक्त झालो, याचे स्पष्टीकरण लाटकरशास्त्रींनी आपल्या 'आत्मनिवेदना'त दिलेले आहे. शाहू चरित्राची ही कल्पना आपणास शाहू महाराजांच्या हयातीतच सुचली होती आणि त्या दृष्टीने आपण अनेक प्रयत्नही त्या काळात केल्याचे त्यांनी नमूद केले होते. एवढेच नव्हे, तर त्यांनी एक संस्कृत नाटकही लिहिण्याचा प्रयत्न केला होता. त्याचे काही प्रवेशही तयार झाले होते, पण ते काम अपुरेच राहिले.

शाहू महाराजांना लाटकरशास्त्रींनी पाहिले होते. त्यांच्या विलक्षण व्यक्तिमत्त्वाचा शास्त्रीबुवांच्या मनावर मोठा प्रभाव पडलेला होता. ते म्हणतात, "कै. राजर्षी शाहू छत्रपती यांचे चरित्र लिहिण्याची इच्छा अलीकडे उगम पावली नसून, महाराजांच्या हयातीतच ती अस्तित्वात आली आहे. महाराजांची उंच, धिप्पाड, भव्य शरीरयष्टी, आनंदी मुद्रा, मेघगर्जनेसारखा कुस्त्यांच्या मैदानातदेखील शेवटच्या टोकापर्यंत स्पष्टपणे ऐकू येणारा आवाज व

शिकारी वगैरे संबंधाने त्यांच्या ऐकू येणाऱ्या अनेक अद्‌भुतरम्य गोष्टी, या सर्वांचा आमच्या मनावर लहानपणापासूनच इतका विलक्षण जोरदार पगडा बसला आहे की, महाराजांच्या अनेक शत्रूंनी त्यांच्यावर लाखोल्या वाहून अनेक प्रकारे महाराजांचे चित्र दूषित केले, तरी त्यामुळे आमच्या अंतःकरणात प्रविष्ट झालेले महाराजांचे सहजमनोरम चित्र यत्किंचितही कलुषित होऊ शकले नाही व शकणारही नाही.'' - (आत्मनिवेदन)

अशा या राजाचे आपल्या हातून काही तरी वाङ्मयीन स्मारक व्हावे, अशी शास्त्रीबुवांची आंतरिक इच्छा होती. ती प्रस्तुतच्या चरित्रग्रंथाने फलद्रूप झाल्याचे त्यांनी म्हटले आहे.

प्रस्तुत चरित्रग्रंथाचा मनोदय शास्त्रीबुवांनी जाहीर करताच त्यांच्या मित्रपरिवारातील अनेकांनी त्यासंदर्भात अनेक शंकाकुशंका उपस्थित केल्या. त्या त्या वेळी त्यांना शास्त्रीबुवांनी प्रत्युत्तरे दिली होतीच; पण न जाणो हा चरित्रग्रंथ वाचताना अशाच शंकाकुशंका वाचकांच्या मनात निर्माण झाल्यास त्यांचेही निराकरण व्हावे आणि ते चरित्र वाचण्यापूर्वी व्हावे, या उद्देशाने शास्त्रीबुवांनी या चरित्रास प्रदीर्घ अशी प्रस्तावना लिहिली आहे. त्यामध्ये त्यांच्या मित्रपरिवारांनी उपस्थित केलेल्या अनेक प्रश्नांना त्यांनी उत्तरे दिली आहेत. त्या प्रश्नांपैकी एक-दोन प्रश्न व त्यांची उत्तरे पाहण्यासारखी आहेत. शास्त्रीबुवा लिहितात, ''वेगळ्या जातीत जन्माला आलेल्या या चरित्रनायकाचे वर्णन करण्यात आपणाला कसले प्रेम वाटत आहे,''अशी शंका काही जण विचारतात. त्यांना हे उत्तर :

''वाल्मीकींनी रामाची स्तुती केली. त्या कविगुरू कालिदासानेही त्याचीच स्तुती केली. श्री व्यासांनी नंदपुत्राची (कृष्णाची) स्तुती केली. शुक्राचार्यांनी शत्रू असलेल्या कचाचाही स्वीकार केला. रघुपती क्षत्रिय असूनही त्याच्या जन्माने ब्राह्मणश्रेष्ठ जसे आनंदी होतात, तसे ते येथे वसिष्ठपुत्राच्या जन्माने कधीही आनंदी होत नाहीत. कारण, गुण प्रेमाला कारणीभूत होतात; जात नव्हेच. ।।२।।'' (प्रस्तावना परिच्छेद)

''महाराजांच्या भक्तीने प्रेरित होऊन त्यांचे वाङ्मयस्मारक करू इच्छिणाऱ्या आम्ही हा छोटा प्रबंध लिहिला आहे, हे ऐकून काही जण उपहासाने विचारतात, 'छायाचित्रे वगैरे स्वरूपातील इतर भरपूर स्मारके असताना, पुन्हा तुमच्या या वाङ्मयस्मारकाचा काय उपयोग आहे? तुमच्या या वाङ्मयस्मारकात दुसऱ्या स्मारकापेक्षा अधिक काय आहे?' या बाबतीत

आमचे प्रत्युत्तर असे आहे -

''छायाचित्र, कुशल कारागिराने अनेक धातू वापरून तयार केलेला पुतळा, अत्यंत उंच खांब, नगरे, वाडे, आड, विहिरी, तलाव या सर्वांना काळ गिळून टाकतो. कवीच्या वाणीने निर्माण केलेले चित्र मात्र विधात्याच्या या विश्वाप्रमाणे कल्पान्तापर्यंत विलसत राहते. ।।८।।''

''राजाची मोठी मर्जी संपादन करण्याच्या इच्छेने लेखकाने हे लेखन सुरू केल्याचे दिसते,' असे काही जण सूचकपणे बोलतात आणि चरित्रनायकाविषयीच्या आमच्या भक्तीला दुय्यम बनवितात. यांच्यापैकी सरळ मनाचे जे श्रेष्ठ लोक आहेत, त्यांना उद्देशून आम्ही म्हणतो : ''इतर लोकांना जशी राजकृपा प्रिय असते, तशी आम्हालाही ती निःसंदेह प्रियच आहे. कोणत्याही प्रकारा- नशिबाने राजकृपा प्राप्त झाली असता इतरांप्रमाणे आमच्याही हृदयात विपुल आनंद स्पष्टपणे निर्माण होईल. परंतु सध्या मोठी राजकृपा प्राप्त करण्याचा हा उपाय नाही. कारण :

''मी क्षत्रिय वंशात जन्मलेलो नाही. नट नाही, गायक नाही, मांत्रिक नाही, चित्रपट वगैरे दाखविण्याच्या बाबतीत कुशल नाही की, साक्षर अस्पृश्य नाही. माझ्याकडे ग्रहताऱ्यांच्या ज्ञानात पारंगत असलेली बुद्धी नाही की मी विदेशी डॉक्टर नाही. तर मग आता ब्राह्मणासाठी भरपूर राजकृपा कुठल्या कारणाने सुलभ असणार बरे? ।।९।।'' (प्रस्तावना परिच्छेद)

आणखी अशीच बरीच प्रश्नोत्तरे आहेत. त्यावरून लेखकाचा चरित्रलेखनाचा उद्देश व त्यावर भोवतालच्या तथाकथित विद्वान मंडळींचा शाहू छत्रपतींच्या चरित्राकडे पाहण्याचा दृष्टिकोन अशा अनेक बाबींवर सूचक असा प्रकाश टाकला जातो.

लाटकरशास्त्रींच्या 'शाहूचरितम्' या चरित्रग्रंथाची आमच्या दृष्टीने तीन-चार वैशिष्ट्ये आहेत. पहिले म्हणजे शाहू छत्रपतींच्या आद्य चरित्रांपैकी हे एक चरित्र आहे. पहिले चरित्र दिवाणबहादूर प्रो. अण्णासाहेब लठ्ठे यांनी प्रथम इंग्रजीत (सन १९२४) व नंतर मराठीत (सन १९२५) लिहिले. त्यानंतर झालेले हे दुसरे शाहूचरित्र होय. दुसरे वैशिष्ट्य म्हणजे संस्कृत भाषेत लिहिलेले हे पहिले व एकमेव असे शाहूचरित्र आहे. लाटकरशास्त्रींनंतर तसा प्रयत्न कोणी केलेला नाही. तिसरे म्हणजे या चरित्राचा लेखक हा करवीर संस्थानचा रहिवासी असून, त्याने शाहू छत्रपतींची कारकीर्द पाहिलेली

आहे; अनुभवलेली आहे. म्हणजे चरित्र लेखक हा समकालीन आहे. त्या बाजूने पाहता, हे या चरित्राचे मोल इतिहास अभ्यासकांच्या दृष्टिकोनातून वरच्या दर्जाचे ठरते.

प्रस्तुत शाहूचरित्र एकूण लहान-मोठ्या सोळा परिच्छेदांत म्हणजे सोळा प्रकरणांत विभागले गेले आहे. शाहू महाराजांसारख्या विविध क्षेत्रांत कर्तबगारी गाजविलेल्या राजाचे चरित्र एवढ्या लहानशा ग्रंथात सामावणे अशक्य आहे. याची जाणीव लेखकासही होती. तरीही महाराजांच्या जीवनातील ठळक ठळक घटना त्यांनी दिल्या आहेत. त्यामध्ये जनक व छत्रपती घराण्याचे पूर्ववृत्त, करवीर संस्थानची स्थिती, महाराजांचे दत्तकविधान, शिक्षण व स्वदेश यात्रा, राज्यारोहण सोहळा, राज्यकारभाराची पहिली काही वर्षे, कर्नल रे विषप्रयोग प्रकरण, प्लेग व दुष्काळ, विविध जातींसाठी विद्यार्थी वसतिगृहे, वेदोक्त प्रकरण, मागासवर्गीयांना आरक्षण, महाराजांच्या जीवनातील अद्‌भुत प्रसंग, ताई महाराज प्रकरण, लोकमान्य टिळकांशी संघर्ष, राधानगरी धरणाची निर्मिती, महायुद्ध काळात इंग्रजांना सहकार्य, अस्पृश्यता निवारणाचे कार्य, सत्यशोधक समाज, कुर्तकोटी, क्षात्रजगद्‌गुरूंची स्थापना, छत्रपतींचे कुटुंब, अक्कासाहेबांचा विवाह, प्रिन्स शिवाजींचा अपघाती मृत्यू, बडोद्याकडे गमन, परतीच्या प्रवासात मुंबईत महाराजांचे निधन, राजाराम महाराजांना अधिकारप्राप्ता, असे हे सर्वसाधारणपणे ठळक प्रसंग शास्त्रीबुवांनी आपल्या चरित्रात वर्णिलेले आहेत. त्या सर्वांचाच परामर्श येथे स्थलकालाअभावी घेता येणार नाही. तथापि, चरित्रकथन करत असता, शास्त्रीबुवांनी ठिकठिकाणी काही घटनांविषयी आपली मते मांडली आहेत त्यांची दखल येथे घेणे उचित ठरेल.

पहिल्या प्रकरणात छत्रपती घराण्याचा कुलवृत्तान्त देत असताना शास्त्रीबुवांनी म्हटले आहे की, हिंदवी स्वराज्य स्थापन करणाऱ्या शिवछत्रपतींनी म्लेंच्छ, यवनादींनी निर्माण केलेली राजकीय गुलामगिरी जशी नष्ट केला, तशी मनू वगैरे प्राचीन काळातील हिंदू शास्त्रकारांनी धर्मबंधनांच्या आधारे निर्माण केलेली मानसिक गुलामगिरीही त्यांनी नष्ट केली. हे मनू वगैरे शास्त्रकार कसे होते? तर शास्त्रीबुवांच्या मते, ते मोठ्या मनाचे होते; पण त्यांना दूरदृष्टी नव्हती. म्हणून त्यांच्याकडून समाजात भेदाभेद निर्माण करणारी मानसिक (खरे तर ती सामाजिकही होती) गुलामगिरी उत्पन्न झाली! शास्त्रीबुवा पुढे म्हणतात की, अशाच प्रकारची मानसिक गुलामगिरी आधुनिक काळातील

'रूढ आचाराचे अनुसरण करणाऱ्या अनेक नरश्रेष्ठां'नी निर्माण केलेली होती. ती शाहू महाराजांनी दूर केली. म्हणून शिवछत्रपतींप्रमाणेच शाहू महाराजांचे कार्य गौरवाला पात्र आहे.

पुढे वेदोक्ताचा प्रसंग उभा राहिला. शाहू महाराजांचे क्षत्रियत्व केवळ करवीरच्याच नव्हे, तर महाराष्ट्रातील तमाम ब्रह्मवर्गाने नाकारले. या ब्रह्मवर्गाचे नेतृत्व लो. टिळकांसारख्या राष्ट्रीय कीर्तीच्या पुढाऱ्याने केल्याने तर ब्रह्मविरोध पराकोटीस पोहोचला. परंतु महाराजांनी धैर्याने, संयमाने व चाणाक्ष बुद्धीने या सामाजिक संकटास तोंड दिले. शेवटी प्रतिपक्षास पराभूत करून त्यांना आपले क्षत्रियत्व जाहीरपणे मान्य करण्यास त्यांनी भाग पाडले. हा सर्व इतिहास वाचकांना ज्ञात आहेच.

शास्त्रीबुवा या संदर्भात लिहितात, ''ही गोष्ट खूप काळपर्यंत सगळीकडे सर्वांच्या वादविवादाचा विषय बनून राहिली. कोळ्याच्या जाळ्यात अडकलेल्या मोठ्या माशांनी जाळे वर ओढले जाण्याच्या वेळी उगाचच धडपडावे, त्याप्रमाणे ब्राह्मणांनी आपल्या बाजूची सत्यता पटविण्यासाठी उगाचच स्वतःला कष्टविले. दोन्ही पक्षांच्या हालचालींचे संपूर्ण वर्णन करणे अनावश्यक आहे. या सगळ्याचे सार एवढेच की, त्या वेळी ब्राह्मणांचा पक्ष अधिक बलवान असला, तरी त्याला तत्त्वाचे अधिष्ठान नसल्यामुळे त्याचे प्रयत्न निष्फळ ठरले. याउलट, महाराज तत्त्वाधिष्ठित असल्यामुळे आणि त्यांच्याकडे चातुर्य असल्यामुळे त्यांचा प्रयत्न सफल झाला.''

या संपूर्ण वेदोक्त प्रकरणात ब्रह्मवर्गाचा किती दोष होता, याचीही चिकित्सा शास्त्रीबुवांनी आपल्या पद्धतीने केली आहे. ते म्हणतात, ''याबाबत आम्ही ब्राह्मणांनाही फार दोषी ठरवणार नाही. ब्राह्मणांचे त्या वेळचे ज्ञान, संस्कार आणि इतरही विविध कारणे ध्यानात घेतली, तर त्यांचे तसे वागणे हेच स्वाभाविक होते, असे कळून चुकते. त्यांच्या हृदयात महाराजांविषयी विद्वेषाचा लवलेशही मुळीच नव्हता. इतरांप्रमाणेच ब्राह्मणही त्यांच्यावर प्रेम करीत होते. परंतु वेदोक्त पद्धतीने विधी करणे हे आपण नरकात पडण्यास कारणीभूत होईल, अशी कल्पना त्यांच्या निष्कपट मनाने केली होती. त्यामुळे आपले पारलौकिक सुख पाहण्यासाठी ते तसे वागले. म्हणून त्यांना अज्ञानाखेरीज दुसरे दूषण लावणे योग्य नव्हे, असा आमचा तर्क आहे.'' - (परिच्छेद आठवा)

शाहू महाराजांना ब्राह्मणांनी वेदोक्त प्रश्नावर जो विरोध केला, तो

त्यांच्या अज्ञानापोटी होता, पारलौकिक सुखासाठी होता; तसेच त्यांच्या हृदयात महाराजांविषयी विद्वेषाचा लवलेशही नव्हता, असले तर प्रेमच होते, हा शास्त्रीबुवांचा 'तर्क' शाहूचरित्राच्या आधुनिक अभ्यासकांना पटणे अवघड आहे.

शाहू महाराज व लो. टिळक या दोघांविषयी शास्त्रीबुवांच्या मनात कमालीचा आदर होता. दोघांनीही आपले जीवन समाजाच्या उद्धारासाठीच वाहिलेले होते, हा त्यांचा विश्वास योग्यच होता. तथापि, दोघांचे मार्ग भिन्न भिन्न होते. शाहू महाराज सामाजिक सुधारणांना अग्रक्रम देत होते, तर लो. टिळक राजकीय सुधारणांना (स्वराज्याच्या हक्कांना) प्रथम पसंती देत होते. स्वराज्याची चळवळ थेट इंग्रज राज्यकर्त्यांच्याच विरोधात असल्याने लो. टिळक त्यांचे शत्रू झाले होते. शास्त्रीबुवांच्या मते, त्यामुळे शाहू महाराज लो. टिळकांच्या मार्गाचे अनुसरण करू शकत नव्हते किंवा आपला कार्यभार त्यांच्याबरोबर ते विभागून घेऊ शकले नाहीत. इंग्रजांना संशय येणार नाही, अशा प्रकारच्या लोकहिताच्या मार्गानेच त्यांनी सदैव अनुकरण केले.

शास्त्रीबुवा पुढे म्हणतात, "इंग्रजांना मान्य नसलेल्या मार्गाचा आश्रय घेणे म्हणजे आपल्या अधिकाराचा व कामाचाही विध्वंस करणे, हे त्यांना (महाराजांना) स्पष्ट दिसत होते. त्यामुळे त्या मार्गाने जाणाऱ्या महामानवांनाही (लो. टिळक) त्यांनी अशा रीतीने दूर ठेवले की कालांतराने ते लोक (म्हणजे टिळकपंथीय) त्यांना स्वराज्यद्रोहीदेखील मानू लागले. इंग्रजांनी ज्यांचा द्वेष केला ते महान जनहितकर्ते (लो. टिळक) देखील जेथे जेथे यांना भेटले, तेथे तेथे त्यांनी त्यांच्याकडे विरोधक म्हणूनच पाहिले." (परिच्छेद दहावा). शाहू-लो. टिळक यांच्यामधील परस्परांविषयीच्या संबंधाबद्दल शास्त्रीबुवांनी केलेली टिप्पणी इतिहासाला धरूनच आहे.

काही अपवाद सोडल्यास कोल्हापुरातील तत्कालीन समस्त ब्राह्मण समाज महाराजांच्या विरोधात गेला होता. वेदोक्ताच्या संघर्षात तर हा विरोध शिगेला पोहोचला होता. त्या दरम्यान कोल्हापुरातील ब्राह्मण शाहू महाराजांविषयी काय बोलत होते, कसे कसे शिव्याशाप देत होते, हे शास्त्रीबुवांनी कोल्हापूर नगरपालिकेच्या एका उदाहरणावरून स्पष्ट केले आहे. संस्थानच्या राज्यकारभाराच्या इतर खात्यांप्रमाणेच कोल्हापूर नगरपालिकेतही ब्राह्मणांचेच वर्चस्व होते. अधिकाराच्या सर्व पदांवर त्यांचीच नेमणूक होत असे. त्यांचा कारभार कसा चालू होता यावर प्रकाश टाकताना

शास्त्रीबुवा लिहितात, ''प्रजेचे सुख वाढविण्याच्या हेतूने कररूपाने जमा केलेली खूपशी रक्कम योग्य कामे न करताच गायब होत असे. तेल नसल्यामुळे रस्त्यांवर दिवे तेजाने प्रकाशत नव्हते. रस्त्यांची दुरुस्ती होत नसल्यामुळे तेथील खड्डे दरारोज वाढत होते. नळाला वेळेवर पाणी येत नव्हते. अशा रीतीने नरपालिकेचा सगळा कारभार अव्यवस्थित आहे, हे पाहून इ. स. १९०४ मध्ये महाराजांनी तिचे सर्व व्यवहार रोखून धरले आणि अन्यायाचा तपास करण्यासाठी एका अधिकाऱ्याची नेमणूक केली.'' (परिच्छेद दहावा)

शाहू महाराजांनी अशा प्रकारे नगरपालिकेतील अकार्यक्षम कारभाराची चौकशी करण्यासाठी आपल्या खास अधिकाऱ्याची नेमणूक करताच ब्राह्मण समाजात शाहूद्वेषाचा जणू भडकाच उडाला. शास्त्रीबुवा म्हणतात, ''याने हजारो ब्राह्मणांचे शरणस्थान असलेल्या आपल्या उपाध्यायांना निराधार बनविले. त्यांचे अधिकार काढून घेतले. मठातील आचार्यांची संपत्ती ब्राह्मणांनी बहिष्कार घातलेल्या दुसऱ्या स्वामींना दिली. विजापूरकर नावाच्या आचार्यश्रेष्ठ विद्वान ब्राह्मणाला कारण न सांगता निर्वासित केले. अब्राह्मणांच्या घरी वेदोक्त मंत्रांचा प्रयोग करून आचारभ्रष्ट झालेल्या ब्राह्मणांनी नगरदेवता महालक्ष्मी भ्रष्ट केली. पन्नास टक्के अधिकारपदे ब्राह्मणांना द्यावीत, असा नियम याने केला. अशा प्रकारची कार्ये ब्राह्मणांच्या हिताची तत्काळ हानी करणारी आहेत, हे पाहून ती बिनदिक्कत करून टाकली. अशा रीतीने ते ब्राह्मण 'हा फक्त अब्राह्मणांचा पक्षपाती आहे, ब्राह्मणांचा द्वेष्टा आहे आणि भोसलेवंशावरचा कलंकच आहे,'' अशा प्रकारे त्यांची निंदा करू लागले.'' - (परिच्छेद दहावा)

वेदोक्ताच्या संघर्षकालात प्रो. विजापूरकरांसारख्या विद्वान ब्राह्मण पंडितांनीही अशा प्रकारच्या तीव्र भावना वेळोवेळी व्यक्त केल्या होत्या, अशी इतिहासाची साक्ष आहे.

तेरावे प्रकरण संपूर्णपणे शाहू महाराजांच्या अस्पृश्योद्धाराच्या कार्याला दिले गेले आहे. त्यामध्ये महाराजांनी अस्पृश्यतानिवारण करण्यासाठी प्रत्यक्षात कोणकोणत्या उपाययोजना केल्या आणि प्रसंगपरत्वे अस्पृश्यतेच्या विरोधात कसे विचार मांडले, याचे दिग्दर्शन शास्त्रीबुवांनी विस्ताराने केले आहे. प्रकरणाच्या सुरुवातीसच त्यांनी एक वचन उद्‌धृत केले आहे. ते असे - **''एखाद्या विद्वानाने दीर्घ काळ शोध घेतला तरी जी वेदांमध्ये सापडत**

नाही, मुनिगणांनी जी स्मृतींमध्ये कोठेही गुंफलेली नाही, ती अस्पृश्यता ईश्वराची प्राप्ती करून देणारी आहे आणि आपल्या धर्माच्या नियमानुसार आहे, असे उगाचच मानणारे हे ब्राह्मण म्लेंच्छ वगैरेंनाही आनंदाने स्पर्श करतात, पण अंत्यजांना दूर लोटतात, ही गोष्ट धिक्कार करण्यासारखी आहे. ।।१।।'' (परिच्छेद तेरावा)

अस्पृश्यतेचा उगम कसा झाला असावा याविषयी चर्चा करून अस्पृश्यतेच्या आचरणाने देशाचे केवढे मोठे नुकसान झाले. यासंदर्भात शास्त्रीबुवा म्हणतात : ''मनुष्य पूर्वजन्मी केलेल्या पुण्यकर्मामुळे व पापकर्मामुळे उच्च वा नीच जातीमध्ये जन्माला येतो, असे मानणाऱ्या भारतीय लोकांनी त्या सर्वच अस्पृश्यांना दूर लोटले. ते (अस्पृश्य) देखील हा आपल्या कर्माचा परिणामच असून, आपण तो टाळू शकत नाही, असे मानू लागले. असे मानून अजूनही भारतात अनेक जण आयुष्य कसे तरी कष्टपूर्वक घालवीत आहेत, त्यांनी कार्य आणि अकार्य यांचा विवेक सोडून दिला आहे आणि ते दुराचारात मग्न होऊनच वावरत आहेत. जगाच्या कोणत्याही भागात अस्पृश्यांचा एवढा मोठा समुदाय दिसत नाही. श्रुती आणि स्मृती यांनी ज्यांना अस्पृश्य मानले, तेच हे पापी लोक, असा काही जणांनी उपदेश केला आणि इतरांनी त्यावर विश्वास ठेवला. त्यामुळे कोट्यवधी लोकांचा समूह विनाकारण वाया गेला.'' - (परिच्छेद तेरावा)

अस्पृश्यतेस श्रुती (वेद) आणि स्मृतिग्रंथ यामध्येही काही आधार नसल्याबद्दल ते म्हणतात, ''अस्पृश्यतेच्या संदर्भात श्रुतीचा शोध घेतला असता 'ही जात अस्पृश्य आहे, हे काम करणाऱ्यांचा स्पर्श टाळावा', असे विद्वानांनी स्पष्टपणे लिहिलेले वचन कोठेही आढळतच नाही.''

''स्मृतिमध्ये मात्र 'अन्त्ययोनि' म्हणून वर्णिलेल्या काही जाती आहेत; परंतु सध्या आपण त्यांना अस्पृश्य मानत नाही. त्यांच्याविषयी पुढील अर्थाचा श्लोक आढळतो -

''धोबी, चर्मकार, नट, बुरूड, कोळी, मेद आणि भिल्ल या सात अन्त्य योनी होत ।।१।। हल्ली यांच्यापैकी कोणत्याही माणसाला आपण अस्पृश्य मानत नाही.'' (परिच्छेद तेरावा)

शास्त्रीबुवांच्या उपरोक्त विवेचनामधील अस्पृश्यतेसंबंधी विधाने काही ठिकाणी परस्परविरोधी व गोंधळात टाकणारी आहेत. असे जरी असले, तरी शाहू महाराजांनी अस्पृश्य समाजाच्या शिक्षणासाठी निर्माण केलेल्या

सुविधा, सार्वजनिक ठिकाणी अस्पृश्यता पाळण्यास बंदी करण्यासाठी अमलात आणलेले कायदे, शासकीय व राजवाड्यांवरील सेवेत अस्पृश्यांच्या केलेल्या नेमणुका, वेठबिगार प्रथेचे निर्मूलन इत्यादी अनेक सुधारणांची दखल घेत चरित्रकाराने शाहू महाराजांनी अनेक परिषदांमधून अस्पृश्यता निवारणाच्या संदर्भात जे विचार मांडले होते, याचा यथासांग परामर्श घेतलेला आहे.

पुढच्या प्रकरणात करवीर संस्थानात 'अब्राह्मणांच्या जागृतीचे प्रयत्न' कोणते झाले व कोणी केले, याचे विवेचन आलेले आहे. त्यामध्ये कोल्हापुरात झालेली सत्यशोधक समाजाची स्थापना, डॉ. कुर्तकोटींची शंकराचार्य म्हणून झालेली नेमणूक, ब्राह्मणेतर पुरोहितांची योजना, क्षात्रजगदगुरुपदाची निर्मिती आणि अस्पृश्यांसह बहुजनांच्या उद्धाराचे शाहू महाराजांनी घेतलेले व्रत इत्यादी बाबी येऊन जातात. या सर्वांमध्ये सत्यशोधक समाजाविषयीचे शास्त्रीबुवांचे मत हे तत्कालीन ब्राह्मण वर्ग हा सत्यशोधकी समाजाकडे व त्याच्या कार्यकर्त्यांकडे कोणत्या नजरेने पाहत होता, या गोष्टीचे निदर्शक आहे.

सत्यशोधक समाज हा 'मोठ्या मनाच्या कित्येक श्रेष्ठ विद्वानांनी' सुरू केलेला असला तरी त्यास अनुरूप असे अनुयायी मिळाले नाहीत, असे सांगून शास्त्रीबुवा पुढे म्हणतात, "निरक्षर, इतिहासाचे ज्ञान नसलेले, प्रज्ञेची निपुणता नसलेले, असभ्य आचार करण्याचा मोह असलेले, असेच अनेक ब्राह्मण बहुधा त्यामध्ये सामील झालेले होते. त्यामुळे हा समाज चांगल्या बुद्धीने सुरू करण्यात आला असला तरी आणि प्रथम केवळ विचावंतांच्या दृष्टीने हास्यास्पद असला, तरी काळाच्या ओघात बहुसंख्य लोकांच्या दृष्टीने आणि विशेषतः महाराष्ट्रातील विद्वान ब्राह्मणांच्या दृष्टीने अनर्थकारक आणि विद्वेषाचा विषयच बनला. कारण, या समाजात सामील झालेले अब्राह्मण सभांमध्ये ब्राह्मणांची विनाकारण खोटीनाटी निर्भर्त्सना करू लागले. स्त्रियांचा अवमान करू लागले. घरांची जाळपोळ करू लागले. शेते लुटू लागले. शेतकऱ्यांना शेती करण्यापासून रोखू लागले. मुंडण करण्याच्या बाबतीत नाभिकांना, कपडे धुण्याच्या बाबतीत धोब्यांना, विक्री करण्याच्या बाबतीत दुकानदारांना, सेवा करण्याच्या बाबतीत सेवकांना, कामे करण्याच्या बाबतीत कर्मचाऱ्यांना अडवू लागले. फार काय ब्राह्मण लोकांना भोजन वगैरे पदार्थ मिळू नयेत, त्यांना कोणतेही व्यवहार करता

येऊ नयेत आणि निराधार होऊन त्यांनी आपल्या स्थानीच मरण प्राप्त करावे, या बुद्धीने जे जे मनाला वाटेल आणि आवश्यक असेल, ते ते सर्व अब्राह्मणांचा उत्कर्ष करण्याच्या बुद्धीने करू लागले. अशा रीतीने हा उपक्रम जरी अज्ञानातून निर्माण झालेला असला, विद्वान लोकांना अमान्य असला, काही विधायक घडवू शकत नसला आणि फक्त ब्राह्मणांच्या द्वेषातून निर्माण झालेला असला, तरी एक गोष्ट घडली. ब्राह्मण ब्रह्मदेवाच्या मुखातून जन्मले आहेत, त्यामुळे ते विद्वान नसले तरीदेखील इतरांनी त्यांच्या सेवेत तत्पर राहावे, असे जे मत इतर लोकांच्या मनामध्ये दृढमूल झाले होते, ते खूप लोकांच्या मनातून नाहीसे झाले, यात शंका नाही.'' - (परिच्छेद चौदावा)

शास्त्रीबुवांनी वर नमूद केलेल्या सर्वच गोष्टी खोट्या होत्या असे नाही; तसेच सर्वच गोष्टी खऱ्या होत्या असेही नाही. सत्यशोधक जलशांमधून सत्यशोधक शाहीर व कार्यकर्ते ब्राह्मण समाजातील केशवपनासारख्या दुष्ट रूढींवर, ब्राह्मण सावकार करीत असलेल्या सावकारीवर, तसेच कुलकर्णी लोकांच्या कृष्णकृत्यांवर घणाघाती प्रहार करीत होते. एवढेच नव्हे, तर त्यांच्या लोकजागृतीच्या प्रभावी उपक्रमांमुळे अनेक गावी लोकांनी ब्राह्मण समाजावर बहिष्काराचे शस्त्र उगारले होते. उदाहरणार्थ, अनेक ठिकाणी ब्राह्मण विधवांचे मुंडण करण्यास नाभिकांनी नकार दिला होता, अन्यायी ब्राह्मण सावकारांच्या जमिनी कसण्याच्या संदर्भात रयत लोकांनी त्यांच्यावर बहिष्कार टाकून इतरांनाही ती कसण्यास प्रतिबंध केला होता, या गोष्टी खऱ्या आहेत. काही गावी रयत, नाभिक यांच्याबरोबर इतर बलुते-आलतेदारांनीही बहिष्कार टकल्याच्या घटना घडत होत्या. पण त्याबरोबर सत्यशोधक ब्राह्मण स्त्रियांचा अवमान करत होते, त्यांच्या घरांची जाळपोळ करत होते, त्यांची घरेदारे लुटत होते, त्यांच्या विहिरी बुजवून टाकत होते, एवढेच नव्हे तर ब्राह्मणांना कोणताच व्यवहार करता येऊ नये अशी परिस्थिती निर्माण करून त्यांना निराधार अवस्थेत मरण यावे अशी कृत्ये ते करत होते, हे आरोप मात्र खरे नव्हते. पण प्रत्येक सामाजिक चळवळीत अशा प्रकारचे आरोप-प्रत्यारोप होत असतात, हे आपण लक्षात घेतले पाहिजे.

सर्वसाधारणपणे सन १९२० ते १९३० या दरम्यान या सत्यशोधक चळवळीचा मोठा जोर होता. ग्रामीण भागात तर या चळवळीने मोठी

जनजागृती घडवून आणली होती. त्याचबरोबर अनेक गावी ब्राह्मण-ब्राह्मणेतर समाजातील झगडे विकोपाला जाऊन एकमेकांवर खोटेनाटे आरोप केले जात होते. त्या काळी वृत्तपत्र क्षेत्रात ब्राह्मणांचीच मक्तेदारी असल्याने त्यांच्या वृत्तपत्रांतून 'सत्यशोधकांचे अत्याचार' या नावाने रकानेच्या रकाने भरून मजकूर प्रसिद्ध होत असे. त्यातून उभयपक्षी फौजदाऱ्या, कोर्टकचेऱ्या हे प्रकार होऊ लागले. महाराष्ट्रातील सर्वच वातावरण अशा प्रकारे ढवळून निघत असता कोल्हापूरच्या शाहू महाराजांचे प्रोत्साहन या सत्यशोधकांना आहे, त्यांच्याच चिथावणीने सत्यशोधक ब्राह्मण समाजावर अत्याचार करतात, असे आरोप ही वृत्तपत्रे करू लागली होती. एवढेच नव्हे, तर खुद्द ब्रिटिश सरकारही त्याबाबत शाहू महाराजांकडे ब्रिटिश मुलुखात होणाऱ्या ब्राह्मण-सत्यशोधक बखेड्यांविषयी चौकशी करू लागले होते. तेव्हा 'सत्यशोधक समाजाची मते मला पटत असली तरी मी सत्यशोधक समाजाचा अनुयायी कधीच नव्हतो आणि महाराष्ट्रात चालू असलेल्या सत्यशोधक चळवळीशी माझा काही संबंध नाही,' असे महाराजांना जाहीर करावे लागले. सार्वभौम सत्तेचा एक मांडलिक राजा म्हणून शाहू महाराजांना आपले सत्यशोधक समाजाविषयीचे असे धोरण जाहीर करावे लागले होते; हे लक्षात घेतले पाहिजे. याचे दुसरे कारण असे की, शाहू महाराजांनी आपल्या संस्थानच्या बाहेरच्या सामाजिक चळवळीत लक्ष घालू नये; असे ब्रिटिश सरकारलाही वाटत होते आणि तिसरे कारण असे की कोल्हापूर संस्थानच्या बाहेर सत्यशोधक व ब्राह्मण समाज यांच्यात निर्माण होणाऱ्या बखेड्यांची कायदेशीर जबाबदारी महाराज स्वीकारू शकत नव्हते. एका परीने ते योग्यच होते. त्यांच्या मते, कोल्हापूर संस्थानच्या बाहेर सत्यशोधक चळवळीवर ते नियंत्रण ठेवू शकत नव्हते. स्वाभाविकच या चळवळीची जबाबदारीही त्यांच्यावर येत नव्हती.

अर्थात, सुज्ञ वाचकांना हे ज्ञात आहेच की, शाहू महाराज हे हाडाचे सत्यशोधक होते; तसेच त्यांच्याच प्रेरणेने व साहाय्याने महाराष्ट्रात सत्यशोधक समाजाचे पुनरुज्जीवन होऊन सत्यशोधक समाजाच्या तत्त्वांचा फैलाव सर्व महाराष्ट्रभर झाला होता. तरीसुद्धा इंग्रज सरकारचा मांडलिक या नात्याने, कोल्हापूर राज्याचा एक संस्थानिक या नात्याने, त्यांना उपरोक्त धोरणाचा जाहीरपणे स्वीकार करावा लागला होता. सामाजिक राजनीतीचा एक डावपेच म्हणून आज आपण त्याकडे पाहिले पाहिजे.

शाहू महाराजांचे व्यक्तिमत्त्वच असे तेजस्वी, धिप्पाड आणि प्रभावी होते की त्यांच्या काळातच ते एक आख्यायिकाच बनून राहिले होते. त्यांच्या हयातीतच त्यांच्या तेज बुद्धिमत्तेच्या आणि अचाट शारीरिक शक्तीच्या कथा, दंतकथा सर्व महाराष्ट्रभर पसरल्या होत्या. त्यांपैकी काही कथांचा, आठवणींचा, परामर्श घेण्यासाठी चरित्र लेखकाने खास एक प्रकरण खर्ची घातले आहे. त्यामध्ये सर्कशीत पिसाळलेल्या नरभक्षक वाघिणीस माणसाळविण्याचा प्रयोग, प्रयाग क्षेत्री छत्रपतींचे अचाट भोजन, उद्दाम घोड्यांच्या रथाला अपघात, जखमी हत्तीची शस्त्रक्रिया, छत्रपतींचे विषयुक्त औषधांचे सेवन, अरण्यात अस्वलाशी झुंज, पंचगंगेच्या पुरात रेडेडोह पार, भूल न घेता शस्त्रक्रिया इत्यादी अनेक अदभुत कथा रसा शैलीत सांगितल्या आहेत. त्यातील महाराजांच्या अचाट भोजनाविषयीच्या गोष्टी या दंतकथेत मोडल्या जाणाऱ्या आहेत, तर वाघिणीवरचा माणसाळविण्याचा प्रयोग, अस्वलाशी झुंज या गोष्टी मात्र प्रत्यक्ष घडलेल्या आहेत.

शेवटच्या प्रकरणात चरित्रलेखकाने शाहू महराजांच्या महान कार्याचे यथोचित शब्दांत वर्णन केलेले आहे. 'शिवछत्रपतींनंतर महाराष्ट्रातील क्षत्रिय वंशाला अलंकृत करणारा हा असामान्य नरश्रेष्ठ' अशा शब्दांत शास्त्रीबुवा महाराजांचा गौरव करतात : "बुद्धी, वैभव, शरीर, पुत्रपौत्र इ. संपदा आणि सामान्य लोकांच्या आवाक्यापलीकडील इतरही विविध वैशिष्ट्यांनी युक्त असलेले, महान कार्य करण्याची क्षमता असलेले आणि सर्व लोकांचे हित साधण्याच्या बाबतीत जागरूक असलेले महाराजांसारखे असामान्य नरश्रेष्ठ या जगात क्वचितच आणि केव्हा तरीच जन्माला येतात. येथे हिंदराज्याची स्थापना करणाऱ्या आद्य शिवरायांनंतर आजपर्यंत महाराजांसारख्या कोणा मानवाने क्षत्रिय वंशाला अलंकृत केलेले नाही, असे जे काही श्रेष्ठ विद्वान म्हणतात, त्यामध्ये थोडीदेखील असत्यता नाही, हे निःसंदिग्ध होय. प्रतिकूलता आणि विरोध यांची पर्वा न करता त्यांनी आपल्या छोट्याशाच आयुष्यात पूर्वी कोणीही केले नव्हते असे अत्यंत महान सामाजिक कार्य केले. ते कार्य पार पाडत असताना आपले स्वतःचे हित अथवा आपले मित्र वा बांधव यांचे हित नष्ट झाले, तरी त्यांनी स्वार्थबुद्धीचा विचार केला नाही आणि अशा हितहानीबद्दल कधीही थोडेही मनाला लावून घेतले नाही." (परिच्छेद सोळावा)

महाराज राज्यावर येण्यापूर्वी कोल्हापूर संस्थान अनेक कारणांनी ऱ्हासाला

गेले होते. महाराजांनी त्याची अनेक अंगांनी समृद्धी घडवून आणली, असे मत मांडताना शास्त्रीबुवा म्हणतात, ''त्यांनी राज्यकारार स्वीकारण्यापूर्वी हे करवीर राज्य वेगवेगळ्या कारणांनी अत्यंत हीन अवस्थेला पोहोचले होते. ते राज्य त्यांनी अधिकार, संपत्ती, सन्मान, ज्ञान, गौरव वगैरेंनी शक्य तितके पूर्ण केले. केवळ स्वतःच्या राज्यातील नव्हे, तर त्या राज्याच्या बाहेर असलेले सर्व भारतीय लोक आणि विशेषतः अब्राह्मण आपले अधिकार ओळखतील आणि आपल्या उद्धाराचा मार्ग जाणतील, अशी परिस्थिती महाराजांनी निर्माण केली, ती त्यामुळेच होय. महाराजांचे कार्य अल्पकाळात सफल होणारे नव्हते. त्यामुळे आपल्या छोट्याशा आयुष्यात महाराज ते कार्य जरी पूर्णत्वाला नेऊ शकले नाहीत, तरीदेखील स्वतःच्या उन्नतीचा जो मार्ग पूर्वी कोणीही दाखविला नव्हता, तो मार्ग त्यांनी सर्व लोकांना दाखविला आणि समाजातील सर्व लोक योग्य वेळी उत्कर्ष पावतील ,असे कार्य केले.'' - (परिच्छेद सोळावा)

लाटकरशास्त्री यांनी आपल्या चरित्रग्रंथासाठी मुख्यतः प्रो. अण्णासाहेब लठ्ठे यांच्या शाहूचरित्रावर भिस्त ठेवलेली आहे. तसे त्यांनी आपल्या 'आत्मनिवेदना'त स्पष्ट नमूद करूनही ठेवले आहे. त्याशिवाय, कोल्हापूर संस्थानचे माजी दिवाणसाहेब तर सबनीस आणि न्यायाधीश रावब. आर. पी. सावंत या दोन शाहूकालीन व्यक्तींकडूनही 'चरित्रलेखनास उपयुक्त माहिती' मिळाल्याचे त्यांनी म्हटले आहे.

मुळात शास्त्रीबुवा हे संस्कृत साहित्याचे पंडित आहेत. ते काही इतिहासकार नाहीत. स्वाभाविकच इतिहासकारांच्या लिखाणात ऐतिहासिक नोंदीचा जो अचूकपणा आवश्यक आणि अपेक्षित असतो, तो त्यांच्या लिखाणात आढळत नाही. त्यामुळे सातारच्या (थोरले) शाहू महाराजांना औरंगजेब बादशहाने मराठ्यांमध्ये यादवी घडवून आणण्यासाठी आपल्या कैदेतून मुक्त केले. (परिच्छेद - एक) अशा प्रकारची काही चुकीची विधाने त्यांच्याकडूनही केली गेली आहेत.

पुढे एके ठिकाणी शाहू छत्रपतींनी आपल्या राज्यात शिवजयंती उत्सवास बंदी घातली होती, असे त्यांनी म्हटले आहे : (परिच्छेद दहावा). तथापि, अशा प्रकारे बंदीचा कोणताही पुरावा कागदोपत्री उपलब्ध नाही. तथापि, शिवाजी महाराजांच्या नावाने स्थापन झालेल्या आणि दहशतवादी कामात भाग घेणाऱ्या 'शिवाजी क्लब' नावाच्या संघटनेस मात्र शाहू महाराजांनी

बंदी घातली होती, हे खरे. 'शिवजयंती' आणि 'शिवाजी क्लब' या दोहोंमध्ये शास्त्रीबुवांची काही तरी गफलत झाली आहे, हे निश्चित. तथापि, त्यांच्या कलाकृतीचा विषय जरी ऐतिहासिक असला, तरी अधिकतर साहित्यिक गुणांनी मंडित झालेली असल्यामुळे तिच्यात इतिहासाच्या अशा काही त्रुटी राहून गेल्या आहेत, असेच शेवटी म्हणावे लागेल. अर्थात, ज्या ज्या ठिकाणी या त्रुटी लक्षात आल्या आहेत, त्या त्या ठिकाणी आम्ही संपादकीय तळटीपात त्या दुरुस्त केलेल्या आहेत. त्यांची दखल वाचक घेतीलच, यात शंका नाही.

या चरित्रग्रंथाचे एक वैशिष्ट्य म्हणजे शास्त्रीबुवांनी आपल्या या चरित्रग्रंथात अनेक प्रतिष्ठित लोकांचे आणि विद्वानांचे अभिप्राय समाविष्ट केलेले आहेत. त्या सर्वांनीच शास्त्रीबुवांच्या लेखनशैलीचे भरभरून कौतुक केले आहे. सर परशुराम भाऊ कॉलेजचे संस्कृत व मराठीचे प्राध्यापक के. ना. वाटवे यांनी म्हटले आहे- "या चरित्रग्रंथाचे नायक हे मराठा साम्राज्याच्या महान संस्थापकांचे एक वंशज आहेत. मी जेव्हा हे नायक आणि काळाकडून सन्मान लाभलेली संस्कृत भाषा यांचा एकसमयावच्छेदेकरून विचार करतो, तेव्हा मला तत्क्षणी या ग्रंथाशी समान असलेल्या संस्कृत ग्रंथांची आठवण होते. बाणाचे हर्षचरित, बिल्हणाचे विक्रमांकदेवचरित आणि इतर काही ग्रंथ त्यांपैकी होत."

सुप्रसिद्ध मराठी साहित्यिक वि. स. खांडेकर यांनीही शास्त्रीबुवांच्या संस्कृत भाषेवरील प्रभुत्वाचे कौतुक करताना, "आकाशातील मेघमालेचे प्रतिबिंब एखाद्या विस्तीर्ण जलाशयात पडावे त्याप्रमाणे बाणभट्टाच्या प्रौढ गंभीर शैलीचे दर्शन शास्त्रीबुवांच्या या रचनेत होते," असे वर्णन केलेले आढळते. याशिवाय कोल्हापूर संस्थानचे प्रधान मंत्री डी. ए. सुर्वे, टीचर्स कॉलेजचे प्राध्यापक बा. रा. कोलटकर, राजाराम कॉलेजचे मराठीचे प्राध्यापक द. सी. पंगू, कोल्हापुरातील प्रसिद्ध वकील ग. रं. कुलकर्णी-हळदीकर, पुण्याचे ख्यातकीर्त साहित्यिक न. चिं. केळकर, मुंबईच्या विल्सन कॉलेजचे संस्कृतचे प्राध्यापक ह. दा. वेलणकर प्रभृतींचे अभिप्राय चरित्रलेखकाने ग्रंथामध्ये दिलेले आहेत. या सर्वच विद्वानांनी शास्त्रीबुवांच्या संस्कृत भाषेवरील असामान्य प्रभुत्वाबद्दल आणि प्रौढ गंभीर शैलीबद्दल कौतुकाने लिहिले आहे; तसेच या शाहूचरित्र ग्रंथास कोल्हापूर दरबाराने राजाश्रय द्यावा, अशी आशा प्रकट केली आहे. तथापि, कोल्हापूर दरबाराने शास्त्रीबुवांच्या या

कलाकृतीस राजाश्रय दिला की नाही, हे मात्र आज समजू शकत नाही.

प्रस्तावनेच्या प्रारंभी सांगितल्याप्रमाणे प्रस्तुतचा चरित्रग्रंथ हा शाहू महाराजांवरील पहिला व एकमेव संस्कृत ग्रंथ आणि तोही समकालीनाकडून रचला गेलेला असल्याने त्याचे महत्त्व अभ्यासकांना आहेच; शिवाय आणखी एका दृष्टिकोनातून या ग्रंथाचे महत्त्व आहे, ते म्हणजे शाहू महाराजांच्या कार्याविषयी, तसेच सत्यशोधक समाजाविषयी तत्कालीन ब्राह्मण समाजाची काय प्रतिक्रिया होती, हे ग्रंथांतर्गत विखुरलेल्या अनेक विधानांवरून समजून येते. त्यावरून तत्कालीन वरिष्ठ वर्णाच्या मनःस्थितीचेही दर्शन होते.

हा चरित्रग्रंथ वाचताना एक गोष्ट लक्षात येते की, शाहू महाराजांचे चरित्र हा जसा अभ्यासकांच्या संशोधनाचा विषय झालेला आहे, तसा शाहू महाराजांचे चरित्रकार हाही एक त्यांच्या संशोधनाचा विषय होऊ शकतो; आणि भविष्यात असा कोणी संशोधनाचा विषय निवडला, तर 'लाटकरशास्त्री - एक शाहू चरित्रकार' म्हणून त्या संशोधकास त्यांची दखल घ्यावी लागेल. त्यांच्या संशोधनासाठी आम्ही शास्त्रीबुवांचे मराठीत आणलेले शाहूचरित्र एक महत्त्वाचा साधनग्रंथ ठरणार आहे. अशा या शाहू चरित्राचे महाराष्ट्रातील तमाम शाहूप्रेमी आणि इतिहास अभ्यासक स्वागतच करतील, अशी आम्हास खात्री वाटते.

◆

२०

'विजयी मराठा'तील राजर्षीशाहू दर्शन

गेल्या दोन-तीन दशकांत राजर्षी शाहू छत्रपती महाराज यांच्या कारकिर्दीची अनेक स्वरूपांची ऐतिहासिक साधनसामग्री प्रसिद्ध झालेली आहे; अद्यापिही ती सातत्याने प्रकाशित होत आहे. त्यामध्ये शाहू छत्रपतींचा पत्रव्यवहार, आदेश, हुकूमनामे, जाहीरनामे, भाषणे इत्यादींचा जसा समावेश होतो, तसा त्यांच्या समकालीन नियतकालिकांचाही अंतर्भाव होतो. अशा नियतकालिकांत त्या वेळच्या मुकुंदराव पाटील यांचा 'दीनमित्र', भगवंतराव पाळेकरांचा 'जागृती', वा. रा. कोठारींचा 'जागरूक', श्रीपतराव शिंदे यांचा 'विजयी मराठा', श्यामराव भोसले यांचा 'राष्ट्रवीर' या प्रमुख ब्राह्मणेतर वृत्तपत्रांचा निर्देश अवश्य केला पाहिजे. त्यातही श्रीपतराव शिंदे यांच्या 'विजयी मराठा' याचे स्थान काहीसे वेगळे मानले पाहिजे. याचे कारण एक तर श्रीपतराव हे कोल्हापूरचे होते आणि दुसरे म्हणजे त्यांच्या व्यक्तिमत्त्वाच्या जडणघडणीत खुद्द शाहू छत्रपतींचा मोठा वाटा होता. त्यामुळे श्रीपतरावांची छत्रपतींविषयीची निष्ठा, आदरभाव व ममत्व कणभरही कधी कमी झाले नाही, उलट उत्तरोत्तर ते वाढत गेल्याचे दिसून येते.

श्रीपतराव शिंद्यांचा 'विजयी मराठा'

१ डिसेंबर, १९१९ रोजी श्रीपतराव शिंदे यांचा 'विजयी मराठा' पुण्यात सुरू झाला आणि मग पुढे तो सन १९३३ पर्यंत चालत राहिला. शाहू महाराजांचे कार्य ऐन जोमात असता 'विजयी मराठ्या'चे पदार्पण झाले होते. महाराज दि. ६ मे, १९२२ रोजी निधन पावले. याचा अर्थ महाराजांच्या

डॉ. जयसिंगराव पवार व श्री. विजयराव शिंदे संपादित 'विजयी मराठा : राजर्षी शाहू दर्शन' या ग्रंथाची प्रस्तावना.

कारकिर्दीच्या शेवटच्या पर्वाचा 'विजयी मराठा' साक्षीदार होता. केवळ साक्षीदारच नव्हे, तर महाराजांच्या अनेक कार्यांत सहभागीही होता. महाराजांना शत्रूस्थानी मानणाऱ्या पुण्याच्या 'केसरी'च्या हल्ल्यांना जबरदस्त प्रतिकार करून तो प्रतिहल्ले चढवीत होता; महाराजांची सामाजिक व राजकीय आघाडी सांभाळत होता. अशा या 'विजयी मराठा' चे तत्कालीन अंक हे शाहूचरित्राची किती मौल्यवान साधने बनून राहिली असतील, याचे विवरण येथे खुलाशाने करावे असे नाही.

आमचे दुर्दैव असे की, बरोबर याच कालखंडाच्या म्हणजे डिसेंबर, १९१९ ते नोव्हेंबर, १९२१ या काळाच्या 'विजयी मराठा'च्या संचिका गहाळ झाल्या आहेत. श्रीपतरावांचे चिरंजीव माधवराव यांच्याकडून कोल्हापूरातील एका सामाजिक कार्यकर्त्याने त्या काही संदर्भासाठी मागून नेल्या, त्या पुन्हा परत आल्याच नाहीत. त्या गहाळ झाल्या. शाहूचरित्राचा अनमोल साधनांचा ठेवाच असा नाहीसा झाला. आम्ही खूप तपास केला; पण त्यांचा मागमूस काही आजपावेतो लागलेला नाही. पण आमच्या मनात एक अंधूकशी आशा आहे की या संचिका एक ना एक दिवस आमच्या हाती लागल्याशिवाय राहणार नाहीत.

शाहू महाराजांच्या कारकिर्दीतील 'विजयी मराठा'चा महाराजांच्या कार्यावरील एकच अग्रलेख उपलब्ध झाला आहे. त्याची तारीख आहे ३ एप्रिल, १९२२, पुढे लवकरच महाराज निवर्तले. त्यामुळे 'विजयी मराठा'तील महाराजांवरील नंतरचे अग्रलेख येतात ते मृत्युलेखांच्या स्वरूपातील आहेत. त्याचबरोबर महाराजांच्या मृत्यूचे पडसाद देशभर व देशाबाहेरही कसे उमटले, महाराजांच्या शत्रू-मित्रांच्या त्याबद्दलच्या प्रतिक्रिया काय होत राहिल्या, याचे वास्तववादी दर्शन 'विजयी मराठा'च्या १९२२-२३च्या अंकांतून घडते. त्यानंतर पुढेही 'विजयी मराठा' मधील अग्रलेख, लेख, स्फुट, कविता, वाचकांची पत्रे इत्यादी स्वरूपात महाराजांच्या कार्यावरील साहित्य प्रसिद्ध होतच गेले. हे सर्व साहित्य म्हणजे महाराजांच्या कार्याचे समकालीनांकडून झालेले मूल्यमापनच होते आणि त्या अर्थाने शाहूचरित्राची ही महत्त्वाची साधने आहेत, असे आमचे प्रामाणिक मत आहे. आता ही सर्व साधने एकत्रित स्वरूपात प्रस्तुतच्या ग्रंथात प्रसिद्ध होत आहेत. शाहू छत्रपतींच्या भावी चरित्र अभ्यासकांना तसेच सर्वसामान्य शाहूप्रेमींनाही ती उद्बोधक वाटतील, अशी आम्हास आशा आहे.

अभ्यासाच्या सोयीसाठी आम्ही 'विजयी मराठा' मधील शाहू चरित्राच्या साधनांची पाच विभागांत वर्गवारी केली आहे. ते विभाग असे : १) अग्रलेख २) स्फुट विचार ३) विविध लेख ४) संकीर्ण साहित्य आणि ५) बातमी/वृत्तान्त, संकीर्ण साहित्याच्या विभागात अनेक संस्थांची निवेदने, पोवाडे, कवने इत्यादींचा समावेश आहे. प्रसिद्ध जहाल सत्यशोधक विचारवंत दिनकरराव जवळकर यांची 'आग्यावेताळ' या टोपण नावाने शाहू महाराजांवरील कविता याच विभागात आलेली आहे.

शाहू महाराजांच्या हयातीमधील अग्रलेख

आज आपल्या हाती असलेल्या 'विजयी मराठा' मधील शाहू महाराजांच्या हयातीमधील शेवटचा अग्रलेख दि. ३ एप्रिल, १९२२चा आहे, हे सांगून झालेच आहे. या अग्रलेखाचे शीर्षक आहे 'अस्पृश्योद्धार'. त्यामध्ये ब्रिटिश सरकारने अस्पृश्य समाजाच्या प्रगतीसाठी कोणती पावले उचलली पाहिजेत, हे सांगत असताना महाराजांनी आपल्या राज्यातून 'अस्पृश्यते'चे उच्चाटन करण्यासाठी कोणकोणत्या उपाययोजना केल्या आहेत, याचा निर्देश श्रीपतरावांनी केलेला आहे. ते लिहितात,

"राजर्षी शाहू महाराजांना- ज्यांना टवाळ व मवाळ 'पुंड' स्वराज्यद्रोही असे म्हणत असतात- आपल्या संस्थानातून अस्पृश्यतेचे उच्चाटन केले असून, अस्पृश्य वर्गात उच्च शिक्षणाचा प्रचार व्हावा म्हणून त्यांच्याकरिता विद्यार्थी वसतिगृहे स्थापन केली आहेत. तसेच शिकलेल्या लोकांस संस्थानात नोकऱ्या देण्यात आल्या आहेत. संस्थानापुरतीच त्यांनी ही खटपट चालविली आहे असे नसून, ब्रिटिश हद्दीतही त्यांचे शक्य ते प्रयत्न चाललेले आहेत. त्यांच्या मदतीमुळेच नागपूर, नाशिक, पंढरपूर इत्यादी ठिकाणी बहिष्कृत विद्यार्थ्यांकरिता वसतिगृहे स्थापन झालेली आहेत. कित्येक विद्यार्थ्यांस ते उच्च शिक्षणाकरिता स्कॉलरशिप देत आहेत. मुंबईस निघत असलेले 'मूकनायक' पत्र हे त्यांच्याच मदतीचे फळ आहे. शिवाय इतर हरएक बाबतीत त्यांना मदत करण्यास त्यांनी केव्हाही माघार घेतलेली नाही."

दीन दुनियेचा वाली गेला!

यानंतर अवघ्या महिन्याभरात शाहू महाराज गेले. दुर्दैवाने त्यांच्यावर मृत्युलेख लिहिण्याचा प्रसंग श्रीपतरावांवर गुदरला. 'मृत्युलेख' ही पत्रकाराची त्याच्या पेशातील सर्वांत मोठी कसोटी असते. ही त्याच्या प्रतिभेचीही

कसोटी असते. गेलेल्या व्यक्तीच्या कार्याचे व व्यक्तित्वाचे मोजक्याच पण अचूक शब्दांत मूल्यमापन करायचे असते. महाराजांच्या मृत्यूने महाराष्ट्राच्या बहुजन समाजाची तर मोठी हानी झाली होतीच, पण वैयक्तिकरीत्या श्रीपतरावांवर दुःखाचा डोंगर कोसळला होता. अशा वेळी आपली वैयक्तिक दुःखभावना बाजूला ठेवून श्रीपतरावांनी महाराजांवरील उपरोक्त मृत्युलेखाला सुरुवातच अशी केली आहे :

"गेल्या शनिवारी प्रातःकाळी महाराष्ट्राचा जगविख्यात विजयी मराठा, दीन दुनियेचा वाली, ब्राह्मणेतरांचा पुढारी, सत्यपक्षाचा कैवारी, महाराष्ट्रातील गोरगरीब रयतेवर आपल्या निर्मळ प्रेमाचे कृपाछत्र धरणारा छत्रपती इहलोक सोडून गेला. महाराष्ट्राचा प्राण गेला. त्याची चैतन्यशक्ती विराम पावली. त्याच्या भावी लोकशाहीचा पाया घालणारा विश्वकर्मा एकाकी शांत झाला. भिक्षुकशाही प्राबल्याने दगडधोंडे बनविलेल्या गोरगरिबांच्या कानात साक्षरतेचा मंत्र फुंकून त्यांना आत्मत्वाची ओळख पटवून देणारा मांत्रिक बोलबोलता हातावर हात मारून कालपटलाच्या आड दडला. मुर्दाड ब्राह्मण वर्गाने स्वजातिवर्चस्वासाठी निर्माण केलेल्या उदररोगाचे उच्चाटन करण्यासाठी अंत्यजांना व अस्पृश्य भगिनी-बांधवांना आपल्या हृदयाशी प्रेमाने कवटाळून धरणारा सवाई एकनाथ स्वामी डोळ्याची पापणी लवते न लवते तोच समाधिस्थ झाला."

याच लेखात महाराजांच्या कार्याचे वर्णन करताना म्हटले आहे :

"राजकारणाच्या बुद्धिबळाचे डाव खेळून, कुटिल कारस्थानात मुरलेल्या केसरीकंपूच्या तिरप्या चालीच्या उंटावर अकल्पनीय मुत्सद्देगिरीची घोडदौडी मात करून, त्यांची बोटे त्यांच्याच डोळ्यात घालणारा 'एक्सपर्ट डिप्लोमेट'... चुटकीसरसा बगल मारून परलोकी गेला. महाराष्ट्राच्या नवजीवनशक्तीचा आत्मा गेला. श्रीमन्महाराज शाहू छत्रपती यांच्या आकस्मिक मृत्यूची बातमी जेथे जेथे गेली व जाईल तेथतेथली ब्राह्मणेतर रयत रक्तांची आसवे गाळील."

"छत्रपतींचे चरित्र हे अत्यंत स्फूर्तिदायक आहे. त्यांचे व्यवस्थित प्रमाणबद्ध चित्र ज्या वेळी बाहेर पडेल, त्या वेळी प्रत्येक विचारवंताला हेच कबूल करावे लागेल की, महाराष्ट्राचा राजकीय अधःपात झाल्या घटकेपासून गेल्या १०० वर्षांत असा कुशाग्र बुद्धीचा अष्टपैलू राजपुरुष महाराष्ट्रात पूर्वी कधी झाला नाही व पुढे कधी निर्माण होईल, ते सांगता येणार नाही.

राजकारणाच्या क्षेत्रात त्यांची मुत्सद्देगिरी एवढ्या वरच्या दर्जाची होती, त्यांची निर्णयशक्ती इतकी बिनतोड विवेकी होती आणि राजकीय गुंतागुंतीत कोणती गाठ कोठे फोडली म्हणजे कोणता धागा कसा मोकळा होईल, हे चटकन सांगण्याची त्यांची हातोटी इतकी शीघ्रसंवादी असे की, अनेक वेळा अडलेली राजकारणी उदाहरणे या पठ्ठ्याने चुटकीसरशी सोडवून दिली आहेत. या बाबतीत सर्व ब्राह्मणेतर संस्थानिकांचे ते भीष्माचार्य होते. छत्रपतींच्या मृत्यूने साम्राज्य सरकारचा एक विश्वासू राजकारणी दोस्त गेला व ब्राह्मणेतर संस्थानिकांचा 'राजकारणी गुरुवर्य' गेला, असाच इतिहासाचा निकाल कालपटलावर ग्रथित केला जाईल.''

श्रीपतरावांची भविष्यवाणी काळाने खरी ठरवली आहे. शाहू महाराजांना अगदी जवळून ज्यांनी निरखले आहे, ज्यांचा रागलोभही ज्यांनी अनुभवला आहे, ज्यांनी आपल्या जीवितकार्याची प्रेरणा शाहू महाराजांपासून घेतली आहे, त्या श्रीपतरावांचे हे हृदयांतरीचे उद्गार आहेत, हे आपण ध्यानात घेतले पाहिजे. महाराष्ट्राचा राजकीय अधःपात झाल्यापासून म्हणजे मराठ्यांचे राज्य बुडाल्यापासून गेल्या १०० वर्षांत शाहू छत्रपतींसारखा कुशाग्र बुद्धीचा अष्टपैलू राजपुरुष महाराष्ट्रात पूर्वी कधी झाला नाही व पुढे कधी निर्माण होईल ते सांगता येणार नाही, हे श्रीपतरावांचे इतिहासावरील भाष्य किती अचूक होते, हे इतिहासानेच दाखवून दिले आहे!

या अग्रलेखात महाराजांच्या कार्याचे वर्णन करत असता त्यांना श्रीपतरावांनी 'महाराष्ट्राचा जगविख्यात विजयी मराठा' असे विशेषण लावले आहे. मृत्युलेखातील श्रीपतरावांचा हा पहिला हुंदका आणि त्यांच्या प्राणप्रिय पत्राचे असणारे 'विजयी मराठा' हे नाव, हा काही निव्वळ योगायोग नाही. आपल्या पत्राचे नाव 'विजयी मराठा' असे ठेवीत असता श्रीपतरावांसमोर शाहू छत्रपतींचे बहुजनांच्या उद्धाराचे युगकार्य साक्षात उभे असावे, असा या ठिकाणी तर्क केला, तर तो चुकीचा होईल असे वाटत नाही!

महाराजांची अंत्ययात्रा व अंत्यविधी

'विजयी मराठा'च्या १५ मे, १९२२च्या अंकात शाहू महाराजांच्या अंत्ययात्रेचा व अंत्यविधीचा वृत्तान्त दिला गेला आहे. ६ मे रोजी पहाटे महाराज गेले. त्यांचे पार्थिव कोल्हापूरला मध्यरात्री पोहोचले. त्यानंतर त्यांची अंत्ययात्रा ७ मे रोजी शाही इतमामात नव्या राजवाड्याहून निघाली.

'विजयी मराठा' या अंत्ययात्रेचे वर्णन करताना म्हणतो :

'रात्री १.४५ वाजता श्रीमन्महाराजांचे शव पालखीत घालण्यात येऊन सर्व लवाजम्यानिशी स्मशानयात्रा पंचगंगेवरील घाटाकडे निघाली. स्मशानयात्रेबरोबर जहागीरदार, सरदार, मानकरी, ऑफिसर मंडळी, वकील, व्यापारी, सर्व दर्जाचे नागरिक आणि खेड्यापाड्याचे हजारो शेतकरी लोक खिन्न मुद्रेने व जड पावलाने चालले होते. इन्फंट्रीचे लोक आपल्या लवाजम्यानिशी बंदुका खाली करून म्लान मुखाने मार्गक्रमण करीत होते. रस्त्याच्या दुतर्फा उभ्या राहिलेल्या स्त्री-पुरुषांच्या तोंडून एकसारखे दुःखोद्‌गार निघत होते. सर्वांच्या नेत्रांतून अविरतपणे अश्रुप्रवाह चालला होता. अशा स्थितीत महाराजांची स्मशानयात्रा टाऊन हॉल, फेरिस मार्केट, गुजरी, गंगावेश या मुख्य रस्त्याने पंचगंगेवरील देवळात पहाटे पाच वाजता पोहोचली. नंतर चंदनाच्या चितेवर महाराजांचे शव ठेवण्यात येऊन त्यास अग्नी लावण्यात आला. इन्फंट्रीच्या लोकांनी बंदुकीची तीन वेळा फैर झाडून महाराजांना शेवटची सलामी दिली. एकवीस तोफा डागण्यात आल्या. महाराजांच्या देहाला अग्नीच्या ज्वाळा ग्रासीत आहेत हे पाहून लोकांच्या दुःखाचा कडेलोट झाला व सर्व मंडळी जड अंतःकरणाने परत फिरली.''

याच वृत्तात शेवटी म्हटले आहे की, महाराजांचा अंत्यविधी राजाराम महाराजांच्या आदेशानुसार ब्राह्मण पुरोहितांकडून न करता तो त्यांनी स्थापन केलेल्या वैदिक पाठशाळेतील विद्यार्थ्यांकडून केला गेला. दुसरे दिवशी म्हणजे दि. ८ मे रोजी महाराजांची रक्षा विसर्जित केली गेली.

शाहू महाराजांच्या निधनाच्या दुखवटा सभा व ठराव

शाहू महाराजांच्या निधनाची वार्ता वाऱ्यासारखी सर्वत्र पसरली. त्यांचे पार्थिव मुंबईहून कोल्हापुरास आणताना मार्गात हजारे लोकांनी त्यांचे अंत्यदर्शन घेऊन श्रद्धांजली वाहिली. महाराष्ट्रातील मुंबई, पुणे, केंजळ, सातारा, ठाणे, इंदापूर, अक्कलकोट, बार्शी, अकोट (वऱ्हाड), चौके (मालवण) इत्यादी ठिकाणी व महाराष्ट्राच्या बाहेर देवास, ग्वाल्हेर, नागपूर, इंदूर इत्यादी संस्थानांच्या राजधानीत दुखवट्याच्या सभा होऊन महाराजांच्या कार्याचे गौरव करणारे ठराव केले गेले. अशा सभांच्या व ठरावांच्या अनेक नोंदी 'विजयी मराठा' मध्ये दिल्या गेल्या आहेत.

भास्करराव जाधव या वेळी साताऱ्यात होते. तेथे शिंदे मास्तर यांच्या

अध्यक्षतेखाली झालेल्या सभेत त्यांचे व भाऊराव पाटलांचे भाषण झाल्याचे 'विजयी मराठा'च्या बातमीत म्हटले आहे. राजाराम महाराज व त्यांच्या मातुःश्री महाराणी लक्ष्मीबाईसाहेब यांच्या 'दुःख सांत्वनार्थ' इंदूरचे महाराज, बडोद्याच्या महाराणीसाहेब, देवासचे महाराज, मिरज-इचलकरंजीचे राजेसाहेब येऊन गेल्याचीही नोंद आहे.

पुण्यात लष्करात अस्पृश्य समाजाचे पुढारी शिवराम जानबा कांबळे यांच्या अध्यक्षतेखाली सोमवंशीय मंडळींची शोकसभा भरली. त्या सभेस पुणे, खडकी वानवडी व घोरपडी या ठिकाणांचा 'प्रचंड लोकसमुदाय' जमून दुखवट्याचा ठराव पास करण्यात आला. त्या प्रसंगी कित्येक वक्त्यांची 'हृदयद्रावक' भाषणे झाल्याचे 'विजयी मराठा'ने म्हटले आहे.

मुंबईतील कामगारांची दुखवट्याची जंगी मिरवणूक

शाहू छत्रपती व मुंबईतील कामगार यांचे फार जिव्हाळ्याचे नाते होते. मुंबईच्या कामगार वर्गासमोर महाराजांनी दिलेली दोन भाषणे, ही त्यांच्या जागतिक राजकारणाच्या अभ्यासाची व दूरदृष्टीची द्योतक होती. ज्या वेळी भारतात कम्युनिस्ट पक्षाचा जन्मही झाला नव्हता, तेव्हा कोल्हापूरचे छत्रपती भारतातील कामगारांना भांडवलशहांच्या विराधात एकजूट करायला सांगत होते! अशा या महाराजांच्या जाण्याने मोठे दुःख झाल्यास नवल नव्हते. त्यांनी रावसा. सीताराम बोले (एम.एल.सी.) या कामार नेत्याच्या अध्यक्षतेखाली १५ मे रोजी दुखवट्याची सभा भरवून दोन ठराव पास केले. त्यान्वये १८ मे रोजी दुखवटा पाळण्यात येऊन सर्व उद्योगधंदे बंद ठेवावेत आणि त्या दिवशी भजनी मेळाव्यासह एक मिरवणूक काढावी असे ठरले. तसेच मुंबईच्या कलेक्टरास विनंती करून मुंबईतील सर्व दारूची दुकानेही बंद ठेवावीत, असा ठराव केला गेला. या दुखवट्याच्या सभेला दोन हजार कामगार उपस्थित होते.

ठरल्याप्रमाणे १८ मे रोजी मुंबईत महाराजांच्या निधनाचा शोकदिन पाळण्यात आला. त्याला सर्वच क्षेत्रांतील कामगारांनी प्रचंड प्रतिसाद दिला. २२ मे रोजीच्या 'विजयी मराठा'त याविषयी जो वृत्तान्त प्रसिद्ध झाला आहे त्यात म्हटले आहे :

''सभेस दोन हजारांवर लोकसमुदाय जमला होता. ठरावाप्रमाणे गुरुवार हा जाहीर शोकाचा पाळण्यात आला. या दिवशी सुमारे वीस गिरण्या बंद

होत्या. गोदीतील बहुतेक कामगारांनी आपले काम बंद ठेविले होते. खटारेवाल्यांनीही आपले खटारे जोडले नाहीत. क्रॉफर्ड मार्केटातील मराठे लोकांनी अर्धा दिवस बाजार बंद ठेवला होता. मुळजी शहा मार्केटातील व लोखंडी जथ्यातील मराठा कामगारांनीही आपले काम बंद ठेवले होते. पल्यानेट मिलमधील ५०० लोकांनी गिरणी बंद ठेवण्याविषयी मॅनेजरास विनंती केली; पण ती मॅनेजरने मान्य केली नाही. परंतु कामगार लोकांनी कामावर न येण्याचा अढळ निश्चय व्यक्त केल्यामुळे शेवटी मॅनेजरास त्यांची विनंती मान्य करण्यास भाग पाडले. अस्पृश्य वर्गाच्या लोकांनीही आपला कामधंदा बंद ठेवला होता. सकाळी आठ वाजता भजनीमेळे, लेझीमवाले, दांडपट्टा, छडीपट्टा यांचे आखाडे यांची जंगी मिरवणूक निघाली. पीपल्स युनियन कामगार हितवर्धक सभा यांच्या स्वयंसेवकांची तुकडी काळे बावटे घेऊन मिरवणुकीच्या आघाडीस होती. मिरवणुकीबरोबर प्रचंड लोकसमुदाय होता. सोमवंशीय निराश्रित मंडळींचे मेळेही रस्त्यात मिळाले. याशिवाय पृथक भजनी मेळे शहरात निरनिराळ्या ठिकाणी निघाले होते. ही मिरवणूक बारा वाजता चौपाटीवर आली; तेथे रा. बोले, रा. वंडेकर यांची गुणवर्णनपर भाषणे होऊन महाराजांच्या आत्म्यास उत्तम गती द्यावी, अशी सर्वांनी ईश्वराची प्रार्थना केली आणि समुद्रस्नान केले. अशा रीतीने हा अत्यंत शोकदायक दिवस मुंबईच्या मराठा वगैरे मागासलेल्या व अस्पृश्य वर्गाच्या लोकांनी पाळून आपले श्री छत्रपतींविषयी प्रेम व आदर प्रदर्शित केला.''

मराठा लाईट इन्फंट्रीचा शोकसंदेश

ब्रिटिश साम्राज्याच्या प्रिन्स ऑफ वेल्सपासून ते मुंबईच्या गव्हर्नरापर्यंत अनेक जणांचे, तसेच महाराष्ट्रातील व महाराष्ट्राबाहेरच्या अनेक छोट्या-मोठ्या नगरवासीयांचे महाराजांच्या निधनानिमित्तचे दुखवट्याचे संदेश 'विजयी मराठा'त छापले गेले आहेत. तथापि, त्यांतील १०३ मराठा लाईट इन्फंट्री बटालियनने पाठविलेला संदेश विशेषत्वाने दखल घ्यावी असा आहे. शाहू छत्रपती या बटालियनचे ऑनररी कर्नल होते. त्यांच्या मृत्यूची बातमी समजताच मराठा इन्फंट्रीतील सैनिकांना झालेल्या दुःखाचे वर्णन दुखवट्याच्या संदेशात पुढीलप्रमाणे दिले आहे.

''आमच्या पलटणचे ऑनररी कर्नल छत्रपती शाहू महाराज यांच्या

मृत्यूची वार्ता समजताच आम्हास जे दुःख झाले, ते वर्णन करिता येईना. सर्व पलटण हाय हाय करून शोक करू लागली. 'आमचा हिरा हरवला, आमचा आज वाली गेला, आमचा तात गेला, परमेश्वरा, आमचेवर हा काय प्रसंग आणलास!' असे अनेक प्रकारे विलाप करून आम्ही शोकमय झालो आहोत. महाराजांचे दुःख एकट्या मराठा समाजास नव्हे, तर युरोपियन व मुसलमान बांधव, अस्पृश्य वर्ग, फार काय पण जेरुसलेम येथील सर्व धर्मांचे व पंथांचे लोक त्यांचे गुण आठवून त्यांची कीर्ती गाण्यात शोकमय झाले आहेत, असे आमच्या नजरेस आले आहे. इकडील लोकांस जर इतके दुःख होत आहे, तर प्रत्यक्ष ज्या लोकांस महाराजांनी मदत केली असेल, अशा ब्राह्मणेतर वर्गास किती दुःख होत असेल, याची कल्पनाच करणे अशक्य आहे. त्यापेक्षाही ज्या अस्पृश्य लोकांस ब्राह्मणी गुलामगिरीतून वर काढण्यास हजारो संकटे सोसून मदत केली असेल, अशा वर्गाचे तर काळीज फाटून त्यांची 'दे माय धरणी ठाय' अशी केविलवाणी स्थिती झाली असेल. त्याचप्रमाणे आर्य समाज व विशेषतः सत्यशोधक समाज यांची माता आज जगातून नाहीशी झाली म्हणून आक्रोश करीत असतील व त्यास आकाश फाटल्यासारखे होऊन 'माझी माय! माझी माय!' म्हणून वेडे झाले असतील. करवीरकडील शिपाई हा आमचा त्राता गेला, ज्याने आमच्याकरिता, इतरांकरिता आपले तन-मन-धन अर्पिले तो आमचा राजा, आमचा तात आम्हास सोडून गेला, म्हणून अनावर शोक करीत असतील. अशा प्रकारे व अनेक तऱ्हेने महाराजांचे गुण आठवून सर्व पलटण दुःखसागरात निमग्न झाली आहे."

हा दुखवट्याचा ठराव पाठविणारा बटालियनचा मराठा पुरोहित पिंपळेश्वर शिंदे हा एक सामान्य माणूस आहे. तो काही मोठा नेता अथवा विचारवंत नाही. महाराजांच्या मृत्यूने सामान्य माणसांना झालेले दुःख त्याने आपल्या साध्या भाषेत मांडले आहे. महाराज आर्य समाजाचे आश्रयदाते होते हे जगजाहीर होतेच, पण त्यांना या ठिकाणी 'सत्यशोधक समाजाची माता' असे शिंदे यांनी संबोधले आहे, हे शाहू चरित्राच्या अभ्यासकांना उद्‌बोधक ठरावे.

महाराजांच्या स्मारकाची पुण्यातील जाहीर सभा

महाराजांच्या निधनानंतर पुण्यात अनेक ठिकाणी दुखवट्याच्या सभा

झाल्या होत्या. त्यानंतर १९ जून रोजी पुण्यात महराजांचे भव्य स्मारक करावे, या हेतूने एक मोठी जाहीर सभा देवासचे अधिपती सर तुकोजीराव महाराज यांच्या अध्यक्षतेखाली पुण्याच्या कौन्सिल हॉलमध्ये आयोजित केली होती. त्या सभेस अक्कलकोटचे राजेसाहेब, कागलचे बापूसाहेब महाराज, ना. सर कावसजी जहागीर, सर माधवराव चौबळ, भोरचे युवराज, ना. सी. व्ही. मेथा, ना. खान बहादूर हिदायतुल्ला, सरदार मीर अहमदअली नवाबसाहेब, बॅ. रफिउद्दीन, जाफर हुसेन, गुरुवर्य वि. रा. शिंदे, वस्ताद गुलाम दस्तगीर, बाळा महाराज म्हैसाळकर, खानविलकर वगैरे कोल्हापूरचे सरदार अशी महाराष्ट्रातील मोठी प्रतिष्ठित मंडळी उपस्थित होती.

या प्रसंगी अनेक वक्त्यांनी शाहू महाराजांच्या कार्याचा गौरव करणारी भाषणे केली. गुरुवर्य शिंदे म्हणाले,

"महाराजांच्या निधनामुळे खरोखरी सर्वांपेक्षा अधिक अश्रुपात अस्पृश्यांचे आहेत. हीच त्यांच्या बहुजन सेवेची साक्ष आहे. शिवाजी महाराजांनी याच ठिकाणी जन्म घेतला, याच ठिकाणी हिंदुपदपातशाही स्थापन झाली आणि नाहीशीही झाली ती याच ठिकाणी. म्हणून स्मारक व्हावयाचे तेही याच ठिकाणी झाले पाहिजे." या ठरावास अनुमोदन देताना मि. बॅ. रफिउद्दीन म्हणाले, "महाराजांच्या स्मारकाबद्दल ब्राह्मण, ब्राह्मणेतर, मुसलमान सर्वांनी भाग घेतला पाहिजे. ते शिवाजी महाराजांच्या हाडामांसाचे होते. नीच दर्जाच्या माणसांस वर काढणे, ही त्यांची इच्छा होती. त्यांच्या पोलिटिकल शत्रूंनीदेखील त्यांच्याबद्दल आदर व्यक्त केलाच पाहिजे."

नंतर वस्ताद गुलामदस्तगीर (हिंदीत) म्हणाले, "माझ्या मनाला सध्या अतिशय दुःख होत आहे. मराठ्यांना किंवा अस्पृश्यांना वाईट वाटत असेल, परंतु त्यांच्या जाण्याने पहिलवान लोकांचे अपरिमित नुकसान झाले आहे. मोठ्या निराशेची गोष्ट की, आम्हांला आपले अंतःकरण दाखवावयास ते आज हयात नाहीत. खरे स्मारक म्हणजे त्यांच्या जागी जिवंत व्यक्ती जोपर्यंत पुढे येत नाही, तोपर्यंत आम्हाला दुःख होणारच. पुण्याचे लोकांपासून त्यांच्या शवाची मोटार बाजूस नेली नसती, तर सर्व पुणेकर त्यांच्या मोटारीसमोर आडवे पडले असते. परंतु मोठी शरमेची गोष्ट आहे की, त्यांचे शव येथे असता काही लोक सत्यनारायण करीत होते, तर कोणी पेढे वाटीत होते, असे मी ऐकतो, (धिःकार) त्या दिवशी बहुजन समाजापैकी प्रत्येक मनुष्य फुलांचे हार घेऊन त्यांच्या मोटारीकडे धावत जात असताना

दिसत होता. त्यांचे गुण जितके गावे तितके थोडे आहेत.''

यानंतर सभेत दोन प्रमुख ठराव पास झाले. पहिला म्हणजे महाराष्ट्राच्या केंद्रस्थानी असलेल्या पुण्यात महाराजांचा पुतळा उभा करावा आणि दुसरा म्हणजे महाराजांनी बहुजन समाजाच्या उद्धाराचे जे जे प्रयत्न केले, ते ते प्रयत्न करणारी एखादी संस्था स्थापन करावी. यानंतर उपस्थितांना स्मारक फंडाचे आवाहन केले गेले. भावनगर, इंदूर, जत, देवास, अक्कलकोट, सावंताडी इत्यादी संस्थानिकांमार्फत व भोपेराव, म्हैसाळकर, खानविलकर आदी सरदारांकडून जागच्या जागी बऱ्याच मोठ्या रकमेचे आकडे जाहीर झाले. त्याची यादीही 'विजयी मराठा'त दिलेली आहे. त्यामध्ये शिवराम जानबा कांबळे, श्रीपत रामजी थोरात, रामचंद्र माणकजी कांबळे इत्यादी अस्पृश्य समाजाच्या पुढाऱ्यांचीही नावे आहेत.

वरील वृत्तान्तात पुण्यातील पहिलवान मंडळींचे पुढारी, वस्ताद गुलाम दस्तगीर यांनी आपल्या भाषणात 'महाराजांच्या मृत्यूने हर्षभरीत होऊन काही लोकांनी सत्यनारायण केल्याचे, पेढे वाटल्याचे म्हटले आहे.' वस्तादांनी आपल्या रोखठोक भाषेत या मंडळींचा समाचार घेतला आहे. आज ही गोष्ट इतिहासजमा झाली असली तरी, पुण्यातील वर्णवर्चस्ववादी मंडळींचा शाहू महाराजांविषयी द्वेष किती पराकोटीला पोहोचला होता, हे दिसून येते.

१९२२ सालातील आणखी एका घटनेची नोंद 'विजयी मराठा'ने केलेली आहे. त्यांचा नागपूरचा बातमीदार कळवितो की २७ डिसेंबर रोजी नागपुरात ना. श्रीनिवास शास्त्री यांच्या अध्यक्षतेखाली मवाळांची एक परिषद झाली. त्यामध्ये मि. माँटेग्यूसाहेबांच्या अभिनंदनाचा ठराव, तसेच हिंदी लष्करात वरिष्ठ जागा हिंदी लोकांना देण्याबाबतचा ठराव, असे अनेक ठराव मंजूर केले गेले. पण या परिषदेत कोल्हापूरच्या शाहू छत्रपतींच्या निधनाबद्दल दुःख व्यक्त करणारा गवई (गणेश आकाजी गवई) यांनी मांडलेला दुखवट्याचा ठराव पास होऊ शकला नाही.

महाराजांच्या निधनानंतर पुण्याच्या काही शाहूद्वेषी मंडळींनी सत्यनारायण केला, पेढे वाटले, हे त्यांच्या बुद्धीच्या कोतेपणाचे, तसेच त्यांच्या असंस्कृतपणाचे लक्षण होते, असे मानले तरी ना. श्रीनिवास शास्त्री व त्यांचे मवाळ सहकारी ही अखिल भारतीय पातळीवरची सुसंस्कृत व विद्वान नेतेमंडळी होती. ती कोणी 'सत्यनारायण' करणारी सामान्य माणसे नव्हती. त्यांना शाहू महाराजांचा दुखवट्याचा साधार ठरावही करण्याचा

मनाचा मोठेपणा अथवा सुसंस्कृतपणा दाखविता आला नाही, याचे मोठे आश्चर्य वाटते. दलित-पतित व मागासवर्गीयांच्या उद्धाराचे व्रत घेतलेले शाहू छत्रपती हे त्यांचे वैचारिक विरोधक असतीलही; पण त्यांचे शत्रू तर खास नव्हते! पण हिंदी राजकारणामधील मवाळांनी हे दाखवून दिले की ते शाहू महाराजांना त्यांचे शत्रू मानत होते! 'मरणान्तानि वैरानि' ही भारतीय संस्कृतीची उज्ज्वल परंपरा त्यांनी विसरावी, महाराजांसंबंधाचा इतका द्वेष जर श्रीनिवास शास्त्रींसारखा उच्चविद्याविभूषित, उच्चपदस्थ हिंदी नेत्यामध्ये निर्माण झाला असेल,तर महाराजांनी किती प्रतिकूल परिस्थितीत आपले कार्य पुढे नेले असेल, याची अंधूकशी कल्पना यायला हरकत नसावी.

अस्पृश्य पुढारी गवई यांची प्रतिक्रिया

नागपूरच्या मवाळांच्या परिषदेत ज्या गवईंनी शाहू महाराजांच्या दुखवट्याचा ठरावाचा आग्रह धरला होता, त्या गवईंची प्रतिक्रिया 'विजयी मराठा'ने उद्‌धृत केलेली आढळते. महाराजांच्या स्वर्गवासाने विव्हल होऊन ते म्हणतात,

''ज्या वर्गाची प्रत्यक्ष देवादिकांनाही दया आली नाही, ज्या वर्गाच्या दैन्यावस्थेकडे त्यांनी जाणूनबुजून कानाडोळा केला, त्या आम्हा अस्पृश्य मानलेल्या जनांचा उद्धार करण्यासाठी श्री शाहू छत्रपती पुढे सरसावले. खचित, ते आम्हाला बुद्धगुरूप्रमाणे वाटत होते आणि आम्ही त्यांना इतका मान देत होतो की, खुद्द सृष्टिकर्ता परमेश्वरही आम्हाला त्यांच्यापेक्षा अधिक मानार्ह वाटत नव्हता.''

गणेश आकाजी गवई हे अस्पृश्य समाजाचे झुंजार नेते व आद्य पत्रकार होते. 'बहिष्कृत भारत' नावाच्या पत्राचे संपादकही होते. त्या पत्रात त्यांनी लिहिलेल्या मृत्युलेखात शाहू छत्रपती म्हणजे 'आमचा अब्राहम लिंकन' असा गौरव केलेला आहे.

...आणि पश्चात्ताप पावलेल्या एका गृहस्थांची प्रतिक्रिया

'विजयी मराठा'ने गवईंच्या उपरोक्त प्रतिक्रियेखालीच विष्णू विठ्ठल ओक नावाच्या ब्राह्मण गृहस्थाची अमेरिकेहून प्रबोधनकार के. सी. ठाकरे यांना पाठविलेली प्रतिक्रिया दिली आहे. हे गृहस्थ अमेरिकेत गेले. तेथे गेल्यावर तेथील व्यक्तिस्वातंत्र्यवादी व समतावादी समाज पाहिल्यावर आपल्या देशातील जातिभेदाने व उच्चनीचतेच्या भावनेने ग्रासलेल्या समाजाची

त्यांना चीड आली. जगाच्या दृष्टीने आपण किती मागासलेले आहोत, याची जाणीव त्यांच्या ठिकाणी उत्पन्न झाली. त्यातच जातिभेद व सामाजिक विषमता याविरुद्ध लढणाऱ्या शाहू महाराजांच्या मृत्यूची वार्ता त्यांना अमेरिकेत समाजातच त्यांनी आपली प्रतिक्रिया प्रबोधनकारांना कळविली. ते म्हणतात :

"कै. शाहू छत्रपतींच्या आकस्मिक मृत्यूची बातमी वाचून मला फार वाईट वाटले. लौकिक बाजूने मी ब्राह्मण असलो, तरी माझे ब्राह्मणी हृदय अमेरिकेत पाय ठेवताच गेल्यामुळे या बातमीचा माझ्यावर विलक्षण परिणाम झाला. महाराजांच्या दीनोद्धारक चळवळीचे मर्म पूर्वी माझ्या कल्पनेत नीटसे बसले नव्हते, हे मी कबूल करितो आणि याचे कारण मुंबई इलाख्यातल्या ब्राह्मणी पत्रांनी त्यांच्या कार्याचा सर्वत्र पसरविलेला विपर्यास, हे होय. पुजारीपणाचा किंवा धार्मिक श्रेष्ठतेचा अधिकार एकट्या ब्राह्मणांसच का असावा? हा जाहीर सवाल जेव्हा शाहू छत्रपतींनी टाकला, त्या वेळी मला थोडीशी चीड आली व रागही आला. कारण माझ्या सभोवतालचे वातावरणच तसे होते. पण आता या अमेरिकेने 'व्हाय अॅन्ड हाऊ' 'का आणि कसे'च्या देशाने डोळे उघडले आहेत. खरोखर, छत्रपतींच्या कामगिरीचे महत्त्व विशेष आहे. या निर्लज्ज आणि हलकट भिक्षुक, बडवे, पंड्या अॅन्ड कंपनीचा समूळ नायनाट होऊन, जेव्हा धर्माचे व धर्मोपासनेचे द्वार हर एक हिंदूला अभेदभावाने खुले होईल, तोच आमच्या राष्ट्रोद्धारकाचा गुढीपाडवा होय. बिचारी अजाण जनता, विचार करण्याची तिची बुद्धीच नष्ट झालेली आहे. जो उठला तो गतानुगतिक, पूर्वजपरंपरेचा कोरडा दिमाख मारून, शेळ्या-मेंढ्यांप्रमाणे वाटेल त्या आचरट निर्बंधामुळे मान वाकविणारा! असे का? म्हणून प्रश्न विचारण्याची हिंमतच नाही. उच्चवर्णीय म्हणविणाऱ्या लोकांतही त्याच्या सद्य:स्थितीची खरी जाणीव उत्पन्न करण्याचे काम कठीण होऊन बसले आहे. माझ्यात अमेरिकेने केलेली विचारक्रांती हीच की, मी सर्व खऱ्याखुऱ्या तत्त्वनिष्ठ सत्यशोधकांचे प्रेमाने अभिनंदन करण्यास तयार आहे. दीन दुनियेच्या उद्धाराचे राष्ट्रकार्य हाती घेणाऱ्या कोल्हापूरच्या राजघराण्याकडे मी आशाळभूताप्रमाणे नजर लावून बसलो आहे. कारण छत्रपती महाराज हे सामाजिक व धार्मिक क्रांतीचे अलीकडच्या काळातले गौतम बुद्ध होते व ही त्यांची कार्य-परंपरा त्याचे युवराज चालवितील अशी आश, प्रत्येक राष्ट्रहितेच्छुकाला लागणे वाजवी आहे."

ही प्रतिक्रिया वाचल्यावर असे वाटते की, महराष्ट्रातील ब्रह्मवर्गाचे

काही पुढारी इंग्लंडऐवजी अमेरिकेला गेले असते, तर त्यांच्यामध्ये विचारक्रांती होऊन दृष्टीत आमूलाग्र बदल झाला असता व पुढे जे ब्राह्मण-ब्राह्मणेतर वादाचे स्वरूप तीव्रतर बनत गेले, तसे ते झाले नसते.

मद्रासच्या ब्राह्मणेतर नेत्यांकडून गौरव

मद्रास इलाख्यात ब्राह्मणेतर चळवळीचा 'जस्टिस पार्टी'च्या स्वरूपात उदय झाला होता. या चळवळीतील मद्रासकडील ब्राह्मणेतर चळवळीचे संस्थापक डॉ. माधवन नायर आदी पुढाऱ्यांनी शाहू छत्रपतींचे घनिष्ठ संबंध प्रस्थापित झाले होते.

जानेवारी १९१९ मध्ये महाराजांची डॉ. नायर यांच्याशी भेट होऊन उभयतांत ब्राह्मणेतर चळवळीच्या भावी कार्यक्रमाविषयी विचारविनिमयही झाला होता. जुलै, १९१९ मध्ये डॉ. नायर यांचे निधन झाल्याचे कळल्यावर महाराजांना मोठा धक्का बसला होता. त्यांनी डॉ. नायर यांच्या स्मरणार्थ एक शिष्यवृत्ती निर्माण केली.

पुढे २७ जुलै, १९२० रोजी कर्नाटकात हुबळी येथे 'कर्नाटक ब्राह्मणेतर सामाजिक परिषद' भरली होती; त्या परिषदेस अध्यक्ष या नात्याने शाहू महाराज उपस्थित राहिले होते. सर त्यागराज चेट्टी यांच्यासारखे मद्रासच्या ब्राह्मणेतर पक्षाचे अनेक पुढारी या परिषदेला हजर होते. या प्रसंगी शाहू महाराजांनी केलेली दोन भाषणे इतिहासप्रसिद्ध आहेत.

महाराजांच्या निधनानंतर मद्रासच्या ब्राह्मणेतर पक्षाच्या सर त्यागराज चेट्टी व डॉ. नटेश मुदलियार या दोन मोठ्या नेत्यांची गौरवपूर्ण श्रद्धांजली 'विजयी मराठा'ने प्रसिद्ध केली आहे. मूळ श्रद्धांजली इंग्रजीत असून, त्याचा मराठी अनुवादही देण्यात आला आहे. तो असा :

सर त्यागराज चेट्टी यांनी म्हटले आहे :

"श्री शिवाजी महाराजांचे एक वंशज या नात्याने श्रीशाहू छत्रपती महाराज जरी एक राजे होते, तरी ते लोकसत्तावाद्यांतील लोकसत्तावादी (a democrat of democrats) आणि खालच्या जातींचे पाठीराखे होते. त्यांचे चरित्र असे काही अलौकिक होते की, ते ब्राह्मणेतरांच्या आणि अस्पृश्य मानलेल्या वर्गांच्या चळवळीतील एक दांडगी शक्तीच होऊन बसले होते. ब्राह्मणेतरांच्या चळवळीचा सर्व हिंदुस्थानभर प्रसार करून तिला राष्ट्रीय स्वरूप (All India Movement) देणे, हे महाराजांचे ध्येय होते."

डॉ. नटेश मुदलियार म्हणतात :

"महाराजांच्या ठिकाणी जगन्नियंत्याचे पितृप्रेम आणि मानवांचे बंधुप्रेम (Fatherhood of God and brotherhood of humanity) ही केंद्रीभूत झाली होती आणि या दोन्हींचा उपयोग त्यांनी मानव जातीची अंतःकरणपूर्वक सेवा करण्यात केला. जरी ते आज शरीररूपाने आमच्यातून नाहीसे झाले आहेत, तरी त्यांचा आत्मा येथे नव्हे, सर्व हिंदुस्थानातील ब्राह्मणेतरांमध्ये घुटमळत आहे. ब्राह्मणेतरांच्या चळवळीस जर कोणी जोराने गती दिली असेल, तर ती महाराजांनीच."

पुढे मद्रास शहरी जस्टिस पार्टीतर्फे शिवजयंती उत्सव साजरा केला गेला, त्या वेळी भरलेल्या सभेत अध्यक्षपदावरून बोलताना पानगलच्या राजेसाहेबांनी (राजा पी. रामराव विमगार यानी) शाहू छत्रपतींविषयी उद्‌गार काढले होते की, "भगवान बुद्ध आणि सम्राट अशोक यांच्यानंतर हिंदुस्थानातील सिंहासनाधिष्ठित राजकुलात एवढीच व्यक्ती लोकोद्धार करणारी जन्मली."

मद्रासच्या ब्राह्मणेतर पक्षाचे मुखपत्र 'जस्टिस' याने लिहिले आहे की, महाराजांच्या निधनाने 'अखिल भारत वर्षातील ब्राह्मणेतरांच्या हक्कासाठी अंतकालापर्यंत झगडणारे त्यांचे मित्र आणि अस्पृश्यांचे भीमपराक्रमी 'वाली' आपल्यातून निघून गेले आहेत.

भारतातील शाहू महाराजांसारख्या एका संस्थानिकास 'democrat of democrats' म्हणून मद्रासच्या ब्राह्मणेतर पुढाऱ्यांनी गौरवावे आणि त्यांची तुलना भगवान बुद्ध व सम्राट अशोकाशी करावी, यापेक्षा महाराजांचा राष्ट्रीय पातळीवर अन्य कोणता गौरव असू शकतो! देशातील ब्राह्मणेतर चळवळीस गती देणारा नेता म्हणून महाराष्ट्राबाहेरचे नेते व विचारवंत महाराजांकडे पाहत होते, याचाही बोध वरील उद्‌गारातून होतो.

महाराष्ट्रातील वृत्तपत्रांच्या प्रतिक्रिया

शाहू छत्रपती महाराजांच्या निधनाच्या प्रतिक्रिया सर्व क्षेत्रांत उमटल्या. या संदर्भात महाराष्ट्रातील वृत्तपत्रे नेहमीप्रमाणे आघाडीवर होती. त्यामध्ये 'केसरी', 'ज्ञानप्रकाश', 'लोकसंग्रह' यांसारख्या ब्राह्मणी पत्रांचा, तसेच 'जागृती', 'राष्ट्रवीर', 'प्रबोधन' यांसारख्या ब्राह्मणेतर पत्रांचा प्रामुख्याने समावेश होता. या सर्वांनीच महाराजांच्या तेजस्वी बुद्धिमत्ता, असामान्य शरीरसामर्थ्य, साहसी वृत्ती, दीनदुबळ्यांचा कैवारी, राजकारणपटुत्व, दूरदृष्टी

इत्यादी अनेक गुणांचा गौरव केल्याचे आढळते. या सर्वच वृत्तपत्रांच्या प्रतिक्रियांचा परामर्श येथे स्थलाभावी घेता येणार नाही. तथापि, ज्या 'केसरी' ने त्यांच्याशी आयुष्यभर हाडवैर केले, त्याच महाराजांसंबंधीचा अभिप्राय मात्र पाहण्यासारखा आहे. 'केसरी'ने म्हटले आहे :

"महाराजांचे शरीर, गुण व बुद्धिगुण लक्षात घेता ते सामान्य मूर्तींचे मनुष्य नव्हते, ते कोणीही कबूल करील. शरीरसामर्थ्याच्या बाबतीत ईश्वराची त्यांना काही एक वेगळीच देणगी होती. सर्व हिंदुस्थानात शरीरबलाने त्यांच्या तोडीचा एकही संस्थानिक असेल असे वाटत नाही. अनेक मर्दानी खेळांत ते निष्णात होते. शिकार व पहिलवानगिरी या गोष्टी त्यांना अत्यंत प्रिय असत. त्यांच्या धिप्पाड शरीराच्या मानाने त्यांची शक्ती अचाट असे. महाराजांची बुद्धिमत्ताही अशीच मोठी होती व कारस्थानपटुता हा तिचा विशेष गुण असल्यामुळे, जुन्या काळी ते असते, तर त्यांना ऐतिहासिक कीर्ती लाभण्यासारख्या गोष्टी त्यांच्या हातून घडल्या असत्या, यात शंका नाही. धर्मशास्त्र, राजकारणशास्त्र, समाजशास्त्र या तिन्हींमध्ये वक्र बुद्धीचा नांगर खोल घालून सत्तेच्या बळावर शाहू महाराजांइतकी हल्लीच्या काळात दुसऱ्या कोणीही विचारी जमीन उलथीपालथी केली नसेल. त्यांनी केलेल्या मेहनत-मशागतीने कोणत्या प्रकारचे पीक आले हे लोकांना दिसतच आहे. तथापि, बाजूस पडलेल्या अनेक मनुष्य वर्गांना अपूर्व पुढारी मिळून त्यांची बुद्धिजागृती झाली हे जितके खरे, तितकेच महाराजांची उद्योगशीलता, प्रयत्नांची चिकाटी व ध्येयाची एकनिष्ठता लोकोत्तर होती, हेही खरे आहे."

ज्यांनी शाहू महाराजांची 'स्वराज्यद्रोही छत्रपती' म्हणून निंदानालस्ती केली होती ते न. चि. केळकर या वेळी 'केसरी'चे संपादक होते. समाजातील ९७ टक्के मागासवर्गीयांच्या हक्कासाठी लढा देणारे शाहू महाराज त्यांच्या दृष्टीने 'स्वराज्यद्रोही' होते! आणि या मागासवर्गीयांना हक्क नाकारणारे हे मूठभर वरिष्ठ वर्णाचे लोक मात्र स्वतःला 'स्वराज्याचे उपासक' समजत होते! महाराजांजवळ मोठी बुद्धिमत्ता व कारस्थानपटुता हे गुण होते, हे ते मान्य करतात; पण त्यांच्या 'वक्र' बुद्धीमुळे ते वाया गेले, याची खंत 'केसरी'कारांना वाटते. आज ९० वर्षांनी इतिहासाकडे आपण त्याचे 'जजमेंट' मागितले तर तो काय उत्तर देईल? वक्रबुद्धी कोणाची होती? खरे स्वराज्यद्रोही (म्हणजे स्वकीयद्रोही) कोण होते? शाहू छत्रपती की 'केसरी'कार केळकर?

बडोद्याच्या भगवंतराव पाळेकरांचे 'जागृति' हे ब्राह्मणेतर समाजाचे

प्रमुख पत्र त्यांचा अभिप्राय शाहू महाराजांचे राष्ट्रीय इतिहासातील स्थान व कामगिरी यांचे दर्शन घडविणारा आहे. पाळेकर म्हणतात :

"महावीर, बुद्ध आदी करून क्षत्रियांनी धर्माला उदार स्वरूप दिले व तेच काम आधुनिक काळी महाराष्ट्रामध्ये वेगळ्या प्रकारे कै. श्री शाहू छत्रपती महाराजांनी करून दाखविले. धर्माला उदार वळण देण्याची राजर्षींची परंपरा महाराजांनी कायम ठेविली व म्हणूनच त्यांना महाराष्ट्रातील मागासलेल्या व अस्पृश्य मानलेल्या वर्गाच्या लोकांमध्ये राजर्षी ही बहुमानाची पदवी प्राप्त झाली होती. एका अर्थी त्यांच्या नेहमीच्या राहणीमध्येही त्यांचा राजर्षीपणा दिसून येत असे. लोकसेवा हे त्यांचे ब्रीद होते; परंतु लोकाराधनेला ते बिलकूल महत्त्व देत नसत. महाराज हे ब्राह्मण जातीचे द्वेष्टे होते असे कित्येक समजतात; परंतु महाराज हे कोणत्याही विशिष्ट जातीचे द्वेष्टे नव्हते. त्यांचा वाद तत्त्वाचा होता. महाराजांच्या कामगिरीचे महत्त्व इतके आहे की, तिचा विकास झाला तर त्याच्या योगाने राष्ट्रीय चळवळीचा पाया पक्का मजबूत होणार आहे. या दृष्टीने राष्ट्रीय महापुरुषांमध्ये सन्मानपूर्वक त्यांची गणना करणे चुकीचे होणार नाही. महाराजांच्या अकालिक व आकस्मिक मृत्यूने त्यांच्या आवडत्या चळवळीला वज्राघाततुल्य धक्का बसला आहे, मराठा समाजाची कंबर खचून गेली आहे, सत्यशोधक समाजाच्या चळवळीचा उजवा हात गळून पडला आहे, आणि अस्पृश्य मानलेल्या वर्गातील लोकांच्या मस्तकावरील प्रेमाचे व औदार्यांचे छत्र मोडून पडले आहे."

धर्माला उदार वळण देणारा, खऱ्या अर्थाने राष्ट्रीय चळवळीचा पाया मजबूत करणारा 'राष्ट्रीय महापुरुष' असा 'जागृति'कारांनी केलेला गौरव अत्यंत उचित होता, असे म्हणावे लागेल. 'शाहू महाराज सत्यशोधक चळवळीचे पुरस्कर्ते नव्हते, एवढेच नव्हे तर विरोधक होते,' असा विचार मांडणाऱ्या इतिहासकारांच्या डोळ्यात पाळेकरांनी महाराजांना 'सत्यशोधक समाजाच्या चळवळीचा उजवा हात' असे संबोधून एक प्रकारचे अंजनच घातले आहे.

शाहू छत्रपती महाराजांचे स्मारक

महाराजांच्या निधनानंतर लगेचच काही दिवसांनी पॅलेस थिएटरमध्ये आबासाहेब पंत प्रतिनिधी यांच्या अध्यक्षतेखाली कोल्हापुरातील सरदार, वकील, व्यापारी आदी प्रतिष्ठित नागरिकांची सभा होऊन कोल्हापुरात

चांगल्या ठिकाणी महाराजांचा लाइफ साइज पुतळा उभारण्याचे ठरले.

पुढे आठवडाभरातच 'श्री शाहू स्मारका'चे कार्यकारी मंडळ जाहीर झाले. मंडळाचे अध्यक्ष म्हणून नूतन छत्रपती राजाराम महाराज, उपाध्यक्ष म्हणून मालोजीराजे घोरपडे (मुधोळ), जनरल सेक्रेटरी म्हणून देवासचे अधिपती सर तुकोजीराव पवार यांची निवड करण्यात आली. सेक्रेटरीज म्हणून कीर्तिवानराव निंबाळकर, श्रीपतराव शिंदे, भास्करराव जाधव, दाजीराव विचारे, सी. के. बोले, रामचंद्र वंडेकर इत्यादी त्या काळच्या नामांकित पुढाऱ्यांची नावे जाहीर झालेली आढळतात. हिशेब तपासनीस म्हणून दिवाण बहादूर सबनीस यांच्या नावाचा निर्देश आहे.

असे दिसते की राजर्षी शाहूंच्या कार्याचे समाजाला सतत स्मरण राहावे म्हणून त्यांच्या अनुयायांनी आणि त्यांच्या विचारांच्या कार्यकर्त्यांनी महाराष्ट्रात ठिकठिकाणी अनेक सामाजिक संस्था स्थापन करावयास प्रारंभ केला. उदाहरणार्थ कोकणात राव ब. दाजीराव विचारे यांच्या प्रयत्नांतून गुहागर येथे सभा होऊन ठिकठिकाणी 'श्री शाहू स्वराज्य संघ' स्थापन करण्याचा निर्णय झाला. याच सभेत गावोगाव प्राथमिक शाळा व निदान तालुक्याचे गावी एक ए. व्ही स्कूल व एक उत्तम बोर्डिंग स्थापन करण्याचा ठराव पास झाला. रत्नागिरीच्या थिबा पॅलेसमध्ये शाहू छत्रपतींच्या नावाचे एक कॉलेजही उघडण्याचे ठरविले गेले!

दि. २८ एप्रिल, १९२४ची 'विजयी मराठा'तील बातमी सांगते की राव ब. विचारे यांच्या खटपटीमुळे मालवण, वेगुर्ले, देवगड इत्यादी तालुक्यांतून अनेक गावी 'शाहू स्वराज्य संघा'च्या शाखा स्थापन झाल्या आहेत. खरे म्हणजे या संघाचे पुढे काय झाले, हा एक संशोधकांनी शोध घेण्याचा विषय आहे.

पुण्यामध्ये शाहू महाराजांच्या नावे अनेक भजन, दिंड्या व बालमेळे उदयास आले. या दिंड्यांनी व मेळ्यांनी सत्यशोधक समाजाच्या तत्त्वांचा मोठ्या प्रमाणावर समाजात प्रसार केला. पुण्यात खुद्द गुरुवर्य वि. रा. शिंदे यांनी १९२३ मध्ये 'श्री शाहू बालवीर पथक' स्थापन केल्याची व त्यास कोल्हापूरच्या राजाराम छत्रपतींनी १००/-रुपयांची देणगी दिल्याची एक वार्ता 'विजयी मराठा' मध्ये प्रसिद्ध झालेली आहे.

सातारा जिल्ह्यात चितळी येथे भाऊसाहेब पवार हे एक मोठे सक्रिय असे सत्यशोधक पुढारी व लेखक होते. त्यांनी सत्यशोधक विचारसरणीतून

लिहिलेले छत्रपती संभाजी महाराज व राजर्षी शाहू छत्रपती यांच्यावरील चरित्रग्रंथ त्या काळी खूप गाजले. त्यांनी १९२४ मध्ये आपल्या गावी 'श्री शाहू सत्यशोधक समाज मंडळ' नावाची संस्था स्थापन करून तिच्यातर्फे भागातील धार्मिक विधी करण्याचा उपक्रम सुरू केला होता. याविषयीचे भाऊसाहेब पवार यांचे निवेदन 'विजयी मराठा'च्या २१ जुलै, १९२४च्या अंकात प्रकाशित झाले आहे.

राजर्षी शाहू लॉकेट : सत्यशोधकाची खूण

सर्वसामान्य माणसे शाहू छत्रपतींबद्दल कोणत्या भावना बाळगत होती, त्यांच्याविषयीच्या आदरभावाचा आविष्कार कसा घडत होता, याचे दोन-तीन उत्तम दाखले 'विजयी मराठा'त पाहावयास मिळतात. सोलापूरचे एक फोटोग्राफर जिरगे यांनी महाराजांचे तीनरंगी फोटोमध्ये बसवलेले सोनेरी गिल्ट केलेले अतिशय सुंदर लॉकेट तयार करून ते 'विजयी मराठा'कडे अभिप्रायासाठी पाठविले होते. त्यावर विजयी मराठाकारांनी स्फुट लिहून आवाहन केले की :

'राजर्षी शाहू छत्रपतींनी सत्यशोधक समाजाची व ब्राह्मणेतर पक्षाची जी अद्वितीय कामगिरी बजावली आहे, त्याबद्दल कृतज्ञता व आदर व्यक्त करण्यासाठी सर्व समाजियनांनी व ब्राह्मणेतर पक्षाच्या कार्यकर्त्यांनी महाराजांची प्रतिमा असणारे लॉकेट आपल्या हृदयावर धारण करावे!'

अशाच आशयाचे एक पत्र दि. २७ नोव्हेंबर १९२२ रोजी कराचीहून एका सत्यशोधकाने लिहिले आहे. त्यात तो म्हणतो :

'निरनिराळ्या मतांच्या किंवा पंथांच्या लोकांची ओळख पटण्यासाठी त्या त्या पंथांच्या मतांच्या व्यक्तींनी काही तरी विशिष्ट प्रकारचे चिन्ह परिधान केलेले असते. उदा. म. गांधींचे अनुयायी आपल्या शिरावर पांढरी टोपी घालतात. रामदास पंथाचे लोक भगवे वस्त्र परिधान करतात. सत्यशोधक समाजानुयायी ओळखण्याची अशा प्रकारे काही विशिष्ट खूण नाही, ही माझ्या मते एक जबरदस्त उणीव आहे. कै. राजर्षी शाहू महाराज यांच्या फोटोचा बिल्ला छातीवर धारण करण्याची पद्धत जर सत्यशोधक समाजात रूढ होईल तर ही उणीव दूर होईल. तत्संबंधी माझ्या कराचीतील व इतर बांधवांनी अवश्य विचार करावा.' या पत्राखालीच 'विजयी मराठा'त पुण्याहून बाबूराव शिंदे या गृहस्थाची 'राजर्षी शाहू लॉकेट' विक्रीस तयार असल्याची

जाहिरात आहे.

राजर्षींच्या नावाच्या लॉकेटच्या उपरोक्त नोंदी सोलापूर, कराची व पुणे या ठिकाणांच्या आहेत. यावरून शाहू महाराजांविषयी वाटणारा लोकांचा आदर किती दूरवर पसरला होता, याची कल्पना येते. याहीपेक्षा महत्त्वाची बाब म्हणजे कराचीचा सत्यशोधक म्हणतो की गांधींचे अनुयायी आपल्या डोक्यावर पांढरी टोपी घालतात, तसे सत्यशोधक समाजाची खूण म्हणून त्या समाजाच्या अनुयायांनी शाहू महाराजांचे लॉकेट धारण करावे! खुद्द शाहू महाराज सत्यशोधक समाजाचे अनुयायी नव्हते, तशी त्यांना गरजही नव्हती. पण त्यांच्याशिवाय सत्यशोधक समाज याची कल्पनाही समाजियन करू शकत नव्हते. असे म्हणतात की, नंतरच्या कालखंडात म. गांधी काँग्रेसचे चार आण्याचे सदस्यही नव्हते, पण त्यांच्याशिवाय काँग्रेस याची कल्पनाही काँग्रेसजन करू शकत नव्हते! गांधी टोपी ही काँग्रेसची खूण ठरली होती, तसे महाराजांचे लॉकेट हे सत्यशोधक समाजाची खूण ठरावी, असे कराचीमधील सत्यशोधकास वाटत होते. यावरून महाराज सत्यशोधक होते की नव्हते ही चर्चा किती निरर्थक आहे, याची कल्पना येईल.

श्रीपतरावांचे श्री शाहू सेवक सोसायटीचे स्वप्न

समाजाच्या कल्याणासाठी मोठमोठी स्वप्ने पाहावयाची आणि ती खडतर असली, तरी ती पुरी करण्यासाठी निःस्वार्थीपणे स्वतःला झोकून द्यायचे, असा श्रीपतरावांचा स्वभाव होता. 'केसरी'सारख्या ब्राह्मणी पत्रास तोंड देऊन शाहू छत्रपतींची, सत्यशोधक समाजाची तसेच ब्राह्मणेतर पक्षाची बाजू समर्थपणे मांडता यावी म्हणून त्यांनी 'विजयी मराठा'चे स्वप्न पाहिले आणि मोठ्या जिद्दीने, अनंत अडचणींना सामोरे जाऊन ते पुरे केले. बहुजनांचे वृत्तपत्र चालविण्याचे कठीण व्रत त्यांनी अंगीकारले.

असेच एक दुसरे भव्य स्वप्न श्रीपतरावांनी उरी बाळगले होते. ते म्हणजे नामदार गोखले यांच्या भारत सेवक समाज (Servants of India Society) या संस्थेप्रमाणे आपण 'श्री शाहू सेवक सोसायटी' स्थापन करावी आणि या सोसायटीमार्फत बहुजन असणाऱ्या मागासवर्गीय समाजाची निरपेक्ष सेवा करणारी कार्यकर्त्यांची एक पिढीच निर्माण करावी. खुद्द शाहू महाराजांच्या मनातही अशा प्रकारची संस्था स्थापन व्हावी असे होते. एवढेच नव्हे, तर श्रीपरावांच्या अशी संस्था स्थापन करण्याच्या मनोदयास

त्यांनी आपली संमतीही दिली होती. पण दुर्दैवाने त्यांच्या अकाली निधनाने या विचाराला खीळ पडली.

तथापि, महाराजांच्या मृत्यूनंतर काही दिवसांनीच (दि. २६ जून) लिहिलेल्या अग्रलेखात श्रीपतरावांनी या सोसायटीची कल्पना समाजासमोर प्रथम मांडली. श्रीपतराव लिहितात :

'मद्रास प्रांतात ब्राह्मणेतर समाजाने ज्याप्रमाणे आपले वर्चस्व स्थापन केले आहे, त्याचप्रमाणे मुंबई इलाख्यातही होणे जरुरीचे आहे. छत्रपती महाराजांचे हेच ध्येय होते. तेव्हा एकंदर परिस्थितीचा विचार करून, 'श्री शाहू सेवक मंडळ' या नावाची एक संस्था पुणे येथे स्थापन करणे अत्यंत जरुरीचे आहे. या सेवक मंडळामार्फत एक दैनिक मराठी पत्र काढावे, किंबहुना छत्रपती महाराजांच्या प्रोत्साहनाने जे 'शिव छत्रपती' दैनिक निघालेले आहे, ते या सोसायटीच्या ताब्यात द्यावे, म्हणजे सदर पत्रास स्थायिक स्वरूप येण्यास वेळ लागणार नाही.'

श्रीपतराव येथेच थांबे नाहीत. त्यांनी लगेच दि. १७ जुलै १९२२च्या अंकात 'श्री शाहू सेवक मंडळा'च्या घटनेची रूपरेषा सांगणारा रामराव जोतिराव शिंदे या कार्यकर्त्यांचा लेखही प्रसिद्ध केला. त्यामध्ये मंडळाचे ध्येय असे सांगितले गेले : मंडळातील सभासदास सामाजिक, धार्मिक व राजकीय बाबींचे पद्धतशीर शिक्षण देऊन त्यांना ब्राह्मणेतर समाजाच्या सार्वत्रिक हितसंबंधाचे पूर्णपणे संरक्षण करण्यास समर्थ करणे.'

शाहू सेवक सोसायटीचे उद्देश

पुढे आठ-नऊ वर्षे ही संस्था स्थापन होण्याच्या दृष्टीने काही प्रगती झाली नाही. बहुधा श्रीपतरावांच्या प्रकृतीने त्यांना साथ दिली नसावी. पण पुढे १९३१मध्ये संस्था स्थापन करण्याच्या त्यांच्या विचाराने पुन्हा उचल खाल्ल्याचे दिसून येते. कारण, दि. २६ ऑक्टोबर १९३१ रोजीच्या 'विजयी मराठा'त श्रीपतराव शिंदे व केशवराव जेधे यांच्या संयुक्त नावांनी सोसायटीच्या स्थापनेच्या संदर्भात एक पत्रक प्रसिद्ध झाले. त्यामध्ये म्हटले होते :

'लोकजागृतीच्या दृष्टीने आजपर्यंत बरेच कार्य झाले असले, तरी संघटनेच्या अभावी आपली चळवळ अलीकडे बरीच शिथिल झाली आहे. त्यामुळे स्वराज्याच्या पुढील राजकीय उलाढालीत अखिल मूक जनतेचे

विशेषतः शेतकरी वर्गाचे भयंकर नुकसान होणार आहे. सध्या स्वराज्याची रूपरेखा आखण्याचे काम सुरू झालेले आहे आणि देशाला पूर्वीपेक्षा अधिक राजकीय हक्क देण्याचे घाटत आहे. त्यात अखिल जनतेच्या न्याय्य हक्कांच्या संरक्षणार्थ एखादी मध्यवर्ती संस्था असणे जरूर असल्याने, ना. गोखले यांनी स्थापना केलेल्या सर्व्हंट्स ऑफ इंडिया संस्थेप्रमाणे श्री शाहू सेवक सोसायटी स्थापन करण्याचे निश्चित झालेले आहे. या संस्थेत आजन्म सार्वजनिक कार्याला वाहून घेणारे व निःस्वार्थी बुद्धीने जनतेचे कार्य करणारे लोक घेतले जातील. अशा प्रकारे लोकसेवा करणारे २५ सेवक संस्थेस लाभले, तर श्री शाहू महाराज यांनी सुरू केलेले लोकजागृती व संघटनेचे कार्य जोराने पुढे चालविता येईल.

श्री शाहू छत्रपती महाराज यांचे या संस्थेला नाव दिल्याने, त्यांचे पुण्यास एक जिवंत स्मारक उभारले जाईल आणि त्यांनी अखिल जनतेवर उपकाराचे जे प्रचंड ऋण करून ठेविले आहे, त्यातून अंशतः तरी आपणास उतराई होता येईल. या सेवक सोसायटीची मुख्य कचेरी पुणे येथे स्थापन करून, तिची एक शाखा वऱ्हाड व मध्य प्रांतात उघडण्याचे ठरविले आहे. या संस्थेमार्फत एक स्वतंत्र छापखाना सुरू करणे, एक मराठी व एक इंग्रजी साप्ताहिक चालू करणे, पुणे येथे मालकीची जागा खरेदी करून, तीवर सार्वजनिक दिवाणखाना बांधणे, प्रेस व पत्राकरिता स्वतंत्र इमारती बांधणे, सेवक मंडळींच्या राहण्याची सोय करणे, तसेच श्री शाहू महाराज यांचा अर्ध पुतळा बसविणे इत्यादी कामे, फंड जमेल त्याप्रमाणे हाती घेता येतील.'

उपरोक्त उताऱ्यावरून शाहू सेवक सोसायटी स्थापन करण्यामधील श्रीपतराव व त्यांचे सहकारी यांचे उद्देश व सोसायटीच्या भावी वाटचालीची रूपरेषा स्पष्ट होते. निवेदनात पुढे असेही म्हटले होते की 'विजयी मराठा' हे पत्र त्याच प्रेस सोसायटीमार्फत चालविण्याचे योजले असून, जास्त फंड जमल्यास इंग्रजी साप्ताहिकही सुरू करून इतर सार्वजनिक कार्ये हाती घेतली जातील. याच पत्रकात ट्रस्टी म्हणून ना. भास्करराव जाधव, बाबूराव जेधे, रावब. ठुबे इत्यादी मान्यवर असतील. तसेच आजन्म सेवक म्हणून केशवराव जेधे, माधवराव श्रीपतराव शिंदे, माधवराव बागल, पंढरीनाथ सीताराम पाटील इत्यादी कार्यकर्ते असतील, असे नमूद केले आहे. एवढेच नव्हे, तर कोल्हापूरच्या राजाराम छत्रपतींनी पाच हजार रुपये, रावब. ठुबे

यांनी एक हजार रुपये व रावब. पी. सी. पाटील यांनी ५००रु. देणगी देण्याचे आश्वासनही दिल्याचे जाहीर केले आहे.

शाहू सेवक सोसायटीची स्थापना

९ नोव्हेंबर १९३१ रोजी श्रीपतराव शिंदे व केशवराव जेधे यांच्या संयुक्त सहीने सोसायटीची 'रूपरेषा' म्हणजे सविस्तर घटना पुन्हा एकदा प्रसिद्ध करण्याकरिता २२ नोव्हेंबर रोजी प्रमुख पुढाऱ्यांची सभा श्रीपतराव, केशवराव, माधवराव बागल आदींच्या नावांनी बोलविली गेली. असे दिसते की, त्या दिवशी सोसायटीची स्थापनाही पुणे येथे करण्यात आली. कारण पुढे ६ जून १९३२ रोजी सोसायटीच्या पदाधिकाऱ्यांचे एक निवेदन प्रसिद्ध झाले आहे. त्यात म्हटले होते की, राजर्षी शाहू महाराजांचे चिरस्थायी स्मारक करण्याच्या उदात्त हेतूने 'श्री शाहू सेवक सोसायटी, पुणे' ही संस्था पुणे येथे स्थापन झाली असून, या संस्थेमार्फत महाराष्ट्राचे मुखपत्र 'विजयी मराठा' हे सार्वजनिक स्वरूपात प्रसिद्ध होऊ लागले आहे. या खाली सोसायटीच्या बोर्डातील पदाधिकाऱ्यांची यादी प्रसिद्ध केली आहे. त्यामध्ये चेअरमन म्हणून नगरचे नामदेवराव नवले, खजिनदार म्हणून बाबूराव जेधे, ज. सेक्रेटरी म्हणून केशवराव जेधे, सेक्रेटरी म्हणून श्रीपतराव शिंदे असे पदाधिकारी यांची नावे आहेत. याशिवाय भास्करराव जाधव, रावब. के. एस. नायडू, केशवराव बागडे, बाबूराव जगताप इत्यादी नामांकित व्यक्तींची नावे बोर्डाचे सदस्य म्हणून आहेत.

ठरल्याप्रमाणे सन १९३२ सालापासून श्री शाहू सेवक सोसायटीचे मुखपत्र म्हणून 'विजयी मराठा' हे पत्र प्रसिद्ध होऊ लागले. तथापि, या वेळी श्रीपतरावांना प्रकृतीने दगा दिला व त्यांना 'विजयी मराठा'च्या संपादनाची जबाबदारी दुसऱ्यावर सोपवून कोल्हापूरला यावे लागले. तथापि, आजारातून थोडे बरे होताच त्यांनी शाहू सेवक सोसायटीच्या प्रचारासाठी सर्व महाराष्ट्रभर दौरे केले. नाशिक, धुळे, आर्वी, वर्धा, अमरावती, अकोला, नागपूर अशा ठिकाणी जाऊन त्यांनी अनेक सभा घेतल्या. 'विजयी मराठा'चा प्रसार सर्वत्र झाल्यामुळे लोक उत्स्फूर्तपणे सभांना प्रतिसाद देत असत. पण हळूहळू परिस्थिती बदलत गेली. तर १९३० नंतरच्या दशकात म. गांधींच्या नेतृत्वाखालच्या काँग्रेसकडे महाराष्ट्रातील ब्राह्मणेतर पक्षाची मंडळी मोठ्या संख्येने आकृष्ट झाली. त्यात जेधेंसारख्या मातब्बर पुढाऱ्यांपासून सामान्य

कार्यकर्त्यांपर्यंतचे लोक होते. खुद्द श्रीपतरावांच्या अंतःकरणात शाहू सेवक सोसायटीचा सर्व महाराष्ट्रभर प्रसार करून शाहू छत्रपतींचे एक चिरंतन स्मारक करण्याचे भव्य स्वप्न मात्र साकार होऊ शकले नाही. शाहू सेवक सोसायटीचे जे थोडेफार अस्तित्व होते, ते श्रीपतरावांबरोबरच लयाला गेले.

श्री शिवाजी क्षत्रिय वैदिक स्कूल

धर्माच्या क्षेत्रातील ब्राह्मण पुरोहितशाहीला शह देण्यासाठी, पर्यायाने मराठा समाजाला ब्राह्मणशाहीच्या जोखडातून मुक्त करण्यासाठी शाहू महाराजांनी दोन महत्त्वाची पावले उचलली. ती म्हणजे मराठा पुरोहित निर्माण करण्यासाठी 'श्री शिवाजी क्षत्रिय वैदिक स्कूल'ची स्थापना आणि क्षात्र जगद्‌गुरुपदाची निर्मिती.

'विजयी मराठा'च्या संचिका चाळत असता असे दिसून येते की, या शिवाजी वैदिक स्कूलची स्थापना महाराजांनी खुद्द आपल्या राजवाड्यातच केली होती आणि त्यातून तयार झालेल्या बहुतेक पुरोहितांना राजवाड्यावरच नेमले जात असे. पुढे कोल्हापूर राज्याच्या बाहेरूनही मराठा पुरोहितांना मागणी येऊ लागली. तसेच अनेकांनी आपली मुले या पुरोहित पेशासाठी कोल्हापूरला धाडायची इच्छा व्यक्त केली होती. तेव्हा राजाराम महाराजांनी कोल्हापुरात आणखी एका वैदिक स्कूलची- श्री शाहू वैदिक विद्यालयाची- स्थापना केली. - (ऑगस्ट १९२२) शाहू महाराजांनी स्थापन केलेले शिवाजी वैदिक स्कूल १९२५ सालापर्यंत अस्तित्वात होते, असे 'विजयी मराठा'तील बातम्यांवरून स्पष्ट होते. नंतर ते शाहू वैदिक स्कूलमध्ये सामील केले गेले असावे, असे वाटते.

शाहू वैदिक स्कूलमधून एका वर्षाच्या आत अनेक विद्यार्थी धर्मकृत्ये करण्यात प्रशिक्षित झाल्याचे आणि त्यांना प्रवासखर्च दिल्यास 'वाटेत तेव्हा वाटले त्या ठिकाणी' धर्मविधी करण्यास त्यांना पाठविले जाईल, अशा स्वरूपाचे एक निवेदन स्कूलच्या सेक्रेटरीने १ ऑक्टोबर १९२३ रोजी 'विजयी मराठा'त प्रसिद्ध केले आहे.

क्षात्रजगद्‌गुरुपदाची निर्मिती

शाहू छत्रपतींनी बऱ्याच विचारांती आपल्या राज्यात क्षात्रजगद्‌गुरुपदाची निर्मिती करून त्यावर सदाशिवराव पाटील-बेनाडीकर या उच्चशिक्षित मराठा तरुणाची नियुक्ती केली. -(स. १९२०) या संदर्भात 'विजयी

मराठा'त १९२२ मध्ये हायकोर्ट वकील गणपतराव कदम यांनी 'सत्यशोधक समाज व क्षात्रजगद्गुरू' असा एक लेख लिहिला असून, हे नवे पद निर्माण करण्यामागे शाहू महाराजांची भूमिका कोणती होती, याचे स्पष्टीकरण केले आहे. ते म्हणतात, "पूर्वी मोठमोठे लढाऊ सरदार आपले क्षत्रियपण ब्राह्मण शंकराचार्यांकडून अथवा गागाभट्टासारख्या ब्राह्मण पुरोहिताकडून शाबीत करून घेण्याच्या भरीस पडून पैशाचा चुराडा करीत. अर्थात, शाहू महाराजांनी असा सवाल टाकला की आमच्या कपाळी क्षत्रियपणाचा छाप मारण्यास ब्राह्मणांचे आर्जव कशाला करावे? त्यापेक्षा ब्राह्मणांचा धार्मिक अधिकार अजिबात झुगारून का देऊ नये? आमचा आम्ही सर्व क्षत्रियांसाठी वेगळा धर्माधिकारी का नेमू नये? क्षात्रजगद्गुरूंच्या नेमणुकीने क्षत्रिय समाज ब्राह्मणांच्या तावडीतून कायमचा सुटला."

क्षात्रजगद्गुरूंची निर्मिती करून शाहू महराजांनी शिवाजी महाराजांचेच अपुरे राहिलेले कार्य पूर्ण केले, अशा प्रकारचे भाष्य खुद्द 'विजयी मराठा'कारांनी केलेले आढळते.

"श्री शिवाजी महाराजांनी देशास राजकीय स्वातंत्र्य दिले; पण धार्मिक स्वातंत्र्य मिळवून देण्यास त्यांना संधी मिळाली नाही. श्री शिवाजी महाराजांची ही मनीषा श्री शाहू महाराजांनी पूर्ण केली." पुढे या विषयावर ते म्हणतात, "इंग्लंडचा राजा आठवा हेन्री याने ज्याप्रमाणे रोमच्या पोपची अवजड सत्ता झुगारून दिली, त्याप्रमाणे ब्राह्मण जगद्गुरूंची सत्ता श्री शाहू छत्रपतींनी झुगारून दिली."

पूर्वी ज्याप्रमाणे मराठ्यांना आपल्या क्षत्रियत्वाच्या दाखल्यासाठी ब्राह्मण जगद्गुरूंकडे जावे लागत असे, तसे आता ब्राह्मणांनी, एवढेच नव्हे, त्यांच्या शंकराचार्यांनी आपल्या शुद्धीकरणासाठी क्षात्रजगद्गुरूंचा दाखला घेतला पाहिजे, असा भीमटोलाही 'विजयी मराठा'कार लगावतात. ब्राह्मण वर्गाचा आज इतका अधःपात झाला आहे की, त्यांना हिंदू धर्मात राहू देणे झाल्यास, क्षत्रिय जगद्गुरूंकडून यथाशास्त्र प्रायश्चित्त देणेच जरूर आहे. पदभ्रष्ट शंकराचार्यांनी व त्यांच्या चेल्यांनी असे प्रायश्चित्त घेतल्यावर त्यांना हिंदू धर्मासंबंधी बोलण्याचा अधिकार प्राप्त होईल. हिंदू धर्म परिषदेत जमलेले शास्त्री व श्री हे जोपर्यंत क्षात्र जगद्गुरूंकडून आपण ब्राह्मण असल्याचा दाखला आणणार नाहीत, तोपर्यंत त्यांनी केलेल्या ठरावास लोक कवडीचीही किंमत देणार नाहीत."

अर्थात, एके काळी क्षत्रियकुलावतंस छत्रपतींनाच 'शूद्र' ठरविण्याच्या ब्रह्मवर्गाने केलेल्या निंद्य प्रयत्नांची ही मराठा वर्गात उमटलेली तीव्र प्रतिक्रिया होती, असेच या टिप्पणीकडे पाहिल्यावर वाटते.

सत्यशोधक योगाचा फैलाव करणारा योगी

शाहू छत्रपती सत्यशोधक होते की नाही, यावर अनेक विद्वानांनी चर्चा-चिकित्सा केली आहे. प्रस्तुत प्रस्तावनेतही त्याची थोडी चर्चा आली आहे. खुद्द 'विजयी मराठा'कार एक कट्टर सत्यशोधक कार्यकर्ते व पत्रकार होते. ते शाहू महाराजांच्या सहवासातील होते. त्यांचे या संदर्भात काय निरीक्षण होते, हे पाहणे उद्‌बोधक ठरावे. ते म्हणतात :

'योगेश्वर फुल्यांनी सत्यशोधकाच्या मिषाने जनतेच्या कल्याणाचा योग निर्माण केला खरा; पण त्याचा राष्ट्रभर फैलाव व्हायला एखाद्या धनुर्धारी पार्थाची जोड त्याला हवी होती. ती योग्य वेळी राजर्षी शाहू महाराजांच्या रूपाने प्राप्त झाली. शाहू महाराज कोठल्याही सत्यशोधक मठाचे महंत नसतील, कोठल्याही सत्यशोधक समाजाचे मेंबरही नसतील, किंबहुना त्यांनी आजन्म स्वतःला सत्यशोधक म्हणवूनही घेतले नसेल, तथापि, महात्मा फुल्यांनी उपदेशिलेल्या सत्यशोधक योगाचे रहस्य त्यांना जेवढे कळले होते, तेवढे आतापर्यंतच्या सत्यशोधक समाजाचे अनुयायी म्हणविणाऱ्या फारच थोड्या लोकांना कळले असेल आणि सत्यशोधक समाजाच्या प्रगतीचा इतिहास जर पाहिला तर सत्यशोधक समाजाची खरी प्रगती किंवा वाढ किंवा जनतेत त्याचा फैलाव त्याला शाहू महाराजांचा आश्रय मिळाल्यानंतरच झाला. नाही तर त्यापूर्वी सत्यशोधक समाजाच्या परिषदांना प्रार्थना समाजाप्रमाणेच एखादी छोटीशी खोली पुरत असे. शाहू महाराजांचे साहाय्य मिळण्यापूर्वी समाजाची जी अगदीच कुचंबणा झाली, त्याचे कारण महात्मा फुल्यांनंतर त्याला तितका एकनिष्ठ, तितक्या जिव्हाळ्याचा, तितक्या मुत्सद्दी डोक्याचा आणि तितका कर्तबगार राजपुरुषाच्या कार्याचा प्रसार कसा होऊ शकतो, हे बुद्ध धर्माच्या बाबतीत सम्राट अशोकाच्या हातून जे कार्य झाले, त्यावरूनही स्पष्ट होते.''

राजर्षी शाहू छत्रपती व कर्मवीर भाऊराव पाटील

कर्मवीर भाऊराव पाटील यांच्या जीवनात व कार्यात राजर्षी शाहू छत्रपतींचे स्थान सर्वश्रुत आहे. छत्रपतींच्या कार्यातून प्रेरणा घेऊन सत्यशोधक

कार्यकर्ते असलेल्या भाऊरावांनी रयत शिक्षण संस्थेची स्थापना करून खेड्यापाड्यांतील रयतेच्या झोपड्यांपर्यंत ज्ञानगंगेचे पाट नेले. 'विजयी मराठा'मध्ये भाऊरावांचा पहिला उल्लेख डिसेंबर १९२२चा येतो. द. महाराष्ट्र जैन सभेची २५वी परिषद सांगलीत भरली होती. या सभेला कोल्हापूरचे क्षात्रजगद्गुरूही उपस्थित होते. त्यांचे स्वागत व अभिनंदन 'सत्यशोधक समाजाचे उपदेशक भाऊराव पाटील' यांनी केल्याचा हा उल्लेख आहे.

दुसरा उल्लेख २५ ऑगस्ट १९२७ रोजी साताऱ्यात म. गांधींच्या हस्ते भाऊरावांच्या 'श्री शाहू वसतिगृहा'चे उद्घाटन झाले, त्यासंदर्भात येऊन जातो. त्याप्रसंगी भाऊरावांनी केलेल्या भाषणाचा वृत्तान्त 'विजयी मराठा'ने दिला आहे. त्यात म्हटले आहे की, बोर्डिंगमधील ३४ मुलांत मराठे, महार, मांग, मुसलमान, न्हावी, परीट, लिंगायत, जैन, ब्राह्मण, रामोशी व वडार अशा निरनिराळ्या जातींची मुले आहेत. शाहू महाराजांचे नाव या वसतिगृहाला देण्याच्या संदर्भात भाऊरावांनी म्हटले आहे की, महाराजांनी राजवैभव बाजूला सारून अस्पृश्यांना आपलेसे म्हटले व त्यांच्यासाठी आपला देह झिजवला. तिसरा उल्लेख १९४३चा आहे. त्या वर्षीच्या शाहू जयंतीच्या निमित्ताने भाऊरावांनी जे भाषण केले होते, त्यात कोल्हापूर नगरीचा व शाहू महाराजांचा गौरव करून ते म्हणतात,

"मी जर शाहू महाराजांपासून काही मिळविले असेल तर हे सुदृढ शरीर व ध्येय. शरीर सुदृढ असले की मनही खंबीर बनते व कसल्याही संकटांना न जुमानता, ध्येय अढळ असेल तर ते साध्य होऊ शकते. महाराजांच्या निधनापूर्वी त्यांनी मला मानकरी करण्याचा हुकूम दिला होता; पण मीच ते पद नाकारून शिक्षणप्रसाराचे कार्य हाती घेण्याची योजना त्यांच्यापुढे ठेविली व महाराजांच्या मृत्यूनंतरही मी ती अमलात आणली. एकच एक अस्पृश्य मुलगा घेऊन मी सातारा येथे बोर्डिंग सुरू केले; पण त्याच संस्थेचे हल्लीचे वार्षिक बजेट १ लाख ६५ हजार रुपयांचे आहे. आज या संस्थेतील सर्व जातींचे विद्यार्थी एकत्र राहतात, जेवतात व शिक्षण संपादितात. या बोर्डिंगला राजर्षी शाहू महाराजांचे नाव दिले असून, हे नामकरण म. गांधींच्या हस्ते करण्यात आले. तसेच सर्वांचे स्फूर्तिस्थान सतत डोळ्यांपुढे राहावे म्हणून राजर्षी शाहू महाराज यांचे भव्य तैलचित्र श्रीमंत सरदार पाटणकर यांच्या कृपेने मुंबई सरकारचे काँग्रेस मंत्री श्री.

अण्णासाहेब लट्ठे यांच्या हस्ते संस्थेत लावण्यात आले. मी जे कार्य करीत आहे त्याचे सर्व श्रेय शाहू महाराजांच्या शिकवणुकीलाच आहे."

शाहू महाराजांच्या आठवणी

'विजयी मराठा'च्या २७ एप्रिल १९२५च्या अंकात क्षात्रजगद्गुरूंनी 'शाहू महाराजांच्या आठवणी' नावाचा लेख लिहिला आहे. पुढे याच आठवणी प्रो. लट्ठे यांनी आपल्या शाहू चरित्रात परिशिष्टात दिल्या आहेत.

त्यांपैकी 'महाराजांचे गुरू कोण?' या आठवणीत महाराजांनी 'पूर्वजांचा इतिहास व स्वानुभव' हेच माझे खरे गुरू असल्याचे उद्‌गार एकदा काढल्याचे क्षात्रजगद्गुरू सांगतात.

महाराजांना दररोज रात्री सेवकांकडून अंग रगडून घेण्याची सवय होती. एकदा क्षात्रजगद्गुरू रात्री त्यांना भेटावयास गेले, तेव्हा ते म्हणाले की, उतारवयात नोकर लोकांकडून अंग रगडून घेणे व ब्राह्मण लोकांकडून शिव्या खाणे, अशा दोन सवयी त्यांना लागल्या असून, या दोन्ही गोष्टी यथासांग झाल्याखेरीज त्यांना चांगली झोपच येत नाही.

याशिवाय महाराजांचा साधेपणा, स्मरणशक्ती इत्यादी गुणांचे दर्शन घडविणाऱ्या इतर आठवणीही दिल्या गेल्या आहेत.

शाहू महाराजांच्या कारकिर्दीतील शैक्षणिक प्रगती

२३ सप्टेंबर १९२२ रोजी कोल्हापुरात पॅलेस थिएटरमध्ये एज्यु. इन्स्पेक्टर रावसा. डी. आर. भोसले यांच्या अध्यक्षतेखाली सरकारी मराठी शाळांचा वार्षिक बक्षीस समारंभ झाला. त्या वेळी रावसा. भोसले यांनी शाहू महाराजांच्या काळात कोल्हापूर राज्याने शिक्षण क्षेत्रात केवढी मोठी भरारी मारली, याचे दिग्दर्शन केलेले आढळते. त्यांनी या प्रसंगी शैक्षणिक प्रगतीची आकडेवारीच दिली :

"शाहू महाराजा गादीवर आले तेव्हा राज्यात २२१ शाळा होत्या व १४,७७९ मुले होती. पैकी प्राथमिक शाळेत १२,४९७, हायस्कूलमध्ये २२०३, कॉलेजमध्ये ७९ अशी मुले होती. महाराजांच्या कारकिर्दीच्या शषवटी एकूण शाळांची संख्या ५०४ झाली व मुलांची संख्या ३०,७२८ झाली. पैकी प्राथमिक शाळांची २७,८३०, हायस्कूलची २६३३, तर कॉलेजची २६५ मुले होती."

'एकूण या विद्यार्थ्यांत ब्राह्मण किती होते व ब्राह्मणेतर किती होते,

तसेच अस्पृश्य किती होती व मुसलमान किती होते, याचेही आकडे दिलेले आहेत. शाहू महाराजांनी स्थापन केलेल्या विद्यार्थी वसतिगृहांची संख्या २३ इतकी असून, त्यावर ४५,५२६/- रुपये सालीना दरबारकडून खर्च होत असत.' रावसाहेबांनी इतरही काही महत्त्वाची आकडेवारी दिली आहे, जी शाहू चरित्र अभ्यासकांना मोलाची वाटल्याशिवाय राहणार नाही.

पुण्याचे शिवस्मारक व शाहू महाराज

शाहू चरित्रामध्ये पुण्याच्या शिवस्मारकाचे एक स्वतंत्र स्थान आहे. सर्व महाराष्ट्र शाहू महाराजांकडे शिवाजी महाराजांचे वारसदार म्हणून आदराने पाहत असे. खुद्द महाराजांना शिवछत्रपतींविषयी अपरंपार आदर होता. त्यांचे स्मारक पुण्यासारख्या महाराष्ट्राच्या मध्यवर्ती ठिकाणी व्हावे, एवढेच नव्हे तर त्या स्मारकाची पायाभरणी ब्रिटिश साम्राज्याच्या युवराजाच्या- प्रिन्स ऑफ वेल्सच्या- हस्ते व्हावी, यासाठी त्यांनी आपल्या जिवाचे रान केले होते. अगदी व्हाईसरॉयपर्यंत त्यांनी अथक प्रयत्न करून १९ नोव्हेंबर १९२१ रोजी प्रिन्स ऑफ वेल्सच्या हस्ते पायाभरणीचा एक भव्य सोहळा घडवून आणला होता आणि इंग्लंडच्या युवराजाकडून छत्रपती शिवाजी महाराजांना आदरांजली वाहावयास लावली होती.

शिवाजी महाराजांच्या अश्वारूढ पुतळ्याचे हे स्मारक शाहू महाराजांच्या हयातीत पुरे होऊ शकले नाही. महाराजांच्या निधनानंतर स्मारकाच्या मार्गात अनेक अडचणी निर्माण झाल्या, तरी ते अखेर राजाराम महाराजांच्या नेतृत्वाखाली पूर्णत्वास जाऊन मुंबईच्या गव्हर्नरांच्या हातून त्याचे १६ जून १९२८ रोजी अनावरण झाले. या अनावरण सोहळ्याचा समग्र वृत्तान्त 'विजयी मराठा'त प्रसिद्ध झालेला आहे. याशिवाय खुद्द श्रीपतरावांनी त्यावर एक अग्रलेख लिहून भाष्य केले आहे. सोहळ्याच्या वृत्तांन्तात स्मारकाचा इतिहास, तसेच पुतळ्याच्या अनावरणप्रसंगी मुंबईचे गव्हर्नर सर लेस्ली वुइल्सन यांनी केलेले भाषण वाचावयास मिळते. सुप्रसिद्ध शिल्पकार करमरकर यांनी हा पुतळा बनवला होता. त्यांचे कौतुक करताना गव्हर्नरसाहेबांनी म्हटले होते, "हिंदुस्थानात एवढा मोठा व सर्वस्वी हिंदी कारागिरांनी अखंड पुतळा जीव ओतून तयार केलेले हे पहिलेच उदाहरण आहे. इतक्या अल्पावधीत व अडचणी सोसून एवढा मोठा पुतळा बनवल्याचे उदाहरण दुसरे कोठे सापडणार नाही. रा. करमरकर यांना सहाय्य करणाऱ्या मंडळींचेही

आभार मानणे माझे कर्तव्य आहे!''

या स्मारकाच्या उद्‌घाटनापूर्वी पहिल्या महायुद्धात धारातीर्थी पडलेल्या मराठा वीरांच्या स्मारकाचे उद्‌घाटन गव्हर्नरसाहेबांनी केले होते. हे स्मारक त्या वेळी शनिवारवाड्यासमोर उभे केले गेले होते. पुढे ते तेथून काढून पुणे लष्कर छावणीत हलविले गेले. आता ते सिल्व्हर ज्युबिली चौक, पुणे कॅम्प, पुणे येथे आपणास पाहावयास मिळते.

शिवस्मारकाच्या ठिकाणी केलेल्या आपल्या भाषणाच्या शेवटी याही स्मारकाचा संदर्भ घेत गव्हर्नर म्हणाले होते, ''शिवाजी महाराजांचे हे स्मारक व गेल्या महायुद्धातील मराठ्यांचा जयस्तंभ ही दोन्ही स्मारके शिवाजी महाराजांच्या देशातील लोकांना पराक्रम व राजनिष्ठा यांची स्फूर्ती देत राहोत.''

प्रो. लठ्ठ्यांचे शाहूचरित्र व गु. जगतापांचे भाष्य

राजर्षी शाहू महाराजांचे समाजकार्यातील सहकारी थोर सत्यशोधक नेते प्रो. अण्णासाहेब लठ्ठे यांनी १९२४ मध्ये प्रथम इंग्रजीत शाहू चरित्र प्रकाशित केले. यावर अभिप्राय देण्याच्या हेतूने पुण्यच्या शिवाजी मराठा हायस्कूलचे त्या वेळचे मुख्याध्यापक व थोर सामाजिक कार्यकर्ते गुरुवर्य बाबूराव जगताप यांनी 'विजयी मराठा'त १९२५ मध्ये सलग चार लेख लिहून प्रसिद्ध केले. खरे तर लठ्ठ्यांच्या शाहू चरित्राचा आधार घेऊन गुरुवर्यांनी लिहिलेले हे छोटेखानी शाहू चरित्रच आहे. आजच्या पिढीसमोर ते पुस्तिकेच्या रूपाने आणले गेले पाहिजे.

एवढ्यासाठी की त्यामध्ये खुद्द गुरुवर्यांनी शाहू महाराजांच्या कार्यासंबंधीची टीकाटिप्पणी आपणास पाहावयास मिळते.

उदाहरणार्थ, लेखमालेच्या सुरुवातीस लठ्ठ्यांच्या शाहू चरित्राचे वैशिष्ट्य सांगताना ते लिहितात :

''शाहू चरित्राचा ग्रंथ म्हणजे संस्थानामध्ये प्रत्यक्ष राजाला आपल्या राज्यातील बहुजन समाजाच्या उद्धाराकरिता आलेल्या अडचणींचा इतिहास होय. ब्राह्मण-ब्राह्मणेतर समाजामध्ये भांडणाला कारणीभूत होणारे वेदोक्तासारखे प्रश्न याच ठिकाणी मूळ स्वरूपात पाहावयास सापडणार आहेत. हा ग्रंथ वाचल्यास ब्राह्मणेतर पक्ष का निर्माण झाला, त्याला कारण कोण आहे, वगैरे गोष्टी अल्पांशाने तरी सहज कळणार आहेत. शाहू महाराजांनी धार्मिक

व सामाजिक बाबतीत जे कार्य केले आहे, तशा प्रकारचे धैर्याचे, व्यावहारिक व स्फूर्तिदायक कार्य स्वतःला राष्ट्रीय म्हणविणाऱ्यांकडूनदेखील झालेले नाही, हे दिसून येईल. हजारो लोक शाहू महाराजांच्या मागे वेड्यासारखे का लागले, हे कोडे या पुस्तकाच्या वाचनापासून उलगडणार आहे. मोठमोठे पंडित, तत्त्वनेते, कवी वगैरे समाज सुधारण्यासाठी निर्माण झाले; परंतु धार्मिक व सामाजिक अन्यायाने रसातळाला पोहोचलेल्या या अशा समाजास वर काढण्याकरिता स्वार्थत्यागाने पुढे झालेला हा पहिलाच वीर होय. जपानमध्ये सामुराई लोकांनी समाजाकरिता जो स्वार्थत्याग केला, अशा प्रकारचा स्वार्थत्याग, समाजामध्ये श्रेष्ठ म्हणून मिरवणाऱ्या लोकांनी कसा करावयास पाहिजे, याचे उदाहरण, समाजासाठी ज्यांनी गरिबी पत्करावयास पाहिजे, त्या ब्राह्मण वर्गास, राज्योपभोग भोगणाऱ्या राजाने स्वतः घालून दाखविले आहे.''

मुळात ही सर्व लेखमाला वाचल्यावर गुरुवर्यांनी शाहूकार्याविषयी केलेले विश्लेषण ठिकठिकाणी पाहावयास मिळते.

'विजयी मराठा'तील कवने

'विजयी मराठा'त केवळ लेख, स्फुट विचार, सार्वजनिक कार्यक्रमाचे वृत्तान्त, बातम्या इत्यादी साहित्य प्रकाशित होत असे असे नाही, तर त्यामध्ये अनेकदा काव्यरचना, विशेषतः शाहू छत्रपतींच्या जीवनकार्यावरच्या काव्यरचना, प्रसिद्ध केल्या जात. वानगीदाखल दिनकरराव जवळकर व केशवराव जेधे या दोन तरुण जहाल ब्राह्मणेतर पुढाऱ्यांच्या कवनातील काही भाग येथे उद्धृत करत आहोत.

जवळकरांनी 'आग्यावेताळ' या टोपण नावाने 'श्री शाहूंचा संदेश' या शीर्षकाचे एक कवन केले असून, त्याच्या सुरुवातीला म्हटले आहे, ''तरुणांनो, शिवस्मारकाच्या चळवळीत प्राणाचीही पर्वा सोडून झगडणाऱ्या शाहूभक्तांनो! तुमच्या अविश्रांत श्रमांकडे, अभंग तपश्चर्येकडे पाहून कैलासात विरून गेलेला शाहूरायाला बलवत्तर आत्मा तुमच्या साहाय्याला धावून येण्याला किती उत्सुक झाला असेल!'' (आणि तो म्हणत असेल)

जरि असेन मी स्वर्गीही ।
तरि तुमच्या पाठी राही ।।धृ।।

लाडक्या तरुण बाळांनो ॥
प्रिय तत्त्वाच्या शिष्यांनो ॥
शिवबाच्या अनुयायांनो ॥
माघार कधी ना घेई ॥१॥

सतविता तुम्हाला कोणी ॥
घेईन तया पाहोनी ॥
येईन पुन्हा जन्मूनी ॥
लाथाडून या स्वर्गाही ॥२॥

उद्धारा दुबळी जनता ॥
पुरवा मन्मनीच्या हिता ॥
सोपविली तुमच्या हाता ॥
करू नका तुम्ही कुचराई ॥३॥

संकटा भिऊनी हटणे ॥
मरणाहुनि लाजिरवाणे ॥
सत्यास्तव प्राणहि देणे ॥
शिकविले तुम्हाते दावी ॥४॥

आता जवळकरांचे सहकारी केशवराव जेधे यांची शाहू छत्रपतींवरील कविता पाहा :

जगि या धन्य तुम्ही बोला ।
शाहू आमुचा झाला ॥धृ॥

धर्मा येतसे ग्लानी
जाची झाली हानी ।
शाहू येई जन्माला
उजाळा येई धर्माला ॥१॥

भेदाभेद मोडिला
दलितोद्धार करविला ।
गरिबा हात लाविला
सुखाचा मार्ग दावियला ।।२।।

धर्मढोंगी स्वार्थांध
धूर्त छळती जनतेस ।
शाहू धावुनी आला ।
स्वार्था घातिला आळा ।।३।।

मराठी दीन दुनियेला
लावी ज्ञान मार्गाला ।
मराठे मर्द भाईला ।
नेई नावारूपाला ।।४।।

'विजयी मराठा'तील काही महत्त्वाच्या नोंदी

'विजयी मराठा'च्या संचिका तपासत असता शाहू चरित्राच्या अनेक पैलूंवर प्रकाश टाकणाऱ्या काही महत्त्वाच्या नोंदी आढळून आल्या. त्यातील काही निवडक इथे सादर करत आहोत.

१. कराचीत कोल्हापूरच्या चिमासाहेब महाराजांची समाधी असून, तिच्या इमारतीचा जीर्णोद्धार शाहू महाराजांच्या हस्ते व्हावा, म्हणून दाजीराव अमृतराव विचारे यांचे मराठा बांधवांना आवाहन - दि. २८ जानेवारी, १९२२

२. कागल जहागिरीतील मुरगूड तलावाचे उद्‌घाटन शाहू महाराजांच्या हस्ते झाले. त्या वेळी या परिसरात साखर कारखाना काढल्यास त्यास यश येईल, असे दूरदृष्टीचे उद्‌गार त्यांनी काढले - दि. ६ फेब्रुवारी, १९२२

३. दि. १४ फेब्रुवारी, १९२२ रोजी वाईत 'विश्वब्राह्मण परिषदे'चे दुसरे अधिवेशन भरले होते. त्या अधिवेशनाच्या अध्यक्षपदावरून बोलताना नारायणराव वाळवेकर यांची ब्राह्मणांना 'शंकराचार्यांची गुलामगिरीची बेडी पायात अडकवून घेण्याची अवदसा कोठून सुचली?', असा प्रश्न विचारला.

याच भाषणात त्यांनी ‘श्री शाहू छत्रपती महाराज यांनी कोल्हापुरात तुमच्या समाजाचे बोर्डिंग स्थापन केले आहे आणि तेथे तुमच्या विद्यार्थ्यांस स्कॉलरशिप देऊन त्यांच्या शिक्षणात उत्तेजन देत आहेत.'' असे विधान केल्याचे आढळते.

४. शाहू महाराजांचा निवास अनेकदा स्टेशन बंगल्यात असे. या बंगल्यात त्यांनी मांग समाजातील मुलांसाठी बोर्डिंग स्थापन केले होते आणि पुष्कळदा स्वतः महाराज या मुलांना शिकवित आणि उपदेश करत. ही माहिती खुद्द श्रीपतरावांनी त्यांच्या लेखात नोंदवली आहे. या नोंदीकडे अद्यापपावेतो कोणाही अभ्यासकाचे लक्ष गेलेले नाही.

५. महाराजांची चुलत बहीण, कागलकर काकासाहेब घाटगे यांची कन्या चंद्रप्रभाबाई यांचा विवाह इंदूरचे युवराज यशवंतराव होळकर यांच्याशी ९ जानेवारी, १९२४ रोजी साजरा झाला. त्या विवाहाचा समग्र वृत्तान्त, विवाहास उपस्थित असलेल्यांची नामावली, ‘विजयी मराठा'कारांकडून शाहू महाराजांची प्रतिमा तुकोजीराव होळकरांना भेट. प्रतिमेस तुकोजीरावांचे उत्थापन करून मुजरा.

६. दिनकरराव जवळकरांच्या विवाहाची बातमी. शिंदे, गवंडी व डुंबरे यांच्याकडून पौरोहित्य. वधू पक्षाकडून मराठा फ्री बोर्डिंगास व श्री शाहू छत्रपती लायब्ररीस प्रत्येकी २॥ रुपये मदत - ९ मार्च १९२५.

‘विजयी मराठा'ची ब्राह्मणेतर पक्षाच्या पुढाऱ्यांवर तोफ

‘विजयी मराठा'च्या ४ मे १९३१च्या अंकात श्रीपतरावांनी ‘शाहूरायांच्या परंपरेचे महत्त्व व ब्राह्मणेतर पक्ष' या शीर्षकाचा अग्रलेख लिहून मुंबई इलाख्यातील ब्राह्मणेतर पक्षाच्या पुढाऱ्यांवर तोफ डागली. हिंदुस्थानात म. गांधींच्या नेतृत्वाखाली काँग्रेसची जी स्वातंत्र्याची चळवळ चालू होती, तिच्या कायदेभंगाच्या कार्यक्रमामुळे सगळा देश मुंबई इलाख्यासह घुसळून निघत होता, त्याचे पडसाद या अग्रलेखात उमटलेले दिसतात. १९२० नंतरचे दशक हे ब्राह्मणेतर पक्षाच्या ऐन भराचे असले, तरी या दशकाच्या शेवटी त्या पक्षात अंतर्गत मतामतांचा प्रचंड गलबला सुरू होता. ब्राह्मणेतर पक्षातील केशवराव जेधे, दिनकरराव जवळकर, माधवराव बागल यांसारख्या तरुण पुढाऱ्यांना म. गांधींच्या चळवळीचे प्रचंड आकर्षण वाटून ते मोठ्या प्रमाणावर तिकडे खेचले जात होते. पहिल्या गोलमेज परिषदेहून परतल्यावर

जवळकरांचे मोठे मतपरिवर्तन होऊन त्यांनी काँग्रेसच्या 'स्वदेशी, परदेशी मालाचा बहिष्कार व खादीप्रसार' या कार्यक्रमाचा जोरदार पुरस्कार करण्याचे आपल्या 'मराठा' बांधवांना आवाहन केले होते. केशवरावांनी तर कायदेभंग चळवळीत भाग घेऊन सश्रम कारावासही भोगला होता. या तरुणांच्या गटास काँग्रेस शेतकऱ्यांच्या हिताचे संरक्षण करू शकेल, असे वाटू लागले होते.

या सर्व पार्श्वभूमीवर मध्यवर्ती कायदेमंडळात, प्रांतीय कायदेमंडळात, तसेच स्थानिक स्वराज्य संस्था असणाऱ्या ब्राह्मणेतर पक्षाच्या प्रतिनिधींच्या कामगिरीच्या अपयशाने ब्राह्मणेतर पक्षाचे कट्टर अभिमानी व प्रवक्ते असणारे श्रीपतराव मनोमन फार अस्वस्थ झाले होते. या अस्वस्थतेतून त्यांनी लिहिले होते की काही ब्राह्मणेतर प्रतिनिधी मागासलेल्या वर्गाचे हित तर साधत नाहीतच; उलट वैयक्तिक स्वार्थ मात्र पक्षाच्या नावावर साधून घेतात. या प्रतिनिधींनी जनतेच्या प्रश्नांवर सरकारची बाजू न घेता, इतर पक्षांशी सहकार्य करून जनहित साधले पाहिजे, असे सांगून श्रीपतराव म्हणतात :

''मद्रासकडील जस्टिस पार्टी तशी वागली म्हणून ती लोकप्रिय झाली, सरकारमान्यही झाली व मागासलेल्या समाजाचे बरेचसे हितही करू शकली. मुंबई इलाख्यातील ब्राह्मणेतर पुढाऱ्यांनी असे काम करून जनतेचा विश्वास संपादला नाही व सरकारातही खरे वजन मिळविले नाही. इतर कोणत्याही प्रांतातील सामान्य जनतेपेक्षा महाराष्ट्रातील जनता म. फुले व राजर्षी शाहूरायांच्य चळवळीमुळे अधिक जागृत आहे. तिच्या नावावर पुढारी स्थानिक संस्थांतून व कौन्सिलांतून गेले; पण तिच्यासाठी त्यांनी म्हणावे असे काही कार्य केले नाही. पुढारी व जनता यांच्यामध्ये जो कार्यकर्त्यांचा दुवा लागतो, तो तर महाराष्ट्रात मुळीच नाही. याचा दोष पुढाऱ्यांकडे जितका आहे, तितकाच सुशिक्षित तरुण वर्गाकडेही आहे. असो. काँग्रेसमध्ये म. गांधी, पं. नेहरू वगैरेसारखे जनतेशी तन्मय झालेले पुढारी निघाल्यामुळे राष्ट्रीय काँग्रेस व ब्राह्मणेतर काँग्रेस या दोहोंमधील भेद कमी कमी होत चालला आहे, ही आनंदाची गोष्ट आहे. पण राष्ट्रीय पक्षात म. गांधी व पं. नेहरूंसारखे फारच थोडे आहेत. त्याबरोबर ब्राह्मणेतर काँग्रेसमध्ये दुर्दैवाने तेवढेही लोक नाहीत, हे कबूल करणे भाग आहे. तथापि, दोन्ही संस्थांच्या ध्येयात बराचसा फरक आहे. गांधी व पं. नेहरूंमुळे ज्या तत्त्वांचा प्रवेश राष्ट्रीय सभेत झाला, तेच

ब्राह्मणेतर काँग्रेसचे मूलभूत सिद्धान्त होत, हे कोणासही नाकबूल करता येणार नाही. त्याबरोबरच राष्ट्रीय सभेचे जे ध्येय आहे, ते ब्राह्मणेतर काँग्रेसचे एक साधनभूत अंग होय. हा फरक ओळखणे ब्राह्मणेतर जनतेला आवश्यक आहे.''

श्रीपतरावांनी पुढे म्हटले आहे की, पुण्यात जेव्हा काँग्रेस भरली होती, तेव्हा म. फुल्यांनी 'मागासलेल्या वर्गासाठी काँग्रेस काय करत आहे?' असा प्रश्न केला होता. आता काँग्रेसमध्ये म. गांधी व पं. नेहरू यांचा प्रवेश झाल्यामुळे तसा प्रश्न करण्याची जरुरी नाही. तथापि, जोपर्यंत काँग्रेसमध्ये भांडवलवाले, सावकार व सुशिक्षित पांढरपेशे लोक यांचा भरणा आहे, तोपर्यंत मागासलेल्या वर्गाचे हित साधले जाणार नाही. असे असले तरी, ब्राह्मणेतर पक्षास काँग्रेसशी बऱ्याच बाबतीत सहकार्य करता येईल; पण तिच्यात सर्वस्वी विलीन होता येणार नाही.

यानंतर श्रीपतरावांची लेखणी अधिक तिखट बनली आहे. आता ब्राह्मणेतर तरुण लोकांनीच समाजसेवेची धुरा आपल्या शिरावर घ्यावी असे आवाहन करताना ते म्हणतात : ''म. फुल्यांनी राष्ट्रीय सभेला सवाल केला, तसाच सवाल म. गांधी मात्र आता ब्राह्मणेतर काँग्रेसलाच करू शकतील याची लाज ब्राह्मणेतर तरुणांना वाटावयास नको काय? ब्राह्मणेतर पुढारी आता निकामी झाले आहेत. त्यांना वारंवार दोष देण्यात अर्थ नाही. होतकरू तरुणांनीच पुढे झाले पाहिजे व समाजसेवेची धुरा शिरावर घेतली पाहिजे. ब्राह्मणेतर पक्षाचे ध्येय कितीही उच्च असले, तरी जोपर्यंत त्या ध्येयासाठी झटणारे ब्राह्मणेतर तरुण दिसणर नाहीत व त्यातील काही कर्तृत्वशून्य लोक राष्ट्रीय सभेला शिव्याशाप देण्यातच आपली इतिकर्तव्यता मानू लागले, तर पक्षाची सर्वत्र नाचक्की होत राहणार! ब्राह्मणेतर जनतेचे सावकारी कर्ज व भिक्षुकशाहीने ज्याप्रमाणे रक्तशोषण केले आहे, त्याप्रमाणे परकीय सरकारनेही केले आहे. म्हणून या तिन्हींच्या अन्यायाविरुद्ध ब्राह्मणेतर जनतेने यापुढे तरी लढा पुकारल्याशिवाय तिचा तरुणोपाय नाही, हे खास!''

त्यासाठी म. फुले, राजर्षी शाहू, डॉ. नायर आदींचा मागासलेल्या वर्गाच्या कल्याणाचा विचार तरुणांना मार्गदर्शक ठरेल असा आशावाद श्रीपतरावांनी व्यक्त केला आहे, ते लिहितात :

''हिंदुस्थानातील लढा फक्त राजकीय बाबतीपुरताच नसून, आर्थिक, सामाजिक व काही अंशी धार्मिक बाबतीतही आहे, ही गोष्ट म. जोतिराव

फुले, राजर्षी शाहूराय, डॉ. नायर, सर त्यागराज चेट्टी, पानगलचे राजेसाहेब वगैरे पुढाऱ्यांनी जितकी जाणली तितकी इतर कोणत्याही पुढाऱ्यांनी जाणली नाही. ब्रिटिशांना राजसत्तेमुळे मिळणाऱ्या पैशाचीच हाव अधिक आहे व म्हणून गेली दीडशे वर्षे अनेक तऱ्हेने ब्रिटिश राष्ट्र हिंदुस्थानला लुटीत आहे. हल्ली प्रजा जी ब्रिटिशांविरुद्ध चिडली आहे, ती राज्यकर्ते म्हणून नव्हे, तर ते द्रव्यशोषक आहेत म्हणूनच होय. या द्रव्यशोषणाच्या कामात हिंदी भांडवलवाले, सावकार, जमीनदार, सरकारी नोकर व पांढरपेशा वर्गही आहे. बहुसंख्याक मागासलेली प्रजा ब्रिटिश लोकांप्रमाणेच वरील सर्व वर्गाकडून गांजली जात आहे. सत्ताधारी वर्गाने शहाणपण पत्करल्याचे उदाहरण जगात कोठेही दिसत नाही, ते हिंदुस्थानात दिसून यावे अशीच राजर्षी शाहूरायांची इच्छा होती. मागासलेल्या वर्गाच्या कल्याणासाठीच त्यांनी आपली राज्यसत्ता वापरली व सामान्य व्यक्तीप्रमाणेच त्यांची राहणी होती. वेळप्रसंगी मागासलेल्या वर्गाच्या कल्याणाखातर आपण राज्यत्याग करण्यासही डगमगणार नाही, असे त्यांनी अनेकवार बोलून दाखविले आहे. शाहूरायांची अशी ही परंपरा आहे.''

राजर्षी शाहू छत्रपतींची ही परंपरा काँग्रेसमध्ये म. गांधी, पं. नेहरू, वल्लभभाई पटेल प्रभृतींनी चालवली आहे. तशी चालवणारी नररत्ने ब्राह्मणेतर पक्षातही निर्माण व्हावीत, असा आशावाद प्रकट करीत श्रीपतरावांनी अग्रलेखाचा शेवट करत म्हटले आहे, ''शेतकरी व कामकरी लोकांच्या कल्याणासाठी झटणे, हीच शाहूपरंपरा होय व ती चालवणे हेच ब्राह्मणेतर पक्षाचे व काँग्रेसचे कर्तव्य होय.''

'विजयी मराठा'ची शेवटची धडपड

श्रीपतरावांनी १९३२मध्ये श्री शाहू सोसायटीस 'विजयी मराठा' हे आपले पत्र अर्पण केले. फेब्रुवारी १९३३ मध्ये श्रीपतरावांनी पुणे सोडले आणि ते कोल्हापुरास राहावयास आले. पुण्याचा निरोप घेताना त्यांचे अनेक ठिकाणी सत्कार झाले. मानपत्रे दिली गेली. तिकडे सोसायटीने हे पत्र दीड पावणेदोन वर्षे बऱ्यापैकी चालविले; पण एकूणच ब्राह्मणेतर पक्षाला लागलेल्या ओहोटीमुळे त्या पक्षाचे मुखपत्र बनलेल्या या पत्रासही त्याची झळ लागल्याशिवाय राहिली नाही. एके काळी महाराष्ट्राच्या विदर्भ, मराठवाड्यासारख्या भागातही दूरवर जाणाऱ्या दहा हजार खपाच्या या

पत्राचे प्रकाशन बंद ठेवावे लागले - (डिसेंबर १९३४)

दरम्यानच्या काळात श्रीपतरावांची प्रकृती गॅस्ट्रिक अल्सरने आसन्नमरण झाली. त्यांचे मित्र डॉ. धनवडे यांनी प्रयत्नांची पराकाष्ठा करून त्यांना मृत्यूच्या दाढेतून परत आणले! प्रकृती पूर्ववत होताच त्यांना शाहू सेवक सोसायटी व विजयी मराठा या दोहोंचे पुनरुज्जीवन करण्याचा ध्यास लागला. त्यातून ते १९३९ मध्ये पुन्हा पुण्यात आले आणि आपण आता 'विजयी मराठा' पुन्हा सुरू करणार म्हणून त्यांनी जाहीर केले; पण प्रकृतीने त्यांना दगा दिला आणि त्यांना औषधोपचारासाठी कोल्हापूरला परत यावे लागले. डॉ. धनवडे यांनी त्यांना पुन्हा आजारातून बरे केले. याच वेळी कोल्हापुरात रिजन्सी कौन्सिलची राजवट चालू होती आणि पेरी नावाच्या प्राइम मिनिस्टरचा दडपशाहीचा नंगानाच सुरू होता. श्रीपतरावांनी या पेरीशाहीविरुद्ध आंदोलन उभारले. कर्मवीर भाऊराव पाटीलही या आंदोलनात सहभागी झाले होते.

हे सर्व चालू असता शाहू सेवक सोसायटीचा व 'विजयी मराठा' पत्राचा विषय श्रीपतरावांच्या डोक्यातून गेला नव्हता. कठीण परिस्थितीसमोर हार मानतील तर ते श्रीपतराव कसले! त्यांनी पुन्हा एकदा प्रयत्न करायचा असे ठरविले. त्यांच्याकडील पुंजी तर केव्हाच संपली होती. तेव्हा त्यांनी राजारामपुरीतील आपले प्रशस्त घर मोकळ्या जागेसह (ज्याची किंमत आज एक कोटीहून अधीक होईल) अवघ्या ५ हजारांस विकून ते पुण्यास आले आणि तब्बल नऊ वर्षांच्या कालावधीनंतर त्यांनी २७ मार्च १९४३ रोजी 'विजयी मराठा' पुन्हा सुरू केला आणि त्या वेळी जाहीर केले की, ''यापुढे विजयी मराठा व्यक्तिगत मालकीचा ठेवण्याचा आमचा मनोदय नसून, तो यापुढे श्री शाहू सेवक सोसायटी या मध्यवर्ती संस्थेमार्फत प्रकाशित व्हावा, अशी आमची इच्छा आहे.''

श्रीपतराव केवळ 'विजयी मराठा'चे पुनरुज्जीवन करून थांबले नाहीत; तर शाहू सोसायटीचेही पुनरुज्जीवन करण्यासाठी त्यांनी महाराष्ट्रात दौरे सुरू केले; पण मुळा-मुठेतून खूप पाणी वाहून गेले होते. ब्राह्मणेतर पक्षातील बहुतेक नेते व कार्यकर्ते कॉंग्रेसमध्ये गेले होते. ब्राह्मणेतर पक्ष इतिहासजमा होण्याच्या मार्गावर होता. श्रीपतरावांची जिद्द मोठी, ते प्रवाहाविरुद्ध लढत राहिले. पण प्रकृतीने त्यांना साथ दिली नाही. सोलापूर-जत दौऱ्यावरून कोल्हापुरास परतल्यावर त्यांना अल्सरने पुन्हा गाठले. आता आजाराने

गंभीर स्वरूप धारण केले; पण त्याही अवस्थेत 'विजयी मराठा'चे संपादकीय ते सांगत असत. चिरंजीव माधवराव ते लिहून घेत असत. भेटायला येणाऱ्या मित्रमंडळींशीही विजयी मराठा, शाहू सोसायटी, पेरीशाही याच विषयावर बोलत असत. दरम्यान त्यांच्यावर आणखी एक संकट कोसळले. 'विजयी मराठा'च्या प्रेसची व्यवस्था पाहण्यास ज्या इसमास नेमले होते, त्याने पत्र व प्रेस दोन्ही गिळंकृत करण्याचे कारस्थान केले. ते वेळीच उघडकीस आल्याने अनर्थ टळला खरा; पण श्रीपतरावांना सहकाऱ्याने केलेला हा विश्वासघात जिव्हारी लागला आणि त्यांनी १९ फेब्रुवारी, १९४४ रोजीच्या 'विजयी मराठा'च्या अंकात ही घटना नमूद करून पत्राचे प्रकाशन २२ मे, १९४४ पर्यंत तहकूब केल्याचे जाहीर केले. 'विजयी मराठा' आपण याही परिस्थितीत पुन्हा सुरू करू, अशी उमेद मृत्युशय्येवर पडलेल्या श्रीपतरावांना होती; पण ते घडणार नव्हते. ३ मार्च, १९४४ रोजी ब्राह्मणेतर पक्षाचा शेवटपर्यंत अभिमान राखणारा हा हाडाचा सत्यशोधक हे जग सोडून गेला. त्याच्याबरोबर 'विजयी मराठा' अस्तास गेला आणि शाहू सोसायटीचे स्वप्नही कायमचे भंगून गेले.

'विजयी मराठा'ने बहुजन समाजाला काय दिले?

ज्या वेळी लो. टिळकांचे नाव व कर्तृत्व अखिल भारताच्या राजकीय क्षितिजावर प्रखरतेने तळपत होते आणि त्यांच्या 'केसरी'चा महाराष्ट्राच्या राजकारणावर व समाजकारणावर प्रचंड दबदबा व दबाव होता, त्या वेळी खुद्द लोकमान्यांच्या गावी आणि 'केसरी'च्या गुहेत प्रवेश करून, त्या दोघांनाही 'विजयी मराठा'च्या रूपाने आव्हान देण्याचे धाडस कोल्हापूरच्या एका बहादूर तरुणाने केले. ही घटना तत्कालीन मराठी समाजकारणात अपूर्व होती. ब्रिटिशांच्या राज्यातील पोलीस अधिकाऱ्याच्या सोन्यासारख्या व प्रतिष्ठेच्या नोकरीवर लाथ मारून या तरुणाने वृत्तपत्राचे खडतर व्रत बुद्ध्याच स्वीकारले होते.

'मराठी वृत्तपत्रांचा इतिहास' या ग्रंथात रा. के. लेले यांनी श्रीपतरावांच्या कार्यकर्तृत्वावर फार गौरवाने भाष्य केले आहे. त्यांनी म्हटले आहे, 'केसरी'हून सर्वस्वी भिन्न प्रवृत्तीचे, 'केसरी' विरुद्ध भूमिका घेऊन खुद्द लो. टिळकांनाही धक्का देण्याची धिटाई दाखवणारे पत्र म्हणजे श्रीपतराव शिंदे यांचे 'विजयी मराठा!' ते सत्यशोधक चळवळ व ब्राह्मणेतर पक्ष यांच्या पुरस्कारासाठीच

अस्तित्वात आले होते. श्रीपतरावांपुढचा वाचक वर्ग हा अज्ञानी व रूढी, भ्रामक समजुती यांनी ग्रस्त होता व आर्थिकदृष्ट्याही तो निर्धन होता. यामुळे श्रीपतरावांचे काम सोपे नव्हते; पण स्वार्थत्यागपूर्वक स्वतःच्या हिमतीवर उभे राहून कार्य करण्याची त्यांची धमक आणि निष्ठा टिळक, गोपाळ गणेश आगरकरांपेक्षा कमी नव्हती! काय व कसे करायचे याविषयीचे त्यांचे विचार पक्के होते. संपादक म्हणून त्यांनी सडेतोडेपणा नेहमीच प्रकट केला. कोणाचे मिंधेपण स्वीकारले नाही. अशा प्रकारे अखेरपर्यंत झुंजत राहणारा, बहुजन समाजाच्या हिताने झपाटलेला असा हा एक बाणेदार तत्त्वनिष्ठ संपादक होता.''

मधल्या काळात दीर्घ काळ विश्रांती घेऊन नऊ वर्षांनी पुण्यात जेव्हा 'विजयी मराठा' पुन्हा प्रकट झाला, तेव्हा पहिल्याच अंकात श्रीपतरावांनी 'विजयी मराठा'ने प्रतिकूल परिस्थितीशी झगडत कशी वाटचाल केली आहे, याचे सिंहावलोकन केले आहे. ते त्यांच्याच शब्दांत पाहणे उचित ठरेल :

''विजयी मराठा'ने ज्या वेळी आपल्या कार्याची मुहूर्तमेढ पुण्यात रोविली, त्या वेळची परिस्थिती विचारार्हच होती. बहुजन समाजाच्या अज्ञानाचा फायदा घेऊन राष्ट्रीयतेच्या सोज्ज्वळ नावाखाली महाराष्ट्राच्या धार्मिक, सामाजिक नि राजकीय क्षेत्रांत शेटशाही नि भटशाही बेगुमान धुमाकूळ घालीत होती. बहुजन समाजाचे रक्त पद्धतशीरपणे शोषण करीत होती. 'विजयी मराठा'ने या कावेबाज झब्बूशाहीला उलथेपालथे करून तिचे सत्य स्वरूप समाजाच्या नजरेस आणिले! महाराष्ट्रीय सुधारणांचे प्रपितामह कै. महात्मा फुले नि दीनोद्धारक राजर्षी शाहू महाराज यांच्या बहुजन समाज हितवदी तत्त्वप्रणालीचा संदेश, महाराष्ट्राच्या कानाकोपऱ्यात पोहोचवून 'विजयी मराठा'ने बहुजन समाजात बौद्धिक जागृतीची नि स्वाभिमानाची विलक्षण लाट उसळून दिली! 'विजयी मराठा'ने घडवून आणलेल्या या प्रभावी जागृतीमुळेच बहुजन समाजाच्या अनेक संघटित चळवळी जन्मास आल्या. सरकारचे लक्ष वेधून घेण्याइतके बहुजन समाजाच्या चळवळींचे राजकीय सामर्थ्य वाढले. अनेक सनातनी पक्ष धुळीला मिळाले नि काँग्रेसलासुद्धा आपला दृष्टिकोन बदलून सत्यशोधक नि ब्राह्मणेतर चळवळींच्या तत्त्वप्रणालीचा अंगीकार करावा लागला. पांढरपेशा राष्ट्रीय चळवळीला खरी राष्ट्रीय दृष्टी लाभू लागली! सारांश, धार्मिक, सामाजिक नि राजकीय क्षेत्रांत आजवर

बहुजन समाजाच्या गळ्याला बसलेली भटशाही-शेटशाही नि नोकरशाहीची तात यापुढे आता बरीच ढिली पडली असून, बहुजन समाज ती तोडून टाकण्याचा स्वाभिमानपूर्वक प्रयत्न करील, अशी आशा वाटू लागली आहे. या सर्व यशाचे श्रेय सर्व अंशी जरी 'विजयी मराठा'कडे येणार नसले तरी त्यातील श्रेयाचा बराच मोठा भाग 'विजयी मराठा'कडे येतो, हे प्रामाणिकपणे नमूद करण्यास आम्हाला मोठा अभिमान वाटतो.''

श्रीपतरावांनी 'विजयी मराठा'च्या योगदानाबद्दल जे लिहिले आहे ती आत्मस्तुती नव्हती, तर वस्तुस्थिती होती. १९२० नंतरच्या दशकात महाराष्ट्रातील ब्राह्मणेतर पक्षाचे मुखपत्र म्हणून आणि त्याच्या समाजकारणास व राजकारणास वळण लावणारी एक प्रभावी शक्ती म्हणून 'विजयी मराठा'ने मोठी भूमिका पार पाडली आहे. ब्राह्मणी गोटात जसे विष्णुशास्त्री चिपळूणकर, लो. टिळक, न. चिं. केळकर यांच्यासारखे तत्त्वनिष्ठ पत्रकार होऊन गेले, तसेच मुकुंदराव पाटील, श्रीपतराव शिंदे, डॉ. आंबेडकर यांच्यासारखे तत्त्वनिष्ठ पत्रकार बहुजन समाजाच्या गोटातही उदयास आले. वृत्तपत्र चालविणे हा काही आजच्यासारखा त्या काळी एक पेशा अथवा व्यवसाय नव्हता. ते एक समाजसेवेचे, खऱ्याखुऱ्या समाजसेवेचे असिधारा व्रत होते. अशा व्रतस्थ पत्रकाराच्या इतिहासातील पाऊलखुणा शोधण्याचा हा आमचा एक अल्पसा प्रयत्न आहे. या पाऊलखुणांचा मागोवा शाहू चरित्राच्याच नव्हे, तर महाराष्ट्राच्या इतिहासाचा शोध घेणाऱ्या अभ्यासकास मदतनीस ठरेल, यात कोणतीही शंका नाही.

◆

२१

क्षात्रजगद्‌गुरू : विचार व कार्य

राजर्षी शाहू छत्रपती महाराजांनी आपल्या हयातभर ब्राह्मणशाहीबरोबर सामाजिक समतेसाठी संघर्ष केला. ब्राह्मणशाहीच्या वर्णवर्चस्वाविरुद्धच्या लढ्यातील एक महत्त्वाचा टप्पा म्हणजे त्यांनी निर्माण केलेले क्षात्रजगद्‌गुरूचे पद. या पदाची निर्मिती म्हणजे शाहू छत्रपतींनी महाराष्ट्रातील पुरोहितशाहीला दिलेला जबरदस्त धक्का होता. या धक्क्याने तत्कालीन महाराष्ट्राचे समाजजीवन ढवळून निघाले. बुद्धिमंतांच्या गोटात वैचारिक वादळे निर्माण झाली.

क्षात्रजगद्‌गुरूची संकल्पना

क्षात्रजगद्‌गुरू म्हणजे क्षत्रियांचा जगद्‌गुरू, मराठ्यांचा जगद्‌गुरू. मराठ्यांनी ब्राह्मणी पुरोहितशाहीच्या गुलामीतून मुक्त होऊन स्वतःचा जगद्‌गुरू स्थापन करावा, ही मूळ कल्पना. शाहू महाराजांना ही कल्पना आकस्मिक सुचलेली नव्हती. वेदोक्त प्रकरण जेव्हा ऐरणीवर आलेले होते, तेव्हा ब्राह्मणी पुरोहितशाहीच्या विळख्यातून आपल्या ज्ञातीस मुक्त करण्याचे विचार महाराजांच्या मनात उत्पन्न होत होते. याचा एक पुरावा म्हणजे दैवज्ञ सोनार, शेणवी, लिंगायत, जैन या ज्ञातींच्या लोकांनी ब्राह्मणी पुरोहितशाहीचे जोखड फेकून देऊन आपले स्वतःचे धर्मगुरू निर्माण केले, तसे मराठ्यांनीही का करू नये, असा एक विचार त्यांनी १९०४ मध्येच एका पत्रात व्यक्त केल्याचे आढळून येते.

१९०५ मध्ये 'वेदोक्त' प्रकरणाचा निकाल महाराजांच्या बाजूने लागला असला तरी, ब्राह्मणी वर्णवर्चस्वाचे चटके महाराजांना येथून पुढेही बसत राहिले. त्यांतील सर्वांत मोठा चटका करवीरच्या शंकराचार्यांच्या गादीवर

'क्षात्रजगद्‌गुरू : विचारदर्शन' या ग्रंथाची प्रस्तावना.

बसलेल्या जगद्‌गुरूनेच दिला. १९१७ मध्ये या गादीवर महाराजांनी डॉ. कुर्तकोटी या पुरोगामी ब्राह्मण पंडितास स्थापन केले. पीठासनावर आरूढ झाल्यावर काही काळ या नव्या शंकराचार्यांनी अस्पृश्यतानिवारणासारख्या अनेक सामाजिक सुधारणांचा जोरकस पुरस्कार केला. पण वर्षभराच्या आतच त्यांनी आपले खरे स्वरूप प्रकट करावयास सुरुवात केली. त्याचा प्रारंभ त्यांनी 'कुलकर्णी वतन बरखास्ती' प्रकरणात कुलकर्ण्यांची बाजू घेण्यापासून झाला आणि त्याचा शेवट शाहू महाराजांशी वितुष्ट येऊन त्यांच्या पदत्यागात झाला (स. १९१८). या प्रकरणात महाराजांनाही मनस्ताप सहन करावा लागला. आपण या बोलघेवड्या पंडिताच्या बोलांना भाळलो व फसलो, असे त्यांना वाटू लागले. डॉ. कुर्तकोटींच्या नंतर करवीर शंकराचार्यांचे पीठासन रिकामे पडले नाही हे खरे, पण या पीठाकडून बहुजन समाजाला न्याय मिळू शकेल, ही महाराजांची आशा कायमची लोप पावली. ते आता पर्यायी मार्गाचा विचार करू लागले.

परिणामी ब्राह्मण पुरोहितशाहीचे जोखड फेकून देऊन आपल्या ज्ञातीस धार्मिक गुलामगिरीतून मुक्त करण्याचा निर्णय महाराजांनी घेतला. आपल्या ज्ञातीच्या लोकांची धर्मकृत्ये आपल्याच पुरोहितांकडून करवून घेण्यासाठी त्यांनी कोल्हापुरात 'श्री शिवाजी वैदिक विद्यालय' स्थापन केले - (जुलै १९२०). या विद्यालयातून दर वर्षी मराठा पुरोहित शिकून तयार होऊ लागले.

क्षात्रजगदगुरुपदाच्या निर्मितीचा जाहीरनामा

मराठा ज्ञातीसाठी स्वतंत्र धर्मगुरू निर्माण करण्याची सामाजिक गरज कशी आहे, हे शाहू महाराजांनी जाहीर भाषणांमधून व खासगी पत्रांतून अनेकदा व्यक्त केल्याचे आढळते. इंदूरच्या नरेशांना पाठविलेल्या एका पत्रात महाराजांनी म्हटले आहे : "आमच्या या उद्दिष्टाचा पाठपुरावा करावा म्हणून आम्ही 'शिवाजी क्षत्रिय समाज' नावाची संस्था स्थापन केली आहे. आमची सर्व धार्मिक कार्ये मराठ्यांकडून करवून घेण्याची व्यवस्था केली आहे. आमच्या या संस्थेला कायमचे स्वरूप यावे म्हणून आम्ही पाटगाव येथील विख्यात देवतुल्य मौनी महाराजांच्या गादीचा उपयोग करू इच्छितो. मौनीबुवा हे क्षत्रिय संत होते आणि ते सर्व मराठ्यांना पूजनीय वाटतात. खरोखरीच ते मराठ्यांचे जगद्‌गुरू होते आणि ते धार्मिक पूजा वेदोक्त

रीतीने चालवीत असत. आम्ही त्या गादीवर योग्य अशा मराठ्यांची नेमणूक करून, त्या गादीचे पुनरुज्जीवन करू आणि ते आमचे अधिकृत जगद्गुरू होतील...''

लवकरच महाराजांच्या या निर्णयाविषयी महाराष्ट्रात बरीच साधक-बाधक चर्चा सुरू झाली. मराठा ज्ञातीच्या अनेक नेत्यांनी व कार्यकर्त्यांनी त्यांचा हा निर्णय उचलून धरला. तथापि, काही सत्यशोधक विचारवंतांना महाराजांचे हे पाऊल रुचले नाही. त्यांनी आपले प्रतिकूल अभिप्राय दिले. अशा प्रकारे महाराष्ट्रात या प्रश्नावर उलट-सुलट चर्चा सुरू असतानाच, महाराजांनी १२ ऑक्टोबर १९२० रोजी, क्षात्रजगद्गुरू पदासंबंधीचा जाहीरनामा प्रसिद्ध केला. त्यामध्ये त्यांनी आपल्या निर्णयामागची तात्त्विक भूमिका स्पष्ट केली होती, ती अशी :

''हिंदू समाजात ब्राह्मण व ब्राह्मणेतर असे दोन पक्ष निर्माण होऊन, त्या दोहोंमधील वाद विकोपास गेला आहे. ही स्थिती देशहितास योग्य नाही. मूळच्या वैदिक धर्माचा लोप ब्राह्मणी धर्माने केला असून, ब्राह्मण वर्गाकडून ब्राह्मणेतरांना खऱ्या धर्माचा लाभ होणार नाही. यासाठी क्षत्रिय मराठ्यांनी आपला स्वतंत्र मार्ग अनुसरण्याचे ठरविले आहे.'' महाराज पुढे म्हणतात :

''करवीर राज्यात क्षत्रिय मराठ्यांचे खरे जगद्गुरू स्थान फार प्राचीन आहे, पण आम्हा क्षत्रिय मराठ्यांत आजवर त्याची विस्मृती पडली होती ते गुरुस्थान पाटगाव मौनी महाराजांचे होय. याच मौनी गुरू महाराजांनी क्षत्रियांतील देव अवतार जे श्रीशिवछत्रपती यांना उपदेश केला होता, हे इतिहासप्रसिद्ध आहे. श्रीशिवछत्रपती हे कोणत्याही संकटकाळी मौनी महाराजांकडे जाऊन त्यांचा आशीर्वाद घेत असत. यामुळे त्यांना कोणत्याही कृत्यात अपयश आले नाही. रामदास किंवा दादोजी कोंडदेव हे श्रीशिवाजी महाराजांचे गुरू होते, ही क्लृप्ती ब्राह्मणांचीच आहे. त्याबद्दल इतिहासात कोठेही सबळ पुरावा नाही; परंतु या गादीबद्दल कोल्हापुरास व साताऱ्यास भरपूर पुरावा मिळतो. श्रीशिवाजी महाराजांनंतर कोल्हापूरची गादी स्वतंत्र स्थापन झाल्याने नंतर कोल्हापूरचे महाराजही त्यांना जगद्गुरू मानत असत व त्या संस्थानचा उत्कर्ष व्हावा या हेतूने त्यांनी इनाम गावेही पाटगाव संस्थानास दिली आहेत. यावरून कोल्हापूरच्या महाराजांना हे संस्थान अत्यंत पूज्य होते, हेही निर्विवाद शाबीत होते. ही गादी निव्वळ क्षत्रिय मराठ्यांची

असून, शिष्य परंपरेने आजवर चालत आलेली आहे.''

''या गादीवर क्षत्रियकुलोत्पन्न सदाशिवराव लक्ष्मणराव पाटील, राहणार बेनाडी यांस जगद्‌गुरू नेमण्यात आले आहे... या जगद्‌गुरूंनी मानवी प्राण्यास पशूप्रमाणे वागवून त्यांचे खांद्यावर वाहन वगैरे देऊन त्यात बसून जाण्याचे वर्ज्य करण्याचे आहे. त्यांचे प्रवासाकरिता चार घोडी व मठाच्या शोभेकरिता असलेल्या जनावरांचा उपयोग त्यांनी करावा.''

याच वेळी महाराजांनी आणखी एक हुकूम काढला. त्यानुसार क्षात्रजगद्‌गुरू पीठावर आरूढ होणाऱ्या व्यक्तीस अविवाहित राहण्याची सक्ती दूर करण्यात आली. ऐन तारुण्यात असणाऱ्या जगद्‌गुरूवर आजन्म ब्रह्मचर्याची सक्ती करणे महाराजांना अन्यायकारक व अव्यवहार्य वाटत होते.

बेनाडीकर पाटलांची क्षात्रजगदगुरुपदावर स्थापना

बहुजन समाजातील कर्तबगार व गुणवान सुशिक्षित तरुणांवर शाहू महाराजांची बारीक नजर असे. कोल्हापूर संस्थानातील बेनाडी गावच्या व पुण्यात फर्ग्युसन कॉलेजमध्ये शिकणाऱ्या सदाशिवराव पाटलांना महाराजांनी असेच यापूर्वी हेरून ठेवले होते. स्वाभाविकच मौनी महाराजांच्या गादीवर क्षात्रजगद्‌गुरू म्हणून नेमण्याचा प्रश्न पुढे आला तेव्हा महाराजांनी संस्कृत व तत्त्वज्ञान या विषयात पारंगत असणाऱ्या सदाशिवरावांची त्यासाठी निवड केली. सदाशिवरावांचे समाजसुधारणेविषयीचे वृत्तपत्रांत आलेले लेखही त्यांनी वाचले होते. त्यावरून त्यांची क्षात्रजगद्‌गुरूसाठीची निवड योग्य ठरेल, असा विश्वास त्यांना वाटत होता. ११ नोव्हेंबर १९२० रोजी, पाटगावच्या मौनी महाराजांच्या मठात, सदाशिवरावांना सशास्त्र पट्टाभिषेक होऊन वैदिक मंत्रांच्या घोषात क्षात्रजगद्‌गुरुपदी स्थापन करण्यात आले. या निमित्ताने भरवलेल्या खास दरबारात, खुद्द शाहू महाराजांनी नूतन क्षात्रजगद्‌गुरूंस वाकून मुजरा केला. त्यांचे अनुकरण दरबारातील सर्व सरदार मानकऱ्यांनी आणि अधिकाऱ्यांनी केले.

क्षात्रजगद्‌गुरू हा शंकराचार्यांसारखा असता कामा नये, अशी महाराजांची अपेक्षा होती. ब्राह्मण जगद्‌गुरूप्रमाणे म्हणजे शंकराचार्यांप्रमाणे भक्तांकडून भिक्षा म्हणून द्रव्य संपादन करणे, पाद्यपूजा करवून घेणे, भक्तांनी खांद्यावर घेतलेल्या पालखीतून मिरवणे, या अनिष्ट प्रथांपासून महाराजांचे जगद्‌गुरू दूर राहणार होते. १९२१च्या प्रारंभी, महाराजांनी त्यांना लिहिलेले एक पत्र

उपलब्ध आहे. त्यात ते लिहितात, "स्वामींनी आपल्या कार्यास लवकर आरंभ करावा. फिलॉसॉफीचा अभ्यास सुरू करावा. आपण आपले ध्येय देवासंबंधी दलाल असू नये, असे ठेवावे, तसेच इतर स्वामींप्रमाणे आपले ध्येय असू नये. देशसेवा, लोकसेवा असेच ध्येय ठेवावे." खुद्द महाराज क्षात्रजगद्गुरूंना देव व मानव यांच्यामधील 'दलाल' समजत नव्हते. एवढेच नव्हे, तर असे 'दलाल' समाजात निर्माण होणार नाहीत, असेच त्यांचे प्रयत्न असले पाहिजेत, अशी त्यांची अपेक्षा होती, हे यातून स्पष्ट होते.

सत्यशोधक पुढारी व शाहू चरित्रकार प्रो. अण्णासाहेब लठ्ठे, थोर साहित्यिक वि. द. घाटे व प्रसिद्ध इतिहास संशोधक प्रा. न. र. फाटक इत्यादी अनेकांनी शाहू महाराजांच्या या कार्याची, युरोपातील प्रोटेस्टंट बंडखोर सुधारकांच्या कार्याशी तुलना करून, त्यांच्या या धाडसी कार्याचा गौरव केला आहे.

इंग्लंडच्या आठव्या हेन्रीने रोमच्या पोपविरुद्ध केलेल्या बंडखोरीचा दाखला देत, प्रा. फाटक यांनी म्हटले आहे, "हेन्रीने युरोपातील अनेक राजांना आपल्या बोटावर नाचविणाऱ्या पोपचा अंमल इंग्लंडातून उखडून टाकला व त्याचा अधिकार आपल्या हाती घेतला. शाहू महाराजांनी हिंदू आचार्य जगद्गुरूची महती बुडविली. त्याच्या जागी क्षात्रजगद्गुरू बसविला."

देव व माणूस यामधील दलाल दूर करावा, शतकानुशतके ब्राह्मण पुरोहितशाहीची बहुजन समाजावर लादलेली गुलामगिरी नष्ट करावी, अज्ञानातून निर्माण झालेल्या रूढीपरंपरांपासून त्या समाजास मुक्त करावे, अशा शाहू छत्रपतींच्या क्षात्रजगद्गुरूंकडून अपेक्षा होत्या, हे आपण पाहिलेच आहे. क्षात्रजगद्गुरूंची स्थापना सन १९२० मध्ये झाली आणि महाराजांचे निधन सन १९२२ मध्ये झाले. याचा अर्थ, क्षात्रजगद्गुरूंना महाराजांचे मार्गदर्शन व सहवास फार काळ मिळाला नाही. पण उपलब्ध कागदपत्रांवरून हे स्पष्ट होते की महाराजांनी दाखवून दिलेल्या मार्गानेच क्षात्रजगद्गुरूंनी आपल्या विचारांची व कार्याची वाटचाल केली. याच वाटचालीचा मागोवा आपण प्रस्तुत ग्रंथातील त्यांच्या भाषणांच्या व लेखांच्या अनुषंगाने घेणार आहोत.

क्षात्रजगद्गुरूची निर्मिती : उद्देशांचे समर्थन

आपण क्षात्रजगद्गुरूची निर्मिती का करत आहोत, याचे शाहू महाराजांनी दिलेले स्पष्टीकरण आपण त्यांच्याच शब्दांत पाहिले आहे. खुद्द क्षात्रजगद्गुरूंनीही

महाराजांचा हा उद्देश एका भाषणात स्पष्ट केला आहे. त्यात ते म्हणतात : "आपल्या समाजाची सुधारणा आपणच केली पाहिजे. ब्राह्मणांच्या हाती धर्मसूत्रे ठेविली, तर ते स्वतः धर्माची सुधारणा करणार नाहीत व दुसऱ्यांनाही करू देणार नाहीत. अर्थात, धर्मसुधारणा करण्याकरिता मोठमोठ्या ज्ञान्यांनी आपली धर्मसूत्रे ब्राह्मण वर्गाच्या हातून काढून घेतली पाहिजेत आणि आपली आपण धर्मसुधारणा केली पाहिजे आणि एवढ्याच उद्देशाने राजर्षी शाहू महाराजांनी हे क्षात्रजगद्‌गुरू पीठ स्थापन केले आहे."

शाहू छत्रपतींनी घालून दिलेल्या दंडकानुसारच आपली सामाजिक क्षेत्रात वाटचाल चालू आहे, असे उद्‌गार त्यांनी ते सन १९२८ मध्ये नागपूर वऱ्हाडच्या दौऱ्यावर असताना काढले आहेत : "माणुसकीला पायाखाली तुडविणे, पाद्यपूजा करवून घेऊन त्या जगन्नियंत्या परमेश्वरास लाथाडणे व महादक्षिणेच्या रूपाने दिवसाढवळ्या दरवडे घालणे, म्हणजे दिवसा मशाल लावून विषमतेची आग पसरीत सुटण्यासारखेच शहाणपणाचे होईल. पण आमच्या या पीठापासून लोकांना असल्या प्रकारची धास्ती वाटावयाला नको. छत्रपती श्रीशाहू महाराजांच्या आज्ञेनेच या सर्व अनिष्ट प्रकारांना निर्बंध घालण्यात आले आहेत. धर्माचे पुनरुज्जीवन करून त्याचे रक्षण करण्याचा प्रयत्न हे पीठ करीत आहे. 'जगद्‌गुरू' हे नाव श्रीशाहू महाराजांनी या पीठाला दिले खरे, पण मी त्याचा अर्थ 'जगाचा गुरू' असा न करिता 'जग आहे ज्याचा गुरू' असाच करितो." शेवटच्या वाक्यावरून क्षात्रजगद्‌गुरू पदावर आरूढ होऊनसुद्धा त्यांनी आपल्या अंगी किती विनयशीलता बाणवली होती, याचे दर्शन होते.

शाहू महाराजांच्या निधनानंतर १९२३ मध्ये साताऱ्यात 'ब्राह्मणेतर परिषद' झाली. या परिषदेत क्षात्रजगद्‌गुरूंनी आपले पीठ शाहूरायांनी कशासाठी स्थापन केले, याची पुन्हा एकदा चर्चा-चिकित्सा केली आहे. त्यांनी म्हटले आहे की अतिरेकी धर्मभोळेपणा व अतिरेकी नास्तिकपणा या दोन टोकाच्या भूमिका चुकवून खरा धर्ममार्ग सामान्य लोकांना दाखवावा, यासाठी महाराजांनी हे पीठ निर्माण केले असून, त्यामध्ये ब्राह्मणी जगद्‌गुरूचे दोष उत्पन्न होणार नाहीत, अशी पूर्ण तजवीज केली आहे. ब्राह्मणी जगद्‌गुरूप्रमाणे क्षात्रजगद्‌गुरूही पालखीत बसून मिरवणार, अशी हूल उठविली असली तरी वस्तुस्थिती याच्या उलट असल्याचे सांगून ते म्हणतात : "आज पीठ स्थापन होऊन दोन-तीन वर्षे होत आली, पण तेवढ्या अवधीत आम्ही

आमच्या पायाचे पाणी कोणास पाजले नाही व पुढेही पाजणार नाही. आम्ही आजपर्यंत पालखीत बूसन मानवप्राण्यास पशूप्रमाणे केव्हाही वागवले नाही व वागविणार नाही. त्याचप्रमाणे आम्ही दिवसा तर राहोच, पण रात्रीही कधी मशाल घेऊन फिरल्याचे आम्हास आठवत नाही. कंदिलावरच आम्ही काम भागवून घेतो. राजर्षी श्रीशाहू महाराजांनी हे जे पीठ निर्माण केले आहे, ते आमच्या पायाचे पाणी तुम्हास पाजविण्याकरिता नसून, मराठा समाजाच्या हितशत्रूंना कायमचे पाणी पाजण्याकरिता निर्माण केले आहे. शाहू महाराजांनी जे हे पीठ स्थापन केले आहे, ते आम्ही पालखीत बसवून मिरवावे म्हणून नाही, तर मराठी समाजाच्या खांद्यावरून ब्राह्मणी धर्माची पालखी कायमची उतरावी म्हणून स्थापन केले आहे. दिवसा मशाल पेटवून जगाला आग लावण्याकरिता हे पीठ शाहू महाराजांनी स्थापन केले नसून, लोकांना ज्ञानाची मशाल दाखवावी म्हणून स्थापन केले आहे. थोडक्यात सांगावयाचे म्हणजे 'जगद्‌गुरू' हे शाहू महाराजांनी दिलेले माझे नाव असले, तरी धार्मिक बाबतीत 'जगसेवक' हेच माझे ध्येय राहील.''

ब्राह्मणी जगद्‌गुरूचा म्हणजे शंकराचार्यांचा दौरा म्हणजे शाही इतमामास शोभेल असा असे. त्यांच्या मिरवणुकीत दिवसा मशाली लावल्या जात. त्यांच्या पालखीस समाजातील भलेभले लोक खांदा देत, त्यांची पालखी वाहण्याची संधी मिळणे, हा फार मोठा मान समजला जाई. या पार्श्वभूमीवर क्षात्रजगद्‌गुरूंचा दौरा हा अत्यंत साधा असे. घोडागाडीतून ते प्रवास करत. इतर जगद्‌गुरूंप्रमाणे 'पायपूजा, पुडी, लिंगार्चनादी पैसे उकळण्याचे' सर्व प्रकार तेथे बंद असत.

क्षात्रजगद्‌गुरूंचा संचार हा काही फक्त कोल्हापूर संस्थानापुरता मर्यादित नव्हता, अखिल महाराष्ट्र त्यांचे कार्यक्षेत्र होते. सातारा, पुणे, मराठवाडा, विदर्भ- नागपूर, खानदेश अशा विस्तीर्ण प्रदेशांत त्यांचे प्रबोधनाचे दौरे चालू असत. सोबत पंढरीनाथ पाटील, दादासाहेब कोठेकर, बाबूराव यादव, केशवराव बागडे यांसारखे खंदे सत्यशोधक व ब्राह्मणेतर पुढारी त्यांच्यासोबत असत. त्यांचीही सत्यशोधकी भाषणे श्रींच्या प्रवचनासोबत होत असत. वऱ्हाडातील एका दौऱ्यात केशवराव बागडे व बाबूराव यादव यांची भाषणे ऐकून जमलेला श्रोतृ वर्ग 'थक्क' होऊन गेल्याची 'विजयी मराठ्या'चा वऱ्हाडमधील बातमीदार नोंद करतो. तो पुढे म्हणतो की, ''पुसद या ठिकाणी श्रींचे प्रवचन इतके सुरेख झाले की (तेथे आलेल्या) ब्राह्मण

शास्त्र्यांनादेखील श्रींच्या विद्वत्तेविषयी मोठे आश्चर्य वाटले... दोन्ही दिवस श्रींची विद्वत्ताप्रचुर प्रवचने ऐकून, या शास्त्री लोकांनीही माना डोलविल्या.''

प्रथम धार्मिक स्वातंत्र्य मिळवा!

कोल्हापुरातील धार्मिक स्वातंत्र्याचा लढा 'वेदोक्त' प्रकरणापासून सुरू होतो. छत्रपतींच्या घराण्यातील धार्मिक विधी वेदोक्त पद्धतीने करावयास ब्राह्मण पुरोहितांनी नकार दिल्यावरून 'वेदोक्ता'चा स्फोट झाला. क्षत्रियकुलावतंस श्रीशिवाजी महाराज यांच्या वंशजाला, म्हणजे शाहू छत्रपती महाराजांनाच, क्षूद्र ठरवून त्यांना वेदोक्ताचे हक्क नाकारले गेले. त्यातून महाराष्ट्रात ब्राह्मण-ब्राह्मणेतर वादाचा भडका उडाला. लो. टिळकांनी ब्राह्मणी पक्षाची बाजू उचलून धरून मराठ्यांची वेदोक्ताची मागणी म्हणजे एक 'खूळ'च आहे, अशी केसरीत खास दोन लेख लिहून खिल्ली उडविली होती. लोकमान्य टिळकांच्या या मुद्द्याचा संदर्भ क्षात्रजगद्गुरूंनी आपल्या एका भाषणात घेतलेला आहे.

शाहू महाराजांच्या हयातीत त्यांनी स्थापन केलेल्या श्रीशिवाजी क्षत्रिय वैदिक विद्यालयाच्या वार्षिक संमेलन प्रसंगी प्रमुख पाहुणे म्हणून क्षात्रजगद्गुरूंनी जो उपदेश केलेला आहे, त्यात त्यांनी म्हटले आहे की अशा खुळेपणात म्हणजे वेडेपणातच जगातील शहाण्या शास्त्रांचा उगम झालेला आढळेल. फलज्योतिषाच्या खुळ्या नादानेच आजची खगोलविद्या अस्तित्वात आलेली आहे. याच तत्त्वास अनुसरून वेदोक्ताच्या वेडेपणातच मराठ्यांच्या धार्मिक स्वातंत्र्याचा उदय झालेला आहे. वेदोक्ताचा संघर्ष हा धार्मिक स्वातंत्र्याचा उगमबिंदू कसा आहे, याचे वर्णन करताना क्षात्रजगद्गुरूंनी आपल्या उपदेशात म्हटले आहे : ''अशा रीतीने ब्राह्मण आमचे धर्मविधी चांगल्या प्रकारे करेनात व दक्षिणा घेणेही बंद करेनात, तेव्हा याला उपाय काय, असा प्रश्न साहजिकच मराठ्यांपुढे येऊन पडला. स्वतःच्याच पायावर उभे राहिल्यावाचून मार्ग उरला नाही आणि याच मार्गाचा अवलंब करून मराठ्यांचे पुढारी श्रीमन्महाराज शाहू छत्रपती यांनी मराठ्यांना धार्मिक स्वातंत्र्य मिळवून देण्याचे ठरवले व त्यांच्या या पवित्र कार्यास यश मिळून आज श्रीशिवाजी क्षत्रिय वैदिक विद्यालय, क्षत्रिय पुरोहित, क्षत्रिय राजोपाध्ये, क्षत्रिय जगद्गुरू अशा मराठ्यांच्या धार्मिक संस्था स्थापन झाल्या आहेत. आज कोणत्याही धार्मिक बाबतीत मराठ्यांनी ब्राह्मणांवर अवलंबून राहू नये, अशी व्यवस्था

झाली आहे. यावरून आपणांस सहज दिसून येईल की, मराठ्यांना धार्मिक स्वातंत्र्य मिळवून देणे, हेच या संस्थेचे मुख्य ध्येय आहे आणि हेच ध्येय सदैव लक्षात ठेवून आमच्या वैदिक विद्यार्थ्यांनी आपले कार्य करीत राहिले पाहिजे.''

त्या काळी 'आधी राजकीय की आधी सामाजिक' हा वाद मोठ्या प्रमाणावर चालू होता. आधी राजकीय पक्षाचे म्हणणे असे होते की, प्रथम इंग्रजांकडून राजकीय स्वातंत्र्याचे हक्क प्राप्त करून घेऊ या, मग यथावकाश आपणास सामाजिक समतेचे हक्क प्रस्थापित करता येतील. याउलट आधी सामाजिक पक्षाचा आग्रह होता की, प्रथम सामाजिक स्वातंत्र्याचे हक्क सर्वांना सारखे प्राप्त झाले पाहिजेत, मगच आपण राजकीय स्वातंत्र्याच्या हक्कांस लायक होऊ. अर्थात, सामाजिक स्वातंत्र्यात प्रामुख्याने धार्मिक स्वातंत्र्याचा समावेश होत होता. कारण जवळजवळ सर्व सामाजिक प्रश्न हे 'धर्म' या कण्याभोवती फिरत होते. वेदोक्ताचा प्रश्न हा सामाजिक प्रश्न असला, तरी तो मुळात धार्मिक प्रश्न होता. त्यामुळे क्षात्रजगद्गुरूंनी धार्मिक स्वातंत्र्यावर अधिक भर दिल्याचे दिसून येते.

या संदर्भात क्षात्रजगद्गुरूंनी म्हटले आहे : ''आज हिंदुस्थानात चोहीकडे शाब्दिक, राजकीय चळवळीस ऊत आल्या कारणाने, 'प्रथम राजकीय स्वातंत्र्य मिळवा व नंतर धार्मिक स्वातंत्र्यास हात घाला' असा मराठ्यांना वारंवार उपदेश करण्यात येतो. हे त्यांचे म्हणणे दिशाभूल करणारे आहे. पण तरुण मराठ्यांनी तिकडे बिलकूल लक्ष देऊ नये, कारण नुकतेच अडीचशे वर्षांपूर्वी मराठ्यांनी धार्मिक स्वातंत्र्य मिळवले. पण, त्यांच्या धार्मिक गुलामगिरीमुळे व सामाजिक दास्यत्वामुळे ते स्वातंत्र्य लवकरच लयाला गेले. स्वराज्य मिळवणे हे मराठ्यांना सोपे आहे; पण टिकवणे हे त्यांना अत्यंत कठीण आहे आणि ज्या कारणाने आम्हास स्वराज्य टिकवता येत नाही, ती कारणे नष्ट करा व नंतर स्वराज्य मिळवा. गळक्या हौदाची भोके अगोदर बंद करून, नंतर त्यात पाणी ओतले तरच त्यात पाणी राहील. अगोदर तो हौद पाण्याने भरून नंतर त्याच्या बुडाची छिद्रे बंद करू म्हणालात, तर तो प्रयत्न केव्हाही यशस्वी होणार नाही. म्हणून अगोदर धार्मिक स्वातंत्र्य व ज्ञान मिळवा आणि नंतर राजकीय स्वातंत्र्य मिळविण्याच्या खटपटीस लागा.''

धार्मिक स्वातंत्र्याची चर्चा करत असता क्षात्रजगद्गुरूंनी एक महत्त्वाचा

मुद्दा नव्यानेच मांडला आहे तो असा, की मराठ्यांनी ब्राह्मणशाहीच्या धार्मिक जोखडातून मुक्त न होता राजकीय स्वातंत्र्य स्थापन केले. त्यामुळे ते फार काळ अस्तित्वात राहू शकले नाही. कालौघात ते नष्ट झाले. याच्या नाशाला प्रामुख्याने धार्मिक स्वातंत्र्याचा अभाव, हे महत्त्वाचे कारण होते. क्षात्रजगद्‌गुरूंचे हे प्रतिपादन शंभर टक्के लागू पडत नसले, तरी त्यात काही तथ्य जरूर आहे, हे आपण लक्षात घेतले पाहिजे. धार्मिक स्वातंत्र्य, ज्यात सामाजिक समता अभिप्रेत आहे, ते मिळाल्याशिवाय राजकीय स्वातंत्र्याला काहीच अर्थ राहत नाही, हे सत्य आता सर्वांनीच मान्य केले आहे.

धार्मिक स्वातंत्र्य पैदा करायचे तर धर्मातच आमूलाग्र सुधारणा घडवून आणली पाहिजे; आणि अशी सुधारणा आपली आपणच केली पाहिजे. कारण धार्मिक क्षेत्रातील ब्राह्मण नेते काही करतील ही अपेक्षा अनाठायी आहे. त्यासाठी त्यांच्या हातातील धर्मसूत्रे आपल्या हाती घेतली पाहिजेत, असे प्रतिपादन करताना क्षात्रजगद्‌गुरू म्हणतात : "धर्माच्या अवनतीमुळेच आपल्या समाजाची अवनती झालेली आहे आणि धर्माची सुधारणा केल्याखेरीच समाजाची सुधारणा होणे शक्य नाही. करिता अगोदर धर्मसुधारणा करणे जरूर आहे. पण दावणीत बसलेला कुत्रा असा स्वतःही चारा खात नाही व दुसऱ्या जनावरासही खाऊ देत नाही, तसे हे ब्राह्मण लोक इतर जातींवरील आपले वर्चस्व नाहीसे होईल या भीतीने आपणही स्वतः सुधारणा करीत नाहीत व दुसऱ्यालाही करू देत नाहीत. करिता बहुसंख्याक ज्ञातींनी तरी ब्राह्मणांच्या हातातून आपली धर्मसूत्रे काढून घेऊन ती स्वज्ञातीच्या हाती द्यावी व आपली धर्मसुधारणा आपणच करून घ्यावी."

धर्माच्या क्षेत्रात शेकडो वर्षे ब्राह्मणांची मक्तेदारी होती. धर्मसूत्रे त्यांच्याच हाती असली पाहिजेत, ते सांगतील तो धर्म, अशी जनसामान्यांची भावना होती. या भावनेला क्षात्रजगद्‌गुरूंनी धक्का दिलेला दिसून येतो. त्यांच्या मते, धर्म या बाबीशी क्षत्रियांचा जेवढा निकटचा संबंध येतो, तेवढा ब्राह्मणांचा येत नाही, असे कोल्हापूरच्या वैदिक विद्यालयातील विद्यार्थ्यांना उपदेश करताना ते सांगतात : "वेद क्षत्रियांनी रचले आहेत. ज्यांच्या योगाने ब्राह्मणत्व येते, तो गायत्री मंत्र विश्वामित्र या क्षत्रियानेच रचिला आहे. अग्निहोत्रासारखी कल्पना जनक या क्षत्रिय राजानेच याज्ञवल्क्यास मदतीस दिली आहे. अनार्यांपासून व मुसलमानांपासून हिंदू धर्माचे रक्षण कोणी केले असेल तर क्षत्रियांनीच! एवढेच नव्हे, तर हिंदू धर्माखेरीज दुसरे जे धर्म या

भारतात प्रचलित आहेत, त्या सर्व धर्मांचे संस्थापक क्षत्रिय आहेत. बौद्ध धर्मसंस्थापक बुद्ध हा क्षत्रियच होता. शीख धर्मसंस्थापक नानक हासुद्धा क्षत्रियच होता. जैनांचे तीर्थंकर हे क्षत्रियच होते. सारांश, धर्मसंस्थापक, धर्मसंरक्षक जर कोणी असतील, तर ते क्षत्रियच होते. अशी वस्तुस्थिती असताना, धर्मसूत्रे हाती घेणे हे क्षत्रियांचे काम नव्हे, असे भासविण्यात येत आहे; तिकडे आमच्या वैदिक विद्यार्थ्यांनी बिलकूल लक्ष देऊ नये. पूर्वीच्याच क्षत्रियांनी रचलेल्या भव्य इमारतीचा आम्ही जीर्णोद्धार करीत आहोत, ही भावना आमच्या क्षत्रिय वैदिक विद्यार्थ्यांनी सदैव जागृत ठेवली पाहिजे.''

मराठा पुरोहितांचे कर्तव्य काय?

वैदिक विद्यालयातील या विद्यार्थ्यांना उपदेश करताना क्षात्रजगद्‌गुरूंनी मराठा पुरोहितांनी समाजासाठी, धर्मासाठी, काय काय करायला हवे याचे मार्गदर्शन पुढे केले आहे. मराठा पुरोहितांनी सत्यधर्माचा प्रसार होण्यासाठी कटिबद्ध व्हावे आणि तो करताना आपण जनतेचे सेवक आहोत, ही भूमिका कायम मनात ठेवावी असे सांगून ते म्हणतात : ''लोकांना सत्यधर्माचे ज्ञान द्या व स्वधर्मीयांशी अगर परधर्मीयांशी मोकळ्या मनाने वादविवाद करा. वादाच्या उच्च भूमीतून निघणारा हा आमचा धर्म मुळात शुद्ध, निर्मळ व पवित्र असा आहे. पण, मध्यंतरी त्यात ब्राह्मणी स्वार्थाची घाण मिसळल्यामुळे तो आज अत्यंत दुर्गंधयुक्त असा होऊन, आज तो लोकांस निरुपयोगी नव्हे, तर अपायकारक झाला आहे. ही ब्राह्मणी घाण काढून टाकून, आपला सत्यधर्म पूर्वीच्याच शुद्ध स्वरूपात लोकांना मिळवून देणे, हेच तुमचे कर्तव्यकर्म आहे. ब्राह्मण लोकांप्रमाणे आपले धर्मज्ञान झाकून ठेवू नका. आपल्याशी वादविवाद करणारा आपल्या धर्मातील असो अगर बरोबरीचा असो, त्याच्याशी मोकळ्या मनाने धर्माविषयीचा संवाद करा! तो तुमच्यापेक्षा श्रेष्ठ असेल, तर तुमच्या शंका-कुशंका निवारण होतील व तो तुमच्यापेक्षा कनिष्ठ दर्जाचा असेल, तर त्याला तुम्हापासून अधिक ज्ञान होईल. सारांश, वादविवाद करण्यात नेहमी फायदाच आहे.

धर्मोपदेश करताना स्वतःचा बडेजाव न माजेल अशी खबरदारी घ्या व धर्मोपदेश अगर धर्मविधी करताना आपण प्रत्यक्ष देव आहोत अगर देवाचे दूत आहोत, असे भासवून लोकांची दिशाभूल करू नका! आपण धर्मोपदेश अगर धार्मिक बाबतीत लाकेसेवक आहोत, हे केव्हाही विसरू नका!

त्याचप्रमाणे धर्मवेड किंवा धर्मवेडेपणा न माजेल, अशीही खबरदारी घ्या! धर्मवेडेपणामुळे लोकांवर भयंकर जुलूम झाले आहेत, रक्तपात झाला आहे व कित्येक राष्ट्रे धुळीस मिळाली आहेत. युरोपचा इतिहास म्हणजे धर्मवेडापासून होणाऱ्या अनिष्ट परिणामाचे एक मोठे यंत्रच होऊन बसले आहे. तसेच, धर्मभोळेपणा हाही मानव प्राण्याच्या उन्नतीस आड येणारा एक प्रबळ शत्रू आहे. आमचा हा भारतखंड अनेक शतके पारतंत्र्यात खितपत पडून आज कायमचा निराशापंकात रुतून बसला आहे. त्याला मुख्य कारण कोणते असेल, तर ते धर्मभोळेपणा हेच होय.''

मराठा पुरोहित या विषयाच्या संदर्भात क्षात्रजगद्गुरूंनी एका महत्त्वाच्या मुद्द्याची चर्चा केल्याचे आढळते. वैदिक शिक्षण / प्रशिक्षण घेऊन बाहेर पडलेल्या मराठा पुरोहितांची पुढेमागे एक स्वतंत्र जात निर्माण होईल की कसे, यावर टिप्पणी करताना त्यांनी म्हटले आहे : ''पण, हा आक्षेप निरर्थक आहे, कारण हा आक्षेप करताना हे लोक अशी एक गोष्ट नकळत गृहीत धरतात की, येथून पुढे शिक्षणाचा प्रसार कमी होणार व पुढे होणारी प्रजा दिवसेंदिवस अडाणी होत जाणार. शिक्षणामुळे हल्ली, विशेषतः शहरातून अशी स्थिती झाली आहे की, शिंप्याचा, लोहाराचा, सुताराचा अगर दुसरा कोणताही धंदा कोणत्याही जातीचा मनुष्य करू लागला आहे. शहरात मराठा जातीचे पुष्कळ लोक गवंड्याचा, शिंप्याचा अगर सुताराचा धंदा करताना आपण पाहतो. त्यांची निराळी जात मराठा समाज हल्ली करत नाही. मग पुरोहितांपुरतीच तो निराळी जात का करील? हल्ली शिक्षणाचा काळ असल्यामुळे पूर्वी जे धंदे जातवार होते, ते कोणीही करू लागले आहेत. येथून पुढे तर जास्त शिक्षणप्रसार होत जाणार आणि जातवार धंद्याची चाल आपोआपच बंद होत जाणार, अशी वस्तुस्थिती असताना आज पुरोहिताची नवीन जात होईल, हे शक्य नाही. सध्याच्या काळात खरोखरच जर धंद्यावरून जात बनेल, तर वकिलांची एक निराळी जात, इंजिनिअरांची एक निराळी जात, डॉक्टरांची एक निराळी जात व वर्तमानपत्रकारांची एक निराळी जात, असे मानावे लागेल व स्वतंत्र जात होईल या भीतीने कोणत्याही मनुष्यास कोणताही धंदा न करता घरी स्वस्थ बसावे लागेल. पण, वस्तुस्थिती तशी नाही. शिक्षणप्रसार झाल्यामुळे व पुढेही शिक्षणप्रसार जास्त होणार असल्यामुळे वकिलांची, डॉक्टरांची अगर इंजिनिअरांची अशी निराळी जात होणार नाही, त्याचप्रमाणे पुरोहितांची

जात बनणे शक्य नाही.''

फार पूर्वी धंद्यावरून जातींची निर्मिती झाली असेल; पण आधुनिक काळात शिक्षणाचा वाढता प्रसार होऊ लागल्यामुळे धंद्यांवरून जाती बनण्याचे युग मागे पडले आहे, असे क्षात्रजगद्गुरूंचे म्हणणे आहे आणि सध्याच्या काळात इंजिनिअर, डॉक्टर, वकील यांच्या जाती निर्माण झालेल्या दिसत नाहीत. या वस्तुस्थितीवरून त्यांचे प्रतिपादन योग्यच आहे, असे कोणीही म्हणेल.

वेदप्रामाण्य की बुद्धिप्रामाण्य?

५०/७५ वर्षांपूर्वी फार मोठ्या व्यक्तींच्या कर्तबगारीने कोल्हापूर नगरी दक्षिण महाराष्ट्रातील प्रमुख सांस्कृतिक व शैक्षणिक केंद्र बनली होती. अशा व्यक्तींमध्ये थोर इतिहासकार व कोल्हापूर आर्य समाजाचे अध्वर्यू डॉ. बाळकृष्ण हे एक होते. १९२५ मध्ये क्षात्रजगद्गुरू आणि डॉ. बाळकृष्ण यांच्या मकरसंक्रांतीच्या निमित्ताने झालेल्या एका भेटीत अनेक धार्मिक व सामाजिक विषयांवर चर्चा झाली, त्यात, 'वेद हे ईश्वरप्रणीत आहेत काय?' यावरही चर्चा घडून आली. ती संवादरूपाने सीताराम पाटील या सामाजिक कार्यकर्त्यांने 'विजयी मराठा'त प्रसिद्ध केली (२ फेब्रु. १९२५).

आर्य समाजाचे संस्थापक स्वामी दयानंद सरस्वती हे वेदांचे कट्टर पुरस्कर्ते व वेद ईश्वरप्रणीत असल्याचे मानणारे होते, हे सर्वज्ञात आहे. पण क्षात्रजगद्गुरू स्वामीजींच्या विद्वत्तेविषयी आदर बाळगून आपला मतभेद जाहीर करतात. त्यांच्या मते वेद ईश्वरप्रणीत नसून, ऋषिमुनीप्रणीत अर्थात मानवप्रणीत आहेत; पण स्वामीजी वेद ईश्वरप्रणीत मानतात, म्हणून जगानेही वेद ईश्वरप्रणीत मानावेत, असे म्हणणे म्हणजे ख्रिस्ती लोक बायबल व मुसलमान लोक कुराण हे ईश्वरप्रणीत मानतात, त्याचप्रमाणे आम्ही हिंदूंनीही वेद ईश्वरप्रणीत ग्रंथ, असे का मानू नये, असाही प्रतिवाद केला जातो. यावर उत्तर देताना क्षात्रजगद्गुरू म्हणतात : 'ख्रिस्ती व मुसलमान लोक जसे करितात, तसे आम्ही करावे हा न्याय कोठला? ख्रिस्ती व मुसलमान लोक गोमांस खातात म्हणून ते आम्हीही खावे, की काय? 'बायबल ईश्वरप्रणीत आहे' या विधानाची हल्ली सुधारलेल्या ख्रिस्ती राष्ट्रात सारखी टर उडू लागलेली आहे. अशा स्थितीत 'पुढच्यास ठेच मागचा शहाणा 'या न्यायाने आर्य समाजाने अगोदरच सावध होणे बरे नव्हे काय?''

काही लोकांना असे वाटते की वेद ईश्वरप्रणीत आहेत, असे मानल्यामुळे आपल्या धर्माची महती वाढणार नाही काय? यावर आपले स्पष्ट मत नोंदवताना क्षात्रजगद्‌गुरू म्हणतात, की तशी महती मुळीच वाढणार नाही. उलट आपल्या धर्मात हे असत्य कथन आहे, असे लोकांना वाटून त्याची महती कमी होईल. वेद ईश्वरप्रणीत आहेत ही अंधश्रद्धा बाळगणारे लोक आता आधुनिक काळात फारसे राहिलेले नाहीत. एवढेच नव्हे, तर वेदांत काही बाबी तर परस्परविरोधीही आहेत आणि विद्वानांनीही मान्य केल्या आहेत. या पार्श्वभूमीवर वेद हे ईश्वरप्रणीत आहेत असे मानणे केवळ धर्मासच नव्हे, तर ईश्वरासही कमीपणा आणणारे आहे!

या संदर्भात क्षात्रजगद्‌गुरूंनी आणखी काही प्रश्न निर्माण केले आहेत. वेदांतील ज्ञान ईश्वरप्रणीत आहे असे मानले, तर वेदकाळानंतर निर्माण झालेले ज्ञान (उदा. अर्वाचीन भौतिकशास्त्रातील ज्ञान) वेदांत सापडत नाही, त्याचे काय? याचा अर्थ वेदांतील ज्ञान मर्यादित आहे. पण एखादा वेदाभिमानी म्हणू लागला की विश्वातील सर्व ज्ञान आमच्या वेदांत आहे, तर विश्वातील सर्व ज्ञान आमच्या बायबलमध्ये आहे, असे म्हणणाऱ्या मध्ययुगीन ख्रिश्चन धर्मगुरूंप्रमाणे आपल्या पदरात वेडा हटवादीपणा येईल!

वरील विवेचनावरून हे लक्षात येते की केवळ वेदांत सांगितले आहे, म्हणून कोणतीही गोष्ट सत्य मानावयास क्षात्रजगद्‌गुरू तयार नाहीत. मुळात वेद हे ईश्वरनिर्मित नाहीत, ते मानवनिर्मित आहेत, हे सत्य त्यांनी स्वीकारून वेदांच्याच नव्हे तर सर्व धार्मिक बाबींसंबंधी बुद्धिप्रामाण्यवादाचा पुरस्कार केलेला आहे. बुद्धीला जे पटेल त्याचाच स्वीकार करा; अन्यथा ती मानू नका, असे रोखठोक बुद्धिप्रामाण्याचे आवाहन त्यांनी हिंदू धर्मातील लोकांना केले आहे. सर्व ज्ञान वेदांत आहे, असे वेडेपणाने म्हणून ज्ञानाच्या कक्षा मर्यादित करणे त्यांना मान्य नव्हते.

ज्ञानाचे सामर्थ्य : नराचा नारायण ज्ञानामुळे

ज्ञानाची महती अथवा ज्ञानाचे सामर्थ्य या विषयावर विद्यार्थ्यांच्या संमेलनात क्षात्रजगद्‌गुरू अनेकदा बोलले आहेत. त्यांच्या मते, मनुष्यप्राणी हा पशुकोटीकडून परमेश्वरकोटीकडे वाटचाल करणारा प्राणी आहे. हीच वाटचाल सतत चालू असते. आपणास ईश्वरत्व प्राप्त व्हावे म्हणूनच अखिल मानवजातीची धडपड चालू असते. हे ईश्वरत्व प्राप्त करून घेण्याचे

मुख्य साधन म्हणजे ज्ञान. या जगात नराचा नारायण होण्यासाठी एकच जादूची कांडी आणि ती म्हणजे ज्ञान. ज्ञानाच्या योगानेच मनुष्यास सध्याचे श्रेष्ठत्व प्राप्त झाले आहे; आणि ज्ञानामुळेच भावी काळातही त्याला दिव्य श्रेष्ठत्व प्राप्त होणार आहे. सारांश, नराला नारायणाप्रत पोहोचवणारा राजमार्ग म्हणजे ज्ञान!

ज्ञानाचा अभाव म्हणजे अज्ञान. हाच मनुष्यजातीचा खरा शत्रू होय. हा आपल्या बोकांडी शतकानुशतके बसलेला आहे. म्हणून तर कुलकर्णी, भटभिक्षुक, सावकार लोक आपले लचके तोडू शकतात. आपण ज्ञानी झालो की हे शत्रू आपोआपच दूर पळतील. पुढे ते म्हणतात :

"मोत्याची किंमत जशी पाण्यावर अवलंबून असते, तशी मनुष्याची किंमत त्याच्या ज्ञानावर अवलंबून असते. अज्ञानी मनुष्य जन्मास आला काय, गेला काय, त्याची कोणीही विचारपूस करीत नाही; पण तेच ज्ञानी मनुष्य नाहीसा झाला की, जनता हळहळते. सुख हेच मानवजातीचे ध्येय असे जरी क्षणभर गृहीत धरले, तरी सुखप्राप्ती ज्ञानाशिवाय होत नाही व सुख हेच जीवनाचे ध्येय आह, असे मानणाऱ्यालाही या जगतात ज्ञानाचेही महत्त्व अधिक वाटते व आत्मविकास हेच मानवजातीचे ध्येय आहे, असे मानणाऱ्यालाही ज्ञान मिळवणे हे एक ऐहिक कर्तव्य आहे, असे वाटते. सारांश, कोणत्याही ध्येयाचा मनुष्य असो, त्याला ज्ञान आवश्यक असेच आहे."

आणखी एका ठिकाणी ज्ञानाची महती वर्णन करताना क्षात्रजगद्गुरूंनी म्हटले आहे : ज्ञानासारखे पवित्र या जगात दुसरे काही नाही. श्रीकृष्णाने म्हटले आहे, ते एवढ्याच करिता की, या आयुष्यातील उच्च ध्येय गाठण्याचे मुख्य साधन ज्ञान हेच आहे. याज्ञवल्क्य स्मृतीवर टीका लिहिणाऱ्या श्रीज्ञानेश्वरांनी 'ज्ञान' शब्दाची यथार्थ व्याख्या केलेली आहे. तो म्हणतो की, ज्ञान म्हणजे पुरुषार्थसाधन; आणि आपणा सर्वांस माहीत आहेच की, पुरुषार्थ म्हणजे मनुष्याचे अत्युच्च ध्येय. मनुष्य हा पशू आणि परमेश्वर यांच्यामधला प्राणी असून, तो नराचा नारायण बनत चाललेला आहे. याबद्दल उत्क्रांती तत्त्ववेत्यांचा व आमचा मुळीच मतभेद नाही व नराचे नारायण बनण्याचे मुख्य साधन ज्ञान हेच आहे, याबद्दलही त्यांचा आमचा मतभेद नाही. या ज्ञानरूपी शिडीचे एक टोक प्रत्यक्ष परमेश्वराजवळ नेऊन भिडविलेले आहे. आपल्या आत्म्याच्या ठिकाणी बीजरूपाने वसत असलेल्या ईश्वरी गुणांचा विकास

करीत करीत मनुष्यप्राणी जर या ज्ञानरूपी शिडीच्या अखेरच्या पायरीस जाऊन पोचेल, तर तो प्रत्यक्ष परमेश्वर बनेल. मानव प्राण्याच्या मुख्य ध्येयाच्या बाबतीत विकासवादी लोकांखेरीज इतर पाश्चात्त्य लोकांचा व आमचा मतभेद असला, तरी ध्येयसाधनांच्या बाबतीत सर्वांचीच एकवाक्यता आहे. कारण, सुख मिळविण्याचेही साधन ज्ञान हेच आहे.''

ज्ञानाच्या सामर्थ्याची चर्चा करत असता क्षात्रजगद्गुरूंचे सामाजिक भान सुटलेले नाही. ते म्हणतात की ज्ञानाच्या सामर्थ्याचा उपयोग केवळ स्वतःच्या सुखासाठी केला गेला, तर मनुष्यप्राणी व इतर पशू-पक्षी यांमध्ये काय फरक राहिला? क्षात्रजगद्गुरू म्हणतात : ''पशुपक्ष्यांपेक्षा मनुष्यात जर विशेष काही असेल तर हेच, की मनुष्यप्राणी केवळ आपल्याच नव्हे, पण आपल्या समाजबांधवांच्या हितार्थ झटत असतो. केवळ माझ्यापुरताच नाही, हीच मानवी ज्ञानाची उच्च कल्पना आहे. आपल्या या आयुष्यात जास्तीत जास्त चांगले कार्य कोणते करता येईल, याचाच तेवढा विचार त्याने जवळ जवळ बारा वर्षे केला, व अखेर हेच सत्य शोधून काढिले की, दुःखी व कष्टी जनांचा क्लेश परिहरण करणे, यासारखे चांगले कृत्य या आयुष्यात दुसरे कोणतेही करता येण्यासारखे नाही.''

कर्मयोगी बनणे, हाच मराठ्यांचा धर्म

मराठा ज्ञातीच्या परिषदा व विद्यार्थी संमेलनात अध्यक्ष पदावरून बोलताना मराठ्यांची सद्यःस्थिती व त्यावरील उपाययोजना यावर क्षात्रजगद्गुरूंनी मार्गदर्शन केलेले दिसून येते. मराठा समाजास नेहमी एकाच व्यवसायात म्हणजे कृषिकर्मास चिकटून राहण्याची सवय असून, बदलत्या परिस्थितीनुसार आपल्यात बदल घडवून आणण्याची त्याची वृत्ती नाही. बदलत्या परिस्थितीत जे समाज जुळवून घेतात, तेच टिकून राहतात आणि आपली प्रगती साधतात. अशा समाजाचा आदर्श मराठ्यांनी आपल्यासमोर ठेवावा आणि व्यापार, उद्योगधंदे इत्यादी प्रांतांत आपला शिरकाव करून घ्यावा, असे आवाहन क्षात्रजगद्गुरू करताना दिसतात.

हिंदू धर्मात 'जगन्मिथ्या' तत्त्वज्ञानाचा मोठा प्रभाव आहे. सर्व जग मिथ्या आहे, माया आहे, संसारही माया आहे. हिंदू धर्माची ही शिकवण समाजहितास अत्यंत घातक असून, तिच्यामुळे आमचा समाज 'पंगू, बलहीन व कर्तव्यपराङ्मुख' असा झाल्याचे क्षात्रजगद्गुरूंनी म्हटले आहे.

खरे तर जग हेच परमतत्त्वाचा विकास असून, जगतात व जनतेतच परमेश्वर व्यापून राहिलेला आहे. जग हेच मनुष्याचे कर्तव्य बजावण्याचे मुख्य क्षेत्र आहे; तसेच जगाच्या व जनतेच्या उन्नतीसाठी झटणे, यातच व्यक्तीचेही खरेखुरे हित आहे, ही भौतिकवादी व समाजहितैषी भूमिका त्यांनी अनेकदा मांडलेली दिसून येते.

या भूमिकेचे स्पष्टीकरण करताना क्षात्रजगद्गुरू म्हणतात : "आम्ही आमच्या अंगी बीजरूपाने वसत असलेल्या ईश्वरी गुणांचा विकास करावा, ज्ञान मिळवावे, सामर्थ्यवान व्हावे, म्हणूनच परमेश्वराने आपणास जन्मास घातलेले आहे. टाळ घेऊन त्याच्या नावाने ओरडण्याकरिता नव्हे, हे लक्षात आणून त्या दिशेने आपण प्रयत्न केले पाहिजेत. मराठे हे स्वतःस क्षत्रिय म्हणवून घेतात. क्षत्रियांचा धर्म कर्मयोगी बनणे हा आहे. 'जगमिथ्या, देशमिथ्या, 'हरी' 'हरी' करीत स्वस्थ बसणे' हा आपला धर्म नव्हे, हे प्रत्येक मराठ्याने लक्षात ठेवणे जरुरीचे आहे."

अंतस्थ कलह, बेकी, बेशिस्तपणा इत्यादी मराठा समाजाचे अंगभूत दोष आहेत. आपसात भांडण करण्यास मराठ्यांना दुसरे कोणतेही कारण मिळाले नाही तर ते जन्मसिद्ध उच्च-नीचता या मुद्द्यावरून भांडण उकरून काढतील अशी परखड टीका क्षात्रजगद्गुरू करतात. पुढे ते म्हणतात की, काशीतील कर्मठ ब्राह्मणांपेक्षा डॉ. आंबेडकर हे कितीतरी पटींनी श्रेष्ठ, हे तत्त्व जेथे आता सर्व हिंदी समाजास पूर्णपणे पटत चालले आहे, तेथे आता जन्मसिद्ध उच्चतेच्या शिळ्या शिदोरीवर तुम्हाला मोठेपणा कसा प्राप्त होणार? या जुन्यापुराण्या वेडगळ समजुती आता सोडून देऊन ऐक्य, संघटना व प्रेम या गुणांची वाढ केली पाहिजे.

मराठा समाजाने आपापसातील उच्च-नीचतेचे भेदाभेद तर नाहीसे करायला हवेतच, शिवाय एकूण समाजात असणाऱ्या जातिभेदाचे उच्चाटन कसे होईल यासाठीही प्रयत्नशील राहावयास हवे, असे आवाहन करून क्षात्रजगद्गुरू अस्पृश्यता निवारणाच्या प्रश्नाला हात घालतात. मराठा समाज हा मुळात अस्पृश्यता पाळणारा समाज नाही, हे ऐतिहासिक सत्य ते सांगतात. पूर्वी मोहिमांच्या काळात मराठ्यांचा व अस्पृश्य लोकांचा निकटचा संबंध येत असे. आजही तसा येतो. असे असता वरिष्ठ वर्णाच्या अस्पृश्यता पाळण्याच्या प्रवृत्तीचे अनुकरण जर मराठ्यांकडून होत असेल, तर तिचा नायनाट करणे देशहिताचे आहे.

मराठ्यांच्या आर्थिक बाजूकडेही क्षात्रजगद्गुरूंनी लक्ष दिलेले आढळते. मराठ्यात ५५% लोक दरिद्री असून, दारिद्र्यात दिवस कंठणे म्हणजे नरकवास सोसण्यासारखे असल्याचे ते म्हणतात. हे दारिद्र्य नाहीसे करण्याचे उपाय सांगताना त्यांनी शेतकरी वर्गावर फार कठोरपणे टीका केलेली आहे. ते म्हणतात : "दारिद्र्य नाहीसे करण्यास मुख्य दोनच उपाय आहेत. आणि ते हे की, उद्योग करून पैसा मिळविणे आणि काटकसर करून तो साठविणे. शेतकरी हा फार काबाडकष्ट करणारा आहे असे नेहमी बोलताना आम्ही ऐकतो. परंतु खेड्यापाड्यांत जाऊन पाहिले तर शेतकऱ्यासारखा आळशी प्राणी दुसरा कोणताच नाही, हे कोणासही स्पष्टपणे दिसून येईल; कारण रानात पीक असताना अवघे ४/५ महिनेच तो राबतो व बाकी ७/ ८ महिने तो चव्हाट्यावर बसून चकाट्या पिटण्यातच काळ घालवितो. या रिकाम्या ७/८ महिन्यांत खेडेगावात लहान प्रमाणावर व्यापार करणे, गवंडी अगर सुतारकाम करणे, गुरे, शेळ्या अगर कोंबडी पाळून त्यांची पैदास करणे वगैरेसारखे उद्योग केल्याखेरीज शेतकऱ्यांचे दैन्य नाहीसे होणार नाही. त्याचप्रमाणे हुंडा अगर व्याज घेणे व देणे, लग्नकार्यात फाजील खर्च करणे, रखेली करणे, मद्यपान वगैरे व्यसने यांच्या योगाने आमचा शेतकरी समाज धुळीस मिळालेला आहे. करिता या दुष्ट चालींना व व्यसनांना शक्य तितक्या लवकर आळा घालणे, हे आपल्या समाजाचे मुख्य कर्तव्य आहे."

शेतकऱ्याच्या आर्थिक उन्नतीचे पर्याय

शेतकऱ्याच्या आर्थिक बाजूची चर्चा करत असता तो ४/५ महिने शेतावर राबतो व राहिलेले ७/८ महिने तो आळशीपणात काढतो, अशी थोडी झोंबणारी टीका क्षात्रजगद्गुरूंनी केली, ती एवढ्यासाठी की त्याला जो रिकामा वेळ मिळतो त्यामध्ये त्याने इतर धंदा-उद्योग करून आपली आर्थिक स्थिती सुधारावी. याशिवाय लग्नकार्यात होणाऱ्या भरमसाट खर्चावरही त्यांनी टीका केलेली आहे. ते म्हणतात - "लग्नकार्यात बराच पैसा खर्च करण्याची चाल आपण बंद केली पाहिजे. लग्नाच्या बेसुमार वाढलेल्या खर्चामुळे शेतकरी लोक कर्जबाजारी होतात व त्यांना सावकार लोकांचे घर पाहावे लागते आणि सावकाररूपी उंटाचे पिल्लू एकदा का शेतकऱ्याच्या घरात शिरले, की शेतकऱ्याचे घर मोडल्याखेरीज ते केव्हाही राहत नाही.

करिता शेतकऱ्यांना आपले हित व्हावे असे वाटत असेल तर लग्नात मुला-मुलींचे पैसे घेण्याची व बराचसा खर्च करण्याची चाल अगोदर बंद केली पाहिजे.''

मुला-मुलींच्या लग्नात पैसे घेणे-देणे हा व्यवहार बंद झाला पाहिजे हे सांगत असतानाच क्षात्रजगद्गुरूंनी शेतकऱ्यांच्या खर्चीकपणावरही झोड उठविली आहे. उत्पन्न वाढले तरी काटकसर हा गुण नसेल तर ते उत्पन्न बेहिशेबी खर्चात लुप्त होऊन शेवटी शेतकरी हा दरिद्रीच राहतो असे सांगून ते म्हणतात, ''उद्योग करून तुम्ही केवढाही पैसा मिळविला आणि काटकसर हा गुण जर तुमच्या अंगी नसेल, तर तो पैसा आला तसा परत जाऊन, तुम्ही अखेर भिकारीच राहाल. सतत बारा महिने उद्योग करून प्रत्येक शेरास एक मण या प्रमाणात जमिनीत धान्य उत्पन्न करून अखेर तुम्ही दरिद्रीच राहता, याचे मुख्य कारण तुम्ही काटकसरीने आपला प्रपंच करीत नाही, हेच होय. उत्पन्न मोठे असले म्हणजेच पैसा शिल्लक पडतो, असे नाही. दरसाल एक लाख रुपये मिळवून, सव्वा लाख खर्च करणाऱ्या माणसापेक्षा दरसाल पाचशे रुपये मिळवून चारशेच खर्च करणारा माणूस, अर्थशास्त्रीयदृष्ट्या श्रेष्ठ ठरतो. हुंडा अगर व्याज देणे-घेणे, लग्नात फाजील खर्च करणे व मद्यपानादी व्यसनानेही आमचा शेतकरी वर्ग बराच कर्जबाजारी झालेला आहे. या दुष्ट चालींना शक्य तितक्या लवकर मूठमाती देणे, हे प्रत्येक शेतकऱ्याचे कर्तव्य आहे. प्रत्येक गावात कायमचा सार्वजनिक मंडप बांधावा व तेथे अवघ्या पाच रुपये खर्चात सर्व लग्नसोहळा आटपावा अशी कै. राजर्षी शाहू महाराज यांची इच्छा होती, अशी एकाने सूचना आणिली होती. ही त्यांची इच्छा सर्व जण जर आपापल्या गावात अमलात आणतील तर शेतकरी वर्ग लवकरच कर्जमुक्त होईल.''

क्षात्रजगद्गुरूंच्या या उपदेशातून राजर्षी शाहू छत्रपतींनी शेतकरी वर्गासाठी सुचविलेली एक महत्त्वाची उपाययोजना प्रकाशात येत आहे. लग्नकार्यामुळे शेतकरी कर्जबाजारी होत आहे, हे महाराजांच्या लक्षात आले होते. म्हणून प्रत्येक गावी सहकारी तत्त्वावर एक कायमस्वरूपी लग्नकार्यालय उभारावे व त्यात अवघ्या पाच रुपयांत लग्नविधी उरकावा, अशी त्यांची कल्पना होती. पुढे महाराष्ट्रात 'गांधीलग्ना'ची कल्पना निघाली आणि स्वातंत्र्य चळवळीतील अनेकांनी गांधीलग्नाची वाट चोखाळल्याचे दिसून येते. मुळात ही कल्पना शाहू महाराजांनी तत्पूर्वी २५ वर्षे मांडली होती, हे आता

क्षात्रजगद्‌गुरूंच्या साक्षीने प्रकाशात येत आहे.

शेतकऱ्याच्या आर्थिक अवनतीची चर्चा करून त्यावर उपाययोजना सुचवीत असता, क्षात्रजगद्‌गुरूंनी या अवनतीची मुळात जाऊन चिकित्सा केलेली आहे. त्यांच्या मते, एकूण हिंदू समाजच हा निवृत्तिमार्ग तत्त्वज्ञानावर पोसलेला असून त्याने प्रवृत्तिमार्गाचा अवलंब केल्याशिवाय आधुनिक युगातील तीव्रतर बनलेल्या जीवनकलहात तो टिकणार नाही. सर्व समाजाची निवृत्तिमार्गाकडे झुकलेली दिशा बदलायला हवी. यावर सविस्तर विवेचन करताना क्षात्रजगद्‌गुरू म्हणतात : ''काव्य, गणित, ज्योतिषशास्त्र, धर्मशास्त्र, वेदान्त वगैरे विषयांवर आमच्या देशात प्राचीन काळी उत्कृष्ट ग्रंथ लिहिले गेले आहेत. पण, अर्थशास्त्राचा एकही ग्रंथ लिहिला गेला नाही. याचे मुख्य कारण हेच की, संसार असार आहे; द्रव्य पापमूलक व दुःखकारक आहे; या संसाराच्या मोहापासून शक्य तितके दूर राहणे, हेच बरे, अशा तऱ्हेची आमच्या धर्माची शिकवण होऊन बसली आहे. आमचा निवृत्तिमार्ग हाच आमच्या आर्थिक उन्नतीस विघातक असा झालेला आहे. सध्या या जगात जीवनकलह अत्यंत तीव्र झालेला असून, बुद्धिबल, दीर्घोद्योग आणि व्यापार यांच्या जोरावर पाश्चिमात्य राष्ट्रे उन्नतीच्या बाबतीत झपाट्याने पुढे चालली आहेत. बुद्धिबल, व्यापार आणि उद्योग या बाबतींत त्यांच्याशी आम्ही बरोबरी तरी केली पाहिजे किंवा त्यांचे कायमचे दास तरी बनून राहिले पाहिजे. या दोन मार्गांखेरीज तिसरा मार्गच नाही. अशा बिकट परिस्थितीत आम्ही आमच्या धर्माची निवृत्तिमार्गाकडे झुकलेली दिशा बदलून आमच्या सर्व बांधवांना प्रवृत्तिमार्गी व उद्योगी बनवू, तरच आपला तरणोपाय आहे. आमचा पूर्वीचा वैदिक धर्म प्रवृत्तिमार्गी असाच होता.''

सावकार आणि सहकार

शेतकऱ्याच्या आर्थिक स्थितीसंबंधी अनेक भाषणांतून क्षात्रजगद्‌गुरूंनी भाष्य केलेले आढळून येते. सातारा को-ऑप. युनियनच्या सभेत त्यांनी 'सावकार व सहकार' या विषयावर अत्यंत मार्मिक निरीक्षण नोंदवून सावकाराला सहकार हाच पर्याय आहे, असा आपला निष्कर्ष नोंदवला आहे.

अज्ञान, दारिद्र्य, अंधश्रद्धाळूपणा, रोगराई इत्यादी शेतकऱ्यांचे अनेक शत्रू आहेत. पण त्यात सर्वांत प्रबळ व धोकादायक शत्रू म्हणजे त्याचे

सर्वस्व हिरावून घेणारा 'सावकार' नामक प्राणी. क्षात्रजगद्‌गुरू या सावकाराच्या कारवायांचे वर्णन करताना म्हणतात : "एका विद्वानाने तर लबाड सावकाराची प्रत्यक्ष दरोडेखोराशी तुलना केली आहे. तो म्हणतो, 'दरोडेखोर हा रात्री दरोडा घालतो. पण सावकार दिवसा दरोडा घालतो. पहार, तलवार, सुरा ही दरोडेखोराची हत्यारे; तर दौत, लेखणी व स्टॅम्प कागद ही सावकाराची हत्यारे. घराची भिंत फोडून दरोडेखोर घरात शिरतो, तर कायद्याचा कोठ फोडून सावकार घरात घुसतो. रात्रीच्या अंधकारावर दरोडेखोरांची सर्व भिस्त, तर लोकांच्या अज्ञानांधकारावर सावकाराची सर्व भिस्त! पण, मी म्हणतो की, लबाडी करण्यात सावकार, हा दरोडेखोरापेक्षाही काकणभर चढच ठरेल! कारण, घरात असेल नसेल ती चीजवस्तू नेऊन दरोडेखोर एका पिढीचा नाश करतो; तर घर, जमीनजुमलाही सर्व हिरावून घेऊन, सावकार सात पिढ्यांचा नाश करतो!"

सावकारीचा व्यवसाय पैशाच्या देवघेवीतून निर्माण होतो. त्यातून अनेक शेतकऱ्यांची वाताहत होते. पण याचा अर्थ असा नाही की, समाजातील पैशाची देवघेव बंद झाली पाहिजे. पैशाचा विनिमय हा होतच राहिला पाहिजे. पण त्यातून कोणावर अन्याय-अत्याचार होता कामा नये. पिळवणूक होता कामा नये. सहकारात तसे होत नाही. कोणा एकाचा स्वार्थ त्यामध्ये असत नाही. काही फायदा झाला तर तो सर्व सभासदांचा असतो. लबाडीला फारसा वाव राहत नाही. क्षात्रजगद्‌गुरूंनी सावकार व सहकारी पतपेढी यांच्या व्यवहारांची फार चांगली तुलना केलेली आहे. ते म्हणतात : "देवघेवीचा व्यवहार समाजोन्नतीस आवश्यक असल्याने तो सतत चालला पाहिजे व त्यात सावकारीप्रमाणे लबाडी होता कामा नये, अशी तजवीज सहकारी पतपेढीत केलेली असते. सावकारीचा धंदा एकाच व्यक्तीचा, मालकीचा असल्याने त्यात स्वार्थ अनावर होतो, पण सहकारी पतपेढी असंख्य व्यक्तींची असल्यामुळे स्वार्थ मर्यादित असतो. सावकारीत स्वार्थ अनावर झाल्याने, विशेषतः त्या व्यक्तीच्याच हातात हिशेब असल्याकारणाने लबाडी व्हावयाचीच! पण, सहकारी पतपेढ्यांचा हिशेब अनेक व्यक्तींच्या देखरेखीखाली हात असल्याकारणाने व सरकारचीही त्याजवर नजर असल्या कारणाने लबाडीचा संभव फारच कमी असतो. एखादा सावकार सचोटीचा असला, तरी त्याच्या पश्चात त्याचा मुलगा तसाच निघतो असे नाही आणि त्यामुळे त्याच्या येथे ठेव ठेवण्यास अगर अर्ज काढण्यास लोकांना धीर

होत नाही. पण, सहकारी पतपेढ्यांतील एखादी चांगली व्यक्ती नाहीशी झाल्यास, गोमीचा एक पाय मोडल्याप्रमाणे होऊन, सोसायटीच्या ध्येयात व सचोटीत काही फरक पडत नाही व त्यामुळे कोणासही आपली ठेव सोसायटीत ठेवण्यास भीती वाटत नाही. सावकाराचे व्याजाचे दर जबर असतात. सहकारी पतपेढ्यांच्या व्याजाचे दर हलके असतात. कूळ लवकर पेचात यावे, या उद्देशाने सावकार कुळांना बिन धान्योत्पादक व्ययाकरिता कर्ज देतो; पण पतपेढी धान्योत्पादक व्ययाकरिता कर्ज देते. शेतकरी लवकर कर्जबाजारी होऊन त्याचा सर्व जमीनजुमला आपल्या घरात यावा, अशी सावकाराची निरंतर इच्छा असते व त्या दिशेनेच तो सारखा प्रयत्न करीत असतो; पण शेतकऱ्यांनी ऋणमुक्त व्हावे, हाच सहकारी पतपेढ्यांचा मुख्य उद्देश असतो व त्या दिशेनेच त्या प्रयत्न करीत असतात.''

सावकारशाही व सहकार यांच्यातील इतक्या साध्या सोप्या शब्दांत केलेली तुलना अन्यत्र क्वचितच दिसून येईल. पुढे त्यांनी आपल्या भाषणात ही तुलना चालूच ठेवलेली आहे. ते म्हणतात की, कोणतीही व्यक्ती अथवा संस्था चांगली की वाईट हे तिच्या हेतूवरून ठरवायचे असते; कार्यावरून नाही; कसाब व शेतकरी दोघेही गाईस चारा घालून धष्टपुष्ट करतात, पण दोघांचे हेतू भिन्न भिन्न असतात आणि म्हणूनच एकाची कृती निंद्य तर दुसऱ्याची कृती वंद्य ठरते. पुढे ते म्हणतात : ''सावकार हे उंटाचे पिल्लू असून, ते एकदा शेतकऱ्यांच्या घरात शिरले की त्याचे घर मोडूनच बाहेर पडते; पण सहकारी पतपेढी हे शेळीचे करडू असून, ते कितीही मोठे झाले, तरी शेतकऱ्याचे घर केव्हाही मोडणार नाही. उलट, बाहेरचाच झाडपाला खाऊन मोठेपणी शेतकऱ्यास दूध देईल व कर्जमुक्त करून सोडील.''

येथपर्यंत सहकाराचे फायदे समाजाला व व्यक्तीला कसेकसे होतात, याचे विवेचन केल्यावर क्षात्रजगद्गुरू हा सहकार यशस्वी होण्यासाठी कोणकोणत्या गुणांची जोपासना आपण करावयास हवी, याचे दिग्दर्शन करतात. पहिली गोष्ट म्हणजे, आमच्यात सामाजिक भावना निर्माण झाली पाहिजे. समाजाचे हित म्हणजेच व्यक्तीचे हित हे पाश्चिमात्य लोकांनी अंगीकारलेले तत्त्व आम्ही स्वीकारले पाहिजे. समाजाच्या हितात व्यक्तीचेही हित सामावलेले असते, हे सत्य उमजावयास हवे. दुसरी गोष्ट अशी की, समाजात शिक्षणाचा प्रसार व्हायला हवा. शेतकरी शिकून शहाणा झाला

तर सहकारी संस्थांचा फायदा कसा करून घ्यावा, हे त्याला कळेल. अज्ञानामुळे शेतकऱ्यास आपले शत्रू-मित्र कळत नाहीत. त्यामुळे सावकार, भटभिक्षुक लोक त्यांचे लचके तोडत असतात. तिसरी गोष्ट म्हणजे काटकसर- शेतकऱ्याने काटकसर करून आपला प्रपंच नेटका केला पाहिजे. लग्नासारख्या बाबीत बेसुमार खर्च व त्यातून होणारा कर्जबाजारीपणा टाळला पाहिजे; आणि चौथी गोष्ट म्हणजे प्रेम, दुफळी व तंटेबखेडे यांनी घेरलेल्या शेतकरी समुदायाने प्रेमाने एकत्र येऊन संघशक्तीने कार्य करण्याची कला अवगत केली पाहिजे. प्रेमाचे जगातले माहात्म्य किती आहे, याचे वर्णन करताना क्षात्रजगद्गुरू शेवटी म्हणतात : "या जगात निरनिराळे दिसणारे पदार्थ गुरुत्वाकर्षणाने जसे बद्ध आहेत, तसेच निरनिराळे दिसणारे हे तुमचे आमचे आत्मे प्रेमाने बद्ध आहेत. प्रेम ही शक्ती दृढ करून समाजाची सर्व शक्ती वाढवणे, हे प्रत्येकाचे मुख्य कर्तव्य आहे. प्रेम ही दैवी शक्ती आहे. म्हणूनच प्रेमाला सर्व धर्मांमध्ये आद्य स्थान दिलेले आहे. सर्व धर्मांचे सार एकाच शब्दात जर काढले तर ते प्रेम या शब्दातच होय. तुम्ही आपापसांतील द्वेष व भेदभाव विसरून प्रेमाने वागाल, तर सहकारी पतपेढ्या चांगल्या प्रकारे चालवण्याचेच काय; पण इकडची सृष्टी तिकडे उचलून ठेवण्याचेही सामर्थ्य तुमच्या अंगी येईल."

पाचवी व शेवटची गोष्ट म्हणजे सार्वजनिक शील म्हणजेच सार्वजनिक नीतिमत्ता. संस्था चालवणाऱ्यांचे सार्वजनिक शील उच्च दर्जाचे असेल तर संस्थेचा उत्कर्ष ठरलेला असतो. पाश्चात्त्य देशात सहकारी संस्था अत्यंत दर्जेदारपणे चालतात. याचे कारण त्यांच्या संचालकांचे सार्वजनिक शील उत्तम दर्जाचे असते. आमच्या लोकांनी चालविलेल्या संस्था लवकरच डबघाईला येतात. याचे कारण सांगताना, क्षात्रजगद्गुरू म्हणतात : "आमचे शील अद्याप म्हणावे तितके पवित्र बनले नाही."

समाजात सहकार यशस्वी व्हायचा असेल तर क्षात्रजगद्गुरूंनी सांगितलेल्या पंचसूत्रींचा स्वीकार करावयास हवा. ही पंचसूत्री केवळ त्यांच्या काळापुरतीच लागू आहे असे नाही. एखाद्या त्रिकालाबाधित सत्याप्रमाणे आजही ती अनुकरणीय ठरावी अशी आहे. क्षात्रजगद्गुरूंच्या पंचसूत्रीनुसार महाराष्ट्रातील सहकारी चळवळ चालली किंवा चालवली गेली, तर तिच्यातील स्वाहाकाराचे अवगुण लुप्त होऊन ती समाजाला उन्नत करेल, यात शंका नाही.

स्त्री-पुरुष समतेचा पुरस्कार

क्षात्रजगद्गुरूंनी आपल्या भाषणात स्त्री-पुरुष समतेच्या तत्त्वाचा पुरस्कार केल्याचे दिसून येते. 'स्त्रियांचा जन्म व्यर्थ आहे' किंवा 'पुरुषाची सेवा करण्यासाठीच त्यांचा जन्म आहे' अशा प्रकारच्या कल्पना पुरुषांच्याच नव्हे, स्त्रियांच्याही मनात रुजलेल्या होत्या. तथापि, या कल्पनांना महायुद्धात युरोपियन स्त्रियांनी केलेल्या कामगिरीने, तसेच भारतीय समाजाच्या विविध चळवळींतील स्त्रियांनी बजावलेल्या भूमिकेमुळे चांगलाच धक्का बसला होता. असे असले तरी, या कल्पना समाजातून पूर्णपणे नाहीशा झालेल्या नव्हत्या. क्षात्रजगद्गुरूंच्या मते, स्त्रियांना हीन लेखण्याची प्रवृत्ती ही सुशिक्षित समजल्या जाणाऱ्या वर्गात अधिक आहे. ग्रामीण भागात असलेल्या अज्ञ मराठी समाजात ही प्रवृत्ती फारशी बोकाळलेली दिसत नाही. कारण तेथे स्त्री-पुरुष दोघेही शेतात दिवसभर काबाडकष्ट करत असतात आणि स्त्रिया संसाराच्या जमा-खर्चाची बाजू सांभाळत असतात. आता शेतकऱ्यांची मुले शिकू लागली आहेत, तेव्हा मुलांच्या बरोबरीने मुलींनाही शाळेत पाठवून त्यांनाही सुशिक्षित करण्याचे आवाहन क्षात्रजगद्गुरू आपल्या समाजबांधवांना करताना दिसतात.

स्त्रियांचा दर्जा पुरुषांच्या बरोबरीचा आहे, अशी वेदांचीही साक्ष असल्याचे सांगत क्षात्रजगद्गुरूंनी म्हटले आहे : "स्त्रीचा दर्जा समाजात कसा असावा याचेही चोख उत्तरही वेदात दिलेले आहे. आमचा वेद असे सांगतो की, लिंगभेद हा जड देहास आहे, आत्म्यास नाही. अर्थात, पुरुषाचा आत्मविकास होणे जरूर आहे, तितकेच स्त्रीचा आत्मविकास होणे जरूर आहे. स्त्रियांना शिक्षण अवश्य द्या, असा आमचा वैदिक धर्म सांगतो. एवढेच नव्हे, तर प्राचीन काळी गार्गी, संघमित्रा वगैरेसारख्या स्त्रिया ब्रह्मवादिनी होत्या, हे आपणास माहीत असेलच. आपला अर्ध्याहून अधिक समाज स्त्रियांनीच व्यापला आहे. तेव्हा अर्ध्याहून अधिक समाज मृतवत होऊन, आपल्या समाजाची केव्हाही उन्नती होणार नाही. स्त्रियांना अज्ञानांधकारात ठेवून सुधारलेल्या पाश्चात्त्य राष्ट्रांची बरोबरी करू पाहणे म्हणजे अर्धांगवायू झालेल्या गृहस्थाने नामांकित पहिलवानाशी कुस्ती करू पाहण्यासारखे हास्यास्पद आहे."

समाजातील अर्धा हिस्सा अज्ञानी ठेवून कोणताही समाज प्रगतिपथावर

जाऊ शकत नाही, ही क्षात्रजगद्‌गुरूंची भूमिका सत्यशोधक समाजाच्या भूमिकेशी मिळतीजुळतीच आहे. सत्यशोधक समाजाचे संस्थापक म. फुले व त्यांचे अनुयायी यांना स्त्री-पुरुष समतेचा व स्त्रियांच्या शिक्षणाचा जोरदार पुरस्कार केलेला होता, हे सर्वज्ञातच आहे.

आता शेवटी क्षात्रजगद्‌गुरूंच्या भाषणांमधील लो. टिळक, राजर्षी शाहू छत्रपती, श्री शाहू वैदिक विद्यालय यांसारख्या दोन-तीन विषयांकडे वळू.

लो. टिळक तर प्रच्छन्न ब्राह्मणेतर!

कोल्हापुरात वेदोक्ताचा स्फोट झाल्यावर महाराष्ट्रातील सामाजिक कार्यकर्त्यांत ब्राह्मण पक्ष व ब्राह्मणेतर पक्ष अशी उभी फूट पडून ब्राह्मण पक्षाचे नेतृत्व लो. टिळक यांनी केले व ब्राह्मणेतर राजर्षी शाहू छत्रपतींच्या नेतृत्वाखाली एकत्र आले. अशा प्रकारे लो. टिळक म्हणजे ब्राह्मण पक्षाचे अध्वर्यू. त्यांनाच 'प्रच्छन्न ब्राह्मणेतर' म्हणून क्षात्रजगद्‌गुरूंनी संबोधल्यामुळे वाचक अचंब्यात पडण्याची दाट शक्यता आहे. तथापि, त्यांनी जे स्पष्टीकरण दिले आहे, ते वाचल्यावर त्यांचा युक्तिवादकौशल्याबद्दलचा आदर द्विगुणित झाल्याशिवाय राहत नाही. हा युक्तिवाद कसा आहे पाहा : "कै. टिळक यांची राजकीय आणि सामाजिक बाबतीतील काही मते न आवडणारी अशी पुष्कळ मंडळी आहेत आणि त्या पुष्कळांपैकी मी एक आहे. परंतु शंकराचार्यांसारख्या नामधारी धर्मगुरूंचेही मत बाजूस ठेवून, गीता हे कर्मयोगी शास्त्र आहे, हे सत्य निर्भयपण जगापुढे मांडण्यात कै. टिळक यांनी हिंदू धर्माची अलौकिक कामगिरी बजावली आहे, याबद्दल कोणाचाही मतभेद होणार नाही. शंकराचार्य हे स्वतः संन्यासमार्गी असल्याने, गीतेनेही संन्यासमार्गाचेच श्रेष्ठत्व मान्य केले आहे, असे त्यांनी जगास भासविण्याचा प्रयत्न केला. परंतु एखादा हुशार पोलीस चोरास प्रत्यक्ष चोरी करीत असतानाच जसा पकडतो, त्याचप्रमाणे कै. टिळक यांनी शंकराचार्यांस गीतेतील पाचव्या अध्यायातील दुसऱ्या श्लोकावर भलतीच टीका करीत असताना (शिवहरपवशव) पकडलेले आहे! या ठिकाणी 'तयोस्तु कर्मसंन्यासात्मर्मयोगो विशिष्यते' कर्मसंन्यासापेक्षा कर्मयोगाचीच योग्यता अधिक, असे श्रीकृष्णांनी स्पष्ट सांगितले असताना शंकराचार्य म्हणतात की, कर्मयोगाची केवळ औपचारिक स्तुती करिण्याकरिता येथे श्रीकृष्ण असे म्हणतात : वास्तविक श्रीकृष्णाच्या मते, कर्मयोगापेक्षा संन्यासमार्गच श्रेष्ठ

आहे वगैरे. आपल्या संप्रदायाचे समर्थन करण्याकरिता शंकराचार्य जाणूनबुजून या श्लोकाचा विपर्यास करीत आहेत, हे लो. टिळकांनी जगाच्या निदर्शनास आणले आहे. सामाजिक आणि धार्मिक बाबतीत त्यांनी वारंवार कर्मठ ब्राह्मणांची पाठ थोपटली, हे खरे! परंतु ब्राह्मणांची पाठ थोपटीत थोपटीत लो. टिळक अशा एका उच्च ठिकाणी गेले आणि तेथून त्यांनी असा एक प्रचंड दगड खाली कोसळू दिला, की त्याखाली सर्व कर्मठ व जुन्या मताचे ब्राह्मणच नव्हे, तर खुद्द शंकराचार्यही चिरडून ठार झाले! वास्तविक पाहिले तर संन्यासमार्ग (सर्व संग परित्याग करून ब्रह्मज्ञानात गढून जाणे हा मार्ग) ब्राह्मणांचा आणि कर्मयोग (परिस्थितीशी झगडून सतत कर्म करीत राहणे) हा मार्ग क्षत्रियादी ब्राह्मणेतरांचा आहे. परंतु लो. टिळक यांनी स्वतःस ब्राह्मणांचे पुरस्कर्ते म्हणवून घेऊन शेवटी संन्यासमार्गापेक्षा कर्मयोगच श्रेष्ठ, असे ठासून प्रतिपादन केले! लो. टिळक यांच्या आयुष्यातील ही महत्त्वाची कामगिरी लक्षात घेतली तर ते प्रच्छन्न ब्राह्मणेतर होते, असे म्हटल्यास अतिशयोक्ती मुळीच होणार नाही.''

शंकराचार्यांनी गीतेमधील संन्यासमार्ग हा सर्वश्रेष्ठ योग मानला तर लो. टिळकांनी गीतेतील कर्मयोगाला प्राधान्य दिले आणि संन्यासमार्गाहून कर्मयोग हाच श्रेष्ठ असल्याचे प्रतिपादले. खरे तर संन्यासमार्ग हा ब्राह्मणांचा व कर्मयोग क्षत्रियादी ब्राह्मणेतरांचा आहे. असे असता लो. टिळकांनी कर्मयोगाची बाजू घेऊन (म्हणजे ब्राह्मणेतरांची) शंकराचार्यांचे मत खोडून टाकावे, हे महनीय कृत्य एखाद्या ब्राह्मणेतर नेत्याला शोभणारे झाले, असे क्षात्रजगद्‌गुरूंना म्हणावयाचे आहे. त्यांचा हा युक्तिवाद म्हणजे त्यांच्या बुद्धिवैभवाचा वाङ्‌विलासच होय.

टिळक-गोखले-आगरकर या तिघांचे कार्य एकट्या शाहू महाराजांनी केले

राजर्षी शाहू महाराजांच्या निधनानंतर लवकरच 'श्री शाहू वैदिक विद्यालय' स्थापन होऊन त्याचे उद्‌घाटन १ ऑगस्ट १९२२ रोजी महाराणी लक्ष्मीबाई, राजाराम छत्रपती व कोल्हापुरातील प्रतिष्ठित लोक यांच्या उपस्थितीत झाले. या प्रसंगी केलेल्या भाषणात उपरोक्त विधान क्षात्रजगद्‌गुरूंनी केलेले आहे. एवढेच नव्हे, तर या तिघांच्या कार्याहून अधिक कार्य महाराजांनी एकट्याने केले आहे. कारण उपरोक्त तिघा नेत्यांचे कार्य मूठभर पांढरपेशा

लोकांत होते, तर महाराजांचे कार्य ९५% लोकांमध्ये होते, असेही त्यांनी म्हटले आहे ते पुढे म्हणतात की, लो. टिळकांनी केवळ गोऱ्या नोकरशाहीविरुद्ध चळवळ केली; पण महाराजांनी गोऱ्या नोकरशाहीपेक्षाही त्रासदायक असणाऱ्या ब्राह्मणशाही, भिक्षुकशाही, कुलकर्णीशाही व सावकारशाही अशा अनेक शाह्यांशी संघर्ष केला. अशा प्रकारे लो. टिळकांच्या कार्यापेक्षा महाराजांचे कार्य अधिक विस्तृत होते. लो. टिळकांनी पांढरपेशांच्या अंतःकरणात पेटविलेल्या स्वातंत्र्यज्योतीपेक्षा महाराजांनी ब्राह्मणेतरांच्या अंतःकरणात पेटविलेली स्वातंत्र्यज्योत अधिक उज्ज्वल व तेजस्वी होती.

ना. गोखल्यांनी कोणते कार्य केले? तर सरकारला शिव्या हासडण्यापेक्षा त्याच्याशी सहकारता करूनही आपणास मोठे कार्य करता येते. म्हणजे सरकारकडून अनेक फायदे पदरात पाडून घेता येतील, हा धडा त्यांनी लोकांना शिकविला. क्षात्रजगद्‌गुरू म्हणतात की, शाहू महाराजांनी हेही कार्य मोठ्या प्रमाणावर केले आहे. त्यांनी सरकारशी पूर्ण सहकारता करून तोच धडा त्यांनी ब्राह्मणेतर पक्षास शिकवून दिला.

प्रि. गोपाळ गणेश आगरकरांनी समाजसुधारणा केली, पण ती मूठभर पांढरपेशा लोकांसाठी होती. सोवळेओवळे, विधवा केशवपन, विधवा पुनर्विवाह यांसारख्या सुधारणांचा त्यांनी खल केला. पण या सुधारणा अज्ञ लोकांच्या उपयोगी नव्हत्या. क्षात्रजगद्‌गुरू म्हणतात की, महाराजांच्या सुधारणा सर्व वर्गांसाठी होत्या; सारांश अनेक पुढाऱ्यांनी केलेली आजपर्यंतची निरनिराळी कार्ये एकट्या शाहू महाराजांनी केली.

क्षात्रजगद्‌गुरूंच्या वरील मतांशी महाराष्ट्रातील सर्वच इतिहासाभ्यासक तसेच विचारवंत सहमत होतील असे नाही. तथापि, त्यांनी प्रतिपादन केलेल्या मतांमध्ये खात्रीने काही तथ्यांश आहे. उपरोक्त पुढाऱ्यांच्या समाजसुधारणा पांढरपेशा समाजासाठी होत्या, तर महाराजांच्या समाजसुधारणा ९५% असणाऱ्या बहुजन समाजासाठी होत्या, एवढे ऐतिहासिक सत्य मान्य होण्यास काही हरकत नसावी.

श्री शाहू वैदिक विद्यालय

ब्राह्मण पुरोहितशाहीला शह देऊन ब्राह्मणशाहीच्या जोखडातून मराठा समाजाला मुक्त करण्यासाठी राजर्षी शाहू महाराजांनी आपल्या हयातीतच १९२० मध्ये 'श्री शिवाजी क्षत्रिय वैदिक विद्यालय'(पाठशाळा) स्थापन

केल्याची इतिहासात नोंद मिळते. पुढे शाहू महाराजांच्या निधनानंतर हे विद्यालय मागे पडून 'श्री शाहू वैदिक विद्यालय' हे विद्यालय पुढे आले. आजही याच नावाने हे विद्यालय कोल्हापुरात कार्यरत आहे. अशा प्रकारे दोन वैदिक विद्यालयाचे संदर्भ इतिहासात येऊन जातात. त्यामुळे अभ्यासकांच्या मनात तत्संबंधी थोडा संभ्रम निर्माण होत असे.

प्रस्तुत ग्रंथातील एका भाषणात क्षात्रजगद्‌गुरूंनी या दोन्ही विद्यालयांचा इतिहासच सांगितला आहे, त्यावरून त्यांचे चित्र स्पष्ट व्हायला मदत होते. क्षात्रजगद्‌गुरूंनी आपल्या भाषणात म्हटले आहे : "श्रीमत राजाराम महाराज जी ही नवीन संस्था स्थापन करीत आहेत, ती करवीर इलाख्याबाहेरीलही विद्यार्थ्यांची सोय व्हावी म्हणून. श्री शाहू महाराजांचे ध्येय महाराष्ट्रातील बहुतेक सर्व मराठ्यांना मान्य झाल्यामुळे अनेक लोकांकडून पुरोहित तयार करून पाठविण्याबद्दल अनेक अर्ज आले होते. सध्या श्री शिवाजी क्षत्रिय वैदिक विद्यालय राजवाड्यामध्ये आहे. ते राजवाड्यातील पुरोहितांची कामे करणाऱ्या क्षत्रिय आश्रितांकरिता आहे. आज जे श्रीशाहू वैदिक विद्यालय मातुःश्री महाराणीसाहेब यांच्या हस्ते उघडले जाणार आहे, ते करवीरबाहेरील लोकांकरिता आहे. श्रीशिवाजी क्षत्रिय वैदिक विद्यालय हे खासगी असून, आज उघडले जाणारे हे विद्यालय सार्वजनिक आहे. राजाश्रयावाचून धार्मिक उन्नती होणे शक्य नाही, हे जाणून श्रीमंत महाराजांनी ही नवीन संस्था काढलेली आहे व महाराष्ट्रातील मराठ्यांना धार्मिक उन्नतीच्या बाबतीत मोठे साहाय्य केलेले आहे. महाराष्ट्रातील क्षत्रिय मराठा बांधवांवर श्रीमत राजाराम महाराजांनी केलेल्या या उपकाराबद्दल क्षात्रजगद्‌गुरू या नात्याने महाराष्ट्रीय क्षत्रियांतर्फे त्यांचे आभार मानतो."

असे दिसते की, राजवाड्यात सुरू झालेले वैदिक विद्यालय कालौघात बंद केले गेले आणि मग राजाराम महाराजांनीच सुरू केलेले राजर्षी शाहू महाराजांच्या नावाने वैदिक विद्यालय चालू राहिले. ते आजतागायत अस्तित्वात आहे.

श्री शाहू स्मरण

६ मे १९२२ रोजी राजर्षी शाहू छत्रपती महाराज यांचे निधन झाले. पुढच्या वर्षी प्रथम स्मृतिदिनी 'विजयी मराठा'ने महाराजांचे पुण्यस्मरण म्हणून एक खास अंक प्रसिद्ध केला. त्यात क्षात्रजगदगुरूंनी 'श्रीशाहू

स्मरण' नावाचा एक लेख लिहिला असून, त्यामध्ये शेक्सपिअरचा नायक हॅम्लेट व राजर्षी शाहू महाराज यांची त्यांनी तुलना केलेली आहे. महाराज, क्षात्रजगद्‌गुरू व सत्यशोधक कार्यकर्ते बाबूराव यादव हे एकत्र बसले असता त्यांच्यात जो हास्यविनोद झाला, त्या प्रसंगाचा संदर्भ घेऊन क्षात्रजगद्‌गुरूंनी म्हटले आहे :

"रा. बाबूराव यादव यांनी म्हटल्याप्रमाणे शाहू महाराज वेडे होते खरे! पण शाहू महाराजांचे वेड इतर लोकांच्या वेडाहून निराळ्या तऱ्हेचे होते. शाहू महाराजांचे वेड आणि हॅम्लेटचे वेड हे सारखेच होते!"

"हॅम्लेटच्या चुलत्याने त्याच्या बापाचा खून करून राज्य बळकाविले होते, म्हणून हॅम्लेटला वेड लागले होते! ब्राह्मणशाहीने मराठेशाहीचा खून करून तिचे राज्य बळकाविले म्हणून श्रीशाहू महाराजांना वेड लागले होते. हॅम्लेटच्या वेडाचे पर्यवसान आपला चुलता नाहीसा करण्यामध्ये झाले; शाहू महाराजांच्या वेडाचे पर्यवसान ब्राह्मणशाही नष्ट करण्यामध्ये झाले! फक्त ध्येय गाठण्याच्या बाबतीतच नव्हे, तर नेहमीच्या बोलण्याचालण्यातदेखील शाहू महाराजांची आणि हॅम्लेटची तऱ्हा एकच होती... बोलण्या चालण्यात व हिंडण्या फिरण्यात कितीही विचित्रपणा दाखविला, तरी हॅम्लेट हा जसा आपल्या ध्येयापासून रत्तिभरही ढळला नाही; एवढेच नव्हे, तर केवळ आपले ध्येय गाठण्यासाठीच हॅम्लेटने जसे वेड्याचे सोंग घेतले होते, तसेच श्री शाहू महाराजांनीही आपले ध्येय गाठण्यासाठीच विक्षिप्तपणाचे सोंग घेतले होते!"

"काही प्रसंगी शाहू महाराजांचे वागणे काहीसे विक्षिप्तपणाचे वाटले, तरी त्यांच्या अंतरंगातील विचारांचा थांगपत्ता भल्याभल्या लोकांना लागत नसे. प्रबोधनकार के. सी. ठाकरे यांनी एके ठिकाणी म्हटले आहे की, "श्रीमन्महाराज शाहू छत्रपती हे एक असे अद्वितीय पुरुषश्रेष्ठ होते की, ते अनेकांना अनेक रंगांत दिसत असत. नानाविध लोक त्यांना नानाविध दृष्टीने पाहत असत व ते त्यांना दिसतही असत. नव्हे, आम्ही स्पष्टच म्हणतो की ते खरोखरच नानारंगी महापुरुष होते. पण त्यात मुख्य खुबी मात्र ही असे की, प्रत्येक रंगात त्यांचे प्रावीण्य त्यांच्या प्रतिस्पर्ध्याला जागच्या जागी चारीमुंड्या चीत करण्याइतके शंभर नंबरी तेजदार असे."

सुप्रसिद्ध इतिहाससंशोधक डॉ. य. दि. फडके शाहू महाराजांच्या व्यक्तिमत्त्वाचा वेध घेण्याचा प्रयत्न करत असता म्हणतात : "शाहू छत्रपती

नावाच्या कोल्हापुरी कोड्याचे उत्तर शोधण्याचा माझ्यासकट आजवर अनेकांनी प्रयत्न केला आहे. हे कोडे सोडवल्यासारखे वाटले, तरी त्याचे बिनचूक उत्तर सापडले आहे, असे कोणीही समजू नये. मात्र कोडे सोडविताना आपल्या हातून इतरांच्या तुलनेने कमीत कमी चुका व्हाव्यात, अशी खबरदारी घेणे शक्य असते.''

हे कोल्हापुरी कोडे समकालीनांप्रमाणे उत्तरकालीनांनाही पूर्णपणे सुटलेले नाही हेच खरे.

शाहू महाराजांच्या आठवणी

क्षात्रजगद्‌गुरू यांनी शाहू महाराजांच्या आठवणी सांगणारा एक लेख लिहिला आहे. त्यात एकूण आठ आठवणी असून त्यातून महाराजांची इतिहासाची जाण, सहनशीलता, बिनचूक स्मरणशक्ती, कमालीचा साधेपणा इत्यादी अनेक गुणांचे दर्शन घडते. अनेकदा महापुरुषांच्या गुरूंचा शोध घेतला जातो आणि त्यातून काही वादविवादही उत्पन्न होतात. शाहू महाराजांच्या बाबतीत सांगायचे झाले तर या प्रश्नाचे उत्तर खुद्द महाराजांनीच दिले आहे. महाराजांच्या प्रभावळीतील एक सामाजिक कार्यकर्ते कीर्तिवानराव निंबाळकर यांच्याशी झालेल्या संभाषणात महाराज म्हणतात, ''पूर्वजांचा इतिहास व स्वानुभाव हेच माझे गुरू होत.'' आद्य छत्रपती श्री शिवाजी महाराजांपासून साताऱ्च्या प्रतापसिंह महाराजांपर्यंत खुद्द छत्रपतींना बसलेले ब्राह्मणशाहीचे चटके आणि खुद्द शाहू महाराजांना आलेली त्याची प्रचिती या बाबी नीट अभ्यासल्या तर महाराजांनी इतिहासाला व स्वानुभावाला का गुरू मानले आहे, याचा उलगडा झाल्याशिवाय राहत नाही.

मागासलेल्या समाजाच्या हिताचे रक्षण करण्यासाठी जेव्हा शाहू महाराजांनी ब्राह्मणशाहीशी संघर्ष सुरू केला, विशेषतः ब्राह्मणेतर पक्षाची स्थापना झाल्यावर जेव्हा ब्राह्मणेतर समाजाचा कैवार घ्यायला महाराजांनी सुरुवात केली, त्या वेळी ब्राह्मणी वृत्तपत्रे चवताळून गेली आणि त्यांनी धरबंद सोडून राजघराण्यातील लोकांवरही टीका सुरू केली. लोककल्याणाचे व्रत घेतलेल्या या राजाने हे सर्व काही निमूटपणे सहन केले. या संदर्भातील एक आठवण सांगताना खुद्द क्षात्रजगद्‌गुरूंशी झालेल्या संभाषणातील एक विधान त्यांनी उद्‌धृत केले आहे. ब्राह्मणी वृत्तपत्रांतील कडक टीकेच्या बाबतीत महाराज म्हणाले, ''या उतारवयात मला दोन

सवयी जडल्या आहेत. नोकर लोकांकडून अंग थोपटून घेणे ही एक आणि ब्राह्मण लोकांकडून शिव्या खाणे ही दुसरी! या दोन्ही गोष्टी दररोज यथासांग व व्यवस्थित झाल्याखेरीज मला चांगली झोपच येत नाही!''

शत्रूच्या गोटातून होणारे कठोर व जहरी हल्ले शाहू महाराज किती लीलयेने झेलत होते, याची ही आठवण निदर्शक असली, तरी अंतर्यामी त्यांना किती यातना सहन कराव्या लागल्या असतील, याचीही ती थोडी कल्पना देऊन जाते.

उपरोक्त विषयांखेरीज इतर अनेक सामाजिक, सांस्कृतिक व धार्मिक विषयांची चर्चा क्षात्रजगद्गुरूंनी आपल्या भाषणांत, लेखांत केलेली आहे. उदाहरणार्थ भागवतधर्माचे महत्त्व, शिवछत्रपती व राजर्षी शाहू यांच्या मोठेपणाचे सहस्य, गोरक्षण चळवळ, वर्ग व जात, समाजातील कायद्याचे महत्त्व, शिक्षकाची भूमिका, मर्दानी खेळ, बालविवाह प्रतिबंध कायदा इत्यादी अनेक विषय त्यांनी हाताळलेले होते. त्या सर्वांचा परामर्श विस्तारभयास्तव घेता आलेला नाही.

इथपर्यंतच्या विवेचनावर दृष्टिक्षेप टाकला तर वाचकांच्या ध्यानात येईल की, क्षात्रजगद्गुरूपदाच्या निर्मितीवेळी जो मार्ग शाहू छत्रपतींनी आखून दिला होता ,त्याच मार्गावरून क्षात्रजगद्गुरूंची वाटचाल सुरू होती. महाराजांच्या अपेक्षेप्रमाणे ईश्वर व मानव यांच्यातील दलाल ते झाले नाहीत आणि इतर कोणास (म्हणजे मराठा पुरोहितास) त्यांनी तसे होऊ दिले नाही. त्यांच्या सर्व भाषणांतून तसेच लेखांतून एक गोष्ट वारंवार प्रत्ययास येते ती म्हणजे, त्यांनी संपूर्ण हयातभर समाजप्रबोधनाचे व्रत चालविले. एक प्रकारे ही समाजशिक्षकाचीच भूमिका होती. त्यांच्यासमोर जो बहुजन समाज होता तो अंधश्रद्धा, अज्ञान व दारिद्र्य अशा तिहेरी खोड्यात अडकला होता. त्यातून त्याची सुटका करण्याचे काम म. फुले यांच्यापासून सुरू झाले होते. तेच काम पुढे राजर्षी शाहू महाराज, महर्षी विठ्ठल रामजी शिंदे, प्रबोधनकार ठाकरे इत्यादींनी चालू ठेवले. या श्रेयनामावलीत आता क्षात्रजगद्गुरूंचेही नाव घ्यायला हवे.

◆

२२

प्रिन्स शिवाजी मराठा बोर्डिंग : आमची दुसरी आई

हिंदुस्थानात शेकडो वर्षे बहुजन समाज हा अज्ञान व दारिद्र्य यामध्ये खितपत पडला होता. त्यास महाराष्ट्रही अपवाद नव्हता. महाराष्ट्रातील बहुजन समाज हा विद्याहीन, धनहीन व सत्ताहीन बनला होता. त्याच्या या दुःखाला वाचा फोडण्याचे पहिले कार्य महात्मा जोतिराव फुले यांनी केले. बहुजनांच्या सर्व दुःखाचे, सर्व दैन्यांचे मूळ अज्ञानात आहे, अशी त्यांची ठाम धारणा होती. अज्ञान म्हणजे अविद्या. या अविद्येने शूद्रातिशूद्रांनी बनलेल्या समाजाची कशी हीनावस्था करून टाकली आहे, याबद्दल ते म्हणतात,

"विद्येविना मती गेली। मतीविना नीती गेली।।
नीतीविना गती गेली। गतीविना वित्त गेले।।
वित्ताविना शूद्र खचले। इतके अनर्थ एका अविद्येने केले।।"

या अनर्थातून, या गर्तेतून बहुजन समाजास वर काढण्याचा एक उपाय म्हणजे शिक्षण, असे आपल्या बांधवांना सांगणारा पहिला महात्मा म्हणजे जोतिराव फुले. त्यासाठी त्यांनी शिक्षणात मागासलेल्या समाजासाठी, विशेषतः अस्पृश्य समाजातील मुला-मुलींसाठी शाळा काढल्या. १४ वर्षांखालील सर्व मुला-मुलींना मोफत सक्तीचे शिक्षण दिले गेले पाहिजे, म्हणून सन १८८२च्या हंटर कमिशनसमोर तशी साक्ष देऊन इंग्रज राज्यकर्त्यांकडे आग्रह धरला. सरकारने लॉर्ड मेकॉलेचा 'झिरपणीचा सिद्धान्त' स्वीकारला होता. तो महात्मा फुल्यांनी धिक्कारून शिक्षण खालून वर गेले पाहिजे,

---

श्री प्रिन्स शिवाजी बोर्डिंग हाऊस या संस्थेच्या 'बहुजनपर्व' या इतिहास ग्रंथास लिहिलेली प्रस्तावना.

असा सामाजिक न्यायाचा नवा सिद्धान्त मांडला.

शिक्षणानेच आमचा तरणोपाय आहे! : राजर्षी शाहू

राजर्षी शाहू छत्रपती महाराजांनी महात्मा फुल्यांच्या शिक्षणाच्या सूत्राचा पुरस्कार केला. कोणतेही सुधारणेचे पाऊल शिक्षणाशिवाय पुढे पडणार नाही, अशी त्यांची मनोमन खात्री होती. त्यासाठी समाजात ९७% असणाऱ्या मागासलेल्या वर्गांना किमान प्रथम प्राथमिक शिक्षण मोफत व सक्तीचे केले पाहिजे, असे त्यांनी अनेक सभांतून प्रतिपादले होते. एके ठिकाणी ते म्हणतात,

"शिक्षणानेच आमचा तरणोपाय आहे, असे माझे ठाम मत आहे. शिक्षणाशिवाय कोणत्याही देशाची उन्नती झाली नाही, असे इतिहास सांगतो. अज्ञानात बुडून गेलेल्या देशात उत्तम मुत्सद्दी व लढवय्ये वीर कधीही निपजणार नाहीत. म्हणूनच सक्तीच्या व मोफत शिक्षणाची हिंदुस्थानला अत्यंत आवश्यकता आहे. या बाबतीत आमचा गतकाल म्हटला म्हणजे इतिहासातील एक अंधारी रात्र आहे. फक्त एकाच जातीने विद्येचा मक्ता घेतला होता. मनू व त्याच्या मागून होऊन गेलेल्या शास्त्रकारांनी त्या त्या वेळच्या ध्येयाला अनुसरून निरनिराळ्या जातींच्या व्यवहारास बंधनकारक असे निर्बंध (कायदे) रचिले आणि कमी जातींच्या लोकांना विद्यामंदिराचे दरवाजे बंद करण्यात आले. त्यांचे स्वतःचे धर्मग्रंथ आणि वेद हेसुद्धा वाचण्याची त्यांना मनाई होती."

शिक्षणाची मक्तेदारी असलेली जात म्हणजे ब्राह्मण. त्यांनी शिक्षणातच नव्हे, तर धर्म, प्रशासन, अर्थकारण, शास्त्र, कला, साहित्य अशा सर्वच क्षेत्रांत त्यांची मक्तेदारी प्रस्थापित केली होती.

ब्राह्मणांची ही प्रगती विद्येमुळे तर बहुजनांची अधोगती अविद्येमुळे झाली होती. म्हणून विद्येच्या म्हणजे शिक्षणाच्या बहुजनांमधील प्रसारासाठी शाहू महाराजांनी अनेक ठोस पावले उचलली. सक्तीच्या मोफत प्राथमिक शिक्षणाचा कायदा त्यांनी १९१७ मध्ये केला. पण तत्पूर्वीच बहुजन समाजातील मुलांना कोल्हापुरात शिक्षणाची सुविधा मिळावी म्हणून त्यांनी विविध जाती-धर्मांची वसतिगृहे स्थापन केली. कोल्हापूर संस्थानात ज्या काही प्राथमिक शाळा होत्या, त्यामधून शिकून बाहेर पडणाऱ्या बहुजन समाजातील मुलांची उच्च शिक्षणासाठी लागणारी काहीच सुविधा कोल्हापुरात

उपलब्ध नव्हती. अशी सुविधा वसतिगृहाच्या रूपाने कोल्हापुरात निर्माण करावी, असे महाराजांनी ठरविले. महाराजांच्या या निर्णयास वडगावच्या पांडुरंग चिमणाजी पाटील या मॅट्रिक झालेल्या विद्यार्थ्यांची कथा निमित्तमात्र झाल्याचे इतिहास सांगतो.

पहिले वसतिगृह- व्हिक्टोरिया मराठा बोर्डिंग

शाहू महाराजांचा हा निर्णय अभूतपूर्व होता. कारण आतापर्यंत हिंदुस्थानात कोणत्याही शहरी अशी वसतिगृहे स्थापन झाली नव्हती. हा एक अभिनव प्रयोग होता आणि हा प्रयोग करण्यापूर्वी महाराजांनी त्या काळचे प्रख्यात उदारमतवादी नेते न्या. रानडे व ना. गोखले या दोघांशी विचारविनिमय केला होता. एवढेच नव्हे, त्यांनी मुंबई इलाख्याचे त्या वेळचे शिक्षण संचालक गाइल्स यांचाही सल्ला घेतला होता. त्या सर्वांनी महाराजांची कल्पना स्तुत्य ठरवून उचलून धरली होती. विद्येत मागासलेल्या वर्गाच्या उन्नतीसाठी अशा प्रकारच्या वसतिगृहांचा मोठा पायदा होईल, असे सर्वांचे मत पडले आणि मग दत्ताजीराव घाटगे (काकासाहेब), भास्करराव जाधव, दाजीराव विचारे, जिवाजीराव सावंत, अप्पासाहेब म्हैसाळकर, मामासाहेब खानविलकर या आपल्या जिवाभावाच्या सहकाऱ्यांना पुढे करून शाहू छत्रपतींनी १८ एप्रिल १९०१ रोजी व्हिक्टोरिया मराठा बोर्डिंगची स्थापना केली. देशातील हे पहिलेवहिले विद्यार्थी-वसतिगृह होते आणि पांडुरंग चिमणाजी पाटील (जे पुढे डॉ. पी. सी. पाटील या नावाने थोर कृषितज्ज्ञ झाले) हे या वसतिगृहाचे पहिले विद्यार्थी झाले!

याच वर्षी कोल्हापुरात जैन बोर्डिंगची स्थापना करण्यात आली. त्यानंतर लिंगायत, मुस्लीम, अस्पृश्य, सोनार, शिंपी, पांचाळ गाढ सारस्वत, इंडियन ख्रिश्चन, चां. का. प्रभू, वैश्य, ढोर-चांभार, सुतार, नाभिक, सोमवंशीय आर्यक्षत्रिय, कोष्टी अशा एकूण २० वसतिगृहांची स्थापना शाहू छत्रपतींच्या प्रेरणेने व मदतीने झाली. प्रत्येक वसतिगृहास जागा, इमारत, वार्षिक अनुदान, उत्पन्नाचे साधन म्हणून जमीनजुमला अशा स्वरूपात मदत दिली गेली. इंग्लंडला Mother of Parliaments ज्याप्रमाणे असे म्हटले जाते, तसे शाहू महाराजांच्या शब्दांत कोल्हापूर हे Mother of Boarding Houses झाले. या वसतिगृह मालिकेत प्रिन्स शिवाजी मराठा फ्री बोर्डिंग हाउस हे एक वैशिष्ट्यपूर्ण असे वसतिगृह उदयास आले.

प्रिन्स शिवाजी बोर्डिंग का स्थापन झाले?

शाहू महाराजांनी कोल्हापुरात प्रत्येक जातीसाठी स्वतंत्र अशी वसतिगृहे स्थापन केली. मराठ्यांसाठीचे तर पहिलेच वसतिगृह होते. अशा परिस्थितीत आणखी एक मराठ्यांचे वसतिगृह का स्थापन झाले, हा एक कुतूहलाचा व संशोधनाचा विषय आहे. असे दिसते की 'व्हिक्टोरिया मराठा बोर्डिंग' मध्ये मराठा समाजातील ग्रामीण भागातील पाटील, देशमुख, चौगले अशा प्रतिष्ठित घराण्यांतील मुले शिकत होती. ज्यांना आपली मुले कोल्हापुरात पाठविण्याची ऐपत होती, अशा बऱ्यापैकी आर्थिक परिस्थिती असणाऱ्या पालकांची ही मुले होती. खरे तर पाच स्तरांतील पालक आपल्या मुलांना कोल्हापूरला पाठवित होते. त्यासाठी अल्प प्रमाणात का होईना, पण काही फीही आकारली जात असावी.

पण कालौघात संस्थानातील रयत शिकू लागली. बलुते-अलुते समाजातील लोकांनाही आपल्या मुलांना शिक्षण मिळावे असे वाटू लागले. पण कोल्हापुरात पाठविण्याची त्यांची ऐपत नव्हती. अशा मुलांच्या शिक्षणाचा प्रश्न निर्माण झाला. हा प्रश्न मराठा समाजातील जाणत्या पुढाऱ्यांना अस्वस्थ करू लागला. व्हिक्टोरिया मराठा बोर्डिंगची विद्यार्थी क्षमता मर्यादित होती. गरीब मराठा किंवा तत्सम समाजातील सर्वच मुलांना तेथे प्रवेश मिळणे अवघड होते. अशा वेळी गरिबांच्या मुलांनी कुठे जावे. निराधार, निराश्रित मुलांनी कुणाच्या तोंडाकडे पाहावे? कोल्हापुरातील प्रतिष्ठित, सुशिक्षित अशा मराठा वर्गाची काही सामाजिक व नैतिक जबाबदारी आहे की नाही? मराठा समाजातील सहृदयी व कनवाळू मनाच्या सुशिक्षित व विचारी गृहस्थांना पडलेल्या या प्रश्नांतूनच 'प्रिन्स शिवाजी मराठा फ्री बोर्डिंग'चा उदय झालेला आहे. कोल्हापुरात स्थापन झालेल्या कोणत्याही बोर्डिंगच्या 'फ्री' असा शब्द नाही. तो प्रिन्स शिवाजी बोर्डिंगच्या नावात आहे. हा शब्द काय सुचवितो? ज्यांना शिक्षणावर, राहण्या-जेवणावर, खर्च करण्याची पैचीही ऐपत नाही, अशा गरीब विद्यार्थ्यांसाठी हे बोर्डिंग आहे, अशी त्याच्या स्थापनेच्या वेळच्या संस्थापकांची भूमिका आहे आणि स्थापनेचा इतिहास पाहिला तर ही भूमिका खरी असल्याचे दिसून येते.

प्रिन्स शिवाजी बोर्डिंग कसे स्थापन झाले

प्रिन्स शिवाजी बोर्डिंगच्या वाटचालीतील तिसऱ्या वर्षापासूनचे वार्षिक

अहवाल उपलब्ध आहेत. १९४४-४५ अहवाल वर्ष रौप्य महोत्सवी वर्ष होते. त्यानिमित्तच्या अहवालात १९२० मध्ये कोल्हापुरात हे बोर्डिंग कसे स्थापन झाले, याची कथा दिली आहे.

''राजर्षी छत्रपती शाहू महाराजांचे वास्तव्य सोनतळीत असे. तेथील मुदपाकखान्यात (भोजनगृहात) छत्रपती शाहू महाराज यांचा परिवार व लवाजमा मिळून दररोज शेपाचशे मंडळींची जेवणाची व्यवस्था होत असे. रावसाहेब नारायणराव सरदेसाई व मे. श्रीपतराव मंडलिक यांनी तेथेच जवळपास असणाऱ्या दोन अनाथ मुलांना स्वअधिकारात जेवण्यास मुभा दिली. ती मुले रोज जेवण करून शाळेला जाऊ लागली. पुढे १५ दिवसांनी ही बाब शाहू महाराजांच्या लक्षात आली. त्यांपैकी एक मुलगा मराठा व एक हरिजन होता. महाराजांना अस्पृश्योद्धाराविषयी कळवळा होता व त्यात एक हरिजन मुलगा आहे म्हटल्यानंतर महाराजांना अतिशय आनंद झाला व आणखी दहा विद्यार्थ्यांची जर सोय होत असेल तर एक स्वतंत्र बोर्डिंग मी स्थापन करेन, असे महाराज म्हणाले आणि याप्रमाणे प्रथम अनाथ मुले घेऊन वसतिगृहाचा श्रीगणेशा झाला. पुढे त्याला संघटित स्वरूप देण्याच्या हेतूने रावसाहेब नारायणराव सरदेसाई, मे. मामासाहेब मिणचेकर इनामदार, मे. श्रीपतराव मंडलिक, मे. शिवराम खंडेराव घाटगे, मे. खंडेराव बागल वकील आदी नेत्यांनी ब्राह्मणेतर संघाचे हॉलमध्ये मे. रावबहादूर बाळासाहेब गायकवाड यांच्या अध्यक्षतेखाली १ जुलै १९२० इ।। रोजी एक सभा आयोजित केली. हाच आपल्या संस्थेच्या संस्थापनेचा, उज्ज्वल भवितव्याचा मंगल दिन होय. या संस्थापनेच्या कामी 'विजयी मराठा'कार मे. श्रीपतराव शिंदे, मे. कृष्णराव साळोखे, मे. गोविंदराव शिंदे, मे. चंद्रोबा नरके, मे. शंकरराव साळोखे, मे. बाबूराव यादव, गुरुवर्य सासनेमास्तर इत्यादी सद्गृहस्थांचे बहुमोल सहकार्य लाभले.''

प्रारंभी या संस्थेला सुस्थिती नव्हती. ब्राह्मणेतर क्लबच्या पाठीमागील झोपडी म्हणजे संस्थेची इमारत. तत्कालीन विद्यार्थ्यांची वसतिगृहातील परिस्थिती फार बिकट होती. पण संस्थाचालक खंबीर मनाचे होते. त्यांनी मुलांना बरोबर घेऊन घरोघरी भाजी-भाकरीची भिक्षा झोळी घेऊन जमविण्याचे काम केले. त्यानंतर मे. श्रीपतराव शिंदे, मे. सुबराव निकम, मे. दासराम जाधव, मे. बाबूराव घुगरे, मे. ज्ञानोबा निकम, मे. केशवराव साळुंखे, मे. गोविंदराव शिंदे आदी मंडळींनी कोल्हापुरातील प्रत्येक पेठेत सभा घेऊन या

संस्थेची उपयुक्तता व गरज जनतेला पटवून दिली आणि विद्यार्थ्यांना वार देण्याची पद्धत रूढ केली. तथापि, संस्थेच्या अनेक गरजा होत्या. संस्थेचे नेते रावसाहेब नारायणराव सरदेसाई, मे. मामासाहेब मिणचेकर, मे. श्रीपराव मंडलिक यांनी अविश्रांत श्रम करून निकडीच्या गरजा राजर्षी छत्रपती शाहू महाराज यांच्या नजरेस आणून दिल्या आणि त्याच वेळी महाराजांनी कृपावंत होऊन संस्थेला कोठीशाळेची इमारत बक्षीस दिली. गडहिंग्लज पेट्यातील नूल वगैरेंचे उत्पन्न संस्थेच्या नावे केले. १० विद्यार्थ्यांचा शिधा हुजूर खासगीतून मंजूर करण्यात आला व ज्या हायस्कूलला सरकारी ग्रॅन्ट मिळते त्या त्या हायस्कुलात संस्थेचे विद्यार्थी मोफत घ्यावेत, असा हुजुरातून हुकूम देण्यात आला.

सुरुवातीची १५ ते २० वर्षे संस्थेची जबाबदारी पेलण्यात अनेक समर्थ व्यक्ती कारणीभूत झाल्या. त्यांनी हे संस्थेचे शिवधनुष्य तन्मयतेने आपल्या खांद्यावर घेतले होते. मे. मामासाहेब मिणचेकर, न्या. व्ही. जी. चव्हाण, मे. गोविंदराव शिंदे, मे. चंद्रोबा नरके, मे. कृष्णराव साळोखे हे सद्‌गृहस्थ संस्थेच्या स्थापनेपासून अव्याहत झटत आले. रावबहाद्दूर डी. एम. भोसले, प्रिन्सिपॉल एम. आर. देसाई, डॉ. ए. जी. पवार इत्यादी मान्यवर सद्‌गृहस्थांच्या समर्थ कर्तृत्वामुळेच संस्थेला आजचे आदर्श स्वरूप प्राप्त झाले.

बोर्डिंग स्थापनेची दुसरी कथा

राजर्षी शाहू छत्रपतींचे सच्चे अनुयायी, निर्भीड पत्रकार व सत्यशोधक नेते 'विजयी मराठा'कार श्रीपतराव शिंदे यांचे चरित्र त्यांचे चिरंजीव माधवराव शिंदे यांनी १९७३ मध्ये प्रकाशित केले आहे. या चरित्रात त्यांनी प्रिन्स शिवाजी बोर्डिंगच्या स्थापनेची कूळकथा दिली आहे. मूळ मजकूर हा 'प्रजा' नावाच्या वृत्तपत्रात अग्रलेखाच्या रूपाने आला आहे. तो आम्ही वाचकांच्या माहितीसाठी जसाच्या तसा उद्‌धृत करत आहोत.

"पुणे येथे गुरुवर्य बापूराव बच्चाजी शिंदे या पेन्शनर गृहस्थांनी मराठा विद्यार्थ्यांसाठी एक फ्री बोर्डिंग चालविले होते. सुरुवातीला १०-१२ विद्यार्थी त्यांनी घेतले. त्यांच्यासाठी मराठा गृहस्थांच्या घरी वार लावलेले असत. त्याप्रमाणे भाकरीसाठी एक पत्र्याची पेटी, भातासाठी एक पत्र्याची पेटी आणि आमटीसाठी एक मोठे पातेले घेऊन दररोज ठरलेल्या घरी ही मुले

जात. ते अन्न एकत्र जमवीत आणि बोर्डिंगच्या आसऱ्याखाली एकत्र सहभोजन करून निघून जात. ब्राह्मण वर्गाला याचक वृत्तीचे बाळकडू असते. पण ४० वर्षांपूर्वी आपला इतिहास, घराणे आणि परंपरा यांचा भलताच अभिमान बाळगणारी मराठा समाजातील मुले विद्येसाठी भीक मागतील, ही घटना जवळजवळ अशक्यच होती. एवढ्या मनाच्या तयारीने एकत्र आलेली ही मुले अभ्यासात किती तत्पर असतील हे सांगण्याची जरुरी नाही. त्या वेळी श्रीपतराव शिंदे यांच्यामार्फत छत्रपतींना बोर्डिंग दाखविण्यास आणण्याचे योजिले. त्याप्रमाणे शिंदे यांनी बोर्डिंगची हकिगत राजर्षींच्या कानावर घालून बोर्डिंगला भेट देण्याची विनंती केली.

शाहू महाराज म्हणाले, "श्रीपतराव, तुम्ही हे काय सांगता? आमची कार्टी शिकायचीच नाहीत. मी अनुभव घेऊन बसलो आहे." पण बाबूराव जेधे वगैरे स्थानिक कार्यकर्त्यांचा निरुत्साह होऊ नये म्हणून महाराजांनी भेटीचे कबूल केले. आकस्मिक, एके दिवशी महाराज मोटारीतून श्रीपतराव शिंदे यांना घेऊन, बोर्डिंगच्या इमारतीपुढे उभे राहिले. बोर्डिंग त्या वेळी एका धर्मशाळेत होते. चढायला धड जिना नाही. कसेबसे महाराज दुमजल्यावर येऊन उभे राहिले. वर बोर्डिंगची मुले, कोण उघडा, कोण बोडका, असे दोघेतिघे पेट्यांतून आणलेल्या अन्नाची प्रतवारी लावीत होते. वर्दी न देता त्यांच्या पाठीमागे उभी राहिलेली शाहू छत्रपतींची धिप्पाड स्वारी पाहून त्यांची कोण धांदल उडाली असेल याची कल्पनाच करावी. बसावयाला मोडकी खुर्चीही त्या ठिकाणी नव्हती.

एक हात श्रीपतराव शिंदे यांच्या खांद्यावर ठेवून, हा मराठ्यांचा छत्रपती विचारत होता, "काय रे पोरा, कसले डबे हे? उघडा पाहू." मुलांनी पेट्या उघडल्या. आतील अन्न महाराजांनी पाहिले. नंतर "जेवा आता!" असे म्हणून परत दुसऱ्या खोलीत शिरले. मध्यंतरी एखादा हार तरी मिळतो काय, हे पाहण्यासाठी शिंदे जरा बाजूस गेले होते. त्यांना उद्देशून महाराजांनी आपल्या पहाडी आवाजात हाक मारली. नंतर त्यांच्या खांद्यावर हात ठेवून सद्‌गदित कंठाने राजर्षींनी उद्‌गार काढले, "श्रीपतराव, ही मराठ्यांची मुले भीक मागून विद्या शिकू लागली, हे बघून मला फार आनंद झालाय!" शाहूरायांचे डोळे आणि अंतःकरण भरून आले होते. ते पुढे म्हणाले, "आता मला थोडी का होईना, आशा वाटते की माझा समाज, असाच काही कोपऱ्यात धूळ खात पडणार नाही." राजर्षींच्या नजरेत उभे राहिलेले

ते दैवी अश्रू मराठा समाजाच्या संजीवनीचा वर्षाव करीत होते. हार नाही, तुरे नाहीत, माझी मुले भीक मागून विद्या शिकण्याइतकी तयार झाली आहेत, या आनंदाच्या भरात महाराज परत गेले.

"त्यानंतर मला असले बोर्डिंग काढून द्या!" असे त्यांनी (महाराजांनी) श्रीपतराव शिंदे यांच्या मागे टुमणे लावले आणि शाहूरायांच्या तेजस्वी शिष्याने कोल्हापुरास आल्यानंतर आपल्या मित्रमंडळींच्या साहाय्याने आणि राजर्षींच्या कृपाशीर्वादाने प्रिन्स शिवाजी मराठा बोर्डिंगची स्थापना केली. प्रत्यक्षात बोर्डिंग कसे स्थापन झाले, याचा वृत्तान्त देताना माधवराव शिंदे लिहितात :

"शाहू महाराजांनी फ्री बोर्डिंग स्थापन करण्याची सर्व जबाबदारी श्रीपतरावजींवर सोपविल्यानंतर त्यांनी कोल्हापुरास येऊन पेठेवार सभा घेण्यास प्रारंभ केला. या कामी त्यांना प्रारंभापासून त्यांचे बालमित्र कृष्णराव दौलतराव साळोखे यांची फार मोठी मदत झाली. कोल्हापुरातील निरनिराळ्या पेठांत होणाऱ्या सभांमध्ये खंडेराव गोपाळराव बागल वकील, रामचंद्र बाबाजी जाधव (दासराम), बाबूराव यादव व पुण्याचे गुरुवर्य बाबूराव गणपतराव जगताप वगैरेंची भाषणे होत व अशा बोर्डिंगची आवश्यकता जनतेस पटवून दिली जात असे. त्यांच्या भाषणांचा करवीर नगरवासीयांवर बराच परिणाम झाला. सभा संपल्यानंतर ते बोर्डिंगातील विद्यार्थ्यांना माधुकरी व वार देण्यासाठी आपली नावे स्वयंस्फूर्तीने नोंदवू लागले. पुरेसे सभासद झाल्यानंतर बोर्डिंगच्या स्थापनेची सभा ब्राह्मणेतर संघाच्या हॉलमध्ये ता. १ जुलै १९२० रोजी भरविण्यात आली. सभेचे अध्यक्ष रावबहाद्दूर बाळासाहेब गायकवाड होते. पुण्याचे गुरुवर्य बाबूराव जगताप यांचेही या वेळी भाषण होऊन, संस्थेची घटना व नियम मंजूर करणेत आले व शाहू महाराजांचे धाकटे सुपुत्र कै. प्रिन्स शिवाजी महाराज यांच्या स्मृतिप्रीत्यर्थ या बोर्डिंगचे नाव प्रिन्स शिवाजी मराठा बोर्डिंग असे देण्यात आले."

ऐतिहासिक वास्तव काय आहे?

अशा प्रकारे 'प्रिन्स शिवाजी मराठा फ्री बोर्डिंग हाउसच्या स्थापनेच्या दोन वेगवेगळ्या कथा सांगितल्या गेल्या आहेत. असे असले, तरी त्या एकमेकांस पूरक आहेत. सन १९४८-४९च्या अहवालात बापूराव शिंदेंच्या पुण्यातील फ्री बोर्डिंगच्या कार्यावरून राजर्षी शाहू छत्रपतींच्या अंतःकरणात

तशा प्रकारचे बोर्डिंग कोल्हापुरात स्थापन व्हावे, या कल्पनेने मूळ धरल्याचे स्पष्ट मांडले आहे.''

बोर्डिंगच्या दोन्ही जन्मकथांतून काही बाबी स्पष्टपणे पुढे येतात.

१) बोर्डिंगला सुरुवातीला जी मुले मिळाली, ती महाराजांच्या मुदपाकखान्यात जेवणारी दोन अनाथ मुले होती. त्यांपैकी एक मराठा व दुसरा अस्पृश्य होता.

२) श्रीपतराव शिंदे यांच्या आग्रहास्तव महाराजांनी बापूराव शिंदे यांच्या 'फ्री बोर्डिंग'ला भेट दिल्यानंतर त्यांचे हृदय तेथील दृश्याने भरून आले. विद्येसाठी मराठ्यांची मुले माधुकरी मागायला लागली, हे मराठा समाजजागृतीचे सुचिन्ह असल्याची त्यांची खात्री झाली.

३) अशा प्रकारचे एक बोर्डिंग कोल्हापुरात त्यांनी पुढे होऊन स्थापन करावे, अशी आज्ञा श्रीपतरावांना केल्यावर त्यांनी कोल्हापुरातील रावसाहेब नारायणराव सरदेसाई, श्रीपतराव मंडलिक, बाळासाहेब गायकवाड, कृष्णराव साळोखे, ॲड. खंडेराव बागल, गोविंदराव शिंदे, चंद्रोबा नरके, शंकरराव साळोखे, बाबूराव यादव, गुरुवर्य सासणे, सुबराव निकम, दासराम जाधव, न्या. व्ही. जी. चव्हाण, मामासाहेब मिणचेकर इत्यादी सामाजिक कार्यकर्त्यांसमवेत बोर्डिंगची स्थापना केली. बोर्डिंगच्या स्थापनेचे श्रेय कोणा एका व्यक्तीला न जाता या सर्व कार्यकर्त्यांना जाते. पुण्याचे गुरुवर्य बाबूराव जगताप यांनीही या कामी पुढाकार घेतला होता.

४) बोर्डिंगची सुरुवात ७ विद्यार्थ्यांनिशी झाली. प्रारंभी ही मुले घरोघरी जाऊन भाजीभाकरीची 'भिक्षा' गोळा करत होती. नंतर बोर्डिंगच्या चालकांनी गावातील सात पेठांच्या प्रमुखांना भेटून तेथे या ७ विद्यार्थ्यांच्या जेवणाची वाराने सोय केली. पुढे विद्यार्थ्यांची संख्या वाढल्यावर वार देणाऱ्या गृहस्थांची संख्याही वाढली.

५) पुढे यथावकाश महाराजांनी या बोर्डिंगास जागा, इमारती, जमिनीचे उत्पन्न इत्यादी देणग्या दिल्या. खरे तर बोर्डिंग स्थापनेच्या मागे महाराजांची प्रेरणा होती. तेच खरे संस्थापक होते.

शाहू छत्रपतींचा एक अभिनव प्रयोग

प्रिन्स शिवाजी बोर्डिंगच्या निर्मितीमागे शाहू छत्रपतींची प्रेरणा असेल तर मग त्या बोर्डिंगच्या विद्यार्थ्यांना माधुकरी मागून अथवा वार लावून

आपले शिक्षण का घ्यावे लागत होते, असा प्रश्न साहजिकच मनात येतो. महाराजांच्या मुदपाकखान्यात रोज शेपाचशे लोकांचे अन्न तयार होत होते, तर बोर्डिंगमधील पाचपंचवीस मुलांच्या अन्नाची सोय त्यांनी का केली नाही, असाही प्रश्न उत्पन्न होतो.

या प्रश्नांचे सरळ व साधे उत्तर असे आहे की महाराजांना तशी सोय निर्माण करायचीच नव्हती. महाराज एक प्रयोगशील राज्यकर्ते होते. धर्म, कृषी, प्रशासन, अर्थकारण, कला इत्यादी अनेक क्षेत्रांत त्यांनी नवनवीन प्रयोग केले. तसे समाजकारणातही केले. धर्माच्या क्षेत्रात त्यांनी 'क्षात्रजगद्गुरू'चा प्रयोग केला. कृषी क्षेत्रात चहा, कॉफीच्या मळ्याचा प्रयोग केला, प्रशासनात मागासवर्गीयांच्या आरक्षणाचा प्रयोग केला. अर्थकारणात सहकारी संस्थांचा प्रयोग केला, तशाच प्रकारे शिक्षण व समाजकारण या क्षेत्रांतही त्यांनी अनेक प्रयोग केले. काही यशस्वी झाले, तर काही फसले. शिक्षणाच्या क्षेत्रात त्यांनी एकदा 'वतनी शिक्षका'चा प्रयोग केला होता, पण तो यशस्वी झाला नाही.

अशाच प्रकारे हुशार मुलांना शिक्षण देऊन आपल्या संस्थानातील अधिकाराच्या जागांवर नेमण्याचा महाराजांनी प्रयोग केल्याची नोंद आहे. पण हाही प्रयोग फसला. श्रीपतराव शिंद्यांच्या चरित्रात ही कथा दिली आहे. त्यात म्हटले आहे की, शाहू महाराजांना बहुजन समाजातील तरुण शिकून पुढे यावेत, त्यांनी संस्थानात अधिकाराच्या जागांवर कामे करावीत आणि त्या मार्गाने आपल्या समाजाची प्रगती करावी, अशी तीव्र इच्छा होती. म्हणून त्यांनी सुरुवातील ठिकठिकाणचे १०-१२ तरुण जमा केले. सुग्रास भोजन, झोकदार कपडे, घोड्यांची गाडी अशा थाटात हा शिक्षण प्रयोग यशस्वी झाला नाही. शाहूरायाला यामुळे फार वाईट वाटले व त्यांनी हा नाद सोडून दिला.

आणि म्हणूनच माधुकरी मागून शिकणाऱ्या विद्यार्थ्यांच्या बोर्डिंगला भेट देण्याचा आग्रह श्रीपतराव शिंद्यांनी महाराजांना केला तेव्हा ती गोष्ट त्यांना खरी वाटली नाही. आणि मग जेव्हा त्यांनी आपल्या भेटीत भिक्षा मागून आणलेले अन्न आपापसात वाटून घेणारी मुले पाहिली, तेव्हा त्यांच्या डोळ्यांत आनंदाश्रू उभे राहिले. खरे म्हणजे आपल्या समाजातील मुलांवर अशी दयनीय अवस्था ओढावल्याबद्दल त्यांच्या डोळ्यांत दुःखाश्रू उभे राहिले पाहिजे होते; पण ते अश्रू आनंदाचे होते.

शिक्षण, विद्या ही सर्व सुधारणांची, सर्व प्रगतीची गुरुकिल्ली आहे. शतकानुशतके ही किल्ली ब्राह्मणांनी आपल्या कंबरेला बांधून ठेवली होती. त्यासाठी वाटेल ते कष्ट भोगायला ब्राह्मण वर्ग तत्पर असे. प्रसंगी माधुकरी मागेल, पण शिक्षणाची कास सोडणार नाही, असे त्यांचे ब्रीद होते. अशी विद्येबद्दलची अभिलाषा, त्यासाठी अपार कष्ट व प्रसंगी अवहेलना झेलण्याची मनाची तयारी हे गुण काही बाजारात विकत मिळत नाहीत. ते समाजातील जाणत्या विचारवंतांनी केलेल्या प्रबोधनातून उदयास येतात. असे प्रबोधन, अशा गुणांचा उदय मराठा समाजात होत आहे, हे पाहून शाहू महाराजांचे हृदय भरून आले. डोळ्यांत आनंदाश्रू आले.

आणि मग अशाच प्रकारचा प्रयोग महाराजांनी आपल्या करवीर नगरीत करायचे ठरविले आणि आपल्या मनीची इच्छा त्यांनी श्रीपतरावांना सांगितली. हा प्रयोग यशस्वी झाला तर विद्येचे माहेरघर असणाऱ्या पुण्याप्रमाणे करवीर नगरीतही मराठा समाजातील पुढारी आपल्या समाजातील मुलांच्या शिक्षणासाठी किती कष्ट घ्यायला तयार आहेत, त्यांच्या ठिकाणी किती तळमळ आहे, किती चिकाटी आहे, हे सिद्ध होणार होते. एक प्रकारे बहुजन समाज शिकावा, शहाणा व्हावा, यासाठी महाराज गेली २०-२५ वर्षे जे प्रयत्न करत होते, या प्रयत्नांची ही फलश्रुती मिळणार होती. ही मराठा पुढाऱ्यांचीच नव्हे, तर माधुकरी मागणाऱ्या, वार लावून शिकणाऱ्या मुलांचीही कसोटी होती. एक प्रकारे महाराज त्यांची सत्त्वपरीक्षा घेत होते. या सत्त्वपरीक्षेत जेव्हा ते उत्तीर्ण झाले, तेव्हा महाराजांनी या बोर्डिंगवर आपल्या कृपेचा वर्षाव केला, असे इतिहास सांगतो.

प्रिन्स शिवाजी बोर्डिंगची सर्वसमावेशकता

प्रिन्स शिवाजी बोर्डिंग हे प्रारंभी कोल्हापूर संस्थानातील गरीब विद्यार्थ्यांसाठी सुरू झाले असले, तरी लवकरच मुंबई इलाख्यातील अनेक भागांतून विद्यार्थी या बोर्डिंगमध्ये येऊ लागले. सन १९२३-२४च्या अहवालातील भागवार विद्यार्थ्यांची संख्या पाहिली की लक्षात येते की, अल्पावधीत या बोर्डिंगने चांगली प्रसिद्धी मिळविली होती. भागवार संख्या अशी :

१. करवीर इलाखा	५७	५. सांगली संस्थान	३
२. सातारा जिल्हा	१२	६. बेळगाव जिल्हा	१
३. औंध संस्थान	४	७. जत संस्थान	१

४. नगर जिल्हा - ३ ८. विजापूर जिल्हा - १

पुढे त्यात अमरावती जिल्हा, सावंतवाडी संस्थान, पूर्व खानदेश, हैद्राबाद (निजाम स्टेट), रामदुर्ग, वऱ्हाड प्रांत इत्यादी भागांची भर पडत गेली. थोडक्यात, हे मुंबई इलाख्यातील गरीब विद्यार्थ्यांचे बोर्डिंग म्हणून प्रसिद्ध झाले. दि. २१ नोव्हेंबर १९२५ रोजी थोर कृषितज्ज्ञ प्रो. पी. सी. पाटील यांनी बोर्डिंगला भेट दिली आणि उत्तम लोकाश्रय लाभलेले हे बोर्डिंग महाराष्ट्रातील पहिल्या क्रमांकाचे वसतिगृह असल्याचा आपला अभिप्राय नोंदवला.

आणखी एका अर्थाने हे बोर्डिंग सर्वसमावेशक होते. या बोर्डिंगच्या नावात 'मराठा' असे असले, तरी आरंभापासून निरनिराळ्या जातींची, अस्पृश्य समाजाची, मुले येथे घेतली जात होती. जातीवरून कोणताही भेदभाव केला जात नव्हता. संस्थेच्या वार्षिक अहवालात जातवार विद्यार्थिसंख्या क्वचितच दिलेली आढळते. सन १९५४-५५ या वर्षात पुढीलप्रमाणे जातवार संख्या दिलेली आहे :

१.	मराठा	-	१७४	६.	भोई	-	२
२.	मुसलमान	-	१	७.	धनगर	-	१
३.	लिंगायत	-	३	८.	नाभिक	-	२
४.	ब्राह्मण	-	२	९.	लोहार	-	१
५.	हरिजन	-	१३	१०.	सुतार	-	१

वरील तक्त्यावरून प्रिन्स शिवाजी बोर्डिंगमध्ये सर्व जाति-धर्माच्या मुलांना प्रवेश दिला जात असे, हे दिसून येते. खरे तर त्या बोर्डिंगची सुरुवातच एक मराठा व एक अस्पृश्य अशा मुलांपासून झालेली आहे.

सन १९२० मध्ये प्रारंभी ७ विद्यार्थी होते ते वर्षअखेरीस २८ झाले. दुसऱ्या वर्षात ५२, तर चौथ्या वर्षात ८२ याप्रमाणे विद्यार्थिसंख्या वाढत जाऊन १५ वर्षे सरासरी ११० विद्यार्थी हायस्कूल व कॉलेज शिक्षण घेऊ शकले. २५ वर्षांत एकूण ७८७ विद्यार्थ्यांनी बोर्डिंगमधून शिक्षणाचा लाभ घेतला. त्यांपैकी १५० पदवीधर होते. या सर्वांना दिवाबत्ती, पाणी, राहणे, भोजन व शिक्षण संस्थेमार्फत मोफत दिले जात होते.

सन १९४७-४८ सालापर्यंत संस्थेत विद्यार्थ्यांना वार देणारे २५ आश्रयदाते होते. या वर्षी वार लावण्याची प्रथा बंद करण्याचे तत्त्वतः ठरविले गेले. पुढे यथावकाश ही प्रथा बंद करून बोर्डिंगच सर्व मुलांच्या

भोजनाची व्यवस्था पाहू लागले. त्यासाठी फ्रीशिप्स दिल्या जाऊ लागल्या.

बोर्डिंगमधील विद्यार्थिजीवन

बोर्डिंगमधील विद्यार्थिजीवन हे वार लावून शिकणाऱ्या विद्यार्थ्यास शोभणारेच होते. विद्यार्थ्यांचा दिवस पहाटे ४.३०ला सुरू होत असे व रात्री १०.०० वा. संपत असे. त्यात सकाळ-संध्याकाळ अभ्यासाप्रमाणेच व्यायामाला स्थान होते. झोपण्यापूर्वी १५ मिनिटांचे ईशचिंतन हाही एक कार्यक्रम होता.

विद्यार्थ्यांना प्रवेश देताना त्याची मुलाखत घेतली जाई. अशा प्रकारे मुलाखत घेऊन मुलांना दाखल करण्याचे काम बोर्डिंगच्या संस्थापक-कार्यकर्त्यांची समिती करत असे. त्यात नारायणराव सरदेसाई, दौलतराव भोसले (मामासाहेब मिणचेकर), कृष्णराव साळोखे ही मंडळी अत्यंत निष्ठेने करत असत. पुढे या कमिटीत रामचंद्र बाबाजी जाधव (दासराम), रावसाहेब व्ही. जी. चव्हाण यांचीही नावे आढळून येतात.

विद्यार्थ्यांमधूनच एक कार्यकरी मंडळ नेमले जाई आणि त्या मंडळातील सदस्यांकडे बोर्डिंगची कामे नेमून दिली जात. यामध्ये लायब्ररी, आजारी मुलांची व्यवस्था, कोठी व्यवस्था, जेवण व्यवस्था अशा कामापासून ते पाण्याचा हौद स्वच्छ करण्यापर्यंतची कामे वाटलेली असत. पुढे बोर्डिंगच्या परिसरात शेती केली जाऊ लागली. त्या वेळी मुले शेतीत काम करून भाजीपाला पिकवू लागली. तीच भाजी स्वयंपाकासाठी वापरली जाऊ लागली.

संस्थेत १९५९ मध्ये मुलींचे वसतिगृह सुरू झाले. या वसतिगृहाची पहिली विद्यार्थिनी म्हणून क्रांतिवीर नागनाथअण्णा नायकवडी यांच्या धर्मपत्नी कुसुमताई यांनी प्रवेश घेतला होता. याही वसतिगृहात विविध जाति-धर्मांच्या मुलींना प्रवेश दिला जात असे. त्यामुळे पुढे १९६७ मध्ये त्या वसतिगृहास कॉस्मॉपॉलिटन होस्टेल म्हणून शासनमान्यता मिळाली.

प्रिन्स शिवाजी बोर्डिंगमधील बहुसंख्य मुले ही खेड्यापाड्यातील शेतकऱ्यांची मुले असायची. त्यातही दलित समाजातील मुलांची संख्या लक्षणीय होती. प्रस्तुत लेखक सन १९५८ ते १९६२ या कालावधीत या बोर्डिंगमध्ये होता. त्या वेळी आमच्या खोलीत दोन दलित मुले होती. आम्ही एकमेकांच्या घरांतून आलेली शिदोरी आवडीने खात असू. एकमेकांच्या तांब्यातील पाणी पीत असू. खेडेगावात आमच्यावर झालेले उच्चनीचतेचे संस्कार इथं

अंतर्धान पावले होते. शाहूरायांच्या बोर्डिंगमध्ये आमचे दररोजचे 'सहभोजन' होत असे. जातीपातीची, शिवाशिवीची बंधने आपोआपच गळून पडली होती. समतेची शिकवण अशा प्रकारे आमच्या रक्तात पसरत चालली होती.

प्रिन्स शिवाजी बोर्डिंग व समाजाचे ममत्व

गोरगरिबांबद्दल कणव असणाऱ्या, शिक्षणाविषयी तळमळ असलेल्या समाजातील धुरीणांनी हे बोर्डिंग स्थापनेसाठी पुढाकार घेतला होता. हाडाची काडे केली होती. ब्राह्मणांच्या मुलांसारखी मराठ्यांची मुले माधुकरी मागून शिकताहेत, हे पाहिल्यावर अनेक प्रतिष्ठित मराठा कुटुंबप्रमुखांनी या मुलांना 'वार' लावून आपल्या घरी आपल्या मुलाबाळांप्रमाणे प्रेम दिले. काहींनी आठवड्यातून एक-दोन वेळा, तर काहींनी संपूर्ण आठवडाभर वार दिले. प्रत्येकाने आपापल्या परीने या बोर्डिंगला आपली संस्था म्हणून मदत दिली.

१००/- रु. देणगी देणारे 'आश्रयदाते', विद्यार्थ्यांना सतत जेवू घालणारे 'सन्मान्य सभासद' तर आठवड्यातून एकदोन वेळी जेवू घालणारे अथवा दरमहा १ रुपया देणगी देणारे किंवा धान्य देणारे 'सभासद' म्हणून संस्थेच्या या दप्तरी नोंद केली जाई. इतर काहीही मदत उदा. पुस्तके, खाऊ इत्यादी देणारे 'हितचिंतक' म्हणून मानले जात. याशिवाय अनेक मंडळी हुशार विद्यार्थ्यांच्या चांगल्या यशाबद्दल त्यांना रोख बक्षीस अथवा स्कॉलरशिप देत. उदाहरणार्थ एक नोंद पाहा - 'मे. खंडेराव गोपाळराव बागल यांनी प्रिव्हियस पास झाल्याबद्दल विद्यार्थी रामचंद्र बळवंत रेठरेकर याला रु. १०/- दिले.' दुसरी नोंद अशी : 'मे. बाबूराव अप्पाजी सासने, गॅस मर्चंट, कोल्हापूर यांनी आपले बंधू गणपतराव सासने यांचे स्मरणार्थ १ रु. प्रमाणे स्कॉलरशिप म्हणून १२ रु. दिले.'

समाजातील सामान्य माणसे, विशेषतः शेतकरी वर्ग, बोर्डिंगमधील मुलांना 'ही आपलीच मुले' आहेत, या भावनेने अनेक प्रकारची मदत करत असत. एका मुलाला एक दिवसाचे जेवण दिले, तर त्याची किंमत ६ आणे धरली जाई. अशी वारांची एकूण रक्कम वर्षात बोर्डिंगला किती मिळाली, हेही वार्षिक अहवालात नमूद केले जाई. सन १९२७-२८ची मदतीची एक नोंद पाहा :

'या संस्थेतील विद्यार्थ्यांचे निर्वाहाचे साधन करवीरवासी सद्गृहस्थांकडून

मिळणाऱ्या अन्नाश्रयावर आणि शहराबाहेरील आश्रयदात्यांकडून मिळणाऱ्या धान्य, वर्गणी, कपडे, गुळाच्या ढेपा वगैरे अन्य रूपाने मिळणाऱ्या मदतीवर अवलंबून आहे. याप्रमाणे चालू वर्षी विद्यार्थ्यांस वाररूपाने मिळणाऱ्या भोजनाचा अंदाजे दररोज सहा आणेप्रमाणे चालू वर्षी २३२१ रु. १० आणे देणगीरूपाने, १२९ रु. ६ आणे व वर्गणीरूपाने १५८ रु. इतकी मदत मिळाली. धान्याच्या स्वरूपात भात, मुलांना खाऊ, जिलेबी, उसाचा रस, जोंधळे, बुंदीचे लाडू, वांगी, लाकूड १० मण, डिक्शनरी, कपडे, पुस्तके, स्टेशनरी वगैरे देणगीरूपाने मिळाली.'

याशिवाय 'फणस, केळी, पितळी ताटे, लोखंडी पिंपे, छत्री, विजार, शर्ट, धोतरजोड्या, क्रमिक पुस्तके' अशा अनेक वस्तू समाजातील सर्व स्तरांतील लोक बोर्डिंगच्या मुलांना भेट देत होते.

संस्थेची स्वतःची अशी लायब्ररी होती. त्यात दर वर्षी नवनव्या ग्रंथांची भर पडत असे. साप्ताहिक पुढारी, किर्लोस्कर मासिक व लोकशक्ती ही वृत्तपत्रे लायब्ररीत येत.

याशिवाय अनेक सद्‌गृहस्थ आपल्याकडे येणारी मासिके व वृत्तपत्रे संस्थेच्या लायब्ररीसाठी पाठवून देत. उदा. संस्थेचे अध्यक्ष रावब. डी. एम. भोसले हे इलस्ट्रेटेड वीकली, बॉम्बे क्रॉनिकल, स्त्री, किर्लोस्कर ही साप्ताहिक व मासिके पाठवीत असत. संस्थेचे दुसरे आश्रयदाते सुबराव बाबूराव निकम यांच्याकडून करवीर, राष्ट्रवीर व जागृती ही वृत्तपत्रे मिळत असत. रामचंद्र बाबाजी जाधव (दासराम) यांजकडून त्यांचे बाल मासिक नेमाने येत असे.

कोल्हापूर संस्थानातीलच नव्हे, तर संस्थानाबाहेरच्या अनेक शिक्षणप्रेमी लोकांनी संस्थेच्या विद्यार्थ्यांना आर्थिक मदत केल्याचे दिसून येते. १९३४-३५ मध्ये वाई, अहमदनगर, बारामती, पुणे, बहे (वाळवा) इत्यादी ठिकाणांच्या लोकांनी विद्यार्थ्यांना रोख रकमेची मदत केलेली आढळून येते.

पुढे कोल्हापूर स्टेटच्या शिक्षण खात्याने दि. १४.०९.१९४६ रोजी ठराव करून संस्थेस मंगळवार पेठेतील ५१ ठाण ही ५१ खोल्यांची जागा सुपूर्त केली. त्यामुळे बोर्डिंगचा विस्तार एकदम वाढून अनेक गरीब विद्यार्थ्यांच्या राहण्या-जेवणाची सोय करता आली. त्या ठिकाणी पुढे खास मागासवर्गीय वसतिगृह सुरू करण्यात आले.

सर्व समाजाने या बोर्डिंगला मुक्त हस्ते भरभरून मदत केलेली आहे.

उसाच्या रसाच्या घागरीसारखी किंवा गुळाच्या ढेपेसारखी एखाद्या शेतकऱ्याची मदत लहानशी असली, तरी त्यामागची भावना, बहुजन समाजाची मुले शिकली पाहिजेत ही होती, हे लक्षात घेतले पाहिजे. बोर्डिंगला लाभलेले समाजाचे ममत्व ही लाखमोलाची गोष्ट होती.

शाहू महाराजांच्या तत्त्वाने चालणारे बोर्डिंग

शाहू महाराजांचे चरित्रकार सांगतात की महाराजांनी संस्थानात २० हून अधिक निरनिराळ्या जाति-धर्माच्या विद्यार्थ्यांची बोर्डिंग स्थापन केली. याचा अर्थ, स्वतः महाराजांनी पुढे होऊन आपल्या एका हुकमाने ही बोर्डिंग स्थापन केली असे नाही. १९०१ सालापासून ते कारकिर्दीच्या अखेरीपर्यंत हे बोर्डिंग स्थापण्याचे त्यांचे कार्य चालूच होते. या संदर्भात महाराजांचे बोर्डिंगनिर्मितीचे ठरलेले एक सामाजिक धोरण होते. ज्या समाजासाठी बोर्डिंग स्थापन करायचे, त्या समाजातील जाणत्या पुढाऱ्यांना ते बोलावून घेत. शिक्षणाचे महत्त्व समजावून सांगत; 'तुमच्या समाजाच्या मुलांनी शिकावे म्हणून तुम्ही पुढे आले पाहिजे, आम्ही तुमच्या पाठीशी आहोतच; पण तुम्ही मंडळींनी पुढाकार घेतला पाहिजे,' असे त्यांचे सांगणे असे.

जैन समाजाने आपले बोर्डिंग स्थापन करावे म्हणून महाराजांनी स्तवनिधी येथील जैन धर्मियांच्या धार्मिक मेळाव्यात दरबारचे शिष्टमंडळ पाठवून दिले होते. मुसलमानांनी आपले बोर्डिंग स्थापन करावे म्हणून तर त्यांनी त्यांच्या समाजातील पुढाऱ्यांची एक खास सभा बोलाविली होती आणि जेवढा निधी गोळा कराल तेवढा निधी दरबार देईन, असे जाहीर केले. प्रत्यक्षात त्या निधीच्या कितीतरी पट अधिक निधी त्यांना दिला. एवढेच नव्हे, तर उत्तम सागवान व घडीव दगड वापरून एक भव्य शोभिवंत इमारत बोर्डिंगसाठी बांधून दिली.

असे सर्वच बोर्डिंगच्या बाबतीत त्यांचे धोरण होते. बोर्डिंग स्थापन होताना तसेच ते स्थापन झाल्यावरसुद्धा लोकांचा सहभाग त्यात राहिला पाहिजे. बोर्डिंग म्हणजे सरकारी अनुदानावर चालणारी संस्था असे त्याचे स्वरूप न राहता, ती लोकांच्या आश्रयावर, लोकांच्या सहभागावर, चालणारी 'लोकसंस्था' झाली पाहिजे, हे शाहू महाराजांचे तत्त्व होते.

या संस्थेच्या वार्षिक अहवालांवरून नजर फिरवल्यास असे दिसून येते की, शाहू महाराजांच्या उपरोक्त लोक-सहयोग तत्त्वानुसार (Association of the people) चालणारे हे प्रिन्स शिवाजी बोर्डिंग होते. सामान्यातला सामान्य शेतकरी जेव्हा आपल्या खळ्यातील ज्वारीच्या राशीतून एक मण ज्वारी, आपल्या भाताच्या तट्ट्यातील चार पायली भात, गुऱ्हाळघरातून एक घागर उसाचा रस आणि सोबत एक गुळाची ढेप देतो, तेव्हा आम्हास त्या शेतकऱ्याच्या या बोर्डिंगप्रेमामध्ये शाहू छत्रपतींचे लोकसहयोगाचे तत्त्व काम करताना दिसते. आपली मुले शिकली पाहिजेत, शिक्षणाशिवाय आपल्याला तरणोपाय नाही, शिक्षण हीच आपल्या सर्व प्रगतीची गुरुकिल्ली आहे, असे केवळ राजाला वाटून चालणारे नव्हते. त्या राजाच्या प्रजाजनांनाही तसे वाटले पाहिजे होते. आपल्या प्रजेत ही नवी जाणीव उत्पन्न करण्यात हा राजा यशस्वी झाला होता. याही अर्थाने शाहू छत्रपती लोकराजा होता.

निष्काम कर्मयोगी मामासाहेब मिणचेकर

संस्था लोकाश्रयावर, लोकांच्या मदतीवर, लोकांच्या प्रेमावर चालतात हे खरे आहे, पण लोकाभिमुख राहून काही ध्येयनिष्ठेने, तत्त्वनिष्ठेने त्या चालविण्यासाठी निरपेक्ष वृत्तीने कार्यकारणाने चालक लाभावे लागतात. प्रिन्स शिवाजी बोर्डिंगच्या सुदैवाने अगदी प्रारंभापासून अशा सेवाभावी व्यक्ती लाभल्या. त्या सर्वांची नावे नमूद करण्यास येथे अवकाश नाही. तथापि, प्रातिनिधिक स्वरूपात दौलतराव यशवंतराव भोसले ऊर्फ मामासाहेब मिणचेकर यांच्या कार्याची आवर्जून नोंद घेण्याचा मोह येथे झाल्याशिवाय राहत नाही.

बोर्डिंग स्थापनेचा जो वृत्तान्त आज आपणास उपलब्ध आहे, त्यात बोर्डिंग संस्थापकांच्या मांदियाळीत ज्या सामाजिक कार्यकर्त्यांची नावे आढळतात, त्यात मामासाहेब मिणचेकरांचे नाव अग्रभागी आढळते. त्यांच्याकडे विद्यार्थी दाखल करून घेण्याचे काम सोपवलेले होते. पण केवळ विद्यार्थ्यांना प्रवेश दिल्यावर त्यांचे काम संपत नसे. अभ्यासावर त्यांची 'करडी नजर' असे.

संस्थेत अनेक पदांवर मामासाहेबांनी काम केले. कार्यकारिणीतील सदस्य, खजानीस, चेअरमन आणि शेवटी अध्यक्ष म्हणून ते सन १९७२ सालापर्यंत कार्यरत राहिले.

१९६७ मध्ये मामासाहेब करवीर नगरीचे नगराध्यक्ष होते. त्याच वर्षी २४ ऑक्टोबर रोजी त्यांच्या संस्थेतील सहकाऱ्यांनी त्यांचा सत्कार महाराष्ट्र राज्याचे महसूलमंत्री ना. बाळासाहेब देसाई यांच्या हस्ते घडवून आणला.

मामासाहेबांच्या चाहत्यांनी त्यांना या प्रसंगी रु. २१,००१ ची थैली अर्पण केली. त्यात मामासाहेबांनी रु. ५०१ ची भर घालून, तो सर्व निधी संस्थेच्या महाराष्ट्र हायस्कूलच्या बांधकामासाठी देणगी म्हणून दिला.

बाळासाहेब हे बोर्डिंगचे विद्यार्थी. सातारा जिल्ह्यातील मरळी गावचा हा गरीब विद्यार्थी कोल्हापूरच्या एका दवाखान्यात पडेल ते काम करून राजाराम हायस्कूलमध्ये शिकत होता. १९२७ मध्ये एका सद्गृहस्थाच्या सांगण्यावरून तो मामासाहेबांना भेटला. मामासाहेबांनी त्याचे चांगले मार्क्स बघून बोर्डिंगमध्ये दाखल करून घेतले. बाळासाहेबांच्या जीवनातील हा Turning Point होता. या सर्व घटनांचे स्मरण बाळासाहेबांना या प्रसंगी होऊन ते म्हणाले, "मामासाहेबांसारखी माणसे गॉडफादर होत. ज्याला कोणीही नाही त्याला आपण झालं पाहिजे, ही प्रेरणा, हा ध्येयवाद मामासाहेबांमुळे आपणास मिळाला."

मामासाहेबांच्या निःस्पृह, निरपेक्ष समाजसेवेचा गौरव करताना बाळासाहेब म्हणाले, "बहुजन समाजातील अनेक विद्यार्थी-विद्यार्थिनींना शिक्षण देण्याचे पवित्र कार्य ज्यांनी ज्यांनी केले, त्यात आदर्श असे कार्य श्री. मामासाहेब मिणचेकर यांनी गेली अनेक वर्षे केले आहे. हा जो सत्कार होत आहे, तो एका निःस्पृह, निष्पाप व कळकळीच्या समाजसेवकाचा होत आहे. त्यांचा आदर्श आपणापुढे असणे आवश्यक आहे. अनेक व्याख्याने देऊन जो आदर्श आपणापुढे ठेवता येणार नाही, तो आदर्श मामासाहेबांसारखी मूर्ती आपल्यापुढे असेल तर आपल्यासमोर तो निर्माण होतो. अशी माणसे आता दुर्मिळ झाली आहेत. म्हणून आमचे आयुष्य कमी करून देवाने मामासाहेबांसारखी माणसे शतायु करावीत."

वृद्धापकाळामुळे शरीर साथ देईना, म्हणून मामासाहेबांनी आपणास अध्यक्षपदाच्या जबाबदारीतून मुक्त करावे, अशी विनंती दि. ३१ डिसेंबर १९७२च्या वार्षिक सभेत केली. मामासाहेबांची सूचना कृतज्ञता भावनेने सभेने स्वीकारून, त्यांचा सत्कार केला गेला आणि त्यांच्या जागी अध्यक्ष म्हणून लोकनेते बाळासाहेब देसाई यांची निवड करण्यात आली. एके काळी मरळीच्या शेतकऱ्याच्या हुषार, पण गरीब मुलाला त्याचे मार्क्स पाहून आपण बोर्डिंगमध्ये प्रवेश दिला होता. आता त्याच्याच हातात बोर्डिंगच्या अध्यक्षपदाची धुरा देत आहोत, हे पाहून मामासाहेबांना किती कृतार्थ झाल्यासारखे वाटले असेल, याची आपण कल्पना करू शकतो.

दिनांक ६ डिसेंबर १९७६ राजर्षी शाहू महाराजांचा हा अनुयायी, निष्काम कर्मयोगी पंचगंगा तीरावर पंचतत्त्वात विलीन झाला. मामासाहेब हे करवीर संस्थानातील मिणचे गावचे इनामदार, करवीर दरबारचे मानकरी, कोल्हापूर नगरपालिकेचे लोकप्रिय नगराध्यक्ष, ऑ. मॅजेस्ट्रेट, कायदे कौन्सिलचे सदस्य, या सर्वांहून महत्त्वाचे म्हणजे एक तळमळीचे समाजसेवक म्हणून त्या काळी समस्त करवीरवासीयांना परिचित होते. सकाळी साडेआठला हातात छत्री घेऊन त्याची नगरफेरी सुरू होत असे. दोन प्रहरपर्यंत अनेक सामाजिक व शैक्षणिक संस्थांना ते भेट देत असत. पुन्हा सायं. ४ वा. बाहेर पडत ते सूर्यास्तापर्यंत त्यांची भटकंती चालूच असे. असा हा त्यांचा जीवनक्रम सातत्याने अर्धशतक चालू होता. शाहू महाराज - राजाराम महाराज यांची संस्थानिक कारकीर्द पाहिलेले, स्वातंत्र्यानंतरही लोकसत्ताक भारताचे पाव शतकाचे साक्षीदार असणारे आणि आपले सर्व आयुष्य बहुजन समाजाच्या शैक्षणिक उद्धारासाठी खर्च करणारे मामासाहेब हे एक करवीर नगरीतील लोकात्तर पुरुष होते.

प्रस्तुत लेखकाला मामासाहेबांनीच प्रिन्स शिवाजी बोर्डिंगमध्ये दाखल करून घेतले होते आणि त्यांनीच कृपावंत होऊन दिलेल्या फ्रीशिपमुळे प्रस्तुत लेखकाचे विद्यार्थी जीवन सुसह्य झाले होते, याचे या ठिकाणी कृतज्ञतापूर्व स्मरण करावयास हवे. माझ्या जीवनाचे अनेक शिल्पकार आहेत. त्यात मामासाहेबांचे स्थान उंच आहे. माझेच नव्हे, तर महाराष्ट्रातील शेकडो विद्यार्थ्यांच्या जीवनाचे ते शिल्पकार होते.

थोरामोठ्यांच्या भेटी व अभिप्राय

प्रिन्स शिवाजी मराठा बोर्डिंगच्या स्थापनेपासून अनेक थोरामोठ्या व्यक्तींनी भेटी दिल्याच्या नोंदी सापडतात. त्यात राजर्षी शाहू छत्रपती व राजाराम महाराज यांनीही भेट दिल्याचे एका अहवालात म्हटले आहे. तथापि, त्यांचे अभिप्राय उपलब्ध नाहीत. या दोन छत्रपतींशिवाय क्षात्रजगद्‌गुरू, केशवराव जेधे, कर्मवीर भाऊराव पाटील, श्रीमंत भगवानराव पंडित प्रतिनिधी रोजेसाहेब औंध आ. पी. के. सावंत, 'जागृति'कार भगवंतराव पाळेकर (बडोदा), ब्रिगेडियर एस. पी. पी. थोरात (नंतर ले. जनरल झाले), क्रांतिवीर नाना पाटील, डॉ. उत्तमराव पाटील व सौ. लीलाताई पाटील (धुळे), रँग्लर नारळीकर (पुणे), प्रिन्सिपॉल व्ही. के. गोकाक (राजाराम कॉलेज), वि. द.

घाटे, बॅ. बाळासाहेब खर्डेकर, व्ही. शांताराम, डॉ. पंजाबराव देशमुख, पै. मारुती माने, पै. मारुती वडार, ना. मधुकरराव चौधरी, श्री. शहाजी छत्रपती, देवी इंदुमती राणीसाहेब, बॅ. बी. जी. पाटील इत्यादी.

बोर्डिंगच्या रौप्यमहोत्सवी वर्षात दि. ४ सप्टेंबर, १९४४ रोजी कर्मवीर भाऊराव पाटील यांनी त्यास भेट दिली आणि बोर्डिंगच्या विद्यार्थ्यांसमोर एक भाषण दिले. या भाषणात स्वावलंबनाची महती सांगताना ते म्हणाले की, तुमची प्रगती तुम्हीच केली पाहिजे, बहुजन समाजाची सेवाही तुम्हीच केली पाहिजे. दुसरा कोणताही समाज त्यासाठी धावून येणार नाही.

पुढे १७ वर्षांनी कर्मवीरांचे शिष्योत्तम बॅ. पी. जी. पाटील बोर्डिंगच्या विद्यार्थ्यांच्या स्नेहसंमेलनास प्रमुख पाहुणे म्हणून आले असता, त्यांनी आपल्या अभिप्रायात प्रिन्स शिवाजी बोर्डिंगचे कार्य म्हणजे "the truly great nation-building workl" असा निर्देश करून या बोर्डिंगचे संस्थापक राजर्षी शाहू महाराज यांचा "a practical visionary, a dreamer and a builder of Nation" या शब्दांत गौरव केलेला आढळतो.

शाहू महाराजांचे कार्य दीपस्तंभासारखे महान होते. त्यांच्या कार्यातून महाराष्ट्रात ज्ञानाचे, विद्येचे, अनेक दीप पाजळले जाऊन महाराष्ट्राचा आसमंत उजळून निघाला आहे, याच भावनेने बॅरिस्टरसाहेबांनी आपल्या अभिप्रायाच्या शेवटी दोन प्रेरणादायी ओळी लिहून ठेवल्या आहेत.

"As one lamp enkindles another
Nobleness enkindles nobleness"

शाहूराजांच्या कार्यातील हा जो noblenessआहे, तोच आम्हा मराठी माणसांना पिढ्यान्‌पिढ्या निरपेक्ष समाजसेवेचा संदेश देत राहील.

बोर्डिंगने आम्हास काय दिले?

समाजाने प्रिन्स शिवाजी बोर्डिंगला भरभरून दिले आणि त्याच्या प्रतिसादात बोर्डिंगने समाजाला अनेक पटींची फलश्रुती दिली. गेल्या सुमारे १०० वर्षांत बोर्डिंगने पश्चिम महाराष्ट्रातील तीन-चार पिढ्या घडविल्या. बोर्डिंगमधून बाहेर पडून बाळासाहेब देसाई, डी. एम. खांडेकर यांच्यासारखे अनेक जण वकील, आमदार व पुढे मंत्री झाले. पी. टी. पाटील, टी. के. शेंडगे यांच्यासारखे अनेक जण इंग्लंडला जाऊन बॅरिस्टर झाले. एन. डी. निकम, दत्ताजीराव साळोखे यांच्यासारखे अनेक जण अमेरिकेला जाऊन

शास्त्रज्ञ झाले, इंजिनिअर झाले. दत्ता देशमुख, गोविंद पानसरे यांच्यासारखे अनेक जण कामगार नेते झाले. चंद्रकुमार नलगे यांच्यासारखे काही साहित्यिक झाले. बापूजी साळुंखे, पी. बी. पाटील, डी. बी. पाटील यांच्यासारखे काही शिक्षण प्रसारक झाले. रा. कृ. कणबरकरांसारखे काही कुलगुरू झाले. नारायण वारके, नागनाथअण्णा नायकवडी यांच्यासारखे काही स्वातंत्र्यसंग्रामात उडी घेऊन स्वातंत्र्यसेनानी बनले. अशा बोर्डिंगच्या कर्तबगार विद्यार्थ्यांची संख्या शेकड्यात आहे.

ही झाली बोर्डिंगमधून शिकून मोठे झालेल्या लोकांची यादी. पण आमच्यासारख्या शेकडो सामान्य विद्यार्थ्यांना बोर्डिंगने बऱ्याच गोष्टी दिल्या, शिकविल्या. साधेपणा, स्वावलंबन, काटकसरीपणा, आपल्या परिस्थितीचे भान ठेवण्याची सावधानता, ध्येयसिद्धीसाठी कष्ट घेण्याची मानसिकता, अशा कितीतरी गोष्टी बोर्डिंगने आम्हास शिकविल्या. भाजी, भाकरी, भात, आमटी या साध्या पण कसदार अन्नावर आमची शरीरेच नव्हे, तर मनेही पोसली.

बोर्डिंगमध्ये आमच्या खोल्या आम्हीच शेणाने सारवत होतो. आमचे कपडे आम्हीच धूत होतो. जेवणाची बेल झाली की आम्हीच आमची ताट-वाटी घेऊन भोजन हॉलमध्ये जात होतो, जेवणानंतर आमची ताट-वाटी आम्हीच स्वच्छ करत होतो, आठवड्यातून एकदा पंगतीत वाढण्याचे काम करत होतो, बोर्डिंगच्या शेतात भाजीपाला पिकवीत होतो. यांसारख्या गोष्टी आता आम्ही आमच्या नातवंडांना सांगितल्या तर त्यांचा विश्वासच बसत नाही. आपले आजोबा त्यांची खोली ते स्वतः सारवतात, हे चित्रच ते डोळ्यांसमोर आणू शकत नाहीत.

काळ बदलला हे खरे. तो काळ मोठ्या कष्टांचा होता. अडचणींचा होता. एक रुपया गाडीच्या चाकाएवढा वाटावा असा होता. पण आता मागे वळून पाहता तो काळच आमच्या जीवनातील 'सुवर्णकाळ' (Golden Period) होता, असे वाटते. कारण याच काळात आमच्या ठिकाणी सुप्तावस्थेत असणाऱ्या ध्येयनिष्ठा, जिद्द, चिकाटी व कष्टाळू वृत्ती या गुणांचा कस लागला होता. हे गुण वाढीस लागण्यास आमच्या जीवनातील हा कठीण काळच कारणीभूत झाला होता. अशा काळात शाहूराजांच्या बोर्डिंगचा वारसा, शिस्त व शिकवण या गोष्टी आमचे जीवन घडवत होत्या. ताटात असलेल्या भाजी-भाकरीच्या प्रत्येक घासामागे कोणाचे तरी

ऋण, कोणाचे तरी कष्ट उभे आहेत, ही सामाजिक कृतज्ञतेची शिकवण आम्हास आमच्या बोर्डिंगनेच दिली. अशा प्रकारे आमचा पिंड बोर्डिंगच्या अन्नावर, त्याने केलेल्या संस्कारावर वाढला. म्हणून तर आम्ही या बोर्डिंगला आमची 'दुसरी आई' समजतो.

शाहू महाराज झाले नसते, कर्मवीर भाऊराव पाटील झाले नसते, तर आम्ही कुठे असतो? कोरडवाहू शेती करत निसर्गाला व दैवाला बोल लावत आम्ही दरिद्री अवस्थेत राहिलो असतो. कोल्हापूरचा शेतकरी तसाच राहिला असता. त्याची मुलेबाळेही तशीच राहिली असती. हा विचार जेव्हा मनात येतो, त्या वेळी शाहू महाराजांनी व त्यांच्या वसतिगृहांनी, कर्मवीर भाऊराव पाटलांनी व त्यांच्या शाळा-कॉलेजांनी आम्हा बहुजन समाजावर केवढे डोंगराएवढे ऋण केले आहे, याची जाणीव होते. त्या थोर महात्म्यांच्या कार्याचीच आम्ही फलश्रुती आहोत, याचा प्रत्यय येतो. या जाणिवेतून आपण जेव्हा आजूबाजूला पाहतो, त्या वेळी आढळून येते की समाजात अद्यापही अशी शिकणारी, शिकू पाहणारी असंख्य मुले-मुली आहेत की ज्यांना आपल्या मदतीचा हात हवा. आम्हास असे वाटते की, असा मदतीचा हात त्यांना देणे म्हणजेच शाहू महाराज व कर्मवीर भाऊराव पाटील यांचे ऋण फेडणे आहे. प्रिन्स शिवाजी बोर्डिंगच्या मामासाहेब मिणचेकर यांच्यासारख्या सेवाभावी चालकांनी हीच शिकवण आम्हास दिली. हा या मातृसंस्थेचा आम्हास मिळालेला सर्वांत मौल्यवान वारसा आहे.

इतिहासाचा एक अभ्यासक व प्रिन्स शिवाजी बोर्डिंगचा एक माजी विद्यार्थी अशा दुहेरी भूमिकांतून या संस्थेविषयी मी लेखन केलेले आहे. यामागे प्रिन्स शिवाजी बोर्डिंगविषयीच्या माझ्या भावना मला जाहीरपणे व्यक्त करता येतील, हा माझा हेतू होता. यामुळे माझ्या मातृसंस्थेबद्दल, कृतज्ञतेचे चार शब्द लिहिण्याची संधी मला उपलब्ध झाली.

◆

२३

महाराष्ट्राचा इतिहास : मांडणी व पुनर्मांडणी

गेल्या पन्नासच नव्हे, तर शे-दीडशे वर्षांत महाराष्ट्राच्या इतिहासाची मांडणी कशी झाली, पुनर्मांडणीचे कोणकोणते प्रयत्न झाले, अद्यापि मांडणी व पुनर्मांडणीस कितपत वाव आहे, इत्यादी बाबींचा खल होणे आवश्यक आहे. खरे तर गेल्या शतकात इतिहासविषयक संकल्पना पार बदलून गेल्या आहेत. इतिहास म्हणजे राजेराजवाडे, सेनानी, मुत्सद्दी आदी लोकांच्या लढायांची किंवा तहरहांची वर्णने अथवा राज्यांच्या उदयास्तांच्या गोष्टी किंवा फारफार झाले तर अशोक, शेरशहा यांसारख्या राजांनी केलेली लोककल्याणी कृत्ये, अशी जी एकमेव संकल्पना रूढ झाली होती, ती मागे पडली आहे आणि आता समाजाच्या इतिहासाची, म्हणजे लोकांच्या इतिहासाची संकल्पना विविध स्वरूपांत पुढे आली आहे. एखाद्या विशिष्ट कालखंडात राजा काय करत होता, यापेक्षा त्याचे प्रजाजन (लोक) काय करत होते, याला महत्त्व दिले जाऊ लागले. समाजात लोकांचे कोणकोणते वर्ग होते, त्यांचे व्यवसाय-उद्योग कोणते होते, व्यापार कसा व कोणत्या देशांशी होता, त्यांची शेती, त्यांची पिके, त्यांची अवजारे, त्यांचे सण-उत्सव, त्यांचे पोषाख, दागदागिने कसे होते, अशा अनेक बाबींचा आता अभ्यास होऊ लागला आहे. विशेषतः गेल्या दोन-अडीचशे वर्षांत उदयास आलेले विचारप्रवाह व त्यातून निर्माण झालेल्या सामाजिक चळवळी, क्रांत्या या बाबी विचारवंतांच्या अभ्यासाच्या बाबी ठरल्या गेल्या. त्यांचे ग्रंथ इतिहासग्रंथ मानले गेले. थोडक्यात, राजकीय इतिहासापेक्षा सामाजिक व सांस्कृतिक इतिहासास अधिक महत्त्व दिले जाऊ लागले. विविध क्षेत्रांत मानवजातीने

'महाराष्ट्राचा इतिहास : मांडणी व पुनर्मांडणी' या ग्रंथास लिहिलेली प्रस्तावना.

केलेली वाटचाल म्हणजे इतिहास, ही नवी व्याख्या सर्वमान्य झाली. अर्थात, आपल्याकडे ती रूढ व्हायला बराच अवधी लागला आणि अद्यापही ती पूर्णपणे पचनी पडली आहे, असे म्हणता येणार नाही. अजूनही इतिहास म्हणजे राजकीय इतिहास या संकल्पनेच्या प्रभावाखालून सर्व इतिहास अभ्यासक व इतिहासप्रेमी मुक्त झाले आहेत, असे म्हणता येणार नाही.

प्रथम इतिहास घडतो आणि नंतर त्याची मांडणी होते. इतिहास घडत असताना त्यात सहभागी झालेल्या व्यक्तीने त्याचा वृत्तान्त लिहून ठेवला असेल, तर तीही प्राथमिक स्वरूपाची इतिहासाची मांडणीच समजावी लागेल; पण असे फार क्वचितच घडते. बहुधा घटना घडून गेल्यावर तिच्या इतिहासाची मांडणी केली जाते. ती केव्हा व्हावी, याविषयी काही नियम नाहीत; त्यामुळे ही मांडणी एखाद्या वेळी चालू पिढीत होईल, पुढच्या पिढीत होईल अथवा चार-पाच पिढ्यांनंतरही होईल.

छत्रपती संभाजी महाराजांची कारकीर्द सन १६८० ते १६८९ या कालखंडात झाली. त्यांच्या कारकिर्दीच्या इतिहासाची मांडणी त्यांच्या काळात झाली नाही; ती मांडणी मल्हार रामराव चिटणीस याने शे-सव्वाशे वर्षांनी आपल्या बखरीत केली. ही मांडणीच मुळात पूर्वग्रहदूषित दृष्टिकोनातून केल्यामुळे ग्रँट डफपासून रियासतकार सरदेसाईंपर्यंतच्या सर्व इतिहासकारांच्या मांडणीत संभाजीराजांची विकृत प्रतिमा रंगवली गेली. रियासतकारांच्या पुढच्या पिढीतील वा. सी. बेंद्रे या इतिहास संशोधकाने सतत ४० वर्षे अखंड संशोधन करून संभाजीराजांची मलिन झालेली प्रतिमा स्वच्छ केली आणि एका प्रतापी, तेजस्वी, स्वाभिमानी अशा नव्या संभाजीराजाचे दर्शन महाराष्ट्राला घडविले. बेंद्रे यांचे संभाजीचरित्र म्हणजे इतिहासाची पुनर्मांडणीच होती. संभाजीराजांची कारकीर्द सन १६८९ ला संपुष्टात आली व त्यांनतर तब्बल पावणेतीनशे वर्षांनी त्यांना न्याय मिळाला! सारांश, इतिहासाची पुनर्मांडणी केव्हा होईल व ती कोण करेल, हे भाकीत कोणी करू शकत नाही; पण सत्यइतिहास उजेडात यावा, अशी निकड एखाद्या संशोधकास भासते, तेव्हा बेंद्रे यांच्यासारखा इतिहासकार उदयाला येतच असतो, हे मात्र खरे.

काही वेळेला इतिहासाची मांडणी समाजात निर्माण झालेल्या परिस्थितीच्या रेट्याखाली होत असते. आपला देश पारतंत्र्यात असता देशाभिमान, स्वातंत्र्यप्रेम

जागृत करण्यासाठी आपल्या पूर्वजांच्या इतिहासाची गरज समाजातील काही धुरीणांना वाटू लागली. त्यातून स्वकीयेतिहासाचे संशोधन व त्याची मांडणी होऊ लागली. महाराष्ट्रातील इतिहास संशोधनाची परंपरा यास साक्ष आहे. राजवाडे, खरे, साने, पारसनीस, रानडे ही मराठी विद्वान मंडळी मराठ्यांच्या इतिहासाच्या प्रांताकडे याच राष्ट्रीय भावनेने आकर्षित झाली. त्याच प्रेरणेने त्यांनी हयातभर कार्य केले. त्यांची कामगिरी ही इतिहासकारांच्या पहिल्या पिढीची होती. इतिहासाच्या मांडणीची ती प्राथमिक अवस्था होती.

या मांडणीच्या पोटात एक प्रकारची पुनर्मांडणी होती. ती अशी की, मराठ्यांचा आद्य इतिहासकार ग्रँट डफ याने मराठी सत्तेच्या उदयास्ताचा इतिहास तीन खंडांत लिहून ब्रिटिश राज्यकर्त्यांच्या दृष्टिकोनातून जी मराठ्यांच्या इतिहासाची मांडणी केली होती, तिला या मराठी इतिहासकारांनी, विशेषतः न्या. रानडे यांनी आव्हान दिले. ग्रँट डफने म्हटले होते की, १७ व्या शतकात मराठी सत्तेचा जो उदय घडून आला तो दैवगतीने सह्याद्रीच्या अरण्यात एखादा वणवा पेटावा, त्याप्रमाणे घडून आला. ग्रँट डफला मराठी सत्तेच्या उदयाच्या मागच्या सामाजिक व सांस्कृतिक प्रेरणांचे आकलन झाले नाही. न्या. रानडे यांनी आपल्या 'Rise of Maratha Power' या ग्रंथात ग्रँट डफचे हे प्रमेय अमान्य केले आणि प्रतिपादले की, १७व्या शतकातील मराठी सत्तेच्या उदयाची तयारी महाराष्ट्रात तत्पूर्वी तीन-चारशे वर्षे मराठी संत व प्रेषित करत होते. युरोपातील प्रोटेस्टंट चळवळीप्रमाणे महाराष्ट्रातील ही 'सुधारणा चळवळ' होती. त्यातून मराठा सत्तेचा उदय महाराष्ट्रात घडून आला. न्या. रानडे यांचा उपरोक्त ग्रंथ म्हणजे एका आद्य एतद्देशीय इतिहासकाराने मराठी सत्तेच्या उदयाच्या इतिहासाची केलेली पहिली मांडणी होती. असे जरी असले, तरी ग्रँट डफचे विधान नाकारून, तसेच आपले स्वतंत्र मत प्रतिपादन करून त्यांनी एक प्रकारे इतिहासाची पुनर्मांडणी केली होती.

अशा प्रकारे मराठी इतिहासकार आपल्या इतिहासाची मांडणी करत असता, त्यांच्या मांडणीत काही त्रुटी राहून गेल्या नव्हत्या अगर त्यांच्या लिखाणात काही चुकीची प्रमेये मांडली गेली नव्हती, असे मात्र म्हणता येणार नाही. अगदी ठसठशीत उदाहरण द्यायचे तर शिवछत्रपतींनी स्थापन केलेल्या हिंदवी स्वराज्याला समर्थ रामदासांनी प्रेरणा दिली, अशा आशयाची मांडणी इतिहासाचार्य वि. का. राजवाडे यांनी मोठ्या आवेशाने केली.

'राधामाधवविलासचंपू' या ग्रंथाच्या प्रस्तावनेत इतिहासाचार्यांनी म्हटले होते, 'मराठा तेवढा मेळवावा आणि आपुला महाराष्ट्र धर्म राखावा, या उपदेशाची देणगी रामदासांनी शिवाजीला व तत्कालीन मराठ्यांना दिली. म्हणजे महाराष्ट्रात रामदासांनी राष्ट्रीयत्व व राष्ट्रभावना म्हणून जी म्हणतात, ती उत्पन्न केली. कल्पक रामदास व कर्ता शिवाजी.''

महाराष्ट्राच्या ज्ञात अशा दोन हजार वर्षांतील मराठ्यांच्या दृष्टीने सर्वांत महान घटना म्हणजे शिवछत्रपतींनी स्थापन केलेले हिंदवी स्वराज्य! अशा या महान घटनेचे पायाभूत श्रेय इतिहासाचार्यांनी लेखणीच्या एका फटकाऱ्याने समर्थ रामदासांना देऊन टाकले! शिवछत्रपती फक्त समर्थांच्या संकल्पित कार्यक्रमाची अंमलबजावणी करणारे कार्यकर्तेच ठरले!

इतिहासाचार्यांनी तयार केलेल्या मार्गावरून पुढे अनेकांनी वाटचाल केली. इतिहासाचार्यांच्या पठडीतील जनार्दन करंदीकर यांच्यासारख्या इतिहासकारांनी तर रामदासी भाकडकथांवर आधारित शिवाजीराजे व समर्थ यांची भेट बंगळूर मुक्कामी १६४१ मध्ये झाल्याचे व पुढे सन १६५५ मध्ये राजांनी समर्थांच्या झोळीत आपले राज्य टाकल्याचे सांगून टाकले.

हिंदवी स्वराज्याच्या निर्मितीच्या इतिहासाची अशी मांडणी होत असतानाच श्री समर्थ संप्रदायाची, म्हणजे समर्थ रामदासांच्या शिष्यांचीच दोन अस्सल पत्रे उपलब्ध झाली. या पत्रांनी ही मांडणीच उद्ध्वस्त करून टाकली! या पत्रांपैकी पहिल्या पत्राने स्पष्ट होत होते की, शिवाजीराजांना सन १६५८ पर्यंत समर्थांचे नाव-गावही माहीत नव्हते आणि दुसरे पत्र सांगत होते की, सन १६७२ पर्यंत राजे व समर्थ यांची भेटही झालेली नव्हती! या दोन समर्थ पत्रांच्या सामर्थ्यांवर पुढे प्रा. न. र. फाटक या इतिहासकाराने इतिहासाचार्य राजवाडे प्रभृतींचे समर्थप्रणीत स्वराज्यस्थापनेचे प्रमेय पत्त्याचा बंगला कोसळावा तसे कोसळून टाकले. प्रा. फाटकांची इतिहासाची मांडणी मूलतः पुनर्मांडणीच ठरली आणि ती सत्याधिष्ठित असल्याने, अद्यापही टिकून आहे.

महाराष्ट्राच्या इतिहासातील 'मराठ्यांचा इतिहास' हा मराठी माणसांना अधिक जिव्हाळ्याचा व परिचयाचा असल्याने, त्यांतीलच दोन उदाहरणे उपरोक्त विवेचनात दिलेली आहेत. इतिहासाची मांडणी व पुनर्मांडणी ही काही केवळ महाराष्ट्राच्या इतिहासाच्या संदर्भातच होत असते असे नाही. अगदी जागतिक इतिहासातही ही प्रक्रिया चालू असते. १९व्या शतकाच्या मध्यावर मार्क्सने आपली समाजवादाची शास्त्रीय मीमांसा सिद्धान्त रूपाने

मांडली. त्यास 'मार्क्सवाद' असे नाव मिळाले. या मार्क्सवादातून प्रेरणा घेऊन लेनिनने रशियात साम्यवादी क्रांती घडवून आणली. त्या वेळी त्याने रशियातील सामाजिक परिस्थितीच्या संदर्भात मार्क्सवादाची मांडणी केली. पुढे चीनमध्ये माओनेही तसेच केले. त्यानेही मार्क्सवादाची मांडणी आपल्या परीने केली. त्यानंतर सोव्हिएत युनियनचे पतन घडून आल्यावर जगभरातील भांडवलशाहीवादी विचारवंत 'मार्क्सवाद संपला, पराभूत झाला. इतिहासजमा झाला' अशा स्वरूपाची मांडणी करू लागले; परंतु लवकरच असे चित्र दिसू लागले की, या धक्क्यातून सावरून जगभरातील मार्क्सवादी विचारवंत ठासून प्रतिपादन करू लागले की, रशियातील क्रांती फसली, हा मार्क्सच्या तत्त्वज्ञानाचा पराभव नाही, तर तो मार्क्सवादाच्या एका प्रयोगाचा पराभव आहे. मार्क्सवादाची पुरती अंमलबजावणी न झाल्यामुळे ते घडून आला आहे. त्यामुळे मार्क्सवाद संपला असे होत नाही! सारांश, ज्या मार्क्सवादाने जगाचा इतिहास घडविला, त्या मार्क्सवादालाही इतिहासाच्या मांडणी व पुनर्मांडणीच्या मांडवाखालून जावे लागले आहे आणि अजूनही त्याची वाटचाल चालूच आहे.

◆

विषयनाम सूची

◆